'अल्टिमेटम' – मॅथ्यू ग्लास हा लेखक आपल्या पहिल्याच कादंबरीने खळबळजनक, चित्तथरारक आणि पोटात गोळा आणणाऱ्या कादंबऱ्यांच्या जगतात उलथापालथ घडवून आणणार! त्याच्या या कादंबरीचा नायक, जरा गुंतागुंतीच्या, अतिशय आकर्षक व्यक्तिमत्त्वाचा आहे. आपल्या सर्वांना असा राष्ट्राध्यक्ष वारंवार लाभला तर आवडेल, तसा यातला अमेरिकेचा राष्ट्राध्यक्ष ज्यो बेंटन. कादंबरीच्या कथेतील वेगवान आणि वाचकांना आश्चर्याचे धक्के देणाऱ्या घटनांतून लेखकाने एक 'निर्वाणीचा इशारा' दिलेला आहे. तो जर आपण ऐकला नाही, त्यावर गंभीरपणे विचार करून वेळेवर योग्य ती कृती केली नाही; तर नजीकच्या भविष्यात एक खरेखुरे, भयंकर संकट आपणा सर्वांची आयुष्ये व्यापून टाकेल, यात जराही शंका नाही.

**– विल्यम बर्नहार्ट, 'कॅपिटल मर्डर'चा लेखक.**

'भविष्यसूचक!' मी तर देवाजवळ अशी प्रार्थना करतो की, आमचे भविष्य असे नसावे! पण मॅथ्यू ग्लास जे सांगतो, ते इतके विश्वासार्ह वाटते की, खरेच आपल्या या ग्रहाची नुसती काळजीच नाही, तर मला त्याच्या भविष्याबद्दल फार चिंता वाटते, भीती वाटते.

**– लिंकन चाइल्ड, 'डीप स्टॉर्म'चा लेखक.**

मी १९९९ साली 'सुपरस्टॉर्म' प्रसिद्ध केले, तेव्हा मला स्वप्नातसुद्धा असे वाटले नव्हते, की आठ वर्षांच्या अत्यल्प कालावधीतच एका भयंकर संकटाचा सामना करायला लागणाऱ्या अमेरिकेच्या राष्ट्राध्यक्षाची कहाणी सांगणारी एक कादंबरी मला वाचायला मिळेल! आणि ते संकट कोणते तर पर्यावरणाचा संपूर्ण ऱ्हास होऊन या पृथ्वीमातेची तिच्या लेकरांना जगवण्याची क्षमताच नष्ट होऊ

*लागणे!! कादंबरी वाचल्यावर हृदयात धडकी भरते ती यामुळे की, या भीतीने थरकाप उडवणाऱ्या, पण तरीही वाचायला लागल्यावर क्षणभरही हातातून न सोडवणाऱ्या या कादंबरीत जे घडताना दाखवले आहे, ते अमेरिकेच्या पुढल्या, कदाचित त्याच्या पुढल्या राष्ट्राध्यक्षाला खरेच अनुभवायला लागेल, याबद्दल आपल्याला खात्री वाटू लागते! मी वाचकांना 'निर्वाणीचा इशारा' देतो की, 'ही कथा तुम्ही वाचाच. तुमच्या मुलाबाळांच्या आणि तुमच्या स्वतःच्या सुरक्षित भविष्यासाठी तुम्ही प्रत्येक जण ही कादंबरी वाचाच!!'*

***– व्हिटले स्ट्रीबर, '२०१२– द वॉर ऑफ सोल्स'चा लेखक***

*'अल्टिमेटम' ही अतिशय वाचनीय कादंबरी आहे. बुद्धिनिष्ठ राजकारणावरील, मनाची पकड घेणारी एक विलक्षण कथा आहे. मॅथ्यू ग्लास याचे वाचकाला थक्क करून टाकणारे संशोधन, त्याच्याविषयी आदर निर्माण करेल असे विचारपूर्वक विश्लेषण आणि मनाला गुंतवून टाकणारी गोष्टीवेल्हाळ लेखनशैली यांचा मनोहारी संगम असणारी ही कादंबरी हातातून खाली ठेववत तर नाहीच, पण वाचून संपल्यावरही दीर्घ काळ आपल्या मनातून जात नाही.*

***– डेव्हिड लिस, 'द व्हिस्की रिबेल्स'चा लेखक.***

*'अल्टिमेटम' ही अतिशय उत्तम कादंबरी आहे – अगदी मनापासून सांगतो! आंतरराष्ट्रीय आणीबाणीच्या काळात व्हाइट हाउसच्या आतल्या दालनात काय काय घडत असेल, याचे मॅथ्यू ग्लास याने केलेले वर्णन खरोखरच उच्च दर्जाचे आहे.*

*'अल्टिमेटम' लिहून मॅथ्यू ग्लासने आंतरराष्ट्रीय राजकारणाच्या जगात जे काम केले आहे, त्याची तुलना टॉम क्लॅन्सी याने 'हंट फॉर रेड ऑक्टोबर' लिहून पाणबुड्यांच्या क्षेत्रात केलेल्या महान कार्याशी होऊ शकेल!*

***– डेव्हिड हॅगबर्ग, 'डान्स विथ द ड्रॅगन ॲण्ड द एक्स्पिडाइटर'चा लेखक.***

६ भाषांमध्ये अनुवादित झालेली कादंबरी

पर्यावरणाच्या राजकारणात दोन महाशक्तिंची टक्कर-एका तत्त्वनिष्ठ राष्ट्राध्यक्षाच्या संघर्षाची कहाणी

# अल्टिमेटम


मूळ लेखक

**मॅथ्यू ग्लास**

अनुवाद

**सुदर्शन आठवले**



**मेहता पब्लिशिंग हाऊस**

**ULTIMATUM** by MATTHEW GLASS



First Published in the United States of America in 2009 by Grove Atlantic Inc.
First Published in Great Britain in 2009 by Atlantic Books, an imprint of Grove Atlantic Ltd.
Translated in Marathi Language by Sudarshan Athavale

**अल्टिमेटम / अनुवादित कादंबरी**

अनुवाद : सुदर्शन आठवले,
१०३ / एफ, ईशा गार्डन, महेश विद्यालयासमोर,
कोथरूड, पुणे – ४११०३८.

मराठी अनुवादाचे व प्रकाशनाचे हक्क मेहता पब्लिशिंग हाऊस, पुणे – ३०.

प्रकाशक : सुनील अनिल मेहता, मेहता पब्लिशिंग हाऊस,
१९४१, सदाशिव पेठ, माडीवाले कॉलनी, पुणे – ४११०३०.

मुद्रक : रेप्रो इंडिया लि., मराठे उद्योग भवन, अप्पासाहेब मराठे मार्ग,
प्रभादेवी, मुंबई – ४०००२५.

मुखपृष्ठ : चंद्रमोहन कुलकर्णी

प्रथमावृत्ती : सप्टेंबर, २०११ / पुनर्मुद्रण : एप्रिल, २०१५

किंमत : ₹ ४४०/-

ISBN for Printed Book 9788184982626
ISBN for E-Book 9788184987249

---

# मंगळवार, २ नोव्हेंबर

# राइट कन्व्हेन्शन सेंटर, फिनिक्स, ॲरिझोना

अकरा वाजायच्या अगदी थोडा वेळ आधी तो व्यासपीठावर आला. विश्लेषकांची विवेचने आणि तथाकथित तज्ज्ञांची निवेदने बंद करून, देशभरातल्या सगळ्या टेलिव्हिजन स्टुडिओजमधले निर्माते, फिनिक्सहून येणाऱ्या या कार्यक्रमाच्या थेट प्रसारणासाठी सज्ज झाले होते. विजय कोणाचा – हा प्रश्न उरलाच नव्हता, आघाडी किती मतांची, ह्याचीच उत्सुकता होती. व्हर्माँट राज्याच्या पहिल्या निकालापासून सुरू झालेली विक्रमी विजयाची तुफानी घोडदौड संध्याकाळभर दक्षिण पश्चिमेकडच्या राज्यातही चालूच राहिली होती. एकामागून एक राज्ये त्याच्याच बाजूला झुकत होती. ओहायोमध्ये आता रात्रीचा एक वाजला होता. तिथे तर मतदान संपल्या संपल्याच त्याच्या विजयाची द्वाही फिरली होती आणि त्यानंतर अर्ध्याच तासात फ्लोरिडानेही त्याच्याच बाजूने कौल दिला होता.

डेमोक्रॅटिक पक्षाचा ॲरिझोना राज्यशाखेचा अध्यक्ष, डिक मॉबर्ली, या सभेत त्याचे स्वागत करण्यासाठी व्यासपीठावर हजर होता. अंगाने थोडासा स्थूल, बुटका आणि स्वभावाने जरासा चिडका, अशा डिकने आपले भाषण सुरू करण्याचे अनेक प्रयत्न केले; पण हॉलमध्ये प्रचंड संख्येने जमा झालेल्या पक्षकार्यकर्त्यांच्या आनंदाच्या आरोळ्या आणि जयजयकाराच्या घोषणा यांनी आसमंत दणाणून जात होता. त्याचे बोलणे कुणी ऐकूनच घेत नव्हते. एरवी त्याच्या स्वभावाप्रमाणे तो चिडलाच असता, पण आज मात्र तो चिडला नाही. उलट, हॉलमधील जवळजवळ प्रत्येक परिचित चेहरा उत्साहाने फुललेला पाहून तोही उत्स्फूर्तपणे प्रत्येक जयजयकाराबरोबर आपली मूठ जोमाने वर उंचावत होता.

"ऐका, ऐका – " त्याने दोन्ही हात उंचावून वारंवार विनंत्या केल्या, तशा विजयाच्या घोषणा ओसरून हॉलमध्ये शांतता पसरली. "मित्रांनो, अत्यंत अभिमानाने आणि आनंदाने मी आपणासमोर सादर करीत आहे – ॲरिझोना राज्याचा सिनेटर आणि युनायटेड स्टेट्स ऑफ अमेरिकेचा भावी प्रेसिडेंट जोसेफ इमर्सन बेंटन..."

टाळ्यांच्या कडकडाटात आणि जयघोषात तो, त्याची पत्नी हीथर, मुलगा ग्रेग आणि मुलगी ॲमी हातात हात गुंफून व्यासपीठावर सोडलेल्या प्रखर प्रकाश झोतात येऊन उभे राहिले. उंच, सडसडीत बांधा, सरळ बाणेदार नाक, रुबाबदार रुपेरी केस, गडद तपकिरी डोळे आणि काहीसा गंभीर आणि एकाग्रचित्त चेहरा. पण त्या चेहऱ्यावर, ढगांआडून बाहेर येणाऱ्या चंद्रासारखे सुंदर आणि चमकदार, त्याचे असे 'खास' हास्य उमटले की तो चेहरा समोरच्याला सहजपणे जिंकून घेई. आत्ताही त्याच्या निष्ठावान कार्यकर्त्यांसमोर उभे राहिल्यावर त्याच्या चेहऱ्यावर तेच 'खास' हास्य फुलले.

त्यानंतर कितीतरी वेळ समोरचा जमाव त्याचा वारंवार जयजयकार करत राहिला. त्यांचा आनंद, उत्साह, चैतन्य आणि प्रेम केवळ नादरूपाने अवकाशात भरून उरले होते. वातावरण भारून गेले होते. त्याने आपले दोन्ही हात उंचावून त्यांना अभिवादन केले आणि मान वळवून आपल्या पत्नीकडे – हीथरकडे अर्थपूर्ण नजरेने पाहिले. तिचे डोळे त्याच्यावरच खिळले होते. त्यांच्या नजरा मिळाल्या तशी ती प्रसन्न हसली. त्यात कौतुक होते, अभिमान होता, समाधान होते. त्याने परत समोरच्या नादब्रह्माला प्रणाम केला आणि मग वारंवार विनंत्या करून, हरप्रयत्नाने हॉलमध्ये शांतता प्रस्थापित करण्यात यश मिळवले.

"माझ्या प्रिय मित्रांनो, आज अमेरिकेच्या जनतेने एक धाडसी निर्णय घेतला आहे. आपल्यासमोरच्या आव्हानांचा खंबीर मनाने आणि दुर्दम्य इच्छाशक्तीने सामना करण्याचा अवघड, पण योग्य मार्ग निवडला आहे. त्यांनी आपली 'नवा पाया' ही क्रांतिकारी कल्पना स्वीकारली आहे. तुम्हाला हे सांगायला मला आनंद होतो आहे की थोड्या वेळापूर्वीच प्रेसिडेंट गार्टनर यांनी फोन करून मोठ्या मनाने त्यांचा..."

ज्यो बेंटनला वाक्य अर्धं सोडून थांबावंच लागलं कारण ते पूर्ण होण्याआधीच हॉल विजयानंदाच्या घोषणांनी पुन्हा एकदा दुमदुमला. दोन्ही हात वर करून त्या सबल पाठिंब्याचा स्वीकार करताना त्याच्या चेहऱ्यावर परत एकदा त्याचे ते 'खास' हास्य विलसले. "प्रेसिडेंट गार्टनर यांनी त्यांचा पराभव मान्य केला आहे. आपल्या लोकशाहीची शान वाढवणारी सचोटीची आणि निरोगी लढत दिल्याबद्दल आपणा सर्वांतर्फे मी त्यांचे आभारही मानले आहेत."

हॉलमधून हेटाळणीचे, निषेधाचे आवाज उमटले. ज्यो बेंटनचा लोकांवरचा प्रभाव जसजसा वाढत गेला तसतशी गार्टनर यांची प्रचारमोहीम कशी खालच्या दर्जाला घसरली होती आणि त्यांनी कोणकोणत्या हीन दर्जाच्या हिकमतींचा वापर केला होता हे सर्वांनाच माहीत होते. अर्थात ज्यो बेंटन यांच्या विजयाच्या अश्वाने त्यांच्या कोणत्याच डावपेचांना, अडथळ्यांना जुमानले नव्हते.

आज ज्यो बेंटन अमेरिकेच्या राष्ट्राध्यक्षपदासाठी यापूर्वी निवडल्या गेलेल्या

सेहेचाळीस पुरुष आणि एक स्त्री यांच्या मालिकेत जाऊन बसला होता. त्यातल्या प्रत्येकाप्रमाणेच त्यानेही हा पल्ला आपल्या वैयक्तिक आणि विशिष्ट मार्गाने गाठला होता. तो प्रवास खूप दूरचा आणि दुर्धर होता, अनेक बऱ्यावाईट घटना, त्या घडण्याच्या वेळा, त्यामागची परिस्थिती, प्रवासात भेटलेली नानाविध व्यक्तिमत्वे, आणि सर्वांत महत्त्वाचे म्हणजे नशीब, या सगळ्यांचा अनाकलनीय असा हा मिलाफ होता. तो तीन वेळा ॲरिझोनामधून सिनेटर म्हणून निवडून आला होता. पहिल्यांदा निवडून आला तेव्हाच राष्ट्राध्यक्षपदासाठीचा संभाव्य उमेदवार असा त्याच्या नावाचा बोलबाला झाला होता, कारण 'सरळमार्गी, प्रामाणिक, तत्वनिष्ठ' असाच त्याचा लौकिक होता. त्याला लोक 'सज्जन ज्यो'च म्हणत. पण ज्योला हे मनोमन माहीत होते की त्याच्या सदसद्विवेकबुद्धीला पूर्णपणे पटलेली, देश आणि समाज यांचे हित जपणारी ध्येयधोरणे आणि ती अमलात आणणाऱ्या ठोस योजना लोकांपर्यंत घेऊन जाणे, हा एकच मार्ग त्याला त्या पदाकडे घेऊन जाऊ शकतो. चार वर्षांपूर्वी त्याच्यावर माईक गार्टनर याच्याविरुद्ध मैदानात उतरण्यासाठी जेव्हा खूप दबाव आला होता तेव्हाही आपल्याला अभिप्रेत असलेले धाडसी बदल स्वीकारायची अमेरिकन जनतेची अजून तयारी नाही, हे कटू सत्य तत्त्वनिष्ठपणे स्वीकारून त्याने स्पर्धेत उतरण्याला नकार दिला होता. लोकांनी मात्र त्याने 'आलेली संधी दवडली' अशीच समजूत करून घेतली होती.

पण गेल्या चार वर्षांत परिस्थिती खूपच बदलली होती. त्यावेळी 'स्थानबदल' या प्रश्नाची गांभीर्य समजून घेऊन बोलणारा ज्यो बेंटन हा राष्ट्रीय पातळीवरचा एकच पुढारी होता. पण गेली सलग दोन वर्षे आखाती किनारपट्टीवर पुराच्या उसळलेल्या उंच लाटांनी त्या प्रश्नाची उंचीही प्रचंड वाढवली होती. गार्टनरला काँग्रेसकडे धाव घेऊन, पुरामुळे लोकवस्तीसाठी पूर्णपणे असुरक्षित झालेल्या भागातून लोकांना हलवून त्यांचे पुनर्वसन करण्यासाठीच्या खर्चाची तरतूद करावी लागली होती. पण ती इतकी अपुरी आणि परिणामशून्य ठरली की, 'स्थलांतर' आणि 'पुनर्वसन' हे आताच्या निवडणुकीतले अग्रगण्य आणि कळीचे मुद्दे ठरले होते. 'परिस्थिती इतकी गंभीर कशी झाली?', 'लाखो, करोडो लोकांना आपली घरंदारं सोडून देऊन दुसरीकडे जाण्याची वेळ येईपर्यंत सरकार काय करत होते?' चार वर्षे प्रेसिडेंट आणि त्याआधी आठ वर्षे व्हाइस प्रेसिडेंट असलेल्या माईक गार्टनरला या प्रश्नांची उत्तरे देणे अवघडच नव्हे, अशक्य होऊन बसले होते. सरकारच्या इतर अनेक धोरणांविषयी, उपक्रमांविषयीही मतदारांचा भ्रमनिरास होऊ लागला होता. परराष्ट्रांविषयीची एकतर्फी धोरणं, क्योटो प्रोसेसपासून घेतली गेलेली फारकत, कोलंबिया आणि पाकिस्तान येथील अमेरिकन सैन्याची लांबत चाललेली उपस्थिती, देशातील गरीब जनतेकडे होणारे वाढते दुर्लक्ष आणि श्रीमंतांच्या फायद्याची घेतली जाणारी विशेष

काळजी – ज्यो बेंटनला या निवडणुकीच्या वेळी मतदारांमधली ही वाढती अस्वस्थता प्रकर्षाने जाणवली. बदलाला अनुकूल मनस्थिती तयार झाल्याची चिन्हे दिसली. आपल्यामागे उभे राहणाऱ्यांची संख्या इतकी वाढते आहे की त्या पाठिंब्यावर आपण द व्हाइटहाऊसपर्यंत पोचू शकूच, पण डेमोक्रॅटिक पक्षाचे इतके उमेदवार निवडून येऊ शकतील की आपल्या योजना बिनविरोध राबविण्यासाठी आवश्यक असलेले निर्विवाद मताधिक्यही आपणास मिळू शकेल, असा विश्वास त्याला वाटू लागला. अगदी तसेच झाले. हिवाळा जसजसा जवळ येत चालला तसतशी सर्व स्तरा-थरांतल्या – डावे, उजवे, मध्यमार्गी आणि मध्यमवर्गीय, विशेषत: स्त्रिया, अल्पसंख्य अशा जनतेच्या एकत्रित भरभक्कम पाठिंब्याची ऊब सतत वाढतीच राहिली.

मग ज्योनेही वाढत्या आत्मविश्वासाने आपली नवी मते, धाडसी धोरणे निवडणुकीच्या भाषणांतून जनतेच्या गळी उतरविण्यास सुरुवात केली. भाषेचे फुलोरे नाहीत, शब्दांचे जंजाळ नाही. खोटे मोह दाखवणे नाही, भलती आश्वासने देणे नाही. साध्या, सरळ शब्दांत, जनतेला कळणाऱ्या भाषेत. एक चतु:सूत्री - आरोग्य, शिक्षण, पुनर्वसन आणि काम आणि हे चार खांब पेलणारा 'नवा पाया.' ज्यो बेंटन प्रामाणिकपणे, गंभीरपणे, कणखरपणे आपला हा 'नवा पाया' लोकांना सांगत गेला, समजावत राहिला आणि जनताही तो ऐकत गेली, त्यावर विचार करत राहिली. त्याचे म्हणजे जसजसे त्यांना कळत गेले, तसतसे लोकांच्या उत्साहाला उधाण येत गेले. गार्टनरच्या पाठीराख्यांनी साम, दाम, दंड, भेद अशा सर्व मार्गांचा अवलंब केला, पण त्यामुळे ॲरिझोनाच्या 'सज्जन ज्यो'ची प्रतिमा अधिकच उजळली आणि व्हर्जिनियाच्या गार्टनरचा जोर पूर्णपणे ओसरला, त्याच्यावरचा लोकांचा विश्वास ढासळतच गेला. घटना, परिस्थिती, व्यक्ती, वेळ आणि नशीब यांच्या समर्थ संयोगाची साथ ज्योलाच मिळाली आणि अखेर, गेली कित्येक वर्षे रिपब्लिकन्सच्या हाती असणारी सत्ता आज त्याच्या गळ्यात वरमाला घालायला सज्ज झाली.

''बेंटन-शावेझ या आमच्या जोडीच्या अभूतपूर्व यशासाठी रात्रंदिवस एक करून परिश्रम घेतलेल्या प्रत्येकाचे मी मन:पूर्वक आभार मानतो. इथे जमलेले कित्येक चेहरे मी नावानिशी ओळखू शकतो - अर्नी, मार्गरिट....'' त्याने त्या काही कार्यकर्त्यांकडे नेमका अंगुलीनिर्देश केल्याबरोबर त्यांच्या जवळपासच्यांनी ओरडून त्यांची वाहवा केली. ''किती नावं घेऊ आणि किती आभार मानू? याठिकाणी उपस्थित असलेल्या, नसलेल्या, जवळच्या, लांबच्या, देशभरातल्या सगळ्या पाठीराख्यांचा, मतदारांचा मी व्यक्तिश: आभारी आहे. मंडळी, तुम्ही सगळ्यांनी मिळून केवढं आश्चर्यकारक आणि अवघड काम केलं आहे याची तुम्हाला कल्पना

आहे का? खरंच, किती लांबचा होता तो प्रवास! मला न्यू हॅम्पशायरची आठवण येते. तुम्हाला आठवतंय न्यू हॅम्पशायर? ओह्, असह्य थंडी होती तिथं!'' ज्योच्या चेहऱ्यावर त्याचे 'खास' हास्य झळकलं. ''या फिनिक्सच्या मुलासाठी तर जवळजवळ अशक्य –''

प्रेक्षागारात हास्याची एक फैर झडली.

''पण अगदी अशक्य नाही!!''

परत एक हास्यफैर!

''अशक्य ते शक्य केलंय आपण – माहितीय तुम्हाला? जिंकलोय आपण, मित्रांनो, जिंकलोय आपण!!!''

आरोळ्या, गर्जना, टाळ्या, हॉलचे छप्पर जणू कोसळलेच!! ज्योने हीथर, ग्रेग आणि ॲमी यांच्याकडे पाहिले. त्यांच्या विस्फारलेल्या डोळ्यांतून आनंद, अभिमान ओसंडत होता!!

''मी तुम्हाला फार वेळ इथं थांबवू इच्छित नाही, कारण तुम्हाला तुमचं यश साजरं करायला जायचं आहे, आनंदोत्सवात, विजयाच्या जल्लोषात नाचायचं आहे. जरूर जा, भान विसरून नाचा. तो हक्क आहे तुमचा. आज आपल्याला सहा नवे सिनेटर्स, चार गव्हर्नर्स आणि कितीतरी रिप्रेझेंटिव्ह्ज मिळाले आहेत, त्यामुळं आजची रात्र आपल्या डेमोक्रॅटिक पक्षासाठी तर विशेष महत्त्वाची आहेच पण मित्रांनो, आपल्या देशासाठीही ती 'शुभ रात्र' आहे.

''निवडणूक संपली आहे. ती लढवताना मतभेद झाले, अधिक-उणं बोललं गेलं, ते त्या कठीण युद्ध खेळण्यातले डावपेच होते आणि म्हणूनच आवश्यकही होते. पण आता वेळ आहे ती ते सगळं विसरण्याची, तो भूतकाळ गाडून टाकण्याची. आज माझ्यावर अमेरिकन जनतेने जी जबाबदारी टाकली आहे, त्यामुळे मला प्रत्येक अमेरिकन माणसासाठी काम करायचं आहे. प्रत्येक अमेरिकन माणसाचं जीवन अधिक चांगलं, अधिक सुखी करायचे आहे – आणि मी आता तेच करणार आहे –''

जराशा टाळ्या वाजल्या पण लगेच थांबल्या. भाषणातले गंभीर वळण श्रोत्यांना जाणवले.

''खूप काम आहे आणि खरंच खूप अवघड आहे. ही नुसती नांदी आहे. येत्या काही काळात जे मिळवायचं आहे त्याची ही फक्त सुरुवात आहे.'' त्याची नजर सबंध हॉलभर फिरली. ''आपल्यापुढे जी आव्हानं आहेत ती फार मोठी आहेत. पण आपल्यात जर ती नीट ओळखण्याची, जोखण्याची क्षमता असेल आणि त्यांना सामोरं जाण्याचं धाडस असेल, तर आपण त्यांना आत्मविश्वासानं तोंड देऊ शकू – एवढंच नव्हे, तर ती यशस्वीपणे पूर्ण करून आपल्यासाठी, आपल्या प्रियजनांसाठी,

या भूमीवरील प्रत्येकासाठी एक अधिक चांगला, एक अधिक संपन्न देश निर्माण करू शकू.''

हॉलमध्ये पूर्ण शांतता पसरली होती. प्रत्येकाचे डोळे सिनेटरवर खिळले होते, प्रत्येकाचा चेहरा विचारात गढला होता. ज्यो बेंटनला पूर्ण जाणीव होती की त्या क्षणी त्या हॉलमधलेच नाहीत, तर देशभरातल्या, किंबहुना जगातल्या टेलिव्हिजन्सच्या पडद्यांवरून कोट्यवधी लोकांचे डोळेही त्यालाच पाहात होते, त्याचा प्रत्येक शब्द ते लोक लक्ष देऊन ऐकत होते आणि ते शब्द पुढे कित्येक दिवस त्यांच्या आठवणीत राहणार होते, त्याच्या प्रेसिडेंटपदाची कारकीर्द त्या जागी, त्या क्षणी सुरू झाली होती!!

त्याने त्याचे पुढचे शब्द पूर्ण विचार करून निवडले होते आणि त्यांची मांडणी अत्यंत काळजीपूर्वक केली होती. त्याला त्याच्या यशाचा टेंभा मिरवायचा नव्हता – त्यासाठी पुढे अनेक कठीण परीक्षा होत्या – पण त्याच्या निष्ठावान कार्यकर्त्यांच्या विजयोत्साहाचा हिरमोडही होऊन द्यायचा नव्हता. हा उत्सव साजरा होत असतानाच आपल्या सर्वांचे कामही सुरू झाल्याची आठवण त्याला प्रत्येकाला करून द्यायची होती. त्या कामाचा आवाका अमर्याद, असामान्य होता याची त्याला चांगलीच जाणीव होती त्यामुळेच काँग्रेसच्या दोन्ही गृहांत बहुमत असूनही आवश्यक त्या सगळ्या गोष्टी हव्या त्या पद्धतीने करता येतीलच याविषयी त्याला खात्री नव्हती. सगळे ठरवल्याप्रमाणेच घडायला हवे होते पण ज्याचे केस राजकारणातच काळ्याचे पांढरे झाले होते, त्या ज्यो बेंटनने अनेक प्रेसिडेंटच्या कारकिर्दी बघितल्या होत्या, त्यांचे भरभक्कम आधार निखळून पडताना पाहिले होते आणि ज्या योजना पूर्णत्वाला नेण्यासाठी ते वचनबद्ध होते, त्या परिस्थितीच्या दबावाखाली बारगळल्याचे, मध्येच बंद कराव्या लागल्याचे त्याने पाहिले होते आणि त्यामुळेच हे कधीच सहजपणे घडणार नाही हे त्याला चांगलेच माहिती होते.

पण त्याला हे जे माहिती होते, ते या घटकेला त्याला लोकांना नक्कीच कळू द्यायचे नव्हते. उलट, त्याच्या शब्दांतून त्याला त्यांच्या मनात असा दृढ विश्वास निर्माण करायचा होता की, तो दाखवत असलेल्या या नव्या मार्गावर जर त्यांनी त्याच्याबरोबर निश्चितपणे चालायला सुरूवात केली, तर तो त्यांना निश्चितपणे शेवटपर्यंत घेऊन जाणार होता.

त्याने शांतपणे त्यांना वस्तुस्थितीची जाणीव करून दिली. तो म्हणाला,

''आपण एकमेकांची काळजी घेतली पाहिजे. ह्या मूळ तत्त्वावरच आपल्या देशाची स्थापना झाली आहे. काही काळ आपण त्यापासून जरा लांब जात होतो, पण आपण वेळीच परत फिरलं पाहिजे. पुढची काही वर्षं आपल्याला फार मोठ्या स्थलांतरांना सामोरं जावं लागणार आहे. आपण एकदिलानं त्याचा उपयोग करून

घेऊन एका नव्या जीवनाची, एका विकासपर्वाची सुरुवात करू शकतो. आज मी तुम्हा प्रत्येकाकडून एक वचन मागतो आहे. ज्या अमेरिकन नागरिकांना आपापली घरं सोडून स्थलांतरित व्हावं लागेल, त्यांना आतापेक्षा चांगलं आयुष्य मिळेल, त्यांच्या वाट्याला उपेक्षा नाही, तर निरपेक्ष मैत्री येईल, ते जिथं राहायला जातील तिथं त्यांचं हार्दिक स्वागत होईल, उपरे म्हणून दूर ठेवलं जाणार नाही. असं नव्या मातीत, नवं जीवन सुरू करण्याची संधी क्वचितच एखाद्या देशाला मिळते. आपल्याला ही संधी मिळणार आहे हे आपलं सैभाग्य समजून, घाबरून न जाता तिचं स्वागत करू या. मला माहिती आहे की हे सोपं नाही, कठीण आहे आणि म्हणूनच ते जर कुणी करू शकेल तर ते फक्त युनायटेड स्टेट्स ऑफ अमेरिकाच करू शकेल. गेल्या अडीचशे वर्षांत जे गणराज्य फळलं, फुललं, बहरलं, तेच हे आव्हान पेलू शकेल. आज अमेरिकेच्या जनतेनं ही मिळालेली संधी न गमावता तिचं सोनं करण्याची जबाबदारी माझ्यावर सोपवली आहे आणि या क्षणापासून मी ती यशस्वीपणे पार पाडण्यासाठी प्रयत्नांची पराकाष्ठा करणार आहे. आजच्या या शुभरात्री मी तुम्हा सगळ्यांना, तुमच्यापैकी प्रत्येकाला– डेमोक्रॅटिक, रिपब्लिकन, काळे, गोरे, ख्रिश्चन, ज्यू, मुस्लिम, बौद्ध, निधर्मी, समलिंगी, भिन्नलिंगी सगळ्यांना - असं आवाहन करतो की – माझ्याबरोबर चला, मला साथ द्या!!!''

तो बोलायचा थांबला. काही क्षण त्याचे शब्द जणू हॉलमधल्या शांततेत तरंगत तरंगत लोकांच्या मनात खोल रुजले आणि मग हॉलमध्ये टाळ्यांच्या कडकडाट सुरू झाला, वाढत गेला, शिगेला पोहोचला!!

भाषण संपवून, प्रेक्षकांना अभिवादन करून, मागे वळून आपल्या पत्नीजवळ जाऊन तिच्या खांद्याभोवती हात लपेटून तिला जवळ घेणारा ज्यो बेंटन टेलिव्हिजनच्या पडद्यांवर दिसला. तिने त्याच्या कानात काहीतरी सांगितले, याने मान हलवली आणि आपल्या दोन मुलांना आपल्याजवळ बोलावून दुसरा हात त्यांच्या खांद्याभोवती टाकून त्यांनाही जवळ ओढले. कॅमेरा जवळ गेला आणि जगभरातल्या लोकांना अमेरिकेच्या भावी प्रेसिडेंटचा गंभीर चेहरा दिसला. पुढची चार वर्षे हाच चेहरा त्यांना सतत दिसणार होता, ओळखीचा होणार होता. कॅमेऱ्याने त्या चेहऱ्यावरची वक्र झालेली भुवई आणि जरासे आवळलेले ओठ टिपले. आपल्या शिरावर घेतलेल्या फार मोठ्या जबाबदारीचा तो जणू खोल विचार करीत होता.

ज्यो बेंटनने पुढे होऊन मायक्रोफोनजवळ तोंड नेले आणि प्रसन्नपणे हसत तो ओरडला, ''शुभरात्री, देव अमेरिकेचं भलं करो!!!''

# सोमवार, ८ नोव्हेंबर
# बेंटन ट्रान्झिशन हेडक्वार्टर्स, लॅफिएट टॉवर्स, वॉशिंग्टन डी.सी.

त्याला यापुढे अगदी प्रत्येक बाबतीत महत्त्वाकांक्षी असण्याशिवाय पर्यायच नव्हता. म्हणूनच निवडणुकीच्या दुसऱ्याच दिवशीच्या फिनिक्स येथील पत्रकार परिषदेत ज्यो बेंटनने केवळ आठ आठवड्यांत – ख्रिसमसच्या आधी आपले मंत्रिमंडळ तयार असेल, अशी महत्त्वाकांक्षी घोषणा केली आणि त्या कामासाठीच्या 'ट्रान्झिशन बोर्डा'चा डायरेक्टर म्हणून बेन हॉफमन याची नेमणूकही जाहीर केली. बेन हॉफमन नंतरही द व्हाइटहाऊसमध्ये त्याचा 'चीफ ऑफ स्टाफ' म्हणून काम पाहणार होता.

त्रेचाळीस वर्षांचा बेन हॉफमन बोस्टनचा होता. बेंटन जेव्हा पहिल्यांदा सिनेटर म्हणून निवडून आला, त्यावेळी बेनने त्याच्याबरोबर काम केले होते. त्यानंतर तो मॅसॅच्युसेट्स राज्याच्या प्रशासनात कार्यरत होता. लोकांशी जुळवून घेऊन, त्यांना आपलेसे करून घेऊन, सामोपचाराने आपली कामे करून घेण्यात तो वाकबगार होता. स्वभावत:च स्नेहशील, पण कामात अतिशय दक्ष. त्याचा गुबगुबीत, गोबरा चेहरा आणि मवाळ बहिरंग यांच्या मागे एक अत्यंत कुशल संघटक आणि आपल्या उद्दिष्टांविषयी कमालीची निष्ठा बाळगणारा नियोजनकर्ता दडला होता. त्याच्यावर सोपवलेल्या कामात अगदी पहिल्या दिवसापासून त्याच्या या कौशल्यांची नितांत गरज भासणार होती. शपथग्रहणापूर्वीच्या अकरा आठवड्यांत प्रथम सत्ताबदलाच्या कामासाठी आणि मग त्यानंतर द व्हाइटहाऊसमधील आणि इतर शासकीय प्रशासनातील निरनिराळ्या पदांसाठी योग्य व्यक्तींच्या नेमणुका करण्याचे शिवधनुष्य त्याला पेलायचे होते.

निवडणूक मोहिमेदरम्यान आपल्या कार्यक्षमतेने नजरेत भरलेल्यांपैकी काही लोक त्याने तातडीने सत्ताबदलाच्या प्रक्रियेच्या संघात नेमले. महत्त्वाच्या पदांसाठी निवड करताना त्या व्यक्तींची गुणवत्ता पारखून घेणे, एवढेच नव्हे तर त्यांच्या

भूतकाळाची कसून तपासणी करणे हे एक अतिशय महत्त्वाचे, जबाबदारीचे पण अवघड काम असते. चुकीच्या नेमणुकांचे परिणाम गंभीर आणि दूरगामी होतात. या संवेदनशील कामासाठी बेनने स्टीव्ह नेलर या लॉस एंजेलिसमधील अडतीस वर्षीय वकिलाची नेमणूक केली होती. स्टीव्हने डेमोक्रॅटिक पक्षाच्या कॅलिफोर्नियामधील मोहिमेच्या 'फायनान्स डायरेक्टर' या पदावर काम केले हाते. संभाव्य उमेदवारांची तपशीलवार माहिती, संदर्भ विविध ठिकाणांहून गोळा करणे, ते तपासून आणि परत पडताळून बघणे, त्या माहितीचे संगतवार संकलन करणे आणि त्यावरून शिफारशींसह एक तुलनात्मक संक्षिप्त अहवाल ज्यो बेंटन आणि निवडप्रक्रियेत समावेश असणाऱ्यांसाठी तयार करणे ही जबाबदारी बेनने त्याच्यावर सोपवली आणि त्याच्या हाताखाली पाच माणसेही नेमली होती.

ज्यो बेंटनला अर्थ आणि देशांतर्गत कारभार या दोन खात्यांतल्या नेमणुकींना प्राधान्य द्यायचे होते. निवडणूक मोहिमेच्या काळात बदलाच्या प्रक्रियेने पकडलेला वेग आणि जोर त्याला शपथविधी आणि त्याच्या कारभाराचे पहिले शंभर दिवस उलटेपर्यंत टिकवून धरायचा होता. त्या आठवड्यातच विल्यमबर्ग इथे तो 'व्हेटेरन्स डे'च्या निमित्ताने व्याख्यान देणार होता. त्यावेळी सैनिकांनी केलेल्या त्यागाला आदरांजली वाहिल्यानंतर, युद्धकाळात परिस्थितीशी सामना करण्यासाठी देशातील जनतेला एकजुटीने करावे लागणारे निकराचे प्रयत्न आणि आजच्या आव्हानांचा सामना करण्यासाठी आवश्यक असणारे प्रयत्न, यातील साम्य तो लोकांच्या लक्षात आणून देणार होता. त्याच संदर्भातल्या तीन घोषणाही करणार होता. एक – डायरेक्टर ऑफ नॅशनल रिलोकेशन कमिशनची पदोन्नती करून त्याला कॅबिनेट दर्जा दिला जाणार होता, दोन – नॅशनल सिक्युरिटी कौन्सिल आणि नॅशनल इकॉनॉमिक कौन्सिलच्या तोडीची 'नॅशनल रिलोकेशन कौन्सिल' स्थापन करण्यात येणार होती, ती कौन्सिल स्थलांतर आणि पुनर्वसनाच्या बाबतीत सर्व संबंधित खात्यांच्या कामात सुसूत्रता आणून त्यांची कार्यक्षमता वाढविण्यात येणार होती आणि तीन – एका महिन्याच्या आत या विषयाचे अभ्यासक, तज्ज्ञ आणि सामाजिक नेते यांची एक शिखर परिषद भरवण्यात येणार होती.

ज्यो बेंटन आदल्याच दिवशी वॉशिंग्टनला पोचला होता. लॅफिएट टॉवर्समधील त्याच्या निवडणूक मोहिमेचे मुख्य कार्यालयाचे रूपांतर आता सत्ताबदलाच्या प्रक्रियेच्या कार्यालयात करण्यात आले होते. सोमवारी सकाळी तो त्याच कार्यालयात आला होता. आज त्याची स्टीव्ह नेलरबरोबर पहिली बैठक होती. खरं म्हणजे तो बैठकीच्या वेळेच्या पाच मिनिटे आधीच पोचला होता, पण तो बैठकीला मात्र अर्धा तास उशिरा गेला. निवडणुकीनंतर तो प्रथमच तिथे आला असल्याने, गेले सहा महिने त्याच्या प्रचार मोहिमेसाठी रात्रीचा दिवस करणारे, त्याचे या मोहिमेच्या मुख्य

कार्यालयात काम करणारे सहकारी त्याला निवडणुकीतील दैदीप्यमान यशानंतर प्रथमच भेटत होते. प्रत्येकाला त्याचे अभिनंदन करायचे होते, हस्तांदोलन करून आपला आनंद व्यक्त करायचा होता आणि त्यालाही त्यांचे व्यक्तिश: आभार मानायचे होते. कार्यालयातल्या एका खुर्चीवर उभे राहून त्याने एक उत्स्फूर्त भाषणच केले. लोकांच्या उत्साही घोषणा आणि टाळ्या यांनी त्याचे छोटेसेच भाषणही खूप वेळ चालले. भाषण संपवून अगदी बैठकीच्या खोलीच्या दारात पोचेपर्यंत त्याला लोक भेटतच होते आणि हस्तांदोलनही करत होते.

बेन हॉफमन आणि स्टीव्ह नेलर त्याची वाटच पाहत होते. खोलीत आणखी तीन व्यक्ती उपस्थित होत्या. पहिली– त्याच्या मोहिमेत प्रसिद्धी प्रमुख म्हणून अत्यंत परिणामकारक काम केलेली ज्युडी ॲम्स. तेच काम यापुढेही द व्हाइटहाऊसमध्ये येऊन करत राहण्याची ज्योची विनंती तिने मान्य केली होती. दुसरा– ज्योचा अत्यंत जवळचा, विश्वासू, प्रभावी राजकीय सल्लागार, कृतीयोजनातज्ज्ञ, उंचापुरा, बलदंड शिकॅगोचा जॉन इल्झ. तोही अर्थातच ज्योबरोबर द व्हाइटहाऊसमध्ये येणारच होता. तिसरी होती ॲंजेला शावेझ. डेमोक्रॅटिक पक्षाची व्हाइस प्रेसिडेंट पदाची यशस्वी उमेदवार. तिने यापूर्वी दोन वेळा न्यूयॉर्कचे गव्हर्नरपदही भूषविले होते. या निवडणुकीत लॅटिनो समाज आणि स्त्री मतदार यांना डेमोक्रॅटिक पक्षाकडे वळवण्यात तिचा सिंहाचा – सिंहिणीचा – वाटा होता. ती प्रतिनिधित्व करीत असलेल्या न्यूयॉर्क राज्याच्या काही भागांतून लोक स्थलांतरितही होणार होते आणि काही भागात पुनर्वसित लोक येणारही होते. त्यामुळे स्थलांतर आणि पुनर्वसन या संबंधीच्या कायद्याची विधेयके कॉंग्रेसकडून संमत करून घेताना तिची मदत फार मोलाची ठरणार होती. या पदासाठी तिला राजी करताना ज्योने सरकारच्या प्रशासकीय कामात तिचा सक्रिय अंतर्भाव असेल असे कबूल केले होते आणि तो त्याचे आश्वासन पूर्णपणे पाळणार होता.

बाहेर ज्योला भेटलेल्या लोकांहून बैठकीत भाग घेणाऱ्यांची अवस्थाही काही वेगळी नव्हती. त्यामुळे अभिनंदन-हस्तांदोलनात बैठकीच्या प्रमुख विषयाकडे वळायला बराच वेळ लागला. संभाव्य उमेदवारांची गुणवत्ता, पार्श्वभूमी आणि त्यांचे भूतकाळ यांची माहिती मिळवणे, तिची पडताळणी करणे आणि त्यानुसार त्यांची वर्गवारी करणे, यासाठी त्याच्या गटाने वापरलेली पद्धत नेलरने प्रथम थोडक्यात स्पष्ट केली आणि मग त्यानुसार बनवलेली नावांची यादी त्याने बैठकीसमोर ठेवली. ऑफिस ऑफ मॅनेजमेंट ॲंड बजेटच्या डायरेक्टर पदासाठी ज्योला हाऊस बजेट कमिटीवर काम केलेली जॅकी रूबिन हवी होती. टेक्सास राज्याची कॉंग्रेस प्रतिनिधी असलेल्या जॅकीच्या कार्यक्षमतेने ज्यो यापूर्वी अनेक वेळा प्रभावित झाला होता. या निवडीविषयी त्याला नेलरचे मत जाणून घ्यायचे होते. नेलरला ती निवड योग्य

वाटली. बेन हॉफमनने जॅकी आणि ज्यो यांची भेट निश्चित करण्याचे मान्य केले.

सेक्रेटरी ऑफ ट्रेझरी, लेबर सेक्रेटरी, कॉमर्स सेक्रेटरी, नॅशनल इकॉनॉमिक कौन्सिल आणि कौन्सिल ऑफ इकॉनॉमिक ॲडव्हायझर्स यांचे प्रमुख, अशा अनेक पदांबद्दल चर्चा झाल्या, काही निवडी नक्की झाल्या. केवळ ॲरिझोनातील त्याचे सहकारी, मित्र म्हणून अयोग्य लोकांना उच्चपदे बहाल करण्याची चूक त्याला करायची नव्हती. त्याच्या दृष्टीने एखादे नाव योग्य वाटले तरी तो नेलरला पर्यायी नावे सुचवायला लावत होता आणि बेन, ज्युडी, जॉन, अँजेला यांची त्यावरची मते, प्रतिक्रिया आजमावून त्या पदासाठी सुयोग्य उमेदवारच निवडला जातो आहे याची खात्री करून घेत होता.

"आपल्या या यादीत एक तरी रिपब्लिकन असलाच पाहिजे हे विसरू नका." जॉन इल्झने सूचना दिली. "त्यामुळे आपल्यावरचा विश्वास वाढेल आणि आपल्या योजनांना पाठिंबा मिळायलाही त्याची मदत होईल."

नेलरने साशंकपणे ज्योकडे पाहिलं. ज्योने सगळ्यांकडे पाहत मान हलवून आपली संमती दर्शवली तेव्हा सगळ्यांच्याच चेहऱ्यावर हलकेसे स्मित झळकले.

"हो, पण एवढंच बघा की त्या रिपब्लिकनाला आपण औषध म्हणून घेतल्यावर त्याच्यामुळे आपल्याच पोटात ढवळणार नाही!" बेन हसत हसत म्हणाला.

त्यावर नेलरने फक्त भुवया उंचावल्या.

त्यानंतर देशांतर्गत कारभारासाठीच्या जागांविषयी चर्चा झाली. ज्योने त्याच्या भाषणात जाहीर केलेल्या नॅशनल रिलोकेशन कमिशनच्या डायरेक्टरपदाबद्दल तो बोलला. त्या कमिशनचा उद्देश, त्याचे महत्त्व, कमिशन आणि त्याच्या डायरेक्टरच्या कामाचे स्वरूप, त्यांच्या जबाबदाऱ्या, अधिकार यासंबंधीच्या त्याच्या कल्पना त्याने तपशीलवार सगळ्यांना विशद केल्या. अँजेला शावेझने त्यावर आपले विचार मांडले.

"या कमिशनच्या कामाचे दृश्य परिणाम आम जनतेपर्यंत पोहचलेच पाहिजेत." बेंटन म्हणाला. "आणि म्हणूनच मला या पदासाठी अगदी उत्तम माणूस हवा आहे. आपण त्याला योग्य कायदे संमत करून देणार, त्यासाठी अंदाजपत्रकात पुरेशा पैशाची सोय करणार. मग त्यानंतर परिणाम दाखवण्याची जबाबदारी सर्वस्वी त्याचीच."

"पण हे विसरून चालणार नाही की हे काम म्हणजे अनेकांचा राग ओढवून घेणे आहे. ह्या माणसाला, हितसंबंध बिघडलेल्यांच्या कट्टर विरोधाचा बीमोड करावा लागेल, जहाल टीकेला सडेताड उत्तरं द्यावी लागतील. थोडक्यात सांगायचं तर याला रोज लोखंडाचे चणे खावे लागणार आहेत, तेव्हा तेवढ्या ताकदीचा गडी पाहिजे!" इल्झने मोजक्या शब्दात एक व्यक्तिचित्रच रेखाटले.

ज्योने त्याच्याकडे रोखून पाहिले आणि म्हणाला, "जॉन, मला वाटतं, हे अवघड काम तुलाच करावं लागणार!!"

"माझा क्लोन केलात तरच –" जॉन जोरजोरात मान हलवत हसत हसत म्हणाला.

"बाप रे, परमेश्वरा, वाचव रे बाबा!" बेनने दोन्ही हात हवेत उडवले. ज्योला मनापासून हसू आले.

"मला असं वाटतं, की या पदासाठी आपण उद्योगजगतातली एखादी समर्थ व्यक्ती शोधावी." नेलर गंभीरपणे म्हणाला.

सगळ्यांनीच त्या कल्पनेचे कौतुक आणि स्वागत केले.

"या पदाची घोषणा आपण शिखर परिषदेच्या आधी करणार आहोत. बरोबर?" ज्युडी ॲम्सने विचारले.

"हो आणि अर्थखात्याच्या सगळ्या जागा पण." इल्झ मान डोलवत म्हणाला.

ज्योडी ॲम्सने नेलरकडे पाहिले, तो 'कळले' अशी मान हलवीत आपल्या डायरीत त्याची नोंद करून घेत होता.

त्यानंतर देशांतर्गत कारभाराबाबतीच्या बाकीच्या जागांविषयी चर्चा झाली आणि मग ते संरक्षण खात्याकडे वळले. ज्योने नॅशनल सिक्युरिटी ॲडव्हायझरच्या पदासाठी, त्याच्या मोहिमेतला त्याचा अत्यंत जवळचा, संरक्षण आणि परराष्ट्रधोरणांचा सल्लागार ॲलन बॉल याला राखून ठेवले होते. सेक्रेटरी ऑफ स्टेट म्हणून त्याला त्याचा मोहिमेतला परराष्ट्रविषयक दुसरा सल्लागार, न्यूयॉर्कमधला एक अत्यंत यशस्वी वकील आणि आधीच्या प्रशासनात लॅटिन अमेरिकन अफेअर्सचा अंडरसेक्रेटरी म्हणून काम केलेला ॲल ग्रॅहॅम हवा होता. या निवडीविषयी जॉन इल्झ थोडा साशंक होता. त्याने ज्योला काही पर्यायांचा विचार करण्याचा सल्ला दिला.

बेन म्हणाला, "मला वाटतं ग्रॅहॅमने तर हे पद त्याला मिळणार हे गृहीतच धरलं असावं."

"मग तर पर्याय बघाच!" जॉनने आपले मत नोंदवले.

"माझ्या मते ग्रॅहॅम युनायटेड नेशन्ससाठी जास्त योग्य ठरेल." ॲंजेलाने सुचवलं.

"हं." ज्यो विचार करीत म्हणाला. "पण मग स्टेटसाठी दुसरा कोण? सॅंडी मर्डोक?"

"हेन्री गोन्झालेझ?" हॉफमनने मत व्यक्त केले.

"लॅरी ओल्सेन कसा वाटतो?" नेलरने विचारले.

ज्यो हसला.

"का? नाही? मला वाटलं जरा वेगळा दृष्टिकोन–" नेलरला ज्योच्या हसण्याचा अर्थ समजला नाही.

"लॅरी ओल्सेन? वा, वेगळाच रंग येईल आपल्या प्रशासनाला!" अँजेला हसत म्हणाली.

ज्यो म्हणाला, "स्टीव्ह, एक जरा यादी तयार कर. ही सगळी नावं घाल त्यात. ॲल ग्रॅहॅम पण राहू दे. मी अजून त्याच्या नावावर फुली मारू इच्छित नाही. सँडी मर्डोक पण ठेव."

जॉन इल्झने त्याच्या फोनकडे बघितले. तो हलकेच उठला आणि खोलीबाहेर गेला. तो जेव्हा परत आला तेव्हा त्याने बेंटनचे लक्ष वेधून घेत त्याला बाहेर येण्याची खूण केली.

"ठीक आहे मग. स्टीव्ह, छान झालंय काम. काही अडचण आली, बेनची मदत अपुरी वाटली, तर मला फोन करायला संकोच करू नको, काय?" ज्यो सगळ्यांकडे पाहत, कागद आवरत उठला.

"नक्की करीन. आभार, सिनेटर." स्टीव्ह हस्तांदोलन करून उठला.

"अँजेला, भेटू लवकरच." अँजेला बेनबरोबर रिलोकेशनच्या शिखर परिषदेच्या तपशिलाविषयी चर्चा करण्यासाठी थांबणार होती.

ज्यो चटकन खोलीबाहेर पडला.

"एका व्यक्तीला तुमच्याशी बोलायचं आहे. तोच फोन होता." जॉनने त्याला दाराबाहेरच थांबवले. ज्योने प्रश्नार्थक चेहरा केला.

"माइक गार्टनर," जॉनने हे नाव घेतल्यावर ज्यो अविश्वासाने हसला.

"खरंच. मी खरं सांगतोय" जॉनने ज्योला त्याच्या खोलीत नेलं आणि फोन त्याच्या हातात देत तो म्हणाला, "माइक गार्टनरना तुमच्याशी बोलायचंय. तो बघा त्यांचा नंबर."

ज्योने कॉलचे बटण दाबले. जॉन इल्झ गंभीरपणे पण उत्सुकतेने ज्योकडे बघत होता. एकमेकांची ख्यालीखुशाली विचारून झाल्यावर ज्यो ऐकायचंच काम करीत होता. भुवया जराशा वक्र होण्यापलीकडे जॉनला चेहऱ्यावर काही बदल दिसले नाहीत. "हो, नक्की. मी सांगतो त्याला." आभार मानून एक मिनिटाच्या आतच फोन बंद झाला.

फोन जॉनला परत देत ज्यो म्हणाला, "त्यांना भेटायचंय मला."

"हो, माहिती आहे मला. दोन आठवड्यानंतरचा दिवस ठरतो आहे. बेन करतोय ते काम. बोलावू का त्याला?" जॉनने विचारले.

"नाही, ती भेट नाही. ही वेगळी आहे. ते, मी आणि दोघांचा फार तर एकेक मदतनीस. या दोन लोकांखेरीज इतर कुणालाही या भेटीबद्दल कळताही कामा नये. पत्रकारांना तर मुळीच नाही. एड स्टाइनहाउसर तुला फोन करेल. तूच फक्त एडच्या थेट संपर्कात रहा म्हणजे पूर्ण गुप्तता पाळली जाईल."

"कधी भेटणार आहात?"

"लवकरात लवकर. एड आजच सांगेल तुला तारीख." जॉनच्या चेहऱ्यावरचा प्रश्न ओळखून ज्यो पुढे म्हणाला, "त्यांनी विषय सांगितला नाही पण म्हणाले की ते बोलणं अत्यावश्यक आहे, दोघातच राहणंही जरुरीचं आहे. असं का ते मला ऐकल्यावर कळेल असंही म्हणाले."

जॉनने मान हलवली. सत्ताबदलाच्या काळातला हा असला अनुभव त्या सगळ्यांनाच नवीन होता. सत्ताबदल एकदाच अनुभवता येतो आणि त्याबद्दलचे काही विधिनियम नसतात आणि असलेच तर ते कुणी कुठे लिहून ठेवलेले नसतात.

"जॉन, तुला काय वाटतं, ही अशी गुप्त भेट ही सर्वसाधारण गोष्ट आहे?" ज्योने गंभीरपणे विचारले.

"मी तुम्हाला हाच प्रश्न विचारणार होतो." जॉनही तितक्याच गंभीरपणे म्हणाला.

# सोमवार, १५ नोव्हेंबर

## कॅनॉस्टी हाऊस, व्हर्जिनिया

व्हर्जिनियाला हिवाळ्याने वेढून टाकले होते. ते आले त्यावेळी माइक गार्टनर, त्याचा चीफ ऑफ स्टाफ एड स्टाइनहाऊस आणि सर्वांत जवळचा, विशेष सल्लागार आर्ट रीडल या तिघांनी त्यांचे स्वागत केले.

माइक गार्टनर हा व्हर्जिनियाचा रिपब्लिकन. बिल शॉक्रॉस प्रेसिडेंट असताना दोन वेळा लागोपाठ व्हाइस प्रेसिडेंट आणि मग प्रेसिडेंट अशी त्याची कारकीर्द होती. ज्यो बेंटनच्या विजयामुळे त्याला प्रेसिडेंटपद मात्र दुसऱ्यांदा मात्र लाभू शकले नव्हते.

माइकने स्वत: एका उंच आरामखुर्चीत बसत ज्योला बसायची विनंती केली. निवडणुकीच्या आधी एका प्रचारसभेत ते दोघे एकमेकांसमोर आले होते, त्यानंतर आजच त्यांची भेट होत होती. त्या प्रचारसभेत ज्योने गार्टनरच्या पायाखालची जमीनच सरकवली होती. त्याने आपल्या आक्रमक हल्ल्याने गार्टनरला बचावाचा पवित्रा घेण्यास भाग पाडले होते. अनेक योजनांतील कपातींचे समर्थन करण्याचा तो जेवढा आधिकाधिक प्रयत्न करत गेला, तेवढा तो मतदारांच्या नजरेत अधिकाधिक निष्ठुर ठरत गेला होता.

"ज्यो, फार छान मोहीम लढवलीत तुम्ही." असे जेव्हा गार्टनर म्हणाले तेव्हा बेंटनने नम्र स्वरात त्याला सांगितलं, "लोकांना जे ऐकायचं होतं तेच बोललो मी."

"हो, पण जे त्यांना ऐकायचं होतं ते त्यांनी ऐकण्याची गरज होती असं मात्र नाही." गार्टनरच्या या शेऱ्यावर बेंटनने उत्तर दिले नाही, कारण त्याचे उत्तर अमेरिकन जनतेनेच दोन आठवड्यांपूर्वी दिले होते.

"प्रेसिडेंटपदाला चारच वर्षांची मुदत–" ज्योकडे पाहत गार्टनर म्हणाले, "मला नाही पटत." यावरही ज्योने मौनच स्वीकारले. चार वर्षांनंतर त्याचेही असेच मत असेल की नाही हे त्याला माहिती नव्हते.

"पुढची निवडणूक तुमचा मुलगा लढवेल, प्रेसिडेंट." आर्ड रीडल म्हणाला.

"म्हणजे या लोकांना आणखी एक गार्टनर मिळेल चोपून काढायला! नको, नको." गार्टनर यांचा थोरला मुलगा चार वर्षांपूर्वी फ्लोरिडाचा ज्युनिअर सिनेटर म्हणून निवडून आला होता. "इराकमधल्या बारा वर्षांबद्दल किती मार पडला होता आठवतंय ना? छे, पुरता विचका!!" गार्टनर यांच्या शब्दांत कटुता आणि स्वरात वैताग भरलेला होता.

काही क्षण शांतता पसरली.

"आणि आता कोलंबियात अडकून पडलो आहोत. आणखी एक खोल खड्डा! गंमत बघा, लोकांना वाटतंय तिथं सैन्य मीच पाठवलं! पण ज्यांना खरी परिस्थिती माहीती आहे त्यांना विचारा." गार्टनरनी त्यांचा हात खुर्चीच्या हातावर जोरात आपटला आणि ते म्हणाले, "मी जीव तोडून सांगत होतो बिल शॉक्रॉसला, ती दलदल आहे, आपण एकदा आत शिरलो की आयुष्यात तिथून बाहेर पडू शकणार नाही, खोल खोलच जात राहू. पण त्यानं ऐकलं नाही. मादक द्रव्यांची तिथून होणारी निर्यात थांबायला हवी असेल, तर तिथं जाण्याशिवाय गत्यंतरच नाही म्हणाला. अगदी मर्यादित हस्तक्षेप! कोलंबियाच्या सरकारला अंतर्गत बंडाळी मोडून काढायला म्हणून आपली सेना पाठवायची विनंती करायला लावली आणि पाहता पाहता तो 'मर्यादित हस्तक्षेप' खेड्यापाड्यांतल्या लोकांवरच्या, त्यांच्या घरांवरच्या बॉम्बवर्षावापर्यंत कधी पोचला ते कळलंही नाही. हे असं 'मर्यादित हस्तक्षेप' वगैरे काही नसतं. तुम्ही सुरुवात करता, पण त्याचा शेवट कसा आणि कधी होईल हे तुमच्या हातात रहात नाही." गार्टनर आपल्या विरळ केसांतून हात फिरवीत हताशपणे, उद्वेगाने हसले आणि म्हणाले, "असा सल्ला तुम्हाला देण्याची वेळ माझ्यावर येऊ नये अशी इच्छा करतो!"

मनावरचे मळभ झटकल्यासारखी मान हलवून त्यांनी विषय बदलला. बाजूच्या टेबलावर मांडून ठेवलेल्या सरंजामाकडे हात करून ते म्हणाले, "कॉफी घेणार?"

एडने उठून कॉफी ओतली आणि प्रत्येकाच्या हातात कप दिला.

प्रेसिडेंटंनी घाईने दोन-तीन घोट घेतले आणि कप खाली ठेवून ते म्हणाले, "चला, कामाला लागू. प्रथम, असं अनपेक्षितपणे आणि गुप्तपणे भेटीसाठी बोलावलं याबद्दल क्षमस्व!"

"मला वाटलं होतं तुम्ही एखादा बंद लखोटा पाठवाल." बेंटन जरासं हसत म्हणाला.

"तसं करता आलं असतं कदाचित, पण मग पत्र फारच लांबलचक झालं असतं." गार्टनर यांचा चेहरा मात्र गंभीर होता. बेंटनला तर तो दमलेला, शिणलेला, गळून गेलेला दिसला. बेंटन त्यांना गेली वीसेक वर्षे ओळखत होता. ते व्हाइस प्रेसिडेंट व्हायच्याही आधी, ते दोघेही सिनेटर असल्यापासून. त्याच्या आठवणीतले

गार्टनर सदैव उत्साही, इतरांवर हुकमत गाजवणारे होते. त्यांचे हे रूप त्याने कधीच पाहिले नव्हते.

"काय सांगणार आहात?" ज्योने विचारले.

"अशा काही गोष्टी आहेत ज्या तुम्हाला कळल्याच पाहिजेत. ज्यो, त्या लवकरच तुझ्या खांद्यावर येऊन पडणार आहेत. तुलाही हे पटेल की त्या अशा आहेत की ज्या पत्रकारांच्या, वृत्तपत्रांच्या हाती पडणं इष्ट नाही."

"कोणत्या गोष्टी?" बेंटनची उत्सुकता ताणली जात होती.

"खरं म्हणजे हे लचांड तुझ्या गळ्यात अडकवताना मला वाईट वाटतंय, पण तुला जी खुर्ची पाहिजे आहे ना, तिचाच दोष आहे हा!" कॉफीचा कप उचलून दोन घोट घेऊन त्यांनी ज्योला विचारले, "निवडणुकीनंतर तू प्रेसिडेंट वेन यांच्याशी बोलला आहेस का?"

बेंटनने होकार दिला. निवडणुकीनंतर त्याला जगातल्या निम्म्याहून आधिक जागतिक नेत्यांचे फोन आले होते, त्यात चीनच्या प्रेसिडेंटचाही समावेश होता.

"मी विचारू शकतो, ते काय म्हणाले ते?"

"माझं अभिनंदन केलं. एकत्र काम करण्याची इच्छा व्यक्त केली. म्हणाले, अनेक जागतिक प्रश्न आहेत जे आपल्याला एकत्रितपणे सोडवायचे आहेत."

"कोणते प्रश्न? काही नेमके उल्लेख?"

"नाही. कोणतेच नाहीत." बेंटनच्या आठवणीप्रमाणे त्यांचेही संभाषण इतर सगळ्यांसारखेच औपचारिक अभिनंदन आणि परस्पर सहकार्य या पलीकडे गेले नव्हते.

"बाकी काही नाही?"

"उदाहरणार्थ?"

"आमच्याबरोबर चाललेल्या वाटाघाटी–"

"वाटाघाटी? कशाबद्दल?"

"पर्यावरण, उत्सर्जन याविषयी. द्विपक्षीय आणि गुप्त."

बेंटनचे डोळे विस्फारले. तो गार्टनर यांच्याकडे काही वेळ बघतच राहिला. मग त्याने वळून इल्झकडे पाहिले. त्याचा कॉफीचा कप ओठांजवळच थबकला होता आणि तोही गार्टनर यांच्याकडेच बघत होता.

गार्टनर हे चीनच्या बाबतीत अत्यंत ताठर भूमिकेचे प्रेसिडेंट म्हणून प्रसिद्ध – कुप्रसिद्ध होते. त्यांचे एकतर्फी परराष्ट्रधोरण, बऱ्याच देशांबरोबरीचे तणावपूर्ण संबंध आणि सतत भांडणाचा पवित्रा या मुळे मतदार, विशेषत: लॅटिनो समाज आणि तीस ते पंचावन्न वयोगटातल्या स्त्रिया, त्यांच्यावर नाराज होत्या. त्यातल्या सत्तर टक्के लोकांची खात्री होती की ते सैन्याची कोलंबियातील उपस्थिती लांबवणार.

ज्यो बेंटनही तेच करील असे वाटणाऱ्यांची संख्या मात्र हाताच्या बोटावर मोजण्याइतकीच होती.

चीन सरकारने कार्बन उत्सर्जन कमी करण्याच्या दिशेने ठोस पावले उचलल्याशिवाय अमेरिका त्यांच्याशी कोणत्याही वाटाघाटी करणार नाही अशी त्यांची ठाम विचारसरणी होती. चीनने याबाबतीत यापूर्वी दिलेली कोणतीही आश्वासने पाळलेली नव्हती, तेव्हा आता 'आधी कृती मगच चर्चा' हीच गार्टनर यांची घोषणा होती.

''किती काळ चालू आहेत या वाटाघाटी?'' बेंटनने विचारले.

प्रेसिडेंटनी आर्ट रीडलकडे पाहिले. ''सात महिने.'' त्याने माहिती पुरवली.

बेंटनला हळूहळू याचा अर्थ ध्यानात येऊ लागला. गार्टनर यांचा बेत बहुधा असा होता की या वाटाघाटींतून चीनशी गुप्त करार करायचा, निवडणुकीच्या जरा आधी ते पिल्लू सोडून द्यायचे आणि त्याच्या बळावर बहुमताचे पारडे फिरवून टाकून परत द व्हाइटहाऊसच्या पायऱ्या चढायच्या. त्याने इल्झकडे एक सूचक नजर टाकली.

''ज्यो, तू आत्ता काय विचार करतो आहेस हे माहीत आहे मला.'' गार्टनर म्हणाले. ''पण तो चुकीचा आहे. तुला वाटतंय तसं करता आलं असतं तर बरं झालं असतं. गुप्ततेचं कारण अगदी वेगळं आहे. ते कळण्यासाठी तुला आणखी एका व्यक्तीला मी भेटवणार आहे.'' त्याने एडकडे बघितल्याबरोबर तो उठून बाहेर गेला. ''ज्यो, ह्या प्रेसिडेंटच्या खुर्चीची अशी गंमत आहे की तिच्यावर बसल्यावर अशा गोष्टी समजू लागतात. की तशा त्या अस्तित्वात असतात हेही त्यापूर्वी आपल्याला माहीत नसतं. अगदी व्हाइस प्रेसिडेंट असतानासुद्धा माहिती नसतं! अर्थात, हे सगळं त्यावेळी कळलं असतं तर मी तेव्हाच खचलो असतो. हे सगळं आहेच असं भयंकर! तुला व्हाइस प्रेसिडेंट व्हावंच लागलं नाही हे खरंच तुझं भाग्य आहे. तुझ्या त्या – काय तिचं नाव – अँजेला ना – तिच्याबद्दल वाईट वाटतं मला!''

''ती कुठल्याच बाबतीत अंधारात नाही राहणार.''

''छान छान –'' असे म्हणताना गार्टनर यांच्या चेहऱ्यावर अर्थपूर्ण हास्य पसरले.

एड आत आला. त्याच्याबरोबर गणवेष घातलेली लहान चणीची, कृश शरीरयष्टीची, स्त्री होती.

''ह्या डॉक्टर रिचर्ड्स आणि डॉक्टर, हे सिनेटर बेंटन.'' दोघांनी हस्तांदोलन केले.

आर्ट रीडल म्हणाला, ''आपल्या नौदलाचं एक खास पथक आहे, ते सतत पर्यावरणाची सर्वंकष पाहणी करत असतं. डॉक्टर रिचर्ड्स त्या पथकाच्या प्रमुख

आहेत. डॉक्टर जी माहिती गोळा करतात ती पूर्णपणे गुप्त राखली जाते. लोकांना तर नाहीच, पण इतर देशांनासुद्धा ती कळू दिली जात नाही.''

''सिनेटर, आम्ही गोळा करीत असलेली आणि जगभरातले शास्त्रज्ञ प्रसृत करत असलेली अशी पर्यावरणविषयक अतिशय परिपूर्ण माहिती आमच्याजवळ आज उपलब्ध आहे. आमच्याकडे पर्यावरणात होणाऱ्या बदलांचे जितकं तंतोतंत आणि तपशीलवार चित्र आहे, तितकं जगातल्या कोणत्याही देशाकडं नाही. त्या माहितीमुळे आम्ही तयार केलेल्या भविष्यातील घटनांच्या रूपरेखांची गुणवत्ता अत्युच्च दर्जाची असते. आपल्या देशासाठी ही फार फायद्याची गोष्ट आहे.'' डॉक्टर रिचर्ड्स यांनी त्यांचे कार्य विशद केले.

''फारच फायद्याची! नाही?'' गार्टनर यांच्या शेऱ्यात उपरोध डोकावत होता.

''कोणत्या प्रकारची माहिती आहे ही?'' बेंटनने विचारले.

''महासागरातील क्षारांचे प्रमाण, त्यातील प्रवाहांचे वेग, हिमनगांच्या तपमानातील त्यांच्या जाडीतील बदलाचे परिमाण, आयनोस्फीअर पर्टिक्युलेट्स आणि इतर अनेक महत्त्वाच्या बदलांच्या नोंदी. काही प्रयोगशाळांकडे हे बदल ठरावीक कालावधीनंतर मोजण्याची सोय असते. पण आमच्या एनव्हायरनमेंट सर्व्हेलिअन्स युनिटकडे, ज्याला आम्ही 'इएसयु' म्हणतो, ते बदल सतत मोजण्याची, त्यांची नोंद ठेवण्याची खास क्षमता आहे.''

''या पथकाकडे त्यांच्या वेगळ्या जहाजांचा ताफा आहे.'' रीडल म्हणाला.

''चौदा जहाजं आहेत आमच्याकडे. आम्ही ठिकठिकाणी केंद्रं उभारली आहेत, त्यांना 'इएसयू स्टेशन्स' म्हणतात. एकोणीस वर्षांपूर्वी, 'क्योटो-२' या कोपनहेगनच्या परिषदेनंतर या युनिटची बांधणी करण्यात आली. तेव्हापासून जमा केलेली माहिती आणि तिच्या विश्लेषणातून मिळालेलं ज्ञान यांच्या साहाय्याने आम्ही पर्यावरणातील बदलांमुळे होणाऱ्या परिणामांची जी भाकितं करतो, ती बहुतांशी खरी होतात.''

''बहुतांशी म्हणजे? काही टक्केवारी?'' इल्झने विचारले.

''नव्वद टक्क्यांपेक्षा जास्त.''

''काय निष्कर्ष आहेत तुमचे?'' बेंटनने प्रश्न केला.

''पहिला निष्कर्ष हा, की या आधी आम्ही बदलांच्या वेगाविषयी जे अंदाज मांडले होते ते सगळे चुकीचे होते. आमच्या निरीक्षणावरून असं स्पष्ट दिसतं की तो वेग कमीत कमी पंधरा ते वीस टक्के जास्त आहे.''

''क्योटो-३ मधली आश्वासनं कुणीच पाळली नाहीत म्हणून?''

''नाही सिनेटर. ते आम्ही गृहीतच धरलं होतं. याचं मुख्य कारण कार्बनच्या प्रमाणातली भरमसाठ वाढ हे आहे. महासागराच्या तपमानातली वाढ, पर्माफ्रॉस्ट थॉची क्षेत्रं, ग्रीनलँडमधलं बर्फाचं वितळणं, समुद्रातला बर्फ नाहीसा होणं, त्यामुळे

सूर्यप्रकाशाचं परावर्तन कमी होणं आणि या सगळ्याचा परिणाम म्हणून कार्बन डाय ऑक्साइड अधिक प्रमाणात उत्सर्जित होणं, अशी ती कारणपरंपरा आहे. ॲमेझॉनमधील आग आणि इतर काही छोटी मोठी कारणंही आहेत.''

बेंटनच्या कपाळाला आठ्या पडल्या. तो म्हणाला, ''ह्यात नवीन काय आहे?'' कार्बनच्या प्रमाणातली वाढ हा विषय गेली कित्येक दशकं चर्चेत आहे हे बेंटनला माहीत होते. अभ्यासक, शास्त्रज्ञ मंडळी हा विषय एव्हाना कोळून प्यायली असतील, अशी त्याची समजूत होती.

''तुम्ही म्हणता तसं या प्रक्रियांचं अस्तित्व नवीन नाही. पण त्यातला गर्भितार्थ दिवसेंदिवस आधिकाधिक उलगडत चालला आहे आणि तो नवा आहे. सिनेटर, हे एक नैसर्गिक चक्र आहे. प्रक्रियांमधील वाढीपेक्षा त्यांच्या परिणामांतली वाढ कितीतरी पटीनं जास्त असते. उदा. सूर्यप्रकाश बर्फावरून परावर्तित होतो. बर्फ काही प्रमाणात वितळला की त्या वितळलेल्या बर्फाच्या प्रमाणात सूर्यप्रकाशाचं परावर्तन कमी होतं. बर्फ कमी होतो तेवढं तपमान वाढतं. तपमानातली वाढ आणखी जास्त बर्फ वितळवते. सूर्यप्रकाशाचं परिवर्तन आणखी कमी होतं. हे असं वर्षामागून वर्षं होत राहतं. म्हणजे प्रक्रिया त्याच होतात, पण परिणाम मात्र पटीत वाढतात. तुम्हीच म्हणालात त्याप्रमाणे हे कित्येक वर्षं असंच घडतं आहे, परिणामांतली वाढ कल्पनेच्या बाहेर होते आहे. याआधीची उपकरणं या वाढीचं मापन तितकंसं बरोबर करू शकत नव्हती, बऱ्याचशा गोष्टी गृहीत धरल्या जात होत्या. त्यानुसार आजवर परिणामांच्या वाढीचा वेग खूपच माफक धरला जात होता.''

''तुमचं म्हणणं असं की खबरदारी म्हणून त्यांनी तो वेग जास्त धरायला पाहिजे होता.''

''इतरांनी काय करायला पाहिजे होतं याविषयी मी बोलणं अप्रस्तुत ठरेल. मला एवढंच सांगायचं आहे, की एकंदरीतच सगळ्यांनी तो वेग एका विशिष्ट मर्यादेतच गृहीत धरला होता. आपण आपल्या निवडणूक मोहिमेत 'रिलोकेशन प्लॅन'विषयी बोलत होतात. तो प्लॅनही या कमी वेगाच्या गृहीतांवरच तयार केला असणार. पण आता आम्ही असं दाखवून देतो आहोत की हे निसर्गचक्र आपल्याला वाटत होतं त्यापेक्षा कितीतरी जास्त वेगानं फिरतं आहे आणि म्हणूनच परिणामांची तीव्रताही खूपच झपाट्याने वृद्धिंगत होते आहे.''

''जर वेगात वाढ होते आहे तर ती सगळ्यांनाच, इतर शास्त्रज्ञांनाही जाणवेलच की!'' इल्झने शंका मांडली.

''नक्कीच वेगात वाढ होते आहे आणि ती सगळ्यांना जाणवेलच. मला वाटतं त्याला दोन-तीन वर्षं तरी लागतील. आम्ही ती आत्ताच मोजू शकतो आहोत

कारण आमची माहिती गोळा करण्याची आणि तिचं परीक्षण करण्याची क्षमता उच्च दर्जाची आहे.'' डॉक्टर रिचर्ड्स यांनी उत्तर दिलं.

''डॉक्टर, तुम्ही म्हणालात की तुमचे आधीचे अंदाज चुकले होते. मग आताचे कशावरून चुकणार नाहीत?'' बेंटनने विचारले.

''कारण आम्ही आधीच्या अनुभवातून शिकलो आहोत, सिनेटर.''

''म्हणजे आत्ताच्या तुमच्या आकडेवारीबद्दल तुम्हाला आत्मविश्वास आहे.''

''वेग आधीच्या अंदाजांपेक्षा पंधरा ते वीस टक्के जास्त आहे. तो दहा टक्क्यांपेक्षा जास्त आहे. याविषयीचा आमचा विश्वास नव्याण्णव टक्के आहे. दुसऱ्या पद्धतीने सांगायचं तर प्रत्यक्ष वेग आमच्या अंदाजांपेक्षा दहा टक्क्यांपेक्षा कमी असण्याची शक्यता एक टक्क्यापेक्षाही कमी आहे.''

''थोडक्यात तुम्ही तुमच्या आकडेवारीवर ठाम आहात!''

''मी तसं नाही म्हणाले, सिनेटर!'' हे म्हणतानाही डॉक्टर रिचर्ड्स यांच्या चेहऱ्यावर बेंटनला अपेक्षित स्मित दिसले नाही.

''बरं, आता – वाईट बातमी ऐकू या.'' असे म्हणून गार्टनर यांनी डॉक्टर रिचर्ड्सकडे पाहिले.

''मी आत्ताच तुम्हाला सांगितलं की हे एक चक्र आहे, त्याचा वेग वाढतो आहे आणि त्याच्या परिणामांची तीव्रता तेवढ्याच नव्हे, तर त्यापेक्षा कितीतरी जास्त पटीनी वाढते आहे. या प्रक्रियांचा आणि परिणामांचा संबंध तुमच्या लक्षात आला का सिनेटर? नसेल तर मी परत समजावून सांगते.''

''समजला मला.'' बेंटनने होकार दिला.

''हे नवे निष्कर्ष गेल्या वर्षीच स्पष्ट झाले आहेत.''

डॉक्टर रिचर्ड्सचे बोलणे एकाग्रतेने ऐकताना बेंटन त्यांच्याकडे पाहत होता. त्यांच्या स्वच्छ निळ्या डोळ्यांत फक्त अभ्यासू आत्मविश्वास दिसत होता. भावनांचे दर्शन अभावाने घडत होतं. बेंटनच्या मनात विचार आला की ही स्त्री कमालीच्या कोरडेपणाने जी माहिती, जे आकडे, जी टक्केवारी सांगते आहे, त्यांचा जो गंभीर परिणाम माणसांच्या जीवनावर होणार आहे, त्याविषयी तिच्या मनात विचार तरी येत असतील का? आणि माणसंही काही लाख नव्हे, तर काही कोटी!

''तुम्ही महत्त्वाच्या प्रत्यक्ष परिणामांचं वर्णन करू शकाल?''

''परिणाम भयंकर आहेत. समुद्रांची पातळी वाढेल, वारंवार वादळं होतील, त्यांचा जोर वाढेल, पाऊस अनियमित होईल, त्याची क्षेत्रं, त्याचं प्रमाण बदलेल, वनस्पतींच्या जागी वाळवंटं तयार होतील, नवे रोग उद्‌भवतील, रोगांच्या साथी पसरतील, संकटांची मालिकाच निर्माण होईल, सिनेटर!''

''जरा जास्त तपशील –''

"डॉक्टर रिचर्ड्स, आभार! आता एवढं पुरेसं आहे. आपण कृपया बाहेर थांबा. जर आणखी काही प्रश्न उद्भवले तर बोलावीन तुम्हाला." गार्टनर यांनी बेंटनचा प्रश्न अर्धवट तोडला. डॉक्टरांनी सर्वांना अभिवादन केले.

"आभार, डॉक्टर." बेंटनने हलकेच मान झुकवली.

एड स्टाइनहाऊसने दार उघडले आणि ती दोघे बाहेर गेली.

"या क्षणी आपण यापेक्षा जास्त तांत्रिक बाबीत, खोलात शिरायला नको." प्रेसिडेंटनी बेंटनला समजावलं. "फक्त आकड्यांचा गोळीबार होईल, खरंच सांगतो."

"जास्त तपशील मिळेल ना जरूर पडली तर?" इल्झने विचारले.

"नक्की. आर्ट व्यवस्था करेल."

"माइक, यातलं तुम्ही काहीही जाहीर केलेलं नाही–" बेंटनने गार्टनरकडे पाहिले.

"तू केलं असतंस?"

"या माहितीचा उपयोग करून चीनबरोबर करार करायचा, असा विचार होता तुमचा!"

"हे बघ ज्यो, हे पक्षपाती राजकारणात बसणारं संकुचित प्रकरण नाही. हा अफाट आणि फार भयंकर प्रश्न आहे. रिचर्ड्सनी काय सांगितलं ते ऐकलंस तू! हे नुसतं स्वयंचलित चक्र नाही, तर आपोआप वेग वाढणारं चक्र आहे. याला लवकरात लवकर, नव्हे, आत्ताच्या आत्ता थांबवलं पाहिजे."

"मग यात चीन कशासाठी?"

"चीनने आजपर्यंत पर्यावरणाच्या बाबतीतला एकही करार पाळलेला नाही, त्यांनी मान्य केलेल्यांपैकीही एकही कृती केलेली नाही, काहीही केलेलं नाही. क्योटो-३ नाही, क्योटो-२ सुद्धा नाही."

"आपणही काही फार केलेलं नाही." इल्झ म्हणाला.

"इल्झ, खरं आहे तुमचं म्हणणं. पण चीनची कृती शून्य आहे. आज जगातील सर्वांत प्रदूषण पसरवणारा देश आहे तो. त्यांची प्रदूषणाची पातळी पंचवीस वर्षांपूर्वीच आपल्या पातळीच्या वर गेली आहे. पाव शतक उलटलं तरी ते अजून त्यांचा देश 'विकसनशील' देश असल्यासारखे बोलत आहेत. त्यांच्यासारख्या पूर्ण विकसित देशानं जबाबदारी घेतलीच पाहिजे."

"हे सगळं कळलं मला. पण गुप्ततेचं कारण नाही लक्षात येत माझ्या! आता क्योटो-४ येतंय. या प्रश्नाचं योग्य व्यासपीठ तेच आहे." बेंटन म्हणाला.

"तू वापरू शकतोस ते. यापुढे तो तुझाच निर्णय असणार आहे."

"मी पहिल्यापासून, अगदी माझ्या मोहिमेतही हेच म्हणत आलो आहे की आपण आंतरराष्ट्रीय पातळीवर बहुपक्षीय स्तरावर काम केलं पाहिजे. तुमचा मान

ठेवून मी हे सांगू इच्छितो की बहुपक्षीय स्तरावर काम करण्यातलं अपयश ही तुमच्या आणि त्याआधी बिल शॉक्रॉसच्या प्रशासनाची मुख्य चूक होती. अमेरिकन जनतेचंही तसंच मत आहे हे नुकतंच सिद्ध झालं आहे.''

''मीही तुझा मान ठेवून तुला सांगतो की हे सगळं बकवास आहे. निवडणूक संपली आहे, आता कृतीची वेळ आली आहे. जोपर्यंत आपल्याला काही करायचं नसतं ना, तोपर्यंत वाटेल ते बोललं तरी चालतं. जरूर सोडव तू हा प्रश्न क्योटो-४ मध्ये. पण मी सांगतो ते नीट ऐक. क्योटो-३ वर मी सही केली आहे. बिलनी मला पाठवलं होतं. आठवतं? मी गेलो होतो सँटियागोला.'' माइक गार्टनर खुर्चीत पुढे सरकला, आपला उजवा हात पुढे धरत म्हणाला, ''याच, याच हातानं सही केली होती मी. एकशे त्रेपन्न, किती? एकशे त्रेपन्न देशांचे नेते होते तिथं. त्या पॅलॅझो का काय जे होतं तिथं. पण तुम्हाला शपथपूर्वक सांगतो, त्या सगळ्यांनी सह्या केल्या तेव्हा त्यातल्या एकाच्याही मनात त्या करारातल्या एकाही कलमाशी, कृतीशी बांधिलकी ठेवण्याचा जरा सुद्धा हेतू नव्हता आणि एकानंही ती ठेवलीही नाही. त्यात चीन होता, भारत होता, इंग्लंड होता, युरोपियन देश होते, हजर असलेले सगळे होते. हो आणि आपणही होतो. मी नाकबूल करतच नाही. हे मान्यच करायला हवं की क्योटो-३ दुबळंच होतं! पाप्याचं पितर! तुमच्या लक्षात असेल, त्यावेळी नुकतंच आपण आर्थिक मंदीतून बाहेर येत होतो. ढासळलेल्या जागतिक अर्थव्यवस्थेमुळे आपोआपच प्रदूषण नियंत्रणाचं निम्मं काम होत होतं. पण जसजसं जग विकासाच्या वाटेवर पुढेपुढे जाऊ लागलं, तसतसा सगळ्यांनाच त्या गोष्टीचा विसर पडला आणि मग प्रत्येकजण प्रदूषण, पर्यावरण विसरून त्या प्रगतीच्या वाटेवर धावू लागला. नवनवं तंत्रज्ञान विनासायास माणसाला सुख बहाल करणार होतं. कोणत्याही बंधनांची गरजच नव्हती. स्वखुषीनं आम्ही योग्य ती काळजी घेणार होतो. क्योटो करार म्हणे! सगळा निरर्थक मूर्खपणा!'' गार्टनर खुर्चीत मागे झुकला आणि उद्वेगाने मान हलवत म्हणाला, ''कारवाई करण्याची गती कधीही जलद होत नाही! आपल्या मेन या राज्याच्या आकाराचा बर्फाचा एक खंडच्या खंड तरंगत निघाला अंटार्क्टिकमधल्या शेल्फमधून – आर्ट, कोणतं ते शेल्फ?''

''द रोन शेल्फ, प्रेसिडेंट. आणि आकार न्यू हॅम्पशायर एवढा होता.''

''बरोबर. आणि कधी ते? आठ वर्षांपूर्वी ना?''

''नऊ.''

''हां, नऊ. न्यू हॅम्पशायरच्या आकाराचा बर्फाचा खंड. आम्ही काय केलं? काही नाही, तीच चालढकल! गोगलगायीची चाल! तेव्हा ज्यो, माझं ऐक, दुसऱ्या कुणा माहीतगाराचा सल्ला घे किंवा तुझं तूच – अवघड आणि लांबच्या मार्गाने

शीक. लोकांना वचन दिलं आहेस तसं क्योटो-४ च्या माध्यमातून करायचा प्रयत्न कर. परिषदा, वाटाघाटी यात आणखी दोन वर्षं घालव, त्यानंतरची पाच वर्षं कृतींचा आढावा घेत राहा. कुणीही काहीही केलेलं नाही हे स्पष्ट होईपर्यंत क्योटो-५ येईलच. तुझं तू ठरव. आता तूच तुझा धनी आहेस!''

''चीन हा काही प्रदूषण पसरवणारा एकमेव देश नाही. तुम्ही समजा त्यांच्याशी करार केला तरी पुढे काय?'' बेंटनने विचारले.

''सिनेटर,'' आर्ट रीडलने उत्तर दिले, ''जगातल्या प्रदूषणाच्या बाबतीत आघाडीवर असलेल्या देशांनी ते लक्षणीय मात्रेनं कमी करणं आणि ते तसं करत आहेत, हे जगाला सुस्पष्टपणे दिसणं, या दोन गोष्टी घडणं अत्यावश्यक होतं. शब्द नाहीत, कृती हवी होती! अमेरिकेत घडलं, चीनमधे घडलं, की त्या जोरावर बाकीच्या देशांना त्याच मार्गावर आणता आलं असतं. अमेरिका या प्रश्नावर काहीतरी करते आहे हे दिसल्याशिवाय प्रदूषण कमी करणं महत्त्वाचं आहे यावर कुणाचा विश्वासच बसला नसता. आता, आपण कृती करायलाच पाहिजे हे अमेरिकन जनतेला पटवायचं कसं? त्यासाठी चीनला पटवणं गरजेचं होतं. त्यांच्याशी बोलण्यामागे, त्यांच्याशी करार करण्यामागे ही विचारसरणी होती. आघाडीला अमेरिका आणि चीन, मग पाठोपाठ उरलेलं जग! त्याबरोबर हे लक्षात घेतलं पाहिजे की या कृती करणं सरळ सोपं नाही, त्यासाठी लोकांना त्रास सहन करावा लागणार आहे, चैनी सोडाव्या लागणार आहेत, गैरसोयी सोसाव्या लागणार आहेत, त्याग करावा लागणार आहे. हे सगळं करण्याची गरज त्यांना पटवून द्यायला, 'फक्त तुम्हीच नाही, चीनमधली जनताही ते करते आहे' हे दाखवणं फार उपयोगी पडणार होतं. ज्या क्योटोकडे बाकीचं जग दुर्लक्ष करणार आहे त्या क्योटोमध्ये आपण हे सगळं करायचं कबूल केलं आहे आणि तेही क्योटोच्या पुढल्या परिषदेच्या आत, असं सांगून ते कुणी करेल ही अपेक्षा करणे चुकीचं होतं. त्यामुळे साम मार्ग कठीण, दाम तर गमवावंच लागणार होतं, तेव्हा दंड आणि भेद यांचा अवलंब करणं गरजेचं होतं. कृती केली नाही तर कुठल्यातरी स्वरूपात शिक्षा आहे ही बोच राखणं जरुरीचं होतं.''

''कपात किती मोठी होती?'' या बेंटनच्या प्रश्नावर रीडल आणि माइक यांनी एकमेकांकडे पाहिलं. त्यांची प्रश्नार्थक नजर पाहून बेंटनने परत विचारले,

''चीनला किती कपात कबूल केली होती?''

''आम्ही आमच्याजवळची माहिती त्यांना दाखवली. कृतीची नितांत गरज आहे हे त्यांना पटलं. सध्याची पातळी जराही वाढू द्यायची नाही, पुढच्या सात वर्षांत दोघांनी सारखीच कपात करायची, जेवढी आपण करू तेवढीच तेही करतील, एकमेकांची प्रदूषण पातळी तपासण्याची मुभा असेल.''

"कपात किती?"

"अठरा टक्के."

सात वर्षांत अठरा टक्के. उडी फारच मोठी होती. खिशाला खार न लावता जेवढे करता येईल तेवढे या आधीच करून झाले होते. याचा खर्चाचा बोजा – प्रचंड!– बेंटन त्याच्या मनात चाललेले विचार चेहऱ्यावर न दिसतील याची खबरदारी घेत होता.

"कमीत कमी त्रासात हे होऊ शकण्याची वेळ तर कधीच निघून गेली आहे. तीस वर्षांपूर्वी हे सगळं सहजी झालं असतं. आता फार त्रास पडणार आहे." प्रेसिडेंटच्या आवाजात आता आधीची भावनावशता नव्हती.

"माइक, या वेगवान कठोर कपातीचा आर्थिक धक्का – किती मोठा आहे?" या प्रश्नाचे उत्तर ऐकायची खरे म्हणजे त्याची मनापासून इच्छा नव्हती.

"जो रिलोकेशन प्लॅन मी काँग्रेसपुढे ठेवला होता त्यात बरीचशी गल्फ कोस्ट, दक्षिण फ्लोरिडा आणि सॅन फ्रॅनसिस्कोचा थोडा भाग, चिझापिक बे, न्यूयॉर्क मधली क्षेत्रं आणि इतर काही किनाऱ्यालगतची शहरं यांचा समावेश होता. विस्थापितांची संख्या साठ लाखांहून अधिक. दहा वर्षांचा कालावधी. बेचाळीस अब्ज डॉलर्सची मागणी केली होती मी काँग्रेसकडे."

काही क्षण शांतता पसरली. आता प्रेसिडेंटच्या पुढच्या विधानाची अपेक्षा होती, कारण हे तपशील सगळ्यांना माहीतच होते. बेंटनने या ठरावाला कडवा विरोध केला होता. लोकांची संख्या खूपच कमी धरली होती आणि मागितलेल्या रकमेचा विचार करता विस्थापित जनता दारिद्र्याच्या खाईत ढकलली जाणार हे उघड दिसत होते. बेंटनने ती रक्कम कमीतकमी दुप्पट करण्याचा आग्रह धरला होता.

शांततेचा भंग एका दीर्घ श्वासाने करीत गार्टनर पुढे बोलू लागले, "आता या आकड्यांना पाचाने गुणा आणि मियामी पण विसरा! ट्राय काउंटी एरियात प्रत्येक दुसऱ्या वर्षी चार किंवा त्यापेक्षा जास्त तीव्रतेची वादळं येत राहणार आणि त्या वादळी लाटा ऑरलँडोपर्यंतचं यच्चयावत जनजीवन गिळंकृत करणार. तिकडं कॅलिफोर्नियातला दुष्काळ कधी संपणारच नाही, वाळवंट होणार तिथं. विस्थापितांची संख्या तीन कोटींवर जाणार आणि खर्च दहा वर्षांत पंचवीस दशअब्ज डॉलर्स."

बेंटन बराच वेळ त्यांच्याकडे स्थिर नजरेने पाहत राहिला.

"आर्ट तुम्हाला आकडेमोड दाखवेल."

तपशील बघायची गरजच नव्हती. बेंटनच्या हिशोबाप्रमाणे गार्टनरने सांगितलेल्या खर्चाचा आकडा दुप्पट करायला पाहिजे होता. "तुम्ही सांगताहात त्या स्थितीला आपण पोचलोच आहोत, की जर आपण चीनशी करार करून प्रदूषण कपात केली नाही तर ती स्थिती येणार आहे?"

''जवळ आहोत आपण त्या स्थितीच्या. आर्टकडे त्याचेही तपशील आहेत. पण जर क्योटो–४ च्या आशेवर पाच वर्षं घालवली तर मात्र हीच नाही, यापेक्षा भयंकर परिस्थिती ओढवेल हे निश्चित!''

''माझ्याकडे तेही आकडे आहेत.'' आर्ट म्हणाला.

आ वासून उभ्या असलेल्या संकटाची व्याप्ती लक्षात येऊन बेंटन अवाक झाला. या संकटाच्या अनपाक्षितपणे घडलेल्या अक्राळविक्राळ दर्शनाने त्याला अंधाराच्या खाईत ढकलल्यासारखं झालं आणि तो त्यातून सुटण्याचे मार्ग शोधण्यासाठी अक्षरशः चाचपडू लागला.

''ज्यो, हा ब्रह्मराक्षस तुझ्या खांद्यावर देताना मला खूप वाईट वाटतं आहे. खरंच सांगतो, माफ कर मला!''

बेंटन गप्प राहिला. गार्टनर काही सांगत असला तरी चीनशी करार करून त्याची घोषणा निवडणुकीच्या काहीच दिवस आधी करून लोकमत फिरवण्याचाच कुटिल हेतू त्याच्या मनात असणार याविषयी बेंटनची खात्री होती.

''प्रेसिडेंट, चीनबरोबरची बोलणी आता नेमकी कोणत्या टप्प्यावर आहेत हे कळू शकेल?'' इल्झने विचारले.

''आता बोलणी बंद आहेत. माझं सरकार आता फक्त थोडेच दिवस सत्तेवर राहणार असल्याने आमच्याशी बोलणी करण्यात काहीच स्वारस्य नसल्याचं बीजिंगनं कळवलं आहे.''

''आपल्याकडून कोण कोण भाग घेत होते या चर्चेत?''

''मी आणि आर्ट. या खोलीबाहेरच्या एकाही व्यक्तीला, आम्ही चीनशी बोलतो आहोत हेही ठाऊक नाही.''

''आपण मला एकदा पूर्ण तपशील समजावून सांगाल?'' इल्झने आर्टला विचारले. त्याने होकार दिला.

''ज्यो, मला एव्हाना कळून चुकलं आहे की चीनला करार करायचाच नव्हता. ते नुसता वेळ काढत होते. ज्यो, डोळ्यांवर कातडी ओढून बसणाऱ्यांची अवलाद आहे ही! शहाण्यानं विश्वास ठेवू नये असे लबाड, लुच्चे लोक आहेत ते.''

ज्योच्या मनात आले, 'जातभाईच तुमचे!'

''निवडणुकीच्या आधी करार होईल या भ्रमात मला ठेवून त्यांनी आधी वेळ काढला आणि आता तर त्यांना कारणच मिळालं. तेव्हा सत्यस्थिती अशी आहे की आज आपल्या हातात त्यांचा कोणताच प्रस्ताव नाही, अगदी प्रामाणिकपणे सांगतो, काहीही नाही!''

या सगळ्याचा अर्थ बेंटनच्या पूर्ण लक्षात आला होता. गार्टनर यांनी कोणतेही आश्वासन, प्रतिप्रस्ताव न घेता कपातींचा प्रस्ताव, चीनला देऊन टाकला होता.

आता चीन त्या प्रस्तावातील त्यांना सोयीस्कर अशा गोष्टींवर बोट ठेवून तिथून पुढे बोलायला सुरुवात करण्याचा आग्रह धरण्याची शक्यता होती.

"ज्यो, याबाबतीत तू कोणता पवित्रा घेणार आहेस मला माहीत नाही. माझे आता नऊ आठवडे उरलेत. त्या काळात तू ठरवशील त्या वाटेने मी जात राहीन."

"ते आता बोलणी पुन्हा सुरू करतील?"

"तुझ्याबरोबर?"

"हो."

"कदाचित! त्यांचं धोरण वेळकाढूपणाचंच असेल. तुझ्याकडून काही काढून घेता आलं तर पाहतील आणि तू जर काही मागितलंस तर तू अजून सत्तेवर नसल्याचं कारण पुढं करतील."

बेंटनने विचार केला की हा त्यांचा मुद्दा योग्य होता. तो म्हणाला, "आपल्या मित्र राष्ट्रांचं काय? त्यांच्यापैकी कुणाला याबद्दल काही माहीती आहे?"

गार्टनरने ओठ मुरडला. "ज्यो, तुला एक सावधगिरीची सूचना देतो– युरोपियन्स जेवढं करतो म्हणतील त्यातलं अर्धंच करतील आणि जेव्हा करतो म्हणतील त्याच्या दुप्पट वेळ घेतील. तुला जर काही अल्पावधीत, जलद करायचं असेल तर एकट्यानंच करावं लागेल. म्हणूनच आम्ही हे गुप्तपणे केलं. मी तुला परत सांगतो, ज्यो, तुला वाटत असलं तर तू क्योटोत ने हा प्रश्न, पण ते आपल्या देशाचं दुर्दैव ठरेल, देशावर फार मोठं अरिष्ट कोसळेल."

"आणखी काही?"

"हे पुरेसं नाही?"

"वाजवीपेक्षा जास्तच!"

"ठीक आहे मग. आर्ट सगळी माहिती इल्झकडे देईल. त्यानंतर आवश्यक वाटलं तर आपण परत भेटू शकतो. मला कळवा. मधल्या काळात काही घडलं तर मी लगेच तुम्हाला कळवीनच." गार्टनर उठून उभे राहिले.

बेंटनही उठला.

"दोन आठवड्यांत आपण आपल्या अधिकारी वर्गाबरोबर भेटणार आहोत, पण त्यावेळी फक्त आशादायक, छान छान चित्र. ह्या असल्या विषयावर बोलायला अशीच भेट व्हायला हवी होती, नाही का?"

* * *

बाहेर अंधाराच्या सावल्या दाट धुक्यामुळे अधिकच काळ्या भासत होत्या. पर्णहीन, उदास वृक्ष लिमोच्या उलट्या दिशेला पळत होते.

जे ऐकलं त्यावर बेंटन विचार करीत होता. 'असं खास भेटीला बोलावून, आम्ही मोहिमेतल्या भाषणातून सांगत होतो त्यापेक्षा खरी अंदाजपत्रकातली तूट दुप्पट आहे, असं रिपब्लिकन सांगतील, असं त्याला वाटलं होतं. पण माइक गार्टनरला मानलंच पाहिजे. यापूर्वी कुणी रिपब्लिकननं केलं नसेल ते यानं केलं आहे!' तो स्वत:शीच पुटपुटला.

"हा चार वर्षं प्रेसिडेंट आणि त्याआधी आठ वर्षं व्हाइस प्रेसिडेंट होता." इल्झ चिडून बोलू लागला, "आणि आज निवडणुकीनंतर आपल्याला सांगतो की सगळ्याला पाचानं गुणा! रोन शेल्फ वितळलं तेव्हा हा व्हाइस प्रेसिडेंट होता. यानं काय वेगळं केलं त्या वेळेला?" त्याने वळून मागे बघितले. ज्या बंगल्यात ते प्रेसिडेंटना भेटले तो बंगला दिसेनासा झाला होता, अंधारात बुडून गेला होता. "निर्लज्ज!" तो उद्‌गारला.

बेंटन हसला.

"त्याला अजून चीनचा इंगा कळलेलाच नाही. मांजर उंदराला खेळवतं ना, तसं खेळवतील ते याला! स्वत:ल द व्हाइटहाऊस सोडायला लागू नये म्हणून सात महिने सगळ्या देशाला वेठीला धरलं या माइक गार्टनरनं!"

बेंटनने मान हलवली. त्यालाही तसेच वाटत होते. याच कारणासाठी त्याने हे सगळं गुप्त राखलं.

बराच वेळ कुणीच काही बोलले नाही.

बेंटनचे विचारचक्र चालू होते. नक्की याच कारणाकरता? क्योटो-३ परिषदेच्या जाहीरनाम्यावर सही करणारा आपला हात बेंटनसमोर धरून भावनाविवश होऊन बोलणारा माइक गार्टनर त्याच्या डोळ्यांसमोर उभा राहिला. काय म्हणाला तो? 'जोपर्यंत काही करायचं नसतं तोपर्यंत काहीही बोललेलं चालतं.' आणि तो आर्ट रीडल – त्यांची 'विचारसरणी' समजावून सांगत होता. खरंच कौतुक करायला पाहिजे या दुकलीच्या हुशारीचं. त्यांचा भूतकाळ जर माहीत नसता आणि त्यांच्या चिन्यांच्याही वरताण अशा लबाड, स्वार्थी आणि खोटारड्या स्वभावाची ओळख नसती, तर आपणही त्यांच्या या 'विचारसरणी'वर विश्वास ठेवलाच असता!

ती विचारसरणी माइक आणि त्याच्या प्रशासनाच्या एकतर्फी पूर्वग्रहांशी जुळणारी होती आणि मुख्य म्हणजे ती निवडणुकीचा निकाल बदलू शकणारा चमत्कार घडवू शकणारी होती.

"जॉन, आपल्याला लहानातला लहान तपशील हवा आहे या प्रकरणाचा," बेंटन म्हणाला.

"हो हो. मी भेटतो त्या रीडलला. मलाही बघायचंच आहे, हे प्रस्तावात चीनला काय काय कबूल करून बसले आहेत ते!"

“त्या नौदलातल्या बाईलाही भेट. पण थेट तिच्याशीच बोल, या रीडलवर विश्वास ठेवू नकोस.”

ऐकलेली आकडेवारी आणि त्याचा त्याच्या प्रेसिडेंटपदाच्या कामगिरीवर होणारा परिणाम यांचा बेंटन गंभीरपणे विचार करीत होता. प्रदूषणात कितीही वेगाने कपात केली तरी बरेचसे नुकसान अटळच होते. सगळे आकडे पाचपट करा असे म्हणाला माइक. म्हणजे माहीत असलेल्या आकड्यांप्रमाणे जो रिलोकेशनचा प्रश्न आपल्याला फार मोठं आव्हान वाटत होता, तो या कल्पनातीत आकड्यांच्या मानाने फारच किरकोळ होता!

आपण आखलेल्या योजनांचे आता काय होणार? ओव्हल ऑफिसमध्ये प्रेसिडेंटच्या खुर्चीवर पहिल्या दिवशी बसू त्यादिवशी ह्या खांद्यावरच्या वेताळाला कुठली गोष्ट सांगायची?

जॉनही बहुधा याच दिशेने विचार करीत असावा. त्याने बेंटनला विचारले, “अँजेलाला कल्पना द्यायची याविषयी?”

बेंटनने काही क्षण विचार केला. “नको. इतक्यात नको. निदान आपल्याला पूर्णपणे नीट कळेपर्यंत तरी नकोच.”

“बरोबर आहे. ज्युडीला तर कटाक्षाने बाजूलाच ठेवलं पाहिजे.” इल्झ म्हणाला.

ते सांगायचीच गरज नव्हती. वर्तमानपत्र, पत्रकार यांच्या सर्वांत जवळची व्यक्ती यापासून सर्वांत दूरच हवी.

‘पहिला दिवस’ आता फार लांब नव्हता. कायदे, अर्थव्यवस्था, परराष्ट्रीय धोरण यासंबंधीच्या त्याच्या सगळ्या योजना यामुळे बिघडून जाणार होत्या. आधी या समस्येचा युद्धपातळीवर सखोल अभ्यास करायलाच पाहिजे हे त्याला कळत होतं. पण आत्ता त्याच्याजवळ या विषयातील तज्ज्ञही नव्हते आणि अशा संवेदनशील माहितीची गोपनीयता राखतील, असा पूर्ण विश्वास टाकावा असे सहकारीही नव्हते; नव्हे, अशी पात्रता असलेल्यांपैकी दोघांनी त्याच्याबरोबर काम करण्याचे मान्य केले होते!!

# गुरुवार, १८ नोव्हेंबर

# जॉर्ज टाऊन, वॉशिंग्टन डी.सी.

जॅकी रूबिन आणि ॲलन बॉल पुढच्या दाराने आत आले. आपल्या घराजवळ रात्रीसुद्धा ठिय्या देऊन बसलेल्या पत्रकारांनी त्या दोघांना आपल्या घरात शिरलेले पाहिले असेल याची ज्यो बेंटनला मुळीच काळजी वाटत नव्हती. औपचारिक घोषणा अजून झाली नसली तरी जॅकीने हाऊस ऑफ रेप्रेझेंटेटिव्हज सोडून डायरेक्टर ऑफ दी मॅनेजमेंट अँड बजेट म्हणून काम करण्याचे मान्य केले होते आणि ॲलनची नॅशनल सिक्युरिटी ॲडव्हायझर म्हणून नेमणूक निश्चित झाली होती. ते दोघे आले त्यावेळी अकरा वाजले होते. बेंटन पतीपत्नी नुकतेच हेल्थ ॲडव्होकसी फोरम या संस्थेने आयोजित केलेला भोजन समारंभ आटोपून घरी परतले होते. बरीच वर्षे या संस्थेच्या कार्याला ते हातभार लावत होते.

हीथरने पाहुण्यांचं स्वागत केले. ज्यो बेंटन त्या वेळी ह्युगो मॉंटेराशी फोनवर बोलत होता. हा न्यूजर्सी इथला वकील ज्योला सेक्रेटरी ऑफ लेबर म्हणून हवा होता. फोनवरील संभाषण संपले आणि ज्योही पाहुण्यांना भेटायला आला.

चाळिशी नुकतीच उलटून गेलेल्या जॅकीचा भावदर्शी चेहरा गंभीर, पण अदबशीर होता. तिचे काळे आखूड केस तिला शोभून दिसत होते. ॲलन बॉल याने आजवर बहुविध क्षेत्रांत काम केले होते. सध्या तो केनेडी स्कूलमध्ये इंटरनॅशनल रिलेशन्स या विषयाचा प्राध्यापक होता. त्याआधी व्हायरल पँडेमिक्स आणि ग्लोबल अव्हॉयडन्सच्या यू.एन. कमिशनचा अध्यक्ष आणि तत्पूर्वी सहा वर्षं नॅशनल सिक्युरिटी असिस्टंट डायरेक्टर म्हणून तो काम पाहत होता. लहान चण, नीटनेटका पेहराव, तरतरीत चेहरा. त्याच्या असामान्य बुद्धिमत्तेचे द्योतक असावं असं त्याचं डोकं मात्र त्याच्या बाकीच्या शरीरयष्टीच्या मानाने जरा मोठे दिसत होते.

जॉन इल्झ काही वेळातच येऊन पोचला. बेंटनने प्रास्ताविकात आज ते ज्या विषयावर चर्चा करणार आहेत तो विषय, त्या चौघांखेरीज आणि व्हाइटहाऊस मधल्या त्यांच्याहूनही संख्येने कमी लोकांखेरीज इतर कुणालाही माहीत नसल्याचे

स्पष्ट केले. त्याने जॉनला इशारा केला. आर्ट रीडलबरोबर पुरेसा वेळ खर्च करून आणि डॉक्टर रिचर्ड्स यांच्याशीही चर्चा करून जॉनने स्वत: तो विषय नीट आणि पूर्णपणे समजावून घेतला होता. त्यामुळे त्याने थोड्या पण स्पष्ट आणि परखड शब्दात तो व्यवस्थित विशद केला.

बेंटन त्या तिघांना म्हणाला, "आज मला तुमच्या मनात हा विषय खोल उतरवून त्यावर तुमचे विचारमंथन सुरू करून द्यायचं आहे. आज मला कुठल्याही निर्णयाची अपेक्षा नाही. पण तुमच्या पहिल्या प्रतिक्रिया ऐकायच्या आहेत आणि त्यातून पुढच्या वाटचालीची काही दिशा मिळतात का ते पाहायचे आहे. मग काही काळ आपण प्रत्येकजण स्वतंत्र विचार करू आणि पुन्हा भेटू. आज तुमच्या प्रतिक्रियांची काही सांगड घालून आराखडा तयार करता येतो का ते पाहू. हं, करा सुरू."

जॅकी आणि ॲलन यांनी एकमेकांकडे बघितले.

"जॅकी, बोल तू." ॲलन म्हणाला.

दोघांच्या चेहऱ्यावर स्मित झळकले पण ते क्षणात मावळले. सगळेच गंभीर झाले.

"पहिला विचार असा आहे, की असा प्रचंड धक्का बसल्यावर आपल्या अंतर्गत कार्यक्रमांचे काय होणार? निवडणुकीच्या काळात प्रशासन अंदाजपत्रकात जेवढी तूट येणार असे सांगत होते, त्याच्याही दीडपट तूट येणार हे आपल्याला अपेक्षितच होते. पण हे काहीतरी निराळेच आहे. आपण जर पुढच्या दहा वर्षात तीस-चाळीस दशअब्ज डॉलर्सबद्दल बोलत असू, तर ते आपलं निम्मं अंदाजपत्रक व्यापून टाकणार आहे. एवढा खर्च तर आपण याआधी युद्धकाळातही केला नव्हता! मी परत एकदा मागचे आकडे पाहीन. पण मला वाटतं, आपल्याला आपत्कालीन युद्धस्थितीचाच सामना करावा लागणार आहे. नवी साधनसामग्री प्रचंड प्रमाणात निर्माण करावी लागेल आणि त्यासाठी देशातली उत्पादनक्षमता खप आणि वापर यासाठी खर्च न करता त्याचा जास्तीत जास्त विनियोग भांडवली गुंतवणुकीसाठी करावा लागेल."

"हे तर अपेक्षित होतंच." इल्झ म्हणाला.

"पण या प्रमाणात नव्हतं. मिळालेल्या माहितीवरून माझं असं मत झालं आहे की याचा सामना नेहमीची अर्थव्यवस्था करूच शकणार नाही. साधनसंपत्तीच्या विभागणीत फार मोठे बदल करावे लागतील, म्हणजेच त्यात केंद्राला हस्तक्षेप करावा लागेल."

"विभागणीतच का गुंतवणुकीच्या निर्णयातही?" बेंटनने विचारले.

"मला वाटतं दोन्हीत." जॅकी रूबिनच्या कपाळावर जराशा आठ्या पडल्या. "मला आणखी थोडा विचार करावा लागेल आणि सगळे आकडेही एकदा कागदावर मांडावे लागतील."

"आणखी काही?" बेंटनने विचारले.

"मी म्हटलं तसं, आपल्या कार्यक्रमांचं काय होईल ही माझी मुख्य काळजी आहे. विशेषत: आरोग्य आणि शिक्षणाचे कार्यक्रम यात भरडले जातील आणि दुसरं म्हणजे, विस्थापन आणि पुनर्वसन एवढ्या मोठ्या प्रमाणावर करताना, गार्टनरसारखंच आपणही केवळ माणसं एका ठिकाणाहून उचलून दुसरीकडं कुठंतरी ट्रेलरमधे नेऊन ठेवणार आहोत का त्यापेक्षा काहीतरी बरं करणार आहोत?"

"आपल्याला त्यापेक्षा चांगलं केलंच पाहिजे!" बेंटन म्हणाला.

जॅकीने मान हलवून समाधान दर्शविले, पण तिच्या कपाळावरच्या आठ्या मात्र वाढल्या.

बेंटन बॉलकडे वळला. "ॲलन?"

"नॅशनल सिक्युरिटी ॲडव्हायझर म्हणून माझं मत विचाराल, तर चीनबरोबरच्या या व्यवहारात गार्टनरने द्विपक्षी धोरण स्वीकारलं, ते आपल्या पद्धतीत बसणारं नाही. मला नाही वाटत, तुमच्यापैकी कुणी अशा मताचं असेल की हा प्रश्न आपण क्योटो परिषदेत नेऊ नये. आपण आपल्या मोहिमेत तेच सांगत आलो आहे."

बेंटन त्याच्याकडे पाहत होता. "बरोबर. पुढे?"

"आपल्या मनात जर काही शंका असेलच तर गार्टनरनी जे सांगितलंय त्यावरून ते द्विपक्षी धोरण उपयोगी पडलं नाही, हे सिद्धच झालंय!"

"का? कारण चीनने करार केलाच नाही म्हणून?"

"बरोबर."

"का नसेल केला त्यांनी करार असं वाटतं तुला?" बेंटनने विचारले. "जॉननं आत्ताच सांगितलं की त्यांच्या देशापुढेही आपलेच प्रश्न आहेत. त्यांच्याही दक्षिण किनाऱ्याचा एक पट्टा वादळांमुळे जलमय होऊन वस्तीला योग्य राहणार नाही, शिवाय मध्यभाग वाळवंटमय होण्याचं संकट तर आपल्यापेक्षाही मोठं आहे."

"बरोबर." ॲलन परत म्हणाला.

"मग अशा परिस्थितीत चीननं करार करायला नको होता का?"

"ज्यो, असा दोघांच्यातच करार नाही करणार ते. आणि निवडणूक जिंकण्यासाठी उतावीळ झालेल्या प्रेसिडेंटबरोबर तर नक्कीच नाही."

"तसं बघायला गेलं तर इतर कुठल्याही वेळेपेक्षा या वेळी – जेव्हा गार्टनर गरजवंत होता, हातघाईवर आला होता तेव्हा त्यांना सर्वांत अनुकूल असा करार करून घेता आला असता." इल्झने मुद्दा उपस्थित केला.

"खरं आहे. आणि तरीही त्यांनी तो केला नाही, यातच माझा मुद्दा बरोबर आहे हे सिद्ध होत नाही का?"

"किंवा त्यांना असं वाटलं असेल की ह्या निवडणुकीतल्या विजयासाठी

उतावीळ झालेल्या प्रेसिडेंटला ह्या कराराला सिनेटची मान्यता मिळवता येणार नाही आणि मग ते उघडे पडतील. जर का तसं घडलं असतं तर मग ज्या प्रेसिडेंटपुढे ते प्रश्नच नाहीत, त्याच्याशी कदाचित ते करार करतील!'' इल्झ म्हणाला.

बेंटनने इल्झकडे पाहिले. एखादी कल्पना – अगदी त्याला स्वत:ला अमान्य असलेली सुद्धा तपासून पाहताना तिचा सर्व अंगांनी विचार करायचा, इतरांना तिच्या बाजूने आणि विरुद्ध मते व्यक्त करायला लावून ती काळजीपूर्वक ऐकायची, तिचा अगदी कीस काढायचा, ही जॉनची सवय त्याच्या परिचयाची होती.

बॉलने स्मित केलं, म्हणाला, ''जॉन, दोन्ही डगरींवर हात नाही ठेवता येत!''

''हो ना. म्हणूनच विचारतोय की कुठली डगर योग्य?''

बॉल हसला.

बेंटन बॉलच्या मुद्द्यांवर विचार करीत म्हणाला, ''ॲलन, तुला असं सुचवायचंय का की ही माहिती क्योटोत नेऊन सगळ्या जगासमोर जाहीर केली तर चीन हा करार करण्याची शक्याता जास्त आहे?''

''फक्त चीनच नाही तर भारत, युरोकोअर, जपान, ब्राझील, रशिया, सगळे प्रदूषण पसरवण्यात अग्रगण्य असणारे सगळे करतील.''

''आणि एकशे पन्नास इतर देश सुद्धा.'' इल्झ म्हणाला.

बेंटनने परत इल्झकडे पाहिले. एकशे पन्नास देश! म्हणजे प्रत्येकाच्या गळी उतरवणे आणि गळी पडणे, आवळ्याची मोट बांधायची कसरत करणे, एकशे पन्नास करार, त्यात उपकरार, आमिषं आणि सवलती! बेंटनला गार्टनरचे शब्द आठवले – दोन वर्षे वाटाघाटी, पाच वर्षे करारपालनाची तपासणी आणि कोणीही ते पाळत नसल्याची उद्विग्नता आणि मग परत चर्चा! त्या वाया गेलेल्या काळात पर्यावरणाच्या चक्राचा वाढता वेग – त्याच्या मनाविरुद्ध त्याच्या मेंदूला – चीनबरोबरचा द्विपक्षी, सरळ, बंधनाची तरतूद असलेला थेट करार आणि त्याच्या बळावर बाकी सगळ्यांनी निमूटपणे केलेल्या कृती – या पर्यायाचा नकळत मोह पडू लागला!!

निवडणुकीच्या मोहिमेदरम्यान ज्यो बेंटन पुढल्या वर्षाच्या अखेरीस होणाऱ्या क्योटो-४ ला कट्टर समर्थन आणि पाठिंबा देत आला होता. त्याने असे पक्के आश्वासन दिले होते की त्याचे सरकार यावेळी त्या चळवळीचे नेतृत्व करेल आणि प्रदूषणाच्या समस्येवर दीर्घ काळ टिकणारा तोडगा काढण्यासाठी आवश्यक यंत्रणा उपलब्ध करण्याचे गेल्या तीन परिषदांना साध्य न करता आलेले कार्य पूर्ण करेल. पण बेंटन मनोमनी हे जाणून होता की ह्या त्याच्या विधानामागे त्याने किंवा त्याच्या सल्लागारांनीही या आश्वासनाच्या पूर्तीसाठी काय काय करावे लागेल याचा, क्योटो कराराचा, आधीच्या परिषदात काय घडले याचा पुरेसा अभ्यास आणि विचार

केलेला नव्हता. त्याला याचीही जाणीव होती की, कोणत्याही नव्या राष्ट्राध्यक्षाप्रमाणेच त्याचेही परराष्ट्रसंबंधांविषयीचे ज्ञान आणि त्यातला अनुभव अगदीच तोकडे होते, आणि त्यामुळेच तो त्याचा हळवा कोपरा ठरेल अशी त्याला भीती वाटत होती. गार्टनरचे बोलणे ऐकताना त्याच्यातली ही कमतरता त्याला सतत डाचत होती आणि त्याहूनही या गोष्टीची खंत वाटत होती की ती उणीव गार्टनरच्याही लक्षात आली होती आणि त्याला त्याचा सुप्त आनंदही होत होता. या विषयाबद्दल गार्टनरचे ज्ञान तर ज्यो बेंटनपेक्षा जास्त होतेच, पण तो जे बोलत होता त्यावर त्याने सखोल विचार केलेला दिसत होता. अमेरिकेतल्या कोणत्याही राजकारण्यापेक्षा तो क्योटो-३ च्या जास्त जवळ होता. खरे तर ते त्याचेच 'बाळ' होते. त्या करारावर त्याची सही होती. या सगळ्या पार्श्वभूमीवर त्याच्या चीनबरोबर द्विपक्षी करार करण्याचा मार्ग निवडण्यामागे केवळ निवडणूक जिंकणे यापेक्षा वेगळा, चांगला, प्रामाणिक, देशहिताचा हेतू असण्याची ही दाट शक्यता होती.

''ही परिस्थिती आपल्याला क्योटोचं नेतृत्व करायची संधी निश्चितच मिळवून देईल.'' ॲलन म्हणाला. ''आपण त्या परिषदेवर आपलं वर्चस्व कसं मिळवू शकू याबद्दल मी एक टिप्पणीच तयार करतो.''

''छान, आभार ॲलन.'' बेंटनने काही क्षण थांबून सगळ्यांवरून नजर फिरवली. आणि बोलायला सुरुवात केली, याच संदर्भातल्याच जराशा वेगळ्या विषयाकडे वळतो. शपथविधीचा दिवस. त्या दिवशीच्या माझ्या भाषणात ही गोष्ट लोकांना सांगावी का? मी ती जाहिर करेन आणि असं सांगेन की आमची जी योजना आहे तीच आम्ही क्योटोची विषयपत्रिका बनवू. का सध्यातरी गार्टनरसारखी मीही गुप्तता पाळावी आणि योग्य संधीची वाट बघावी? या दोन पर्यायांतली तुमची निवड मला ऐकायची आहे. जर गुप्ततेचा पर्याय निवडला तर त्या काळात ही गोष्ट बाहेर कुठेही न फुटणं फार महत्त्वाचं आहे. आता तुम्ही तिघंजण अशी कल्पना करा की दुर्दैवानं ती गोष्ट फुटली आहे तर तुमच्या मते त्याचे काय परिणाम होतील, मुख्यत्वे करून राजकीय परिणाम काय होतील तेही मला सांगा. जॉन, तुझ्यापासून सुरुवात करू.''

जॉन काही वेळ गप्प राहिला, मग म्हणाला, ''माझा पहिला विचार असा की जाहीर करण्याचा पर्याय अतिशय आकर्षक आहे. सरळ स्फोट करून टाकायचा. त्यामुळे एक तर गुप्तता राखण्याचा आणि फुटण्याचा प्रश्नच उरत नाही. शिवाय लोक तुम्हाला असं कधीही म्हणू शकणार नाहीत की तुम्ही हे आमच्यापासून लपवून ठेवून आमची फसवणूक केलीत. दुसरं असं की तुम्ही लोकांसमोरच आव्हान ठेवून देता. आपल्या प्रचाराचा कणा तोच होता. तुम्ही त्यांना मोहिमेच्या वेळी सांगितलंत की हे फार मोठं आव्हान आहे हे मला कळलं आहे, ते मी

तुमच्यापुढे ठेवतो आहे, आता आपण सगळे मिळून त्याचा सामना करू या. अमेरिकेच्या जनतेला ही आपली भूमिका पटली, तिनं त्यांच्या मनाची पकड घेतली. त्यांनी त्याला त्यांच्या मतांद्वारे मान्यता दिली. आता आपण त्यांना फक्त सांगणार की बाबांनो, ते आव्हान आम्हाला आधी कळलं होतं त्यापेक्षा फार फार मोठं आहे. बस. आणि हे काम, सिनेटर बेंटन, तुमच्या इतकं चांगलं कुणीच करू शकणार नाही. तुम्ही तो हक्क मिळवला आहे. लोकांचा विश्वास कमावला आहे. शपथविधीच्या दिवशी करून टाका आवाहन की 'लोकहो, चला, मला साथ द्या, माझे हात बळकट करा, आपण मिळून या आव्हानाचा सामना करू या आणि ते यशस्वीपणे पूर्ण करू या.''

''रुझवेल्टसारखं.'' रूबिन हळूच म्हणाली, ''आठवतंय ना त्याचं प्रसिद्ध वचन? – 'आपल्याला भीतीखेरीज घाबरण्यासारखं दुसरं काहीच नाही!' ''

इल्झने लगेच मान हलवली. ''अगदी बरोबर, जॅकी. आपल्याला भीतीखेरीज घाबरण्यासारखं दुसरं काहीच नाही. शिवाय तुम्ही गार्टनर प्रशासनाला धारेवर धरा. म्हणावं, त्यांच्या नाकर्तेपणामुळे ही कठीण परिस्थिती ओढवली आहे आणि आता मी ती सुधारणार आहे. या प्रश्नाला आम्ही जबाबदार नाही पण तरीही तो सोडवणार आहोत आम्ही! हे पहिल्या दिवशीच व्हायला पाहिजे. कारण पहिल्या दिवशी जर झालं नाही तर आपण संधी गमावू. एक तर बंद रहस्य नाहीतर उघडी कबुली.''

''गार्टनर? तो काय करेल?''ॲलनने विचारले.

''तो म्हणाला आहे की तो मी ठरवेन त्या मार्गाने जाईल.'' बेंटनने माहिती दिली.

''नाही, ते तेवढंच नाही. तुम्ही त्याच्यावर चिखल फेकणार आहात, त्याला दोषी ठरवणार आहात. त्याचं सोडा, रिपब्लिकन्स काय करतील?''

''ते दोन्ही सभागृहांत अल्पमतात आहेत.''

''तरी त्यांच्याकडे त्रेचाळीस सिनेटर आहेत.'' जॅकी म्हणाली.

त्या चौघांनाही त्या आकड्याचे महत्त्व माहीत होते. कायदे संमत करण्यात प्रतिबंध आणणे, एवढेच नव्हे तर प्रेसिडेंटच्या विधिविषयक कार्यक्रमात सतत अडथळे आणणे यासाठी चाळीसच सिनेटर्स पुरतात.

''जरा मोहात पाडणारी प्रलोभनं दाखवली तर त्यातले सहा-सात जण तरी सहज आपल्याला पाठिंबा देतील!'' इल्झ म्हणाला.

''पक्षाने प्रतिष्ठेचा मुद्दा केला, तर नाही!''

''पक्ष प्रत्येक ठिकाणीच असतो.''

''पण इथं तुम्ही जाणीवपूर्वक तुमच्या आधीच्या माणसाचा उपमर्द करताय.''

''जॅकीचा मुद्दा बरोबर आहे. मला डेमोक्रॅट आणि रिपब्लिकन सगळेच माझ्याबरोबर हवे आहेत.'' बेंटन म्हणाला.

"मला या प्रश्नाची आणखी एक बाजू समोर आणायची आहे." बॉल म्हणाला, "आपण प्रामुख्यानं आपल्या देशातल्या राजकीय परिणामांकडंच पाहतो आहोत पण याला दुसरी बाजू आहे ती चीनची. त्यांच्या सरकारचा दृष्टिकोनही महत्त्वाचा आहे. आपण ही गोष्ट आत्ता जाहीर करून टाकली तर त्यांची प्रतिक्रिया काय असेल? आपण त्यांना असं सांगणार आहोत की प्रेसिडेंट गार्टनर तुम्हाला नमवू शकले नाहीत पण आम्ही ते नक्की करणार!"

"मी असं नाही म्हणणार."

"पण त्यांना ते तसं ऐकू येऊ शकतं. त्यांच्या दृष्टीनं हा आक्रमक पवित्रा ठरू शकतो."

"मला वाटतं आपल्याला आक्रमक व्हायला हवं." इल्झ म्हणाला.

"सिनेटर," रूबिन म्हणाली, "मी जरा परत जॉनच्या कल्पनेकडे वळते. रुझवेल्टचं वचन वापरलं होतं आपण. जॉन जेव्हा ते म्हणाला तेव्हा ते खूप भावलं होतं मला. कल्पक, जरा धाडसी, पण स्पष्ट आणि प्रामाणिक. जॉन म्हणाला ते बरोबर आहे, यासाठीच जनतेने तुम्हाला निवडून दिले आहे. आणि एक योगायोग असा आहे की रुझवेल्ट सत्तेवर आले त्याचं शताब्दी वर्ष आहे हे. त्याचा तुम्ही फार छान उपयोग करून घेऊ शकाल."

"इतिहासाची द्विरुक्ती! परत एक गेटीसबर्गचं हे भाषण!" इल्झने जरा गमतीने नाट्याभिनयाच्या आवेशात सुरुवात केली, "शंभर वर्षांपूर्वी एक अद्वितीय पुरुष याच जागी उभा राहून –"

बेंटन हसला. पण जॅकीच्या कपाळावर आठ्या चढल्या. ती म्हणाली, "माझं म्हणणं पूर्ण ऐकून घ्या आधी. मी म्हणत होते की छान दिसत असलं तरी तसं करणं ही मात्र घोर चूक ठरेल. त्यामुळे तुमच्या प्रेसिडेंटी कारकिर्दीला पहिल्याच दिवशी असा धक्का बसेल की ज्यातून तुम्ही कधी सावरूच शकणार नाही. रुझवेल्ट यांच्या वेळची आणि आजची परिस्थिती सारखी नाही. त्यावेळची समस्या सरळ स्पष्ट होती. दोन वर्षांचा आर्थिक मंदीचा काळ आणि त्याला तोंड देण्यातली तत्कालीन प्रशासनाची असमर्थता आणि अपयश. अशा संकटकाळी रुझवेल्ट 'तारक' म्हणून जनतेपुढे उभे राहिले. त्यांनी आणखी एक भयंकर प्रश्न लोकांपुढे उभा केला नाही. सिनेटर, तुम्ही वीस जानेवारीला व्यासपीठावर लोकांसमोर उभे रहाल त्यावेळी कुठल्याही समस्येचं सावट असणार नाही, या संकटाचं तर नक्कीच नाही. तुम्ही तुमच्या तोंडानं त्यांना ते सांगाल तेव्हा तुम्हीच ते सावट आपल्या हाताने ओढून आणाल. तुम्ही त्या संकटाला जबाबदार नाही हे सत्य असलं तरी, ते तुम्ही उघड्यावर आणलंत म्हणून तुमच्या प्रतिमेला डाग लागणारच. निरोप सांगणाराच कधीकधी शिव्या खातो तसं! दुसरं म्हणजे रुझवेल्टकडे उत्तर होतं,

आपल्याकडे ते नाही. आपण असं म्हणणार की, जर आम्ही सगळ्या देशांना पटवून देऊ शकलो तर आम्ही हा प्रश्न सोडवू शकू. हे 'जर तर' लोकांच्या लक्षात राहणार नाही, आपण संकट आणलं एवढंच त्यांच्या मनात घट्ट बसेल.''

''पण आपल्याकडे उत्तर आहे. क्योटो-४.'' बॉल म्हणाला.

''ॲलन, ती 'पद्धत' आहे, 'उत्तर' नाही आणि दुर्दैवानं अमेरिकन लोकांचा त्या पद्धतीवर फारसा विश्वासही नाही. सिनेटर, आज अमेरिकन जनता तुमच्या यशस्वितेचं मोजमाप तुम्ही त्यांना दाखवलेलं 'नवा पाया' हे स्वप्न तुम्ही प्रत्यक्षात कसं आणता यावरच करणार आहे. ते कसं करायचं ते आपल्या हातात आहे आणि ते आपण करू शकतो. तुम्ही जर हे संकट लोकांसमोर आणलंत तर मग त्यावरच लोक तुमचं मूल्यमापन करू लागतील. शिवाय क्योटो-४ ला अजून जवळ जवळ दोन वर्षं आहेत, त्याच दोन वर्षांत आपल्या 'नव्या पाया'चा पाया घातला जाणार आहे आणि म्हणून तीच तुमची कारकीर्द यशस्वी होण्यासाठी सर्वांत महत्त्वाची वर्षं आहेत. तीच जर आपण क्योटोच्या प्रगतीसाठी ओलीस ठेवणार असू तर आपण केवढा धोका पत्करणार आहोत हे सांगायचीही गरज नाही. क्योटोवर आपलं काहीही नियंत्रण नाही. इतर देशांच्या हे जेव्हा लक्षात येईल की आपलं यश क्योटोवर, म्हणजे अप्रत्यक्षपणे त्यांच्यावर अवलंबून आहे, तेव्हा ते त्याचा कसा उपयोग – दुरुपयोग – करतील याची कल्पना न केलेलीच बरी.''

''पण जर हा प्रश्न आजचा सर्वांत मोठा, महत्त्वाचा प्रश्न आहे तर याच्या बाबतीतल्या यशापयशावर माझं मूल्यमापन होणं सयुक्तिक नाही का?'' बेंटन म्हणाला.

''हो, पण इतरही गोष्टी आहेत, सिनेटर, आता लगेच तुम्हाला करायच्या आहेत अशा इतरही गोष्टी आहेत. आणि त्या याच्यावर अवलंबून नसलेल्या आहेत. त्या आपल्या हातातल्या आहेत. शिक्षण, आरोग्य, नोकऱ्या, विस्थापन आणि पुनर्वसन. तुम्ही परत परत यावरच जोर देत आला आहेत की तुम्ही देशांतर्गत सुख, सुबत्ता आणणारे प्रेसिडेंट होणार आहात. तुम्ही जर लोकांना क्योटो–४ च्या यशाची फूटपट्टी दिलीत, तर ते साध्य करता येणार नाही. सिनेटर, रिपब्लिकन्सना इतक्या वर्षांनंतरही ह्या गोष्टी करायची संधी शोधणं जमलं नाही. हे तुमच्याइतकं कुणालाच चांगलं माहीत नाही. तुम्ही जर जॉन म्हणतो त्याप्रमाणे पहिल्या दिवशी या विषयी बोललात तर त्या एका भाषणात आपल्याच पायावर आपण धोंडा पाडून घेऊ अशी मला भीती वाटते.''

''फारच निराशाजनक चित्र आहे हे!'' बेंटन म्हणाला.

''हो, पण खरं आहे.''

''समजा, आपण गप्प राहिलो,'' इल्झ म्हणाला, ''आणि त्यानंतर एखाद्या

पत्रकाराला याचा पत्ता लागला – आपण गार्टनरला उघडं पाडायच्या आधी त्यानीच आपल्याला अडचणीत आणण्यासाठी समजा ही गोष्ट फोडली – तर काय होईल? आपण सुरुवातच लोकांना फसवून केली असंच होईल ना? त्या 'धोंड्या'नं काय होईल?''

रूबिनने बेंटनकडे पाहत विचारले, ''तुमचा कल कुठल्या बाजूला आहे, सिनेटर?''

''ज्या बाजूला अमेरिकन जनतेचे हित असेल त्या बाजूला.''

''आणि ती बाजू –?''

''ते मलाही नक्की माहीत नाही.'' बेंटन हसत म्हणाला.

बेंटन बैठक संपवून वर गेला तेव्हा हीथर अजून जागी होती.

''प्रश्न त्रास देतायत?'' तिने विचारले.

त्याने मान हलवली. तो पलंगाच्या कडेवर टेकला. त्याची नजर पांघरुणावर खिळली होती पण तो त्याकडे पाहत नव्हता. हीथर न बोलता त्याच्या विचारग्रस्त चेहेऱ्याकडे पाहत राहिली.

''ह्युगो मॉंटेरा माझ्या प्रस्तावाला नकार देईल असं दिसतंय.'' तो अचानक बोलला.

''आणि तुम्हाला लेबर सेक्रेटरी लॅटिन वंशाचाच पाहिजे?''

''चांगला माणूस आहे तो.''

''का नाही म्हणतो आहे तो?''

''काही नीटसं सागितलं नाही त्यानं. बहुधा आधीच्या काही अनुभवांमुळे तो जरा गोंधळल्यासारखा आणि निराश झालेला वाटला.''

हीथरने आपल्या पतीच्या हातावर आपला हात ठेऊन, हळुवारपणे दाबला. म्हणाली, ''त्याला समजवायला लागेल जरा. तुम्हाला सहज जमेल ते.''

ज्योने नजर उचलून तिच्याकडे पाहिले आणि तो क्षीण हसला. ती आपलं मन वाचायचा प्रयत्न करत आहे, हे त्याच्या लक्षात आले. ह्युगो मॉंटेराचा नकार हे त्याच्या चिंतेचं खरं कारण नाही हे तिला जाणवत होतं.

तिने विषय बदलला. ती म्हणाली, ''फर्स्ट लेडी झाल्यावरही मी माझी नोकरी सोडणार नाही.''

तो काही क्षण तिच्याकडे पाहत राहिला आणि मग हसू लागला.

''काय? वेडी आहेस का तू?''

हीथर बेंटन 'यूथ मॅटर्स' या वॉशिंग्टनमधल्या एका संघटनेची प्रमुख अधिकारी म्हणून काम करत होती. खाजगी देणग्यांवर अवलंबून असलेली ही संघटना शहराच्या अंतर्भागात तरुणांसाठी अनेक विधायक कार्यक्रम राबवीत होती.

"वा, छान. हे म्हणजे त्यांच्या हातात –" ज्यो स्वत:ची करमणूक करून घेत ओरडला, "बाप रे, ते काय करतील हे ऐकल्यावर –"

"तुम्हाला अडचणीचं होईल का माझं काम करीत राहणं?"

"नाही, नाही. चालू ठेव, तू चालू ठेव."

"मी काम करणं थांबवायचं हे पटतच नाही मला. मला माझ्या कामाबद्दलही आस्था आहे आणि तरुणांच्या ज्या समस्यांवर आम्ही काम करतो त्या समस्यांविषयीही. मला माहीत आहे की फर्स्ट लेडी म्हणून मला काही जबाबदाऱ्या पार पाडाव्या लागणार आहेत. कामातला वेळ थोडा कमी करून मी तेही व्यवस्थित करीन वॉल्टशी बोलून मदतीला एखादा जादा माणूस ठेवता येईल का तेही पाहीन. आणि मी पगारही घेणं बंद करीन, म्हणजे तोही मुद्दा राहणार नाही." तिने ज्योकडे पाहिले, पण तो काहीच बोलेना तेव्हा तिने त्याला विचारले, "तुम्हाला काय वाटतं? खरं खरं सांगा हं!"

"मला वाटतं हे क्रांतिकारीच होईल, परंपरा मोडून टाकणारं ठरेल. तुला मनापासून करायचंय ना, मग जरूर कर."

"मी आणखी थोडी थांबणार आहे, आणखी जरा विचार करणार आहे. मी वॉल्टलाही अजून काही बोलले नाही, कारण मला तुमचंही मत जाणून घ्यायचं होतं."

ज्योने मान डोलावली. तो परत हसला. "करून टाकू जाहीर, मजा येईल."

"थांबा, मला अजून पक्का निर्णय घ्यायला थोडा वेळ हवाय."

ज्योच्या चेहऱ्यावरचं हास्य फार थोडा वेळच टिकलं. तो परत त्याच्या चिंतेत व्यग्र झाला, त्याची नजर परत पांघरुणावर खिळली.

"हीथर, अल गोर जॉर्ज बुशविरुद्ध हरले ती रात्र आठवतेय?" ज्योने विचारले. "आधी हरल्याची कबुली आणि मग माघार."

हीथरने त्याच्याकडे पाहात म्हटले, "हो. आठवते की."

"मी त्यावेळी युनिव्हर्सिटी ऑफ ॲरिझोनामधे लॉ स्कूलच्या शेवटच्या वर्षाला होतो. मी प्रत्यक्ष भाग घेतलेली, स्वत: काम केलेली ती पहिली निवडणूक." त्यावेळच्या आठवणी त्याच्या डोळ्यांत तरळल्या. "त्या वर्षीचा उन्हाळा चांगलाच कडक होता. ॲरिझोनाच्या वाळूत खूप तंगडतोड केली आम्ही त्यावेळी." त्याने पांघरुणावर खिळवलेली नजर तिच्याकडे वळवत विचारले, "तू कुठे होतीस त्या रात्री? आठवतंय तुला?"

"मी त्यावेळी ब्राउनला पहिल्या वर्षाला होते. आणि आता विचार केला की विश्वास बसत नाही, पण त्या रात्री विल डॅनफोर्थ नावाच्या एका अतिशय अप्रिय मुलाबरोबर डेटला गेले होते."

"त्या रात्री –"

"हो, त्या रात्री पराभव मान्य करताना गोर यांनी दाखवलेल्या उमदेपणानेच मला डेमोक्रॅट बनवले! त्यामुळेच मग मी चार वर्षांनंतर बोस्टनमधल्या रॅलीमध्ये सहभागी झाले आणि तिथेच माझी केरीच्या मोहिमेतल्या एका तरतरीत, चुणचुणीत तरुणाशी भेट झाली. काय बरं नाव होतं त्या तरुणाचं? हां, जोसेफ बेंटन." तिच्या चेहऱ्यावर गोड लज्जा आणि हसू उमलले.

"म्हणजे माझ्या तीस वर्षांच्या वैवाहिक जीवनाच्या यशाचं श्रेय एका पराभवाला जातं तर!"

"हो. आणि विल डॅनफोर्थला पण!!" हीथर अंगावर काटा आल्याचा लटका अभिनय करीत हसत म्हणाली.

बेंटनही हसला पण लगेच गंभीर झाला. "त्या रात्री अल गोरच्या पराभवाने आकाश कोसळलं माझ्यावर. मी फार निराश झालो. हा जॉर्ज बुश सगळं पार बिघडवून टाकणार, इतकी कठीण परिस्थिती निर्माण करणार की ती परत कधीच सुधारणार नाही, असं वाटलं होतं मला"

"तसंच झालं की!"

"त्याचं काय आहे – तुला काय वाटतं, गोर जिंकले असते तर आपण आज इतक्या कठीण परिस्थितीत नसतो?"

हीथरने ज्योचा हात हातात घेतला आणि मऊ आवाजात विचारले, "परिस्थिती खरंच फार वाईट आहे का?"

ज्योने आपल्या पत्नीकडे पाहिले. डॉक्टर रिचर्ड्सकडून त्याला जे समजले होते त्याबद्दल तो हीथरजवळ काहीच बोलला नव्हता, पण तरी तिला त्याची त्या दिवसापासूनची अस्वस्थता, तगमग जाणवत होती.

"तुला असं वाटतं ना की गोर यांनी आपल्याला योग्य मार्गावर नेलं असतं? आजही अजून आपण ज्याची सुरुवातसुद्धा केलेली नाही ते त्यांनी त्या वेळीच सुरू केलं असतं?"

हीथर काही न बोलता त्याच्याकडे पाहत राहिली. तिला जणू माहीत होते की त्याला उत्तर नको आहे, तो स्वत:शीच बोलतो आहे.

"देशाचा प्रवास योग्य दिशेने झाला असता. विस्थापन आणि पुनर्वसन यांची गरजच भासली नसती. आपण एका वेगळ्या जगात असतो, हे जगच वेगळं असतं! हो की नाही?"

हीथरने नकळत होकार भरला.

ज्यो थोडा वेळ विचारात गढून गेला. मग मान हलवीत म्हणाला, "नाही, मला वाटतं त्या रात्री मला वाटलं ते चूक होतं. गोर जिंकले असते तरी फार फरक

पडला नसता. कारण त्यांना रिपब्लिकन काँग्रेसबरोबरच काम करावं लागलं असतं ना. मग त्या पक्षांच्या लोकांना आपल्या बाजूला वळवण्याचं कौशल्य किंवा त्यांना ढकलून पुढे जाण्याची हिंमत दाखवता आली असती का गोर यांना? मला वाटतं की त्यावेळी गोर यांनी स्वत:ला ओळखलंच नव्हतं! त्या अपमानास्पद पराभवानेच त्यांना स्वत:ची ओळख मिळवून दिली.''

''आणि नोबेल पारितोषिकही!''

''ते जाणीव रुजवल्याबद्दल. त्याचा अर्थ असा नाही की ते यशस्वी प्रेसिडेंट झाले असते! प्रेसिडेंट म्हणून यशस्वी व्हायला – मला माहीत आहे की मी हे इतक्यातच सांगणं बरोबर नाही – पण प्रेसिडेंट म्हणून यशस्वी व्हायला तुम्ही कोण आहात ते तुम्हाला माहीत असायलाच हवं, तुम्हाला तुमची स्वत:ची ओळख पटायलाच हवी!''

''तुम्हाला माहीत आहे तुम्ही कोण आहात ते?''

ज्योच्या कपाळाला हलक्या आठ्या पडल्या. हीथरकडे एकटक पाहत तो म्हणाला, ''आवडलं असतं मला ते माहिती असतं तर. पण मी शोधणार आहे, मी कोण आहे ते शोधणार आहे मी!!''

काही क्षण शांततेत गेले. मग तो एकदम हसला, आणि म्हणाला, ''ॲमी कुठाय? ती स्टॅनफोर्डहून या शनिवारी घरी येणार होती ना?''

''या नाही, पुढच्या शनिवारी.''

## शुक्रवार, १९ नोव्हेंबर

## बेंटन ट्रान्झिशन हेडक्वार्टर्स, लॅफिएट टॉवर्स, वॉशिंग्टन डी.सी.

हे आजचे फोनवरचे संभाषण पाकिस्तानच्या प्रेसिडेंटनी वारंवार केलेल्या विनंतीवरून होत होते. प्रेसिडेंट नबील बहादूर यांच्या सरकारचे स्थैर्य पाकिस्तानात तळ ठोकून बसलेल्या अमेरिकन सैन्यामुळे टिकून होते. अफगाण सीमेवर सरकारचे नियंत्रण परत दृढ करण्यासाठी काय उपाययोजना करायच्या, ह्याविषयी चर्चा करणे हा संभाषणाचा विषय आहे असे जरी सांगितले गेले होते, तरी खरा उद्देश नवे डेमोक्रॅटिक प्रेसिडेंट पाकिस्तानातून सेना काढून घेणार नाहीत ना याचा अंदाज घेणे हा होता, हे ज्यो बेंटनला माहीत होते. त्याला कारणही तसेच होते. निवडणूक मोहिमेतल्या भाषणात बेंटनने 'आम्ही बाहेरील देशांत तैनात केल्या गेलेल्या अमेरिकन सैन्याच्या तिथल्या उपस्थितीमागच्या खऱ्या हेतूंचा शोध घेऊन त्याची गरज पडताळून पाहू' असे ठासून सांगितले होते. फोनवर बोलताना बहादूर यांनी सेनेची उपस्थिती कशी आवश्यक, उपयुक्त आणि सयुक्तिक आहे हा विषय आडमार्गांनी सांगण्याचा खूप प्रयत्न केला, पण बेंटनने मोठ्या कौशल्याने तो टाळला. सेक्रेटरी ऑफ स्टेट आणि सेक्रेटरी ऑफ डिफेन्स यांच्या नेमणुका झाल्याशिवाय तो त्याच्या प्रशासनाच्या वतीने कोणतेही आश्वासन देणार नव्हता.

फोन चालू असताना जॉन इल्झ त्यांचे बोलणे ऐकत त्याची टिपणे घेत होता. बेंटनने फोन ठेवल्यावर त्याविषयी थोडे बोलणे झाले, पण जॉनने लगेचच कालच्या चर्चेचा विषय काढला.

"कालची रुझवेल्टच्या भाषणाच्या शताब्दीची कल्पना खूप लक्षवेधी होती. मला वाटतंय ती जरा विकसित करावी. जॅकीचं म्हणणं बरोबर होतं, लोक आपल्याला प्रश्नाशी जोडतील, उत्तराशी नाही. जॅकी आणि ॲलन या दोघांकडे तुम्ही ते जाहीर का करू नये याची अनेक कारणं आहेत. त्या दोघांना तुम्ही ते उघडपणे क्योटोत न्यायला हवं आहे, पण पहिल्या दिवशी जाहीर करायला मात्र त्यांची

हरकत आहे. मी प्रयत्न केला, पण ते काही त्यांच्या नकारापासून ढळले नाहीत.''

बेंटनने नुसतीच मान हलवली. जॉनने विषय बदलला. ''निकीचं काय?''

त्या सकाळी वॉरसॉमध्ये पोलंडच्या प्रेसिडेंटबरोबर झालेल्या वार्ताहर परिषदेत संयुक्त राष्ट्रसंघाचे सरचिटणीस जोसेफ निकी यांनी असे विधान केले होते की, 'निवडणूकपूर्व आश्वासनाप्रमाणे सिनेटर बेंटन, अमेरिकेचा क्योटो-४ ला संपूर्ण पाठिंबा लवकरात लवकर जाहीर करतील, अशी त्यांची अपेक्षा आहे.'

''काही नाही. निकीला माझं मत माहीत आहे.'' बेंटन म्हणाला.

''म्हणजे त्यावर तुम्ही काही प्रतिक्रिया देणार नाही ना? ज्यूडी म्हणत होती, तुम्ही ती द्यावी. मी सांगतो तिला की 'तुमची मतं सगळ्यांना माहीत आहेत आणि त्यात काहीही फरक झालेला नाही.' ''

बेंटनने होकार दिला. त्याने त्याच्या भाषणातून क्योटोला दिलेल्या पाठिंब्यात पुरेसा जोर आणि सातत्य होते, त्याचा पुनरुच्चार करायची गरज नव्हती आणि काही नवे विधान या क्षणी करण्याची त्याची मुळीच इच्छा नव्हती.

''गार्टनर आणि रीडल, चीन करारामागची त्यांची जी 'विचारसरणी' त्या दिवशी सांगत होते. त्याबद्दल मी विचार करत होतो.'' बेंटन म्हणाला.

''मीही त्यावर विचार करत होतो आणि मला वाटतं त्यामागे काही ठोस विचार आहे. हे मान्य करणं जड जातंय पण त्यामागे तर्क आहे. त्याची कार्यवाही ते ज्या पद्धतीनं करत होते – खोटारडे आहेत हो ही माणसं! कशावर आणि कुणावर विश्वास ठेवायचा कुणास ठाऊक!!''

दोघांचे विचार जुळत होते. गार्टनर आणि रीडल जे बोलत होते ते तर्कशुद्ध होतं यात शंका नव्हती. मात्र ते तसे नसावे असं बेंटनला मनापासून वाटत होते. पण तो जेवढा जास्त विचार करत होता तेवढे ते त्याला जास्त खरं वाटत होते.

''ॲल ग्रॅहॅम पण म्हणत होता की आपण निकीच्या वक्तव्यावर प्रतिक्रिया व्यक्त करायला हवी. तुम्ही बोललात का त्याच्याशी?''

''नाही अजून.''

''तो फोन करणार आहे. आपल्याला स्टेट डिपार्टमेंटपद मिळणारच असं गृहीत धरूनच चाललाय तो. तुम्ही फक्त सांगायचीच वाट पाहतो आहे तो.'' जॉन क्षणभर थांबला आणि मग म्हणाला, ''काल रात्री परत जाताना माझ्या डोक्यात विचार आला की तुम्ही एकदा लॅरी ओल्सेनला भेटावं.''

बेंटनच्या नजरेत आश्चर्य होतं.

''तुम्ही सेक्रेटरी म्हणून विचार करू नका पाहिजे तर त्याचा, पण त्याचा दृष्टिकोन जाणून घेणं आपल्या फायद्याचं ठरेल. आपल्यापुढे एक नवं चित्र आहे. तुमच्याभोवतालचे सगळेजणच तुम्हाला क्योटोच्या मार्गाने जाण्याचाच सल्ला

देतील. ॲलन तेच म्हणाला. ॲल ग्रॅहॅमला विचारलंत तर तोही तेच सांगेल. मला वाटतं दुसरी बाजू ऐकणंही महत्त्वाचं आहे.''

दारावर टकटक झाली. बेन हॉफमनने आत येऊन ज्योला त्याच्या पुढच्या बैठकीची सूचना दिली. इल्झच्या ऑफिसमधून बाहेर पडता पडता ज्योने जॉनला विचारले, ''लॅरी ओल्सेन मला इतरजण सांगतात तेच सांगणार नाही, असं का वाटतंय तुला?''

''लॅरी ओल्सेन? ज्यो, त्यानंही जर तुम्हाला तेच सांगितलं ना तर मग त्याशिवाय दुसरा पर्याय नाही याविषयी खात्रीच बाळगा!''

सहा आणि सात डिसेंबर या तारखांना सिनसिनाटी येथे ज्यो बेंटनने जाहीर केलेली 'स्थलांतर आणि पुनर्वसन' या विषयावरील शिखर परिषद भरणार होती. त्याच्या तयारीचा आढावा घेण्यासाठी ही बैठक होती. पश्चिमेकडच्या काही शहरांच्या मेयर्सनी त्यांची गावे स्थलांतरित लोकांचे स्वागत करतील, त्यांना निश्चितपणे सामावून घेतील असे कबूल केले होते. बेंटन त्या शहरांचा तीन दिवसांचा दौरा करणार होता. त्यापूर्वी त्याला परिषदेची तयारी व्यवस्थित चालली आहे ना हे तर पाहायचे होतंच, पण त्याबरोबरच 'रिलोकेशन प्लॅन' आमूलाग्र बदल आणि सुधारणांसह राबवला जाण्यासाठी प्रेसिडेंट वचनबद्ध आहेत, हा संदेश लोकांपर्यंत पोचवणे आणि परिषदेत सहभागी होणाऱ्यांच्यात विचारप्रवर्तक आणि फलदायी चर्चा घडून त्यातून काही चांगल्या उपक्रमांची निर्मिती होणे, हे दोन महत्त्वाचे उद्देश या परिषदेद्वारे पूर्ण होतील ना, याचीही खात्री करून घ्यायची होती. त्याच्या सहकाऱ्यांनी तयार केलेले चर्चेचे मसुदे त्यांनी ज्योला थोडक्यात सांगितले.

नंतर तो 'ए.एफ.एल-सी.आय.ओ' यांच्या नेतृत्वाखाली तयार होणाऱ्या रोजगार निर्मिती धोरणविषयक बैठकीसाठी जात असताना गाडीतच त्याला ॲल ग्रॅहॅमचा फोन आला. जॉन म्हणाला होता त्याप्रमाणे तो निकीच्या विधानावरच्या प्रतिक्रियेविषयी खूप आक्रमक होता. निकीबरोबर एक बैठक घ्यावी असा त्याचा आग्रह होता. बेंटनने त्याला तशी गरज नसल्याचे स्पष्ट सांगितले.

''ज्यो, त्यामुळे तुम्ही क्योटोविषयी किती ठाम आहात हे लोकांना कळेल.''

''लोकांना ते पूर्णपणे माहीत आहे, म्हणूनच त्यांनी मला निवडून दिलं आहे.''

''त्याबद्दल मी काही म्हणतच नाही.''

''आता त्यांना आणखी शब्द नको आहेत, कृती हवी आहे!''

''निकीला भेटण्यात ती कृतीच दिसणार आहे.''

''ॲल, ती कृती नव्हे, ते आणखी एका माणसासमोर उच्चारलेले शब्दच आहेत.''

"ज्यो, माफ कर पण निकी म्हणजे 'आणखी एक माणूस' नाही."

"ॲल, शब्दांचा कीस नको. ठीक आहे?"

तो विषय पुरे, हे ॲलला कळायला बराच वेळ लागला. ज्यो कंटाळून इल्झकडे पाहत फोन धरून बसला होता. ॲलने मग नेमणुकींचा विषय काढला.

"अर्थ खातं आणि देशांतर्गत नेमणुका यांना माझं प्राधान्य आहे." बेंटन म्हणाला.

संयुक्त राष्ट्रसंघाच्या राजदूतासाठी माझ्या एक-दोन सूचना आहेत. सँडी मर्डोक किंवा मग बेनी चोप्रा. आपण एकदा भेटून बोलू या का या बाबतीत?"

"ही नावं नेलरकडे पाठव."

"मला वाटतं आपण भेटलं तर बरं होईल."

"तुला माहीतच आहे, मी पश्चिमेच्या दौऱ्यावर चाललो आहे. परतेपर्यंत काहीच करता येणार नाही. तू बेन हॉफमनशी बोल आणि नेलरकडे नावं पाठव."

"ठीक आहे, पाठवतो मी. आणखी काय विशेष?"

"सध्या तरी काही नाही."

काही वेळ फोन थंड होता पण चालू होता. ॲलला त्याच्या सेक्रेटरी ऑफ स्टेट या नेमणुकीविषयी ऐकायचे आहे हे ज्योला कळत होते.

"ज्यो, मी मध्ये आपल्याला कोलंबियातून बाहेर पडण्यासाठी काय करता येईल याविषयी विचार करत होतो. तो फार महत्त्वाचा उद्देश आहे आणि मला वाटतं आपण जर हुशारीनं काही गोष्टी केल्या तर माझ्या हिशोबानं पुढच्या बारा महिन्यांच्या आत आपण तिथून बाहेर पडू शकू. पहिल्या शंभर दिवसांतच ते एक लक्ष्य म्हणून आपल्याला जाहीर करता येईल. तुम्हाला काय वाटतं?"

"तसं करता आलं तर छानच होईल."

"मी एक टिपण तयार करतो यावर."

"ठीक आहे."

परत शांतता.

"बरं मग मी तुम्ही दौऱ्यावरून परतल्यावर भेटेन."

"बेनशी बोल."

"बरं."

फोन बंद झाला.

"मी बेनला सांगून तुमच्यापासून दूर ठेवतो त्याला." जॉन हसत म्हणाला.

ज्योने मान हलवली. त्याचा अग्रक्रम जरी देशांतर्गत गोष्टींना होता, तरी त्याला कोलंबियातून सैन्य बाहेर काढायचे होते, पाकिस्तानातून तीन-चार वर्षे पूर्णपणे बाहेर पडता येणे शक्य नव्हते, पण निदान संख्या कमी करायची होती.

गेल्या बारा वर्षांच्या कालावधीत बिल शॉक्रॉस आणि माइक गार्टनर यांनी बिघडवलेले परराष्ट्रसंबंध सुधारायचे होते, त्यामुळे झालेले नुकसान भरून काढायचे होते. आंतरराष्ट्रीय पातळीवर काम करणाऱ्या संस्था, संघटना यांत अमेरिकेचे स्थान उंचावायचे होते, त्यांना बळकट बनवून त्यात अमेरिकेला नेतृत्व प्राप्त करून द्यायचे होते आणि त्या नेतृत्वाचा उपयोग करून जगात शांतता आणि स्थैर्य वाढवण्यासाठी प्रयत्न करायचे होते. जरी देशांतर्गत सुधारणा हे त्याचे आवडते आणि प्रमुख क्षेत्र होते आणि त्यासाठीच अमेरिकन जनतेने त्याला निवडून दिले होते, तरी 'सुरक्षित आणि संपन्न जगात सुरक्षित आणि संपन्न अमेरिका' ही त्याची परराष्ट्रधोरणाविषयीच्या मोहिमेतली आकर्षक घोषणा त्याची आवडती होती.

इल्झ त्याच्या फोनवर नंबर लावत होता.

बेंटनने प्रश्नार्थक चेहेऱ्याने त्याच्याकडे पाहिले.

"नेलरला तुमच्याकडे लॅरी ओल्सेनविषयीची सविस्तर माहिती पाठवायला सांगतो."

# सोमवार, २९ नोव्हेंबर
# डीग्रेव्ह मॅरिऑट हॉटेल, वॉशिंग्टन डी.सी.

हॉटेलच्या चौदाव्या मजल्यावरच्या प्रशस्त खोलीत बेंटननं आरामखुर्चीत बसला होता. देशातील अल्पसंख्याकाच्या राष्ट्रीय स्तरावरील नेत्यांना बेंटनने एका परिषदेसाठी आमंत्रित केले होते. हॉटेलच्या तळमजल्यावरील विशाल सभागृहात भरलेली ती परिषद संपवून बेंटन वर आला होता. या परिषदेच्या वेळीच ही भेट घडवून आणण्याची कल्पना बेन हॉफमनची होती. पत्रकारांसह सगळे फोटो काढण्याच्या कार्यक्रमात गुंतले असताना कुणाच्याही नजरेत न येता लॅरी ओल्सेन त्या खोलीत सहज येऊन पोचू शकला होता.

"डॉक्टर ओल्सेन, आमंत्रणाला मान देऊन आल्याबद्दल मनापासून आभार!" बेंटन आत आल्याबरोबर ओल्सेन खुर्चीतून उठून पुढे आला आणि त्यांने हस्तांदोलन केले.

"भावी प्रेसिडेंटच्या भेटीचं निमंत्रण चुकवून कसं चालेल?" न विंचरल्याने डोळ्यांवर येणाऱ्या केसांना एका हाताने मागे सारत लॅरी म्हणाला. केसांप्रमाणेच आपल्या वेषभूषेकडेही त्याने फारसे लक्ष पुरवलेले दिसत नव्हते.

"बसा, बसा." बेंटनने हसत सोफ्याकडे निर्देश केला आणि दोघे बसल्यावर तो म्हणाला, "तुमचा स्वर सांगतोय की तुमचं माझ्या परराष्ट्रधोरणाविषयी फारसं बरं मत नसावं."

"सिनेटर, त्याविषयी आत्ताच मत बनवणं म्हणजे फार घाई केल्यासारखं होईल. पण प्रामाणिकपणे सांगायचं तर तुमचं काही 'धोरण' आहे असं मला वाटत नाही. जे आहे ती त्याविषयीची फक्त 'मूल्यं' आहेत."

"ती तरी आवडली का तुम्हाला?"

"वास्तवतेच्या कसोटीला ती उतरेपर्यंत थांबावं लागेल. असं म्हणतात की परिस्थितीला अशा मूल्यांची अतिशय कठीण परीक्षा घ्यायची सवय असते."

"अगदी बरोबर." बेंटन खोलीत नजर फिरवत म्हणाला. "काय घेणार तुम्ही?

"मी स्कॉच घेणार आहे."

"मलाही चालेल."

"कशी घेणार?" बेंटनने खोलीतील बारच्या दिशेने जाताजाता विचारले.

"फक्त पाणी."

बेंटनने दोघांचेही ग्लास तयार केले, एक लॅरीच्या हातात देत तो सोफ्यावर बसला. दोघांनी आपापले ग्लास वर उचलले, एकमेकांना हलकेच टेकवले आणि दोघेही म्हणाले, "चिअर्स!!"

बेंटनने एक घोट घेतला. व्हिस्कीची चव जिभेवर घोळवत लॅरी ओल्सेनविषयी त्याला दिल्या गेलेल्या माहितीची त्याने मनाशी उजळणी केली.

परराष्ट्रखात्यात दीर्घ कारकीर्द,

आशिया खंडातील देशांचा, त्यातही, चीनविषयीचा विशेष अभ्यास, ज्ञान आणि अनुभव.

मँडरिन या चीनच्या भाषेचे अस्खलित ज्ञान,

गेली चार वर्षे येल युनिव्हर्सिटीत अध्यापन.

"शिकवायला आवडतं तुम्हाला?" त्याने ओल्सेनना विचारले.

"विशेष नाही."

बेंटन हसत म्हणाला, "मी एक वर्ष शिकवलं ॲरिझोनात. फारच वाईट गेलं ते वर्ष!"

"पण एक चांगली गोष्टही असते त्यात."

"कोणती?"

"दर महिन्याचा पगार!"

"तुम्ही परराष्ट्रखातं का सोडलंत?"

"थोडक्यात सांगायचं तर तिथल्या महत्त्वाच्या लोकांशी माझं पटलं नाही."

बेंटनच्याही हेच कानावर आले होते की समोरच्यांना, विशेषत: वरिष्ठांना चिडवण्याची, त्यांना राग येईल, त्रास होईल असे बोलण्याची, वागण्याची लॅरी ओल्सेनला सवय होती. त्या दोघांच्या आजच्या पहिल्याच भेटीत त्याच्या धोरण आणि मूल्ये याविषयीच्या संभाषणाच्या सुरुवातीच्याच विधानावरून त्यावर त्याचा पक्का विश्वासही बसत चालला होता. पण त्याबरोबर तो अतिशय तल्लख, निश्चयी, त्वरित निर्णय घेणारा, लोकांकडून भरपूर आणि व्यवस्थित कामे करवून घेणारा आणि त्यांची पूर्ण निष्ठा मिळवणारा कुशल आणि प्रभावी प्रशासक होता असेही बेंटनला कळले होते.

कसेही असले तरी बेंटनला तो आवडला. त्याच्या मनानेही लॅरीच्या बाजूनेच कौल दिला. पण त्याचबरोबर त्याच्याबाबतीत जरा सावध राहण्याचा इशाराही दिला.

"फार लोकांनी शिफारस केलीय तुमच्या नावाची."

"कशासाठी?"

"तुम्हाला माहीत आहे कशासाठी ते."

"हे पहा सिनेटर, तुम्ही मला मुद्दाम भेटण्याची, माझ्याशी बोलण्याची इच्छा दर्शवलीत याचा मला खूप आनंद वाटतो आहे, खरंच सांगतोय मी तुम्हाला. पण मला जे वाटतं, पटतं ते ऐकायची तुमची तयारी असेल असं मला वाटत नाही. तुम्ही देशांतर्गत बाबींना केंद्रस्थानी ठेवलं आहे आणि त्यामुळे तुमच्या राज्यात परदेशसंबंधांना महत्त्व नाही."

"तुम्ही असं का म्हणताय हे मला कळतंय, पण 'महत्त्व नाही' हे बरोबर नाही." बेंटन म्हणाला, "प्रश्न 'किती महत्त्व' हा आहे. मी परराष्ट्रधोरण हे देशात सुख आणि संपन्नता निर्माण करण्याचं एक साधन मानतो. कदाचित तुम्हाला हा दृष्टिकोन जरा मर्यादित वाटेल, पण आजच्या एकमेकांच्या खूप जवळ आलेल्या जगात इतर देशातील परिस्थितीचा आपल्या अंतर्गत प्रगती आणि सुबत्ता यांच्यावर होणाऱ्या परिणामांचं महत्त्व मी जराही कमी लेखू शकत नाही, इच्छितही नाही. जगातील राष्ट्रांबरोबर – मित्रराष्ट्रांबरोबर आणि शत्रूंबरोबर सुद्धा आपण 'योग्य' संबंध राखण्याच्या बाबतीत जागरूक राहतो की नाही हेही अंतर्गत शांतता आणि संपन्नता यांसाठी किती महत्त्वाचं आहे, ते मी जाणून आहे. तुम्ही याकडे दोन्ही बाजूंनी पाहू शकता. पण मला वाटतं त्या दोन्ही दृष्टिकोनात फारसा फरक नाही."

"मला वाटतं फरक आहे."

"असेल – असेल कदाचित. मी काही यातला तज्ज्ञ नाही, डॉक्टर ओल्सेन."

"तुम्ही पुढाकार घेऊन नेतृत्त्व केलं नाहीत तर तुम्हाला अनुयायी बनून मागं फरपटावं लागतं. म्हणून आपण अग्रभागी राहिलं पाहिजे, सिनेटर."

"मान्य. पण त्याचेही वेगवेगळे मार्ग आहेत, नाही का?"

"जर त्यांनी हवा तो परिणाम साधत असेल तर!"

बेंटनच्या नजरेत कुतूहल आणि उत्सुकता होती. "तुमच्या दृष्टीनं परिणाम सर्वांत महत्त्वाचा ना?"

"अर्थात! नाहीतर राजनीतीचा उपयोग काय?"

बेंटन मान हलवत म्हणाला, "तुम्हाला शिकवणं नक्कीच आवडत नसणार!"

बेंटनला प्रथमच ओल्सेनच्या चेहऱ्यावर निसटतं हसू दिसलं. पण त्यातही आनंद नव्हताच.

"मला तुमच्याबद्दल आणखी माहिती सांगा ना."

ओल्सेनने माहिती दिली पण त्यातही फारसा तपशील नव्हताच.

"तुम्ही ॲलन बॉल यांना ओळखता?" बेंटनने विचारले.

“हो.”

“काय मत आहे तुमचं त्याच्याविषयी?”

“स्वच्छ मनाचा माणूस आहे. नेहमी मदतीला तत्पर असतो. मी त्याच्याशी नेहमीच सहमत असतो, असं नाही. त्याची वृत्ती थोडी नेमस्त, आपल्या मुळांशीच चिकटून राहण्याची आहे. मी ऐकलं आहे की तुम्ही त्याला राष्ट्रीय सुरक्षा सल्लागार म्हणून घेता आहात.”

बेंटन काहीच बोलला नाही.

“मी असंही ऐकलं आहे की तुम्ही उद्या काही नेमणुका जाहीर करणार आहात.”

“हं. अर्थखात्याच्या. सुरक्षा खात्याच्या नेमणुकांना जरा वेळ लागेल.”

“ॲलन नक्कीच चांगलं काम करेल.” आपल्या ग्लासमधल्या व्हिस्कीचा घोट घेत ओल्सेन म्हणाला.

“तुम्हाला अजून व्हिस्की? तुम्हीच घ्या ना भरून तुम्हाला हवी तेवढी.”

ओल्सेन उठला आणि बारजवळ जाऊन आपला ग्लास भरू लागला. बेंटन त्याच्याकडे पाहत होता.

“तुम्ही मॅशियावेली वाचलाय?” बेंटनने विचारले.

“हो, कॉलेजच्या पहिल्याच वर्षी.” ओल्सेन परत आपल्या जागी बसत म्हणाला.

“मी जर माझ्यासारखाच विचार करणारे लोक भोवती गोळा केले तर काय होईल?”

“तुमच्या सगळ्या बैठका अगदी वादरहित, सुसंवादी होतील!”

बेंटन हसला, म्हणाला, “उत्तर आवडलं मला!”

“तुम्हाला जो परराष्ट्रमंत्री हवा आहे,” ओल्सेन हातातला ग्लास खाली ठेवत म्हणाला, “ – मला वाटतं याच विषयी माझं मत ऐकून घेण्यासाठी तुम्ही मला आज इथे बोलावलं आहे – तो प्रतिगामी प्रवृत्तीचा, आपण पुढाकार घेऊन काही करण्यापेक्षा फक्त प्रतिक्रिया म्हणून कृती करण्यात समाधान मानणारा हवा आहे, तुमचं सरकार अंतर्गत प्रश्नांवर लक्ष केंद्रित करणार असल्यानं तुमच्या परराष्ट्रमंत्र्यालाही परराष्ट्रधोरण त्याच चष्म्यामधून पाहून ठरवावं लागेल. वेगळ्या शब्दांत सांगायचं तर त्याला तुमच्या राज्यात काही फारसं महत्त्व, स्वतंत्र मत नसेल. माफ करा, तुम्ही कसा कारभार करणार आहात किंवा करावा हे सांगण्याचा माझा हेतू नाही. पण माझं मत – माझं पूर्णत: वैयक्तिक मत – असं आहे की तसं धोरण असणं ही आजच्या जागतिक परिस्थितीत अगदी ऐतिहासिक चूक ठरेल. खरं म्हणजे कुठल्याही काळात असं धोरण असणं बरोबर नाहीच. असलं परराष्ट्रखातं चालवण्यात

काहीच गंमत नाही. माझं मत जरा पूर्वग्रहदूषित असेल, कारण मी या क्षेत्रातला जुना माणूस आहे. बरोबर?''

बेंटन काही वेळ शांत राहिला. मग म्हणाला, ''मला तुमचं मत सांगा –''

''कशाबद्दल?''

''कुठल्याही एखाद्या प्रश्नाबद्दल – कोलंबियाबद्दल सांगा. काय करावं कोलंबियात? कसं बाहेर पडावं? लवकरात लवकर बाहेर पडण्यासाठी काय करावं?''

''कोलंबिया हा फारसा महत्त्वाचा परराष्ट्रीय प्रश्न नाही.''

''महत्त्वाचा नाही? गेल्या तीन वर्षांत सैन्य तिथून बाहेर काढण्याचे चार ठराव संमत झालेत!''

''म्हणूनच मी तसं म्हणतो आहे. ठराव संमत होणं ही अंतर्गत बाब आहे. तुम्हाला इतर अंतर्गत प्रश्नांसाठी सिनेटचा पाठिंबा हवा असेल तर अशा ठरावांकडे तुम्हाला लक्ष द्यावंच लागेल. त्याविषयीच देशांतर्गत दबाव वाढतो आहे म्हणून तुम्हाला कोलंबियातून सैन्य बाहेर काढायचं असेल तर ती गोष्टच वेगळी आहे. मग तो प्रश्न परराष्ट्रधोरणाचा भाग राहातच नाही आणि त्यामुळे तो परराष्ट्रखात्यानं हाताळावा असं तुम्ही म्हणणारही नाही.''

''मग परराष्ट्रखात्यानं काय हाताळावं?''

''अमेरिकेला कोलंबियात, त्या आसपासच्या क्षेत्रात आणि जगात इतरत्रही जे मिळवायचं आहे, जे अल्पकालीन आणि दूरगामी उद्देश साध्य करायचे आहेत, त्याच्या शक्यतेवर आणि क्षमतेवर ज्या भौगोलिक आणि राजकीय गोष्टींचा, घटनांचा, अमेरिकेच्या सक्रियतेचा किंवा निष्क्रियतेचा परिणाम घडू शकेल त्याचा अभ्यास, त्यावर विचार आणि पुढील कारवायांचा आराखडा हे परराष्ट्रखात्यानं करायला हवं. सिनेटर, माझं वैयक्तिक मत असं आहे की कोलंबियाचं भौगोलिक आणि राजकीय महत्त्व आपल्याखेरीज इतर कुणालाच नाही. तिथल्या वर्षानुवर्षं चाललेल्या अंतर्गत बंडाळीचा बीमोड करण्यासाठी तिथल्या सरकारने आपली मदत मागितली. बिल शॉक्रॉसने इतर फायद्यांसाठी त्या निमंत्रणाचा वापर केला, ते निमंत्रणसुद्धा बळंबळंच निर्माण केलं. पण मी ऐकलं आहे की प्रेसिडेंट लोबिनास आजही आपल्याला सैन्य तिथं ठेवण्याचीच गळ घालतो आहे. खरी गोष्ट अशी आहे की कोलंबिया हे पूर्णपणे खिळखिळं झालेले राष्ट्र आहे आणि आपण सैन्य काढल्याबरोबर ते कोसळेल. आपल्या काही सैनिकांना तिथं मृत्यूला तोंड द्यावं लागतं आहे हे दुर्दैवी असलं, तरी ते संकट प्रमाणाबाहेर मोठं नाही, 'राष्ट्रीय संकट' वाटावं असं तर नक्कीच नाही. त्या बदल्यात आपण आपल्या देशात येणाऱ्या कोकेनचं प्रमाण पंचाहत्तर टक्क्यांनी कमी करू शकलो आहोत हे विसरून

चालणार नाही. तेव्हा माझ्या मते हा प्रश्न तातडीनं सोडवण्याचा नाही. त्यासाठी आपला वेळ, शक्ती खर्च करण्याची आणि विश्वासार्हता पणाला लावायची अजिबात गरज नाही.''

''फक्त चीन, रशिया किंवा कुणाकडेही आपण त्यांच्या हातून घडत असलेल्या मानवी हक्काच्या पायमल्लीविरुद्ध बोलायला गेलो की 'आधी स्वत: कोलंबियातून बाहेर पडा आणि मग आम्हाला ह्या गोष्टी शिकवा' हे ऐकून घ्यावं लागतं एवढंच!''

''पण या दोन्ही गोष्टी सारख्या नाहीतच मुळी! चीन आणि रशिया आपल्याच जनतेला मानवी हक्कांपासून वंचित ठेवीत आहेत. आपण कोलंबियामध्ये कधीच तसं केलेलं नाही, करणार नाही. आपण तिथल्या सरकारच्या विरोधात काम करीत नाही, उलट त्यांच्याच विनंतीवरून तिथं गेलो आहोत आणि सत्तेपासूनही नेहमीच दूर राहिलो आहोत.''

''पण सगळे देश आपली तिथली उपस्थिती आपल्या विरोधातच वापरतात.''

''त्याचं खरं कारण आपण तिथं काही चुकीचं करतो हे नसून, त्यांना आपल्याविरुद्ध वापरायला काहीतरी कारण हवं असतं, हे आहे! कोलंबियातून बाहेर पडा, ते दुसरं काहीतरी शोधतील!''

''मग तुमचं म्हणणं असं की मी कोलंबियाविषयी काहीही करू नये.''

''सिनेटर, तुम्ही मला परराष्ट्रखात्याचा दृष्टिकोन विचारला होता. एखाद्या कृतीसाठी योग्य असं काही अंतर्गत कारण तुमच्याकडे असू शकतं. सगळ्या बाजूंचा विचार करून समतोल साधण्यासाठीच तर प्रेसिडेंट असतो! तसं काही अंतर्गत कारण असेल आणि ते सबळ आणि सयुक्तिक असेल, तर तुम्ही जरूर कारवाई केली पाहिजे.

''पण जर तसं कारण नसेल तर काही करायला नको.''

''करायला नको असं मुळीच नाही! आपल्या सैनिकांना तिथं मृत्यू यावा, असं मलाही वाटत नाही. पण माझ्या मते तुम्ही कोलंबियात राहिलं पाहिजे. ती आपण कोकेनच्या विळख्यातून आपल्या जनतेला दूर ठेवण्याची किंमत मोजतो आहोत. पण त्याबरोबर तुम्ही बोलिव्हिया आणि पेरू यांना त्यांच्या देशात होत असलेल्या कोकेनचं उत्पादन बंद करायला सांगितलं पाहिजे. त्यांनी ऐकलं नाही तर त्यांच्यावर कडक निर्बंध घालून ते बंद करायला भाग पाडलं पाहिजे. कोलंबियातल्या उठावाला पैसा तिथून येतो आहे, म्हणून तिथं अशांतता आहे, तेच आपल्या तिथल्या उपस्थितीचं मूळ कारण आहे आणि त्याकडेच आपण लक्ष देत नाही. आपण साप म्हणून भुई धोपटतो आहोत. मुळावर घाव घातला की फांद्या आपोआप खाली येतील ह्या 'मूळ' तत्त्वाचाच आपल्याला विसर पडला आहे.''

बेंटन काही वेळ विचारात गढून गेला. मग तो जागेवरून उठला, आपला ग्लास भरून घेऊन परत जागेवर येऊन बसला आणि त्याने व्हिस्कीचा एक दीर्घ घोट घेतला.

ओल्सेन आपल्या जागेवरच जरा पुढे सरकला आणि बेंटनला म्हणाला, "सिनेटर, माझ्या दृष्टीनं ज्यांना प्राधान्य द्यायला पाहिजे त्या गोष्टी ऐकायच्या आहेत का तुम्हाला? एक म्हणजे शिया पंथियांची झालेली एकजूट आपण मान्य करून त्यांच्यातल्या मवाळ नेत्यांशी संबंध प्रस्थापित केले पाहिजेत. भोवतालचे संबंधित देश हा धोका टाळण्यासाठी काही करतील, ह्या भ्रमात राहणं चुकीचं आहे. दुसरं, सिरिया आणि इराक यांना आपापसात चर्चा करायला लावून त्यांच्यातला युफ्रेट्सचा वाद संपवायला भाग पाडलं पाहिजे आणि आपण मध्यपूर्वेत एक परिषद घडवून आणून त्यात पाण्याच्या प्रश्नावर विस्तृत चर्चा घडवून आणली पाहिजे. पाकिस्तानातली बंडखोरी रोखण्यासाठी परिणामकारक मार्ग शोधून बादूरची राजवट लोकसत्ताक कशी होईल हे पाहिलं पाहिजे. इंडोनेशियातली बंडाळी वेळीच मोडून काढून तो देश दुसरा पाकिस्तान होणार नाही याची खबरदारी घेतली पाहिजे. भारत आणि बांगलादेश यांच्यात बोलणी सुरू झाली पाहिजेत आणि मला वाटतं आपल्याला कदाचित बंगालच्या उपसागरातील पूरग्रस्त निर्वासितांच्या पुनर्वसनासाठी काही मदतही करावी लागेल. निर्वासितांचा अधिकृत आकडाच एक कोटी दहा लाख आहे, म्हणजे खरी संख्या त्याच्या दुप्पट तरी असणार! मग मदत द्यायचीच तर तिथं स्थानिक संघर्ष उद्‌भवायच्या आत, लवकरच द्यावी हे बरं. ग्लोबल क्वारंटाइनची यंत्रणा बळकट करायला हवी आहे. रशियात खऱ्या अर्थानं लोकशाहीची पुनर्स्थापना व्हावी यासाठी पहिलं पाऊल म्हणून तिथल्या विरोधी नेत्यांना आपण आश्रय देऊ केला पाहिजे. तसंच काँगोत सैन्य पाठवून मध्य आफ्रिकेतल्या कोलमडलेल्या राजकीय परिस्थितीच्या प्रश्नावर सर्व पातळ्यांवर तोडगा शोधला पाहिजे."

"काँगोत का?"

"कारण तिथल्या साठ वर्षं चाललेल्या यादवी युद्धात आजपर्यंत एक लाख ऐंशी हजार लोक दगावले आहेत."

"हा मानवी दृष्टिकोन झाला, त्यात अमेरिकेचा फायदा काय?"

"काँगोतल्या युद्धामुळे संपूर्ण मध्य आफ्रिकेत अस्थिरता निर्माण झाली आहे. त्यामुळे उत्तर आफ्रिकेत निर्वासितांचा लोंढा येऊन तिथली परिस्थितीही गढूळ होऊन जात आहे आणि परिणामी स्थलांतराचा ओघ युरोपकडे वळतो आहे. हे निर्वासित भूमध्य समुद्र ओलांडून स्पेन, इटली, ग्रीस या देशात घुसू पाहत आहेत, पण हे देश त्यांना आत शिरण्यास मज्जाव करत आहेत. म्हणजे या दक्षिण युरोपियन

देशांच्या नौदलांना या निर्वासित घुसखोरांविरुद्ध सतत एक प्रकारचं युद्धच खेळत राहावं लागतं आहे. हे निर्वासित भिन्न जातीधर्मांचे असल्यानं याला जातीय आणि धार्मिक रंगही चढतो आहे किंवा चढवला जातो आहे म्हणा हवं तर – आणि परिणामी ह्या देशात परकीयांबद्दल कमालीची भीती, नावड निर्माण होते आहे. हे देश अमेरिकेची मित्रराष्ट्रं आहेत आणि अशी नावड आणि भीती असलेले देश चांगले मित्र होऊ शकत नाहीत, सिनेटर!''

बेंटन या तर्कशुद्ध विचारांनी प्रभावित झाला होता पण तसे न दाखवता तो म्हणाला, ''हं – तर ही आहे तुमची 'अपेक्षा यादी'!

''नाही, तुमच्यासाठी 'अपेक्षा यादी' असेल, माझी ही 'करायच्या कामांची सूची' आहे!''

''कुठून? डॉक्टर ओल्सेन, येलमधून करणार का ही कामं?'' बेंटनच्या आवाजाला नकळत थोडी धार चढली.

ओल्सेन काही क्षण त्याच्याकडे पाहत राहिला आणि मग त्यानं मूकपणेच मान हलवली.

बेंटनने विषय बदलला. ''पर्यावरणाबद्दल सांगा मला, डॉक्टर.''

''त्या विषयीचा तुमचा दृष्टिकोन तर जगजाहीरच आहे, सिनेटर.''

''तुमच्या दृष्टीनं प्राधान्य असणाऱ्या गोष्टीत पर्यावरण नाही का?''

''पर्यावरणाची पातळी नियंत्रणात ठेवण्यासाठी युरोकोअर, ब्राझील, रशिया, इंडिया, जपान आणि चीन या देशांना एकत्र आणून आपण एक कायम स्वरूपाचा गट विकसित करायला हवा.'' ओल्सेनच्या स्वरात एक प्रकारचा यांत्रिकपणा होता. ऐकणारा आपल्या मताशी सहमत होईल अशी त्याची अपेक्षाच नव्हती. ''हा गट जगातल्या नव्वद टक्के प्रदूषणाला जबाबदार आहे.''

''तुम्ही क्योटोचा उपयोग नाही करणार?''

''मी क्योटोतून बाहेर पडेन. माझ्याबद्दलची माहिती गोळा केली असेलच की तुम्ही. त्यावरून मी क्योटो-३ चा जाहीर विरोध केला होता हे तुम्हाला माहीती असेलच.''

''तुमचं म्हणणं होतं की क्योटो अशक्त, दुबळं आहे. आपण क्योटो-४ सशक्त, मजबूत करू शकतो.''

ओल्सेनने मान हलवली. ''क्योटो ही केवळ प्रक्रिया आहे. क्योटोतून आपण काहीही मिळवू शकू हा भ्रम म्हणजे एक अत्यंत धोकादायक कपोलकल्पित कथा आहे. कुणीतरी क्योटो कायमची संपवून टाकून सगळ्यांना त्यातून सोडवायला हवं आहे. संधी मिळाली की ते काम मी पहिल्यांदा करीन.''

''तुम्ही ज्या गटाबद्दल बोललात, तो गट कसा तयार होईल असं वाटतंय तुम्हाला?''

“त्याची सुरुवात चीनबरोबरच्या द्विपक्षीय चर्चेने करायला लागेल. एकदा का चीनशी करार झाला की बाकी सगळे आपसूकच तयार होतील. जर कोणी नकार दिलाच तर मग त्या कराराच्या नैतिक बळावर, गरज पडली तर बंधनं घालून त्यांना सहभागी व्हायला भाग पाडता येईल. अमेरिका आणि चीन यांच्या एकत्रित आर्थिक शक्तीपुढे कुणाचाच विरोध टिकू शकणार नाही.”

“यात एकच छोटीशी अडचण आहे – चीनला अशा करारासाठी राजी कसं करायचं?”

“मी याला अडचण म्हणणार नाही, सिनेटर. आज ना उद्या त्यांना तयार व्हावंच लागेल. क्योटोच्या वाटेनं नाही तर दुसऱ्या कुठल्या तरी मार्गानं. ते हे टाळू शकणारच नाहीत. शकतील का? क्योटोनं कुठलाच प्रश्न सोडवलेला नाही. त्यातून फक्त गुंतागुंत वाढत गेली आहे.”

बेंटन यावर काहीच बोलला नाही. पण ओल्सेनची विधाने विलक्षण ताकदीने त्याच्या मनाला भिडली होती. चीनबरोबर सहमतीचा करार हा यातला कळीचा मुद्दा होता. कारण चीन हा जगातला सर्वांत जास्त प्रदूषण निर्माण करणारा देश होता. त्यामुळे कसेही करून, कुठलेही व्यासपीठ वापरून तो मुद्दा हाताळणे क्रमप्राप्त आणि अटळच होते.

“सिनेटर,” ओल्सेन पुढे बोलत होता. “क्योटो गेली तीस वर्षं कार्यान्वित आहे. क्योटो मग कोपेनहेगन आणि नंतर सँन्टियागो. ‘ही वांझ कूस आहे’ हे कळायला, मान्य करायला अजून किती काळ जावा लागणार आहे? ज्या नेत्यांनी पहिल्या क्योटो परिषदेत वाटाघाटी केल्या होत्या, त्यांचा जगाच्या आजच्या प्रदूषणाच्या स्थितीवर विश्वासच बसणार नाही! दक्षिण युरोप वाळवंट होण्याच्या मार्गावर आहे. ॲमेझॉनमधली आग गेली चार वर्षं धुमसते आहे, ती कशी आटोक्यात आणायची कुणालाही माहीत नाही. ग्रीनलँडमध्ये किती बर्फ उरला आहे? समुद्रकिनारे असलेल्या प्रत्येक देशाला ह्याची स्पष्ट जाणीव आहे की किनाऱ्यावरच्या लक्षावधी लोकांना लवकरच तिथून हलवावं लागणार आहे. त्या प्रश्नावरून वांशिक संघर्षही सुरू झाले आहेत, हेही आपण पाहतोच आहे. सिनेटर, हे असं आहे आजच्या जगाचं चित्र! १९९७ मध्ये क्योटो करारावर सह्या करताना एकाला तरी अशी कल्पना असेल का की त्या कराराची परिणती अशी होणार आहे? या परिस्थितीत त्यांनीच त्या कराराचा दुःखद अंत झाला असल्याचं मान्य केलं असतं आणि जगाला ओरडून सांगितलं असतं की बाबांनो, सोडा या मार्गाला, बदला ही वाट, शोधा नवा रस्ता!”

ओल्सेन थांबला. त्याच्या मनातला वैताग, निराशा त्याच्या हताशपणे हालणाऱ्या मानेतून व्यक्त होत होता.

"तुमच्या मते क्योटोच्या अपयशाचं काय कारण आहे?" बेंटनने काही क्षणांच्या शांततेनंतर विचारले.

"त्यात नाकर्तेपणाला पुरेसं संरक्षण उपलब्ध आहे. जबाबदाऱ्या संदिग्ध आहेत. मान्य केलेल्या बंधनांनाही पळवाटा आहेत. त्यात आश्वासनं आहेत, पण ती पूर्ण करण्याची कोणतीही अट नाही. सिनेटर, आपल्या दृष्टिकोनात फरक आहे. बहुपक्षीय वाटाघाटींवर माझा विश्वास नाही आणि जेव्हा पर्यावरणासारखा प्रचंड व्याप्तीचा प्रश्न आहे, इतके देश त्यात गुंतलेले आहेत आणि एवढ्या गंभीर संकटाचा धोका आहे तेव्हा तर ह्या मार्गाचा मी विचारच करू शकत नाही."

"मी तुमच्याशी सहमत होईन असं मला वाटत नाही. असो. जागतिक व्यापार संघटनेबद्दल काय म्हणणं आहे तुमचं?"

ओल्सेन हसला. एखाद्या विद्यार्थ्याचा प्रश्न ऐकून प्राध्यापकाच्या चेहऱ्यावर उमटणारे हसू होते ते. बेंटनला ते फारसे रुचले नाही.

"डब्ल्यू.टी.ओ.ची फलितं अपुरी आहेत, फार अपुरी आहेत आणि ती तशी असणं हे आपल्याला परवडणारंही आहे, कारण पर्यावरणासारखं या ग्रहाचं भवितव्य त्याच्यावर अवलंबून नाही. पर्यावरण आणि डब्ल्यू.टी.ओ. ही सदृश उदाहरणे नाहीतच. तुलनाच करायची तर मी ती 'सॉल्ट' आणि 'स्टार्ट' या आपल्या आणि रशिया यांच्यामधल्या करारांशी करीन. मागच्या शतकाच्या शेवटच्या दशकात द्विपक्षीय चर्चेच्याच मार्गानं अस्तित्वात आलेले हे अण्वस्त्रांवरच्या मर्यादेबद्दलचे दोन करार. सिनेटर, तो इतिहास जरा आठवू या. का होऊ शकले ते करार यशस्वी?"

"कारण तो प्रश्न फक्त आपल्या दोन देशांपुरताच मर्यादित होता."

"तसं मुळीच नव्हतं. इतरही काही देशांकडे त्यावेळी अण्वस्त्रं होती आणि ती वापरण्याची क्षमताही होती. पण त्या क्षेत्रातल्या आघाडीच्या दोघांनी जेव्हा मर्यादा मान्य केल्या, तेव्हा इतरांवर आपोआपच दबाव आला, विरोध होऊच शकला नाही आणि कुठल्याही विरोधाविना अण्वस्त्रांचा प्रसार थांबला, इतकंच नव्हे तर 'अण्वस्त्र चाचणी बंदीचा करार' लागू झाला. या जगातल्या अण्वस्त्रांच्या दोन अग्रणी देशांच्या कराराविनाच फक्त बहुपक्षीय वाटाघाटीतून असा चाचणीबंदीचा अत्यावश्यक करार जन्माला आला असता? मी आपल्याला नम्रपणे सांगू इच्छितो की कधीच आला नसता! अण्वस्त्रांच्या सामर्थ्यशाली शक्तिंनी द्विपक्षीय कराराने जगाला उदाहरण घालून दिले ही यातली खरी मेख होती."

"पण हे वेगळं आहे." बेंटनने आक्षेप घेतला. "पर्यावरणातील बदलाचे परिणाम काहीच देशांना नाही, तर जगातल्या अगदी प्रत्येक देशाला भोगावे लागणार आहेत."

"अमेरिका आणि रशिया यांच्यात जर आण्विक युद्ध पेटलं तर त्यातही जगातला अगदी प्रत्येक देश होरपळला असता. खरं म्हणजे ते संकट पर्यावरणापेक्षाही जास्त भयंकर असतं. पण म्हणून तुम्ही फिजीसारख्या एखाद्या देशाला 'सॉल्ट'च्या वाटाघाटींना बोलावलं असतं का? त्यांच्या मान्यामान्यतेची बंधनं तुम्ही स्वतःवर घालून घेतली असतीत का?"

बेंटनने काही उत्तर दिले नाही पण तो काळजीपूर्वक ऐकतो आहे हे ओल्सेनच्या लक्षात आले.

"हे बघा सिनेटर, जगातल्या पहिल्या सात प्रदूषण निर्माण करणाऱ्या देशांनी एकत्र येऊन जर काय करायचे हे ठरवले तर हा प्रश्न निश्चित सुटेल, हे मी आणि तुम्हीच नव्हे, तर या जगातला कोणीही मान्य करील – चीन, अमेरिका, भारत, युरोकोअर, जपान, ब्राझील आणि रशिया. मग असं असताना, जिथं कुठल्या तरी पूर्व आफ्रिकेतल्या मालावी देशासारख्यांकडून आपण काय करावं हे ऐकायला लागतं. अशा परिषदेत आपण कशाला जाऊन बसायचं? माफ करा, मला कुठल्याही मालावीयनची मतं ऐकायला लागलेली नाहीत आणि त्यांच्याविषयी माझं मतही वाईट नाही. पण ह्या असल्या परिषदा काहीही कामाच्या नाहीत हे नक्की. तेव्हा पहिली गोष्ट म्हणजे 'पोपट मेला आहे' हे मान्य करा. जी पद्धत कुचकामाची आहे तिला मूठमाती द्या. नंतर, प्रदूषण निर्माण करणाऱ्या पहिल्या दोन देशांपासून सुरुवात करा. त्यांना समोरासमोर आणा, त्यांच्यात करार घडवून आणा. सुदैवानं किंवा दुर्दैवाने तेच दोन देश सर्वांत मोठ्या आर्थिक शक्तीही आहेत त्यामुळे ते पुढे झाले की बाकीचे आपोआपच योग्य त्या कारवाया करतील. मग, मालावीनं जरी प्रदूषण कमी करायला नकार दिला तरी काहीही बिघडणार नाही." ओल्सेन खांदे उडवून म्हणाला, "माफ करा, मला माहीत आहे की हे तुम्हाला कदाचित रुचणार नाही, पण माझं हेच मत आहे आणि क्योटोचा सखोल अभ्यास करून जर तुम्ही काही वेगळा निष्कर्ष काढू शकलात, तर मला तो जरूर ऐकायचा आहे."

ओल्सेन त्याच्या आसनावर मागे रेलला. त्याची नकारार्थी हलणारी मान जणू 'ह्याचा काही उपयोग होणार नाही' हा त्याच्या मनातला विचारच दर्शवीत होती.

जॉन बेंटनच्या कपाळावर आठ्या उमटल्या. त्याची नजर त्या दोघांमध्ये असलेल्या टेबलावर खिळली होती. त्याने मान उचलली, आपली नजर ओल्सेनवर रोखली आणि विचारले, "तुम्ही परराष्ट्रखात्याबरोबर यावर काही काम करीत होतात?"

ओल्सेनच्या नजरेत आश्चर्य झळकलं. तो उपरोधिकपणे हसला आणि म्हणाला, "सर्वांत षंढ अशा खात्याबरोबर माझं नाव जोडून तुम्ही माझा अपमान करीत आहात!"

"ओह्, माफ करा, तो माझा हेतू नव्हता!" बेंटनच्या चेहऱ्यावर स्मित उमटलं.

"आभार!"

"तुम्ही फार जोरदार बाजू मांडली आहे डॉक्टर ओल्सेन." बेंटनच्या कपाळावर परत आठ्या पडल्या.

"ती यापूर्वीही इतर अनेकांनीही मांडली आहे, सिनेटर."

"पण इतकी चातुर्याने आणि प्रभावीपणे नाही, माझ्यासमोर तरी नाही."

"तुम्ही कुणाकुणाचं ऐकता यावरही बरंच अवलंबून आहे. नाही का?"

"अगदी बरोबर." बेंटन म्हणाला. "पण डॉक्टर ओल्सेन, एक गोष्ट मात्र तुम्ही मला चुकीची सांगितलीत."

"कोणती?"

"तुम्ही म्हणालात की मला परराष्ट्रखात्याचा प्रमुख असा पाहिजे की जो केवळ प्रतिक्रिया म्हणून कृती करणारा असेल. तुम्ही असं सूचित केलंत, की आपण प्रतिक्रियात्मक राजकारण खेळावं अशी माझी भूमिका असेल. मला वाटतं या दोन्ही गोष्टी चुकीच्या आहेत. मला परराष्ट्रखातं एका अशा व्यक्तीच्या हाती द्यायचंय, की जो या देशाला अतिशय सक्रिय अशा नेतेपदाचं स्थान मिळवून देईल आणि परराष्ट्र धोरणाकडे संकुचित अंतर्देशीय चष्म्यातून पहाणार नाही. अशा समतोलाची मला फार गरज आहे. तुम्हीच म्हणालात की आतल्या आणि बाहेरच्या धोरणांचा समतोल राखणं आणि प्राधान्य ठरवणं हे प्रेसिडेंटचं काम आहे. तेव्हा मला अशा माणसाची आवश्यकता आहे की जो केव्हाही निर्णय घ्यायच्या वेळी मला त्या 'बाहेरच्या' दृष्टिकोनाची सुस्पष्ट आणि स्वच्छ जाणीव करून देईल आणि आजूबाजूचे लोक त्याच्या विरोधात आहेत – तसे ते बहुतेक वेळेला असतीलच – याची खात्री असतानासुद्धा निर्भयपणे आपल्या मतावर ठाम राहून योग्य तेच सांगायला मागेपुढे पाहणार नाही. त्या माणसाला परराष्ट्रखात्याचं सुकाणू कसं सांभाळायचं ते पूर्णपणे माहिती त्यामुळे तो पुढे होऊन आपलं काम चोख बजावेल आणि आणखी एक महत्त्वाचं म्हणजे त्या माणसाला चीनविषयी चांगलं ज्ञान असलं पाहिजे आणि त्या संबंधातील सर्व गोष्टींवर त्याची चांगली पकड असली पाहिजे."

एवढे बोलून बेंटन क्षणभर थांबला. ओल्सेन त्याचे सूक्ष्म निरीक्षण करीत होता. बेंटनने परत बोलायला सुरुवात केली. "पण डॉक्टर, कधीकधी काही न पटलेलं, न आवडलेले निर्णयही स्वीकारायची त्याची तयारी असायला हवी. तुमच्या बाबतीत मला तेवढीच एक काळजी आहे. एकदा का त्या व्यक्तीने त्याची बाजू मांडली – आपण या देशाच्या महत्त्वाच्या परराष्ट्रीय धोरणांविषयी, प्राधान्यांविषयी बोलतो

आहोत – की मग अंतिम निर्णय माझा असेल. तो जरी त्याच्या मताविरुद्ध असला तरी त्याला त्याची अंमलबजावणी करावी लागेल. तुम्ही माझ्या कारभारातल्या त्याच्या महत्त्वाविषयी, स्वतंत्र अस्तित्वाविषयी बोललात. त्याला ते दोन्ही दिले जाईल. कोणत्याही चर्चेत त्याला त्याची बाजू मांडण्याची, ती मला पटवून देण्याची संधी निश्चितच मिळेल, पण त्यानंतर मी जो निर्णय घेईन तो बिनतक्रार राबवायची जबाबदारी त्याला पार पाडावीच लागेल. तसं पाहायला गेलं तर ही गोष्ट फार मोठी नाही, पण मी जरी तुमच्या जागी असतो तर मलासुद्धा ती मोठीच वाटली असती. यापेक्षा जास्त अधिकार मला वाटतं, तुम्ही स्वत:च प्रेसिडेंट झालात तरच मिळू शकेल! तेव्हा, डॉक्टर ओल्सेन, मला वाटतं तुम्हाला आत्ता स्वत:ला जो एक प्रश्न विचारावा लागेल तो हा की तुमच्या मनातल्या 'करायच्या गोष्टींच्या सूची' विषयी फक्त बोलत राहायचं का त्या गोष्टी करायला सुरुवात करायची? अगदी सगळ्या नाहीत, तरी त्यातल्या काही. असं खंदकातच रहायचं की उघड्यावर येऊन चार हात करायचे?''

''काय बोलताय तुम्ही, सिनेटर?'' ओल्सेन त्याच्याकडे टक लावून पाहत होता.

जॉन बेंटन जरासा अडखळला. खरे म्हणजे 'हा वेळेचा अपव्यय' असे मत असूनही केवळ जॉन इल्झच्या आग्रहाखातर त्याने या भेटीला मान्यता दिली होती. लॅरी ओल्सेनशी बोलून घ्यायचे आणि मग लगेच स्टीव्ह नेलरला फोन करून ॲल ग्रॅहमला परराष्ट्रखात्यासाठी विचारायला सांगायचे, असे त्याने ठरवले होते. पण गेल्या पाऊण तासात ओल्सेनने ज्या भक्कमपणे आणि काटेकोरपणे जागतिक महत्त्वाच्या परराष्ट्रीय समस्यांचा उहापोह केला होता, तसा अनुभव यापूर्वी कुठल्याही सल्लागाराने बेंटनला दिलेला नव्हता. ओल्सेनबरोबरची भेट बेंटनसाठी विचारांना चालना देणारी, जरा प्रक्षोभक आणि खूपशी आव्हानात्मक होती. त्यामुळेच तो लगेच सावरलाही आणि म्हणाला, ''डॉक्टर ओल्सेन, मी तुम्हाला स्पष्टच सांगतो, तुम्ही जर परराष्ट्रखात्याचे सेक्रेटरी म्हणून आलात, तर तुम्हाला पुढल्या निवडणुकीचा निकाल येईपर्यंत काम करावंच लागेल. चार-सहा महिन्यांतच 'मला काही हे पसंत नाही' म्हणून तुम्ही सोडून देऊ शकणार नाही. सर्व गंभीर प्रश्नांवर मी ठरवलेल्या धोरणांचीच अंमलबजावणी तुम्हाला करावी लागेल. तरी एका गोष्टीची मी तुम्हाला हमी देतो की मी प्रत्येक बाबतीत तुमचं मत, तुमची बाजू निश्चित ऐकून घेईन आणि ती छातीठोकपणे मांडायच्या तुमच्या क्षमतेला कायम संरक्षण देईन. बस, आणखी मला काहीही सांगायचं नाही. आता मी तुमच्या जागी असतो तर हाच विचार केला असता की येलमध्ये काम करीत राहण्याचा प्रस्ताव यापेक्षा जास्त आकर्षक आहे का?''

बेंटनचे हे बोलणे अधोवदनाने ऐकत ओल्सेन शांतपणे मान हलवत होता.

"खरं सांगतो, तुम्हाला हे जेवढे आश्चर्यकारक वाटतं आहे तेवढंच ते मलाही वाटतं आहे." बेंटन त्याला म्हणाला.

"ॲलन बॉलला हे माहीत आहे?"

"नाही." बेंटन म्हणाला. तो त्याक्षणी जे करत होता ते त्याच्या मतेसुद्धा वेडेपणाचे होते. ओल्सेन आणि बॉल यांच्या मतात, कार्यपद्धतीत जमीन-अस्मानाचे अंतर होते. ते एका टेबलावर बसून चर्चा करीत आहेत अशा प्रसंगाच्या कल्पनेनंसुद्धा त्याच्या अंगावर शहारा आला.

"मला जरा वेळ मिळेल विचार करायला?" ओल्सेनने विचारलं.

"किती?"

"एक-दोन दिवस?"

"ठीक आहे, शुक्रवारपर्यंत."

ओल्सेनने मान डोलावली आणि मग तो बेंटनला म्हणाला, "सिनेटर, मला वाटतं तुम्हीही याचा परत एकदा नीट विचार करावा."

# गुरुवार, ९ डिसेंबर

# सी.बी.एस. वेबकास्टिंग सेंटर, न्यूजर्सी

टेबलाभोवती बसलेले सगळे पत्रकार एकदम गप्प झाले आणि बेंटनच्या मोहिमेच्या उत्तमोत्तम वृत्तांतामुळे चर्चेत आलेल्या बेन लॅसी या पत्रकाराकडे पाहतच राहिले. लॅसीच्या चेहऱ्यावर एक छद्मी हास्य पसरले होते.

''परत सांग–'' फ्रॅन ओ'लॅक्लॅन त्याला म्हणाली. फ्रॅन सी.बी.एस. वाहिनीच्या राजकीय वार्तांच्या गटाची प्रमुख संपादक होती. पन्नाशीतल्या या स्त्रीने एक चतुर, हिकमती राजकीय अभ्यासक आणि विश्लेषक म्हणून ख्याती मिळवली होती. तिची दररोजची व्हिडिओ कॉन्फरन्स बेन लॅसीने दिलेल्या बातमीने एकदम ठप्प झाली होती.

एका आठवड्यापूर्वी जॉन बेंटनने आपल्या अर्थखात्याच्या नेमणुका जाहीर केल्या होत्या. त्यातली पॉल सेलर्स याची कॉमर्स सेक्रेटरी म्हणून केलेली नेमणूक तेवढी अनपेक्षित होती. पॉल रिपब्लिकन पक्षाचा एक नेमस्त काँग्रेसमन होता. बिल शॉक्रॉसच्या कारकिर्दीत तो डेप्युटी यु.एस. ट्रेड रिप्रेझेंटिटिव्ह म्हणून काम पाहत होता. प्रतिपक्षातल्या माणसाची नेमणूक करण्याच्या या चलाख खेळीबद्दल बेंटनची सर्वत्र प्रशंसा होत होती. ह्युगो माँटेरा याचे मन वळवून बेंटनने त्याला लेबर सेक्रेटरी पद बहाल केले होते. याच ह्युगो माँटेराबद्दलची एक सनसनाटी बातमी बेनने त्या बैठकीत आणली होती.

दोन वर्षांपूर्वी, ह्युगो माँटेरा ज्या लॉ फर्मचा ज्येष्ठ भागीदार होता, त्या फर्मच्या एका कर्मचाऱ्याने त्याला बेकायदेशीररित्या कामावरून कमी केल्याबद्दल कंपनीविरुद्ध कोर्टात दावा लावला होता. फर्मने आरोप अमान्य करून, योग्य ती भरपाई देऊन, त्या विषयासंबंधी त्या कर्मचाऱ्याने कोठेही तोंड न उघडण्याच्या अटींवर दावा कोर्टाबाहेर मिटवला होता. लॅसीच्या माहितीनुसार दोन वर्षांनंतर तो फिर्यादी आपले मौन सोडायला तयार झाला होता.

फ्रॅन ओ'लॅक्लॅनसारख्या स्त्रीला तिचा या क्षेत्रातला प्रदीर्घ अनुभव अशा

बातमीवर, तिची सत्यासत्यता पडताळून पाहिल्याशिवाय विश्वास ठेवू देत नव्हता.

"त्याला तुझ्याशीच का बोलायचं आहे?" तिने विचारलं.

"त्याची आत्या माझ्या आईची मैत्रीण आहे. तिने त्याला सांगितले की तू बेनशी बोल." लॅसी म्हणाला.

गुन्हेगारीविषयक पत्रकारितेवर कुणीतरी मारलेल्या असंबद्ध शेऱ्याकडे दुर्लक्ष करीत फ्रॅनने बेनला विचारले, "म्हणजे तू त्याला ओळखत नाहीस?"

"नाही."

"मग काय तो उगीचच तोंड उघडणार आहे? काय किंमत मागतो आहे तो?" सी.बी.एस.च्या बातम्यांची निवेदिका एलेनॉर एंगर्सने विचारले.

"काहीच नाही. त्याला ब्रेन कॅन्सर झाला आहे आणि डॉक्टरांच्या म्हणण्याप्रमाणे तो फक्त सहा महिन्यांचा सोबती आहे."

पत्रकारांचे चेहरे ती माहिती ऐकून वेडेवाकडे झाले. भिंतीवरच्या पडद्यावर दिसणारा वॉशिंग्टन डी.सी.चा वार्ताहर मॅट रुडॉक याने कपाळावर आठ्या घालीत विचारले, "बेन, काय सांगितलंस तू? मला नीट ऐकू नाही आलं."

"तो मरायला टेकला आहे, फार तर सहा महिने टिकेल तो. त्यामुळे त्याला आता त्यावेळच्या अटींचं काहीही सोयर सुतक राहिलेलं नाही. तो म्हणतो, काय करतील ते? खटला भरतील? ती केस कोर्टात उभी राहायच्या आधीच तो मरून जाईल. आणि खटला भरण्यात माँटेरा तरी काय साधणार? मरणाच्या दारात उभ्या असलेल्या, बेकायदेशीरपणे कामावरून काढलेल्या एका माजी कर्मचाऱ्यावर केस करणाऱ्याला लेबर सेक्रेटरी म्हणून कुठली सिनेट मान्यता देईल? फ्रॅन, त्या माणसाला न्याय हवा आहे. गेल्या दोन वर्षांत, त्याच्यावर अन्याय झाला असल्याची आणि आता त्याच्याकडे गमावण्यासारखं काहीच न उरल्यामुळे कोणत्याही मार्गाने न्याय कमावण्याची त्याची भावना अत्यंत तीव्र झाली आहे."

"कॅन्सरमुळे त्याच्या मेंदूवर काही विपरीत परिणाम झाला नाही याविषयी तुमची खात्री आहे का?" एका पत्रकाराने विचारले.

"होय, तो अगदी शहाणा आहे."

"तू स्वत: त्याच्याशी बोलला आहेस?" ओ'लॅक्लॅनने विचारले.

"होय." बेन म्हणाला.

"फ्रॅन," मॅट रुडॉक म्हणाला, "मला गेलं पाहिजे. बेंटनची वार्ताहर परिषद सुरू होत आहे."

"आज काय विषय आहे?" एंगर्सने विचारले.

"संरक्षणखात्याच्या नेमणुका. माझं मत असं आहे की जर ब्रेन कॅन्सर झालेल्या एखाद्याला आपली कथा सांगायची असेल, तर ती आपण लोकांपर्यंत

पोचवायला काहीच हरकत नाही. फ्रॅन, मी फोनवर बोलतो नंतर तुमच्याशी.''

रुडॉक पडद्यावरून दिसेनासा झाला. कुणीतरी उठून बटण दाबून पडद्यावर बेंटनच्या पत्रकार परिषदेचे प्रसारण सुरू केले. ओ'लॅक्लॅन बेनकडे वळून म्हणाली, ''मग, काय म्हणतोय तो?''

बेन फ्रॅनच्या बाजूला झुकून खलबतांच्या खास खर्जातल्या स्वरात बोलू लागला, ''मॅंटेरानीच त्याला काढून टाकलं होतं. कारण दिलं वरिष्ठांच्या आज्ञेच्या उल्लंघनाचं. पण त्याच्या म्हणण्याप्रमाणे कंपनीच्या बाकीच्या भागीदारांपैकी एकाला तो मुळीच आवडत नव्हता.''

''आवडत नव्हता?''

लॅन्सी परत एकदा छद्मीपणाने हसला. ''हो. त्या भागीदाराला तो आवडत नव्हता, कारण त्याला जी एक कनिष्ठ सहकारी अतिशय आवडत होती – आवडत 'होती' – एक स्त्री कर्मचारी – तिला हा आपला माणूस अतिशय आवडत होता. म्हणून त्या भागीदाराचा याच्यावर आकस होता! असा हा प्रेमाचा त्रिकोण! मग त्या भागीदाराने मॅंटेराला पटवले की या माणसाला काढून टाकले पाहिजे आणि मॅंटेरा साहेबांनी त्याला काढून टाकलं!''

''ही अगदी डेव्हिड आणि बाथशीबाची गोष्ट झाली.'' कोलंबिया युनिव्हर्सिटीतून आलेली शिकाऊ विद्यार्थिनी अँड्रिया बार्टिनव्हेस्की म्हणाली आणि सगळेजण आपल्याकडे आश्चर्याने पाहात आहेत असे पाहून पुढे म्हणाली, ''काय पाहताय? मी बालपणी बायबलच्या वर्गाला जात होते!''

''बरोबर.'' लॅसी म्हणाला. ''फ्रॅन, नेहमीचीच कहाणी – लैंगिक आकर्षण, फसवणूक, अन्याय्य हकालपट्टी – अँडी म्हणाली तशी 'बायबलमधली कथा'!''

''मॅंटेराला ही सत्य परिस्थिती माहीत आहे का? त्याच्या भागीदाराने जे सांगितलं तेच खरं आहे अशीच कदाचित त्याची समजूत असेल.''

''फ्रॅन, कुणाला हे सगळं जाणून घेण्यात रस आहे? प्रेमाची भानगड म्हणल्यावर बाकी तपशील कोण बघणार आहे?''

''मॅंटेराला सत्य माहीत होतं का नव्हतं?'' ओ'लॅक्लॅनने परत विचारलं. ''भागीदारावर विश्वास ठेवून त्याने कारवाई केली असेल.''

''फ्रॅन,'' एंगर्स म्हणाली, ''त्याला माहीत नव्हतं तर त्याने ते माहीत करून घ्यायला पाहिजे होतं.'' एंगर्सला एरवी लॅसी आवडायचा नाही, पण या बाबतीत ती त्याच्या बाजूने होती. ''मॅंटेरानं जर त्या माणसापेक्षा त्याच्या भागीदाराचं म्हणणं खरं मानलं असेल, तर तो त्याचा निष्काळजीपणाच म्हटला पाहिजे.''

''फ्रॅन, हे बघ, मॅंटेरा उद्याचा लेबर सेक्रेटरी आहे. तो एका कर्मचाऱ्याच्या बेकायदेशीर हकालपट्टीच्या भानगडीत गुंतलेला आहे आणि त्या भानगडीच्या

मुळाशी एक बाई आहे, एवढं लोकांना चर्चा करायला, चवीनं चघळायला पुरेसं चमचमीत खाद्य आहे. आपण जर त्याचा उपयोग करून घेणार नसलो तर तो माणूस 'फॉक्स'कडे जाईल. काही झालं तरी मरण्यापूर्वी तो हे सत्य कुणाजवळ तरी ओकणारच. विचार कर, काय होईल जेव्हा बातमी फुटेल की -'प्रेसिडेंटनी मंत्रिमंडळात निवड केलेल्या मंत्र्यावर एका दुर्धर रोगानं मृत्यूशी झगडणाऱ्या अन्यायपीडिताचा गंभीर आरोप'!''

''ठीक आहे.'' ओ'लॅक्लॅन म्हणाली, ''पण जरा आणखी तपास कर. ती स्त्री कर्मचारी आणि ज्याच्या सांगण्यानुसार मॉंटेराने कारवाई केली तो त्याचा भागीदार सापडतात का पाहा. त्यांना बोलतं कर – अधिकृतपणे नाही बोलले तर अनधिकृतपणे. बातमी प्रसारित करण्यापूर्वी ती खरी आहे याची मला शंभर टक्के खात्री हवी आहे. तोपर्यंत मी आपल्या लीगल डिपार्टमेंटशीही बोलते आणि त्यांची काही हरकत आहे का तेही पाहते. हो आणि मला त्या माणसाच्या फर्मशी झालेल्या कराराची कॉपी लागेल.''

''त्याची काय गरज?'' लॅसी म्हणाला, ''त्या करारात आपण कुठे आहोत?''

''आपण कराराचा भंग करण्याच्या गुन्ह्याला मदत करणार आहोत.''

''आपण काही त्याला कोणतंही प्रलोभन दाखवत नाही!''

''तो हे पूर्णपणे आपल्या इच्छेने करतो आहे असं त्याच्याकडून लिहून घे.''

''ठीक आहे.''

''आणि कराराची कॉपी –''

लॅसीने डोळे फिरवले. ''फ्रॅन, आपण –''

''बेन, मला कॉपी पाहिजे. समजलं? त्याला म्हणावं जर तो ती कॉपी आपल्याला देऊ शकत नसेल किंवा देऊ इच्छित नसेल, तर आपल्याला त्याच्या बातमीत रस नाही, तो दुसऱ्या कुणाकडेही जाऊ शकतो!''

''ठीक आहे. पण या भानगडीत मॉंटेरा पूर्णपणे गाळात जाणार हे नक्की!''

''बघू या. सगळा दारूगोळा एकत्र कर, नीट तपासून घे, म्हणजे स्फोट जोरदार होईल. पण लक्षात ठेव, मला दाखवल्याशिवाय, मी प्रत्येक गोष्ट काटेकोरपणे तपासल्याशिवाय काहीही प्रसारित होता कामा नये!!''

लॅसीने मान डोलावली. त्याने एंगर्सकडे पाहिले आणि तो नजरेनेच तिला म्हणाला, 'सावज पुरतं घेरलं गेलंय!'

समोरच्या पडद्यावर बेंटनची पत्रकार परिषद सुरू होताना दिसू लागली. सिनेटर बेंटन यांनी बोलायला सुरुवात केली तशी ओ'लॅक्लॅन पडद्याकडे वळून पाहू-ऐकू लागली. लॅसीनेही मान वळवली. तो स्वत:शीच हसला आणि मनात म्हणाला, ''सज्जन ज्यो, आज तू नेहमीप्रमाणे ताठ कण्याने उभा राहून बोलतो आहेस, पण

हा बेन लॅसी लवकरच, ज्याची तुला पुसटशीही कल्पना नाही असं, एक अस्त्र तुझ्यावर सोडणार आहे, त्यानंतरही तू असाच ताठ उभा राहून बोलू शकशील?'

"तो बघा, लॅरी ओल्सेन!" ओ'लॅक्लॅन कुजबुजली.

"कुठाय?" एंगर्सने विचारले.

"तो बघ ना, तिथं."

"ऐका ना," एक पत्रकार म्हणाला, "बेंटननं त्याच्याकडे परराष्ट्रखातं दिलं आहे."

"काय?"

"हो, ते बघा."

लॅरी ओल्सेन पुढे आला आणि ध्वनिवर्धकाजवळ उभा राहिला.

"आवाज वाढव जरा." ओ'लॅक्लॅनने एकाला सागितले.

ओल्सेन दोन वाक्यं बोलून मागे सरकला. तोच भावी परराष्ट्रमंत्री होता.

"ग्रॅहॅमकडे पहा." एंगर्स म्हणाली, "चेहरा पार उतरलाय!"

"त्याला काय दिलंय? ऐकलं कुणी?"

"यू.एन."

ओ'लॅक्लॅनच्या कपाळावर आठ्या चढल्या. तिच्यातल्या पत्रकाराच्या मेंदूत वळवळ सुरू झाली. 'लॅरी ओल्सेन? काय अर्थ आहे या खेळीचा? क्योटो-४ जास्त कडक करायला लावणार की त्यातून बाहेरच पडणार?'

"ओल्सेनला का आणलाय? सगळं ढवळून निघणार, असं दिसतंय!"

"फ्रॅन, आपली मीटिंग संपली असली तर मी जाऊ का? मला जरा कामं आहेत." लॅसी म्हणाला.

ओ'लॅक्लॅन अजूनही पडद्याकडेच पाहत होती.

"मी ती कॉपी देतो आणून, बहुधा उद्याच."

"ठीक आहे."

"फ्रॅन, मॉंटेराच्या मागे लागायचं ना?"

ओ'लॅक्लॅनने पडद्यावरून दृष्टी वळवून त्याच्याकडे पाहिलं, मान होकारार्थी हलवली आणि ती म्हणाली, "गोष्ट खरी आहे याची खात्री कर!"

# मंगळवार, १४ डिसेंबर
# कॅपिटॉल हिल, वॉशिंग्टन डी.सी.

रुढीवादी वृत्तपत्रांची प्रतिक्रिया प्रतिक्षिप्त आणि अपेक्षेप्रमाणे तीव्र होती. सकाळीच हीथर बेंटन यांनी आपण युथ मॅटर्सच्या सी.ई.ओ. पदावर काम करणे चालूच ठेवणार असल्याची घोषणा केली होती. दहा मिनिटांच्या आत, त्यांच्यावर प्रेसिडेंटपदाची अप्रतिष्ठा केल्याबद्दल टीकेची झोड उठली. उदारमतवादी वृत्तपत्रे त्या मानाने कमी कडक होती आणि त्यांच्या प्रतिक्रियेत काहीशी अनिश्चितता होती. स्त्रीस्वातंत्र्याचे हक्कच अमान्य असणाऱ्या टोकाच्या स्त्रीद्वेष्ट्यांची जहाल टीका सोडली, तर ज्यो बेंटनला बाकीच्या सगळ्याच प्रतिक्रियांची मौज वाटत होती. हे टीकेचे वारे लवकरच थंड होईल, उठलेली धूळही खाली बसेल आणि चार वर्षे संपताना ही बाब लोक विसरूनही जातील याबद्दल त्याची खात्री होती. हीथरने घेतलेला निर्णय आजवरच्या परंपरेला छेद देणारा होता आणि बेंटनचा त्याला मनापासून पाठिंबा होता.

सिनसिनाटी येथे मागच्या आठवड्यात पार पडलेल्या 'रिलोकेशन समिट'मधून काय निष्पन्न झालं, कोणती फलितं हाती आली याविषयी त्यात भाग घेतलेल्यांबरोबरच्या चर्चेत ज्यो बेंटनने जवळ जवळ पूर्ण दिवस घालवला होता. त्यातल्या रिपब्लिकन नेत्यांबरोबरची चर्चा जरी मैत्रीपूर्ण वातावरणात पार पडली होती, तरी त्यांचा प्रतिसाद जरा थंड होता. हीथरच्या सकाळच्या घोषणेवरून एक-दोघांनी त्याच्या सहज लक्षात येतील असे टोमणेही मारले. त्याच्याच डेमोक्रॅटिक पक्षाचे नेते त्याबद्दल फारसे काही बोलले नाहीत. ते खूष नव्हते हे बेंटनच्या सहज लक्षात आलं, पण त्यांची नाखुषी व्यक्त करण्याच्याबाबतीत ते साहजिकच काहीसे द्विधा मन:स्थितीत वाटले. 'नव्या पाया'ला बळकटी आणायला लागणाऱ्या आर्थिक तरतुदी पुरवण्यासाठी 'बजेट रिकन्सिलिएशन ॲक्ट' फार महत्त्वाचा होता. त्याला संमती मिळवण्यासाठी आवश्यक असणाऱ्या सर्व कायदेशीर बाबींचा चर्चेत अगदी तपशीलवार उहापोह झाला. बेंटनचे धोरणांविषयीचे सल्लागार, मंत्रिमंडळात सहभागी

असलेले सर्वजण, बेन हॉफमन आणि बेंटनचा कायदेविषयक साहाय्यक म्हणून नेमला गेलेला बार्ब मुखर्जी हे सर्वजण चर्चेच्या वेळी उपस्थित होते. प्रत्येक वेळी निर्विवाद बहुमताची निश्चिती होण्यासाठी जे जे आवश्यक होते, ते ते केले जाते आहे याची खात्री केली गेली.

डेमोक्रॅट नेते बैठकीत सावधपणे प्रत्येक गोष्टीकडे लक्ष देत होते, पण या वेळी ते प्रामुख्याने ऐकायचेच काम करीत होते. मंत्री, सल्लागार, साहाय्यक अशा बड्या लोकांच्या मोठ्या बैठकीत ते त्यांची मते, प्रतिक्रिया व्यक्त करणे शक्यच नव्हते. त्या चर्चासत्रानंतरचा जवळजवळ एक तास बेंटनने त्याच्या ऑफिसमध्ये शपथविधीच्या वेळच्या त्याच्या भाषणाची तयारी करण्यासाठी राखून ठेवला होता.

गब्दुल शरीरयष्टीचा, विरळ सोनेरी केसांचा, न्यूयॉर्कचा रहिवासी सॅम लेव्ही गेली कित्येक वर्षे बेंटनबरोबर काम करीत होता. निवडणुकीच्या मोहिमेत त्याने बेंटनची भाषणे लिहिण्याची महत्त्वपूर्ण जबाबदारी यशस्वीपणे पार पाडली होती. बेंटनची विचार करण्याची पद्धत त्याला आवडत असल्याने तो नेहमी वापरीत असलेल्या म्हणी, वाक्प्रचार, वाक्यरचना सॅमने प्रयत्नपूर्वक आत्मसात केल्या होत्या. बेंटनच्या विचारांना, जणू त्याचेच वाटावेत अशा, चपखल शब्दांत बसवण्याचं कसब त्याच्याइतकं दुसऱ्या कुणालाच अवगत नव्हतं. आजच्या प्राथमिक बैठकीला ज्युडी एम्स, बेन हॉफमन, जॉन इल्झ आणि अँजेला शावेझ यांच्या खेरीज बेंटनने सॅमलाही बोलावले होते. अर्थात आज त्याने सॅमला भाषणाचा मसुदा तयार करायला सांगितला नव्हता, तर प्रेसिडेंट म्हणून केलेल्या त्याच्या पहिल्या भाषणाचा विषय कोणता असावा, त्यातले महत्त्वाचे मुद्दे, भाषणाचे सूत्र, काही आकर्षक उदाहरणे, ऐतिहासिक संदर्भ, मनाची पकड घेणारी अवतरणे यावर त्याला काम करून येण्याची सूचना दिली होती. सॅम पूर्ण तयारीनिशी आला होता.

बैठकीच्या सुरुवातीला बेंटनने सॅम लेव्हीला त्याचे टिपण वाचून दाखवायला सांगितले. ते संपूर्ण ऐकून घेतल्यावर तो म्हणाला, ''सॅम, सर्वांत महत्त्वाची गोष्ट म्हणजे बोलणं अगदी खरं वाटलं पाहिजे. मी भाषण संपवीन तेव्हा ऐकणाऱ्या प्रत्येकाला त्यातला 'सच्चेपणा' प्रतीत झाला पाहिजे. माझ्या या भाषणातून चार गोष्टी लोकांना पूर्णपणे आणि नीट कळल्या पाहिजेत : एक, मी चार वर्षांत काय काय करणार आहे, दोन, त्यामुळे त्यांचं आयुष्य का आणि कसं आधिक चांगले होणार आहे, तीन, या माझ्या कामात त्यांच्यातला प्रत्येकजण कसा मदत करू शकतो, त्यात कसा सक्रिय सहभागी होऊ शकतो, आपापला वाटा उचलू शकतो आणि चार, त्यांनी या माझ्या कामात मला भरघोस पाठिंबा का दिला पाहिजे. या त्या चार गोष्टी. आपल्या मातृभूमीच्या खऱ्या लेकरांसाठी खरी कामं करणाऱ्या त्यांच्या खऱ्या अध्यक्षाचं खरं भाषण पाहिजे मला!''

लेव्हीने मान डोलावत त्याच्या हातातल्या संगणकीय नोटपॅडमध्ये त्या सूचना टाइप करून घेतल्या. ज्युडीनेही तिच्या तसल्याच नोटपॅडवर त्यांची नोंद केली.

"भाषण लिहिताना एखादा ज्यो कोवाल्स्की कुठल्या तरी गावातल्या बारमध्ये बसून ते भाषण पाहणार, ऐकणार आहे हे लक्षात ठेव. त्याला डोळ्यांपुढे ठेव."

सॅमने परत मान डोलावली. हे वाक्य त्याने आजपर्यंत किती वेळा ऐकले होते? ज्यो बेंटनच्या कल्पनेतल्या या ज्यो कोवाल्स्की नावाच्या श्रोत्यासाठीच त्याने निवडणूक मोहिमेतले प्रत्येक भाषण लिहिले होते.

"शपथविधीची या पूर्वीची दहा भाषणांच्या शब्दांची सरासरी २,१८८ होती." लेव्हीने माहिती पुरवली. "मला वाटतं आपण त्यापेक्षा लहानच ठेवावं हे भाषण."

"अगदी मान्य." बेंटन हसत म्हणाला, "माइक गार्टनरनी भाषण संपवलं तेव्हा कोणी जागं होतं? मी नक्कीच नव्हतो!"

"त्याचं ३,४२३ शब्दांचं होतं, जॅक केनेडीचं १,३५५ शब्दांचं."

"पंधराशे शब्दांची कमाल मर्यादा ठेव."

"मी मेरी पौलाकिस आणि एड बिल यांनाही भाषणावर काम करायला सांगणार आहे." ज्युडी एम्स म्हणाली.

बेंटनची त्याला काही हरकत नव्हती. नंतर लेव्हीने तयार केलेल्या टिपणांच्या आधारे त्यांनी चर्चा केली. अशा महत्त्वाच्या भाषणावरची ही पहिलीच चर्चा असल्याने बेंटनने कोणतीही निश्चित दिशा न देता प्रत्येकाला मोकळेपणाने आपापल्या कल्पना मांडू दिल्या.

"भाषणाचं सूत्र काय ठेवायचं?" काही काळ चर्चा चालल्यानंतर लेव्हीने विचारले. त्याने टिपणात वेगवेगळ्या शक्यता नोंदवल्या होत्या. "मी असं गृहीत धरलं आहे की पहिल्यापासून आपण मांडत आलो ते 'नवा पाया' हेच सूत्र ठेवायचं."

"तेच ठेवलं पाहिजे. आपली मोहीम त्या 'पाया'वर तर लढवली आहे आपण! मोहिमेची सांगता म्हणजे शपथविधीचं भाषण – त्या कळसावर पोचल्यावर 'पाया'ला विसरून कसं चालेल?" एम्स म्हणाली.

"मला वाटतं, पदासाठी प्रयत्न आणि पदग्रहण यांच्यामध्ये एक रेघ ओढलेली असते. ती ओलांडताना आपण वेगळा विचार करायला हरकत नाही." जॉन इल्झ म्हणाला.

"नाही. त्या दोन्हीमध्ये रेघ नाही. 'नवा पाया' नाही सोडायचा आपण! सूत्र तेच पण जरा नव्या रूपात, वेगळ्या शब्दात मांडायचं. हे ऐकून ऐकून शिळं झालं आहे असे कुणी म्हणता कामा नये."

"ज्यो कोवाल्स्कीलाच बोलावू या हे भाषण लिहायला! त्याने मोहिमेतलं तुमचं एकन्‌एक भाषण ऐकलेलं आहे." सॅम पुटपुटला.

बेंटन हसला. पण लगेचच गंभीर झाला. काही क्षण विचारात गढून खुर्चीच्या हातांवर बोटे आपटत राहिला. मग म्हणाला, 'नवा पाया' ही पळवाट नाही. आधीच वाईट असलेली परिस्थिती आणखी बिघडवण्याची वाटही नाही, तर ती परिस्थिती बदलून, सुधारून चांगली बनवण्याचा राजमार्ग आहे. जे आपल्या 'फाउंडिंग फादर्स'नी 'स्वातंत्र्याचा जाहीरनामा' सही करून, अमेरिकेची घटना लिहून, ती स्वीकारून केलं, तेच हा 'नवा पाया' करणार आहे. हा गाभा पाहिजे.''

''हे तर आपण आजपर्यंत लाखो वेळा वापरलं आहे.'' लेव्ही म्हणाला.

''फाउंडिंग फादर्सवर फार जोर नको.'' हॉफमन म्हणाला.

''ही एक आपल्याला मिळालेली संधी आहे.'' 'नवा पाया' या विषयावरच्या नाटकात शोभण्यासारखे स्वगत बोलल्याप्रमाणे बेंटन सांगू लागला, ''लोकांची अधोगती थांबवून त्यांना एका नव्या उंचीवर नेऊन ठेवायचे आहे. आपल्यापुढच्या आव्हानांना सामोरं जाऊन आपला सर्वांगीण विकास साधायचा आहे. देशाचे पुनर्गठन करायचे आहे.''

''वेळ आली आहे.'' इल्झ म्हणाला.

''कसली, कुठली वेळ?'' लेव्हीने विचारले.

''नवा देश घडवण्याची. आपली वेळ. ही आपली वेळ आहे!''

''वा, हे नवीन आहे.'' ज्युडी म्हणाली.

''छान.'' लेव्ही म्हणाला, ''ही कल्पना फुलवता येईल. तरुण आणि वृद्ध, आमची वेळ, तुमची वेळ. सिनेटर, ही कल्पना मोहिमेच्या वेळी वापरायला हवी होती. कशी नाही वापरली आपण?''

''त्यावाचून भागलं आपलं.'' बेंटन म्हणाला. ''सॅम, मला भाषेचा फुलोरा नको आहे, शब्दांचं अवडंबर नको आहे.''

''पहिल्या भाषणात थोडी आतषबाजी हवी, सिनेटर. लोकांना अपेक्षा असते.''

''नाही. उगाच सोंगं नकोत, खरं हवं.''

''मग त्यात काही गंमत नाही!'' लेव्ही पुटपुटला.

''मी मेरी आणि एडकडून पण लिहून मागणार आहे.'' ज्युडीने आठवण करून दिली.

''माझ्याकडे कुणा सोम्यागोम्यांनी पाठवलेल्या भाषणांचा एक गठ्ठाच पडला आहे, पाहिजे का?'' हॉफमनने विचारले.

''हो, द्या मला.'' लेव्ही खांदे उडवत म्हणाला.

''का? तुझ्याकडचा साठा संपला की काय?''

''जो माणूस आपल्या स्वत:च्या आवाजाखेरीज दुसरा कोणताही आवाज ऐकत नाही, तो फक्त स्वत:शीच बोलतो, असं कोणी म्हटलंय, माहीत आहे तुम्हाला, बेन?''

हॉफमन हसून म्हणाला, ''तूच असणार!''

''सिनेटर,'' ज्युडी एम्सने एक नवा मुद्दा उपस्थित केला, ''तुम्ही परराष्ट्रीय मुद्दे कसे हाताळणार आहात या भाषणात? आपण फक्त आपल्याच देशाचा, लोकांचा विचार करतो आहोत. इतर देशाच्या सरकारांना तुमच्या भाषणातून काय संदेश देणार आहात तुम्ही?''

''तू काय सुचवशील?''

''तेच, जे आपण आपल्या मोहिमेत सांगत आलो. आम्हाला सर्वांना बरोबर घेऊन काम करायचं आहे. आपल्या समस्या, आपले प्रश्न हे आपल्या सगळ्यांचे आहेत आणि त्यावरील तोडगे, त्याची उत्तरंही आपल्याला मिळून शोधायची आहेत. आमच्या अंतर्गत प्रश्नांवर आम्ही लक्ष केंद्रित करणार आहोत, पण त्याच वेळी अमेरिकेचं आंतरराष्ट्रीय राजकारणातील नेतृत्व आम्ही अबाधित राखणार आहोत. ते नेतृत्व कुणावर लादलं जाणार नाही, त्याचा उपयोग करून सर्वांचंच जीवन अधिक चांगलं व्हावं अशीच आमची इच्छा आहे.''

''काही नेमक्या मुद्यांचाही उल्लेख करता येईल.'' अँजेला शावेझ म्हणाली, ''उदाहरणार्थ, क्योटो. तो यायलाच पाहिजे.''

बेंटनने इल्झकडे पाहिले. ज्युडीकडे वळून तो म्हणाला, ''या बाबतीत जरा जास्त विचार व्हायला हवा. ॲलन आणि लॅरी काय म्हणतात ते पाहिलं पाहिजे. ज्युडी, तू त्या दोघांशी बोलून घेतेस? तोपर्यंत, सॅम, सर्वसामान्यपणे परराष्ट्रीय मुद्दे थोडक्यात कसे हाताळायचे ते बघून ठेव, मग आपण त्याच्यावर आणखी काम करू.''

लेव्हीने मान डोलावली.

''ठीक आहे मग. सॅम, तुला विषय, सूत्र आणि पुरेसे मुद्दे मिळाले?''

''मला वाटतं, हो.''

''आणिक काही?'' बेंटनने इतरांकडे पाहत विचारले.

साधारण सर्वांचा नकाराचा सूर ऐकून तो पुढे म्हणाला, ''सॅम, ज्युडी, मला जरा अँजेलाबरोबर थोडं बोलायचं आहे.''

ते दोघं बाहेर गेल्यावर इल्झ, हॉफमन आणि अँजेला यांच्याबरोबर काही वेळ बेंटनने त्यांच्या काँग्रेसच्या नेत्यांशी झालेल्या चर्चेचा आढावा घेतला. त्यांच्यापुढे असलेल्या रिलोकेशनच्या संबंधातल्या कायदेविषयक कामांचा आवाका किती प्रचंड आहे याची कल्पना हळूहळू स्पष्ट होऊ लागली होती. बेंटनच्या अपेक्षेपेक्षा तर तो कितीतरी प्रचंड मोठा होता. आज त्याला ही शक्यता तपासून पाहायची होती की अँजेला ह्या रिलोकेशनच्या कामाची प्रत्यक्ष जबाबदारी घेऊ शकेल का. त्यासाठी तिच्या अखत्यारीत एक स्वतंत्र केंद्रच तिने चालवावे अशी त्याची योजना होती. त्यासाठी अर्थातच तिला बेन हॉफमन बरोबर खूप जवळून काम करावे लागणार

होते. चर्चेत असे दिसले की दोघेही त्यासाठी फारसे राजी नव्हते. म्हणजे त्यांना एकमेकांबरोबर काम करण्यात अडचण होती असे नव्हे; पण अँजेलाचाही स्वतंत्र चीफ ऑफ स्टाफ होता, वेगळा अधिकारी वर्ग होता आणि त्यामुळे त्यांचे बरोबरीने काम करणे फारसे सोयीचे होईल असे दिसत नव्हते.

"ठीक आहे. थोडं गैरसायीचं होईल; पण मला वाटतं आपण थोडा लवचीकपणा ठेवला पाहिजे. हे जर आपण प्रयत्नपूर्वक जमवलं, तर आपली शक्ती वाढेल." बेंटनच्या या बोलण्यावर बेन आणि अँजेला दोघांनी मान हलवली, पण दोघांनाही ते पटले नव्हते. "हे मी तुम्हा दोघांवर सोडून देतो. पहा, कसं जमतं ते. बरं, बेन, आरोग्याच्या योजनांचं कुठपर्यंत आलं आहे?"

"राज आणि त्याच्या लोकांनी काम सुरू केलं आहे. एक जानेवारीनंतर त्याच्या तपशीलवार योजना तयार असतील."

"खर्चाचे हिशेब केलेत?"

बेनने होकारार्थी मान हलवली.

"त्यापेक्षा उशीर होणार नाही ना?"

"नाही होणार." बेन म्हणाला.

"शिक्षण?"

"तेही त्याच वेळी तयार होईल. ईवन त्यावरच काम करतो आहे."

"धोरणांविषयी वेळोवेळी माझ्याशी चर्चा करा. बेन, राज आणि ईवन दोघांना सांग, शपथविधीनंतर मला वेळ देणं कठीण होईल, तेव्हा त्यांना जेवढा पाहिजे तेवढा माझा वेळ शपथविधीच्या आधीच मागून घ्या म्हणावं."

शॉवेझ आणि हॉफमन गेल्यानंतर बेंटनने व्हिस्कीची बाटली आणि ग्लास काढले आणि स्वत:साठी आणि इल्झसाठी व्हिस्की ओतली. खुर्चीवर मागे रेलत तो काही वेळ खिडकीतून वॉशिंग्टनच्या हिवाळ्यातल्या संध्याकाळच्या लवकरच दाटून येणाऱ्या अंधाराकडे पाहत राहिला.

"परिस्थिती बिघडली तर अँजेलाच्या डोक्यावर खापर फुटेल–" इल्झ म्हणाला.

बेंटनने व्हिस्कीचा घोट घेतला. "नाही, तो माझा हेतू मुळीच नाही. आपल्याला यासाठी जी तडफ, ताठपणा पाहिजे तो अँजेलात आहे. ती आपल्याला हवा तो परिणाम साधू शकेल."

"समजा तिने योजना आखली, काम सुरू केलं आणि नंतर जर आपल्याला लोकांना सांगावं लागलं की हे एवढंच नाही, यापेक्षा कितीतरी जास्त आणि भयानक आहे, तर ती अडचणीत येईल. स्वत:ला वाचवण्यासाठी तुम्ही तिला दोष घ्यायला लावलात असं लोक म्हणतील."

"नाही, मला असं नाही करायचं. खरंच!"

"ज्यो, हे मला पूर्णपणे माहीत आहे."

"आपण असं घडू देता कामा नये."

"आणि जॅकी?"

जॅकी 'नवा पाया' ही योजना मूर्त स्वरूपात यावी यासाठी निरनिराळ्या पर्यायांवर, कार्यक्रमांवर काम करीत होती. रिलोकेशन शिखर परिषदेच्या शेवटी बेंटनने उपस्थितांना असे वचन दिले होते की शपथविधीनंतर एका महिन्याच्या आत तो काँग्रेसच्या संयुक्त सभेत 'नवा पाया' सादर करेल. नव्या माहितीनुसार रिलोकेशन आवश्यक असणाऱ्यांच्या संख्येतल्या प्रचंड वाढीमुळे आत्ताच्या योजना अगदीच अपुऱ्या पडणार होत्या आणि ह्याची जॅकीला पूर्ण कल्पना होती. ॲलन, जॉन आणि जॅकी यांच्या बरोबरच्या चर्चेच्या दुसऱ्याच फेरीत तिने अनेक प्रश्न उपस्थित केले होते. डॉक्टर रिचर्ड्सचे नवे निष्कर्ष कळल्यानंतरही ते जुन्याच आकड्यांवर आधारित योजनेवर काम करीत राहणार आहेत का? काँग्रेसपुढे जाताना बेंटन खरी माहिती लपवणार आहे का? ते दोन दशवार्षिक योजना सादर करणार होते. त्यातले मोठे बदल घेऊन ते परत काँग्रेससमोर कधी जाणार होते – सहा महिन्यांनी की एक वर्षाने? आधीच्या योजना फाडून टाकायला लागणार आहेत हे ते काँग्रेसला कधी सांगणार होते? आणि सर्वांत महत्त्वाचे म्हणजे, ते लोकांना सत्य कधी सांगणार होते?

या तिच्या प्रश्नांना बेंटनकडेही उत्तर नव्हते. पण तो ते सत्य इतक्यात लोकांना सांगू शकत नव्हता, हे मात्र त्याला निश्चित माहीत होते. ते सत्य पचवायची अजून लोकांची तयारी नव्हती आणि ते तयार नसतानाच जर त्याने तो जबरदस्त धक्का त्यांना दिला असता, तर त्यांचा त्याच्यावरचा विश्वासच उडला असता आणि मग त्याने काहीही केले असते तरी, तो त्याला परत मिळवता आला नसता.

त्याने व्हिस्कीचा आणखी एक मोठा घोट घेतला.

"आपण योजना मांडू, ती कार्यान्वित करू, त्याच्या अनुकूल परिणामांचा लोकांना अनुभव देऊ आणि मग त्यांना प्रश्नाच्या वाढत्या गांभीर्याच्या सत्याचा धक्का देऊ. स्थलांतराचे खरे आकडे सांगू. त्यासाठी आपल्या पर्यावरणाच्या धोरणात कराव्या लागणाऱ्या मोठ्या बदलांविषयी बोलू, आणि त्यासाठी कराव्या लागणाऱ्या प्रचंड खर्चाची, सोसाव्या लागणाऱ्या गैरसोयींची कल्पना देऊ. हे सगळं करताना सर्वांत गरज आहे ती आपला यातला प्रामाणिक सद्हेतू लोकांच्या पुढे येणं आणि तो त्यांना पटणं. आपली तत्त्वं आपल्याला सिद्ध करावी लागतील, ती व्यवहार्य आहेत आणि ती वापरून अपेक्षित परिणाम घडतो हे दाखवून द्यावं लागेल. हे जर आपण केलं नाही तर आपल्याला त्यांना कायद्याचं स्वरूप देताच

येणार नाही. जॉन, ह्या मार्गाविषयी माझी पक्की खात्री पटली आहे. मी प्राथमिक गोष्टींविषयीच बोलतो आहे – आरोग्य, शिक्षण आणि काम. याशिवाय एका सुदृढ समाजाचा पाया घालताच येणार नाही. यासाठी जर आज आपण सुयोग्य तरतूद केली नाही तर हातची संधी जाईल आणि परत पूर्वस्थितीला पोचू. पुढची संधी कदाचित पुढच्या पिढीतल्याच एखाद्या प्रेसिडेंटला मिळेल. स्पष्टच सांगायचं तर या संकटाच्या आत्ताच्या स्वरूपावरून, आज जर काही केलं नाही, तर त्यावेळेपर्यंत आपल्या या देशात काय आणि किती उरलं असेल याची कल्पनाही करता येणार नाही.''

''मग किती काळ थांबणार तुम्ही?''

''तूच सांग. मला वाटतं त्याविषयीचा कायदा व्हायलाच एक वर्ष लागेल. किमान एक वर्ष.''

''म्हणजे शपथविधीच्या भाषणात याचा उल्लेख करणार नाही तुम्ही.''

बेंटनने डोळे मिटले. एक दीर्घ निश्वास सोडला. ''कसं खोटं बोलू मी अमेरिकन जनतेशी?''

''हे खोटं नाही, पूर्ण सत्य नाही एवढंच.''

''हे मनाचं समाधान झालं!''

इल्झ यावर काही बोलला नाही. त्याने ग्लासमधील व्हिस्की संपवून ग्लास खाली ठेवला.

बेंटनच्या मनावर आलेला ताण, दबाव त्याच्या आवाजातही जाणवत होता, ''जॉन, तुला एक गोष्ट सांगतो. आपल्याला एकशे एक टक्के स्वच्छ राहायला पाहिजे. 'नवा पाया' मंजूर करून घेताना आपल्याला कुठलाही पाठिंबा कमी पडता कामा नये. अगदी लहानातला लहान आरोप, संशय, लोकापवाद धोकादायक ठरू शकतो. मला कुणाच्याही भूतकाळात गाडलेली मढी नको आहेत. आपण जी व्यक्ती निवडू, नेमू, तिचं चारित्र्य धुतल्या तांदळासारखं असलं पाहिजे.''

# शनिवार, २५ डिसेंबर
# बेंटन रँच, विकेनबर्ग, ॲरिझोना

ख्रिसमसच्या दिवशी एकत्र जेवण घ्यायचं हा बेंटन आणि ट्रॅव्हिस कुटुंबांचा गेल्या वीस वर्षांचा परिपाठ होता. या वर्षी तो न पाळण्याचा हीथरचा इरादा नव्हता आणि ज्योचा त्याहूनही नव्हता. त्यामुळे याही वर्षी ख्रिसमसचा दिवस बेंटन रँचवर नेहमीसारखाच साजरा होत होता. नाही म्हणायला एक फरक होता, तो म्हणजे आजवर न दिसलेली सुरक्षा अधिकाऱ्यांची गर्दी. ते सर्व मोक्याच्या जागा अडवून उभे होते, पण आळीपाळीने स्वयंपाकघरात जाऊन येत होते. कारण, हीथरने आग्रहाने त्यांच्यासाठीही खास जेवणाची सोय केली होती.

ज्यो बेंटन ज्यावर्षी पहिल्यांदा निवडून येऊन वॉशिंग्टनला गेला, त्याच वर्षी रे ट्रॅव्हिसनेही ॲरिझोनातल्याच दुसऱ्या एका जिल्ह्यातून काँग्रेससाठी निवडणूक जिंकली होती. ॲरिझोनाच्या दोन नव्या डेमोक्रॅट उमेदवारांची त्यावेळी जमलेली मैत्री आजतागायत घट्ट होती. त्यांच्या बायकांचेही छान सूत जमले होते आणि त्यांची मुलेही मस्त दोस्त बनली होती. रे आणि एमी ट्रॅव्हिस यांना दोन मुली होत्या. पेनी आणि ज्यून. धाकटी ज्यून ॲमी बेंटनच्याच वयाची होती आणि मंडळींनी ग्रेग नि पेनीचे तर लग्नही जमवले होते!

दोन वेळा लागोपाठ काँग्रेसवर निवडून गेल्यानंतर रे ट्रॅव्हिसने राजकारण सोडून फिनिक्समध्ये एका लॉ फर्ममध्ये भागीदारी स्वीकारली होती. बेंटन मात्र राजकारणातच राहिला होता. एकाच पक्षात असताना जुळणारी त्यांची मते हळूहळू बदलत जाऊन साहजिकच त्यात बरेच अंतर पडू लागले होते. तसे असले तरी त्याचा त्यांच्या मैत्रीवर काही परिणाम झाला नव्हता. दोघे एकत्र आले की थोड्याच वेळात गप्पा हमखास राजकारणावर यायच्या.

"पक्षातल्या पक्षात कुठून मुख्य विरोध होईल असं वाटतंय तुला?" जेवणापूर्वीच्या एगनॉगचा आस्वाद घेत असताना रेने विचारले.

"जिथून तो होण्याची सुतराम शक्यता नाही असे वाटतं आहे तिथून!" ज्यो म्हणाला.

रे हसला.

एमी म्हणाली, "रे, मला वाटतंय आज ज्योला राजकारणाविषयी बोलायचं नसावं." आपला इतक्या वर्षांचा कुटुंबमित्र आता फार मोठा माणूस बनला आहे, या देशाचा प्रेसिडेंट होणार आहे हे कळल्यापासून एमीच्या नजरेत आपुलकीबरोबर एक कौतुकमिश्रित दरारा उतरला होता. त्याच्याशी बोलताना ती चक्क लाजत होती.

"असं नाही होणार." रे म्हणाला. "तोच तर त्याचा आवडता विषय आहे."

"खरं आहे." हीथर म्हणाली.

"मला वाटतं हाऊस भक्कम आहे. सिनेटलाच भेगा पडण्याची शक्यता आहे." रे म्हणाला.

ज्यो मान हालवत रेला म्हणाला, "सिनेट नेहमीच जरा भुसभुशीत असतं. तुला माहीतच आहे."

"ख्रिस्तोफर आणि बेल्स वळतील आपल्या बाजूला." ॲमीने तिचे निरीक्षण नोंदवले. "डॅडी त्यांना बरोबर आणतील परत."

"तुला खात्री आहे?"

ॲमीने जोरात मान हलवली. ज्यो हसला. ॲमीचे आडाखे बहुतेक वेळेला बरोबर असतात.

"ग्रेग, तुला काय वाटतं?" रेने विचारले.

ग्रेगने खांदे उडवले. "मला राजकारणातलं काहीही माहीत नसतं. देवानं राजकारण अशाकरता निर्माण केलं आहे की कोणी तरी दोघंजण आपापसातच त्या रटाळ विषयावर एकमेकाला कंटाळा येईपर्यंत चर्चा करीत बसतील आणि माझ्यासारखे बाकीचे त्यापासून बचावतील."

ज्यो कौतुकाने हसला. ग्रेगच्या विधानाला उत्तर देण्याचा मोह त्याने नेहमीप्रमाणे टाळला, कारण ग्रेगशी राजकारण हा विषय टाळायचा हे तो आता शिकला होता.

"मग ख्रिस्तोफर आणि बेल्स येतील तुझ्यामागे?" रेने ज्योला विचारले.

"छप्पन्न सिनेटर्स आहेत. त्यातल्या सात-आठ जणांना जरा सांभाळायला लागणार आहे. ख्रिस्तोफर आणि बेल्स त्यापैकीच आहेत. त्यांची काळजी घ्यायला लागेल. घेऊ."

"आणि मॉंटेरा?" रेने विचारले. "त्याला सहीसलामत बाहेर काढाल?"

ह्युगो मॉंटेराच्या भूतकाळातले प्रकरण ख्रिसमसच्या आधी दोनच दिवस उजेडात आले होते. बेंटन लगेच मॉंटेराशी बोलला होता. तेव्हा त्याने त्याबद्दलचे जे स्पष्टीकरण दिले होते त्यावरून बेंटनला तो निर्दोष असावा असेच वाटले होते.

"हो. आम्ही काढू त्याला बाहेर." बेंटन शांतपणे म्हणाला.

रे ट्रॅव्हिस एक नवा विषय काढण्याच्या इराद्याने खुर्चीत पुढे सरसावला. "ज्यो, हे रिलोकेशन, त्याकरता पैसा कुठून येणार आहे? आमच्या डोक्यावर कराचा मोठा थोरला बोजा पडणार का?"

"रे, देशातली एकाहून एक सुपीक डोकी त्यासाठी बुद्धी झिजवत आहेत."

"पण कर वाढणारच ना?"

"हो, पण काळजीपूर्वक निवड करून. मी आधीपासूनच सांगतो आहे, त्याला पैसा लागणारच. पैशाशिवाय होईलच कसं?"

"अमेरिकन जनतेनं त्या बाजूनंच मत दिलं आहे. मला नाही वाटत डॅडींनी लोकांपासून काही लपवून ठेवलंय." ॲमी म्हणाली.

"अगं, राजकारणी काहीतरी लपवतोच."

"ॲमीचं बरोबर आहे. लोकांना कळलं आहे की या बाबतीत काहीतरी करण्याची नितांत आवश्यकता आहे. गार्टनरचं रिलोकेशन पॅकेज इतकं तोकडं होतं की त्यामुळे लक्षावधी लोक दारिद्र्याच्या खाईत लोटले गेले असते. जे स्थलांतरित झाले, तेच नाही, तर ज्या ठिकाणी ते स्थायिक होणार होते, तिथल्या स्थनिक लोकांनाही गरिबीची शिक्षा भोगावी लागणार होती."

"दहा वर्षांत चार अब्ज डॉलर्स. ज्यो, याला तू कंजुषी म्हणतो आहेस?"

"होय. आणि नुसता कंजुषपणा नाही तर दूरदृष्टीचा अभावही. इतक्या प्रचंड प्रमाणावर होणारं असं स्थलांतर ही एक ऐतिहासिक घटना असेल. ती आपल्या विकासाचा, प्रगतीचा उज्ज्वल प्रारंभ ठरू शकेल किंवा दुर्दशेची, अधोगतीची सुरुवातही. निवड आपण करायची आहे."

"त्याबद्दल दुमत असायचं काही कारण नाही."

"त्या लोकांना नुसतं हलवणं पुरेसं नाही. गार्टनरच्या योजनेप्रमाणे त्यांच्या हातात कुठल्यातरी गावाचं तिकीट ठेवायचं, तिथं पोचल्यावर त्यांना ट्रेलर्समध्ये कोंबायचं आणि सांगायचं, आता बघा कसं जगायचं तुमचं तुम्ही. यापेक्षा जास्त, व्यवस्थित आणि खूप चांगलं काहीतरी करता येईल. करायलाच हवं. स्थलांतराची योजनाबद्ध तयारी करायला हवी, सोयी उपलब्ध करायला हव्यात, एवढ्या व्यापक प्रकल्पाचा गाडा हाकायचा म्हणजे आधी त्यात भरपूर इंधन घालायला हवं, वंगण पुरवायला हवं. त्यांना जिथं हलवू, तिथं त्यांच्या आरोग्याची, शिक्षणाची सोय हवी, त्यांना काम पुरवायला हवं ज्यायोगे पाच वर्षांत, दहा वर्षांत त्यांचं जीवन न खंगता, न खुरटता तरारेल, फोफावेल. रे, असं असायला हवंय ते पॅकेज. हेच मी सांगत होतो, आत्ताही सांगतोय आणि पुढेही हेच सांगत राहणार आहे : आरोग्य, शिक्षण आणि काम – ही त्रिगुणात्मक गुटी आहे आणि ती तशी एकत्रितच दिली जाईल हे माझ्या सरकारचं सर्वांत महत्त्वाचं काम असेल."

खोलीत गंभीर शांतता पसरली. ॲमी आपल्या वडिलांकडे आदर आणि कौतुकाने टक लावून पाहत होती. ग्रेगचे लक्षसुद्धा वेधले गेलं. हीथर, एमी आणि ज्यून, त्यांचे दुसऱ्या कुठल्या तरी विषयावरचे बोलणे थांबवून माना वळवून ज्योकडे पाहू लागल्या.

"पण हे सगळं होणार कसं?'' रे स्वत:शीच पुटपुटल्यासारखा म्हणाला.

"आम्ही करणार! त्याच्यावर जोरात काम चालू आहे. पण त्याची किंमत आपल्याला मोजावीच लागणार. आपल्या पिढीला, आपल्या पुढल्या पिढ्यांसाठी – मुलांसाठी आणि नातवंडांसाठी ही गुंतवणूक करायलाच हवी. रे, आज आपण सुखात जगतो आहोत, कारण आपण कधी या पर्यावरणाकरता आपल्या पदराला जराही खार लावून घेतलेला नाही. आपल्या बापजाद्यांनीही याबाबतीत कधी तोशिस लावून घेतलेली नाही. अर्थात, जे नाहीत त्यांना दोष देऊन काहीच उपयोग नाही. त्यांना असे वाटत राहिले की आपली आर्थिक स्थिती जास्तीत जास्त वेगानं सुधारणं सर्वांत महत्त्वाचं आहे – पर्यावरणाच्या बाबतीत, उसवेल तिथे टीप घालून, फाटेल तिथं तात्पुरतं ठिगळ लावून काम भागेल. प्रदूषण वाढवणाऱ्या वायूंचं प्रमाण कमी करण्यासाठी कोणत्या तरी अप्रगत देशात राबवल्या जाणाऱ्या कार्यक्रमाला पैसा पुरवायच, यापलीकडे जाऊन पर्यावरणाकरता आणखी आर्थिक झळ सोसण्याची कुणाच्याच मनाची तयारी नव्हती, तशी गरज आहे हेही कुणाला जाणवलं नव्हतं. दोन्ही डगरींवर एका वेळी हात ठेवता येतील अशीच त्यांची धारणा होती. या सगळ्या प्रकारात जगातला प्रदूषणाचा काळा रंग काहीच कमी झाला नाही, त्या कार्यक्रमांच्या व्यापारात काही दलालांचं उखळ मात्र पांढरं झालं. ज्या प्रकारच्या इंधनांपर्यंत पोचणंही शक्य होत नव्हतं, अशी कोळसा, अशुद्ध तेल, नैसर्गिक वायू ही इंधनं खाणीतून बाहेर काढून त्यांचा वापर करण्याचं तंत्रज्ञान विकसित करण्यासाठी अतोनात वेळ आणि पैसा खर्च केला गेला. आपण आज जसं कोणत्याही सार्वजनिक नुकसानीला कारणीभूत होणाऱ्या गोष्टींवर भरपूर कर लादतो, तसं वीस-तीस वर्षांपूर्वीच त्या प्रदूषण वाढवणाऱ्या नैसर्गिक इंधनांवरही, त्यांच्यामुळे होणाऱ्या पर्यावरणाच्या नुकसानीच्या प्रमाणात कर लादायला हवे होते. आजपर्यंत त्या करांच्या मोबदल्यात मिळालेल्या पैशांतून त्या घातक, प्रदूषणकारी इंधनाच्या पर्यायांसाठी आवश्यक अशा संशोधनासाठी होणारा खर्च आपल्याला सहजरित्या करता आला असता.''

"आपण म्हणजे कोण? सरकार?''

"होय. सरकार. प्राथमिक आरोग्यविषयक संशोधनावरचा खर्च सरकारच करतं आणि तो करातून येणाऱ्या पैशातूनच करतं. पर्यावरणही तितकंच महत्त्वाचं नाही का? हां, आता योग्य वेळेला ते संशोधन उद्योगक्षेत्राच्या सहाय्याने किफायतशीरपणे

वापरताही येऊ शकतं. पण जर तुमच्यापुढे असलेला प्रश्न दूरगामी दुष्परिणाम घडवणारा असेल आणि अल्पकालीन नफ्याकडे पाहणाऱ्या बाजारात जर त्याला कोणी वाली नसेल, तर कुठल्याही परिस्थितीत समस्येला योग्य उत्तर सापडेपर्यंत ते संशोधन चालू ठेवणं हे सरकारचं कर्तव्यच असतं. आरोग्यविषयक संशोधनाच्या बाबतीत हेच होत आहे. आपल्याकडे जर तो पैसा असता आणि मी म्हणालो तसा जर तो गेली तीस वर्षं संशोधनावर खर्च केला गेला असता, तर या नैसर्गिक प्रदूषणकारी इंधनांना एव्हाना पर्यायी इंधनं उपलब्ध झाली नसती का? नक्कीच झाली असती. पण आपण तसं केलं नाही. त्या घातक इंधनांकडून आपण त्यांच्यामुळे होणाऱ्या कधीही भरून न येऊ शकणाऱ्या नुकसानीची किंमत वसूल केली नाही– कारण काय, तर त्यामुळे आपल्या औद्योगिक आणि परिणामी आर्थिक प्रगतीला जरासं भांडवल कमी पडलं असतं अशी आपल्याला धास्ती वाटली.

केव्हाही आर्थिक मंदीची जराशी जरी चाहूल लागली तरी 'आपल्या या ग्रहाला प्रदूषणाच्या संकटापासून वाचवण्या'ची आपली वचनं विसरून, आधी तोकड्याच असलेल्या त्यासंबंधीच्या कार्यक्रमांना, प्रयत्नांना पहिल्या प्रथम कात्री लावली गेली आणि गाडी परत रुळांवर आणून आर्थिक वेग लवकरात लवकर पूर्वपदावर कसा येईल याच्याच मागं प्रत्येकजण लागला. तसे कार्यक्रम खूप होते – ओबामा प्लॅन, करीज् प्लॅन... पूर्ण केले असते तर त्यातले काही खरोखरच चांगले होते. कार्यक्रमांची कमतरता नव्हतीच, फक्त ते राबवण्यात उणीव होती. दर वेळी काहीतरी कारण, कोणतातरी दबावगट, कुणाला तरी हवी असणारी सूट आणि दर वेळी, परत परत त्याला बळी पडणारी कमकुवत कार्यप्रणाली! रे, तू आणि मी आजपर्यंत किती कायदे संमत झालेले पाहिले आहेत, प्रदूषण कमी करण्याच्या बदलत्या टक्केवाऱ्या जाहीर झालेल्या किती वेळा ऐकल्या आहेत आणि काही काळानं त्या सगळ्याचा विसर पडल्याचंही पाहिलं आहे. का? तर त्याप्रमाणे वागणं अतिशय त्रासदायक होतं आणि कुणीतरी उद्योगपती, कुणीतरी शास्त्रज्ञ, तंत्रज्ञ काहीतरी करेल आणि हा प्रश्न सुटेल अशा खोट्या भ्रमात स्वत: राहणं आणि सर्वांना ठेवणं सोपं आणि सोयीस्कर होतं. असं पहा, त्यांनीच तरी का त्रास का सहन करायला हवा होता? त्यांना स्वच्छ दिसत होतं की जगातला इतर कुठलाही देश, निरनिराळ्या परिषदांत, करारांत कबूल केलेल्या पण त्यांच्या आर्थिक विकासाच्या, प्रगतीच्या आड येणाऱ्या कोणत्याही कपातीकडे जराही लक्ष देत नाही, आपली जबाबदारी झटकून रिकामा होतो आहे. आपण तसं केलं नाही तर कुणी पोलीस आपल्याला पकडत नाही की कुठलं कोर्ट आपल्याला दंड करत नाही. तर मग त्यांनीच का साधुसंत व्हायला पाहिजे होतं? हे असंच चाललंय. जे करायची आवश्यकता होती, जे करू असं आपण मान्य केलं होतं, ते काहीही आपण केलेलं

नाही. मी तर म्हणतो आपली अवस्था आपल्या या निष्क्रियतेमुळे जशी व्हायला हवी होती, त्यापेक्षा बरीच बरी आहे. पण त्या सगळ्या कामचुकारपणाची किंमत तर द्यावी लागणारच. दुर्लक्ष केलं म्हणून काही त्यात सूट मिळत नाही. कुणीतरी ती भरलीच पाहिजे.'' ज्योने उजवा हात वर केला आणि तो पुढे म्हणाला, ''ती आता आपण भरायची आहे. ती जबाबदारी आता आपल्यावरच आहे. कारण आपण जर ती आत्ता भरली नाही तर ती ॲमीला, ग्रेगला, पेनीला आणि ज्यूनला भरावी लागेल. आणि हेही लक्षात ठेवलं पाहिजे की तोपर्यंत ती आणखी कितीतरी पटीनं वाढलेली असेल! इतिहास सांगतो की जर वाजवीपेक्षा फार उशीर झाला तर अघटित घडतं. १७८९, फ्रान्स आठवा. नको, तेवढंही लांब जायची गरज नाही, आपल्या इथेच १७७६ साली काय झालं?''

''म्हणजे तुझं म्हणणं क्रांती होईल?''

''तूच सांग. एक कोटी लोकांना एकाएकी बेघर होऊन दारिद्र्यात खितपत, निर्वासितांचं जीवन जगावं लागलं तर ते काय करतील? लवकरच त्या एकाचे दोन आणि दोनाचे चार कोटी होतील. रे, आपण एका फार मोठ्या ऐतिहासिक घटनेचा भाग होणार आहोत याची आपल्याला जाणीव व्हायला हवी. आत्ता आपल्यासमोर जे आहे ना ते एका विशाल हिमनगाचं फक्त वरचं टोक आहे. जे होणार आहे ते तुम्हाला पूर्णपणे माहीत आहे अशी जर तुमची समजूत असेल, गार्टनरची योजना तुम्हाला पुरेशी वाटत असेल, त्यानं अगदी किमान रक्कम मागितली असं जर तुम्ही म्हणत असाल तर मला तुम्हाला हे सांगायलाच लागेल–''

खोलीतल्या प्रत्येकाचे डोळे आपल्यावरच रोखलेले आहेत हे एकदम लक्षात येऊन ज्यो मध्येच थांबला.

''किती लोक म्हणालात तुम्ही?'' हीथरने विचारलं.

हे आपल्या हातून कसं घडलं याचं आश्चर्य आणि काळजी वाटून ज्योच्या कपाळावर आठ्या चढल्या. हे किंवा याबद्दल काहीच त्याला कुणालाच सांगायचं नव्हतं. ''मी एवढंच म्हणत होतो की आत्ताच याच्याकडे लक्ष दिलं नाही तर ते अधिकच वाईट होईल.''

काही क्षण सगळेच स्तब्ध झाले.

वातावरणातला ताण कमी करण्यासाठी ज्यो बळेच हसत म्हणाला, ''पण आता काळजीचं तेवढं कारण उरलेलं नाही, कारण अमेरिकन जनतेला समज आली आहे. दोन नोव्हेंबरला त्यांनी ती किंमत द्यायला बहुमताने होकार भरला आहे. लोकांचा समजूतदारपणा आणि समाजाचा जिवंतपणा यांचा याहून चांगला पुरावा मिळणार नाही. आपल्या 'फाउंडिंग फादर्स'नाही अभिमान वाटेल आपला! या घटकेला गुळगुळीत वाटणाऱ्या पण भविष्यात अडचणींचे प्रचंड डोंगर उभ्या

करणाऱ्या गार्टनरच्या योजनेच्या मार्गाकडे अमेरिकन जनतेनं पाठ फिरवली आहे. त्यांनी आत्तापासूनच थोड्याशा खडकाळ रस्त्यानं चालून ते डोंगर टाळायचं ठरवलं आहे.'' बेंटनची बोटे विचारांच्या वेगाने खुर्चीच्या हातांवर जोरजोरात आपटू लागली. ''आपली घोड्यावरची मांड आता घट्ट झाली आहे, आता आम्ही या आव्हानाचा सर्व शक्तीनिशी सामना करणार. ज्या देशातील जनतेनं समजून उमजून अवघड मार्ग स्वीकारण्याचं मान्य केलं आहे त्या देशाचा प्रमुख प्रेसिडेंट व्हायला मिळालं याचा मला अभिमान वाटतो.''

''देव अमेरिकेचं भलं करो!'' ग्रेग म्हणाला.

ज्यो बेंटन गर्रकन वळून म्हणाला, ''होय, ग्रेग, तू खात्रीच बाळग, देव करणारच आहे अमेरिकेचं भलं!!''

परत एकदा खोलीत स्तब्धता पसरली.

''चला मंडळी, जेवायची वेळ टळून चालली.'' हीथरने वातावरणातला ताण ओळखून हसत हसत घोषणा केली, ''आज ख्रिसमस आहे म्हटलं!''

ट्रॅव्हिस कुटुंब संध्याकाळपर्यंत तिथेच होते. पाहुणे गेल्यावर ज्यो बाहेरच उभा होता. समोर ब्रॅडशॉ पर्वतांच्या रांगा पसरल्या होत्या. उत्तरेकडे आकाशात मान उंच करून टॉवर्स आणि वासन पीक ही शिखरे उभी होती. धुकट हिवाळी हवेत हळूहळू जांभळ्या होत जाणाऱ्या आकाशाकडे, सोनेरी होत अस्ताला चाललेल्या सूर्यबिंबाकडे तो पाहत होता.

''डॅडी, मघाशी काय म्हणत होता तुम्ही?'' ॲमी त्याच्या मागे उभी होती.

''काही नाही.''

''डॅडी, मी कुक्कुलं बाळ नाही.''

''काही नाही गं. आपल्या अपेक्षेपेक्षा खर्च नेहमीच जास्त होतो. आपण म्हणतो पाच वर्षांत पाच कोटी होईल आणि प्रत्यक्षात तो दहा कोटी होतो.''

ॲमी त्याच्याकडे साशंक नजरेने पाहत होती.

''तू स्टॅनफोर्डला परत कधी जाणार आहेस?'' त्याने स्मित हास्य करीत तिला विचारले.

''तुम्ही विषय बदलायचं थांबवाल तेव्हा!''

''नवं वर्ष साजरं करायला तू वॉशिंग्टनला येणार ना?''

''डॅडी, कसली तरी चिंता छळतोय ना तुम्हाला? मॉंटेरा?''

''हं–''

''त्यांनी खरंच काही चुकीचं केलंय असं वाटतंय तुम्हाला?''

ज्योने मान हलवली.

"डॅडी, हा चटका चांगलाच जोरात बसणार दिसतंय. हे आत्ता व्हायला नको होतं. नको होतं ना डॅडी?"

"नक्कीच नको होतं."

त्याने ॲमीच्या खांद्याभोवती हात लपेटला. त्याच्यात आणि ॲमीच्यात एक सहज, खोल असा बंध होता. ग्रेगवर त्याचं प्रेम नव्हतं असं नाही, पण ॲमीवर त्याचा विशेष जीव होता. त्याने काहीही केलं तरी ग्रेग आणि त्याच्यामधलं अंतर वाढतच होतं.

"ह्युगो चांगला माणूस आहे." ज्यो म्हणाला, "तो उत्तम काम करेल. मला अशीच माणसं हवी आहेत. या देशाला वॉशिंग्टनमध्ये चांगल्या माणसांची फार गरज आहे."

"पण डॅडी, ही आग सहजासहजी विझणारी नाही. शेवटपर्यंत ही धग लागतच राहणार असं दिसतंय. त्यांच्यावरचे आरोप लहान नाहीत डॅडी. त्यांनी कदाचित काही केलं नसेलही, पण हे प्रकरण अवघड जाणार तुम्हाला."

ज्यो अस्ताला जाणाऱ्या सूर्यबिंबाची शेवटची कड दिसेनाशी होताना पाहत राहिला.

"तुझी आई मला काय म्हणत होती माहीत आहे? तुम्ही म्हणत असाल तर मी माझी नोकरी सोडून देते. म्हणाली, एवढा विरोधाचा धुरळा डोळ्यांत जात असताना सुद्धा धरून ठेवण्याइतकी काही ती महत्त्वाची नाही."

"मग तुम्ही काय म्हणालात?"

"मी म्हणालो, नक्कीच आहे!"

ॲमी मनापासून हसली.

ज्योही गालातल्या गालात हसला. त्याने ॲमीकडे प्रेमाने पाहत परत विचारले, "नवं वर्ष साजरं करायला येणार ना वॉशिंग्टनला?"

ॲमीने नुसतेच खांदे उडवले.

"स्टॅन्फोर्डला दुसरं कुणीतरी आहे वाटतं?"

"डॅडी–"

"काय?"

"काही नाही." तिने त्याच्या गालांवर ओठ टेकवले आणि ती म्हणाली, "मेरी ख्रिसमस, डॅडी!"

"मेरी ख्रिसमस, ॲमी!!"

# मंगळवार, ४ जानेवारी
# बेंटन ट्रान्झिशन हेडक्वार्टर्स, लॅफिएट टॉवर्स, वॉशिंग्टन डी.सी.

आज मीटिंगमध्ये दोन नवे चेहरे होते. एनव्हायरनमेंट सर्व्हेलिअन्स युनिट्स आणि त्यांच्याकडून मिळत असलेली माहिती याचे विश्लेषण किंवा त्यासंबंधीची धोरणे, योजना आखण्या-ठरवण्याच्या कामात ज्या व्यक्ती काहीतरी मौलिक योगदान देण्याच्या पात्रतेच्या आहेत अशाच, अगदी कमीतकमी लोकांना ती माहिती कळावी अशी ज्यो बेंटनची इच्छा होती. त्याने अद्याप अँजेला शॉवेझलाही यात सहभागी केलेले नव्हते. जॉन इल्झबरोबरच्या चर्चेनंतर, एनव्हायरनमेंट सेक्रेटरी म्हणून नेमणूक केलेल्या अँड्रिया पॉवर्स हिलाही त्याने सध्या लांबच ठेवायचे ठरवले होते कारण तिची भूमिका धोरणे, योजना प्रत्यक्ष राबवण्याच्या कामीच प्रामुख्याने असणार, असा निष्कर्ष त्यांच्या चर्चेतून निघाला होता. बेन हॉफमन मात्र उपस्थित होता. आपल्या चीफ ऑफ स्टाफला अंधारात ठेवून आपण अशा महत्त्वाच्या विषयात काही करणे योग्य नाही असे बेंटनने ठरवले होते. त्याला हेही जाणवले होते की बेनचे चर्चेतले वाद, मतभेद मिटवून, लोकांना एकत्र आणून, काम व्यवस्थित पुढे नेण्यातले कौशल्य याबाबतीत फार उपयोगी पडणार होते. त्याने आज प्रथमच या मीटिंगला लॅरी ओल्सेनला बोलावले होते. लॅरी आणि ॲलन बॉल पहिल्यांदाच या नाजूक विषयाच्या चर्चेत समोरासमोर येणार होते त्यामुळे चर्चा कशी पार पडेल याविषयी ज्यो साशंक होता. अशा वेळी त्याला बेन तिथे हवाच होता.

"सर्वांना नूतन वर्षाच्या शुभेच्छा!" त्याने मीटिंगला सुरुवात केली. "जॅकी, ॲलन, आज लॅरी ओल्सेन यांना मी या मीटिंगला बोलावले आहे याचे कारण तुम्ही जाणताच. जॅकी, तू ओळखतेस यांना?"

"आम्ही आत्ताच एकमेकांची ओळख करून घेतली."

"छान. लॅरी, आज जे तुम्ही ऐकणार आहात ते मी तुम्हाला आधी सांगायला पाहिजे होतं पण मी ते सांगितलं नाही, याबद्दल मी तुमची माफी मागतो. पण मी

ते आधी का नाही सांगितलं त्याचं कारण तुम्हाला ते ऐकल्यावर कळेलच. आणि बेन,'' ज्यो बेनकडे वळून बोलला तेव्हा त्याच्या चेहऱ्यावर दिलगिरीचे हसू होते. ''काय म्हणू मी याला? गुंतागुंतीत आणखी भर?''

हॉफमनने भुवया उंचावून खांदे उडवले.

''बरं, चला, सुरुवात करू या. जॉन, लॅरी आणि बेनसाठी जरा थोडक्यात पार्श्वभूमी सांगतोस?''

इल्झने घसा खाकरून सुरुवात केली. ''दहा नोव्हेंबरला सिनेटर बेंटन यांना प्रेसिडेंट गार्टनर यांचा फोन आला.''

बेन हॉफमनने चमकून बेंटनकडे पाहिले. बेंटनने त्याच्याकडे दृष्टिक्षेप टाकला आणि परत इल्झकडे नजर वळवली.

पुढच्या पंधरा मिनिटात जॉनने बेंटनच्या गार्टनर यांच्याबरोबरच्या आणि नंतर त्याच्या आर्ट रिड्ल आणि डॉक्टर रिचर्ड्स यांच्या बरोबरच्या मीटिंगजचा अहवाल उपस्थितांना दिला. तो बोलत असताना बेंटनची नजर वारंवार लॅरीकडे वळत होती पण लॅरीच्या चेहऱ्यावर त्याला आश्चर्य तर दिसले नाहीच, पण इतरही कुठलीच भावना उमटलेली दिसली नाही. मात्र तो चित्त एकाग्र करून सगळे ऐकत होता, हे स्पष्टपणे जाणवत होते.

इल्झ बोलायचा थांबला. बेंटन सूत्र हाती घेत म्हणाला,

''जॅकी, ॲलन आणि मी याविषयी दोन-तीन वेळा भेटलो आहोत पण आमची चर्चा काही फार पुढे गेलेली नाही. आज इथे उपस्थित असलेले सर्वजण यानंतर 'कोअर टीम' म्हणून काम करतील. त्यात आणखी कुणाला घ्यावं असं एखाद्याचं मत असेल तर मला ते नाव जाणून घ्यायचं आहे.''

तो सूचनांची वाट पाहत काही वेळ थांबला.

''याबद्दल बाकी कुणालाही माहीत नाही?'' हॉफमनने विचारले.

''फक्त गार्टनरचे दोन सहायक – आर्ट रिड्ल आणि एड स्टाइनहाऊसर. कदाचित त्यांच्या एक-दोघा मदतनिसांना काही अर्धवट माहीत असलं तर.''

''डॉक्टर रिचर्ड्स आणि त्यांचे वरिष्ठ साहाय्यक.'' इल्झने आठवण करून दिली.

''बरोबर. आता आपल्याला आपली योजना तयार करायची आहे.'' बेंटन जरासा थांबला. ''लॅरी, तुम्हाला थोडा वेळ हवा आहे विचार करायला की लगेच चर्चेला तयार आहात तुम्ही?'' त्याने विचारले.

''मला वाटतं, बऱ्यापैकी कळलाय मला विषय.''

बेंटनने ओल्सेनकडून अपेक्षित उत्तर आल्याच्या पसंतीची मान डोलावली.

''छान. मग आता मला सांगा, मी वीस जानेवारीला काय करावं?''

''सिनेटर, मी विचारू शकतो का की गार्टनर बरोबरच्या चर्चेत चीनच्या बाजूने

कोणी भाग घेतला होता?'' लॅरीने विचारले.

''कुणीतरी चेन-'' इल्झ म्हणाला.

''वॉशिंग्टनमध्ये का? चेन लियांगमिंग?''

''बरोबर.''

''आणि आपल्या बाजूने?''

''आर्ट रिड्ल.''

ओल्सेनच्या भुवया चढल्या. त्याने ॲलन बॉलकडे पाहिलं तेव्हा त्याच्या चेहऱ्यावर अविश्वासाचं हसू होतं पण ॲलनचा चेहरा निर्विकार होता.

''आपण चीनशी बोलावं की बोलू नये? बोलावं तर कसं? सुरुवात कशी करावी? कोणती वाट निवडावी?'' बेंटनने प्रत्यक्ष चर्चेला प्रारंभ केला.

''याचा उपयोग करून आपण आपलं क्योटोमधलं नेतृत्व कसं परत मिळवावं हे विशद करणारं टिपण मी तयार केलं आहे. लॅरी आणि बेन यांना मी त्याची कॉपी देतो.'' ॲलन म्हणाला.

''ठीक आहे, पण आपण ते करावं असं खरंच आपल्याला वाटतंय का?'' बेंटनने विचारले.

''ते म्हणजे?'' ॲलनने विचारले.

''जे त्या टिपणात तू लिहिलं आहेस तेच. आपण आंतरराष्ट्रीय व्यासपीठावर आपल्यापुढे हा प्रश्न असल्याचं उघड करायचं, सगळी माहिती जाहीर करायची आणि क्योटो प्रोसेसनं त्याचं उत्तर प्राप्त करून घ्यायचं.''

ॲलनचे डोळे बारीक झाले, कपाळावर आठ्या पडल्या. ''यातल्या कशाबद्दल 'करावं का' असं विचारताय तुम्ही?''

''प्रत्येक गोष्टच किंवा सगळंच. मला ते तपासून घ्यायचं आहे. जॉन, तुझं काय? तुला वाटतंय ते करावं असं?''

''मला वाटतं, तो एक पर्याय आहे.'' इल्झ म्हणाला, ''तपासून पाहायला पाहिजे.''

''गार्टनरनं ते आधी तपासलेलंच आहे ना?''

''मुद्दा बरोबर आहे.'' बेंटन म्हणाला, ''पण ज्या परिस्थितीत गार्टनर चीनशी बोलणी करत होता, करार करण्याचा प्रयत्न करत होता त्यावरून त्याचा मार्ग योग्य असेल असं आपल्याला धरून नाही चालता येणार, आपण चालू नयेच.''

बॉल गप्प राहिला. 'या दोघांच्यात आधीच काही ठरलं आहे का?' अशा शंकेने त्याची नजर बेंटन आणि इल्झ यांच्यावरून फिरली.

''लॅरी?'' बेंटन ओल्सेनकडे वळला. ''तुमचं काय मत आहे? क्योटोत नेऊन सोडवावं हे प्रकरण?''

''तो एक मार्ग आहे-''

लॅरीचे बोलणे अर्धवट तोडत बॉलने विचारले, ''मग दुसरा कोणता आहे?''

''क्योटोच्या बाहेर सोडवण्याचा.''

ॲलन बॉलला लॅरी ओल्सेनकडून याच उत्तराची अपेक्षा होती. पण बेंटनच्या प्रश्नातली सूचकता मात्र त्याला खटकत होती.

''जोसेफ, निकी अजूनही आपल्या पाठिंब्याच्या घोषणेसाठी मागे लागला आहे.'' हॉफमन म्हणाला, ''युरोकोअरमधले देशही त्याचीच मागणी करत आहेत.''

बेंटनने होकारार्थी मान हलवली. त्याने लॅरी ओल्सेनची नेमणूक जाहीर केल्यापासून तर त्या पाठिंब्यासाठीची हाकाटी चांगलीच वाढली होती. ''लॅरी, तुम्ही जरा समजावून सांगाल तुमचं म्हणणं?'' त्याने लॅरीला विनंती केली.

''माझं म्हणणं असं आहे की आपण सरळ चीनशीच बोलावं.''

''क्योटोमध्ये?'' बॉलने विचारले.

''क्योटोच्या बाहेर.''

''म्हणजे दोन्हीकडे एकाच वेळी?''

''नाही, क्योटोच्या ऐवजी.''

''आणखी कोणता पर्याय आहे आपल्याला?'' बेंटनने विचारले.

''चीनशी न बोलण्याचा.''

''त्याचा काय उपयोग होणार?'' ॲलन बॉलने जरा जोरात विचारले.

''आपल्याला जे वास्तव माहीत झालं आहे ते त्यांनाही माहीत आहे. जॉनने आत्ताच सांगितलं त्यावरून त्यांच्या दक्षिण किनाऱ्याला आपल्याइतकाच धोका आहे. आपण जरा कळ काढून ते आपल्याकडे येण्याची वाट पहावी.''

''तुमच्याकडे काय दहा-वीस वर्षं आहेत का कळ काढायला?'' बॉल उपहासाने म्हणाला.

''दुसरा पर्याय – इतर बऱ्याच देशांबरोबर युती करायची आणि चीनला एकटं पाडायचं.''

''आपण आत्तापर्यंत केलेल्या युतींपेक्षा हे वेगळं का असेल?''

''कारण, यावेळी आपण जे करणार असं म्हणू, ते करू.''

''म्हणजे चीनला जे करायचं असेल ते करायला – किंवा न करायला – तो आपोआपच मोकळा राहील. त्याच्या अयोग्य वागणुकीबद्दल बक्षीसच देणार तुम्ही त्यांना! तुम्हाला काय वाटतंय की त्यांना लाज वाटून ते काहीतरी करतील?''

''नक्कीच नाही.''

''मग कशाला वापरायचा तो पर्याय?''

''नाहीच वापरायचा! मला पर्याय विचारले म्हणून मी दिले.'' आपल्या जाळ्यात प्रतिस्पर्धी अपेक्षेप्रमाणे सापडला हे पाहून लॅरी पुसटसं हसला. ''ॲलन, मी

सुरुवातीलाच सांगितलं आहे की माझं मत आपण थेट त्यांच्याशी बोलावं असंच आहे.''

ॲलन स्थिर नजरेने ओल्सेनकडे पाहत राहिला.

''वा,'' बेन म्हणाला, ''आपली पहिली सहमती स्फोटक झाली!''

बेंटनने आणखी कुणी मत व्यक्त करण्याची काही क्षण वाट पाहिली आणि तो म्हणाला, ''आपण चीनशी बोलायचं. क्योटोमधून किंवा द्विपक्षी वाटाघाटीतून. बरोबर? कुठल्यातरी एका मार्गाने, पण बोलायचं नक्की.'' त्याने प्रश्नार्थक मुद्रेने सगळ्यांकडे पाहिले.

ओल्सेनने होकार भरला, बॉलनेही, नाखुषीनेच, पण मान हलवली.

''सिनेटर,'' रूबिन म्हणाली, ''तुम्ही हा विषय तुमच्या शपथविधीच्या भाषणात आणणार का काही काळ गुप्तता पाळणार असा एक मुद्दा आपण मागच्या वेळेला बोललो होतो. काय ठरवलंय आपण?''

बेंटनने यावर ओल्सेनचं मत विचारलं.

''आत्ता गुप्तता पाळण्याने मिळणारी लवचीकता, थोडा अधिक वाव यांचा फायदा आपण घ्यावा असं मला वाटतं. त्यामुळे ती गोष्ट जाहीर करणं हा हातचा कायम आपल्या हातात राहील आणि मग योग्य वेळी दबाव वाढवण्यासाठीही त्याचा उपयोग करून घेता येईल. पण हेही लक्षात ठेवा की या विषयावर तुम्ही काय बोलता, बोलता की नाही याकडे त्यांचं बारीक लक्ष असेल आणि त्यातून महत्त्वाचे 'अर्थ'ही काढले जातील.''

''समजा मी बोललो तर त्याचा काय 'अर्थ' निघेल?''

''तुम्ही जोखीम वाढवताय.''

''आणि नाही बोललो तर?''

''तुम्ही कशाला तरी घाबरताय.''

''किंवा अजून तुम्हाला माहिती नाही.'' बॉल म्हणाला, ''असाही अर्थ निघू शकेल.''

''बरोबर आहे.'' ओल्सेन सहमत झाला.

''कशानं त्यांना जास्त बरं वाटेल?'' इल्झने विचारले.

''जर बोललं नाही तर.'' ओल्सेनने उत्तर दिले. ''पण आपल्याला त्यांना बरं वाटू द्यायचं आहे का? मला माहीत नाही. कदाचित या क्षणी द्यायचं असेल!''

''निश्चितच द्यायचंय.'' ॲलन म्हणाला.

''पण फार काळ नाही. सिनेटर, तुम्ही या खेळातले नवे खेळाडू आहात. तुम्हाला सहजी आऊट करता येईल असं त्यांना वाटणं तुम्हाला साहजिकच नको असणार. जर तुम्ही या बाबतीत भाषणात गप्प राहणार असाल तर हे त्यांना कळण्यासाठी तुम्हाला दुसरीकडे कुठंतरी एखादी लक्षवेधी कृती केली पाहिजे आणि ती परिणामकारक आणि

वेगानं करून त्यांना दुसरा स्पष्ट संदेश दिला पाहिजे की तुम्ही कृती करायला घाबरत नाही, फक्त त्यासाठी योग्य वेळ येण्याची वाट पाहता.''

"कुठं करावी?''

"निश्चित माहिती नाही. एखादी छोटीशी, मर्यादित. फार दूरगामी, महत्त्वाची नाही. फार विचार न करता डोळ्यांसमोर येते आहे हैती, आपल्या शेजारचं बेट. आपण गेली कित्येक वर्षं कॉरॉट शासनाला धमकी देतो आहोत की त्यांनी जर प्रशासन स्वच्छ केलं नाही, तर आपण हस्तक्षेप करू. पंचवीस जानेवारीला त्यांच्या निवडणुका होणार आहेत. त्यावेळी नक्कीच गडबड होणार. आपण त्याचा फायदा घेऊ शकतो.''

"सिनेटर,'' बॉल म्हणाला, "मला नाही वाटत तुमच्या कारकिर्दीच्या इतक्या सुरुवातीलाच ही कृती करणं योग्य ठरेल. तुम्ही जे देशात आणि बाहेर साध्य करू पाहात आहात, त्याच्याशी या कृतीचा मेळ बसणार नाही.''

"हैती ही फक्त एक शक्यता. तिथंच कृती करायला पाहिजे असं मुळीच नाही.'' ओल्सेनने स्पष्ट केले.

"कुठेच करायला नको.''

बेंटन विचार करत होता. तो लॅरीला म्हणाला, "मला सांगा, चीनशी बोलायचं ठरलं तर – क्योटोत बोलायचं तर त्याच्या पद्धतीनंच होईल ते. पण जर द्विपक्षी बोलणी करायची म्हटली तर आपण त्यांना काय सांगायचं?''

"तुम्ही भाषणात काय सांगता त्यावर अवलंबून आहे. तुम्ही जर जाहीर केलंत तर आपल्याला फार कडक पवित्रा घ्यावा लागेल. आपल्याला त्यांच्याकडून ठोस प्रस्ताव लागेल. परिणामांचं लक्ष्य ठरवायला लागेल. आपल्याला यश मिळवावंच लागेल. कारण एकदा का जाहीररित्या तुम्ही कबूल करून बसलात की लोक तुम्हाला ओलीसच ठेवतील!''

"यश तर तसंही मिळवायलाच पाहिजे.'' इल्झ म्हणाला.

"बरोबर.'' बेंटन म्हणाला, "जाहीर केलं की तो दबाव यश मिळवण्याची गरज वाढवतो.''

"ते एक हत्यार आहे. ते जाहीर करणं म्हणजे बाणासारखं वापरणं आहे. एकदा हातातून सुटलं की ते परत घेता येणार नाही.'' ओल्सेन म्हणाला, "मला तर ते तलवारीसारखं हातातच ठेवून हवं तेव्हा वापरायचं आहे.''

"ते हत्यार आपल्या विरुद्धही वापरलं जाऊ शकतं.'' बॉलने इशारा दिला.

"मान्य. आपल्याला ते लक्षात ठेवावंच लागेल.''

"मी जर बोललो नाहीतर?'' बेंटनने परत प्रश्न उपस्थित केला.

ओल्सेनने खांदे उडवले. "मी म्हटलं तसं, तुम्ही ते जाहीर करण्याची धमकी

भविष्यात कधीही दबाव वाढवण्यासाठीचा उपाय म्हणून वापरू शकता.''

''ॲलन?''

''मान्य आहे. पण अजूनही क्योटोच्या बाहेर राहण्याचा विचार मला पटत नाही. आजपर्यंत आपण या धर्तीवर कधीच बोललेलो नाही. मला कळत नाही, ही कल्पना आली कुठून?''

''आपण त्यांच्याशी बोलायला सुरुवात करू तेव्हा त्यांनी गार्टनरला कित्येक महिने टांगून ठेवल्याबद्दल त्यांना काही शाबासकी देऊ शकणार नाही.'' ॲलनच्या प्रश्नाकडे दुर्लक्ष करीत ओल्सेन बोलत राहिला. ''आपण परत पहिल्यापासून सुरुवात करू. गार्टनरने देऊ केलेले आपण नाकबूलही करू. मुख्य म्हणजे आपण त्यांना वेगाने हालचाल करायला भाग पाडू. त्यांना शांत बसू देणार नाही.''

''जरा थांबा.'' ज्या कृतीचा पुढे पश्चात्ताप करायला लागेल त्या बाजूला सगळ्यांना वळवणारे ओल्सेनचे बोलणे ॲलनने थांबवले. ''थोडा विचार करा. चीन ही फार मोठी लष्करी शक्ती आहे हे विसरू नका. त्यांना कोपऱ्यात डांबण्याचं धारिष्ट्य करण्याची गरज नाही. उत्तर एका दिवसात शोधायला नको आहे, आपल्याकडे चार वर्षं आहेत.''

''त्या चार वर्षांत परिस्थिती आणखी बिकट होत जाणार आहे.'' हॉफमनने महत्त्वाचे निरीक्षण नोंदवले.

''अगदी बरोबर आहे बेनचं म्हणणं.'' बेंटन म्हणाला, ''आपण जर 'चार वर्षं आहेत' असा विचार करत बसलो तर हे कधीच होणार नाही. काळ कसोटीचा आहे आणि त्यात वेळ महत्त्वाचा आहे.''

''मी तसं नाही म्हणालो–''

''सिनेटर, मी वेळेबद्दलही बोलत नाही. स्वस्थतेबद्दल बोलतो आहे.'' ओल्सेन म्हणाला, ''आपण जर त्यांना स्वस्थ बसू दिलं तर आपल्या हाती काहीच लागणार नाही. त्यांना सतत धास्ती वाटली पाहिजे, चिंता लागलेली पाहिजे की हे काहीतरी करतील! नाहीतर ते आधी तुम्हाला काहीतरी थापा मारतील आणि ते जेव्हा तुमच्या लक्षात येईल, तेव्हा परत एखादं खोटं आश्वासन देऊन चालढकल करतील. असं घडलेलं मी यापूर्वी पाहिलेलं आहे.''

''त्यांनीही पाहिलंय,'' बॉलने प्रत्युत्तर दिले, ''आपल्याकडूनही तसं घडलंय! प्रदूषण कपातीच्या बाबतीत आपणही खोटं बोलत आलेलो आहोत. आपल्यालाही विश्वास निर्माण करावा लागेल आणि तुम्ही काही म्हणालात तरी विश्वास निर्माण करायला वेळ लागेलच.''

''मुळीच नाही.'' ओल्सेन म्हणाला, ''त्याला काही वेळ लागणार नाही आणि आपल्याकडे वेळ आहे कुठे? आपण खोटं बोलत नाही आणि आपण कृती करतो

आहोत हे त्यांना दिसलं पाहिजे आणि ते आपण त्यांना हे अगदी लवकर आणि अगदी स्पष्टपणे दाखवणार आहोत. कुठल्याही परिस्थितीत त्यांना निर्धास्त बसून द्यायचं नाही आणि सिनेटर, सर्वांत महत्त्वाची गोष्ट, त्यांना कधीही असं वाटता कामा नये की त्यांना आपण काय करणार आहोत ते माहीत आहे.''

''ॲलन बॉलने त्याच्या ब्रीफकेसमधून काही कागद बाहेर काढले. ''प्रेसिडेंट वेन यांनी नववर्षदिनाच्या दिवशी केलेल्या भाषणाची ही प्रत आहे.''

ओल्सेनने भुवया उंचावल्या.

''सिनेटर, हे भाषण जरा बघा, मी काही भाग अधोरेखित केला आहे.'' ॲलनने बेंटनच्या हातात एक प्रत दिली आणि बाकीच्या टेबलावर बसलेल्यांना वाटल्या. ''चीनची क्योटो प्रोसेसशी बांधिलकी तो स्पष्टपणे मान्य करतो आहे.''

''तो तसं अजिबात म्हणालेला नाही, ॲलन. ते भाषण तू एकट्यानंच पाहिलेले नाही. तो म्हणतो आहे की 'त्यांच्याबद्दल सद्भावना बाळगणाऱ्या त्यांच्या आंतरराष्ट्रीय मित्रदेशांबरोबर ते काम करतील.' ही गुळमुळीत उक्ती माहीत आहे ना?'' ओल्सेनने मँडरिन भाषेत ते वाक्य म्हणून दाखवले. ''वेन प्रेसिडेंट झाल्यापासून हेच ऐकत आलो आहोत आपण!''

''सिनेटर, मला तर वाटतं हा खास तुमच्यासाठी संदेश आहे. नाहीतर तो हे बरोबर या वेळेलाच कशाला बोलेल?''

''हा भावनेचा उद्रेक आहे. विशेषत: नववर्षदिनी वेन फारच भावनाप्रधान होतो.''

''लॅरी, काय हे?''

''खरंच. त्याच दिवशी त्याच्या मुलीचा वाढदिवस असतो. एक जानेवारीला तो असा भावविवश होतो आणि दोन जानेवारीला सैन्याला हाँगकाँगमध्ये जाण्याची आज्ञा देतो. जे वेनला चांगले ओळखतात त्यांना हे पुरतं माहीत आहे.''

''सिनेटर, तो परिच्छेद जरा पूर्ण वाचा.'' बॉलने बेंटनला गळ घातली. ''तो म्हणतो, 'चीनचा हा सद्हेतू त्याला जगातल्या सर्व नेत्यांना कळायला हवा आहे – जुने नेते आणि नवे नेते!' सिनेटर, नवे नेते म्हणजे त्याचा तुमच्याकडेच इशारा आहे.''

बेंटनने तो भाग वाचला. ऐकणाऱ्याला आवडणारे, पण फारसा अर्थ नसलेले विधान होते ते. ''यात तसं खास, नेमकं काहीच नाही.''

''विधान तितकंसं महत्त्वाचं नाही, ज्या नेमक्या वेळी ते बोललं गेलं आहे ते महत्त्वाचं आहे.'' बॉल म्हणाला.

''ॲलन,'' ओल्सेन म्हणाला, ''दरवर्षी एक जानेवारीच्या भाषणात वेन हेच सांगतो. हे खास आंतरराष्ट्रीय बातम्यांसाठी असतं. चीनमधली वर्तमानपत्रं याची बातमीसुद्धा देत नाहीत. तो चीनच्या जनतेला काय सांगतो ते ऐकायचं असेल तर

त्याचं चिनी नववर्षदिनाच्या दिवशीचं भाषण ऐक आणि त्याहून महत्त्वाचं म्हणजे त्या भाषणाचा चिनी वर्तमानपत्रं कसा वृत्तान्त देतात ते पहा. या भाषणापेक्षा त्या भाषणावरून तुला त्याच्या विचारांचा जास्त जवळून अंदाज घेता येईल.''

''त्याला मुद्दाम 'नवे नेते' असा उल्लेख करायचं नाहीतर काही कारण नव्हतं. तो उल्लेख अर्थपूर्ण आहे.''

''बरोबर. त्याचा एवढाच अर्थ आहे की असल्या गोलगोल नाटकी शब्दांनी त्याला आपल्याला फसवायचं आहे. मग तर आपण नक्कीच ताठ पवित्रा घेतला पाहिजे.''

''तेच करायचंय तुला तर तसं सरळच सांग की!''

''बस, बस.'' बेंटनने जोरात एक हात वर उचलला. ''शांत व्हा.'' समोरासमोर आल्यापासून त्या दोघांना अर्ध्या तासाच्या आत शाळेतल्या मुलांसारखे भांडताना पाहून बेंटन वैतागला होता. वेनच्या भाषणाची प्रत एका बाजूला ठेवत तो म्हणाला, ''ॲलन, हे खूप उपयोगी आहे. मी नंतर ते सविस्तर वाचतो.'' त्या दोघांकडे रोखून पाहत काही वेळाने तो म्हणाला, ''मला कळत नाही ते हे की त्यांना कोणताही करार का नको आहे? खरं म्हणजे गार्टनर अगदी उतावीळ झाला होता हे त्यांना निश्चितच जाणवलं असणार. निवडणुकीपूर्वी एखादा आठवडा करार करून टाकणं तर्काला धरून झालं असतं. बरं, त्यांना जर बहुपक्षीय पद्धतीनं हे हाताळायचं असतं तर ते आपल्याशी बोलत का राहिले असते? गार्टनर जे गुप्तपणे बोलत होता ते बाहेर फोडून जगजाहीर का नाही केलं त्यांनी? कुठल्याही मार्गानं गेलं तरी त्यांना या सगळ्याचा आपल्याइतकाच त्रास होणार होता– अजूनही होणार आहे. त्यांनी करार करायला पाहिजे होता!''

''सिनेटर, माफ करा, ते म्हणजे कोण?'' ओल्सेनने विचारले.

''चिनी सरकार–'' बेंटन बोलताना थबकला. ओल्सेन त्याच्याकडे ज्या नजरेने बघत होता, ते पाहून त्याला वाटले आपले हे उत्तर चुकीचे तर नाही?

''चिनी शासनातल्या ज्या ज्या लोकांना ही गोष्ट माहीत असणे अपेक्षित आहे त्यांना ती माहीत असेल असं समजून चालू नका. आणि ज्यांना ती माहीत असायला नको, त्यांना ती माहीत नसेल असंही धरून चालू नका.''

''प्रेसिडेंट वेनला तरी माहीत असेल ना?''

''जर ते चेन लियांगमिंगशी बोलत असतील तर माहीत असेल. कारण चेन वेनचा माणूस आहे.''

''मग वेनला करार का नको आहे?'' बेंटनने विचारले.

''कोण म्हणतं त्याला नको आहे?''

''मग तो करत का नाही?''

ओल्सेनने अर्थगर्भ मान डोलावली. तो अजूनही बेंटनकडे त्याच रोखलेल्या

नजरेने पाहत होता. म्हणाला, "ते मला तुम्हाला शिकवावं लागेल!"

त्या शेऱ्याकडे दुर्लक्ष करीत बेंटन म्हणाला, "मला प्रदूषण कपातीच्या पातळीबद्दल निरनिराळे प्रस्ताव पाहिजेत. काय शक्य आहे, काय वास्तववादी आहे. गार्टनरने अठरा टक्के कपात सुचवली होती. ही योग्य आहे, खूप जास्त आहे का खूपच कमी आहे? जॅकी, हे जरा तू पाहशील? मला या घटकेला अंदाजे आकडा चालेल. इ.एस.यू.कडून मिळालेली सगळी माहिती, निरनिराळ्या शक्यता तुला जॉन समजावून सांगेल. पण त्यावर काम करणाऱ्या तुझ्या लोकांना असं सांग की – ते दुसऱ्या कोणत्या तरी – म्हणजे असं पहा की ही माहिती–"

"मला कळलं तुम्हाला काय म्हणायचं आहे ते. मी काळजी घेते त्याची." जॅकी रूबिनने बेंटनला शांत केले.

"आपण अजूनही क्योटोच्या वाटेने जाऊ शकतो. ती शक्यता मी अजून टाळू इच्छित नाही. ॲलन, तुझं त्यावरचं टिपण माझ्याकडे आहेच."

"ते थोडं वाढवून द्यायचं होतं मला."

"ठीक आहे. करून दे मला तसं. पण मला द्विपक्षीय वाटाघाटींचाही एक आराखडा पाहिजे आहे. लॅरी? त्यांच्या वेगवेगळ्या प्रतिक्रियांचा त्यात विचार हवा. आणि हो, चीनने आपली बाजू जास्त गंभीरपणे घेण्यासाठी आपल्याला काय काय करायला लागेल ते ही मला हवे आहे. अर्थात, अगदी मर्यादित असायला हवं ते, फार गुंतागंतीचं नको. लॅरी, म्हणजे एकदम काँगोत सैन्य पाठवायला नको आहे!"

"काय? कुठं–" ॲलन ओरडला.

"ठीक आहे? कळलं सगळ्यांना?" बेंटनने त्याच्याकडे दुर्लक्ष केले.

काही वेळ खोलीत शांतता पसरली. ओल्सेन बॉलकडे पाहत होता. बॉलची नजर थंड होती.

"एका आठवड्याने परत भेटू आपण. बेन, तू या आणि पुढल्या सगळ्या मीटिंग्जच्या नोंदी ठेवशील?"

हॉफमनने होकार दिला. त्याने ते काम आधीच सुरू केले होते.

"आणखी एक गोष्ट, सिनेटर–"

बेंटनने ओल्सेनकडे पाहिले.

"मला आपल्या चीन विभागात काम करणाऱ्या काही लोकांची तुमच्याशी भेट घडवून आणायची आहे."

सगळे निघून गेल्यानंतर बेंटन बेन हॉफमनच्या ऑफिसमध्ये आला. त्याने दार लावून घेतले.

"बरं झालं, तुम्ही आलात." बेन म्हणाला, "या घटकेपर्यंत शपथविधीच्या

दिवशी तुम्हाला आठ नृत्याच्या कार्यक्रमांची आमंत्रणं आली आहेत.''

''वा, छान,'' बेंटन चेष्टेने म्हणाला, ''अशा महत्त्वाच्या गोष्टींवरही तू बारीक लक्ष ठेवून आहेस हे बघून बरं वाटलं.''

हॉफमन हसला.

''बरं, आत्ताच्या मीटिंगबद्दल काय वाटतंय तुला?'' सिनेटरनी विचारले.

''खरं सांगायचं तर चांगलाच बॉम्बगोळा होता.'' हॉफमन उद्गारला.

''माफ कर, मी हे तुला आधी सांगितलं नाही. तुला या आधीच यात गुंतवायला पाहिजे होतं.''

''तुम्ही अँजेलालाही सांगितलं नाही?''

''नाही अजून. सध्या तरी मला तिने पूर्ण वेळ 'नवा पाया'वर काम करायला हवं आहे.''

''कुठपर्यंत आलं आहे ते?''

''त्याचबद्दल बोलायला आलो होतो मी.''

सिनेटर खुर्ची ओढून बेनसमोर बसले.

''मी असा विचार करतो आहे की पहिल्या वर्षीची सगळी ऊर्जा आपल्याला ज्या महत्त्वाच्या गोष्टी म्हणजे जागतिक आरोग्य, शिक्षण आणि रोजगाराची निर्मिती यासारख्या ज्या गोष्टी करायच्या आहेत त्यासाठी लागणाऱ्या कायद्यांच्या तरतुदी करण्यात खर्च करावी. या तीन गोष्टीच स्थलांतरासाठी महत्त्वाच्या आहेत. त्याचा एक आराखडा जर आपण तयार करू शकलो आणि आपल्या हेतूंविषयीचा आपला प्रामाणिकपणा सिद्ध करण्यासाठी लागणाऱ्या कृती निश्चित करू शकलो तर मग नंतर त्याचा व्यवस्थित विस्तार करता येईल. हेच जर नीट झालं नाही आणि आपल्या या प्रकरणाचा स्फोट झाला तर मग आपल्याला काहीही करता येणार नाही. मी जॉनशीही बोललो. मला असं वाटतंय की सुरुवातीलाच आपण फार मोठं गाठोडं लोकांच्या डोक्यावर देऊ शकणार नाही .''

बेन हॉफमन विचारात पडला.

''बेन, मला तुझाही या बाबतीतला दृष्टिकोन जाणून घ्यायचा आहे. जॉनशी बोलून मीटिंग ठरव, म्हणजे आपण तिघंही यावर चर्चा करू.''

हॉफमनने होकार देत विचारले, ''तुम्ही कुणाच्या बाजूने आहात? ॲलनच्या का लॅरीच्या?''

''ओह्, दोन विरुद्ध बाजू आहेत का? मला माहीत नव्हतं.''

''नाहीत का?''

बेंटनने खांदे उडवले. ''बेन, खरं सांगू? लॅरीची मी नेमणूक केली या गोष्टीचं इतरांइतकंच मलाही आश्चर्य वाटतं आहे. पण त्याचा एक स्वतंत्र विचार आहे आणि

तो मांडण्यात, पटवून देण्यात तो वाकबगार आहे. त्याने मी आजपर्यंत न पाहिलेली एक वेगळी बाजू बघायला मला भाग पाडलं. अशा गोष्टींना मी खूप महत्त्व देतो.'' तो काही क्षण थांबला. मग म्हणाला, ''बेन, मला त्याची पद्धत आवडते असं नाही. पण आपल्यातली एकवाक्यताही आपल्याला परवडणारी नाही, ती आपल्या प्रगतीला धोकादायकच ठरेल. आपल्यात काही वेगळ्या विचाराचे, टोकाचा विचार करणारे, क्रांतिकारी पाहिजेतच. आज लॅरीच्या जागी जर तिथे ॲल ग्रॅहॅम असता तर अशी तिखट चर्चा झाली नसती. आपले विचार तपासून पाहण्याची आपली नेहमीच तयारी असली पाहिजे. हे सगळ्या बाबतीतच लागू आहे पण आपल्या आजच्या विषयाला तर अगदी आवश्यकच होतं.''

''दोघांच्या चर्चेनं करमणूक मात्र चांगली होते.''

''विद्युतनिर्मिती करणारं घर्षण म्हणेन मी त्याला!'' बेंटन म्हणाला, ''कुणी असा सिद्धांत मांडला होता की अशा वादातूनच मोठ्या गोष्टीची प्राप्ती होत असते?''

''कुणी ते माहीत नाही, पण तो जो कोण असेल त्याला पुढच्या मीटिंगला बोलावलं पाहिजे.''

बेंटन हसला.

''यू.एन.वरच्या ॲलच्या नेमणुकीबद्दल त्याची काय प्रतिक्रिया?''

''तू बोलला नाहीस त्याच्याशी?''

नकारार्थी मान हलवून हॉफमन म्हणाला, ''त्याला बहुतेक असं वाटतंय की मीच हे असं घडवून आणलंय.''

''तो खूश तर नक्कीच नाही. त्याचा अपमान झाला आहे असं वाटतंय त्याला. खरं म्हणजे पहिल्यांदा त्यानं मला स्वच्छ नकारच दिला होता. हे काम करायचंच नाही म्हणाला होता.''

''मग?''

''मी त्याला एवढं आश्वासन दिलं की त्याचा आणि माझा कायम थेट संपर्क राहील.''

''तेवढ्यावर भागलं?''

''माहीत नाही. पण तसं दिसतंय. त्याला परतीचा मार्ग हवाच होता. यू.एन. त्यासाठी चांगली पायरी आहे.''

''नक्कीच.'' हॉफमन क्षणभर गप्प राहिला मग अचानक हसला.

''काय झालं?'' सिनेटने विचारले.

''काही नाही, एकदम आठवलं, तुम्हाला शिकवणी लावण्याची सूचना कशी वाटली?''

## गुरुवार, ६ जानेवारी
## लोगान सर्कल, वॉशिंग्टन डी.सी.

"अरे बाप रे! कुठली जागा आहे ही?"

"वॉशिंग्टनमध्ये नव्यानं सोय होईपर्यंत हा माझ्या मेहुण्याचा ब्लॉक वापरतो आहे मी." लॅरी ओल्सेन हसत म्हणाला.

बेंटनने आत शिरत आजूबाजूला पाहिले, सगळे अस्ताव्यस्त दिसत होते.

"या, इकडे या." ओल्सेनने त्याला एका त्यातल्या त्यात नेटक्या खोलीत आणले. तिथे तीन व्यक्ती बसलेल्या होत्या. बेंटन आत शिरताच सर्वजण उभे राहिले.

"डॉक्टर एलिझाबेथ डीन." ओल्सेनने ओळख करून द्यायला सुरुवात केली, "अंडरसेक्रेटरी ऑफ स्टेट फॉर चायना. डॉक्टर ऑलिव्हर वू. स्टेट डिपार्टमेंटमधील चीनविषयक तज्ज्ञ आणि ही सँडी चॅन, एजन्सीमधली बीजिंग स्टेशन कंट्रोलर. नियमाप्रमाणे मी हिला या मीटिंगला आमंत्रण द्यायला नको होतं."

"मीही ते आमंत्रण स्वीकारायला नको होतं." आपला हात सिनेटरपुढे करत सँडी म्हणाली, "आपली भेट हा मी माझा बहुमान समजते."

बेंटनने सगळ्यांशीच हस्तांदोलन केले. तिघेही वयाने लहान दिसत होते.

"बसा, सिनेटर." ओल्सेन म्हणाला, "स्कॉच? खरं म्हणजे दुसरं काही नाहीच आहे इथं. मला आठवतंय त्याप्रमाणे तुम्ही त्यात काही न घालता घेता."

ओल्सेनने व्हिस्कीचा ग्लास भरला.

"आभार."

"सिनेटर, काही विशिष्ट कारणासाठी ही मीटिंग ठरवायची असं काही आपण बोललो नव्हतो." ओल्सेन म्हणाला, "मी यांना एवढंच सांगितलं आहे की तुम्हाला चीनमधल्या सध्याच्या राजकीय घटनांबद्दल माहिती हवी आहे."

"बरोबर. त्याचा खूप उपयोग होईल."

"आपण कोणतीही विशिष्ट पद्धत न वापरता, दडपण न घेता, मोकळेपणाने

चर्चा करणार आहोत.'' ओल्सेन एलिझाबेथकडे वळून म्हणाला, ''तू सुरुवात करतेस?''

''जरूर.'' डॉ. डीनने क्षणभर थांबून सुरुवात केली, ''सिनेटर बेंटन, वीसशे तेरा साली ज्या प्रकारची परिस्थिती चीनमध्ये होती तशी ती आज आहे असं माझं मत आहे. तुम्हाला आठवत असेल, त्यावेळी तिथली अर्थव्यवस्था तीस वर्षं अगदी नियमितपणे सुधारत बळकट बनत होती. राजकीय दृष्ट्या पार्टीने जरासा डळमळीत पण तोल सांभाळला होता. बाहेरच्या कोणत्याही देशाचं सरकार तिथली राजवट आणि तिथल्या अंतर्गत कारभाराबद्दल विरोधी सूर काढत नव्हतं. पार्टीनं ज्याप्रकारे आपली सत्ता टिकवून धरली होती, त्याकडे सोयीस्कररीत्या डोळेझाक करायची. असा एक अलिखित करारच त्यांच्यात झाल्यासारखा दिसत होता. मानवी हक्कांच्या उघड उघड चाललेल्या पायमल्लीविरुद्ध मधून मधून तोंडदेखली टीका करायची पण त्याविषयी कोणतीही कृती करायची नाही आणि त्या बदल्यात तिथल्या वाढत्या बाजारपेठेचा आणि अत्यंत कमी किमतीत उपलब्ध उत्पादनाचा लाभ उठवायचा असा बाहेरील देशांचा परिपाठ चालू होता. जोपर्यंत पार्टी राजकीय स्थैर्य आणि सततची आर्थिक वाढ यांची खात्री देत होती, तोपर्यंत मध्यमवर्ग आपापले नोकरी-उद्योग करत राहून त्या बदल्यात पार्टीची कशीही राजवट गोड मानत होता आणि तिला मान्यताही बहाल करीत होता.

पण अर्थव्यवस्थेवरचा भार हळूहळू वाढत होता, त्याचा परिणाम म्हणून फुगत चाललेली चलनवाढ आणि भाववाढ नियंत्रणाबाहेर जाण्याच्या धमक्या दिल्या जात होत्या. अनेक सामाजिक तणाव, विशेषत: शहरातल्या आणि खेडेगावातल्या संपत्तीमानातल्या वाढत्या दरीमुळे वाढणाऱ्या विषमतेवर नियंत्रण ठेवण्यासाठी शासनाला जंगजंग पछाडावं लागत होतं. मध्यमवर्गीयांची संख्या प्रचंड वेगाने वाढत होती, त्यामुळे विशेषत: त्या वर्गातून येणारी लोकशाहीची मागणीही तीव्र होत होती. पार्टीला सत्ता टिकवणं आणि पार्टीतल्या आणि सैन्यातल्या काही व्यक्तींना भ्रष्टाचाराला खतपाणी घालत राहाणं आधिकाधिक अवघड होत चाललं होतं. दोन हजार आठमध्ये तिथं झालेल्या ऑलिंपिक्सचा उपयोग पार्टीनं आपली प्रतिमा उजळण्यासाठी, मतभेद मिटवण्यासाठी, परिस्थिती सुधारण्यासाठी करण्याचा निकराचा प्रयत्न केला पण तोही निष्फळ ठरला होता आणि दोन हजार आठ-नऊ मधल्या जागतिक मंदीनं जवळजवळ दहा वर्षं या प्रश्नांनी बिघडलेली परिस्थिती पूर्णपणे चिघळली. व्यवस्था पूर्णपणे आतून खिळखिळी झालेली होती. आता फक्त शेवटच्या प्रहाराचीच प्रतीक्षा होती.''

''आणि पाकिस्तानातल्या धर्मांध मूलतत्त्ववाद्यांच्या वीसशे तेरामधल्या बंडाच्या रूपाने हा प्रहारही झाला.'' बेंटन म्हणाला.

"हो. काश्मीरप्रश्नावरून भारत आणि पाकिस्तान यांच्यात अणुयुद्ध होण्याची दाट शक्यता होती. त्यातच जागतिक अर्थव्यवस्था कोसळली. दोन हजार आठ-नऊ मधली संकटं ही नुसती झलक होती, असं वाटावं इतकी वीसशे तेरामध्ये चीनची धूळधाण उडाली. बँकिंग सिस्टिममध्ये उद्भवलेली आणिबाणी, शहराशहरात धुमसणारा असंतोष, त्यानंतर हाँगकाँगमधलं निर्घृण हत्याकांड आणि मग केली गेलेली राजकीय कारवाई. आत्तापर्यंत कसंबसं पाळलेलं आर्थिक विकासाचं वचन मोडलं गेलं, तसा त्याच्या आधारावर सांभाळलेला राजकीय समतोलही ढासळला. आता सत्तेवर राहण्याचा एकच मार्ग उरला होता तो म्हणजे पाशवी बळाचा. पण मला एवढंच वाटतं की तो शेवटचा आघात पाकिस्तानमधल्या बंडाचा व्हायला नको होता. खरं म्हणजे त्या वेळी कितीतरी इतर राजकीय धक्के बसत होते, जागतिक अर्थव्यवस्था कोलमडायला कारणीभूत होतील आणि त्यामुळे चीनच्या विकासाला घातक ठरतील अशा अनेक घटना जगात घडत होत्या. इराणचा अणुबॉम्ब कार्यक्रम, रशियानं केलेली परदेशी तेल कंपन्यांची हकालपट्टी आणि आणखी कितीतरी. तेच काही वर्षं आधी किंवा काही वर्षं नंतरही घडू शकलं असतं. पण पाकिस्तानातलं बंड हा जेव्हा निर्णायक टोला ठरला, तेव्हा आर्थिक विकासाची शक्यता पूर्ण मालवली, पार्टीची विश्वासार्हता संपली आणि मग चीनमधली राजकीय उलथापालथ अटळ ठरली."

"तुम्हाला काय म्हणायचंय डॉ. डीन? आपल्याला लवकरच आणखी एकदा आर्थिक व्यवस्था जमीनदोस्त होताना पाहायला लागणार आहे?"

"ते मला नाही माहीत सिनेटर. मी हे सगळं सांगितलं कारण मला चीनच्या आजच्या परिस्थितीशी असलेली समानता आणि काही असमानता तुमच्या नजरेस आणायची होती. वीसशे तेराच्या पडझडीनंतर पहिल्यांदा वाढीची नांदी ऐकू आली ती वीसशे सतरामध्ये. याचा अर्थ आज गेल्या पंधरा वर्षांची सातत्यापूर्ण वाढ त्यांच्या गाठीशी आहे. आज, परत एकदा, शासनाची मदार त्यावेळेप्रमाणेच 'आर्थिक विकासाच्या बदल्यात नियंत्रण' या समीकरणावरच आहे. आज सांपत्तिक स्थितीतली दरी, लोकशाहीसाठीची हाकाटी हेही त्यावेळेसारखंच आहे. फरक हा आहे की या वेळी त्यांची तीव्रता मागच्यापेक्षा खूप जास्त प्रमाणात आहे. तुम्हाला माहीतच आहे की आज त्यांचा जी.डी.पी. आपल्यापेक्षा जास्त आहे. वीसशे तेरा साली तो आपल्या जी.डी.पी.च्या एक तृतीयांशापेक्षा कमी होता. मध्यमवर्गीयांची संख्या आज चाळीस कोटी आहे. त्यांच्या एकूण लोकसंख्येच्या मानाने ह्याची टक्केवारी अगदीच कमी असली तरी ती आपल्या एकूण लोकसंख्येपेक्षाही जास्त आहे. या मध्यमवर्गाच्या वाढीमुळेच लोकशाहीची चळवळ वेगाने फोफावते आहे. शहर आणि खेडेगावातल्या संपत्तीतल्या वाढत्या दरीचा यक्षप्रश्नही शासन सोडवू

शकत नाही. या वेळी आणखी एका विषयावरून विरोध निर्माण झाला आहे – पर्यावरण! वीसशे तेरा साली हा प्रश्न नुकताच कुठंतरी डोकं वर काढू लागला होता. पण आर्थिक संकटाच्या दडपणाखाली तो गुदमरत पडला होता. यांगट्झेत दरडी कोसळल्यापासून या प्रश्नाने परत हातपाय हलवायला सुरुवात केली आणि आता त्याच्या वाढत्या जोराला आवर घालणं अवघड होत चाललं आहे. एरवी एकमेकांच्या मधून विस्तवही न जाऊन देणारी शहरं आणि गावं या संबंधीच्या विरोधात मात्र खांद्याला खांदा लावून मैदानात उतरत आहेत. आता अशा वेळी जर विकासाचा वेग काही कारणांनी रोखला गेला तर काय होईल, ही पार्टीपुढची सर्वांत जटील समस्या आहे. दुर्दैवानं, चीनच्या अर्थव्यवस्थेची परराष्ट्रातील घटनांमुळे पोचू शकणाऱ्या धक्क्यांबाबतची संवेदनशीलताही वीसशे तेरा सालाइतकीच आहे आणि याची पार्टीला पूर्ण जाणीव आहे. शिवाय चीनच्या बाबतीत, याचे परिणाम केवळ अर्थव्यवस्थेपुरते मर्यादित रहात नाहीत, तो त्यांच्या अस्तित्वाचाच प्रश्न होऊन बसतो. अमेरिकेत आर्थिक संकटानं सत्तेवर असलेल्या पक्षालाच फक्त धक्का बसतो, शासनाच्या घडणीला नाही. चीनमध्ये राजवटीलाच नव्हे, तर देशाच्या एकसंधतेलाच धोका निर्माण होतो.''

''अशा वेळी पार्टी काय करेल?'' बेंटनने विचारले.

एलिझाबेथ डीनच्या चेहऱ्यावर स्मित झळकले. ''सिनेटर, या खोलीत पाच लोक आहेत. या प्रश्नाची पाच वेगवेगळी उत्तरं मिळू शकतील!''

''सहा,'' लॅरी ओल्सेन म्हणाला, ''मी सहसा दोन मतं व्यक्त करतो!''

ऑलिव्हर वू पण हसला.

ग्लासमधील पेयाचा एक घोट घेत लॅरी एलिझाबेथला म्हणाला, ''तू बोल पुढे.''

''पार्टीत दोन गट पडले आहेत. काही घटकांना याची जाणीव झाली आहे की इतकी वर्षं ज्या मार्गाने पार्टी नियंत्रण ठेवू शकत होती, तो मार्ग वाढत जाणाऱ्या भांडवलशाही विचाराच्या समाजात परिणामकारक ठरणार नाही. परंपरावादी घटकांना कुठलाही बदल धार्जिणा नाही. ते बदलाची कल्पनाही करू शकत नाहीत. जे पार्टीत घडतं आहे तेच लष्करातही होताना आढळत आहे.''

''फरक एवढाच आहे, की तर लष्करात परंपरावाद्यांची संख्या जास्त आहे.'' सॅंडी चॅनने भर घातली.

डीनने मान हलवून मान्यता दिली. ''या सगळ्यात अनिश्चिततेचा भाग खूप मोठा आहे, सिनेटर. पार्टीतल्या या दोन गटांची आपापली शक्ती किती आहे? लष्कर आणि पार्टी यांच्यात कोण आणि किती वरचढ आहे? दोन गट स्वतंत्रपणे लढले तर यशासाठी काय युद्धनीती वापरतील? पार्टीतल्या दोन घटकातच संघर्ष

उद्‌भवेल का? पार्टी दुभंगेल का? लष्कर वरचढ होऊन सत्ता बळकावेल का? या परिस्थितीचं मूळ कारण असलेला आर्थिक प्रश्न अलगपणे सोडवण्यासाठी कुणी सर्वसमावेशक प्रयत्न करेल का? का देशाच्या वेगवेगळ्या भागात वेगवेगळ्या मार्गांनी असंघटित स्थानिक हालचाली एवढंच त्याचं स्वरूप राहील?''

''वीसशे तेरामध्ये काय झालं होतं?''

''उत्तम प्रश्न!'' लॅरीने चर्चासत्राचा सूत्रधार असल्यासारखा शेरा मारला, ''सिनेटर, ग्लास भरू तुमचा?''

बेंटनने त्याचा ग्लास लॅरीच्या हातात दिला.

''वीसशे तेरामध्ये, सिनेटर, परंपरावादी गट नि:संशय जास्त शक्तिशाली होता. पार्टीतला आणि लष्करातलाही मतभेद त्यांनी त्वरेनं निपटून काढला. देशात पसरलेली अशांतताही त्यांनी पद्धतशीरपणे हाताळली. अमानुष अत्याचार झाले, पण कारवाईमागची सर्व उद्दिष्टं मात्र साध्य झाली. त्यामुळेच त्यांना प्रतिसादही चांगला मिळाला. देश अभंग राहिला आणि पार्टीचं वर्चस्वही अबाधित राहिलं. या वेळी मात्र असं होईल असं वाटत नाही. लोकांनी उद्देश ध्यानात घेऊन प्रतिसाद दिला नाही तर काहीही होऊ शकतं. देश नावाला एक राहिला तरी सवते सुभे तयार होतात. आत्ता बीजिंगमध्येच मध्यवर्ती सरकारापेक्षा प्रादेशिक आणि स्थानिक सरकारांकडे जास्त सत्ता आहे.''

भरलेला ग्लास लॅरीच्या हातातून घेत बेंटनने सँडीला विचारले, ''तुझं काय मत आहे?''

''मी एलिझाबेथशी सहमत आहे. गटांच्या आणि वैयक्तिक शक्तींचा किंवा कोण काय आणि कशी कृती करेल याचा अंदाज बांधायची वेळ येते, तेव्हा मतं भिन्न असू शकतात. आमच्या एजन्सीच्या माहितीनुसार तिथं आत्तापर्यंत बळकट मोर्चेबांधणी झालेली आहे आणि लवकरच ठिणगी पडणार आहे. प्रश्न हा आहे की ते तसं लवकर व्हायला कोणतं कारण घडेल? कदाचित एखादी बाह्य घटना किंवा एखाद्या गटानं पुढं केलेली लटकी सबब.''

''या सगळ्याचा आपल्या दृष्टीनं अर्थ काय?''

''आपण त्यांच्या खेळातलं प्यादे बनू–''

''तसा प्रत्येक देश दुसऱ्या प्रत्येक देशाच्या खेळातलं प्यादंच असतो!'' बेंटन म्हणाला, ''चार तज्ज्ञांसमोर जरा सावधपणेच विधान करतो मी, पण हे परराष्ट्रसंबंधातलं मूलभूत सत्य नाही का?''

''सिनेटर, चीनकडे जरा वेगळ्या पद्धतीने पाहावं लागतं.'' ऑलिव्हर वू म्हणाला.

''डॉ. वू, हे असं काही ऐकलं ना की मला जरा अविश्वास वाटू लागतो! माझा

अनुभव असं सांगतो की जीवनाच्या कोणत्याही अंगात जे असं 'वेगळं' आहे असं वाटतं, ते फारच क्वचित 'वेगळं' असतं.''

''मला मान्य आहे, सर. पण चीन– –'' ऑलिव्हर वू क्षणभर थांबले आणि म्हणाले, ''आपल्याला माहीतच आहे की चीनमध्ये पार्टी जरी तसं म्हणवून घेत असली तरी ती प्रत्यक्षात कम्युनिस्ट नाही. पार्टी ही सर्वश्रेष्ठ, तिच्याकडे आर्थिक आणि राजकीय सत्ता एकवटून राखून ठेवायची, पार्टीच्या हितासाठी कोणताही त्याग मोठा नाही, तिच्यापुढे व्यक्ती आणि समाज यांचं स्थान दुय्यम आहे – हे तत्त्वज्ञान जपणारी ती पार्टी आहे. कोणताही देशांतर्गत किंवा परराष्ट्रीय प्रश्न पार्टीपेक्षा महत्त्वाचा नाही अशी त्यांची धारणा आहे. त्यामुळेच इतर देशांपेक्षा चीन 'वेगळा' आहे.''

''तुमचा इतर कोणत्या देशांचा अभ्यास आहे, डॉ. वू?''

''मी चीनचाच अभ्यासक आहे, सिनेटर.''

''मग तुम्ही असं तौलनिक विधान कसं करू शकता?''

''मी इतर आशियाई देशांशीही चांगला परिचित आहे, तसाच रशियाशीही.''

''पण तुम्ही त्याविषयीचे तज्ज्ञ नाही ना?''

''नाही.''

''तरीही तुम्हाला चीन ही 'खास बाब' वाटते?''

''माझ्या समजुतीप्रमाणे, होय, सिनेटर.''

बेंटन त्याच्याकडे रोखून पाहत होता. आपल्या मताला घट्ट चिकटून रहाणं हा उद्धटपणा वाटला तरी त्याच्या वागण्या-बोलण्यात उद्धटपणाचा अंशही नव्हता. उलट आपला खरेपणा आपल्याला ठासून सांगावा लागतो आहे याबद्दलची दिलगिरीच त्यातून प्रकट होत होती आणि खरं म्हणजे, तो खरंच बोलत होता!

''ठीक आहे,'' बेंटनने विचारले, ''सध्या कोणत्या गटाचं वर्चस्व आहे?''

ओल्सेन डॉ. एलिझाबेथ डीन यांच्याकडे पाहत मध्येच बोलला, ''मला वाटतं, आपण सिनेटरना खेळाच्या 'नायका'चा परिचय करून द्यायला हवा.''

''तो नायक आहे, तुम्हाला माहीत असलेले – प्रेसिडेंट वेन.'' डॉ. डीन म्हणाल्या.

''त्यांच्या मागील आठवड्यातल्या भाषणाबद्दल तुमचं काय मत आहे?'' बेंटनने विचारले.

''कुठलं, नव्या वर्षाचं?'' डीन म्हणाली, ''तेच ते दर वर्षीचं!''

''म्हणजे त्याला काही अर्थ नाही?''

''नाही.''

बेंटनने चौकस नजरेने चॅन आणि वू यांच्याकडे पाहिले, पण दोघांचेही चेहरे तेच सांगत होते. ओल्सेन हलकेच हसत होता.

''काय म्हणतात प्रेसिडेंट वेन?'' बेंटनने विचारले.

''त्यांचे विचार प्रागतिक आहेत, पण त्यांच्यासाठी पार्टीची प्रगती जास्त महत्त्वाची आहे.'' डीनने उत्तर द्यायला सुरुवात केली, ''सोव्हिएट युनियनचा ऱ्हास आणि गोर्बाचोव्ह यांच्या इतिहासाचा त्यांच्यावर फार प्रभाव आहे. त्यांनी त्याचा अतिशय खोल अभ्यास केला आहे. ते चुकून सुद्धा त्या वाटेने जाणार नाहीत, ही गोष्ट त्यांच्याबाबतीत कायम लक्षात ठेवली पाहिजे. त्यांना आपण पुरोगामी आहोत असं दाखवायची हौस आहे, त्यांना मनापासून प्रगती हवीही असते, पण ती अशी आणि एवढीच की, ज्यामुळे पार्टीच्या हिताला बाध येणार नाही. दोन्हीपैकी निवड करायची वेळ आली तर ते कायमच पार्टीचीच, तिच्या स्थैर्याचीच करतील.''

''म्हणजे पार्टीचं हित शाबूत राखून त्यांना प्रागतिक सिद्ध करणारा एखादा प्रस्ताव घेऊन आपण त्यांच्याकडे गेलो, तर ते त्यात रस घेतील?''

''तो वेन आहे! नक्कीच घेईल.'' ओल्सेन म्हणाला.

''या क्षणी ते तो शेवटचा ठोका टाळण्याच्या प्रयत्नात आहेत.'' चॅन सांगू लागली, ''काही काळ सुधारणावादी गटाला महत्त्व देऊन पुढे आणल्यानंतर नुकतीच त्यांनी पुराणमतवाद्यांच्या संघाची बांधणी सुरू केली आहे. दोन्ही गटांची वजनं समान राखण्याचा त्यांचा हा प्रयत्न आहे. प्राईम मिनिस्टर झाई हेही पुरोगामी विचारांचे नेते आहेत; पण सध्या त्यांचा प्रभाव ओसरला आहे. शांघायचे मेयर, झुआन किंग, हे सध्याच्या वरिष्ठ नेत्यांमधले सर्वांत आघाडीचे प्रगतीवादी नेते आहेत. त्यांच्या ताकदीची दखल घेणं आवश्यक आहे.''

''व्हाईस प्रेसिडेंटचं काय?'' बेंटनने विचारले.

''ते नावापुरतेच आहेत. वेननं त्यांचा कारभारातला सहभाग कधीच संपुष्टात आणला आहे.'' ओल्सेन म्हणाला.

डॉ. डीन सहमती दर्शवत म्हणाल्या, ''हुआी यांना काहीही महत्त्व नाही. वेन यांनी नुकतीच बढती देऊन पब्लिक सिक्युरिटी मिनिस्ट्री ज्यांच्या हाती सोपवली आहे ते डिंग जियाहुई सध्या जोरात आहेत. त्यांच्याकरवी वेन संरक्षणविषयक सर्व घटकांवर, साधनसामुग्रीवर नियंत्रण राखतात आणि सर्व राज्यसरकारांवर प्रभाव टिकवून ठेवतात. माजी प्रेसिडेंट झेंग यांचे दोन कट्टर बगलबच्चे आहेत – झाऊ झांवई आणि वू केजी. वेन यांनी त्यांना सुरुवातीला बाजूलाच ठेवलं होतं, पण आता ते त्यांच्या मर्जीतल्या लोकांमध्ये गणले जाऊ लागले आहेत आणि त्यांची काही स्थायी समितीचं सभासद म्हणून नेमणूकही केली गेली आहे. या प्रत्येकानं आपलं स्वत:चं स्वतंत्र सत्ताकेंद्र तयार केलं आहे. त्या सगळ्यांच्यात बलशाली आहेत ते डिंग जियाहुई.''

''लोकांना आपल्या कृपाछत्राखाली राखण्याच्या या पद्धतीचा परिणाम श्रेणीरचनेच्या रांगांमधून वाढत जातो.'' चॅनने विशद केले.

"पार्टीत अशीही काही धेंडं आहेत जी कुठल्याच 'बाजू'ला न झुकता एकांडी भूमिका घेतात." ऑलिव्हर वू यांनी माहीती दिली, "द फॉरिन मिनिस्टर चाऊ आणि फायनान्स मिनिस्टर हू हे या प्रकारचे नेते आहेत. हू हे सहसा तटस्थ आणि तंत्रशुद्धभूमिका घेण्याचा प्रयत्न करतात, पण काही कारणानं वातावरण गरम व्हायला लागलं तर तसं करणं शक्य होत नाही. आमचा अंदाज असा आहे की ते सुधारणावादी गटाकडे येतील."

"पण तशी खात्री मात्र देता येणार नाही." सँडी म्हणाली.

"लष्करात जनरल शेन बिहुआ ही महत्त्वाची व्यक्ती आहे." डॉ. डीन पुढे सांगू लागल्या, "सेंन्ट्रल मिलिटरी कमिशनमध्ये त्यांचं स्थान लक्षणीय आहे. वेन त्यांना आपल्या बाजूच्या गटात ठेवण्याचा प्रयत्न करतात, पण ऐन संकटाच्या वेळी जनरल कितपत धीर आणि सबुरी दाखवतील याबद्दल शंकाच आहे. वीसशे तेरापासून लष्कराला राजकारणात हवा तेवढा वाव दिला गेलेला नाही. त्यावेळी पार्टीने अगदी थोडक्यात, कसंबसं बंड टाळलं होतं."

बेंटनच्या कपाळावर आठ्या पडल्या. "या सगळ्याचा अर्थ असा की हा एक अस्थिर देश आहे, बऱ्याचशा न सुटलेल्या समस्यांची भिजत घोंगडी पडली आहेत, आणि अशा परिस्थितीत नेहमीच राज्यकर्त्यांमध्ये दिसून येणारी गटबाजी तिथंही चालू झालेली आहे. प्रश्नांची गळचेपी करून आहे ती स्थिती राबवण्याचा हट्ट धरणारे एका बाजूला आणि अशी 'जैसे थे' स्थिती ठेवून, ताणतणाव दडपून निभाव लागणार नाही, 'आपल्याला बदलावंच लागेल' असा विचार करणारे दुसऱ्या बाजूला आहेत. मी काही इतिहासकार नाही पण इतिहासाने दुसऱ्या विचारांचीच पाठराखण केली आहे, नाही का? दूरवरचा विचार करताना, प्रश्न सोडवावेच लागतात, वाफ दाबून राहात नाही, तिला योग्य वाट करून द्यावीच लागते."

"दूरवरचा विचार!" लॅरी ओल्सेन म्हणाला, "तो फार फार दूरचा करत राहिलो तर इतिहास असंही सांगतो की शेवटचं युद्ध जिंकायच्या आधी खूपशा लढायांत हार पत्करावी लागते."

"कबूल. मग काय करतील ते?"

"अटीतटीच्या पेचप्रसंगातून सुटून बाहेर पडायला परंपरावादी, सतत पुढं जात राहण्यासाठी सुधारणावादी." डॉ. डीन यांनी सूत्र तांगितले.

"ते कसं?"

"दोघांनाही सत्ता हातात रहायला हवीच असते. ती निसटून जाईल ही सर्वांत मोठी भीती त्यांच्या मनात घर करून बसलेली असते. सुधारणावादी क्रांतिकारी नसतात. परंपरावाद्यांना वाटत असतं की तडकाफडकी कृती करून, वेळी दडपशाहीचा वापर करून ते सत्तेवर आपलं नियंत्रण कायम ठेवू शकतील. सुधारणावाद्यांना तो

पर्याय वापरता येत नाही, कारण दडपशाहीनं सुधारणांचाही गळा घोटला जातो. तसं झालं तर मग त्यांच्यातला आणि परंपरावाद्यांमधला फरकच नष्ट होईल.''

''मग काय होईल?''

''सँडी म्हणते तसं एखाद्या बाह्य घटनेमुळे लवकर ठिणगी पडेल. तसं झालं तर ते दोन गटच एकमेकाशी झोंबतील.''

''आमच्या मते परिस्थिती परंपरावाद्यांना अनुकूल आहे.'' सँडी म्हणाली.

''तर मग सुधारणावादी अशी कोणती तरी घटना घडवून आणण्याचा प्रयत्न करतील आणि ज्यामुळे शेवटचा दणका बसण्याची वेळ तर अलीकडे येईलच; पण त्यातून बाहेर पडणंही त्यांना शक्य होईल. असं झालं तर ते त्यांचं वर्चस्वही अबाधित राखू शकतील.''

''या खेळात त्यांच्या हातातून सत्ता निसटली तर?'' बेंटनने विचारले.

''ती टांगती तलवार तर कायम आहेच. एखाद्या शहरात, एखाद्या राज्यात जरी तसं झालं, तरी त्यांचे कपडे उतरवले जातील, त्यांचा खेळ तिथंच संपेल.''

''अशी घटना घडवून आणायची म्हटली तर कोणत्या शक्यता आहेत?''

''तैवान ही एक कायमची शक्यता. पण मला नाही वाटत सुधारणावादी ती वापरतील. कारण एक तर तो बाण एकदा सोडला की परत आणणं मुश्कील आहे आणि दुसरं म्हणजे तैवान, परंपरावाद्यांनी निर्माण केलेलं भूत आहे.''

''तरी सुद्धा त्यावर फुली नाही मारता येणार.'' चॅन म्हणाली, ''कारण, जर ते त्यात काही करू शकले तर परंपरावाद्यांचे इतर प्रश्नही ते सोडवतील या अपेक्षेने त्यांच्यावरचा जनतेचा विश्वास प्रचंड वाढेल.''

''पण ते जवळजवळ अशक्यच आहे.''

''सिनेटर,'' ऑलिव्हर वू म्हणाले, ''मुद्दा असा आहे की, या सगळ्यांत अमेरिका या गटांच्या योजनांना किती प्रमाणात पाठिंबा देते, मदत करते किंवा त्याला विरोध करते, त्यात अडथळे निर्माण करते.''

''समजलं मला.'' असे म्हणून बेंटनने डॉ. डीनकडे वळून विचारले, ''डॉ. डीन, समजा, मी चीन सरकारबरोबर काही वाटाघाटी करतो आहे, किंवा करायचा विचार करतो आहे, तर काय काय करायला पाहिजे? काय पथ्यं पाळायला पाहिजेत?''

''तुम्ही कुणाशी वाटाघाटी करता आहात हे आधी नीट जाणून घ्या. चीनमध्ये सरकार असं नाही. फक्त पार्टी आहे. पण तशी पार्टीही नाही, त्यातले गटच आहेत आणि खरं तर गटही नाहीत, व्यक्ती आहेत! त्या व्यक्तीला नीट ओळखा. तिचं काय स्थान आहे, त्याच्या हातात किती सत्ता आहे आणि तिला काय हवंय हे समजावून घ्या.''

''आणिक काही?''

''वाटाघाटी कशाबद्दल आहेत यावर अवलंबून राहील.''

"ते बाजूला ठेवा. आणिक काही?"

"मला माहीत आहे, मी हे सांगितलेलंच आहे, पण–" ऑलिव्हर वू म्हणाले, "हे लक्षात असू द्या की त्यांच्या अंतर्गत राजकारणात परिणाम घडवून आणण्याची तुमची क्षमता, एवढीच त्यांच्या दृष्टीनं तुमची किंमत असेल."

"मी म्हणालो की ते मला समजलं."

"सिनेटर, माफ करा–" वू यांना तरीही काहीतरी सांगायचे होते.

"काय सांगायचंय, डॉ. वू? बोला, बोला."

"सिनेटर, तुम्ही पटकन म्हणालात, समजलं, पण तुम्ही जरा शांतपणे विचार केलात तर–" वू यांच्या कपाळावर आठ्या पडल्या. आपला मुद्दा सिनेटर यांच्या गळी बरोबर उतरवण्यासाठी योग्य शब्द, वाक्य शोधत ते बोलू लागले, "सर, तुम्ही एखाद्या आंतरराष्ट्रीय महत्त्वाच्या मुद्द्यांवर कसा विचार कराल, उदाहरणार्थ, अवकाशातला शस्त्रास्त्रवापर, पर्यावरणातील स्थलांतरण, प्रदूषणातील कपात. त्यावेळी तुमच्या मनात काय येईल? मी फक्त अंदाजच करू शकतो, पण मला वाटतं त्यावेळी तुम्ही तुमच्या मर्यादित – वैयक्तिक, पक्षांतर्गत – विचारांच्या बाहेरचा, आपलं स्थान, सत्ता यापलीकडचा, व्यापक दृष्टिकोन वापराल."

"हो, नक्कीच."

"आता अशी कल्पना करा की तुम्ही तसं केलं नाहीत–" वू जरासे थांबले, "असं समजा की, तुम्ही तुमच्या सत्तेचाच फक्त विचार केलात, सारं काही त्याच कसोटीवर घासून पाहिलंत, तर त्या नजरेतून जग कसं दिसेल तुम्हाला?" वू परत थांबले, "आता तुम्ही स्वतःला टेबलाच्या दुसऱ्या बाजूला बसवा आणि अशी कल्पना करा की तशा संकुचित, स्वतःपुरता, आत्मकेंद्रित विचार करणारी सहा-सात माणसं तुमच्यासमोर वाटाघाटींसाठी बसली आहेत. त्यांच्या सत्तेला तुमच्याकडून धोका नाही, तुमच्या बोलण्यानंही त्यांचं काही नुकसान होणार नाही. ज्याच्याकडून धोका संभवतो, तो कदाचित त्यांच्याच बाजूला, त्यांच्या शेजारीच बसलेला असेल, कदाचित नसेलही, त्यांनाही नक्की माहीत नाही, तुम्हाला तर मुळीच माहीत नाही. त्यांना माहीत नाही, हेही त्यांना माहीत नसेल. सिनेटर, तुम्ही अशा लोकांशी व्यवहार करणार आहात."

लॅरी ओल्सेनने ऐकू येईल असा सुस्कारा सोडला. "हं – राजनीती! अंधारातले डावपेच. अनिश्चिततेवर चाणाक्षपणानं मिळवलेला विजय!"

ज्यो बेंटनने अधीरतेने लॅरी ओल्सेनकडे पाहिले. शपथविधीला दोन आठवडेही उरले नव्हते. आता तत्त्वज्ञानाला वेळ नव्हता.

"सिनेटर," ऑलिव्हर वू परत म्हणाले, "ही अतिशयोक्ती नाही. तुमची अशा ठकांशीच गाठ आहे!"

# मंगळवार, १८ जानेवारी
# ब्लेअर हाऊस, वॉशिंग्टन डी.सी.

भाषणाची सव्विसावी दुरुस्ती चालू होती.

शपथविधीचा आठवडा सुरू झाला होता. त्याची सुरुवात रविवारी फिलाडेल्फिया येथे इंडिपेन्डन्स हॉलमध्ये झाली. 'फाऊंडिंग फादर्स'ना श्रद्धांजली वाहण्याच्या कार्यक्रमात ज्यो बेंटन आणि अँजेला शावेझ आपल्या कुटुंबीयांसह 'डिक्लरेशन ऑफ इंडिपेन्डन्स'वर सह्या करणाऱ्या प्रत्येक आदरणीय व्यक्तीच्या वंशजांना भेटले. लिबर्टी बेल सेंटरमध्ये झालेल्या समारंभानंतर लखलखत्या चांदण्यांनी सजवलेल्या आगगाडीतून ते सगळे फिलाडेल्फियाहून वॉशिंग्टनला आले आणि त्यांनी लिंकन मेमोरियलमध्ये झालेल्या संगीताच्या मैफलीत उपस्थिती लावली. रात्री ते ब्लेअर हाऊस या त्यांच्या अधिकृत निवासस्थानी आले. द व्हाइटहाऊसमध्ये राहायला जाण्याआधीच्या उरलेल्या चार रात्री ते याच ठिकाणी घालवणार होते.

सोमवारी मार्टिन ल्युथर किंग ज्युनिअर डे होता. त्याच्या सन्मानार्थ दरवर्षी होणाऱ्या गव्हर्नर्स लंचच्या वेळी ज्यो बेंटनने भाषण दिले. दिवसभराच्या भेटीगाठींच्या भरगच्च कार्यक्रमानंतर संध्याकाळी भावी प्रेसिडेंटनी वॉशिंग्टनमधील राजनीतिज्ञांना जेवणाचे आमंत्रण दिले होते. जेवणानंतर उपस्थितांसमोर बोलताना बेंटनने 'सुरक्षित आणि संपन्न जगात सुरक्षित आणि संपन्न अमेरिका' या त्याच्या आश्वासनाचा पुनरुच्चार केला. रात्री त्याने हीथरबरोबर आणखी एक-दोन जेवणांच्या कार्यक्रमात हजेरी लावली. ते दोघे ब्लेअर हाऊसमध्ये परतले, तेव्हा दहा वाजून गेले होते. सॅम लेव्ही, ज्युडी एम्स आणि जॉन इल्झ त्याची वाट पाहत थांबले होते. त्यांच्याबरोबर ज्युडीच्या हाताखाली काम करणारा, आनंदी आणि बडबड्या, तपकिरी केसांचा, अर्कान्सचा बॅरी मर्फीही होता. ज्यो बेंटनचे शपथविधीचे भाषण तयार करण्यात त्याचा महत्त्वाचा सहभाग होता.

उजव्या हातातले पेन सरसावून, नाकावर स्थिरावलेल्या अर्धचंद्राकृती काचांच्या चष्म्यातून ज्यो बेंटन ती सव्विसावी दुरुस्ती वाचत होता. जुन्या पद्धतीच अनुसरणाऱ्या

ज्योला कागदावरची प्रतच आवडे. जॉनही त्याच पठडीतला. बाकीचे तिघे मात्र त्यांच्या संगणकाच्या पडद्यांवरच काम करीत होते.

भाषणाच्या सुरुवातीला, अडीचशे वर्षांपूर्वी गणराज्याची झालेली स्थापना, 'फाऊंडिंग फादर्स'नी बांधायला सुरुवात केलेले घर आणि त्यावर आपल्या अपार कष्टांनी गेल्या अनेक पिढ्यांनी विटांवर विटा रचून चढवलेले मजले, यांचा उल्लेख केला होता. सर्वानुमताने 'आपल्या घराची उभारणी' ही भाषणाची मध्यवर्ती कल्पना ठरली होती. त्या कल्पनेचा स्वाभाविक विस्तार म्हणून 'नवा पाया' ह्या त्याच्या आवडत्या विषयावर ज्योला पुन्हा बोलणे चालू ठेवता येणार होते आणि त्याची ती कल्पना मोहिमेत न वापरलेल्या, नव्या रूपात, वेगळ्या शब्दांत सांगण्याची त्याची इच्छाही पूर्ण होणार होती. मागील बैठकीत पुढे आलेला 'ही आपली वेळ आहे' ही विचारसरणीही ठिकठिकाणी डोकावणार होती. शेवटी त्या दोन्हींची सहज सांगड घातली जाऊन जनतेला केलेल्या आवाहनाने भाषणाची सांगता होणार होती.

ओळन्‌ओळ, शब्दन्‌शब्द – काम अत्यंत काळजीपूर्वक, कसून केले जात होते. ते परिपूर्ण करण्यासाठी कितीही वेळ लागला तरी तो देण्याची बेंटन यांची तयारी होती. मध्यरात्र उलटून गेली तरी सगळेजण भाषणात बुडून गेले होते.

''हे जरा खटकतंय,'' असं म्हणून बेंटन भाषणातील वाक्य वाचू लागला, ''मी तुम्हाला सांगू इच्छितो की आपल्या समाजात दुःख आणि दैन्य पसरवणाऱ्या आसुरी शक्तींना शेवटचं, कायमचं गाडून टाकण्याची असाधारण संधी आज आपल्याला लाभली आहे,'' बेंटन थांबला. म्हणाला, ''शेवटचं आणि कायमचं? आपण असं म्हणू शकतो का की त्या कायमच्या नाहीशा होतील?''

''आपल्याला ते महत्त्वाकांक्षी करायचं...'' लेव्ही सांगू लागला पण बेंटन मध्येच म्हणाला, ''महत्त्वाकांक्षी भाबडं नव्हे. ज्यो कोवाल्स्कीला हे माहीत आहे की आपण देव नाही.''

''या ज्यो कोवाल्स्कीचा राग येतो मला.'' लेव्ही म्हणाला.

''तो मित्र आहे माझा.'' बेंटन हसून म्हणाला, ''सॅम, मला माहीत आहे की तू ते बरोबर सुधारशील.''

''हो, सर.'' लेव्ही पुटपुटला.

तरीसुद्धा बेंटन अजून त्याच वाक्यावर रेंगाळला होता. बरीच चर्चा, बऱ्याच आवृत्त्या झाल्या पण त्याचं समाधान होईना.

''सर, हे तुम्ही आमच्यावर सोडा. आम्ही करतो ते बरोबर.'' बॅरी मर्फी म्हणाला. तो आणि लेव्ही यांची जोडी तशी विजोडच होती. लेव्हीला एकामागून एक कच्चे खर्डे लिहीत, सुधारणा करीत, एकट्यानं काम करायला आवडे. मर्फीला अनेक जण भोवती लागत, मोठमोठ्याने बोलत, ओरडत, एकमेकांना कल्पना सांगत, ऐकत तो लिही.

बेंटनने पुढले वाक्य वाचले. ''तुम्ही माझ्यावर दाखवलेल्या विश्वासाची ज्योत हातात घेऊन आज मी या उच्च स्थानावर उभा आहे आज असाधारण अशी संधी आपल्यापुढे आहे याची तुम्हाला जाणीव आहे आणि माझ्याकरवी तुम्हाला हा क्षण घट्ट धरून ठेवायचा आहे.''

काही वेळ बेंटन हातातल्या पानाकडे पाहत राहिला. सगळे त्याच्याकडे पाहत राहिले.

''छे, हे भीषण आहे.''

''मीसुद्धा हेच म्हणत होतो.'' ज्युडी एम्सकडे अर्थपूर्ण नजरेने पाहत लेव्ही खालच्या आवाजात म्हणाला.

''या टप्प्यावर अजून असं काहीतरी यात कसं आहे? मी तिथं प्रत्यक्ष उभा राहून हे बोलणार आहे? तुम्ही स्वत: एकदा म्हणून बघा ना.'' पानावर पेनने खुणा करीत बेंटन म्हणाला, ''एक असाधारण संधी आपल्यापुढे आहे याची तुम्हाला जाणीव आहे – हे काढून टाका.''

लेव्हीने मान डोलावली. ''म्हणजे आता ते असं होईल. आज तुम्हाला – नाही नाही – आज माझ्याकरवी तुम्हाला हा क्षण घट्ट धरून ठेवायचा आहे.''

'' 'क्षण'च्या जागी 'असाधारण संधी' घाला.'' बेंटन म्हणाला, ''खरं म्हणजे पुढे जे 'आपल्या संपूर्ण पिढीला एकदाच मिळणारी' असं आहे ना, ते इथं घ्या.''

''हां, हे छान होईल. संधी 'असाधारण' का आहे हे कळेल.'' लेव्ही म्हणाला.

''बरोबर, ते इथंच पाहिजे.'' मर्फीनेही पुस्ती जोडली.

लेव्हीने आपल्या संगणकावर बदल केले. ''यामुळे आणखीही एक दोन गोष्टी मला याच्याशी जोडून घेता येतील. हे मस्त झालं.''

बेंटन अजूनही त्याच पानावर होता. ''मी या उच्च स्थानावर उभा आहे– हे जरा विजयी वीरासारखं वाटतं नाही? पहा माझ्याकडे, मी उंच – वर – उच्च स्थानावर – ''

''पण आधीच्या 'तुम्ही माझ्यावर दाखवलेल्या विश्वासाची ज्योत हातात धरून' या वाक्यानं तुमची नम्रता स्पष्ट दिसते. तुम्ही उच्च स्थानावर आहात पण त्यांचे सेवक म्हणून.'' लेव्ही म्हणाला.

''मग मी त्यांचा सेवक आहे असंच का नाही म्हणायचं?''

''ती अतिनम्रता होईल. तुम्ही सेवक आहात पण या राष्ट्राचे प्रेसिडेंट आहात.''

''ज्युडी?''

ज्युडीने तिच्या संगणकावर पूर्ण वाक्य काळजीपूर्वक वाचले. ''मला वाटतं सॅमच्या वाक्यात योग्य तो अर्थ येतो आहे.''

''जॉन?''

''मला आवडलं आहे.'' जॉन म्हणाला, ''तुम्ही कसं वाचता यावरही थोडं

अवलंबून राहील.''

बेंटनने वाक्य जोरात वाचले. ''कसं वाटतंय?''

इल्झने खांदे उंचावले. ''उत्तम. छान वाटतंय!''

ज्युडीनेही मान डोलावली. लेव्ही आणि मर्फी बेंटनकडे बघत होते.

''माझ्याकरवी – हे 'माझ्याकरवी' नाही बरोबर वाटत. मी कोण? त्यांचा पालनकर्ता? रक्षणकर्ता? हे फार होतंय. बदला ते. 'माझ्या प्रशासनाच्या मदतीनं' असं म्हणा.''

''ठीक आहे.'' संगणकावर बदल करीत लेव्ही म्हणाला.

बेंटनचे समाधान झाले नव्हते. ''नाही अजून बरोबर. हे कसं वाटेल? 'तुम्ही ज्याच्यावर विश्वास टाकलात तो मी, आज या उच्च स्थानी उभा राहून तुम्हाला वचन देतो की माझं प्रशासन या असाधारण संधीचा तुम्हाला पूर्ण लाभ मिळवून देईल.''

''परत – परत एकदा सांगा, सर–'' लेव्ही संगणकाच्या कीज दाबत म्हणाला.

बेंटनने परत एकदा वाचले.

लेव्ही थांबला. मान वर उचलून म्हणाला, ''वाक्याचा ताल आणि तोल, नाही बरोबर वाटत. आधीच्या वाक्याशी नीट जुळत नाही.''

''आधीचं वाक्यही बदलताय ना तुम्ही?''

''हो, हो. ठीक आहे, ते करतो मी, माझ्यावर सोपवा ते.''

बेंटन पुढे वाचू लागला. हळूहळू याच पद्धतीने त्यांने संपूर्ण भाषण तपासले, बदलले, सुधारले.

तो शेवटच्या वाक्याशी पोचलो तेव्हा एक वाजून गेला होता. ज्यो बेंटनने ते भरतवाक्य जोरात वाचायला सुरुवात केली,

''माझ्या अमेरिकन बांधवांनो, वेळ आली आहे. आपली वेळ! काही घ्यायची नाही, द्यायची वेळ आली आहे. ही घडी विश्रांतीची नाही, कामाची आहे, कष्टांची आहे. आपला पाया परत घट्ट करण्याची, आपल्या घराची पुनर्बांधणी करण्याची वेळ. आपलं घर आपल्याला अधिक मजबूत, आणखी कणखर बनवायचं आहे. या, माझ्या दोन हातांना तुमच्या कोटी कोटी हातांची शक्ती द्या. आपण मिळून ते काम करू या. काही काळानंतर कुणीतरी मागं वळून पाहील आणि म्हणेल, 'या, या लोकांनी हे बळकट, टिकाऊ घर आपल्यासाठी बांधलं.' ''

काही क्षण शांतता पसरली.

''कसं वाटलं?'' बेंटनने विचारले.

''छान!'' ज्युडी म्हणाली.

''हे छानपेक्षाही चांगलं होतं, सर.'' मर्फी म्हणाला.

“नाही, खरं बोला. कटू असलं तरी सांगा. हे नाही तितकंसं बरोबर. थांबा, मला हा एवढा भाग तुमच्या तोंडून ऐकायचा आहे.”

“कुणाच्या?”

“सगळ्यांच्या.”

सगळे एकमेकाकडे पाहू लागले.

मर्फीने खांदे वर उचवून संकट झेललं. एकदा घसा खाकरून त्याने वाचायला सुरुवात केली, “माझ्या अमेरिकन बांधवांनो–”

सिनेटर एकचित्ताने ऐकत होते.

“मी तर भारावून गेलो.” उतारा संपला तसा मर्फी उद्‌गारला.

“सॅम?”

लेव्हीनेही वाचले – भावना ओतून वाचले. ते त्याचेच शब्द होते. नंतर ज्युडीने आणि शेवटी इल्झनेही वाचले.

“आभार! हे खूपच छान झाले. मी आता उच्चार, वाक्याची फेक यावर थोडं काम करतो. सॅम, सकाळी सातपर्यंत मिळेल मला सुधारीत प्रत?”

लेव्हीने घड्याळाकडे पाहिले. त्याला पाच तास मिळणार होते. “नक्की देतो. – सिनेटर, एक प्रश्न विचारू? काही अनपेक्षित धक्के असणार आहेत याही वेळी?”

“सॅम, तुला तर माहितीच आहे, तो हक्क मी नेहमीच राखून ठेवतो!”

“त्याच्या जागा तरी तुम्ही मला–” लेव्ही हे बोलत असताना जॉन इल्झ आपण आता काय उत्तर देतो या काळजीने आपल्यकडे बघत असेल हे बेंटनला माहीती होते.

बेंटनच्या चेहऱ्यावर हसू उमटले. “सॅम, ते कसं सांगणार? आधीपासून ठरवलं तर मग ‘धक्का’ देण्यातली मजा ती काय उरणार?”

# गुरुवार, २० जानेवारी
# द कॅपिटॉल, वॉशिंग्टन डी.सी.

तो प्रवास पूर्णतया अपरिचित पण अतिशय विचित्र होता. यापूर्वी ज्यांनी हा प्रवास केला असेल त्यांच्या मनात यापेक्षा काही वेगळा विचार आला असला तर त्याबद्दल ज्यो बेंटनला नवलच वाटले असते. तो आणि गार्टनर लिमोझिनमध्ये शेजारीशेजारी बसले होते – एकाने क्राउन (राजमुकुट) गमावलेला होता तर दुसऱ्याने तो कमावलेला होता. आणखी एक स्निग्ध आणि सुंदर भावना बेंटनच्या मनात दाटून येत होती – नम्रतेची, लीनतेची. प्राचीन काळी रोमन सम्राट रथातून जात असताना एक गुलाम त्याच्या बाजूला उभा राहून सतत म्हणत राहायचा, 'राजा, हा सन्मान, हे वैभव लवकरच जाणार आहे.' बेंटनला त्या वैशिष्ट्यपूर्ण प्रथेची आणि त्या अर्थपूर्ण इशाऱ्याची आठवण होत होती.

बेंटनने गार्टनरकडे वळून पाहिले. गार्टनर खिडकीतून बाहेर पाहत होता. पेनसिल्व्हानिया ॲव्हेन्यूच्या दोन्ही बाजूंना उभारलेल्या बांबूच्या फळ्यांच्या तात्पुरत्या बाकांवर लाखो लोक दाटीवाटीने बसले होते. ते लोक, ज्यांनी त्याला विरोध केला होता, ज्यांना तो जायला हवा होता, तेच लोक आज, तो पदच्युत झाला याचा आनंद ओरडून, बेंटनच्या नावाचा जयजयकार करून व्यक्त करीत होते. गार्टनर त्यांच्याकडे बघत होता. कैद्याला वधस्तंभाकडे घेऊन जाणारी गाडी – ही एक काहीशी विकृत आणि विलक्षण प्रतिमा बेंटनच्या मनात क्षणभर रेंगाळली.

हवेत गारवा होता पण लख्ख सूर्यप्रकाश होता, दिवस उत्साही होता.

"माझ्या शपथविधीच्या दिवशी पाऊस होता." गार्टनर खोल आवाजात म्हणाला, "अगदी मरगळलेला होता तो दिवस."

बेंटनला आठवलं. पाऊस कंटाळवाणा रिपरिपत होता. हवा दमट होती. सिनेट सदस्यांसाठी राखून ठेवलेल्या जागेत बसून त्याने शपथविधीचा कार्यक्रम बघितला होता. फक्त चार वर्षे झाली. त्यावेळी त्या पदासाठी निवडणूक लढवण्याची त्याची वेळ कधी येईल असे वाटलेच नव्हते.

गार्टनर आत वळला आणि शिंकला. त्याला सर्दी झाली होती, त्याचे नाक लाल झाले होते.

बेंटन त्याच्याशी काही बोलला नाही. त्याला त्याच्या विचारांच्या आवर्तनातच सोडणे बेंटनला इष्ट वाटले.

नोव्हेंबरमधल्या त्यांच्या गुप्त भेटीनंतर ते एकदाच भेटले होते. पण ती जाहीर भेट होती, सर्वांनाच अपेक्षित होती. गार्टनर बरोबर त्याचे गृहमंत्री आणि संरक्षणमंत्री होते. बेंटनने लॅरी ओल्सेन आणि सेक्रेटरी ऑफ डिफेन्स म्हणून निवडलेला जय मॅकमोहन यांना आणले होते. पत्रकारांची गर्दी उसळली होती, फोटो घेतले जात होते. त्या भेटीच्या वेळी चीनबरोबरच्या वाटाघाटींचा विषयही निघाला नव्हता की डॉ. रिचर्ड्स किंवा इ.एस.यु. यांचा उल्लेखही झाला नव्हता.

बेंटन गार्टनरला नेहमीच सामान्य समजत आला होता. योग्य कौटुंबिक वारसा मिळालेला, योग्य वेळ साधता आलेला, सोयीप्रमाणे आपल्या तत्त्वांना मुरड घालण्यास मागेपुढे न बघणारा. पण तरी त्याने व्हाइस प्रेसिडेंट म्हणून सलग आठ वर्षे काढली आणि नंतर प्रेसिडेंट होऊन, एकामागून एक आगी विझवल्यासारखा कारभार करीत चार वर्षे वाया घालवली. त्याच्या धोरणात असली तर एकच सुसूत्रता होती– ती म्हणजे त्याच्या रिपब्लिकन पक्षाला पैसा पुरवणाऱ्या धनदांडग्यांना मनसोक्त चरायला रान मोकळे सोडण्याचा नागडा निर्लज्जपणा. प्रेसिडेंटच्या कारकिर्दीच्या शेवटच्या दिवशी त्यांना काही गुन्हेगारांना शिक्षामाफी देण्याचा खास अधिकार असण्याची एक आक्षेपार्ह परंपरा चालत आलेली होती. गार्टनरने ज्यांना माफ केले होते, ती नावे पाहिल्यावर मात्र त्याबद्दल गार्टनरला कुणीही कधीही माफ केले नसते. पण त्याचा सर्वांत मोठा अपराध, त्याने त्या चार वर्षांत जे करायला नको होते ते केले हा नव्हता, तर जे करायला हवे होते ते केले नाही हा होता! चालून आलेल्या एकामागून एक संधी त्याने गमावल्या होत्या. बेंटनने मनाशी पक्के ठरवले होते आणि तसे वचनही अमेरिकन जनतेला दिले होते की, गार्टनरच्या कारकिर्दीप्रमाणे त्याची कारकीर्द नक्की नसेल. त्याची कारकीर्द असेल – स्वच्छ, प्रसन्न, जोमदार, सहेतुक आणि परिणामकारक. सर्व बाबतींत जास्त चांगली. पण आज शपथ घेतल्यानंतर सॅम लेव्हीने तयार केलेले भाषण त्याने केले असते आणि नोव्हेंबरमधल्या त्या संध्याकाळी त्याला कळलेले भीषण सत्य त्याने जर दडवून ठेवले असते, तर त्याची कारकीर्द गार्टनरपेक्षा जास्त चांगली ठरली नसती, त्याच्यासारखीच झाली असती. बेंटनला वाटू लागले की लिमोझिनमध्ये त्याच्या शेजारी बसलेल्या या माणसाने कारकिर्दीच्या शेवटच्या काही महिन्यांत केलेले दुष्कर्म लपवून ठेवून अमेरिकन जनतेची फसवणूक करण्याचा जो गुन्हा केला आहे, त्यात आपणही त्याला मदतच करणार आहोत. ज्याच्याबद्दल आपल्या मनात

अजिबात आदर नाही अशा माणसाशी कुठलाही संबंध असणे, आपल्या प्रेसिडेंटपदावर सुरुवातीलाच त्याच्या गुन्ह्यांची काळी छाया पडणे बेंटनला मुळीच नको होते.

आपल्याला न रुचणाऱ्या, आपल्या तत्त्वात न बसणाऱ्या अनेक मागण्यांना असेच सामोरे जावे लागणे हा सत्तेचा, सत्तेच्या पदाचा अटळ गुणधर्मच असतो हेही बेंटनला माहीत होते. तुम्हाला मनापासून तिरस्कार वाटत असतो अशांबरोबर मांडीला मांडी लावून बसावे लागते. अशा कसोटीच्या प्रसंगातून मार्ग काढून, अयोग्य सहप्रवाशांना मागे सोडून, आपण ठरवलेल्या लक्ष्यावर पूर्ण विश्वास ठेवून, आपण निवडलेल्या मार्गावर दृढ निश्चयाने, शांत चित्ताने, सचोटीने चालत राहून, शेवटी, संपूर्ण, किंवा शक्य तेवढं लक्ष्य साध्य करणे म्हणजेच त्या सत्तेचा यशस्वी वापर करणे, अशी बेंटनची श्रद्धा होती. त्याला अगदी असेच करायचे होते. तसे करणे शक्य आहे असा जर त्याला विश्वास वाटत नसता, तर त्याला त्या क्षणी त्या लिमोझिनमध्ये बसायचा हक्कच मिळाला नसता.

हे सांगायला पाहिजे भाषणात. अगदी हेच. हे सांगणेच गरजेचे आहे, जरुरीचे आहे.

"तुम्हाला माहितीय, तुमच्या समोर पुढल्या क्षणी काय वाढून ठेवले जाईल हे तुम्ही कधीच सांगू शकत नाही." बेंटनच्या मनात चाललेले विचार जणू वाचल्यासारखा गार्टनर विषण्णतेने म्हणाला. "माझ्या या बोलण्याचा अर्थ तुम्हाला समजला आहे असं वाटत असेल तुम्हाला, पण तुम्ही प्रेसिडेंट होईपर्यंत थांबा आणि मग बघा!"

गार्टनर काही क्षण बेंटनकडे भकास नजरेने पाहत राहिला आणि पुन्हा खिडकीतून बाहेर बघू लागला.

लिमोझिन थांबली. एका कडक गणवेषातील सैनिकाने दार उघडून धरले.

बेंटन उतरला. वर स्वच्छ निळ्या आकाशात कॅपिटॉलचा घुमट चमकत होता.

झोंबऱ्या थंडीने गारठवणाऱ्या आणि हसऱ्या उन्हाने सुखावणाऱ्या त्या सकाळी, अमेरिकेचा अठ्ठेचाळिसावा राष्ट्राध्यक्ष म्हणून शपथ घेण्याच्या काही वेळच आधी, बेंटनला मनातून पूर्ण विश्वास वाटत होता, की त्याने लोकांना दिलेले आश्वासन त्याला पुरे करता येणार होते. तो सद्यस्थिती बदलणार होता आणि त्याला मिळालेल्या पदाचा वापर करून अमेरिकन जनतेच्या समोर असलेल्या आव्हानांवर त्यांना विजय मिळवून देणार होता. गेल्या काही आठवड्यांत त्याला त्याच्या चार वर्षांचा आराखडा स्पष्ट समजला होता. आधी वाटला होता तेवढा तो चार वर्षांचा काळ मोठा नाही, उलट हवा त्यापेक्षा लहानच आहे हेही प्रतीत झाले होते. त्यामुळे प्रयोग आणि प्रमाद या पद्धतीला वाव राहिला नव्हता. पहिले वर्ष सर्वांत कसोटीचे आणि त्यामुळे महत्त्वाचे होते. त्या वर्षातल्या कामगिरीवरच त्याचे यश अवलंबून

होते. त्याला अतिशय खंबीर राहून सर्व काही पणाला लावून काम करणे भाग होते. पहिल्या वर्षाची तपशीलवार कार्यक्रमपत्रिका त्याच्याकडे तयार होती. दोन समांतर कार्यक्रम तो राबवणार होता. एक – त्याची 'नवा पाया' ही योजना आणि त्याच्या हेतूविषयी जनतेत विश्वास निर्माण करण्यासाठी आवश्यक असलेली अकरा विधेयके. वर्षअखेरीला त्याच्या पहिल्या 'स्टेट ऑफ द युनियन'च्या भाषणाच्या आधी त्या सर्व विधेयकांना संसदेची मान्यता मिळवणे ही एक कठीण गोष्ट होती, पण दोन्ही गृहांतल्या बहुमताच्या जोरावर, पाठिंबा देणाऱ्याची मते आपल्या बाजूला वळवण्यासाठी आवश्यक त्या क्लृप्त्या लढवून ते शक्य करता येणार होते. त्याचा दुसरा कार्यक्रम तो 'स्टेट ऑफ द युनियन'च्या भाषणातच प्रकट करणार होता. बऱ्याच वैचारिक उलथापालथीनंतर त्याच्या आंतरिक प्रेरणेच्या विरुद्ध जाऊन त्याने प्रदूषण या विषयावर चीनशी गुप्तपणे आणि द्विपक्षी बोलणी करण्याचा निर्णय घेतला होता. सर्व काही योजल्याप्रमाणे झाले, सुरळीत पार पडले, 'नवा पाया' ही रुजू लागला, तर तोपर्यंत झालेल्या चीनबरोबरच्या कराराची कलमे, अटी त्या भाषणात तो लोकांपुढे ठेवणार होता आणि पाठोपाठ त्या जगापुढेही मांडणार होता.

आराखड्याप्रमाणे कार्यक्रम पार पाडण्याचा तोच एक मार्ग होता. वेगवान आणि सनसनाटी. तो जर अडकून पडला असता तर त्याला सुटून बाहेर पडणे अशक्य झाले असते आणि मग चार वर्षांच्या शेवटी त्याचाही माइक गार्टनर झाला असता. आयुष्यात एकदाच मिळणारी संधी साधून तिचे तो सोने करेल असा विश्वास जनतेने त्याच्यावर दाखवला होता, त्याला तडा गेला असता, ती संधी हातची निसटून गेली असती आणि मग ती परत यायला वीस-तीस वर्षेही वाट बघावी लागली असती.

त्याला त्याच्या स्वत:च्या भविष्याची एवढी चिंता नव्हती. 'आम्ही याच्यावर टाकलेला विश्वासाला हा जागला नाही, आलेली संधी याच्यामुळे वाया गेली' असं लोक त्याच्याकडे बोट दाखवून म्हणतील, याची त्याला धास्ती वाटत होती.

तो पायऱ्या चढून वर गेला. गार्टनरही त्याच्या बरोबर येत होता.

"अस्वस्थ वाटतंय?" गार्टनर कुजबुजला, "चार वर्षांपूर्वी या पायऱ्या चढताना मी पण शाळेतल्या मुलासारखा भांबावलो होतो. गंमत आहे, नाही? शॉक्रॉसबरोबर आधी दोनदा मी इथे आलेलो होतो पण हे – हे मुळापासून हलवून सोडतं तुम्हाला."

ते वर पोचले. इतर प्रतिष्ठित आधीच तिथे उभे होते.

"ज्यो, शुभेच्छा!" गार्टनर म्हणाला, "अगदी मनापासून शुभेच्छा!!"

अँजेला शावेझने आधी शपथ घेतली. शपथेनंतर तिने खास या प्रसंगासाठी निवडलेले एक उद्धरण वाचून दाखवले. नंतर तो क्षण आला. सुप्रीम कोर्टाचे चीफ जस्टिस पॉला ईगल्टन यांनी त्याला शपथ दिली. त्याने हात वर करून शपथ ग्रहण

केली, तो खरोखरच ज्यो बेंटनच्या आयुष्यातला सर्वांत गंभीर क्षण होता. निवडणुकीच्या निकालानंतर त्याने कित्येक वेळा, परत परत तीच वाक्ये उच्चारली होती, 'अमेरिकन जनतेने मला दिलेला हा फार मोठा बहुमान आहे', 'हे फार मोठे ओझे मला पेलायचे आहे', 'मी या बहुमानाला पात्र आहे की नाही अशी मला शंका वाटते', 'पण मी ती पात्रता सिद्ध करण्याची पराकाष्ठा करीन'. आज सकाळी ब्लेअर हाऊसमध्ये त्याला सुरक्षा व्यवस्थेबद्दल माहीती दिली गेली. त्यात प्रेसिडेंटनी अण्वस्त्रे सोडण्याची आज्ञा दिली तर त्यांची सिक्युरिटी काय आणि कशा कृती करेल याचा तपशील सांगण्यात आली. पूर्वी ती वाक्ये म्हणताना त्या दिवशी सकाळी अण्वस्त्रांच्या जबाबदारीविषयी ऐकताना त्याला किंवा त्या वाक्यांचा खरा अर्थ आपल्याला कळतो आहे असे वाटत होते. पण त्या क्षणी त्याच्या लक्षात येत होते की ते बरोबर नव्हते. तिथे उपस्थित असलेल्या लाखो लोकांचे डोळे आपल्यावर खिळले आहेत, कान आपल्या बोलण्याकडे लागलेले आहेत, जगभरातल्या टीव्हीच्या पडद्यांवरचंही कोट्यवधी लोक आपल्याला पाहात आहेत, आपले बोलणे लक्षपूर्वक ऐकत आहेत या जाणिवेच्या प्रचंड ओझ्याखाली, आपला उजवा हात वर करून, शपथेचे ते शब्द उच्चारताना त्या सगळ्या वाक्यांचाच नव्हे, तर त्या वाक्यांमागचा, त्या पदाच्या मोठ्या जबाबदारीचा खराखुरा अर्थ त्याला उमगत होता, त्यांची खोली प्रतीत होत होती, त्यातल्या शक्तीचा साक्षात्कार होत होता. आपल्या डोक्यावर एक वजन ठेवले जात आहे आणि त्याच्या जडपणामुळे नव्हे, तर त्याच्या गांभीर्याने ते आपला संपूर्ण ताबा घेते आहे असा आगळा अनुभव त्याला येत होता. त्या आधीचे सेहेचाळीस पुरुष आणि एक स्त्री यांच्या ओळीत त्या दिवशी तो उभा होता, पण त्याला आतून ही जाणीव डाचत होती, बोचत होती की आपण या काटेरी सिंहासनावर बसायला अपात्र आहोत, फार फार अपात्र आहोत.

शपथविधी संपला होता. त्याने चीफ जस्टिस यांच्याशी हस्तांदोलन केले, माइक गार्टनर आणि अँजेला शावेझ यांच्याशीही हात मिळवले. नंतर हीथरचे चुंबन घेतले आणि ॲमी आणि ग्रेग यांना मिठीत घेतले.

शपथविधी समारंभाच्या काँग्रेसनल कमिटीचे चेअरमन सिनेटर रँडॉल टर्नर यांनी ज्यो बेंटन यांना 'अमेरिकेचे प्रेसिडेंट' या सर्वोच्च पदावरून त्यांचे पहिले भाषण करण्याची विनंती केली.

ज्यो बेंटन पुढे झाला. बोचऱ्या थंडीने घसा खवखवत होता, प्रखर उन्हाने डोळे दिपत होते. त्याने समोर पसरलेल्या जनसागरावरून नजर फिरवली. डेट्रॉईटच्या कुठल्यातरी बारमध्ये बसलेल्या ज्यो आणि ज्योआना कोवाल्स्कीचा विचार त्याच्या मनात येऊन गेला. फिलाडेल्फिया, बेटन रेंज, सांता फे या आणि अशा कित्येक जागी प्रत्यक्ष भेटलेले, त्याच्याशी बोललेले, त्याला राजकारणात यायला भाग

पाडणारे, त्याला त्यातच राहून काम करायला लावणारे कितीतरी ज्यो आणि ज्योआना त्याला आठवले.

"माझ्या अमेरिकन बांधवांनो," त्याने सुरुवात केली. "अडीचशे वर्षांपूर्वी काही लोकांनी एकत्र येऊन एका घराचा पाया घातला."

डेट्रॉईट, फिलाडेल्फिया, बेटन रेंज, सांता फे, अशा अनेक शहरा-गावांतून लोक पाहत होते, ऐकत होते.

लॅफिएट टॉवर्सच्या ऑफिसमध्ये झालेल्या गर्दीत बसून सॅम लेव्ही टी.व्ही.कडे टक लावून बघत बसला होता. प्रेसिडेंटच्या तोंडातून येण्याआधीच तो ते शब्द उच्चारत होता. त्याच्या मनावरचे दडपण हातातल्या शँपेनच्या ग्लासभोवती घट्ट आवळल्या जाणाऱ्या त्याच्या पंजातून दिसत होते. कोणत्याही क्षणी ग्लास फुटेल असे वाटत होते.

तेरा मिनिटे भाषण चालले होते. भाषणाचा शेवट जवळ आला.

"बंधुभगिनींनो, वेळ आली आहे. आपली वेळ! काही घ्यायची नाही, द्यायची वेळ आली आहे. ही घडी विश्रांतीची नाही, कामाची आहे, कष्टांची आहे. आपला पाया परत घट्ट करण्याची, आपल्या घराची पुनर्बांधणी करण्याची वेळ. आपलं घर आपल्याला अधिक मजबूत, आणखी कणखर बनवायचं आहे. या, माझ्या दोन हातांना तुमच्या कोटी कोटी हातांची शक्ती द्या. आपण मिळून ते काम करू या. काही काळानंतर कुणीतरी मागं वळून पाहील आणि म्हणेल, 'या, या लोकांनी हे बळकट, टिकाऊ घर आपल्यासाठी बांधलं होतं.' "

# शनिवार, २२ जानेवारी

## द प्रेसिडेंट्स व्हिला, पिंगफँग, बीजिंगजवळ, चीन

मूळचे इंग्रजीमधले भाषण आणि त्याचे मँडेरिनमधले भाषांतर – दोन्हीही, खोलीतल्या प्रत्येक व्यक्तीच्या पुढे ठेवलेले होते. अमेरिकन वृत्तपत्रे, नियतकालिके यांनी केलेल्या त्या भाषणाच्या संपादकीय विश्लेषणाचा परराष्ट्रीय मंत्रालयाने तयार केलेला गोषवारा आणि चीनच्या परराष्ट्रीय गुप्तहेरखात्याच्या यु.एस. विभागाची त्यावरील टिप्पणी हेही सर्वांना देण्यात आले होते.

स्लॅक्स आणि पोलो शर्ट अशा अनौपचारिक पोशाखात आलेल्या प्रेसिडेंट वेन यांचा चेहराही तणावरहित दिसत होता. अरुंद खांदे आणि चिनी माणसांच्यात अभावाने आढळणारी उंची अशा वेन यांच्या शरीरावर, अलीकडेच जरा मांस चढू लागले होते. बाकी सर्वजण सुटाबुटात होते, डिंग जियाहुई नेहमीप्रमाणेच त्याची खूणच होऊन गेलेल्या झकपक अरमानी सुटातच होते.

प्राईम मिनिस्टर झाई मिंग, प्रेसिडेंट वेन यांच्या छत्राखाली वाढणारा नव्या पिढीतला उगवता नेता ली वेन्युआन आणि जनरल शेन बिहुआ एका बुटक्या टेबलाभोवतीच्या सोफ्यावर बसले होते. या मीटिंगला येणे झाई यांना अडचणीचेच वाटत होते आणि जेव्हा फॉरिन मिनिस्टर चाऊही तिथे दिसले नाहीत, तेव्हा तर त्यांना आपण एकटे पडलो आहोत असेच वाटू लागले होते.

वेन यांच्या सांगण्यावरून, ली वेन्युआन याने समोरच्या माहितीचा एक संक्षिप्त आढावा सादर केला आणि शेवटी निष्कर्ष काढताना तो म्हणाला, "सर्व विषय अंतर्गत आहेत. निवडणूक मोहिमेतल्या भाषणाचीच पुनरावृत्ती दिसते."

"मी या वाक्यापाशी जरा अडलो," वेनने ते वाक्य इंग्रजीत वाचले, "आमचा देश बलाढ्य, ताकदवान आहे. अमेरिकेबाहेरून जे हे भाषण ऐकत आहेत त्यांना मी सांगू इच्छितो की आम्ही आमची शक्ती, केवळ आम्ही ती वापरू शकतो म्हणून कधीच वापरणार नाही, निष्काळजीपणानेही वापरणार नाही आणि नाइलाज झाला तरच वापरू. आपण एकत्र बसू आणि आपले प्रश्न सोडवू. कुणीही मध्येच

टेबलावरून उठून जाऊ नये एवढंच मला सांगायचं आहे.'' वेनने सगळ्यांकडे पाहत विचारले, ''काय अर्थ घ्यायचा या विधानाचा?''

''पुष्कळ अर्थ काढता येतील त्याचे.'' ली म्हणाला, ''पण मला वाटतं भाषणाचा संदर्भ लक्षात घ्यायला हवा. एकूण सोळाशे चव्वेचाळीस शब्दांतले फक्त एकशे ब्याऐंशी शब्द फॉरिन या विषयासाठी वापरले गेले आहेत. प्रेसिडेंट, हे आत्तापर्यंतच्या अशा भाषणातील सर्वांत कमी प्रमाण आहे आणि हे न्यूनतम असणं फार महत्त्वाचं आहे. हा योगायोग तर नक्कीच नाही.''

''मी ली यांच्याशी सहमत आहे.'' झाई म्हणाले, ''या एका वाक्याला काही फार अर्थ असेल असं मला वाटत नाही. देशांतर्गत बाबींवरच जास्त लक्ष दिसतं आहे.''

''तिथं एवढे महान प्रश्न आहेत का?'' डिंगने विचारले.

''महान!'' वेन म्हणाले, ''अमेरिकनांचे सगळे प्रश्न महानच असतात. मात्र त्याबद्दलची जाणीव अगदी लहान असते.'' ते हसून शेनला म्हणाले, ''शेन, कसे हाताळतात ते त्यांचे प्रश्न? आपल्याकडे उत्तर असतं तर बरं झालं असतं.''

जनरल शेन हसला. बाकीच्याच्या चेहऱ्यावरही स्मित झळकले, पण डिंग मात्र गंभीर होता. वेन यांच्या प्रश्नात विनोद होता असे त्याला जाणवले नाही. तो तसाही प्रेसिडेंट वेन यांच्यासारखा विनोदी प्रवृत्तीचा नव्हताच. त्याच्या चेहऱ्यावर नेहमीच जरा प्रौढत्वाचे भाव असत.

तो जरा खालच्या आवाजात म्हणाला, ''त्यांना त्यांचेच जर इतके प्रश्न असतील तर ते आपल्या मध्ये येणार नाहीत.''

''स्वत:चं घर स्वच्छ करण्यासाठी वचनबद्ध आहे तो. त्याचं परराष्ट्रीय धोरण 'कमीत कमी कृती' असंच असणार.'' ली म्हणाला, ''अगदी आवश्यक झालं, नाईलाजच झाला तरच तो काहीतरी करेल.''

''असं कशावरून म्हणतोस तू?'' वेन यांनी विचारले.

''प्रेसिडेंट, मी त्याला निवडणूक मोहीम सुरू झाल्यापासून काळजीपूर्वक पाहतो आहे. मला वाटतं तो कोणत्या तरी ऐतिहासिक ध्येयानं पछाडला गेला आहे. अमेरिकेतल्या गंभीर समस्या नष्ट करण्याची ही सुयोग्य वेळ आहे अशी त्याची खात्री आहे. त्याच्या अनेक भाषणातून 'नियतीनं हे कार्य या पिढीवर सोपवलं आहे' असं तो दैवी वगैरे बोलत असतो.''

''यात काही धार्मिक श्रद्धेची भानगड नाही ना?''

''नाही, नाही. माझा निष्कर्ष असा आहे की त्याला हे ऐतिहासिक कार्य त्याच्या हातून घडणार आहे असं वाटतं आहे. हे भाषण तेच दाखवतं.'' लीने परत भाषणांच्या कागदावरून नजर फिरवीत म्हटले. ''यातलं सगळं त्याच सूत्राशी जुळतं आहे.''

"असा ऐतिहासिक ध्येयाचा, नियती वगैरे बोलणारा माणूस धोकादायक ठरू शकतो." झाई म्हणाले.

"तुम्हाला काय म्हणायचंय, आपल्याला इतिहास नाही, ध्येय नाही," वेन क्षणभर थांबले आणि जोरात हसत, ओरडून म्हणाले, "की आपणही धोकादायक आहोत?" डिंगकडे बघून ते पुढे म्हणाले, "डिंग, कधीतरी हास की रे!"

डिंग बळेबळेच हसला.

वेन गंभीर झाले, म्हणाले, "म्हणजे 'त्याचं इतिहासातलं स्थान' ही त्याची हळवी जागा आहे तर!"

"होय." ली म्हणाला.

"पण ओल्सेन? तो तर पक्का व्यवहारी, वास्तवाचं नीट भान असणारा आहे. झाई, तू ओळखतोस ना त्याला?"

झाई मान हलवत म्हणाला, "हो. तो असा भावनाशील, हळवा वगैरे मुळीच नाही. तो त्याचं लक्ष्य स्पष्ट करेल, पण तो ते ज्या पद्धतीनं मिळवण्याचा प्रयत्न करणार असेल, त्याच पद्धतीनं ते स्पष्ट करेल असं मात्र नाही. तीच त्याची ताकद आहे."

"तसे अमेरिकन लोक भावनाप्रधान नसतातच." शेनने निरीक्षण नोंदवले.

"पण तो प्रभावी आहे ना? काहीतरी करून दाखवेल, नाही का?"

"हो, बेंटनने काय त्याला उगीच निवडला आहे का?"

"बेंटनच्या भाषणावरून हे स्पष्ट होतं आहे की तो अंतर्गत गोष्टींवर लक्ष केंद्रित करणार." लीने आपले घोडे पुन्हा पुढे दामटले, "त्याला काँग्रेसच्या दोन्ही गृहांत बहुमत आहे, त्यामुळे तो सांगतो आहे ते सगळं करूही शकेल."

"त्याला जे करायचं आहे तेच जर तो त्या काँग्रेसमधल्यांना करायला लावू शकला, तरच ते होईल." वेन म्हणाला, "अमेरिकन प्रेसिडेंटसाठी ती तितकीशी सोपी गोष्ट नाही."

"प्रत्येक प्रेसिडेंट शपथ घेताना असंच म्हणतो," डिंग म्हणाला, "की घरगुती प्रश्नांना प्राधान्य! पण हळूहळू बाहेरच्या भानगडीत ते गुंततातच. एकदा सत्ता हातात आली की मग ते टाळू शकत नाहीत."

"डिंग म्हणतात ते बरोबर आहे, असंच होत आलं आहे नेहमी." झाई म्हणाले.

यावर डिंगने काहीच प्रतिक्रिया व्यक्त केली नाही, त्यांच्याकडे पाहिलेही नाही. त्या दोघांत सहसा एकमत होत नसे. डिंगची लोकप्रियता जसजशी वाढत गेली आणि वेन यांच्याकडूनही त्याला प्रोत्साहन मिळू लागले, फूस दिली जाऊ लागली, तसतसे आपल्या अधिकाराला ग्रहण लागत गेले अशी झाई यांची खंत होती.

''प्रत्येक नव्या प्रेसिडेंटकडे नवी संधी म्हणूनच पाहिलं पाहिजे.'' शेन म्हणाले.

''किंवा नवा धोका!'' झाई म्हणाले.

''आपल्यासाठी प्रश्न असा आहे की त्याला अजून माहीत झालं आहे की नाही?'' वेन म्हणाले.

''मी यावर विचार केला आहे.'' ली म्हणाला.

''काय?''

''ज्याअर्थी तो मोहिमेच्या वेळी जे बोलत होता तेच आजही बोलला आहे, त्याअर्थी त्याला नवीन काहीही कळलेलं नसावं.''

''त्याला जर ते गुप्त ठेवायचं असेल तर?'' डिंग मध्येच म्हणाला, ''तर तो कशाला बोलेल?''

''मिनिस्टर डिंग, ते शक्य आहे. पण कळल्याची काहीतरी खूण, ओझरता, निसटता उल्लेख तरी आला असता की नाही त्याच्या बोलण्यात?''

''प्रेसिडेंट वेन यांनी आत्ता जे वाक्य वाचलं ते?'' डिंगने आपल्याजवळच्या कागदातून ते शोधून काढून इंग्रजीमधूनच वाचले. '' 'आपण एकत्र बसू आणि आपले प्रश्न सोडवू. कुणीही मध्येच टेबलावरून उठून जाऊ नये एवढेच मला सांगायचं आहे.' नाही वाटत त्याला माहिती आहे असं?''

''अशी कुणी जाहीर याचना करेल का?'' झाई थंडपणे म्हणाले.

''ही याचना आहे?''

''झाई म्हणाले ते बरोबर आहे.'' ली म्हणाला, ''माझ्या मते त्याचं म्हणणंच दाखवून देतंय की त्याला काही माहीती नाही. त्याला माहीत असतं तर त्यानं असं विधान केलं नसतं.''

''अमेरिकन प्रेसिडेंटचं मन एवढं वाचता येतंय, तर मग कळू दे, तरी त्याला माहीत असतं तर त्यानं काय विधान केलं असतं ते?'' डिंगने डिवचले.

''हे नक्की केलं नसतं एवढं खरं! प्रेसिडेंट वेन यांना काय वाटतंय?''

सगळे वेन यांच्याकडे पाहू लागले.

''काय फरक पडतो?'' वेन यांनी खांदे उडवले, ''त्याला माहीत नसेल तर लवकरच माहीत होईल. काय पद्धत असते? कधी सांगितलं जाईल त्याला?''

कुणालाच माहिती नव्हते. सगळे एकमेकांचे चेहरे न्याहाळू लागले.

''केव्हाही सांगू देत, पण कळेल तेव्हा तळपायाची आग मस्तकात जाईल त्याच्या.'' डिंग म्हणाला.

वेन हसले. ''सध्या असं धरून चालू की त्याला माहिती नाही. आत्ता त्याने जोरात अमेरिकेचे प्रश्न सोडवतो असं भाषण ठोकलं आहे. उद्या त्याला साक्षात्कार होईल की त्याच्यापुढचा यक्षप्रश्न आपण आहोत!''

जनरल शेनही हसले, म्हणाले, ''आपण हळूच टोचलं पाहिजे त्यांना. घाबरूनच जाईल तो!''

सगळे हसले. पण झाई यांचा चेहरा गंभीर होता. डिंग त्यांना म्हणाला, ''झाई, काय झालं? तुम्हाला नाही गंमत वाटली?''

झाई नकारार्थी मान हलवीत म्हणाले, ''माझ्या शत्रूला स्वस्थचित्त राहू द्यात. कारण त्याचा त्रास हे माझ्यासाठी संकट असेल.''

''माझ्यावरचं संकट मला अजूनच बलवान बनवतं!''

झाई यांनी मान हलवली. वेन यांच्याकडे पाहून ते म्हणाले, ''प्रेसिडेंट वेन, आपण त्याला फोन करून त्याचं अभिनंदन केले पाहिजे.''

''ॲम्बेसेडर लिऊ यांनी आपल्या सरकारतर्फे त्याचं अभिनंदन केलंच आहे.'' डिंग म्हणाला, ''आणि प्रेसिडेंट वेन त्याच्याशी निवडणुकीनंतर बोलले आहेत.''

''पण आता तो प्रेसिडेंट आहे.''

''नाही. इतक्या लगेच बोलण्याची आवश्यकता नाही.'' वेन म्हणाले, ''मी गार्टनरशी तरी कुठं कधी बोललो होतो? क्वचित कधीतरी असेल!''

''संबंध बरे राहतात.''

''त्याला येऊ दे प्रेसिडेंटकडे!'' जनरल शेन म्हणाले.

वेन होकार दर्शवीत म्हणाले, ''त्याला आधी माहिती करून घेऊ दे. मग तो कसे हातपाय झाडतो ते बघू या. त्याला कशाला आपण उतार मिळवून द्यायचा? चार-सहा महिने त्याला काय करावं हेच उमगणार नाही!''

''प्रेसिडेंट, आपण त्याच्या या गोंधळाचा फायदा घेऊन आपल्याला हव्या त्या बाजूला आपण त्याला ढकलत नेला पाहिजे.'' डिंग म्हणाला.

झाई यांनी त्याच्याकडे धारदार नजरेने पाहत विचारले, ''कुठली आहे ती बाजू?''

## मंगळवार, २५ जानेवारी

## वेस्ट विंग, द व्हाइटहाऊस

चेनला वाटलेले आश्चर्य त्याने क्षणात त्याच्या चेहऱ्यावरून पुसून टाकले, पण तेवढ्यात लॅरी ओल्सेनच्या चाणाक्ष डोळ्यांनी ते टिपलेच. त्याला अगदी तोच परिणाम साधायचा होता. चेनला मिळालेले निमंत्रण प्रेसिडेंटच्या नव्या 'चीफ ऑफ स्टाफ'ला भेटण्याचे होते. तिथे सेक्रेटरी ऑफ स्टेट यांची उपस्थिती अगदी अनपेक्षित होती.

बेन हॉफमनने चेनशी हस्तांदोलन केले. ''हे लॅरी ओल्सेन. सेक्रेटरी ऑफ स्टेट.'' बेनने ओळख करून देत म्हटले.

ओल्सेन जेनकडे पाहून हसला आणि मँडेरिनमध्ये म्हणाला, ''आम्ही ओळखतो एकमेकांना. हो ना चेन?''

चेनने होकार दिला. ''गुड आफ्टरनून, सेक्रेटरी.'' ओल्सेनशी हस्तांदोलन करीत तो इंग्रजीमध्ये म्हणाला. ''ही मिस हू.'' त्याने आपल्याबरोबर आलेल्या तरुणीकडे निर्देश केला. तिच्या आगंतुक उपस्थितीबद्दल दिलगिरीचे हसू हसत तो म्हणाला, ''ही माझी दुभाषी आहे.''

हॉफमनने सर्वांनाच बसायची विनंती केली. आजूबाजूच्या अस्ताव्यस्त पसरलेल्या गोष्टींकडे नजर फिरवीत तो म्हणाला, ''माफ करा, ऑफिस अजून लागतं आहे.''

चेन म्हणाला, ''सगळं नवीन आहे.''

''हो ना, लोक नवे, काम नवं.''

''माझ्या सरकारनी प्रेसिडेंट बेंटन यांच्या केलेल्या अभिनंदनात मीही माझ्या वैयक्तिक अभिनंदनाची भर घालतो.''

''आभार. मी पोचवीन ते त्यांच्यापर्यंत.''

काही वेळ सगळेच शांत बसले.

''चेन, आपण इंग्रजीमध्येच संभाषण चालू ठेवलं तर चालेल तुम्हाला? माझं मँडेरिन एवढं चांगलं नाही.'' लॅरी म्हणाला.

"हो, हो, चालेल ना."

"आम्हीही हवं तर दुभाषाला बोलवतो." बेन म्हणाला.

"नाही, नाही. त्याची गरज नाही."

"मग चेन–" लॅरीने मिस हूकडे पाहिले, परत चेनकडे बघितले आणि हळूच दाराकडे नजर वळवली.

"बाहेर माझा सहकारी मिस हू यांची काळजी घेईल." हॉफमन म्हणाला.

चेन दोन क्षण गोंधळला. मग त्याने आपल्या दुभाषाला खुणावले. हॉफमन तिला दारापर्यंत सोडायला गेला.

"मला या आमंत्रणाचं आश्चर्यच वाटलं." हॉफमन परत येऊन बसल्यावर चेन म्हणाला, "तुमच्या आणि सेक्रेटरी, तुमच्याही, वेळापत्रकात आत्ता इतर अनेक तातडीची कामं असतील."

"खरं आहे. खूप कामं आहेत." ओल्सेनने ते अवघडलेलं प्रास्ताविक टाळून सरळ मुद्द्यालाच हात घातला. तो म्हणाला, "आम्हाला तुमच्याशी एका गोष्टीबद्दल बोलायचं होतं. गेल्या निवडणुकीच्या आधी जवळजवळ सहा महिने आमचं आधीचं शासन आणि तुमचं सरकार यांच्यात काही वाटाघाटी चालू होत्या ही गोष्ट तुम्हाला माहीत आहेच, कारण तुमच्या सरकारचं प्रतिनिधित्व तुम्हीच करत होतात."

चेनच्या चेहऱ्यावरचा रंगच उतरला. उसन्या अवसानाने तो म्हणाला, "सेक्रेटरी, आपली सरकारं बऱ्याच गोष्टींबद्दल वाटाघाटी करतात."

ओल्सेन हलकंसं हसून म्हणाला, "हो ना. पण मी कोणत्या नेमक्या विषयाबद्दल बोलतो आहे, हे मला वाटतं आपल्या दोघांनाही चांगलंच ठाऊक आहे. कार्बन उत्सर्जन. तुमच्या माहितीसाठी सांगतो की ज्या शास्त्रीय पुराव्यांच्या आधारे ही बोलणी सुरू करावी लागली, त्याविषयी आम्हाला संपूर्ण ज्ञान आहे आणि त्याचे आमच्या आणि तुमच्याही देशावर जे परिणाम होणार आहेत त्यांचंही."

ओल्सेन थांबला. चेन काहीच बोलला नाही.

"चेन, परिणाम फार गंभीर आहेत."

चेन शांतच बसून होता.

"चेन–?"

"तुमच्या शासनाने आम्हाला एक प्रस्ताव दिला होता त्याबद्दल तुम्हाला माहीती आहे, सेक्रेटरी?

"चेन, तो मुद्दा आता अप्रस्तुत आहे."

"तुमच्या शासनाने संयुक्त कपात सुचवली–"

"मागच्या शासनाच्या प्रस्तावाशी मला काही देणं-घेणं नाही. मला हे माहिती आहे की आमच्या सरकारने सुचवलेल्या प्रस्तावांपैकी एकही तुम्ही स्वीकारला नाही."

''त्यातला शेवटचा अजूनही बीजिंगच्या विचाराधीन आहे, सेक्रेटरी.''

''तीन महिने म्हणजे खूपच सखोल विचार चाललेला दिसतोय.''

''मी परत सांगू इच्छितो की शेवटच्या प्रस्तावावर बीजिंगमध्ये विचार चालू आहे.''

ओल्सेन खांदे उडवीत म्हणाला, ''असेल, पण वॉशिंग्टनमध्ये नाही.''

''सेक्रेटरी, शेवटचा प्रस्ताव–''

''शेवटचा प्रस्ताव तुमच्या सरकारने स्वीकारलाही नाही. चेन, आता नवीन शासन आहे. आधीच्या शासनाने सही केलेल्या आणि आमच्या सिनेटने संमत केलेल्या कोणत्याही कराराचा हे शासन मान राखेल. पण आधीच्या शासनाचा तो प्रस्ताव आमच्यावर बंधनकारक असणार नाही, कारण त्याला तुमच्याकडून प्रतिसादसुद्धा दिला गेलेला नाही.''

चेन भावनाशून्य चेहऱ्याने ओल्सेनकडे पाहत होता.

''मला हे सांगायला खेद होतो आहे की तो प्रस्ताव आता विचारार्थही नाही.''

''मग मला हे जाणून घ्यायला आवडेल, सेक्रेटरी, की आत्ता विचारार्थ काय आहे?''

''काहीच नाही. चेन, आत्ता तुमची पाळी आहे. आम्ही तुमच्या सरकारच्या प्रस्तावाची वाट पाहतो आहोत.''

चेनने काहीच उत्तर दिले नाही. त्याने अपेक्षेने हॉफमनकडे बघितले.

''चेन, तुमच्या सरकारला एक निरोप द्या.'' ओल्सेन म्हणाला, ''त्या वाटाघाटी जेव्हा झाल्या त्यावेळी आमच्या माजी प्रेसिडेंटच्या कारकिर्दीचं शेवटचं वर्ष चालू होतं. आमच्या देशात राजकारण कसं चालतं याची तुम्हाला आणि माझी खात्री आहे, तुमच्या प्रेसिडेंट वेन यांनाही पूर्ण कल्पना असेल. आता तुम्हाला आमच्या नव्या प्रेसिडेंटबरोबर काम करावं लागणार आहे. त्यांचं हे पहिलंच वर्ष आहे. आणि आपल्या माहितीसाठी सांगतो, वीसशे बारा सालानंतर पहिल्यांदाच दोन्ही गृहांत निर्विवाद बहुमत लाभलेले हे डेमोक्रॅटिक प्रेसिडेंट आहेत. याचा अर्थ आणि याचे उघड परिणाम तुमच्या लक्षात आले असतीलच. कृपया, त्याची जाणीव तुमचे प्रेसिडेंट वेन यांनाही करून द्या.''

''प्रेसिडेंट वेन यांना तुमच्या सगळ्या राजकीय पद्धतींची पूर्ण माहिती आहे, सेक्रेटरी.''

''छान. मग त्यांना हे वेगळं सांगायला नकोच, की आता या बाजूला माइक गार्टनर नाहीत.''

चेनच्या चेहऱ्यावर त्याच्या लपवण्याच्या प्रयत्नांना दाद न देता हास्य उमटलेच.

ओल्सेनने जरा अनौपचारिक स्वर लावला. ''चेन, खरं म्हणजे आपण इथं

अशी चर्चा करणं निरर्थक आहे. यासंबंधी जर काही केलं नाही तर तुमच्या देशाचं काय होणार आहे हे आम्हाला आणि तुम्हालाही चांगलं माहिती आहे. ग्वांग्सीचा किनारा, हैनान बेटं, थेट हाँगकाँग पर्यंतचा ग्वांगडाँग किनाऱ्याचा बराचसा भाग यांना गंभीर धोका आहे. हे सगळे खूपच महत्त्वाचे भाग आहेत. चेन, तुम्ही स्वत: ग्वांगडाँगचेच आहात. तुमच्या जन्मस्थानाचं काय होईल? आपण जर हा प्रश्न सोडवला नाही तर जी प्रचंड हानी होईल, त्याला तुमच्या शासनाच्या स्थलांतराच्या योजना पुऱ्या पडू शकणार नाहीत.''

''मी हे नम्रपणे नमूद करू इच्छितो की ह्याचं कारण अमेरिकेकडून न्याय्य प्रमाणापेक्षा कितीतरी जास्त कार्बन उत्सर्जन अगदी सातत्यानं आणि अखंड होतं आहे, हे आहे.''

''चेन, हा साळसूदपणाचा आव आणणं बंद करा. तुमच्या देशानं कार्बन उत्सर्जनाच्या बाबतीत आम्हाला दोन हजार सातमध्येच मागं टाकले आहे. म्हणजे पंचवीस वर्षं झाली त्याला! आज तुमचं प्रमाण आमच्या दुप्पट आहे.''

''हो, पण आमची लोकसंख्या? ती तुमच्या साडेचारपट आहे!''

''आणि आर्थिक वाढ आमच्या तिप्पट!!''

''दरडोई उत्पन्न, तरीसुद्धा तुमच्या एक चतुर्थांश!!! सेक्रेटरी, माफ करा, पण मला वाटतं साळसूदपणा तुम्हीच दाखवता आहात.''

''जाऊ दे. मी काही इथं तुमच्याशी वाटाघाटी करायला बसलो नाही.''

''कटू असलं तरी हेच सत्य आहे, सेक्रेटरी. आणि तुमचं एका पाठोपाठ एक सरकार ते नाकारत आलं आहे.''

''मी काय म्हणालो, मला आत्ता चर्चा करायचीच नाही.''

''बरोबर आहे, जेव्हा वस्तुस्थिती गैरसोयीची असते तेव्हा तिच्याकडे दुर्लक्षच करावं लागतं.''

लॅरी ओल्सेनने उजवा हात वर उचलला आणि म्हणाला, ''बास! पुरे झालं. हे पहा, चेन, प्रेसिडेंट वेनना म्हणावं, इतर अनेक जणांसारखे तुम्हीही असं समजून चालू नका की ज्यो बेंटन सतत अंतर्गत बाबींबद्दल बोलतात, याचा अर्थ त्यांना परराष्ट्रसंबंधाकडे लक्ष द्यायचं नाही. ते त्यात अगदी बारकाईनं लक्ष घालणार आहेत आणि त्यांचं त्याविषयीचं ज्ञान आणि समज अतिशय सखोल आणि अद्ययावत आहे. प्रेसिडेंट वेन जर अशा गैरसमजुतीत असतील की खेळाडू नवखा आहे, खूप वेळ घेईल मैदानात उतरायला, तर त्यांना माझा एक निरोप सांगा, म्हणावं, संभ्रमात राहू नका, खेळाडू चांगलाच मुरलेला आहे, तुमच्यासमोर उभा ठाकला आहे.'' ओल्सेन क्षणभर थांबला आणि म्हणाला, ''चेन, प्रेसिडेंट बेंटन पाऊल उचलणार, अगदी निर्भयपणे उचलणार. या देशाच्या जे हिताचं असेल ते करायला

ते कचरणार नाहीत. तुम्हाला लवकरच दिसेल. लक्षात ठेवा, अगदी लवकरच!''

चेनचे डोळे आकुंचन पावले.

''प्रेसिडेंट वेन यांनी प्रेसिडेंट बेंटन यांच्या कृतींवरूनच त्यांचं पाणी जोखावं. हा संदेश स्वच्छ आणि स्पष्ट पोचू दे तुमच्या प्रेसिडेंटपर्यंत. मी ॲम्बेसेडर लिऊ यांना बोलावून हे सांगणारच आहे, पण मला वाटतं तुमच्याकडून वेन यांना तो संदेश थेट आणि जास्त लवकर पोचेल.'' ओल्सेन त्यांच्या आसनावर जरा पुढे सरसावला आणि चेनला म्हणाला, ''चेन, गोष्ट अशी आहे की, अमेरिका यापुढे या विषयासंबंधीच्या कृतींच्या बाबतीतली उदासीनता अजिबात सहन करणार नाही. या पूर्वीच आम्ही याकडे जेवढ्या गांभीर्यानं बघायला पाहिजे होतं तेवढं बघितलं नाही. मी आपल्या तिघांमध्ये हे ही कबूल करतो की, बऱ्याच बाबतीत आम्हीही आमच्या आश्वासनांप्रमाणे वागलेलो नाही. आम्ही जे केलं ते इतरांपेक्षा काही फार बरं नव्हतंच. तशी फुशारकी मी मारतच नाही. पण मला हे आवर्जून सांगायचं आहे की पूर्वीचं सगळं आता बदललं आहे. तो काळ गेला. या शासनासाठी हा विषय महत्त्वाचा आहे, तातडीचा आहे आणि यापुढे आम्ही जे करणार असं सांगू ते करूच. हे शासन ज्या गोष्टींना प्राधान्य देणार आहे, त्यात या प्रश्नाला अग्रक्रम आहे. मी सांगितलंच आहे की अमेरिकन सरकार या संबंधी कुणीही दाखवलेली निष्क्रियता यापुढे खपवून घेणार नाही.'' लॅरीने काही क्षण थांबून परत बोलायला सुरुवात केली, ''पण आम्हाला या समस्येवरचा योग्य, न्याय्य आणि नि:पक्ष तोडगा शोधायचा आहे. आम्हाला हा हारजीतीचा मुद्दा करायचा नाही. यात सगळ्यांचंच हित दडलेलं आहे. कुणाचं पारडं जड, कुणाचं हलकं असा प्रकार यात नको आहे.'' ओल्सेन परत थोडा थांबला. चेनला तो वापरत असलेली परिभाषा समजते आहे याची त्याला खात्री करून घ्यायची होती. एकोणिसाव्या शतकात काही राष्ट्रांनी चीनच्या साम्राज्यावर असे करार लादले होते की त्याबद्दलची चीड, संताप अजूनही बीजिंगमध्ये धुमसत होते.

''त्यावेळी झालं ते चुकीचं होतं हे आम्हाला कळतंय आणि तसं घडायला नको होतं हे आम्हाला मान्यही आहे. पण ते आता इतिहासजमा झालं आहे. आता आपण सहमतीनं योग्य गोष्टी करण्याला मान्यता दिली पाहिजे. मी सांगितलंच आहे की याला आमचा अग्रक्रम राहणार आहे आणि त्यात कदापी बदल होणार नाही. आमच्या आधीच्या शासनानं तुमच्यापुढे ठेवलेले सगळे प्रस्ताव तुमच्या सरकारनं आजपर्यंत अमान्य केले आहेत. तेव्हा यानंतर आमच्याशी बोलायला येताना तुम्हाला काय वाटतं ते ऐकायला आम्हाला आवडेल. वेळ घ्या, एक आठवडा, दोन आठवडे. तुम्ही तयार असाल त्यावेळी बेन हॉफमन यांच्याशी संपर्क साधा. तोपर्यंत, परत एकदा सांगतो, प्रेसिडेंट बेंटन यांच्या कृतींवरूनच त्यांची परीक्षा करा.''

ओल्सेन खुर्चीत मागे सरकून रेलला.

चेन त्याच्याकडे टक लावून पाहत ऐकत होता. त्याने एक-दोन वेळा दातओठही खाल्ले.

शेवटी तो म्हणाला, "चीनच्या शासनालाही योग्य, न्याय्य आणि नि:पक्ष तोडगाच हवा आहे."

"छान," ओल्सेन म्हणाला, "मग तर आपल्याला काहीच अडचण येणार नाही. नाही ना?"

"मी आत्ताच्या भेटीतल्या चर्चेची नोंद करून ठेवतो." चेनला ऑफिसच्या बाहेर सोडून आल्यावर बेन लॅरीला म्हणाला.

"होय, ते करायला लागेलच. कशी झाली मीटिंग?"

"तुम्ही चांगलंच कठोरपणे सुनावलंत त्याला."

"तुला कठोर वाटलं?"

"त्यांच्या अस्मितेला धक्का न पोचेल असं काहीतरी–"

ओल्सेन हसून म्हणाला, "बेन, मी अणि चेन फार चांगले ओळखतो एकमेकांना!"

"ते मान्य आहे, पण खरं सागू का? मला वाटतं, प्रेसिडेंटनाही एवढं अपेक्षित नसावं. गार्टनर यांनी दिलेला प्रस्ताव रद्द ठरवणं बरोबर ठरेल का?"

"बेन, जरा समजून घे, गार्टनर यांचा प्रस्ताव कधी चीनच्या विचाराधीन नव्हताच मुळी. त्यातल्या ज्या काही थोड्या गोष्टी साध्या, सोप्या, त्यांच्या सोयीच्या होत्या, तेवढ्यांकडेच फार तर त्यांनी पाहिलं असतं. पण आता तसं चालणार नाही. आता हा सामना निकाली होणार आणि त्याचा अखेरचा डाव सुरू झाला आहे, हे त्यांना नीट समजायलाच पाहिजे."

बेन कपाळावर आठ्या घालत म्हणाला, "मला नाही वाटत आपल्या बाजूच्या सगळ्यांना तरी तसं वाटतंय!"

"तुला काय वाटतंय?"

बेनने उत्तर दिले नाही. ओल्सेनच पुढे म्हणाला, "जरा थांब आणि बघ ते काय करतात ते."

"आपल्याला खूप घाई आहे असं जे आपण त्यांच्यावर बिंबवत होतो, त्याचा उलटा परिणाम होणार नाही ना? म्हणजे ते काहीतरी थातूरमातूर सांगून आपल्याला फसवू पाहतील?"

"हे शक्य आहे. पण तसं बघायला गेलं तर आजवर तरी त्यांनी काय केलंय? तेव्हा त्यामुळे अजून नवीन नुकसान काहीच होणार नाही, झालाच तर फायदाच होईल. बेन, मला त्यांना आपला रोख स्पष्ट कळायला हवा आहे. मी कायम सरळ

आणि स्वच्छ बोलणार. तुम्ही जरी माझ्याशी कितीही छक्केपंजे खेळलात, कितीही मखलाशा केल्यात, तरी मी माझा सरळपणा, प्रामाणिकपणा सोडणार नाही, कारण मला नक्की माहीत आहे की या कराराची तुम्हालाही तितकीच गरज आहे. तेव्हा असल्या फसवाफसवीचा, वेळकाढूपणाचा काही उपयोग होणार नाही, त्यातून काहीही साध्य होणार नाही, मी काहीही झालं तरी तुमच्यासारखं खेळणार नाही. तेव्हा आता हे असले चाळे थांबवा आणि नीट नव्याने सुरुवात करा.''

हॉफमनच्या चेहऱ्यावर तरीही शंका दिसतच होती.

''तुला शंका वाटते आहे ना? तू पाहशील आम्ही काय करतो ते!''

हॉफमन काही वेळ विचार करून म्हणाला, ''तुम्हाला काय वाटतं, आता काय येईल त्यांच्याकडून?''

''त्यांच्याकडून?'' लॅरी हसत म्हणाला, ''काहीच नाही! बेन, बुद्धिबळाचा खेळ आहे हा!!''

## बुधवार, २६ जानेवारी
## ओव्हल ऑफिस, द व्हाइटहाऊस

त्याने समोरच्या, खास निवेदकांसाठी असलेल्या उंच, उतरत्या डेस्कच्या कडेवर आपले दोन्ही हात घट्ट धरले होते. कुरळ्या केसांच्या, सडपातळ, देखण्या ॲडम गेहरिग या निवेदकाच्या हनुवटीवर छानशी खळी होती. प्रेसिडेंट बेंटन, बेन हॉफमन, जॉन इल्झ आणि ज्युडी एम्स ओव्हल ऑफिसमधल्या पडद्यावर अंतर्गत प्रक्षेपणात त्याचे निवेदन पाहत, ऐकत होते.

गेहरिगने प्रथम फेब्रुवारीच्या मध्यावर ब्रिटिश प्राईम मिनिस्टर ह्युज ऑजिल्व्ही वॉशिंग्टनला भेट देणार असल्याचे जाहीर केले. त्यानंतर प्रेसिडेंट गार्टनर यांच्या आधीच्या योजनेप्रमाणे ज्या लोकांना स्थलांतरित केले जात होते. त्यांना दिल्या जाणाऱ्या आर्थिक मदतीत वाढ देण्याच्या आदेशावर प्रेसिडेंट बेंटन यांनी सह्या केल्याची घोषणाही त्याने केली आणि मग तो त्या दिवशीच्या पत्रकारपरिषदेच्या शेवटचे, महत्त्वाचे निवेदन करू लागला.

"आपणा सर्वांना माहीत असेलच की आज सकाळी प्रेसिडेंट बेंटन यांनी, सिरिया आणि इराक हे दोन देश जोपर्यंत युफ्रॅटिस नदीच्या पाणीवाटपाचा वाद आपापसात सोडवत नाहीत, तोपर्यंत त्यांना दिली जाणारी आर्थिक मदत ताबडतोब पूर्णपणे थांबवल्याची घोषणा केली आहे. त्या दोन देशांची खास जबाबदारी ज्या विशेष कारणांनी आपल्या देशावर आहे, ती कारणे आपल्याला माहिती आहेतच. प्रेसिडेंट ती खास जबाबदारी पूर्णपणे जाणतात. म्हणूनच आज ते प्रेसिडेंट अल डिफारी आणि प्रेसिडेंट लाहौश या दोघांशीही बोलले आहेत. त्या दोन्ही देशांच्या पुनर्ररचनेसाठी आणि त्यांची आर्थिक मदत परत सुरू करण्यासाठी अमेरिका वचनबद्ध आहे. ते दोघं लवकरात लवकर त्यांच्यातला वाद सौहार्दतेने सोडवतील अशी आशाही व्यक्त केली आहे. या वादामुळे गेल्या आठ वर्षांत चार वेळा सीमांवर झालेल्या मोठ्या आक्रमणांत आणि इतर अनेक छोट्या मोठ्या झटापटींत पुष्कळच मनुष्यहानी झाली आहे. प्रेसिडेंटना या गोष्टीची खात्री आहे की हा वाद मिटेल,

इतकेच नव्हे, तर त्यावरचा तोडगा अगदी तातडीने काढता येईल. त्यासाठी सप्टेंबरपासून थांबलेल्या वाटाघाटी लगेच सुरू करण्याची आग्रहाची विनंती त्यांनी या दोन्ही राष्ट्रप्रमुखांना केली आहे. शिवाय प्रेसिडेंट त्यांचा खास दूत म्हणून जनरल एल्गर वैस यांना तेथे पाठवणार आहेत. आपल्याला माहीती असेलच की जनरल वैस यांना दुसऱ्या आखाती युद्धातील त्यांच्या सहभागापासूनचा या क्षेत्राचा फार गाढा अनुभव आहे. त्यांचं चरित्र आपल्या संदर्भासाठी द व्हाइटहाऊसच्या वेबसाइटवर उपलब्ध आहे. प्रेसिडेंट आज जनरल वैस यांना ब्लू रूम मध्ये भेटणार आहेत. आपल्याला त्या भेटीचे फोटो घेता येतील, मात्र त्यावेळी प्रेसिडेंटना प्रश्न विचारता येणार नाहीत. भेटीनंतर अधिकृत निवेदन प्रसिद्ध होईल.'' गेहरिग काही वेळ थांबला आणि मग म्हणाला, ''आपण प्रश्न विचारू शकता.''

प्रश्नांची फैर सुरू झाली. पण प्रश्न इराक-सिरियाविषयी नव्हते, ब्रिटिश प्राईम मिनिस्टरांच्या भेटीसंबंधीही नव्हते किंवा गार्टनर योजनेतल्या स्थलांतरितांना देऊ केलेल्या जास्तीच्या मदतीबद्दलही नव्हते, त्यांचं लक्ष्य होते, ह्युगो मॉंटेरा.

गेहरिगने पाच-सहा प्रश्न हाताळले.

ज्यो बेंटन ओव्हल ऑफिसमधून ते पाहत होता.

''हे लोक एकच प्रश्न किती वेगवेगळ्या पद्धतीनं विचारू शकतात, हे पाहिलं की आश्चर्य वाटतं!'' बेन हॉफमन म्हणाला.

''त्यात आश्चर्य काही नाही.'' ज्युडी म्हणाली.

ते पाहत राहिले. शेवटचा प्रश्न झाला आणि परिषद संपली. बेनने प्रक्षेपण बंद केले.

दोनच मिनिटांत गेहरिग तिथे आला.

''घ्या, जखमी जवान आले.'' बेन म्हणाला.

बेंटन हसून म्हणाला, ''कठीण गेलं ना?''

''यापेक्षा वाईट परिषदा अनुभवल्या आहेत मी, प्रेसिडेंट.'' गेहरिग म्हणाला.

''इराक-सिरिया बद्दलचा आपला निर्णय त्यांनी ऐकला आहे ना?''

''सर, मी व्यवस्थित सांगितला.'' गेहरिग म्हणाला.

''ज्युडी, तो ठळकपणे छापून येतो याची खात्री कर.'' इल्झ म्हणाला.

''इतका महत्त्वाचा आहे तो?'' ज्युडीने विचारले.

''हो.'' बेंटन म्हणाला, ''याला पहिल्या पानावर जागा मिळाली पाहिजे आणि ह्युगो मॉंटेरा तिथून गेला पाहिजे. कळलं?''

''माफ करा, पण प्रेसिडेंट, त्यासाठी एकच मार्ग आहे–''

''ज्युडी, ते होणार नाही. हे शासन दबावाखाली नरमाईने वागतं, अशी ख्याती व्हायला नको आहे माझ्या शासनाची.''

“सर, हे अवघड होतंय. त्यांना असं वाटतंय की ही कहाणी त्यांनी एका विशिष्ट वळणावर नेली की त्यांचं काम झालं. मग त्यांना शिकार मिळालीच पाहिजे!”

“मिळालीच पाहिजे?” बेंटनच्या आवाजाला धार होती. तो जॉनच्या दिशेला पाहण्याचे टाळत होता, कारण जॉनने त्याला या आधीच मॉंटेराला मोकळं करायचा सल्ला दिला होता. “वेळ आली की जे मला करायला पाहिजे ते मी करीनच, पण ते कधी करायचं हे मी ठरवीन, त्यांना मी ते मला सांगू देणार नाही.”

ऑफिसमध्ये शांतता पसरली. ज्युडीने गेहरिगकडे पाहिले, त्याने हळूच खांदे आणि भुवया उंचावल्या.

“ज्युडी,” जॉन इल्झ म्हणाला, “सिरिया-इराकविरुद्ध प्रेसिडेंटनी जी उपाययोजना जाहीर केली आहे ती ठळकपणे छापली जाते याची शंभर टक्के खात्री कर. ते फार महत्त्वाचं आहे.”

# सोमवार, ३१ जानेवारी
# वेस्ट विंग, द व्हाइटहाऊस

या वेळी चेन एकटाच आला होता. औपचारिक प्रास्ताविकातही फार वेळ गेला नाही. सरळ त्यांनी कामालाच हात घातला. लॅरी ओल्सेन त्या दिवशी श्रोत्याच्या भूमिकेत होता, त्याला काही फारसे बोलण्यासारखे नव्हतेच.

''प्रेसिडेंट बेंटन यांनी इराक-सिरिया यांच्यातील युफ्रेटिस नदीच्या पाण्याविषयीच्या वादात घेतलेल्या भूमिकेबद्दलची प्रेसिडेंट वेन यांची पसंती आणि प्रशंसा त्यांनी मला तुमच्या प्रेसिडेंटपर्यंत पोचवायला सांगितली आहे.'' चीनच्या डिप्लोमॅटने सुरुवात केली, ''या कृतीमुळे हा वाद संपुष्टात येईल अशी आशा आहे. परिस्थिती अस्थिर करणारा हा वाद सहज मिटवण्यासारखा आहे आणि तो मिटवण्यात अमेरिकेसारखा दुसरा योग्य आणि स्वाभाविक मध्यस्थ नाही, असा विश्वास गेली कित्येक वर्ष प्रेसिडेंट वेन यांना वाटत होता आणि तो त्यांनी बऱ्याच वेळा प्रेसिडेंट गार्टनर यांच्याजवळ व्यक्तही केला होता.''

''चेन, मनःपूर्वक आभार.'' बेन म्हणाला, ''मी हा निरोप प्रेसिडेंट बेंटन यांच्यापर्यंत नक्की पोचवतो.''

चेनने हसून मान डोलावली.

चेनने 'पीपल्स रिपब्लिकचे सरकार' असे न म्हणता 'प्रेसिडेंट वेन' असा वैयक्तिक उल्लेख केलेला लॅरी ओल्सेनच्या लक्षात आला आणि तो सहेतुक होता हेही त्याला जाणवले.

''चेन, प्रेसिडेंट वेन यांनी या कृतीची नोंद घेतली, याचा आनंद वाटला.'' तो म्हणाला, ''विशेषतः त्यातल्या चपळतेची आणि त्यामागच्या खंबीर निर्णयाचीही. तुला कळलं असेलच की जनरल वैस बगदादला पोचलेही. मी गेल्या आठवड्यात तुला प्रेसिडेंट बेंटन यांच्याविषयी जे सांगत होतो ते आता तुला पटलं असेल.''

''मी परत एकदा सांगू इच्छितो की प्रेसिडेंट वेन यांनी प्रेसिडेंट बेंटन यांच्या कृतीची प्रशंसा केली आहे आणि सिक्युरिटी कौन्सिलच्या मीटिंगमध्ये येत्या पीपल्स

रिपब्लिक युनायटेड स्टेट्सच्या ठरावाला पाठिंबा देईल.''

ओल्सेन चेनकडे एकटक रोखून पाहत होता आणि चेन ओल्सेनकडे आणि बेन हॉफमन या दोघांकडे. कुणीच बोलेनात. शांतता असह्य होऊ लागली. हॉफमनने काहीतरी बोलून, अगदी काहीही बोलून त्या तणावपूर्ण शांततेचा भंग करण्याचा मोह प्रयत्नपूर्वक आवरला.

चेन बोलला.

''प्रेसिडेंट वेन यांनी मला सांगितलं आहे की, जर प्रेसिडेंट बेंटन राजी होऊ शकत असतील तर ते प्रेसिडेंट बेंटन यांना बीजिंग भेटीचे आमंत्रण देऊ इच्छितात.''

लॅरी ओल्सेन यावरही काही बोलला नाही.

''तुम्हाला माहीत असेलच की प्रेसिडेंट गार्टनर आधी व्हाइस प्रेसिडेंट असताना आणि मग ते प्रेसिडेंट झाल्यानंतरही, त्यांच्या आणि प्रेसिडेंट वेन यांच्या अनेक भेटी झाल्या आहेत आणि त्या फलदायीही ठरल्या आहेत. प्रेसिडेंट वेन प्रेसिडेंट गार्टनर यांना मित्र मानत होते आणि आता प्रेसिडेंट बेंटन यांच्याशीही तेच मैत्रीचं नातं जुळावं अशी त्यांची इच्छा आहे.''

''मीही मनापासून तशीच इच्छा करतो.'' ओल्सेन मान डोलावत म्हणाला.

तो आणखी काहीतरी बोलेल या अपेक्षेने चेनने थोडा वेळ वाट पाहिली आणि मग तो परत बोलू लागला,

''ही भेट लवकरात लवकर व्हावी असं प्रेसिडेंट वेन यांना वाटतं आहे. तसं झालं तर हे दोन्ही नेते एकमेकांविषयी किती आदर बाळगतात हे सगळ्या जगाला दिसेल. प्रेसिडेंट बेंटन यांना सोयीचे असेल तर बीजिंगला अगदी लवकर, म्हणजे सप्टेंबरमध्येही त्याचे स्वागत करणे शक्य आहे असे प्रेसिडेंट वेन यांनी सांगितलं आहे.''

''सप्टेंबरमध्ये? इतक्या लवकर?'' ओल्सेन म्हणाला.

''भारतातल्या जी-९ मीटिंगनंतर. अर्थात दोघंजण तिथं भेटतीलच, पण ती काही खरी मीटिंग नाही, ती बीजिंगमध्येच होईल.''

''नाही.'' ओल्सेन म्हणाला, ''ती नाही होणार.''

चेनने प्रश्नार्थक चेहऱ्याने बेन हॉफमनकडे पाहिले.

''मला याआधी ठरलेले कार्यक्रम बघावे लागतील.''

''अर्थातच.'' चेन ओल्सेनकडे पाहत म्हणाला, ''प्रेसिडेंट वेन यांचं असं मत आहे की एकदा समोरासमोर, प्रत्यक्ष भेट झाली की त्यानंतर मग कोणत्याही विषयावर वाटाघाटी, चर्चा जास्त सुरळीतपणे पार पडू शकतील. परिचयानं समजूत वाढते, सेक्रेटरी.''

ओल्सेन जरासा खाकरला. ''चेन, मला खात्री आहे की प्रेसिडेंट बेंटन बीजिंगच्या भेटीचं स्वागतच करतील. ती भेट जर योग्य वेळी आणि योग्य परिस्थितीत झाली, तर ती यशस्वी होईल असंही मला निश्चितपणे वाटतं आहे.''

पुन्हा एकदा ओल्सेन बोलणे पुढे चालू ठेवेल अशा अपेक्षेने चेन जरा थांबला, पण या वेळीही तसे झाले नाही. चेनने बेनकडेही एकदा पाहिले, तोही निश्चलपणे बसून राहिला, त्याच्या चेहऱ्यावरचा एक स्नायूही हालत नव्हता.

"सेक्रेटरी, तुमचा काही निरोप आहे का प्रेसिडेंट वेन यांच्यासाठी? ते इतक्या तातडीच्या भेटीची विनंती करीत आहेत त्यावरून त्यांना प्रेसिडेंट बेंटन यांच्या विषयी वाटणारा आदरच दिसून येतो, नाही का?"

"चेन, निरोप तोच आहे, जो मी या आधी दिला होता."

"मला समजलं नाही, कोणता–"

ओल्सेनने मँडरिनमध्ये पुन्हा सांगितला.

चेन गप्प राहिला.

"मागच्या वेळी आपण भेटलो होतो तेव्हा मी तुम्हाला समजावून सांगितलं होतं की आम्ही कार्बन उत्सर्जनाच्या बाबतीत तुमच्या प्रस्तावाची अपेक्षा करीत आहोत. चेन, अजूनही आम्ही त्याची वाट पाहत आहोत." ओल्सेन चेनकडे बघत काही क्षण थांबला. नंतर तो उठून उभा राहिला, त्यानं चेनसमोर आपला उजवा हात पुढे केला आणि म्हणाला, "तुम्हाला भेटून आनंद वाटला, चेन!"

चेनने उठून त्याचा पुढे केलेला हात हातात घेऊन हस्तांदोलन केलं.

बेन हॉफमननेही पुढे येऊन चेनशी हस्तांदोलन केले.

"आपला आभारी आहे मी, हॉफमन."

हॉफमनबरोबर बाहेर जाणाऱ्या चेनच्या पाठमोऱ्या आकृतीकडे पाहत ओल्सेन त्याच्या जागेवरच उभा होता.

हॉफमनने दार बंद केले आणि तो परत येऊन बसला त्यावेळी त्याच्या चेहऱ्यावर त्रासिक भाव होते.

पण ओल्सेनच्या चेहऱ्यावर हसू होते. "बेन, मी आधीच सांगितलं होतं की काही मिळेल अशी अपेक्षाच करू नकोस."

"तुम्हाला काय वाटतं, त्यांच्याकडे काही प्रस्तावच नसेल?"

"असेल कदाचित. पण आपला मित्र तो आज नक्कीच घेऊन येणार नव्हता."

"म्हणजे तो नंतर येईल–"

"जर त्याला वाटू लागलं की दार बंदच होतंय तर!"

"होईल का ते बंद?"

"अशा बाबतीत दार करकरतं, बंद नाही होत."

"मला वाटतं, त्यांच्या म्हणण्याप्रमाणे प्रेसिडेंट भेट घेतील वेन यांची."

"हो, घेतील ना." ओल्सेन हसला, त्याने मान डोलावली, "मी घेऊ दिली तर ना!!"

## मंगळवार, १ फेब्रुवारी
## कॅबिनेट रूम, द व्हाइटहाऊस

ओव्हल ऑफिसपासूनचे अगदी छोटेसे अंतर चालून ज्यो बेंटन ज्या वेळी कॅबिनेट रूममध्ये आला, त्यावेळी त्याला त्या मीटिंगला उशीर झालेलाच होता. कितीतरी वेळ ॲटर्नी जनरल एरिन ओ'डनेल आणि एफ.बी.आय.चे डायरेक्टर सोल काट्झेनबर्गर या दोघांबरोबर तो एकाच वेळी फोनवर बोलण्यात व्यस्त होता. त्या आधी त्याचे मोंटानाचे गव्हर्नर टॉम वॉल्टर्स यांच्याशी बोलणे झाले होते. आदल्या दिवशी केंद्रीय कर न भरल्याच्या आरोपावरून काही लोकांना अटक करण्यात आली होती. त्यामुळे बिथरलेल्या काही समाजकंटकांनी व्हाइटफिश या गावाजवळ एका आवारात लोकांना अडकवून ठेवले होते. बिल डेअर हा कुप्रसिद्ध अतिरेकी त्यांचा म्होरक्या होता. एफ.बी.आय.च्या अंदाजाप्रमाणे पन्नास स्त्रिया आणि मुले यांच्यासह तिथे एकूण नव्वद लोक होते. मोंटाना स्टेट ट्रूपर्स आणि एफ.बी.आय. एजंट्स मिळून चारशे जवानांनी त्या जागेला वेढा घातला होता. काट्झेनबर्गर यांना त्यांच्या एजंट्सना एकदम वेगाने हल्ला करून, अतिरेक्यांना हतबल करून बंदिस्तांची सुटका करण्याचे आदेश द्यायचे होते. त्यांची अशी खात्री होती की जलद हालचाल केली तर जखमी किंवा मृतांची संख्या अगदी कमीत कमी राखता येईल. त्यांचा हा आशावाद बेंटनला पोकळ वाटत होता. तो ऐकून त्याच्या मनात धोक्याच्याच घंटा वाजत होत्या. कारण हल्ल्याची कोणतीही ठोस योजना काट्झेनबर्गर त्याला समजावून सांगू शकले नव्हते. एकोणीसशे नव्वद साली वॅको येथे असाच एक अनर्थ घडला होता. बराच काळ वाट बघण्यात ऐंशीपेक्षा जास्त लोकांना जीव गमवावे लागले होते. त्याचा संदर्भ आणि बिल डेअर सारखा विकृत विचाराचा अतिरेकी ओलीस ठेवलेल्यांना हौतात्म्य बहाल करायला मागेपुढे पाहणार नाही. असा इशारा देऊन लगेच हल्ला न करण्याचा पर्याय ठेवणे अतिशय अयोग्य ठरेल असे काट्झेनबर्गर यांचे म्हणणे होते.

कायदा आणि सुव्यवस्था यांचे कट्टर पुरस्कर्ते, रिपब्लिकनच्या तिकिटावर

निवडून आलेले तिथले गव्हर्नर, टॉम वॉल्टर्स यांचेही मत असे होते की तातडीने कारवाई करावी. पण ॲटर्नी जनरल एरिन ओ'डनेल यांनी मात्र थांबण्याचा सल्ला दिला होता.

ज्या निर्णयामुळे जीवितहानीचा धोका संभवत होता असा महत्त्वाचा निर्णय घेण्याची ज्यो बेंटनवर आलेली ही पहिलीच वेळ होती. शपथविधीच्या दिवसानंतर त्या पदाच्या गंभीर महत्त्वाची, त्याच्या प्रचंड जबाबदारीची जाणीव यांचा त्याला त्या दिवशी प्रत्यक्ष अनुभव मिळत होता. त्याने पर्यायांचा बारकाईने विचार केला. बरोबर की चूक माहीत नसतानाही काट्झेनबर्गरच्या प्रस्तावाला मान्यता द्यायला त्याचे मन मुळीच तयार नव्हते. त्याने एफ.बी.आय.च्या डायरेक्टरना चोवीस तासांच्या आत हल्ल्याची संपूर्ण तपशीलवार योजना सादर करण्यास सांगितले. तोपर्यंत एजंट्सनी फक्त स्वसंरक्षणार्थ शस्त्र उचलावे अशी सूचना दिली.

कायद्यांच्या विधेयकांना मान्यता देण्याची जबाबदारी असलेल्या सिनेटच्या सर्व सभासदांच्या त्या मीटिंगसाठी कॅबिनेट रूममध्ये शिरतानाही बेंटन त्या निर्णयाबद्दलच विचार करीत होता. दार उघडले तसे जुन्या-नव्या ओळखीचे अनेक चेहरे समोर बघून त्याला आनंद झाला. हाऊस स्पीकर डॉन बेल्स, सिनेट मायनॉरिटी लीडर के विल्सन हिच्याशेजारी उभे होते. सिनेटर व्हाल बर्ली आणि काँग्रेसमन पॉल रूड हे दोन्ही प्रतोद उपस्थित होते. न्यूयॉर्कची मातबर ज्येष्ठ सिनेटर सिलिया अमाडी आणि फ्लोरिडाची काँग्रेस प्रतिनिधी रोझ मिलर यांच्यासह बारा-पंधरा वजनदार डेमोक्रॅट्स मीटिंगसाठी आले होते. द व्हाइटहाऊसतर्फे ॲंजेला शावेझ, जॉन इल्झ, इल्झचा एक मदतनीस स्टीव्ह किव्होपोलस, ज्युडी एम्स, ॲडम गेहेरिग, बेंटनचा सल्लागार जोश सिंगर आणि कायदेविषयक प्रमुख मदतनीस बार्ब मुकर्जी हजर होते. बेन हॉफमन कुठेतरी अडकला होता त्यामुळे जरा उशिरा येणार होता.

ज्यो बेंटन आत शिरल्यानंतर सर्वजण स्थानापन्न झाले. बार्ब मुकर्जी सर्वांना मीटिंगसाठी तयार केलेले टिपण देत असताना, व्हाइटफिशच्या संकटाचा विषय प्रयत्नपूर्वक बाजूला सारून बेंटनने सर्व उपस्थितांचे हसतमुखाने स्वागत केले.

"आपला कार्यक्रम कसा असेल ते तुम्हाला दिलेल्या टिपणात दिले आहे. ते वाचायला मी तुम्हाला थोडा अवधी देतो."

प्रत्येक विधेयक संबंधित व्यक्तींशी बोलूनच तयार केले गेले होते. त्यांच्याच सल्ल्याने, मदतीने विधेयकांचे प्रायोजकही ठरले होते. त्यामुळे त्यात फारसे नावीन्य नव्हते, पण संपूर्ण कार्यक्रम त्यांना त्या दिवशी एकत्रितपणे बघायला मिळत होता.

त्याने ॲंजेला शावेझकडे पाहिले. तिने हसून त्याला प्रतिसाद दिला. टिपणात पहिला क्रम स्थलांतराच्या कामाचा होता. ते काम खूप कठीण होते. ॲंजेलालाही कल्पना नव्हती की त्यात वर्णन केलेली त्या कामाची व्याप्ती ही फक्त सुरुवात होती

आणि जर त्याच्या अपेक्षेप्रमाणे चीनशी करार होऊ शकला असता, तर पुढील दहा वर्षांत ती तिपटीने-चौपटीने वाढणार होती. यातला 'जर' फार मोठा होता. शपथविधीच्या दिवसापासून त्या विषयासाठी एक मिनिटही देणे त्याला शक्य झाले नव्हते. कामांची इतकी गर्दी होती की त्या धामधुमीत गेले दोन आठवडे कसे गेले हे त्याला कळलेही नव्हते. देशांतर्गत कार्यक्रमांच्या अंमलबजावणीचा वेग जराही कमी करणे त्याला परवडणारे नव्हते. लॅरी ओल्सेन आणि चेन यांच्या भेटीचे वृत्तान्त त्याला बेन हॉफमनकडून मिळत होते. त्यासंबंधातल्या प्रगतीचा आढावा घेण्यासाठी येत्या दोन-तीन दिवसात बेन एक मीटिंग आयोजित करणार होता.

पुरेसा वेळ दिला गेला, असं वाटल्यावर त्याने ज्युडीकडे पाहिले. ती सुरुवात करणार होती.

तिने योजनेची रूपरेषा आणि त्यातले महत्त्वाचे टप्पे समजावून सांगितले. प्रेसिडेंट सोमवारी काँग्रेसच्या दोन्ही गृहांच्या संयुक्त बैठकीत अभिभाषण देणार होते. त्या आधी शुक्रवारी पत्रकारपरिषदेत आणि त्यांच्या जनतेसाठी दर रविवारी प्रसारित होणाऱ्या साप्ताहिक वृत्तपत्रिकेतही ते या कार्यक्रमाचा पाठपुरावा करणार होते. प्रत्येक विधेयक संमत होणे, प्रत्येक घटकाने चोख काम करणे 'नवा पाया' यशस्वी होण्यासाठी अत्यंत गरजेचे होते.

समोरच्या टिपणांची पाने चाळत, मान नकारार्थी हलवत डॉन बेल्स म्हणाला, "आम्हाला वाटलं होतं हे सगळं दोन वर्षांत करायचंय, इथं तर एकच वर्ष दिसतंय!"

"हो, आम्ही त्यावर पुन्हा विचार केला. आपण जर आधीच दोन वर्षं धरली तर त्याची चार होतील." इल्झने समजावले.

"बरोबर आहे." के विल्सनने दुजोरा दिला.

के विल्सनविषयी बेंटनचे फार चांगले मत होते. स्वत:च्या हिमतीवर व्यवसाय उभा करणारी केंचुकीतली ही यशस्वी व्यावसायिक स्त्री गेली चार वर्षे सिनेटमध्ये अल्पसंख्याकांची नेता होती. बेंटनने तिच्याबरोबर बरीच वर्षे काम केले होते. डॉन बेल्सला तो मानत नव्हता. मागच्या निवडणुकीच्या वेळी आधीचा अल्पसंख्याक नेता पॅट ग्रीनबर्ग निवृत्त झाला. त्यावेळी डेमोक्रॅटिक पक्षाच्या तिकिटावर चार वेळा निवडून आलेल्या कॅलिफोर्नियाच्या डॉन बेल्सने असे काही मोर्चे बांधले की त्याला सगळ्या डेमोक्रॅट्सची मते मिळून तो अतिशय अनपेक्षितपणे सभागृह प्रवक्ता म्हणून निवडून आला. तेव्हापासून निवडणुकीतले डेमोक्रॅटिक पक्षाला मिळालेले बहुमत डॉन बेल्समुळेच, फक्त डॉन बेल्समुळेच मिळाले होते, अशा थाटात तो वागत, बोलत होता. बेंटनच्या मते वीसशे चौदापासून सतत काँग्रेसमध्ये बहुमत टिकवून धरणारा पहिला डेमोक्रॅट हा मान मिळवण्यासाठी मध्यवर्ती निवडणुकीत

यश संपादन करणे या एकाच उद्देशाने त्याला पछाडले होते आणि त्याच्या सगळ्या कृती आणि उक्ती केवळ त्यासाठीच होत्या.

सिलिया अमाडी तिच्यासमोरचे कागद बाजूला सारत म्हणाली, "मी केशी सहमत आहे. प्रेसिडेंट, ही यादी महत्त्वाकांक्षी आहे. खरं म्हणजे संपूर्ण चार वर्षांना पुरून उरणारी आहे. पण जर आपण ती एका वर्षात पूर्ण करू शकलो तर चांगलंच आहे, प्रयत्न करू या."

बेंटन खूश झाला. सी अमाडी हिच्याबरोबर तो अनेक लढ्यांत सहभागी झाला होता आणि तो दर वेळी तिच्या बाजूनेच लढत असल्याचा त्याला कधी पश्चात्ताप झाला नव्हता. तिच्याइतकी चिकाटीची लढवय्यी त्याने काँग्रेसमध्ये बघितली नव्हती. "हा तर तुमच्या हातचा मळ आहे, सिनेटर." बेंटन तिला म्हणाला.

सिलिया हसली.

प्रेसिडेंट त्यानंतर रोझ मिलरकडे वळले. "रोझ?"

"तुम्हाला हवं आहे ते सगळं तरी मिळेल, नाहीतर काहीच मिळणार नाही." ती म्हणाली.

"आत्तापर्यंत सगळेच प्रेसिडेंट माझी योजना 'सर्वसमावेशक' आहे असं सांगत आले आहेत, पण तसं कधीच नव्हतं. पण ही खरंच 'सर्वसमावेशक' योजना आहे." व्हाल बर्ली म्हणाला, "आपण जर ती सुटी सुटी राबवायला गेलो तर त्यात लोक सतराशे साठ कटकटी निर्माण करतील."

डॉन बेल्सने जरा वेगळा सूर लावला, "प्रेसिडेंट, माफ करा, पण मला वाटतं आपण फार मोठा घास एकदम चावायला बघतोय. यातलं तुमचं नुसतं आरोग्याचं विधेयक संमत झालं तरी ती केवढी मोठी कामगिरी ठरेल."

"डॉन, माझ्यामागे येऊन लप." सी अमाडीने डॉनला बजावले, "रडतोस काय? सगळे मिळून लढू या. हे सगळं एका दमातच करावं लागेल नाहीतर काहीच होणार नाही आणि हे विसरू नकोस की, ज्यो याच योजनेच्या बळावर निवडणूक जिंकलाय. बदल हाच त्याचा जनादेश आहे."

"हो, पण एवढा प्रचंड बदल नाही."

"बदल थोडा आणि फार नसतो. धीट हो जरा."

दार उघडले गेले आणि बेन हॉफमन आत आला. त्याने आत शिरता शिरता प्रेसिडेंटकडे कटाक्ष टाकला, पण लगेच सगळ्यांकडे पाहत म्हणाला, "माफ करा, मला उशीर झाला. माझं काही महत्त्वाचं हुकलं नाही ना?"

"फक्त डॉनला सी तिच्यामागे लपायला बोलवत होती!" अँजेला हसत म्हणाली.

डॉन बेल्सने त्याकडे दुर्लक्ष करीत म्हटले, "प्रेसिडेंट, ही योजना पार पाडायला लागणारं बहुमत तुमच्या गाठीशी आहे की नाही ह्याचीच मला खात्री नाही!"

बेंटनने त्याच्याकडे अविश्वासाने पाहिले.

"आज 'व्हिच गव्ह' या जनमताचा निकाल प्रसिद्ध होणार आहे आणि त्यात तुम्हाला अठ्ठेचाळीस टक्के मतं आहेत."

"शक्यच नाही." ज्युडी किंचाळली.

"ज्युडी, विश्वास ठेव, अठ्ठेचाळीस टक्के. मागच्या आठवड्यातल्या त्या इराक-सिरिया घोषणेपासून लोकांनी धास्तीच घेतली आहे की ज्या इराकमधून बाहेर पडायला तब्बल दहा वर्षं लागली. त्याच नरकात हा प्रेसिडेंट आपल्याला परत घेऊन जाणार आहे!"

"डॉन, मला या खुर्चीवर बसायला लागून दोन आठवडेही झाले नाहीत आणि हे कुठलं फालतू सर्वेक्षण! मी मुळीच किंमत देत नाही अशा निकालाला. पुढल्या निवडणुकीला अजून चार वर्षं आहेत." बेंटन म्हणाला.

"माफ करा, मध्यावधी निवडणुकीला पुरती दोन वर्षंही नाहीत, प्रेसिडेंट. तुम्ही देत नसाल, पण तुम्हाला ज्यांचा पाठिंबा हवा आहे असे अनेक काँग्रेसजन दुर्दैवानं या 'फालतू सर्वेक्षणा'लाही किंमत देतात."

"हा निव्वळ मूर्खपणा आहे." डॉन बेल्सच्या काँग्रेसमधल्या तथाकथित वजनाला जॉन किंमत देत नव्हता आणि ते डॉनला कळावे अशी त्याची इच्छा होती. "लोक एवढे मूर्ख नक्कीच नाहीत. आपण काही युक्रेटिसवरून युद्ध सुरू करत नाही. ही टक्केवारी पुढच्या आठवड्यात परत वर गेलेली दिसेल."

"प्रेसिडेंट, स्पष्ट बोलतो म्हणून रागावू नका, पण तुम्ही ही घोषणा करून तुमची जनतेतली पत घालवून बसला आहात." डॉन म्हणाला.

"ती कुणाची पत होती ते लक्षात घे, डॉन." बेंटनने आपली तीक्ष्ण नजर डॉनवर रोखून धरली. "मी जर असं प्रत्येक जनमत गंभीरपणे घ्यायला लागलो तर मला काम करणंच अशक्य होऊन बसेल. मी असं वागून राजकारणात काळ्याचे पांढरे केलेले नाहीत. मला एक गोष्ट सांग, की तू ह्या कार्यक्रमाला सभागृहात संमती मिळवून देणार की नाही?"

"आणि जर तू तसं करणार नसशील तर तसं तुला करायला लावण्यासाठी आम्ही काय करायला पाहिजे तेही सांग!" अँजेला शावेझ नेही फटकारले.

डॉनने पॉल रूडकडे पाहिले. "दोनशे ते दोनशे दहा अगदी काळ्या दगडावरची रेघ आहे." रूडने हिशेब द्यायला सुरुवात केली, "आणखी दहा-वीस नेहमी आपल्या बाजूला येणारे आहेतच. उरलेले दहा-पंधरा त्यांची जरा काळजी आहे."

"होऊन जाईल आपलं काम." अँजेला बार्बकडे पाहत म्हणाली.

"ते होईलच." रूड म्हणाला, "होणार नाही असं मी म्हणत नाही, पण जोरात काम करावं लागेल."

"त्यासाठी काय लागेल ते सर्व मिळेल." बेंटनने सर्वांवर नजर फिरवली आणि तो म्हणाला, "जी मदत लागेल ती दिली जाईल. मी आहे, अँजेला आहे. काम झालं पाहिजे."

त्यासाठी आवश्यक त्या युक्त्या, प्रयुक्त्या, क्लृप्त्या याबद्दल त्यांनी तपशीलवार चर्चा केली. प्रत्येकाला हे पक्के लक्षात ठेवायला सांगण्यात आले की या 'बदला'साठीच अमेरिकन जनतेने बेंटनला द व्हाइटहाऊसमध्ये पाठवले आहे आणि ज्याला याचा विसर पडेल, त्याला त्याच्या मतदारसंघात त्याचा जबाब द्यावा लागेल.

"प्रेसिडेंट," मधल्या एका थोड्याशा शांततेचा फायदा घेऊन सिलियाने प्रेसिडेंटचे लक्ष वेधून घेतले.

"बोल, सी."

"मला वाटतं, आता आम्ही सगळे जण तुमच्या पाठीशी आहोत." कुठून विरोधाचा सूर निघतो का याची काही क्षण वाट बघून ती पुढे म्हणाली, "पण - जरा स्पष्टच सांगते, एक गोष्ट त्रास देते आहे."

"सी, तुझ्याकडून स्पष्टवक्तेपणाच अपेक्षित आहे." बेंटन हसत म्हणाला.

"मी ह्युगो माँटेराविषयी बोलते आहे."

बेंटनने मान डोलावली. त्याचा तोच अंदाज होता.

"प्रेसिडेंट, त्यानं जे केलं आहे, किंवा जे केलं असावं असं दिसतंय म्हणा, ते कदाचित त्यानं खरंच केलेलं नसेलही, पण आपल्या लोकांना ते आवडलेलं नाही. ते त्याच्या बाजूला उभे राहणार नाहीत.'

काही वेळ शांतता पसरली.

"जेवढा जास्त उशीर कराल तेवढी परिस्थिती बिघडत जाईल." सी म्हणाली, "रिपब्लिकन्सच्या हातात कोलीतच मिळालं आहे. आपल्या लोकांनाही तो खटकतो आहे. त्याचा जेवढा लवकर बंदोबस्त होईल तेवढं बरं!" समोरचे कागद हातात घेऊन ती म्हणाली, "आम्हाला हे करायचं आहे, मनापासून करायचं आहे. पण काहींना ते न करायला कारण सापडतं आहे."

"तसे वीस किंवा तीस तरी आहेत." पॉलने माहिती पुरवली.

"अँडी बर्स्टिनकडे साऊथ कॅरोलिनाची अठ्ठावीस ठोस मतं आहेत." रोझ मिलर सांगू लागली, "तो आणेल त्याच्या लोकांना आपल्या बाजूला, पण रिपब्लिकन्स लांडग्यांसारखे त्याचा जीव खातात."

"आपण त्यांच्याकडे पाठिंबा मागायचा आणि त्याचे लोक त्याला दक्षिण कॅरोलिनातून फोन करून विचारणार की प्रेसिडेंट आपल्या कर्मचाऱ्यावर अन्याय करणाऱ्या माणसाच्याच हातात कामगार खातं कसं सोपवतात?" डॉन म्हणाला.

काही वेळ तणावपूर्ण शांतता राहिली.

"ज्यो, हे निपटून टाकायला पाहिजे लवकर." सी अमाडीच्या आवाजातला हा स्वर बेंटनने गेल्या बारा वर्षांत कितीतरी वेळा ऐकला होता. ठाम आणि व्यवहारी. गरज असेल तेव्हा ती कठोरही होत असे आणि बहुतेक वेळा तिची बाजूच न्याय्य असे! "आज शुक्रवार आहे. हे आज निस्तरलं गेलं तर आजच्या पत्रकारपरिषदेत पत्रकारांनी ज्या गोष्टींकडे लक्ष द्यावं असं तुला वाटतंय, त्याकडे तू त्यांना वळवू शकशील."

बेंटनच्या कपाळाला आठ्या पडल्या. तो शांतपणे म्हणाला, "ठीक आहे, समजा मी कृती केली तर त्यात माझा दुबळेपणा नाही दिसायचा? मी दबावाला बळी पडलो असं नाही व्हायचं? मी निवडलेल्या माझ्याच माणसांना जर मी पाठिंबा देऊ शकलो नाही, तर या माझ्या योजनांना कोण पाठिंबा देईल?"

सीने हताशपणे मान हलवली, "तू हे केलंस तर तुझ्यामागे सगळे उभे राहतील. तू तुझ्या एका माणसाला गमवावंस असं आम्हालाही वाटत नाही. माँटेराने काही चुकीचं केलं आहे असं खरं म्हणजे कुणाला वाटत नाही आणि केलं असलं तरी ते तुला आधी माहिती असायचं काहीच कारण नव्हतं, हेही सगळ्यांना पटतंय. आम्हाला सगळ्यांना हेही कळतंय की हे प्रकरण उगीचच प्रमाणाबाहेर चिघळवलं जातंय, रिपब्लिकन्स आणि प्रसारमाध्यमं तुझ्या कारकिर्दीच्या नव्या नवलाईतच तुझ्यावर नाहक हल्ला चढवीत आहेत. पण खात्री बाळग, तो एकदा गेला की हे सगळं निवळेल. आम्ही सगळे तुझ्याबरोबर या कार्यक्रमात एकत्र काम करणार आहोत, त्यामुळे तू दुबळा नव्हे, तर सशक्त बनशील."

असे होण्याची शक्यता बेंटनलाही वाटत होती. स्वतःच्या मनाशीच त्याने ते होताना पाहिलेही होते. पण उलटे घडणार नाही याची त्याला खात्री नव्हती. तो त्याचा दुबळेपणा समजून त्याच्या मागचा पाठिंबा कमजोर होऊ शकत होता. परिणामाला काही परिमाण नव्हते! त्याक्षणी कोणती भावना वरचढ ठरेल त्यावर सगळे अवलंबून राहणार होते!

"सगळे सहमत आहेत या निर्णयाशी?" त्याने सर्वांकडे पाहत विचारले.

होकाराचा स्पष्ट स्वर ऐकू आला.

या पूर्वीच्या राष्ट्राध्यक्षांच्या कारकिर्दीच्या निरीक्षणातून बेंटनला हे पटले होते की आपल्याला ज्या महत्त्वाच्या गोष्टी करायच्या आहेत, त्यासाठी आपल्या अधिकाराची शक्ती राखून ठेवणे गरजेचे आणि उचित असते, त्यांची प्रगती काही क्षुल्लक किंवा जरा कमी महत्त्वाच्या गोष्टींमुळे अडून द्यायची नसते. ह्युगो माँटेरा त्याचा मित्र होता. पण त्याची नेमणूक आज तशा महत्त्वाच्या योजनेतला अडसर ठरत होती. शिवाय व्हाइटफिशमधल्या प्रकरणातल्या निर्णयाच्या परिणामांचाही

विचार करणे जरुरीचे होते. जर निर्णय चुकीचा ठरला, माँटानातल्या काही लोकांना आयुष्य गमवावे लागले, तर त्यामुळेही लाखो कराडो लोकांची आयुष्ये बदलणारा त्याचा महत्त्वाकांक्षी कार्यक्रम अडचणीत येऊ शकत होता. त्याच्यावरच्या विश्वासाला तडा जाऊ शकत होता. ते व्हायला नको होते, कदापी नको होते. उलट तो आणखी वाढायला हवा होता, कितीतरी वाढायला हवा होता.

त्याने सिलियाकडे पाहिले.

तिने त्याच्या नजरेला नजर भिडवली आणि आपल्या नजरेतून त्याला हवा असलेला दिलासा दिला.

## बुधवार, २ फेब्रुवारी

## फॅमिली रेसिडन्स, द व्हाइटहाऊस

ज्यो आणि हीथर बसले होते त्या सोफ्याच्या समोरच्या छोट्या पडद्यावर ॲमीचा चेहरा दिसत होता.

"डॅडी, मला अजून तुम्ही नीट दिसत नाही आहात." ॲमी म्हणाली.

ज्यो हीथरच्या जवळ सरकला. "आता?"

ॲमी हसून म्हणाली, "डॅडी, तुम्ही फार उंच आहात!"

ज्यो खाली सरकला.

"तुमचं डोकं कापलं जातंय. अजून खाली सरका."

हीथर हसत हसत उठत म्हणाली, "सभ्य स्त्री-पुरुषहो, पडद्यावर अर्धवट दिसत आहेत, पहा, प्रेसिडेंट ऑफ युनायटेड स्टेट्स! ज्यो, वेबकॅमेरा हलवता येतो आपल्याला!" तिने कॅमेऱ्याजवळ जाऊन तो नीट लावला.

वॉशिंग्टनमध्ये रात्रीचे दहा वाजले होते आणि पालो अल्टोत संध्याकाळचे सात. आज ॲमीचा तेविसावा वाढदिवस होता. शपथविधीचा कार्यक्रम संपल्यावर लगेचच ती स्टॅनफोर्डला परत गेली होती. गेल्या दहा दिवसांत ज्यो ॲमीशी एकदाही बोलू शकला नव्हता. पण आता त्याने मनाशी पक्के ठरवले होते की तिच्याशी नियमितपणे बोलण्यासाठी वेळ काढायचाच आणि ग्रेगशीही – अर्थात त्यानेही काढला तरच. त्याने वेळ काढावा ही फारच मोठी अपेक्षा होती. ॲमीशी बोलण्यासाठी वेळ काढण्याची जबाबदारी मुद्दाम कुणाला दिली नाही तर ते होणारच नाही हे त्याला कळून चुकले होते. बघता बघता दिवस संपतात, आठवडेही टळून जातात.

ॲमीचा चेहरा पडद्यावर पाहताना, आपल्या कामात व्यस्त असताना आपल्या मुलांकडे लक्ष न देऊ शकणाऱ्या प्रत्येक पित्याच्या मनात येणारा विचार त्यावेळी त्याच्याही मनात येत होता, कुठे गेली ती वर्षे, कशी गेली? आपल्या मांडीवर बसणारी ही छोटीशी चिमुरडी पाहता पाहता तेवीस वर्षांची सुंदर, तरतरीत, तरुणी झाली आहे, लॉ स्कूलच्या दुसऱ्या वर्षात शिकते आहे. काळ कसा गेला ते

कळलंही नाही.

"ॲमी, आज इथं असायला हवी होतीस गं तू. तुला मिठीत घेऊन तुझं अभिनंदन करायचं होतं मला."

"हो ना डॅडी, मला सुद्धा तसंच वाटतंय. माझ्या वाढदिवसाची सर्वात मौल्यवान भेट कुठली असती माहिती आहे? तुमच्याजवळ असणं – तुमच्याजवळ आणि मॉम, तुझ्याजवळ."

"ॲमी, ड्रेस मिळाला का तुला?" हीथरने विचारले.

"हो मॉम, मस्त आहे."

"बसतोय ना बरोबर?"

ॲमीने मान हलवली.

"आणि रंग? आवडला का? त्यांच्याकडे निळ्या रंगात पण आहे–"

"मॉम, खूप छान आहे रंग."

"हे बघ, जरा लहान किंवा मोठा वाटला, रंग वेगळा हवा असला, तरी बदलता येईल बरं का."

"मॉम, अगं, खूप आवडलाय मला."

"मला बरं वाटावं म्हणून म्हणत नाहीस ना? खरंच, बदलायला काहीही हरकत नाही."

"हीथर, अगं ऐकलंस ना ती काय म्हणली ते? तिला आवडलाय. ॲमी, यात माझा काहीच सहभाग नाही बरं का, सगळं तुझ्या मॉमनं एकटीनं जुळवून आणलंय."

"ज्यो, असं नाही म्हणायचं हं! ॲमी, आमच्या दोघांकडून आहे ती भेट."

"ए, तुझ्यासाठी विमान पाठवून तुला आज इकडे आणायला पाहिजे होतं. हीथर, नाही का? कुणाला तरी आधी सांगायला पाहिजे होतं." ज्यो म्हणाला.

ॲमी हसून म्हणाली, "वा, डॅडी, तुम्ही या देशाचे जबाबदार प्रेसिडेंट आहात हे विसरू नका. आणि तेही पर्यावरणाची काळजी असणारे. कल्पना करा, तुम्ही असं माझ्यासाठी खास विमान पाठवलंत तर सिनेटर हॉबरमन तुम्हाला कुठं पाठवतील?"

"चौकशी समितीच नेमतील! ए, पण एका उड्डाणानी काही फार फरक पडत नाही."

"पडतो डॅडी, छोट्या छोट्या प्रत्वेक गोष्टीनंही फरक पडतोच. एका प्रेसिडेंटपदाच्या उमेदवारानंच असं वारंवार सांगितलेलं आठवतंय मला!!"

ज्योला मनापासून हसू आलं. "मिलॉर्ड, आरोपी दोषी आहे!!"

"बरं, मॉम, ड्रेस खरंच खरंच, खूप खूप छान आहे."

"जर तू तो आत्ता घातला असतास तर ते तुझ्या मॉमला खरं वाटलं असतं!"

"अहो, नाही. तिनं आत्ता घालायला पाहिजे होता असं नाही माझं म्हणणं!"

"पाह्यचं नाही तिला त्या ड्रेसमध्ये तुला?"

"आता तुम्ही भांडू नका त्याच्यावरून! मी आत्ता बाहेर जाताना तोच घालणार आहे. विश्वास बसत नसेल तर फोटो पाठवीन तुम्हाला."

आई-वडिलांनी एकमेकांकडे पाहिले. त्यांना तिच्या फोटो इतकेच किंबहुना थोडे जास्त कुतूहल ती ज्याच्याबरोबर बाहेर जाणार होती त्याच्या फोटोविषयी होती.

"अहो, तो माझा मित्र आहे!" ॲमी हसत हसत म्हणाली, "डॅडी, मॉम, तुम्ही पण ना–"

"अगं, अगं, लाजलीस की काय?"

"डॅडी, तुम्हाला मी नाही सांगितलं तरी तुमच्या गुप्तहेरांकडून 'अहवाल' मागवता येईल की!"

ज्योच्या कपाळावर आठ्या पडल्या. हा मुद्दा त्याच्या लक्षातच आला नव्हता.

"डॅडी, माझ्यामागं नसता ससेमिरा लावू नका हं, सांगून ठेवतेय."

"नाही, नाही. असं कसं करू आम्ही?" हीथरने असे म्हणताना ज्योकडे पाहिले. तिच्याही मनात हा विचार डोकावला नव्हता.

"प्रेसिडेंटच्या अधिकाराचा दुरुपयोग आहे हा." ॲमी म्हणाली, "डॅडी, खटला भरेन मी तुमच्यावर, आधीच बजावून ठेवते."

ज्यो हसला. खरंच ही खटला भरायला कमी नाही करायची!!

"तुला त्रास नाही ना देत ते लोक?" हीथरने विचारले.

"नाही गं." ॲमी म्हणाली, "त्यांचं काम ते करतात. मला कळतं, मॉम. आणि आता इथं कॉलेजमधल्या लोकांनाही सवय व्हायला लागली आहे त्याची."

"इतक्या पटकन?"

"मॉम, तू विसरते आहेस, ते लोकं डॅडी जिंकल्यापासून इथं माझ्यामागं आहेत."

"ते जर फार लुडबूड करायला लागले तर सांग हं मला."

"डॅडी, माँटेरांविषयी कळलं मला."

ज्योने नुसतीच मान हलवली. त्या दिवशी सकाळच्या द व्हाइटहाऊसमधल्या पत्रकारपरिषदेत ॲडम गेहरिगने ह्युगो माँटेरा यांची नेमणूक रद्द केल्याचे जाहीर केले होते.

"वाईट वाटलं मला. पण का कुणास ठाऊक, हे होणार याची आधीच कल्पना आली होती मला. तसे चांगले होते ते, नाही का डॅडी?"

"नाही काही करता आलं शेवटी. एका आठवड्यापूर्वी त्यानंच माघार घेण्याची इच्छा व्यक्त केली होती. त्यावेळी मीच त्याला म्हटलं होतं की आपण काढू या मार्ग

यातून. जाऊ दे, केव्हा सोडून द्यायचं हे आपल्याला कळायलाच हवं.''

''डॅडी, याचा तुम्हाला त्रास–''

''ॲमी, आज वाढदिवस आहे तुझा!'' हीथरने तो अप्रिय विषय थांबवण्याचा अयशस्वी प्रयत्न केला.

''मी विचार करतीय, त्यांना लिहून कळवावं की जे झालं त्याचं मला दुःख वाटतं आहे.''

''ॲमी, तो तुझा चांगुलपणा ठरेल! त्यांना नक्कीच आनंद होईल.''

''तुम्ही कोणी दुसरा माणूस शोधलाय का?''

''पाहतोय. चाललंय काम त्यावर.''

''ॲमी, आणखी काय नवीन बातमी?'' हीथरने परत विषय बदलला.

''काही विशेष नाही, मॉम. डॅडी, तुम्ही कोणी दुसरा लॅटिनोच बघणार आहात त्या जागेसाठी?'' ॲमीला तोच विषय पुढे न्यायचा होता.

''सुयोग्य माणूस पाहिजे.''

''बरोबर. आणि त्यांची प्रतिनिधी अँजेला शावेझ आहेच ना व्हाइस प्रेसिडेंटसारख्या मोठ्या पदावर. याहून जास्त काही अपेक्षा नसावी त्यांची? त्यातून तिचा सहभाग मोठा असणार आहे हेही तुम्ही जाहीर केलंय. लॅटिनो आता कायमच तुमच्या बाजूचे राहतील. त्यांना अजून काही द्यायची आवश्यकता नाही. ते रिपब्लिकनकडे झुकणं कधीच शक्य नाही.''

''असं गृहीत धरून नाही चालणार. त्यांचं योगदान मान्य करणं हे कर्तव्यच आहे माझं.''

''ॲमी, हे काय चाललंय तुझं? या विषयावर आजच, तुझ्या वाढदिवसाच्या शुभदिवशीच बोललं पाहिजे का?''

''ॲमी, बरोबर आहे तुझ्या मॉमचं. या विषयी नकोच बोलायला.'' ज्यो म्हणाला.

''ठीक आहे. मग कशाविषयी बोलू या आपण?''

''तुझ्याविषयी!'' हीथर म्हणाली.

ॲमी हसली. ''काय बोलू मी माझ्याविषयी? माझ्या कॉलेजविषयी बोलू? माझं आता कॉलेजचं दुसरं वर्ष चालू आहे हे सांगू? डॅडी, कॉंग्रेसमधली तुमची डेमोक्रॅट मंडळी काय म्हणतात? त्यानाही त्यांनी माघार घ्यायलाच पाहिजे होती ना?''

ज्योने हताशपणे हीथरकडे पाहिले. हीथरने खांदे उडवून 'कठीण आहे' या अर्थी मान हलवली.

''सगळ्याच डेमोक्रॅट्सना हे व्हायला हवं होतं. तुला म्हणून सांगतो, आमच्या आतल्या गोटाचंही, 'हे करायलाच पाहिजे' असंच मत पडलं.''

''असं होतं कधीकधी. पर या घटनेने दूरच्या भविष्यकाळात काहीही फरक

होणार नाही.''

''फरक ह्युगोला झाला!''

''तसं नाही म्हणायचं मला. तुमच्या चार वर्षांच्या एकंदर कारकिर्दीवर याचा काही परिणाम होणार नाही असं म्हणते आहे मी.''

''मान्य. पण पहिल्या वर्षी मला जे मिळवायचं आहे त्यावर होऊ शकेल.''

''लेबर सेक्रेटरी हे पद काही सेक्रेटरी ऑफ स्टेट इतकं महत्त्वाचं नाही.''

''तसं असतं तर काय केलं असतं मी?''

''ते परत बऱ्याच गोष्टींवर अवलंबून असतं.''

''कशा कशावर?''

हीथरने मोठा निश्वास टाकला. यांचे संभाषण कुठूनही सहजपणे राजकारणावरच येते. ग्रेगला नेमके हेच आवडत नाही आणि म्हणून तो असा दुरावल्यासारखा झाला आहे, हे माहिती होते तिला. पण ज्यो आणि ॲमी या दोघांचा हा अगदी परमानंदाचा विषय होता. तिच्याशी राजकारणावर चर्च करताना ज्यो तर तिच्याबरोबर एखादा खेळ खेळल्याची मजा उपभोगतो. हा खेळ ग्रेग त्यांच्याशी कधीच खेळू शकला नाही, त्याला कधी तो खेळावासा वाटलाही नाही. याला हीथरही काही करू शकत नव्हती. ॲमी आणि ज्यो यांचे सूर पहिल्यापासूनच सहज जुळून गेले होते आणि ॲमीची समज वयाबरोबर जसजशी वाढत गेली तसतशी त्यातली लयही समान झाली आणि त्यांचा तालही एक झाला. तिचे शिक्षण संपेपर्यंत प्रसारमाध्यमांनी तिला प्रसिद्धीपासून दूर ठेवायची, असा एक अलिखित करारच त्यांच्याबरोबर झाला होता. जेव्हा जेव्हा डेमोक्रॅटिक वर्तुळात तिच्या राजकारण प्रवेशाचा विषय चर्चिला जायचा, तेव्हा तेव्हा हीथर तो टाळायचा प्रयत्न करायची. तेविसाव्या वर्षी तिच्या मुलीवर त्या गोष्टीचा दबाव यायला तिला नको होता. पण तिचा प्रवास त्याच दिशेने होतो आहे आणि तिचे क्षेत्र तेच असणार आहे हे हीथरला कळून चुकले होते आणि तीच तिची मोठी काळजी होती. ज्योला तिचे मन कळले नसते. त्यांच्या दृष्टीने लोकसेवा हीच सर्वांत श्रेष्ठ आणि मनाला समाधान देणारी गोष्ट होती. पण हीथरचे काळीज आपल्या लाडक्या पाडसाला जंगलात एकटे सोडायला घाबरणाऱ्या आईचे होते.

तरीसुद्धा, समोर पडद्यावर दिसणारी आपली लेक आणि आपल्या शेजारी सोफ्यावर बसलेला तिचा बाप, कोणी ह्युगो मॉंटेरा याच्या रद्द करायला लागलेल्या नेमणुकीविषयी, त्याच्या लगेचच्या आणि लांबच्या परिणामांविषयी गंभीरपणे चर्चा करीत आहेत हे पाहून हीथरला कुठेतरी एक आगळे समाधानही वाटत होते, त्या दोघांच्यातला प्रेमबंध तिला सुखावत होता, तिची त्या दोघांवरची माया उचंबळून येत होती.

# शुक्रवार, ४ फेब्रुवारी
# ओव्हल ऑफिस, द व्हाइटहाऊस

आपण ज्या गोष्टींना महत्त्व आणि अग्रक्रम देतो, त्याच गोष्टींना पत्रकारांनीही, वर्तमानपत्रांनीही अग्रक्रम द्यावे यासाठी काय करावे लागते, याचा काही केल्या ज्यो बेंटनला उलगडा होऊ शकत नव्हता. ह्युगो मॉंटेरा हा विषय त्यांच्या मनाप्रमाणे सुटला होता. पण आजच्या पत्रकारपरिषदेत त्याने 'नवा पाया' ही योजना जाहीर करायचा प्रयत्न केला, त्यावेळी सगळ्यांनी व्हाइटफिशच्या घटनेबद्दल त्याला धारेवर धरले. अतिरेक्यांच्या हातात सापडलेल्या निरपराधांची आयुष्यं वाचवणे ही त्यांच्या दृष्टीने नव्या प्रेसिडेंटची कठीण परीक्षा होती. बेंटनला जी भीती वाटत होती की पत्रकारांना मोंटानातल्या त्या नव्वद लोकांचं काय होणार याची काळजी, सबंध देशातल्या नव्वद लाख लोकांच्या आयुष्याचे ह्या नव्या योजनेविना काय होईल या चिंतेपेक्षा जास्त वाटेल, तसेच झाले. बेंटनला एकदा तर वाटले, सोल काट्झेनबर्गरला दोन दिवसांपूर्वीच, काही थोड्या लोकांच्या जीवन मरणाची पर्वा न करता हल्ला करण्याची परवानगी देऊन टाकायला पाहिजे होती. प्रकरण संपले असते, वर्तमानपत्रातले मथळे बदलले असते. आज योजना जाहीर झाली असती. पण जर का त्या अविचारी निर्णयाने तिथे परत एकदा एकोणीसशे नव्वदचे वॅकोचं हत्याकांड झाले असते तर? सोमवारी तो कॉंग्रेसच्या दोन्ही सभागृहांच्या संयुक्त बैठकीत 'नवा पाया' सादर करणार होता. तोपर्यंत त्याला काहीही विपरीत होऊन, त्या योजनेला धक्का पोचू द्यायचा नव्हता. उपासमारीने हवालदिल होऊन अतिरेकी शरण येईपर्यंत वेढा कायम ठेवायचा त्याचा मानस होता.

पत्रकार परिषदेहून तो असमाधानातच परतला. ज्युडी, ॲडम आणि बॅरी मर्फी यांच्याशी त्याने 'नवा पाया'ला योग्य ती प्रसिद्धी, आवश्यक ते महत्त्व मिळण्यासाठी नव्याने काही गोष्टी करण्याबद्दल चर्चा केली आणि तो 'चीनबरोबरची द्विपक्षी बोलणी' या विषयावरच्या मीटिंगसाठी निघाला. त्या विषयाला 'मेरियन' हे सांकेतिक नाव दिले गेले होते. चीनशी बोलणी आणि पर्यावरण किंवा उत्सर्जन या विषयांसंबंधी

आवश्यक ती गुप्तता पाळायच्या दृष्टीने असे सांकेतिक नाव देणे गरजेचे आहे असे बेन हॉफमनचे म्हणणे होते आणि ते खरेही होते. 'मेरियन' या नावाच्या निवडीचा उगम कशात होता ते मात्र ज्यो बेंटनला कळलं नव्हते.

लॅरी ओल्सेन यानी त्यांच्या चेन लियांगमिंग याच्याबरोबर झालेल्या मीटिंग्जचा थोडक्यात अहवाल दिला. चीनतर्फे आलेल्या सप्टेंबरमधल्या बीजिंग भेटीच्या सूचनेचे ॲलन बॉल याने उत्साहाने स्वागत केले.

''ती सूचना म्हणजे त्यांच्या वेळकाढू धोरणाचा एक भाग आहे.'' ओल्सेन म्हणाला.

''सुरुवातीलाच त्यांना थोडा वेळ काढायला वाव देणं बरं.'' बॉल म्हणाला

लॅरी प्रेसिडेंटकडे वळून म्हणाला, ''प्रेसिडेंट, सप्टेंबरपर्यंत हे लांबवून अजिबात चालणार नाही. अशी सुरुवात झाली तर कायम हे असंच रखडेल. आपल्या वेळापत्रकाप्रमाणे हे चालत आहेत असं त्यांना वाटू लागेल आणि तसं व्हायला नको. आधीपासूनच त्यांना आपण ठरवलेल्या वेळा पाळायची सवय लागायला हवी.''

''चीनवर अशा प्रकारे काही गोष्टी लादून काही साध्य होईल असं मला वाटत नाही.'' बॉल म्हणाला.

''ॲलन, हे बरोबर आहे. जरा शब्द चुकत असतील, पण यामुळे आपण वाटाघाटीतले 'कनिष्ठ', 'दुय्यम' भागीदार होऊ. कमीतकमी आपण 'बरोबरीचे', 'समान' भागीदार तरी असायला पाहिजे, नाही का? अमेरिनाच्या प्रेसिडेंटची भेट हे त्यांना मिळणारं बक्षीस असायला हवं. त्यांनी चांगली प्रगती केली, त्यांना भेट मिळेल, त्यांनी काही केलं नाही, भेट नाही!''

''मी फोन करू का त्यांना?'' बेंटनने विचारले.

''तुमचा फोन हेही इनामच. तुम्ही फोन करावा अशी परिस्थिती निर्माण करणं हे आमचं काम आहे आणि अजून तरी ती तशी झालेली नाही.''

''माफ करा प्रेसिडेंट, पण मला अजूनही असं वाटतं की आपण भेट देण्याचा अवश्य विचार करावा.'' ॲलन म्हणाला, ''सप्टेंबर म्हणजे फार उशीर आहे हे मान्य आहे. आपण ती वेळ अलीकडे आणायचा प्रयत्न करू शकतो.''

बेंटनला हे जाणून घ्यायचे होते की त्याच्या इराक-सिरियातल्या हस्तक्षेपाचा काही परिणाम झाला का. ओल्सेनच्या मते त्यांना योग्य तो संदेश मिळाला होता. त्याच्याबरोबर चेनच्या मीटिंगला असलेल्या बेननेही त्या मताला दुजोरा दिला होता.

''आता ते आपली ताकद जोखतायत.'' ओल्सेन म्हणाला, ''ते म्हणतायत की, ठीक आहे, तुम्ही शंभर पौंडाच्या कुस्तीगिराशी पंजा लढवलाय, पण तुम्ही दोनशे पौंडाच्या पहिलवानाशी दोन हात करायला येणार आहात का?''

''मला वाटतंय ते आपल्यालाच पहिलवान समजतायत!''ॲलन म्हणाला.

बेंटन विचार करत होता. त्याची पहिली प्रतिक्रिया अशी होती की बीजिंगला भेट देण्याची कल्पना चांगली होती, फक्त ॲलन म्हणाला तसे सप्टेंबरपर्यंत थांबणे हा फार उशीर झाला असता. पण ओल्सेन त्याच्यासमोर एक वेगळाच विचार ठेवत होता. त्यांचे म्हणणे होते की ही भेट हा वाटाघाटीतली एक पायरी न ठरता वाटाघाटींचे फलित म्हणून घडली पाहिजे आणि दुसरे म्हणजे सप्टेंबरपर्यंतचा उशीर मान्य करणे इष्ट नाहीच. कारण त्यातून प्रेसिडेंट वेन असा समज करून घेतील की आपण त्यांनी ठरवलेल्या वेगाने जायला तयार आहोत.

''प्रेसिडेंट, मला एक गोष्ट सांगायची आहे.'' बेन हॉफमन म्हणाला, ''लॅरी, माझी काही चूक होत असेल तर लगेच सांगा. तुमच्या सगळ्या योजनेतला पायाभूत विचार हा आहे की आपण आत्ता जिथून सुरुवात करणार आहोत तो या सामन्याचा शेवटचा डाव आहे. मला असं जाणवतंय की ॲलन तसा विचार करत नाही. ॲलन, बरोबर आहे का हे?''

''मला लॅरीकडून 'शेवटचा डाव' याची व्याख्या ऐकायला आवडेल.'' ॲलन म्हणाला.

''व्याख्या वगैरे राहू दे.'' लॅरी म्हणाला, ''मुद्दा असा आहे की या वेळी आपल्याला ठोस कृती केली पाहिजे आणि त्यातून प्रश्नाचं संपूर्ण आणि चोख उत्तर मिळवलं पाहिजे. दुर्दैवाने या प्रश्नाला उपप्रश्न नाहीत की आपल्याला पाच वर्षांनी एक, दहा वर्षांनी दुसरा असे ते सोडवायला वाव मिळेल. याला तुम्ही शेवटचा डाव म्हणा किंवा दुसरं काही नाव द्या, मला फरक पडत नाही. आपल्याला ही समस्या मुळापासून निपटून काढायची आहे. देवाला साक्षी ठेवून सांगतो, की आपणही या बाबतीत आपली कर्तव्यं पार पाडण्यात भरपूर निष्काळजीपणा दाखवला आहे. आपण हे अमान्यही करू नये आणि ते लपवायचा प्रयत्नही करू नये. पण चीननेही स्वत: कबूल केलेली एकही कृती केलेली नाही. हेही आपण दृष्टीआड टाकायला नको. गेली पंचवीस वर्षं त्या देशानं सातत्यानं कार्बन उत्सर्जनात जगात पहिला क्रमांक टिकवला आहे. पण त्याच देशाने अर्थव्यवस्थेतही गेली पाच वर्षं पहिला क्रमांक मिळवला आहे. या सन्मानाबरोबर काही जबाबदारीही येते, ती जागतिक जबाबदारी मात्र त्या देशाने कधीही मान्य केलेली नाही. त्यांना नेतेपदाचा मान पाहिजे पण त्याबरोबर त्याची शान टिकेल अशी आदर्श वागणूकही असावी लागते हे त्यांना कळत नाही.''

''बरेच लोक आपल्याबद्दलही असंच म्हणत असतील!''

''होय, फरक एवढाच आहे की आपल्याविषयी तसं म्हणण्यात थोडी अतिशयोक्ती होईल, चीनच्या बाबतीत ती होणार नाही. ते कधी स्वत:ला 'जागतिक नेते' म्हणवतात आणि कधी वसाहतवादाचे बळी म्हणवून घेत कफल्लक असल्याचा

कांगावा करतात. जागतिक नेतेपद मिरवायचं म्हणजे आपल्यापुरता, आपल्या पार्टीपुरता संकुचित दृष्टिकोन बाजूला सारून त्या पलीकडेही बरंच काही करावं लागतं. चीननं असं काही केल्याचं एक तरी उदाहरण दाखवता येईल?''

''आफ्रिका.'' बॉल म्हणाला, ''आपण कित्येक दशकं आफ्रिकेला मदत दिलेली नाही. आज आफ्रिकेत जी काही सुबत्ता दिसते आहे ती चीनने तिथे केलेल्या गुंतवणुकीमुळे आहे असंच कोणीही म्हणेल.''

''त्या गुंतवणुकीतून स्वत:करता भरपूर कमावलंय त्यांनी.''

''तसं आपण नाही करू शकलो आपल्या गुंतवणुकीतून!''

''ॲलन, मूळ मुद्दा तो नाही. नेतेपदानं तुमच्यावर येणारी जबाबदारी तुम्ही मान्य करा, तिचा स्वीकार करा हे त्यांना आपण ठासून सांगायची वेळ आली आहे, एवढंच मला बिंबवायचं आहे. आपण त्यांच्याकडून सतत वाढती मागणी करत राहण्याची तयारी ठेवायला हवी.''

''ही विचारांची दिशा आपल्याला योग्य ठिकाणी घेऊन जाणार नाही.''

बेंटनने दोघांच्या संभाषणात हस्तक्षेप करीत म्हटले, ''आपण सद्धा केलेल्या कराराशी आपण प्रामाणिक राहिलंच पाहिजे. हेच या शासनाचं तत्त्व आहे. इतर कोणी काय करतं किंवा करत नाही याच्याशी आम्हाला काही घेणं नाही. आपण आपली जबाबदारी पार पाडायची.''

''प्रेसिडेंट, हे जे म्हणताय ना ते करून दाखवायला हवं.'' ॲलन म्हणाला, ''आणि तेही चीननं काय करायला हवं हे त्यांना बजावण्याआधी!''

''कबूल. क्योटो-३ मध्ये ठरलेल्या गोष्टीत सुद्धा आपण खूप मागं आहोत. मी ताबडतोब घोषणा करतो की ज्या कारखान्यांनी, उद्योगांनी अजूनही योग्य ती पावलं उचललेली नाहीत, त्यांना या वर्षअखेरपर्यंतच मुदत मिळेल.''

''माफ करा, प्रेसिडेंट,'' ओल्सेन म्हणाला, ''तुमची ही भूमिका बरोबर आहे, आपण ते सगळं केलं पाहिजे, पण आत्ता ही कृती एक वेगळाच, चुकीचा संदेश बीजिंगला पोचवेल. ही कृती एकतर्फी होईल. तुम्ही तुमचं कर्तव्य केलेलं नाही ना, काही हरकत नाही, नका करू. आम्ही आमचं चोख करणार आहोत. हे त्यांच्या गैरवर्तनाचं इनाम देण्यासारखंच होईल.''

''यात इनाम वगैरे काही नाही. हे आपल्यासाठी आहे, त्यांच्यासाठी नाही. आपण स्वच्छ असलं पाहिजे. जगातल्या कुणीही आपल्याकडे बोट दाखवता कामा नये.''

''काहीही न करता त्यांना हे आयतंच देणार आहात तुम्ही!'' ओल्सेन वैतागून मान हलवत म्हणाला.

बेंटनने काहीच प्रतिक्रिया दाखवली नाही. लॅरी ओल्सेन प्रत्येक गोष्टीला, प्रत्येक कृतीला बक्षीस किंवा शिक्षा हीच परिमाणे लावत होते. बेंटनचे तसे मत

नव्हते. ॲलन बॉलचे तर नव्हतेच नव्हते. त्या दोघांच्यातला पहिला मतभेद या मुद्द्यावर होता. मतभेदाचे आणखीही मुद्दे जसजशी मीटिंग पुढे सरकेल तसतसे पुढे येणारच होते.

''लॅरी, तुम्ही आणि ॲलन, तू, तुम्ही दोघंजण वेळेच्या मुद्द्यांवर सहमत झालेले नाहीत. ॲलन, आपण काहीही करायला नको असं तुझं म्हणणं नाही, पण ते घाईनं करायची गरज नाही, आपल्याकडे वेळ आहे असं तुझं मत आहे. बरोबर? लॅरी, तुमच्या मते अजिबात वेळ नाही आणि आपण जेवढा उशीर करू तेवढी आपल्या कृतींची परिणामकता कमी कमी होईल. मला असं वाटतं, ॲलन, आपल्याजवळ चार वर्षं आहेत, पण त्यातल्या प्रत्येक दिवसाबरोबर होणाऱ्या दुष्परिणामांची भीषणता वाढत जाणार आहे आणि त्या प्रमाणात आपल्यापुढच्या कामाची, कष्टांची व्याप्ती मोठी मोठी होत जाणार आहे. हाही मुद्दा काही क्षण बाजूला ठेवू. फक्त राजनीतीच्या दृष्टीने विचार करू. लॅरी, ह्यासाठी आपल्याकडे चार वर्षं का नाहीत?''

''प्रेसिडेंट, मी आधीच सांगितलंय तुम्हाला, अशी ढिली सुरुवात केली तर सगळंच तसंच रेंगाळणार. तुम्ही काहीही केलंत तरी त्यांना तुमची त्यामागची गंभीरता, चिंता, तातडी समजणार नाही. कितीही पटवण्याचा प्रयत्न केला तरी नाही. उलट, आपण सुरुवातच, 'आम्हाला ताबडतोब उत्तर हवंय' अशी केली, 'आम्ही इराक-सिरियात कशी तडफेने कृती केली ते बघा' असं त्यांना सांगितलं तर ते म्हणू लागतील की 'चला, आपण सात महिन्यांत एकत्रित काम करू या.' तुम्ही त्याला संमती द्या, झालं तुमचं काम! त्यांना असं वाटेल की हे लोक सगळ्यांवरच काठी उगारत नाहीत. पण जर तुम्ही त्यांना सैल सोडलंत तर मग त्यांना वठणीवर आणून कामाला लावायला युद्धच सुरू करावं लागेल.''

''नाही, नाही, मला युद्ध सुरू करायचं नाही.'' बेंटन हसत म्हणाला.

''पण लॅरीचा भरवसा नाही.'' बॉल पुटपुटला.

''ॲलन, उलट आहे, मी युद्ध सुरू न करण्याचाच मार्ग दाखवला आहे.''

ॲलनने डोळे बारीक केले आणि तो ओल्सेनकडे पाहत राहिला.

''आणखी एक गोष्ट,'' ओल्सेन प्रेसिडेंटकडे वळून म्हणाला, ''जसजसे दिवस जातील तसतशी इतके दिवस गुप्त ठेवलेली ही गोष्ट बाहेर फुटायची शक्यता बळावत जाईल. त्यांनी जर ती फोडली तर तुम्ही अमेरिकन लोकांना फसवलं असं होईल. हे एक अस्त्र कायम त्यांच्या हातात असेल.''

''ते तर आजही त्यांच्या हातात आहे.'' जॉन म्हणाला.

''होय, आहे. त्यांनी जर ते नजीकच्या भविष्यात बाहेर काढलं तर आपण दाखवू शकतो की आम्ही एवढी प्रगती केली आहे आणि ती बिनबोभाट करता यावी

याचसाठी आम्ही हे गुप्त ठेवलं होतं. आपल्याकडे काहीतरी स्पष्टीकरण असेल, ते आपण लोकांना पटवू शकू. पण जर आपण असं म्हटलं की आम्ही काहीच केलेलं नाही, आम्ही खरं म्हणजे सप्टेंबरची वाट बघत होतो, चीन आमचं बीजिंगमध्ये थाटानं स्वागत करणार आहे त्यानंतर मग – कशी दिसेल ही सबब? हे हत्यार म्हणतोय मी.''

''हे सगळं आपण हा विषय जर क्योटोत नेला नाही तर.'' बॉल म्हणाला.

ओल्सेनने फक्त भुवया वर केल्या, या वक्तव्यावर तो काहीच बोलू इच्छित नव्हता.

बेंटनने एकदा इल्झकडे दृष्टी टाकली. नंतर त्याने रूबिन आणि हॉफमन यांच्याकडेही प्रतिक्रियेच्या अपेक्षेने पाहिले. रूबिन म्हणाली की तिला राजनीतीचं इतक ज्ञान आणि अनुभव दोन्ही नाही आणि विशेषत: चीनच्या शासनाबद्दल तर ती अनभिज्ञच आहे. हॉफमनही काही भर घालू शकला नाही. तो एवढेच म्हणाला की आपल्याला अधिकार ग्रहण करून अजून दोनच आठवडे झालेत तेव्हा अजून अजिबात थांबता येणार नाही असा निष्कर्ष काढणे जरा घाईचे होईल.

ज्यो बेंटनचा कल हे मान्य करण्याकडे झुकत होता.

''चला, यावर निर्णय घेऊ या.'' तो ॲलनकडे वळून म्हणाला, ''तुझी काय सूचना आहे?''

''आपण प्रेसिडेंट वेन यांच्या आमंत्रणाचा स्वीकार करावा. भेटीची वेळ अलीकडे आणण्याचा प्रयत्न करावा, पण ते स्वीकारावे. मधल्या काळात चेन का जो कोण आहे त्याच्याशी बोलणी चालू ठेवून होईल तेवढी प्रगती करावी.''

''मी वेनना भेटेन तेव्हा कशाची मागणी करावी?'' बेंटनने विचारले.

''एका निश्चित प्रस्तावाची. तोपर्यंत कसकशा गोष्टी घडतील त्यावरही ते अवलंबून राहील.'' ॲलन म्हणाला.

''एकदा तुम्ही आमंत्रण स्वीकारलंत की इकडे सगळं ठप्प होईल, काहीही घडणार नाही.'' ओल्सेन म्हराला.

''त्यामुळे काहीही अनर्थ होणार नाही. प्रेसिडेंट, ती पहिलीच मीटिंग असेल आणि पहिल्याच मीटिंगमध्ये काहीतरी नवनिर्मिती होणं गरजेचं नाही हे लोकांनाही माहीती असतं. इतर काही परस्पर सहकार्याचे करार, काही औद्योगिक प्रकल्पांसंबंधी चर्चा अशा गोष्टी असतीलच. म्हणजे तुम्ही काही मोकळ्या हातानं परत येणार नाही.''

''लॅरी?'' बेंटन ओल्सेनकडे वळला.

''आपण आमंत्रणाकडे दुर्लक्ष करावं. चेनला आपलं वेळापत्रक देऊन त्याप्रमाणे हालचाली करायला त्यांच्याकडून सहमती घ्यावी.''

''किती वेळाचं?''

''सहा महिने. काहीतरी निश्चित कालावधी. तपशीलवार पत्रक बनवता येईल. दोन्ही बाजू वस्तुस्थिती चांगलीच जाणतात. फक्त जरा एकमेकांची सोय बघायची आहे एवढंच.''

''लॅरी,'' इल्झ म्हणाला, ''समजा आपण त्यांना अगदी वेळापत्रक दिलं तरीही ते आजपर्यंत केली तशी टंगळमंगळ करू शकतातच.''

''जेवढा उशीर तेवढा दंड वाढत जाईल.''

''एक मिनिट,'' बेंटनने ओल्सेन यांच्याकडे पाहात विचारले, ''दंड? कसला दंड? लॅरी?''

''दंड म्हणजे निर्बंध. समजा तीन महिन्यांत कबूल केलेल्या गोष्टी पूर्ण झाल्या नाहीत तर काही निर्बंध त्यांच्यावर लागू होतील. पुढच्या तीन महिन्यांसाठी काही वेगळे निर्बंध ठरवले जातील.''

हे सर्वस्वी नवीन होते. बेंटनने इतरांकडे पाहिले.

''लॅरी, कुठल्या प्रकारचे निर्बंध असतील ते?'' जॅकी रूबिनने विचारले.

''व्यापार, शिक्षण. ते ठरवता येईल.''

''आपले त्यांच्याशी काही करार आहेत.'' ॲलन म्हणाला.

''ते त्यांचेही आहेत. जे ते कधीच पाळत नाहीत असे कितीतरी करार! ॲलन, तू कधी बीजिंगच्या रस्त्यावर रोलेक्सचं घड्याळ खरेदी केलं आहेस? पाच डॉलर्सपेक्षा एक जरी जास्त दिलास ना तरी तू लुटला गेलास असं समज. काहीतरी कारवाई करतात का त्या चोरट्या आयातीवर? त्यांना वेगळी परिमाणं लावणं थांबवलं पाहिजे आपण. मी म्हटलं तसं, त्यांना बजावायचं, तुम्ही तुमचे करार मोडलेत तर आम्हीही आमचे पाळणार नाही.''

''अशा वेळी या बंधनांना त्यांचं प्रत्युत्तर कुठल्या प्रकारचं असेल?'' जॅकीने विचारलं, ''डॉलरचा भाव पाडतील? त्यांच्याकडे तीस कोटी राखीव आहेत. काय करतील ते? आपले बाँड्स विकतील?''

''कुणाला? कोण विकत घेईल एवढे बाँड्स? आपल्याइतकाच त्यांनाही त्रास होईल त्याचा.''

''बरोबर. तुम्ही दुसऱ्याशी व्यापार बंद करता तेव्हा स्वत:चाही थांबवता.''

''खरं आहे.''

''तुम्ही त्यांचे विद्यार्थी घेत नाही तेव्हा तुमच्या युनिव्हर्सिटीजचंही नुकसान होतं.''

''हेही खरं आहे.''

''जरा थांबा. असं कोणतं बंधन आहे का की ज्याची झळ त्यांना आपल्यापेक्षा जास्त लागेल?'' बेनने विचारले.

''बेन, मला नाही वाटत तसं एखादं असेल असं.'' जॅकी मान हलवत म्हणाली.

ओल्सेनने सगळ्यांकडे नजर फिरवली. तो म्हणाला, "एक गोष्ट स्पष्ट करतो, हे सगळं त्रासापोटीच चाललेलं आहे. आपण शेवटी चीनबरोबर करार करू त्याचाही त्रास होणारच आहे. तेव्हा ही गोष्ट आपण नीट समजून घेऊ या की या ऐतिहासिक क्षणी हे मान्य करायची वेळ आलेली आहे की, जसं आजवर चालत आलं आहे तसं यापुढे चालू ठेवता येणार नाही, ते थांबलंच पाहिजे आणि ते थांबवण्याची किंमत आपण पुरेपूर मोजलीच पाहिजे." बेंटनकडे पाहून त्याने विचारले, "मी बरोबर बोलतोय का मला हे नीट कळलेलंच नाही?"

सगळेच प्रेसिडेंटकडे पाहू लागले. लॅरीच्या बोलण्याचा बेंटन विचार करीत होता. सर्वांना सहन करायला लागणारा त्रास. हेच तोही जरा वेगळ्या भाषेत त्याच्या निवडणूक मोहिमेपासूनच अमेरिकन जनतेला सांगत आला होता की, या आधीच जे करायला हवे होते ते गेल्या तीस वर्षांत न केल्यामुळे आज त्या निष्काळजीपणाची किंमत द्यायची वेळ आपल्यावर आली आहे. ओल्सेन तेच, त्याच्या पद्धतीने, त्याच्या भाषेत सांगतो आहे. बेंटनला असे प्रकर्षाने वाटू लागले की आजच्या या चौफेर, जराशा गरम चर्चेतून खूप महत्त्वाचे असे हाताला लागणार आहे.

"लॅरी, बोला तुम्ही. तुम्हाला जे अभिप्रेत आहे ते स्पष्ट सांगा." तो म्हणाला.

"प्रेसिडेंट, आपल्याला चीनच्या सरकारला हे सप्रमाण दाखवून द्यावं लागेल की आम्ही, अमेरिकेची जनता, तो अत्यावश्यक त्रास स्वीकारणार आहोत, सहन करणार आहोत. हे त्यांना पटलं, त्यावर त्यांचा विश्वास बसला तरच त्यांच्याशी करार होईल, अन्यथा नाही. मला वाटत नाही की या घटकेला तो विश्वास त्यांना वाटतो आहे. मी त्यांच्या जागी असतो तर मलाही वाटला नसता. आपल्या देशानं कुणाचीही तशी खात्री पटावी असं आजवर काही केलेलंच नाही. आता आपण जर आवश्यक ते सगळं करणार असू तर ते सगळ्यांना प्रतीत झालं पाहिजे, फक्त चीनला नाही तर सगळ्या जगाला. आपली हे सिद्ध करण्याची तयारी पाहिजे की, कितीही कडू असलं तरी हे औषध आम्ही घेणारच आहोत."

"प्रेसिडेंट, तुम्ही लादणार असलेल्या बंधनांमुळे तुमच्यावर प्रचंड दबाव येईल, त्याची प्रत्यक्ष आणि अप्रत्यक्ष झळ पोचणारा प्रत्येक गट त्याविरुद्ध आरडाओरडा करेल. मला तुमच्या 'नवा पाया'च्या विधेयकांची काळजी वाटते." जॅकी म्हणाली.

"लॅरी, या आधी मी बंधनांबद्दल कधीच विचार केला नव्हता." बेंटन म्हणाला.

"त्यावाचून नाही चालणार. निदान तशी धमकी तरी द्यावीच लागेल. आणि धमकी दिल्यावर ती पोकळ असूनही नाही चालणार."

बेंटन यावर काही बोलला नाही. ही इशारे आणि धमक्यांची भाषा होती. लॅरी ओल्सेनची भाषा होती. पण ज्यो बेंटनची नव्हती. आणि त्याच्या सेक्रेटरी ऑफ

स्टेटच्या प्रभावाखाली येऊन तो त्याची भाषा बदलणार नव्हता.

"प्रेसिडेंट, लॅरी ओल्सेन यांच्या या भाषणानंतरही माझं मत तेच राहिलं आहे." ॲलन बॉल म्हणाला, "कदाचित आपल्याला बंधनांचा विचार करावा लागेल, पण त्यापासून आपण अजून खूप लांब आहोत. तुम्ही म्हणालात तसं, हा 'योग्य वेळे'चा मामला आहे. आपण उगीचच जोरात धावतो आहोत. तुम्ही प्रेसिडेंट वेनना भेटा. तिथपासून सुरुवात करू."

"वेनशी बंधनांशिवाय बोललात तर ते स्वत:शीच बोलल्यासारखं, एक 'स्वगत' ठरेल एवढं लक्षात ठेवा." ओल्सेन म्हणाला.

जॉन इल्झने आपले हात वर केले आणि तो म्हणाला, "एक मिनिट, आपण जरा मागे जाऊ या का? या बंधनांवर कुठून आलो आपण? त्रास घेण्याची तयारी आहे हे सप्रमाण दाखवण्यावरून. ठीक आहे. चीनच्या सरकारला ह्याची पूर्ण जाणीव आहे की त्यांनी जर योग्य ती पावलं उचलली नाहीत तर त्यांनाही आपल्यासारखाच त्रास सहन करायला लागणार आहे. ते काही मूर्ख नाहीत. त्यांनीही परिणामांची माहिती घेतलीच असेल. त्यांच्या दक्षिण किनाऱ्यावर कोसळलेलं संकट त्यांनी अनुभवलं आहे. लॅरी, हाच तुमचा त्रास ना?"

"हा त्यांचा त्रास, आपला नव्हे." लॅरी म्हणाला.

"बरोबर, आणि तो त्यांना सोसावा लागणारच आहे."

"हो, पण त्याला दहा वर्षं आहेत. जॉन, प्रचंड ताण, दबाव आणि भ्रष्टाचार यांनी पोखरलेल्या त्यांच्या शासनपद्धतीबद्दल बोलतो आहोत आपण. आत्ता तिथे पार्टीला या चिंतेनं पछाडलं आहे की दहा वर्षं सोडा, ती दहा महिने तरी सत्तेवर राहील की नाही!"

"लॅरी, तुम्हीच चेनला म्हणालात की त्यांना कोट्यवधी लोकांना स्थलांतरीत करावं लागेल, कारखाने, गोदामं, त्यांच्या उत्पादनक्षेत्राचा मोठा भागच त्यांना एका जागेवरून उठवून दुसरीकडे न्यावा लागेल." बेन हॉफमन म्हणाला.

"हो, मी म्हणालो तसं." लॅरी म्हणाला. त्याच्या चेहऱ्यावर अस्पष्टसं हसू उमटलं.

"का? हसलात का?" बेनने विचारले.

"ते त्यांच्या दृष्टीनं महत्त्वाचं नव्हतं. त्यामुळे त्या इशाऱ्याचा त्यांच्यावर काहीही परिणाम झाला नाही आणि तो होईल अशी माझी अपेक्षाही नव्हती, उलट होणार नाही याचीच खात्री होती."

"का महत्त्वाचं नव्हतं?" बेंटनने विचारले.

"प्रेसिडेंट, ह्या गोष्टी आपल्याला जेवढ्या गंभीर वाटतात, त्याचं आपल्या दृष्टीने जेवढं महत्त्व आहे, तेवढं ते चीनच्या शासनाला वाटत नाही."

"लाखो लोकांचं स्थलांतर, त्यांचं पुनर्वसन हा महत्त्वाचा प्रश्न नाही, असं म्हणताय तुम्ही?" जॅकी रूबिनने जोरात विचारले.

"हो, तसंच म्हणतोय मी. ॲलनला कळलं असेल मी काय म्हणतो आहे ते. ॲलन, त्यांनी थ्री गॉर्जेस धरण बांधलं तेव्हा किती लोकांना हलवलं? वीस लाख. बरोबर? आणि जेव्हा पर्यावरणाच्या दृष्टीने त्यातला खरा धोका त्यांच्या लक्षात आला तेव्हा आणखी किती हलवले? चाळीस लाख. मी खोटं बोलत असेन, अतिशयोक्ती करत असेन तर तसं स्पष्ट सांग."

ॲलन बॉलने मूकपणे मान हलवली.

"यांग्टझेत दरडी कोसळल्या तेव्हा, नक्की आकडा कुणालाच माहीती नाही पण तरी जवळजवळ एक कोटी लोकांना त्यांनी हलवलं. कुठं कुरकुर नाही, कुठं धुसफुस नाही. प्रेसिडेंट, विरोध, मारामाऱ्या तर मुळीच नाहीत. आमच्या इथे गार्टनर पहिला प्रयत्न करतो, कुठल्यातरी नदीकाठच्या दलदलीच्या प्रदेशातून शंभरएक लोकं हालवतो, तर पुरा देश वेडा होतो. जॅकी, तुला माहिती आहे त्या ग्वांगूडाँगमधले कारखाने कुणाच्या मालकीचे आहेत? पंचाहत्तर टक्के कारखाने परदेशी कंपन्यांची संयुक्त मालकी असलेले किंवा त्यांनी भांडवल गुंतवलेले आहेत. हे फार महत्त्वाचं आहे. कारण याचा अर्थ असा आहे की ते हालवायला चीन पैसे देणार नाही. कोण देणार? या ना त्या मार्गानं, अप्रत्यक्षपणे आपणच! आता हा विषय निघालाच आहे तर आणखी एक ऐका, या कारखान्यातले कामगार हे भटके लोक आहेत, त्यांची मूळ गावं सोडून तिथे आलेले स्थलांतरितच आहेत. हे लोक एका जागी जास्तीत जास्त तीन वर्षं काढतात. त्यामुळे सरकारला त्यांना हलवावं लागणारच नाही, ते स्वतःच हलतात! आणि आता हाँगकाँगचीही खरी गोष्ट ऐका. ब्रिटिशांनी परत दिल्यापासून हाँगकाँगचा काटा चीनला सतत सलतो आहे. पार्टीतल्या कितीतरी लोकांना हाँगकाँग जर आपसूक बुडून गेलं तर आनंदच होईल अशी वस्तुस्थिती आहे." ओल्सेन थांबला. सगळेजण गप्प होते. "ॲलन, तुझं काही वेगळं मत? माझी काही चूक?"

ॲलन बॉल निशब्द होता.

"लॅरी, तुम्हाला असं म्हणायचंय की हे सगळं त्यांना व्हायलाच हवं आहे." जॉन इल्झ म्हणाला.

"इतकं टोकाचं विधान नाही करणार मी. मला असं सांगायचं आहे की या असल्या गोष्टींचा आपल्याला जितका त्रास होतो तितका त्यांना होत नाही. आकडे कितीही मोठे असले आणि त्यांचे आकडे खरंच फार मोठे आहेत, ते फार मोठे आकडेसुद्धा त्यांना घाबरवत नाहीत. तेव्हा उगीच आपण स्वतःला फसवणं सोडून देऊ या. त्यांची टिकून राहण्याची क्षमता आपल्यापेक्षा खूप जास्त आहे. त्यांना खरंच खुपेल असंच काहीतरी आपल्याला शोधलं पाहिजे."

"मग ते आपल्यालाही टोचलं तरी?"

"आपल्याला टोचणारंच हवं. तेच तर मी मगाचपासून समजावून सांगायचा प्रयत्न करतो आहे. आपल्याला टोचलं पाहिजे, ते आपल्याला टोचतंय हे त्यांना जाणवलं पाहिजे. अगदी रक्त येईल, त्याचीही तयारी पाहिजे आपली. आपल्याला कधी एवढा त्रास होईल यावर त्यांचा विश्वासच नाही आणि म्हणूनच तो कसा बसेल, आपण काय केलं असता बसेल याचा आपण विचार केला पाहिजे."

काही वेळ सगळेच शांत होते.

"ॲलन?" प्रेसिडेंटने शांततेचा भंग केला.

"मी असं म्हणत नाही की असं होणार नाही. पण मला वाटतं आपली गृहीतं आपण आणखी काही काळ घासून बघावीत. थोडा वेळ वाट पहावी."

"ॲलन, वेळेचं जाऊ दे." जॉन अधीरतेने म्हणाला, "तुझं मत काय आहे? चीनला मैदानात आणायला आपल्याला हे त्यांना सिद्ध करून दाखवायला लागेल की आपण त्रास सहन करणार आहोत, की तसं करण्याची काही गरज पडणार नाही?"

बॉल जरा घोटाळला, पण त्याने काही वेळाने होकारार्थी मान हलवली.

"जर ते गरजेचं आहेच तर मग ते लगेचच करावं." जॉन म्हणाला.

"फक्त आपल्या 'नवा पाया'च्या विधेयकांच्या कार्यक्रमपत्रिकेवर त्याचा काय, कसा, कितपत परिणाम होईल याची काळजी घेऊन मगच हे करावं." जॅकीने धोक्याचा कंदिल दाखवला.

ते लक्षात येताच बेनने आपल्या दोन्ही हातांत तोंड लपवले आणि निराशेचा हुंकार दिला.

"मी या आजच्या चर्चेवर विचार करू इच्छितो." बेंटन म्हणाला, "आज आपण कोणताही निर्णय घेऊ शकत नाही हे उघड आहे. जॅकी, याचा तपशीलवार आढावा घेतला पाहिजे. कोणत्या बंधनांचा विचार करणे शक्य आहे, त्याचे कायद्याच्या दृष्टीने विश्लेषण, आपल्या तिजोरीवर पडणारा बोजा, देशाच्या आर्थिक स्थितीवरचे परिणाम, वगैरे. आपण पाहिलं पाहिजे ॲलन, आपल्या या कृतीवर चीनच्या संभाव्य प्रत्युत्तरांविषयीचे अंदाजही लागतील."

"किती सांगू? आत्ताच मी शंभर एक तरी सांगू शकेन."

ॲलनच्या या प्रतिक्रियेकडे दुर्लक्ष करून बेंटन पुढे बोलू लागला, "आणखी एक प्रश्न माझ्या मनात येतो आहे, तो हा की, जर हीच वाट चोखाळायची असेल तर आणखी कुणाबरोबर बोलायला सुरुवात करावी की काय? आपल्याला पाठिंबा म्हणून कुणाशी युती करावी का? का तसं आत्ताच करणं घाईचं होईल? आणि समजा करायची ठरवली तर कुणाशी? भारत? रशिया? युरोकोअर? कारण जर

बंधनं घालायला लागणारच असतील, तर त्यावेळी आपल्याला पाठिंबा, मदत यांची गरज पडेल. लॅरी, हा तुमचा प्रांत आहे. मी प्राईम मिनिस्टर ऑजिलव्ही यांना भेटणार आहे. बेन, कधी आहे ती मीटिंग?''

''पुढच्या आठवड्यात.''

''मी त्यांच्याजवळ खाजगीत याचं सूतोवाच करून ठेवू शकतो. पाहू मला काही अंदाज घेता येतो का की युरोकोअरकडे जायचं झालं तर कितपत शक्यता आहे, त्यांची काय प्रतिक्रिया असेल ते पहावं लागेल.'' बेंटन विचार करत जरा थांबला. मग म्हणाला, ''माझा आणखी एक प्रश्न आहे, या आपल्या गटात आणखी कुणाला घ्यायला पाहिजे का?''

''लॅरी ज्या दिशेने विचार करीत आहेत त्यादृष्टीने सेक्रेटरी ऑफ डिफेन्सची गरज पडेल.'' बॉल म्हणाला.

''ॲलन, गंभीरपणे बोलतो आहेस तू?''

ॲलन उत्तर न देता गप्प राहिला.

''लॅरी, मला यात एक माणूस आणायचा आहे. माझी इथल्या काही चिनी लोकांशी तुम्ही भेट घडवली होती. त्यावेळी तो एक तरुण, डॉक्टर होता पहा–''

''डॉक्टर ऑलिव्हर वू.''

''तो आवडला मला. ज्याला चीनविषयी अद्ययावत माहिती आहे असा माणूस हवा आपल्याला. त्याने हा विषय डोक्यात ठेवून तिथल्या सत्ता चालवणाऱ्या वजनदार नेत्यांचा, त्यांच्या कृतींचा, तिथल्या बदलांचा, घटनांचा अगदी काळजीपूर्वक अभ्यास करण्यात त्याचा शंभर टक्के वेळ खर्च केला पाहिजे.''

''अगदी बरोबर. पूर्णत: मान्य आहे मला.'' ओल्सेन म्हणाला.

''तुमच्या दृष्टीने दुसरा कोणी जास्त योग्य माणूस असेल तरी–''

''नाही, हाच.''

''ठीक आहे मग. मला वाटतं आज इथेच थांबू या. बेन, पुढच्या मीटिंगची तारीख ठरवा. लॅरी, तुम्ही जरा थांबाल?''

बाकीचे उठले. बेंटनच्या लक्षात येऊन तो बघेपर्यंत ॲलन बेंटनकडे पाहत होता, मग तो बाहेर जाईपर्यंत बेंटनही त्याच्याचकडे बघत राहिला.

दार बंद झाले तसा बेंटन लॅरी ओल्सेनकडे वळला.

''बेन मला सांगत होता की तुम्ही चेनशी जरा जास्तच कठोरपणे वागलात.''

ओल्सेनने नुसतेच खांदे उडवले.

''मी नव्हतं सांगितलं तुम्हाला असा कडक पवित्रा घ्यायला.''

''तुम्ही त्याच्याशी चर्चा करायला सांगितली होती. मी चांगला ओळखतो चेनला. त्याच्याशी असंच वागावं लागतं.''

"मला वाटतं पुढल्या वेळी भेटीच्या आधीच आपण मिळून ठरवू या की काय धोरण पाळायचं."

"सर, ज्याच्यावर तुम्ही वाटाघाटींची जबाबदारी सोपवतो, त्याच्यावर तुमचा पूर्ण विश्वास हवा. तुम्ही त्याला त्याचे संवाद लिहून नाही देऊ शकत आणि तसं जेव्हा तुम्हाला आवश्यक वाटू लागेल, त्यावेळी तुम्ही तो बदलला पाहिजे."

बेंटन ओल्सेनकडे पाहत राहिला.

"प्रेसिडेंट, पुढल्या वेळी आपण ठरवू धोरण." ओल्सेन शक्य तितक्या नेमस्त स्वरात म्हणाला, "मी आधीच कल्पना देईन तुम्हाला."

बेंटनने मान डोलावली. "आभारी आहे. आणि आजच्या चर्चेबद्दल. तुम्ही हे पद स्वीकारण्याच्या वेळी मी तुम्हाला आश्वासन दिलं होतं की मी तुमचं म्हणणं नेहमीच ऐकून घेईन."

लॅरीने मान डोलावली.

"मला वाटतं आज तसं झालं."

"होय."

"पण मी अजून निर्णय घेतलेला नाही. आणि एवढ्या महत्त्वाच्या प्रश्नावर अंतिम निर्णय माझाच असेल."

"ते वेगळं सांगायची गरजच नाही, सर."

त्या उत्तरामागे काही वेगळा अर्थ नाही ना, असा विचार करीत बेंटन काही वेळ लॅरीकडे पाहत राहिला आणि मग उठून उभे रहात म्हणाला, "ठीक आहे. आभार."

"प्रेसिडेंट–"

"बोला."

"ऑलिव्हर वू–"

"त्याचं काय?"

"ती निवड अगदी योग्य आहे."

"छान."

"आणखी एक, तुम्ही जेव्हा प्राईम मिनिस्टर ऑजिलव्ही यांना भेटाल तेव्हा खाजगीत बोलतानासुद्धा अतिशय काळजी घ्या."

आपल्याला असं काहीतरी कुणाकडून सांगितलं जाईल असं बेंटनला कधीच वाटलं नव्हतं.

"ते जरा जास्तच मनमिळाऊ आहेत. अति सज्जन आहेत. सहजच जरुरीपेक्षा जास्त बोललं जातं, म्हणून जरा सावध केलं एवढंच!"

# शनिवार, १२ फेब्रुवारी
# कँप डेव्हिड, मेरीलँड

तसा ज्यो बेंटन ह्यू ऑजिलव्ही यांना यापूर्वी बऱ्याच वेळा भेटला होता. पण ब्रिटनच्या लेबर-लिबरल डेमोक्रॅट पार्टीच्या सरकारच्या या प्रमुखांबरोबरच्या त्याच्या भेटी नेहमीच अगदी अल्प वेळाच्या आणि इतर अनेक सिनेटर्सच्या गटातला एक प्रतिनिधी म्हणून होत असत. त्यांच्याबरोबरचे संभाषणही औपचारिक, तुटक असायचे. माइक गार्टनर याच्याशी त्यांची असलेली मैत्री आणि सलोखा जगजाहीर होतं. या पार्श्वभूमीवर आता त्या दोघांचे संबंध कसे जुळतील याबद्दल ज्यो बेंटन स्वत:शीच विचार करत होता.

भेटीचा पहिला दिवस द व्हाइटहाऊसमध्ये कॅबिनेट सेक्रेटरीज, ॲम्बेसेडर आणि त्यांचे सहकारी, मदतनीस यांच्या उपस्थितीत झालेल्या चर्चासत्रात गेला. ब्रिटिश प्राईम मिनिस्टरांच्या सन्मानार्थ अमेरिकन प्रेसिडेंट यांनी आयोजित केलेल्या शाही खान्याच्या आधी बेंटन आणि ऑजिलव्ही असे दोघेच अर्धा तास एकांतात भेटू शकले होते. ऑजिलव्ही यांची पत्नी अँथिया हिला बेंटन यापूर्वी भेटलेला नव्हता. या वेळी तिचीही भेट होऊ शकली. ऑजिलव्ही दांपत्याने हीथरचीही भेट घेतली. दुसऱ्या दिवशी सकाळी राष्ट्राध्यक्ष आणि प्राईम मिनिस्टर कमीत कमी लोक बरोबर घेऊन कँप डेव्हिड येथे रवाना झाले. दोन्ही दांपत्यांनी काही वेळ एकत्र घालवावा, अशी यामागची कल्पना होती. एकमेकांच्या त्यामुळे चांगल्या ओळखी झाल्या असत्या. रविवारी परत आल्यावर लगेचच पाहुणे लंडनला जायला निघणार होते.

एक दिवस बरोबर राहिल्यानंतर दोघांच्यातली औपचारिकता कमी होऊ लागली होती. ऑजिलव्ही यांच्या स्वभावातला नेमस्तपणा आणि सूक्ष्म विनोदबुद्धी बेंटनला आवडली होती. त्याच्या असेही लक्षात येऊ लागले होते की माइक गार्टनर यांच्याशी त्यांचे असलेले संबंध वैयक्तिक घनिष्टतेमधून जुळलेले नसून एका ब्रिटिश प्राइम मिनिस्टरने अमेरिकन प्रेसिडेंट असलेल्या कोणाही व्यक्तीशी उत्तम संबंध ठेवण्याला जे राजकीय महत्त्व होते, जी गरज होती, त्या पोटी राखलेले ते संबंध होते.

कॅंप डेव्हिडच्या भोजनाच्या खोलीत चौघांनी जेवण केले. नंतर काही वेळाने बेंटनने त्याच्या समवेत सतत सावलीसारख्या असणाऱ्या कोनोर गेल याला ऑजिलव्ही यांच्याकडे निरोप घेऊन पाठवले की 'प्राईम मिनिस्टरांची जर तयारी असली तर प्रेसिडेंट त्यांच्याबरोबर काही वेळ चालत फिरायला जाऊ इच्छितात.' गेलने प्राईम मिनिस्टराचा प्रमुख सचिव जोनाथन कुंब याच्याजवळ निरोप दिला. काही वेळाने बेन हॉफमन प्रेसिडेंटच्या खोलीत आल्यावर गेलने त्याच्या कानावरही तो निरोप घातला.

"बेन, अरे, जरा पाय मोकळे करणार, बस." जगातल्या दोन महान देशांचे नेते दोघेच पायी फिरायला चालले आहेत, या कल्पनेने बेन अतिशय अस्वस्थ झाला होता. त्याला इतका काळजीत पडलेला बेंटनने यापूर्वी कधीही पाहिला नव्हता. "काळजी करू नकोस, मी काही आपला स्वातंत्र्याचा जाहीरनामा रद्द करायला जात नाही."

तो ऑजिलव्ही यांना पाहुण्यांच्या निवासस्थानाजवळ भेटला. जोनाथन कुंब याच्या चेहऱ्यावरही बेन हॉफमनसारखेच भाव पाहून बेंटनला मजा वाटली.

ते दोघे चालू लागले, तसं बेंटन हसून म्हणाला, "ह्यू, यांचा विश्वास नाही आपल्यावर!"

"त्यांना दोष देता येणार नाही." ऑजिलव्ही पण हसत म्हणाला, "खरंच आपण काही ठरवून बसलो तर?"

चालताना त्यांच्या पायांखाली ठिसूळ बर्फ दबला जात असल्याने कुरकुर आवाज येत होता. अरुंद रस्त्याच्या दोन्ही बाजूंना जणू बर्फाची धूळ पसरली होती. ऑजिलव्ही जाड, लांब ओव्हरकोट आणि स्कार्फ यात बंदिस्त होता, बेंटनने स्कीईंग करताना घालतात ते जॅकेट घातले होते, तरीही बर्फावरून येणाऱ्या बोचऱ्या वाऱ्याचे सपकारे उघड्या चेहऱ्यावर बसत होते.

"खूपच गार आहे. त्रास नाही ना होत?" बेंटनने विचारले.

"छे, छे, छान वाटतंय." आपले हातमोजे घातलेले दोन्ही हात एकमेकांवर घासत ऑजिलव्ही म्हणाला.

एक आडवा रस्ता येऊन मिळाला. बेंटन थबकून अंदाज घेत होता तेव्हा ऑजिलव्ही एका बाजूला हात दाखवत म्हणाला, "त्या पुढच्या बाजूला जाऊ या, छान वाटतं."

बेंटन हसला, म्हणाला, "ह्यू, तुम्ही यापूर्वी किती वेळा आला आहात इथं?"

"मला वाटतं, पाच वेळा."

"म्हणजे माझ्यापेक्षा पाच वेळा जास्त!"

"बरोबर."

"मग, त्या बाजूला?"

"हो, मला आठवतंय त्याप्रमाणे फार छान आहे तिकडे."

ते चालत राहिले. बर्फाची कुरकुर ऐकू येत राहिली.

"ह्यू, जगातल्या एकूण परिस्थिती विषयी काय मत आहे तुमचं? मायक्रोफोन हातात धरून एखाद्या पत्रकारानं विचारलेला प्रश्न आहे असं समजू नका, कृपा करून. मी अगदी वैयक्तिकरित्या विचारतो आहे."

"चाललंय रुखुटुखु."

"रुखुटुखु हं? आवडलं मला हे विशेषण. तुम्हाला प्राईम मिनिस्टर पद स्वीकारून किती वर्षं झाली?"

"सात."

"म्हणजे दोन पाठोपाठच्या निवडणुका आणि तिसरी तोंडावर. हो ना?"

"मला वाटतं यात कर्तृत्वापेक्षा नशिबाचाच भाग जास्त."

"सुदैवानं इथं आम्हाला दोनच्या पलीकडे जावं लागत नाही."

"खरं आहे."

"तुम्हाला तुमच्या सुरुवातीच्या काळात त्रास दिला का हो त्यांनी?" बेंटनने विचारले.

"कुणी? माझ्याच पक्षातल्या लोकांनी?"

बेंटन हसला. "नाही. पत्रकार, वर्तमानपत्रं यांनी. मी सध्या खूप मार खातो आहे त्यांच्याकडून. हीथरच्या काम करण्यावरूनसुद्धा! जसं काही त्यांना चिंता करायला दुसरं काही उरलेलंच नाही. तिला काम करायचं आहे, करू दे ना."

"तिला खूप त्रास झालेला दिसतोय याचा."

"महत्त्वाच्या गोष्टींवरचं लोकांचं लक्ष उडवायला त्यांना काहीतरी कारण हवं असतं."

ऑजिलव्हीने मान हलवून सहमती दर्शवली.

बेंटनने वाटेत पडलेली झाडाची डहाळी पायाने जोरात लाथाडली. त्याच्या मनातल्या वैफल्याचा, रागाचा उद्रेक त्या छोट्याशा फांदीला सहन करावा लागला.

"तुमचं दोन्ही गृहांच्या संयुक्त बैठकीतलं भाषण बघितलं मी." ऑजिलव्ही म्हणाला.

बेंटनला आश्चर्य वाटले.

"तुमचा विधेयकांचा कार्यक्रम फारच आकर्षक आहे."

"ब्रिटिश इंग्रजीत 'वेडेपणा' यासाठी 'आकर्षक' असा शब्दप्रयोग वापरतात का?"

ऑजिलव्ही हसले. "नाही, नाही. खरंच फार महत्त्वाकांक्षी आणि – काय म्हणू? भन्नाट आहे!!"

बेंटन हसला. "नका हरभऱ्याच्या झाडावर चढवू."

"खरंच सांगतो, धाडसी आहे आणि दूरदृष्टी ठेवून बनवलेला आहे."

"आणि काही हितसंबंध गुंतलेल्यांच्या साम्राज्यांना सुरुंग लावणारा आहे.

त्यांचे हात आत्ताच माझा गळा आवळायला शिवशिवत आहेत.''

''माझ्या अनुभवावरून मी एवढं सांगू शकतो तुम्हाला, असं जेव्हा व्हायला लागतं तेव्हा खात्री बाळगा की तुम्ही अतिशय योग्य आणि हिताच्या गोष्टी करत आहात. माझा एक पूर्वसुरी म्हणायचा की अशा लोकांचे हात फक्त योग्य वाटेवर चालणाऱ्या माणसांच्याच गळ्यापर्यंत पोचतात.''

''हो ना, गळ्याभोवती दाब जाणवतोय त्यांच्या हातांचा!''

''विनोद अलाहिदा, पण माझं प्रामाणिक मत सांगतो, खरंच 'नवा पाया' घालताय तुम्ही! हे जर तुमच्या योजनेप्रमाणे पूर्ण झालं तर या देशासाठी तुम्ही काहीतरी आगळंवेगळं केलंत असंच इतिहास सांगेल.''

''आभार, मनापासून आभार.'' बेंटन जागेवर थबकून म्हणाला, ''तुमच्या या मताचा आदर करतो मी. तुम्हाला सांगतो, या स्थलांतराच्या समस्येकडे एक अनमोल संधी म्हणून बघितलं नाही तर ती आपल्याला चिरडून टाकेल.''

''मी पण लोकांना हेच समजावून सांगायचा प्रयत्न करतो आहे. तुमच्या मानानं आमच्या इथल्या स्थलांतरितांचा आकडा खूपच कमी आहे. एकूण लोकसंख्येशी त्याचं प्रमाणही कमी आहे. तरीसुद्धा, हे अटळ असलेलं स्थलांतर आपल्याला जास्त सुखाचं, अधिक संपन्न आयुष्य नव्यानं सुरू करण्यासाठी निसर्गानं दिलेली संधी आहे हे लोकांना समजावून सांगणं कधीकधी अगदी निराश होऊन जाण्याइतकं कठीण पडतं. आमच्या ब्रिटिश भाषेत सांगायचं तर 'ढगाकडे पहाणारा त्या ढगाची रुपेरी कड कधीही बघत नाही.' ''

''खरं आहे. फार फार अवघड आहे.''

''मी अशी तुलना करणं उचित नाही, पण खरंच याला तुलनाच नाही, विशेषत: या पदाच्या तुमच्या आधीच्या मानकऱ्याशी तर नाहीच नाही.''

बेंटन हसला. दोघं चालू लागले.

ऑजिलव्ही यांनी इराक-सिरिया संबंधी चौकशी केली. बेंटनने चर्चेतली प्रगती फारशी समाधानकारक नसल्याचे सांगितले.

''पण तुमच्या कृतीनं दुरून नजर ठेवणाऱ्यांना योग्य तो इशारा मिळाला.'' ऑजिलव्ही म्हणाला.

बेंटनने चमकून त्यांच्याकडे पाहत विचारले, ''कसला इशारा?''

ऑजिलव्हींच्या ओठांवर एक अर्थपूर्ण स्मित झळकले. ''हाच, की वेळ आली की तुम्ही कृती करताच. मला वाटतं तोच उद्देश होता ना या कृतीचा?''

त्या वाक्याने ऑजिलव्हीच्या सौम्य, ऋजु बाह्यरूपाच्या आतल्या कुशाग्र बुद्धीची झलकच आपल्याला बघायला मिळाली असे बेंटनला जाणवले. ''मला वाटतं, बरोबर होता तो इशारा.''

“बहुतेक बरोबरच असेल. मात्र असं काही करताना तुम्ही अंतर्गत पाठिंब्याची शंभर टक्के खात्री देऊ शकला पाहिजेत. तुमच्या ह्या ‘नवा पाया’ योजनेला काँग्रेसकडून संमती मिळवायलाही तुम्हाला कशी अगदी कानाकोपऱ्यातून मदत मिळवायला लागेल याची कल्पना आहे मला.”

“अगदी सत्य बोललात.”

“आमच्यासारखी राष्ट्रं आता आपापसात प्रश्न एकमेकांना विचारत आहेत की ‘यानंतर पुढली कृती कुठली’?”

“पुढली कुठलीच नसेल कदाचित!”

“प्रेसिडेंट,” ऑजिलव्हींच्या आवाजात खोडकरपणा डोकावत होता, “पुढली नाही, असं कधीच होत नाही!!”

बेंटन गप्प राहिला. आणखी थोडे अंतर चालून गेल्यावर त्याने थांबून विचारले, “थंडी वाढते आहे. परत जायचंय तुम्हाला?” आजूबाजूला पाहत तो म्हणाला, “तुमच्या लक्षात आहे ना आपण इथपर्यंत कसे आलो ते? मला तर काही उमगत नाही.”

ते दोघेही न बोलता चालत राहिले.

“क्योटो-४ बद्दल काय वाटतं तुम्हाला?” बेंटनने विचारले.

तो प्रश्न कानावर पडताच ऑजिलव्ही यांच्यात बदल झाला, न लक्षात येण्यासारखा बदल, नेमका न सांगता येण्याजोगा बदल. शरीर जरासं आक्रसलं, माणूस सावध झाला, सतर्क झाला की अंग आत ओढून घेतो तसं. जणू त्यांना या पायी प्रवासाचा हेतू लक्षात आला.

“मला काही फारशा अपेक्षा नाहीत.”

“नाहीत?”

“तुम्हाला आवडणार नाही, पण अमेरिकेनं क्योटो प्रोसेस धाब्यावरच बसवली आहे.”

“त्यामुळे सगळं अडलंय, असं वाटतंय तुम्हाला?”

“हो, सगळं नसलं तरी बरंचसं.”

“स्पष्ट मत व्यक्त केल्याबद्दल आभार. पण वस्तुस्थिती अशी आहे की त्याचं कडक पालन कुणीच केलेलं नाही. हे ग्रेट ब्रिटनबद्दलही म्हणता येईल.”

“मान्य. पण होतंय काय, की जेव्हा अमेरिका काही करत नाही तेव्हा बाकीचे आपल्याला काही न करण्याचा परवानाच आहे असं समजतात.”

बेंटन मान हलवत म्हणाला, “हे छान आहे!”

“पण नवं नाही! मी हीच गोष्ट प्रेसिडेंट गार्टनरना सांगितली होती आणि त्याआधी शॉक्रॉस यांनाही सांगितली होती.”

“हे तर फारच छान आहे!!”

ऑजिलव्ही हसले.

"छान आहे, पण योग्य नाही. ह्यू, गेली पंचवीस वर्षं चीन सर्वांत जास्त कार्बन वातावरणात सोडतो आहे, त्यांचं कार्बन उत्सर्जन आमच्या दुप्पट आहे. आम्ही आज जरी एकट्यानं जगातला पर्यावरणाचा प्रश्न सोडवायचा म्हटलं, या क्षणापासून उत्सर्जन शून्य केलं, तरी चीननं काही केल्याशिवाय त्या कशाचाही काहीही उपयोग होणार नाही. हे कळत असूनही सगळे बोट मात्र आमच्याकडेच दाखवतात!"

"दुर्दैवानं हे उपरोधिक सत्य असंच चालत आलं आहे." ऑजिलव्ही वर जाणाऱ्या एका रस्त्याकडे बोट दाखवीत म्हणाला, "या रस्त्यानं जावं लागेल आपल्याला."

बेंटनने थांबून त्यांच्या बोटाच्या दिशेने पाहत विचारले, "नक्की?"

"विश्वास ठेवा माझ्यावर. इंग्रज आहे मी. कुक, शॅकल्टन, रॉस या संशोधकांच्या देशाचा आहे."

ते त्या रस्त्याकडे वळले.

"तुम्ही काय म्हणत होता?"

"मला तुम्हाला युरोकोअर विषयी विचारायचं होतं."

"युरोकोअर? काय?"

"त्यांचे क्योटोबद्दल काय विचार आहेत असं वाटतं तुम्हाला?"

ऑजिलव्हीने लगेच उत्तर दिले नाही. बेंटनही उत्तराची वाट पाहत थांबला. ब्रिटन युरोपियन युनियनचा सभासद असून, इतर देशांनी सामाइक चलन स्वीकारले तरीही त्यांनी आपले चलन वेगळे राखले होते. त्याचा परिणाम म्हणून तो देशही फ्रान्स, इटली, जर्मनी, पोलंड या युरोपियन युनियनच्या प्रमुख देशांपासून जरा वेगळा पडला होता. आंतरराष्ट्रीय स्तरावर त्याचे स्थान आता युरोकोअर आणि अमेरिका यांच्यातल्या दुव्याचे होते. दोन्ही बाजू समजण्याच्या त्यांच्या क्षमतेमुळे त्यांना कधीमधी मध्यस्थाची भूमिका बजावायला लागत होती. वॉशिंग्टनच त्यांचा उपयोग जास्त वेळा करून घेई, कारण, नाही म्हटले तरी युरोपियन देश लंडनकडे नाराजीनेच पाहत.

"युरोकोअर यात फार काही करेल असं वाटत नाही, पुढाकार तर मुळीच घेणार नाही." काही वेळाने ऑजिलव्ही यांनी उत्तर दिले.

"बरोबर आहे. पण ते एवढे उदासीन कसे आहेत. हे मला कळत नाही. नऊ टक्के उत्सर्जन त्यांच्या देशांमधून होतं आहे. तेव्हा त्यांची इच्छा असो वा नसो, त्यांचा वाटा त्यांनी उचललाच पाहिजे."

"युरोकोअर ही आवळ्याची मोट आहे. त्यांचे विचार आणि कृती यांच्यात बऱ्याच वेळा मेळ नसतो. कधी ते एकमुखानं बोलतात तर कधी दहा तोंडांनी. त्यामुळे एखाद्या विषयावर त्यांचं मत गठ्ठ्यानं मोजता येत नाही. क्योटोचं तसंच आहे. युरोकोअरला किंवा निदान त्यातल्या काहींना असं वाटतं की त्यांचं काहीही

न करणं सहज खपून जाईल. अमेरिकेला चीनबरोबर किंवा भारताशी भांडत भांडत काय करायचं ते करू दे, मग आपण आपलं बघू. त्या भांडणातून काही निष्पन्न होणार नाही हेही त्यांना माहीत आहे. बरं, परत भरपूर कपातीच्या करारांवर सह्या करायला पुढे राहून वाहवा मिळवायला ते तयारच आहेत. बोलाचीच कढी आणि बोलाचाच भात.''

''म्हणजे त्यांच्याकडून काही बदलाची अपेक्षा ठेवण्यात अर्थ नाही.''

''स्पष्ट आणि खरं सांगायचं तर नाही. तुम्ही चीनबद्दल जी माहिती दिलीत, ती मात्र विचार करायला लावणारी आहे. पण एक सांगतो, अमेरिकेच्या नाकर्तेपणाच्या पांघरुणाखाली सगळेजण गुपचुप लपून राहणार.''

''युनायटेड किंगडमसुद्धा?''

यावर ऑजिलव्ही यांनी काहीच उत्तर दिले नाही. त्यांच्या पायाखाली वाजणाऱ्या बर्फाच्या आवाजाखेरीज सर्वत्र शांतता होती. ते पाहुण्यांच्या निवासस्थानाशी पोचले.

''माझ्या खोलीत जाऊ या?'' बेंटनने विचारले.

''हो, जाऊ या.''

दोघे बेंटनच्या खोलीत शिरले. कोनोर गेल कॉंप्युटरवर खेळ खेळत बसला होता.

''कोनोर गेल, एकदम तेज जवान आहे.'' त्याच्या अंगावरून जाताना बेंटन हसून म्हणाला. ''कोनोर, बेनला कळव आम्ही परत आलो आहोत.''

''त्यांना कळलंच आहे.'' खिडकीतून खोलीकडेच येणाऱ्या बेनकडे पाहत कोनोर म्हणाला.

''पण अजून आमचं बोलणं संपलं नाही.'' असे म्हणून बेंटन आणि ऑजिलव्ही बेंटनच्या अभ्यासिकेत गेले.

बाजूच्या टेबलावर कॉफीचा सरंजाम तयार होता.

''कॉफी चालेल ना? का त्याहून काही कडक मागवू?'' बेंटनने विचारले.

''नाही, नाही. कॉफी ठीक आहे.'' ऑजिलव्ही म्हणाला.

''खायला हवं आहे काही?''

ऑजिलव्हीने नकार दिला.

बेंटनने कॉफी ओतली. गरम कॉफीची ऊब शरीरभर पसरली.

''बिघडत्या परिस्थितीचा विचार केला तर क्योटो-४ चा काहीही उपयोग होणार नाही,'' बेंटन म्हणाला, ''अगदी जरी करार झाला तरी.'' यावर ऑजिलव्हीची प्रतिक्रिया पाहात तो क्षणभर थांबला.'' हे जर जगाच्या लक्षात आलं तर काय होईल?''

''हलकल्लोळ! तुम्हाला नाही वाटत, की राजा फार काळ कपडे न घालताच वावरतोय?''

''हो ना, तीस वर्षं!!''

"खरं आहे."

"यावर आपण काय करणार आहोत, ह्यू?"

ऑजिलव्ही यांच्या कपाळावर आठ्या पडल्या. आपली पुढची वाक्ये काळजीपूर्वक जुळवत ते म्हणाले, "युनायटेड किंगडमची क्योटोशी बांधिलकी आहे. आमच्या मते त्याच्यापेक्षा चांगला पर्याय नाही."

"क्योटो मेली आहे, संपली आहे."

"कदाचित तिला पुन्हा जिवंत करून सशक्त बनवायची हीच वेळ असेल."

"मला नाही वाटत तसं."

"मग तुमची सूचना काय आहे?"

"मला काही सुचवायचं नाही." बेंटन म्हणाला, "मला एवढंच म्हणायचं आहे की सत्य स्थितीचा सामना करायला हवा. पोपट मेला आहे हे मान्य करायला हवं. ज्या व्यासपीठावर, ज्या पद्धतीनं आधीचे तीन करार असफल ठरले आहेत तिथंच, त्याच पद्धतीनं आपण परत तेच करणार आहोत आणि समजा की काही चमत्कार घडला, या वेळी क्योटो यशस्वी ठरली आणि कराराचं प्रत्येक कलम प्रत्येकानं कसोशीनं पाळलं, तरीसुद्धा पर्यावरणाच्या राक्षसाचा जो ब्रह्मराक्षस होतो आहे, त्याला आवरायला ते पुरं पडणारच नाही!"

"पुरं पडणारंच नाही?"

बेंटन थबकला. किती सांगायचं? सगळं? त्याला ओल्सेनचा इशारा आठवला, 'सहज जरुरीपेक्षा जास्त बोललं जातं.' सावध!

"आमच्या विश्लेषणाप्रमाणे अपुरं पडेल."

"हे कोणत्या माहितीचं विश्लेषण केलंय तुम्ही?"

"ह्यू–" त्याने मान नकारार्थी हलवत दोन्ही हात वर केले.

लाडूच्या डब्यात हात घालताना पकडलेल्या मुलासारखा ऑजिलव्ही हसला.

"मला हे सांगायचंय की क्योटोच्या बाबतीत आपण स्वत:ला फसवतो आहोत."

"हो पण अजिबात नसण्यापेक्षा काहीतरी बरं नाही का, अगदी पुरेसं नसलं तरी?"

"या म्हणण्याला काही अर्थ नाही. ह्यू, क्योटो-४ अयशस्वी ठरण्याची वाट बघत बसायला सवड उरलेली नाही. फार फार उशीर झालेला असेल, मेलेल्याला पाणी पाजल्यासारखं होईल ते."

ऑजिलव्ही आपल्या दोन्ही हातांची बोटे नमस्कार केल्यासारखी जुळवून काही वेळ विचारात पडला. नंतर म्हणाला, "हे पहा, यात दोन वेगवेगळ्या गोष्टी आहेत. एक प्रक्रिया आणि दुसरी त्यातून करायच्या कृती."

"मान्य."

"दोन्हींतला फरक लक्षात घेऊ या. मला वाटतं कृतींच्या बाबतीत तुमचं

म्हणणं कदाचित बरोबर असू शकेल. त्या कृती पुरेशा नसतील. त्याविषयी तुमचं ज्ञान माझ्यापेक्षा जास्त असेल.'' मुद्दाम जरा थांबून त्यांनी पुढचे वाक्य उच्चारले, ''पण प्रक्रिया? त्याविषयी आपली मतं भिन्न आहेत असं दिसतंय. संयुक्त राष्ट्रसंघाच्या मध्यस्थीने होणाऱ्या बहुपक्षीय चर्चेच्या मार्गानेच न्याय्य आणि सर्वांगीण, जागतिक तोडगा निघू शकेल यावर युनायटेड किंगडम दृढ विश्वास ठेवते.''

''गेल्या तीस वर्षांत आपल्याला या मार्गानं काहीही मिळालेलं नाही.'' बेंटनने ठासून सांगितले.

''तो मार्गाचा दोष का आपला? आपण काहीही मिळवलं नाही असं म्हणणं योग्य ठरेल.''

''ठीक आहे, तसं म्हणू या घटकाभर. पण यावेळी तरी त्यात कोण बदल करू शकणार आहे?''

''तुम्ही?'' ऑजिलव्ही यांच्या स्वरातला प्रश्न त्यांच्या नजरेत मात्र नव्हता. ''तुम्ही, प्रेसिडेंट. ते पांघरूण काढून घ्या, आजवर केलेली चूक सुधारा.''

''सुधारतो. तुम्ही हमी देता की बाकीचेही लगेच पुढे येऊन त्यांची वचनं पूर्ण करतील?''

''नाही, दुर्दैवानं, नाही.''

''हाच मोठा अडसर आहे. आम्ही केल्यानंही काही होणार नाही. सगळं जग आपापला वाटा उचलतं आहे तेव्हा त्यांनीही त्रास सहन करायलाच पाहिजे असं आज मी अमेरिकन जनतेला सांगू शकत नाही. तसं सांगितलं तर आमचे लोक मुळीच मागं राहणार नाहीत. मला, बस, त्यांना जगाचा दाखला देता आला पाहिजे, सहन करणारे ते एकटेच नाहीत असं त्यांना सिद्ध करून दाखवता आलं पाहिजे.''

''मी एवढंच म्हणू शकतो की जोपर्यंत अमेरिका करार मोडायचं थांबवत नाही तोपर्यंत कुणीच थांबणार नाही.''

''हे खरं आहे असं धरून चालू आपण.'' बेंटनच्या डोक्यातली विचारांची खळबळ खुर्चीच्या हातावर अनियमितपणे आपटल्या जाणाऱ्या त्याच्या बोटातून दिसत होती. ''मला हे सांगा की आम्ही थांबल्यावर ते का थांबतील? ते कळलं की मला वाट सापडेल.''

ऑजिलव्ही उत्तर देता देता थांबला.

''करारातली कलमं त्यांना तसं करायला भाग पाडतील, असंच म्हणणार होतात ना तुम्ही? ते सद्या करून बसलेत.''

ऑजिलव्ही यावर काहीच बोलले नाहीत.

''मला सांगा, बंधनं घातली तर?'' बेंटनने सावधपणे प्रश्न टाकला.

''बंधनं? क्योटोमध्ये बंधनांचा समावेश कधीच केला गेला नाही.'' ऑजिलव्ही

खांदे वर उचलत म्हणाला, "करायला हवा होता."

"लोक तयार होतील? तुम्हीच म्हणत होतात की जे उत्सर्जन कपातीचे आकडे लोकांनी मान्य केले आहेत, त्याची पूर्ण अंमलबजावणी करणं कुणालाच अपेक्षित नाही. त्यांच्याकडे केवळ 'असाध्य लक्ष्य' म्हणूनच सगळेजण बघणार."

"लोकांचं माहीत नाही, पण एक गोष्ट मी निश्चितपणे सांगू इच्छितो की, जर तुम्ही तुम्ही क्योटोमध्ये मान्य केलेली जबाबदारी शंभर टक्के पूर्ण केलीत आणि पुढील सुधारित कपातीच्या प्रस्तावांसाठी खरा पुढाकार घेतलात, तर करारात योग्य आणि न्याय्य बंधनांचा समावेश करण्याच्या तुमच्या सूचनेला युनायटेड किंगडम पाठिंबा देऊ शकेल."

बेंटन त्यांच्याकडे पाहत राहिला. त्याच्या डोळ्यांत उमटलेले भाव पाहून ऑजिलव्ही पुढे झाले आणि त्यांनी बेंटनच्या खांद्यावर थोपटले.

"ह्यू, बंधनं तरी कशी घालणार आहोत आपण? लोक करार पाळतात की नाही यावर लक्ष ठेवायला लवाद नेमणार? मग दोन, तीन, चार वर्षं कायदेशीर कारवाया करत बसणार? जागतिक व्यापार संघटनेचं काय होतंय ते पाहतोच आहोत आपण."

"मला वाटतं त्याला काहीतरी पद्धत लावता येऊ शकेल." ऑजिलव्ही म्हणाला, "म्हणजे आपण असं ठरवायचं की चुकीला आधी शासन, नंतर तपासणी."

"नाही होत तसं." बेंटन वैतागाने म्हणाला, "जे बोचणार हे माहिती आहे त्याला कोणी हातात तरी धरेल का?"

"हे फारच निराशेचं बोलणं झालं."

"हो ना आणि तेही आमच्यापैकी सर्वांत आशावादी माणूस बोलतो आहे."

ऑजिलव्ही पुसटसे हसला.

"ह्यू, तुमची हरकत नसेल तर एक शक्यता मला तुमच्याजवळ व्यक्त करायची होती."

ऑजिलव्ही ऐकत आहेत हे लक्षात येऊन बेंटन खुर्चीतल्या खुर्चीत पुढे सरकून बोलू लागला, "समजा, मी क्योटोच्या बाहेर पडलो, म्हणजे त्याच्या विरुद्ध नाही, त्याच्या समांतर तर-?"

"तुम्ही काय म्हणताय ते माझ्या लक्षात येत नाही, पण मी तुम्हाला आधीच सांगितलं आहे की ब्रिटन बहुपक्षीय अ चर्चेच्या मार्गाला बांधील आहे आणि त्याच्या व्यतिरिक्त दुसऱ्या मार्गाने जाऊ बघणाऱ्याला पाठिंबा देणं अशक्य आहे."

"पूर्ण ऐकून तर घ्या माझं म्हणणं." जरा थांबून शब्दांची जुळवाजुळव करून बेंटनने सुरुवात केली, "कल्पना करा, अमेरिकेने एका देशावर बंधनं घालण्याचं ठरवलं. कुठला ते सोडा. आम्ही आमची निष्क्रियता सोडून उत्सर्जनाची पातळी

अगदी भरपूर खाली आणली आणि आता त्या देशानंही तसंच करावं अशी मागणी केली. मी असं नाही विचारत की अशा वेळी युनायटेड किंगडम काय करेल ते! कारण आपल्या दोघांच्या हितसंबंधाला बाधा येईल असं आम्ही काहीच करणार नाही, पण मला असं जाणून घ्यायचं आहे की त्यावेळी युनायटेड किंगडमचा पाठिंबा आम्ही गृहीत धरू शकू का?'' ऑजिलव्ही यांना त्याचं म्हणणं नीट कळलं आहे याची खात्री करून घेण्यासाठी तो जरा थांबला. ''मला तुमच्याकडून हेही हवं आहे की त्या बाबतीत युरोकोअरची प्रतिक्रिया काय असेल? तेही आम्हाला पाठिंबा देतील? आमच्याप्रमाणे त्या देशावर युरोकोअरही बंधनं घालेल, असं आम्ही धरून चालू शकू का?''

ऑजिलव्ही यांची अस्वस्थता त्यांच्या कपाळावरील आठ्यांतून स्पष्ट दिसत होती. ''ज्या देशाविषयी तुम्ही बोलता आहात तो विशेष महत्त्वाचा देश असावा. आणि अर्थातच भरपूर कार्बन उत्सर्जित करणारा असावा.''

''तो अल्बानिया नाही, हे नक्की.''

ऑजिलव्ही यांची अस्वस्थता वाढत होती, ते म्हणाले, ''पुरेसा तपशील माहीती नसताना तुमच्या प्रश्नांची उत्तरं देणं शक्य नाही, प्रेसिडेंट.''

''मी समजू शकतो. म्हणूनच मी फक्त शक्यता आजमावीत होतो. हवा तो तपशील भरून घ्या.''

ऑजिलव्ही न बोलता विचार करीत राहिले. बेंटनही शांतपणे त्यांना वेळ देत राहिला.

बऱ्याच वेळाने ब्रिटिश प्राईम मिनिस्टर म्हणाले, ''मला शंका वाटते.''

''की ते पाठिंबा देतील?''

''हो. कारण तसं होणं फार अवघड आहे. रुमेन-शंभर टक्के पाठिंबा देणार नाही. मला तर वाटतं की तुमच्या परराष्ट्र धोरणात खोडे घालणं हेच त्यांनी स्वत:चं जीवितकार्य ठरवलेलं दिसतंय. डि मार्को? आत्ता तरी नाही. इंजलब्लॉक – कदाचित देईल. कोस्लोवस्की – काय करेल सांगता येणार नाही. पोलंडच्या सध्या रशियाबरोबर बऱ्याच कटकटी चालू आहेत. त्यामुळे त्या बाबतीत तुमच्याकडून काही मिळेल असं दिसलं तर कदाचित ते राहतील तुमच्या बाजूनं उभे. मी केवळ अंदाज मांडतोय, तुमच्या पाठीशी कोणीही उभं राहणार नाही अशीही स्थिती येऊ शकेल. बहुतेक तसंच होईल. देश जर मोठा, महत्त्वाचा असेल तर तुमची बंधनं युरोकोअरसाठी खूप चांगली संधी निर्माण करतील.''

बरंचसं त्याला अपेक्षित असंच उत्तर मिळाल्याचं बेंटनच्या मान हलवण्यातून दिसत होतं.

''आणि रशियाची प्रतिक्रिया?''

"रशिया?" ऑजिलव्ही यांनी प्रश्नामागचा उद्देश जाणून मान हलवली. "तुम्ही सांगताय तो देश जर चीन असेल तर तुम्हाला रशियाचा पाठिंबा अनिवार्य असणार. रशियानं ऊर्जेचे स्त्रोत बंद केले की चीन गुडघ्यावर येणारच. पण कठीण प्रश्न हा असेल की त्या बदल्यात रशियाला काय हवं असेल? चीनचा पुरवठा थांबवला की त्यांचा जी.डी.पी. खाली कोसळणार. शिवाय आपण सगळ्यांनीच जर उत्सर्जन कपातीवरचा उपाय म्हणून नैसर्गिक इंधनांचा वापर थांबवला, तर त्यांच्या आर्थिक स्थितीवर किती भयंकर आणि दूरगामी परिणाम होतील?"

"तुम्ही तर माझ्याही पुढे पोचलात!"

ऑजिलव्ही अर्थपूर्ण हसले. "हो ना. सगळ्या फक्त शक्यताच वर्तवत होतो ना आपण?"

शांतताही अर्थपूर्ण होती.

"जूनमध्ये युरोकोअरची शिखर परिषद होणार आहे." ऑजिलव्ही म्हणाले, "तुम्हाला आम्ही प्रमुख पाहुणे म्हणून निमंत्रण देऊ. तुम्हाला प्रत्येक देशाची मतं त्यांच्याच तोंडून ऐकायला मिळतील. क्योटोविषयी अगदी गरमरगरम चर्चा होईल." ते हसत म्हणाले, "दर वेळीच होते."

"मी वाट पाहीन तुमच्या निमंत्रणाची." बेंटन म्हणाला.

ऑजिलव्ही गंभीर झाले, म्हणाले, "मी तुम्हाला उपदेश करतो आहे असं समजू नका, एक सल्ला समजा. तुमच्यासमोर एक महत्त्वाकांक्षी योजना आहे. विधेयकांचा ठरवलेला कार्यक्रम आहे. तुमच्या क्योटोच्या बांधिलकीमुळे लोकांनी तुम्हाला मतं दिली, निवडून दिलं. अशा परिस्थितीत तुम्ही लोकांच्या पाठिंब्याला डावलून हा धोक्याचा मार्ग चोखाळताय हे विचित्र वाटतं. क्योटो तुम्हाला सोपं नाही का पडणार? निदान तुमची 'नवा पाया' योजना पार पडेपर्यंत तरी?"

"नक्कीच सोपं पडेल."

"मग तुम्ही त्या वाटेनेच का नाही जात?"

"मी जाणार नाही, असं म्हणालेलो नाही."

"नाही म्हणालात. मान्य. ही पूर्णपणे खाजगी चर्चा होती हेही मान्य, पण – तरीसुद्धा एवढंच सांगतो की तुम्हाला तुमच्या ध्येयाकडे नेणारी योजना पूर्ण होण्यासाठी तुम्हाला तुमच्या जनतेच्या पाठिंब्याची खूप खूप गरज आहे. अशा वेळी तुमच्या 'आपल्या' मतदारांच्या मनात शंका निर्माण करण्याचा धोका तुम्ही कसा पत्करू शकता हेच मला समजत नाही." त्यांनी खांदे उडवले आणि म्हणाले, "किंवा मी चुकत असेन."

बेंटन म्हणाला, "नाही, तुमचं अगदी बरोबर आहे."

# शुक्रवार, १८ फेब्रुवारी

# ओव्हल ऑफिस, द व्हाइटहाऊस

डॉक्टर रिचर्ड्स यांच्या मागच्या बाजूला असलेल्या पडद्यावर वेगवेगळे नकाशे प्रक्षेपित होत होते. 'मेरियन'च्या आजच्या मीटिंगमध्ये त्यांना आमंत्रित करण्यात आले होते. प्रेसिडेंट बेंटन आणि माइक गार्टनर यांच्या पहिल्या भेटीनंतर आजपर्यंत जमवलेल्या माहितीवरून निश्चित झालेले आकडे हे त्यावेळी त्यांनी सादर केलेल्या आकडेवारीतील मध्यम ते सर्वांत जास्त मर्यादांतील आकड्यांशी जुळत होते. नकाशात अमेरिकेचे किनारी प्रदेश दिसत होते. समुद्राजवळच्या ज्या भागांना धोका संभवत होता, तेवढा भाग तांबड्या रंगात दाखवला होता. जेवढा धोका जास्त तेवढा तांबडा रंग जास्त मोठ्या क्षेत्रात पसरलेला दिसत होता.

ऑलिव्हर वू याची मेरियनचा सभासद म्हणून ही पहिलीच मीटिंग होती. तो न बोलता डॉ. रिचर्ड्स देत असलेली माहिती पडद्याकडे पाहत समजावून घेत होता आणि इतरांकडून येणारे प्रश्न ऐकत होता. लॅरी ओल्सेन आज पाकिस्तानमध्ये होते. त्यांनी दोन दिवसांपूर्वी त्याला त्याच्या निवडीविषयी सांगितले तेव्हा तो फार उत्तेजित झाला नव्हता. पण आज द व्हाइटहाऊसच्या ओव्हल ऑफिसमध्ये, अमेरिकेचे प्रेसिडेंट, त्यांचे चीफ पोलिटिकल ॲडव्हायझर, चीफ ऑफ स्टाफ, नॅशनल सिक्युरिटी ॲडव्हायझर, बजेट डायरेक्टर या सगळ्यांबरोबर मीटिंगमध्ये बसताना तो खूपच दबलेला, जरासा धास्तावलेला आणि अस्वस्थ होता.

''किती प्रमाणात घडणार एवढाच प्रश्न आहे, घडणार हे नक्की!'' डॉ. रिचर्ड्स थांबल्यावर प्रेसिडेंट म्हणाले.

''हा निष्कर्ष मागच्या वेळचा होता. आता ते प्रमाण आमच्या अंदाजांच्या वरच्या बाजूलाच झुकलेलं असणार हे निर्विवाद आहे.''

''निश्चित उत्तर कधीपर्यंत मिळेल?''

''या उन्हाळ्यानंतर आम्ही अंदाजांची कक्षा यापेक्षा कमी करू शकू आणि ऑक्टोबरपर्यंतची माहिती अभ्यासून झाली की निश्चित उत्तर.''

इतर कुणाला काही प्रश्न आहेत का हे पाहण्यासाठी प्रेसिडेंटनी सर्वांवर नजर फिरवली.

"लॅरी, तुम्हाला काही विचारायचंय?"

"नाही." लॅरी ओल्सेन यांचा आवाज स्पीकरमधून येत होता. कराचीतील दूतावासात बसून एका खास संरक्षित फोनवरून ते ह्या मीटिंगमध्ये भाग घेत होते. कराची येथे त्यावेळी पहाटेचा दीड वाजला होता.

"डॉ. रिचर्ड्स, तुम्ही आता चीनवर होणारे परिणाम दाखवू शकाल?" बेंटनने विचारले.

डॉ. रिचर्ड्स यांनी अमेरिकेच्या नकाशांसारखेच चीनच्या किनारी प्रदेशांचे नकाशे दाखवायला सुरुवात केली. त्याही नकाशांत धोक्यांची पातळी वेगवेगळ्या रंगात दर्शविली होती, सर्वांत जास्त धोक्याचा प्रदेश तांबड्या रंगाने, त्याहून कमी निळ्याने आणि उरलेला पिवळ्याने.

बेंटनचे लक्ष सहज ऑलिव्हर वू याच्याकडे गेले, तेव्हा तो त्याच्या मायदेशाचे नकाशे पाहण्यात हरवून गेला होता. टोकदार हनुवटी आणि डोक्यावर ब्रशसारखे उभे राहिलेले काळेभोर केस. हार्वर्ड युनिव्हर्सिटीची डॉक्टरेट मिळवून त्यानंतर तीन वर्षे बीजिंग येथे काम करून नुकताच स्टेट डिपार्टमेंटमध्ये आलेला ऑलिव्हर वू चौतीस वर्षांचा आहे हे माहीत असूनही, त्या क्षणी इतका लहान दिसत होता की, याला कशातलं काही कळत नसेल असेच बेंटनला वाटले.

"लॅरी, तुम्हाला नकाशे इथं आल्यावर बघायला मिळतीलच, पण तुमच्या माहितीसाठी सांगतो, त्यांच्या दक्षिण किनाऱ्याचा बराचसा भाग पाण्याखाली जाणार आहे. एकंदर त्यांनाही चांगलाच फटका बसणार आहे." जॉन इल्झ म्हणाला.

डॉ. रिचर्ड्स यांनी त्यानंतर भारताची किनारपट्टी दाखवली. "या नकाशात संपूर्ण उपखंड बघायला मिळतो. आपल्या लक्षात आलंच असेल की बांगलादेश जवळजवळ उरलेलाच नाही." त्या म्हणाल्या.

"पाण्याची पातळी वाढल्याचा हा परिणाम का वादळांचा?" ॲलन बॉलने विचारले.

"एकत्र परिणाम म्हणता येईल. आमच्याकडे त्या दोन्हीचे स्वतंत्र परिणाम दाखवणारे नकाशेही आहेत. पण विशेषत: या भागात पाणी वाहून जाण्याला मुळीच वाव नसल्याने तांबड्या रंगात दाखवलेला प्रदेश कायमच पाण्याखाली असेल, त्यामुळे तर ह्या फरकाला अर्थ उरत नाही." डॉ. रिचर्ड्स यांनी सांगितले.

सगळेजण न बोलता पडद्याकडे पाहत होते. बंगालच्या उपसागराचा उत्तरेकडचा भाग पूर्ण तांबडा दिसत होता. भारताच्या दोन्ही किनारपट्ट्यांच्या कडाही लाल होत्या. श्रीलंकेचा तीन चतुर्थांशपेक्षा जास्त भाग पाण्याखालीच होता.

"डॉ. रिचर्ड्स्, आता कार्बन उत्सर्जनाच्या कमी झालेल्या पातळ्यांमुळे यात कशी सुधारणा होईल ते दाखवता?" इल्झने विनंती केली.

जागतिक उत्सर्जनातल्या कपातीतील काही ठरावीक पातळ्या निवडून त्या प्रत्येक पातळीवर परिणाम कसे बदलतील हे दाखवणारे नकाशे डॉक्टरांना तयार करायला सांगण्यात आले होते. दहा वर्षांच्या कालावधीत फक्त दहा टक्के कपात इथपासून फक्त पाच वर्षांत तीस टक्क्यांची प्रचंड कपात असे टप्पे विचारात घेतले होते. डॉक्टरांनी त्याच रंगांचे संकेत वापरलेले नकाशे दाखवले. जास्तीत जास्त कपात केली तरी सुद्धा अमेरिकेत दोन ते अडीच कोटी लोकांचे स्थलांतर अटळ होते आणि पूर्ण मियामी पाण्याखाली जात होता.

"याच पातळीला इतर काही देशांतल्या स्थलांतर करायला लागणाऱ्या लोकांच्या संख्या काय असतील?" इल्झने विचारले.

"आम्हाला प्रत्येक देशाचे आकडे काढता येतील पण त्यावर यापेक्षा थोडं जास्त काम करावं लागेल. साधारण एका आठवड्यात ते करता येईल. चालेल एवढा वेळ?"

"होय. करा, कारण ते खूपच उपयोगी पडेल."

डॉक्टरांनी नोंद करून घेतली.

"मी तुम्हाला आधी विचारलेला प्रश्नच परत विचारतो, तुमच्या या निष्कर्षात चूक किती होऊ शकेल?" प्रेसिडेंटनी विचारले.

"मला वाटतं पाण्याच्या पातळीत थोडाफार फरक पडेल. पण जर कमाल आणि किमान मर्यादांचा विचार केला तर परिणामातली तफावत नगण्य असेल. बाकी मोजमापं, लोकसंख्येतील वाढीचं धरलेलं प्रमाण, वैयक्तिक भिन्नता वगैरे. हे सगळे धरूनही एकूण चूक पाच टक्क्यांच्या आत असेल."

प्रेसिडेंटनी उपस्थितांवर नजर फिरवली. नंतर लॅरी ओल्सेनना विचारले. कुणालाच आणखी प्रश्न नव्हते.

"आभार, डॉक्टर. याची एक कॉपी जॉनकडे द्या. आणखी काही हवं असलं तर तो तुम्हाला कळवेल."

"तुम्हाला मी प्रत्येक देशातल्या स्थलांतरितांचे आकडे एका आठवड्यात द्यायचे आहेत, ते देते." असे म्हणून डॉक्टर रिचर्ड्स यांनी आपली डिस्क बाहेर काढून घेतली, आपले बाकीचे सामान एकत्र केले. बेन हॉफमन त्यांना दारापर्यंत सोडून आला.

त्यांच्यामागे दार बंद झाले त्यावेळी खोलीत पूर्ण शांतता पसरली होती.

"जॅकी?" प्रेसिडेंटनी खूण केली.

जॅकी रूबिनने तिची डिस्क ड्राइव्हमध्ये घातली. डॉक्टर रिचर्ड्स यांनी ज्या

कमाल आणि किमान उत्सर्जन कपातीच्या पातळ्यांचे परिणाम दाखवले होते, त्यांचे आर्थिक परिणाम काय होतील याचा अभ्यास जॅकी रूबिन आणि सहकाऱ्यांनी केला होता.

''आकडेवारी घाबरवणारी आहे, प्रेसिडेंट.'' माहिती पडद्यावर दाखवण्याआधीच जॅकी म्हणाली. ''आपल्या प्रगतीची गाडी रिव्हर्स गिअरमध्ये पडणार हे निश्चित आहे. सर्वांत वाईट परिस्थिती विचारात घेतली तर सतत चार वर्षं प्रत्येक वर्षी नऊ टक्के अधोगती होईल. या नुकसानीची कल्पनाच करवत नाही, प्रेसिडेंट.''

''एकदा सगळी माहिती बघू या?'' बेंटन शांतपणे म्हणाला.

जॅकीने निरनिराळे आकडे, तक्ते, कोष्टके दाखवली. देशाच्या आर्थिक स्थितीची द्योतक अशी जी प्रमाणभूत परिमाणे असतात, त्यांच्यावर होणारे परिणाम तिने समजावून सांगितले. करोडो लोकांच्या स्थलांतराच्या भयानक संकटाच्या ओझ्याखाली सगळे आकडे रोडावले होते.

''चित्र खरंच एवढं वाईट आहे?'' बेंटनने विचारले. ''लोक हलतील, दुसरीकडे जातील, तिथे नवीन बांधकामं करावी लागतील, डॉक्टर्स, नर्सेस, शिक्षक– कितीतरी कामं निर्माण होतील.''

''स्थलांतराच्या काळात त्या स्थलांतरीत लोकांची उत्पादनक्षमता निरुपयोगी होईल. आणि त्याहूनही महत्त्वाचं म्हणजे, तिथल्या स्थावर मालमत्तेची प्रचंड उत्पादनक्षमता, उत्पादकता ही – मातीमोल हा शब्द चुकीचा ठरेल – त्या पाण्यात वाहून जाईल ते नुकसान अगणित असेल. या दोन्हीचा दुष्परिणाम म्हणून आपली एकूण सरासरी उत्पादकताच खाली खेचली जाईल. शिवाय, तुम्ही ज्याचा उल्लेख केलात, ते – त्या लोकांसाठी नवीन घरं, शाळा, दवाखाने, इतर सुखसोयी – त्या नव्याने निर्माण कराव्या लागतील त्याचा खर्च कुठून करणार? कराच्या रूपानं गोळा झालेल्या पैशातून करायचा म्हटला, तर कमी झालेल्या उत्पादकतेमुळे करही कमी भरले जातील. म्हणजे मग पर्यायी मार्ग म्हणजे उसनवारी. खरं तर या परिस्थितीत ती अटळ ठरणारच आहे. त्यामुळे जो पैसा अन्यथा उद्योगधंद्यात गुंतवला गेला असता, साधनसंपत्तीच्या वापरासाठी खर्च करता आला असता, तो इकडे वापरला जाईल. परिणामी व्याजाचे दर वाढतील. आणि या सगळ्यामुळे परत नोकऱ्या, कामं कमी होऊन ते दुष्टचक्र सतत फिरतच राहील.''

''स्थलांतरासाठी या आधीच जे पॅकेज मंजूर झालेलं आहे, त्यातून या योजनेच्या काळात आपण लोकांना आर्थिक मदत देणार होतो ना?'' बेन हॉफमनने मुद्दा मांडला, ''या योजनेची ही मध्यवर्ती कल्पना होती.''

''बेन, आधीची कुठलीच गृहीतं आता उरलेली नाहीत. वेळापत्रक बदललं, संख्या बदलली. आता आपण स्थलांतरं अगदी पद्धतशीरपणे करणार आहोत.

लोक नवीन जागी जायच्या आधी तिथं सगळी साधनसामुग्री तयार असायला हवी. नुकसानग्रस्त साधनसामुग्रीही आपण तशीच सोडणार, म्हणजे तिच्या नूतनीकरणाला लागणारा पैसा आपण आवश्यक ते त्यानुसार आवश्यक जागी नवीन उभारणीसाठी वळवणार. त्या बरोबरच 'नवा पाया' योजनेखालचे मूलभूत आरोग्य, शिक्षण आणि कामं, नोकऱ्या यांची निर्मिती हे काम आहेच. ते आणि स्थलांतर या दोन्हींची वेळापत्रकं फार न लांबवता आणि एकमेकांशी सुसंगत आखली जाणार. त्यामुळे आर्थिक वाढीवर कमीत कमी परिणाम होईल. याप्रमाणे योजना कार्यान्वित करायची म्हणजे तारेवरची कसरत आहे. जास्त लोक कमी वेळात स्थलांतरीत करावं लागणार आहेत. त्यामुळे पैसा वापरण्यातली लवचीकता कमी होते. शिवाय, मालमत्ता वापरात असतानाच ती मागे सोडून लोकांना हलावं लागेल. याने आर्थिक नुकसान वाढेल. युद्धाच्या वेळी असं होतं. लोक ज्या दिवशी हलतात त्यादिवसापासून ते तोपर्यंत करीत असलेलं उत्पादन बंद होतं आणि त्याच दिवसापासून पुढे बराचसा काळ त्यांचा खर्च देशाच्या सर्वसाधारण उत्पादनातून भागवावा लागतो. अशा रीतीनं आर्थिक व्यवस्थेवर दुहेरी भार पडतो.''

''माझ्या देशबांधवांना 'भार' म्हटलेलं आवडणार नाही मला.'' प्रेसिडेंट गंभीरपणे म्हणाले.

त्यातला अर्थ समजून जॅकी रूबिन मान हलवीत म्हणाली, ''सर, ते एका अर्थतज्ज्ञाचं विधान होतं.''

''मला बरोबर कळत नाही की माझं काही चुकतंय?'' लॅरी ओल्सेनचा आवाज खोलीत घुमला, ''मी तुमचं बोलणं ऐकतो आहे त्यावरून आपण फार मोठे गुन्हेगार आहोत असं मला वाटू लागलंय. मला सांगा, उत्सर्जनातल्या कपातीची वेगवेगळी पातळी, त्याप्रमाणात आवश्यक ते स्थलांतर आणि त्याची वेळ यावर ही सगळी गणितं बसवलेली आहेत ना? मग तुमच्याकडे उत्सर्जनाची आत्ता आहे तीच पातळी राहिली तर काय होईल याचं चित्र आणि गणित आहे का?''

''नाही, ते नाही काढलेलं.'' जॅकी म्हणाली.

''तीच चूक झालीय तुमची. आपण त्या बाबतीत काहीही केलं नाही, उत्सर्जनही कमी केलं नाही आणि स्थलांतरही केलं नाही तर काय हाहाकार उडेल हे दाखवा लोकांना, नंतर त्याची तुमच्या या आकड्यांशी तुलना करा आणि लोकांनाच विचारा, 'सांगा बाबांनो, यातलं काय करू?' ''

लॅरीच्या म्हणण्याप्रमाणे विचारलेल्या प्रश्नाचा अर्थ लोकांना कितपत कळेल आणि आपल्याला हवा असलेला परिणाम कसा साधला जाईल याविषयी रूबिन साशंक होती. ''त्याप्रमाणे वीस-तीस वर्षांपलीकडच्या गोष्टींबद्दल बोलायला लागेल आपल्याला.''

"म्हणजे इतिहासाची पुनरावृत्ती!" बेंटन म्हणाला, "तीस वर्षांपूर्वी लोकांनी 'अजून भरपूर वेळ आहे' असंच म्हणून सोयीस्कररित्या काहीही करायचं टाळलं आणि त्याचमुळे आज आपण इथं डोकी धरून बसलो आहोत. क्योटो-१ किंवा २ जर पुरेशा बळकट आणि कडक असत्या, तर स्थलांतर हा प्रश्नच आज उरला नसता."

"हा प्रश्न राजकीय केला गेला." जॉन म्हणाला, "तो सामाजिक दृष्ट्या सोडवणं शक्य होतं आणि 'स्टर्न रिव्ह्यू' प्रसिद्ध झाल्यापासून त्याची आर्थिक बाजू कळायलाही अगदी सोपी झाली होती."

"जॅकी, लॅरी म्हणतात तसं करून पहा." प्रेसिडेंटनी सूचना केली.

"हो, करूच या. दाखवू या लोकांना, त्यांच्या नातवंडांसाठी ते काय वाढून ठेवणार आहेत ते!" जॉन म्हणाला.

जॅकीने होकार देऊन मान्यता दर्शवली.

बेंटनच्या मते या विषयावर अधिक चिंतन आवश्यक होते. कृती आणि परिणाम यांचे गुणोत्तर आणखी चांगले कसे बनवता येईल? बेन हॉफमनने अगदी मोजके कौन्सिल ऑफ इकॉनॉमिक ॲडव्हायझर एकत्र आणण्याची सूचना केली. इल्झलाही ती आवडली. तो म्हणाला, "बेन, 'पर्यावरणाविषयी मूलगामी विचारगट' असे काहीतरी नाव देऊ या. त्यांना हा संदर्भ कळता कामा नये."

"मी सँडी विंटरला सांगतो. तिला भेटायला बोलावतो."

"मी बोलावलंय म्हणून सांग. प्रेसिडेंटकडून आलंय असं नको वाटायला, मी काहीतरी नवं सुरू करतोय असं भासवू या."

बेंटन सगळ्यांकडे पाहत म्हणाला, "हा एक भाग झाला, आपल्या लोकांना त्यांच्या नातवंडांच्या सुखासाठी मोठं नुकसान सहन करायला राजी करायचं हा त्यातल्या त्यात सोपा भाग आहे. आता दुसरा अवघड मुद्दा, चीनचं सहकार्य कसं मिळवायचं?"

कुणीच उत्तर देईना.

"डॉक्टर वू, तुमचं स्वागत. चीनच्या सरकारबरोबर या बाबतीत काय धोरण ठेवावं याविषयी यापूर्वी आम्ही चर्चा केली होती. लॅरी ओल्सेन यांनी तुम्हाला त्याबद्दल कितपत सांगितलंय मला कल्पना नाही. एक मार्ग आहे कडक धोरण अवलंबून बंधनं घालण्याची धमकी द्यायची, नाहीतर हळूहळू, त्यांच्या वेगाने जात रहायचं."

डॉक्टर वू यांनी 'समजलं' या अर्थी मान डोलावली.

"तुम्ही आधीच्या चर्चेची टिपणं वाचली आहेत?"

याला होकार मिळाल्यावर बेंटनने विचारले, "मग तुमचं काय मत आहे?"

"धोरणांविषयी की बंधनांविषयी?"

"कशाविषयीही!" बॉल एकदम मध्येच म्हणाला.

"तुम्हाला असं वाटतं का की आपण जसे इथं एकत्र बसून या विषयावर चर्चा करतो आहोत, तसं प्रेसिडेंट वेन बीजिंगमध्ये करत असतील?" बेंटनने विचारले.

"मला वाटतं त्यांना या वास्तवांचं ज्ञान नसावं."

"धरून चाला की आहे. मग?"

"चर्चा म्हणजे अमेरिकेनं उत्सर्जनाची पातळी कमी करावी यासाठी त्यांनी म्हणजे चीननं, प्रेसिडेंट वेन यांनी काय उपाय करावेत अशी चर्चा?"

"होय." बेंटन म्हणाला.

"नाही. या विषयावर नाही करत ते चर्चा."

"मग कुठल्या विषयावर करतात?"

सगळ्यांचे डोळे आपल्यावर खिळले आहेत याची वू यांना जाणीव होती. त्याच्या जराशा चुकीलाही कुणी माफ करणार नव्हतं, विशेषत: ॲलन बॉल.

"चीन विषयी."

"चीन हा प्रश्न कसा हाताळते यावर?"

"अगदी तसं नाही. चीनचा यात काय आणि कसा फायदा होईल यावर. त्यांच्या विचारांचं मूळ यात आहे की काही झालं तरी चीन राहणारच. काहीही होवो, युद्ध, नैसर्गिक आपत्ती, मानवी संहार – चीनला काही होणार नाही. तो राहणारच आणि त्याचा फायदा सर्वांत महत्त्वाचा. दोन गोष्टी त्यांच्या डोक्यात पक्क्या रुतून बसलेल्या असतात, एक – कुठल्याही बाबतीत नेहमी एकजण जिंकतो आणि एक हरतो आणि दुसरं – काहीतरी मिळवण्यासाठी काहीतरी गमवावं लागतं. तुम्ही उत्सर्जन कमी करायचं म्हणता आहात, ते बघणार की त्यात चीनचा फायदा कसा होईल? तुम्हाला त्यांच्यापेक्षा जास्त कपात करायला लावायची म्हणजे होईल."

"ते उघड आहे." ॲलन बॉलने शेरा मारला. "कोणता देश तसं करणार नाही?"

"खरंच?" अशा प्रकारच्या मीटिंगमध्ये प्रथमच भाग घेत असल्याच्या मानसिक ताणामुळे त्या शेऱ्याच्या प्रतिक्रियेत वू यांच्या आवाजाला जरा जास्त धार आली. "माफ करा, ॲलन बॉल, पण मला असं म्हणायचं होतं की, आपण करत नाही. आत्तापर्यंतच्या चर्चेत कुणीच असं म्हटलेलं निदान मी तरी ऐकलं नाही की चीनला आपल्यापेक्षा जास्त कपात करायला लावायची."

"कदाचित आपण तिथपर्यंत पोचलेलोच नाही." बेंटन हसत म्हणाला, "आणिक काही?"

"आणखी म्हणजे – पार्टी. तिथं पार्टी महत्त्वाची आहे. ती या सगळ्याचा कसा उपयोग करून घेईल?"

"पार्टी पण?"

"नक्कीच. माझ्या मर्यादित ज्ञानानुसार माजी प्रेसिडेंट यांनी आपल्या इथल्या राजकीय क्षेत्रात असंच काहीतरी केलं होतं. त्याला दहाने गुणा, चीनमध्ये पार्टी तेवढं करू शकते."

"मला सांगा, समजा त्यांना हाँगकाँग सोडावं लागलं, तर त्यांची प्रतिक्रिया काय असेल?" बेन हॉफमनने प्रश्न विचारला.

"दुर्दैव. फार मोठं दुर्दैव!" वू हसत म्हराले.

"मला यात उपहास दिसतो आहे, डॉक्टर वू." बेंटन म्हणाला.

"खरं आहे, सर. आर्थिकदृष्ट्या तो फार मोठा आघात असेल, पण राजकीयदृष्ट्या, फार मोठं आकर्षण!"

"अजून काही?"

"प्रेसिडेंट वेन वेगवेगळ्या लोकांशी वेगवेगळं बोलत असतात. त्या लोकांना ते माहीत असतं, पण ते कुणाशी काय बोलतात हे मात्र त्यांना कळत नाही. वेन सत्तेचे दलाल आहेत. गटबाजीचं राजकारण खेळतात. सध्या त्यांच्या मागे सत्तेचे तीन वारस दिसतात, झाई, झुआन आणि डिंग. यातल्या कुणाचं प्यादं पुढे सरकणार ते कुणालाच माहिती नाही."

"वेनना तरी माहीत आहे का?"

"हा प्रश्न खूपच चर्चेत आहे. त्यांना आज जरी माहिती असलं तरी पुढच्या वर्षी पार्टीच्या वार्षिक सभेत ते आपला वारस जाहीर करेपर्यंत काहीही होऊ शकेल. तिन्ही वारस आपापले मोर्चे बळकट करण्याच्या प्रयत्नांत आहेत. दोन्ही बाजूने आपल्याला बळकट आधार मिळाला पाहिजे याची त्यांना खातरजमा करायची आहे – वेनकडून, त्याची मर्जी राखून. आणि जर वेन काही कारणानं रुसला तर बाहेर एक आपला स्वतंत्र कंपू तयार करून त्यांच्याकडून. तिघांच्यात डिंग सर्वांत कावेबाज आहे, बाकीचे दोघेहीपण काही साव नाहीत. पार्टीत वर चढायचं म्हणजे आपला डाव व्यवस्थित खेळावा लागतो. वीसशे तेराच्या वाताहतीनंतरच्या सर्वांत स्फोटक काळाबद्दल बोलतोय आपण. प्रत्येकजण त्यात आपलं उखळ कसं पांढरं होईल याच्या चिंतेत आहे."

"बंधनांचं काय?" प्रेसिडेंटनी विचारले.

"मी म्हणलो तसं– चीन राहतोच, सर. मी त्याविषयीचं टिपण पाहिलंय. ते खूप काळ तग धरू शकतात, सर."

"मी तेच म्हणत होतो." ॲलन बॉल म्हणाला.

"पण तोपर्यंतच जोपर्यंत तसं न करण्यात कुणाला तरी स्वतःचं हित गुंतलेलं सापडेल."

“म्हणजे? जरा उलगडून सांगा.” प्रेसिडेंट म्हणाले.

“समजा आपण काहीतरी एक बंधन लादलं आणि वेन यांनी त्याला विरोध केला. आता डिंग जियाहुई यांच्या काही कारणानं असं लक्षात आलं की यावेळी वेन यांच्या विरोधात जाऊन पार्टीतलं आपलं स्थान बळकट करण्याची ही संधी आहे. तो डिंगच असेल असं काही नाही, तो झाईही असेल किंवा झुआनही असू शकेल. त्या प्रत्येकानं प्रसारमाध्यमांपैकी एकेक शस्त्र आपल्या म्यानात ठेवलं आहे. ते शस्त्र त्यापैकी एकजण त्यावेळेला वेनविरुद्ध उगारेल. त्या बंधनांना आणि त्यामुळे भोगाव्या लागणाऱ्या हाल अपेष्टांना वेन कसा जबाबदार आहे हे तो लोकांना ओरडून सांगेल, पटवून देईल. दोन महिन्यांनी तुमच्या असं लक्षात येईल की तुम्ही ज्याच्याशी बोलताय तो ते बंधन तुम्हाला उठवायची विनंती करून करारावर सही करायची तयारी दर्शवतो आहे.”

“तो म्हणजे परत वेन नसतील ना?”

“असतीलही. वेन त्या तिघांपैकी कुणावर तरी तेच शस्त्र उलटवतील. समजा त्यांना झुआनला उडवायचा आहे. मग ते त्यांच्या वतीनं त्याला तुम्ही लादलेल्या बंधनांविरुद्ध बोलायला लावतील. सतत त्याला लोकांसमोर तेच तेच सांगायला लावतील. तो विचार करेल की वेनच्या म्हणण्याप्रमाणे वागून त्यांना खूश ठेवू आणि लोकांच्याही नजरेत भरून राष्ट्रीय पातळीवरचं नेतेपद प्राप्त करून घेऊ. इकडे वेन डिंगला तुमच्याकडे पाठवून करारावर सह्या करून बंधन उठवून घेऊन झुआनचा पत्ता परस्पर काटून टाकतील.”

“डॉ. वू,” इल्झ म्हणाला, “मला वाटतं या खेळात आपल्याला मात कशी करता येईल याच्या युक्त्यांची गरज आहे.”

वू यांनी मान हलवून सहमती दर्शवली.

“तुम्ही काही मदत करू शकाल?”

“करू शकेन, पण ते इतक्या निरनिराळ्या खेळी खेळू शकतात की त्यातल्या त्यात जास्त संभवनीय कुठल्या हे सांगता आलं तरी त्यातही खूपच अनिश्चितता राहील. मला आमच्या खात्यातल्या आणखी काही जणांशी बोलता येईल का?”

“नाही,” प्रेसिडेंट म्हणाले, “सध्या तरी तुमच्यापुरतंच ठेवा.”

लॅरी ओल्सेन यांचा आवाज स्पीकरमधून आला, “मला वाटतं आपण चेनला बोलावून या जमालगोट्याचा वास द्यावा.”

“बंधनांबद्दल बोलताय तुम्ही?” इल्झने विचारले.

“होय, काय हरकत आहे?”

बेंटन ॲलन बॉलकडे पाहत होता. त्याचा चेहरा अशुभ वार्ता कानावर पडल्यासारखा चिंताग्रस्त दिसत होता.

"त्याची प्रतिक्रिया पाहायला आवडेल मला!" लॅरी म्हणाले.

प्रेसिडेंट काही क्षण विचार करून म्हणाले, "हं. खरं आहे. पाहू या, विचार करू."

ॲलन बॉलला मीटिंग संपल्यावर फक्त प्रेसिडेंटबरोबर थोडा वेळ हवा होता. बाकी सगळे गेल्यावर तो मागे थांबून राहिला. बेंटनही तो बोलायची वाट पाहत होता.

"ज्यो, मला खरंच खूप काळजी वाटतीय. मी तुझ्याशी मोकळेपणाने, स्पष्ट बोलू शकतो म्हणून सांगतो, लॅरी फार घाई करतो आहे. आपण सावध आणि खंबीर राहिलो नाही तर तो खरंच चीनवर बंधनं जाहीर करून रिकामा होईल!"

त्याच्या उतावळ्या प्रतिक्रियेचं बेंटनला हसू आलं. ते न दाखवता तो म्हणाला, "ती फार लांबची गोष्ट आहे, ॲलन."

"तसं तुला वाटतंय, लॅरीला नाही. तुला त्या वाटेने जायचंय का?"

बेंटनला ते मुळीच व्हायला नको होते आणि ते त्याचे मत त्याला ॲलनला कळायला हवे होते.

बोलावं की नाही अशा विचारात काहीसा अडखळत, खालच्या आवाजात ॲलन म्हणाला, "ज्यो, मला वाटतं तू तुझ्या निवडीबद्दल परत एकदा विचार करावास."

बेंटन त्याच्याकडे पाहतच राहिला. म्हणाला, "तू लॅरी यांच्या नेमणुकीविषयी बोलतो आहेस?"

"तुला माझं बोलणं उद्धटपणाचं वाटलं असेल तर माफ कर."

बेंटनला ते नक्कीच आवडले नव्हते आणि लॅरी वॉशिंग्टनमध्ये नसताना त्यांच्यामागे त्यांच्याविषयी बोलण्याचा तर त्याला जास्त राग आला होता आणि त्याला हे ॲलनला सुनवायचं होतं.

"मी असं कधी बोललो नसतो पण मला ते तेवढं महत्त्वाचं आहे, असं वाटतंय म्हणून बोललो. ज्यो, माझं ऐक–"

"बोल, ॲलन, मी ऐकतोय." बेंटन राग आवरून शांतपणे म्हणाला.

"मी काय, ॲल ग्रॅहॅम काय किंवा इतरही अनेक जण ज्या पद्धतीने विचार करीत नाहीत, जो दृष्टिकोन ठेवतात त्यापेक्षा अगदी वेगळा लॅरीचा दृष्टिकोन आहे, तो तुला प्रभावी, उपयोगी आणि आवश्यक वाटला म्हणून तू त्याला निवडलंस. मान्य आहे. माझं म्हणणं असं की त्याला सल्लागार म्हणून ठेव, हे परराष्ट्रखातं त्याच्याकडे देणं म्हणजे ज्यो, तो आक्रमक आहे, भडक विचारांचा आहे. तो आपल्याला उगीचच कडक धोरण स्वीकारायला लावतो आहे आणि आता तर तो बंधनांचीही भाषा बोलतो आहे."

"ते फक्त तसं सूचित करून पहायचं एवढंच म्हणत आहेत."

"त्याचीच काळजी वाटतेय मला."

"तू नको काळजी करू. आमचं आधीच बोलणं झालंय, ते माझ्याशी चर्चा केल्याशिवाय चेनला काहीही सांगणार नाहीत."

ॲलन वैतागाने मान जोरजोरात हलवत बोलायचा प्रयत्न करीत होता, पण तोंडातून नीट वाक्यही निघत नव्हते, "तो – तो –"

"तो काय ॲलन?"

"तो – तो या पदासाठी योग्य माणूस नाही, ज्यो." आपले तळहात एकमेकात घट्ट आवळत तो म्हणाला, "तू त्या खात्यातल्या कुणालाही विचार. मी तुला खरं सांगतोय, स्पष्ट सांगतोय–"

"मी तुझ्या स्पष्टवक्तेपणाचा आदरच करतो, ॲलन." बेंटन स्थिर आवाजात म्हणाला.

"ज्यो, मी काय म्हणतो, चूक होते माणसाकडून. ती मान्य करून सुधारणं केव्हाही चांगलं. नाहीतर एकातून दुसरी असं दुष्टचक्रच सुरू राहतं."

"ॲलन, झालं तुझं सांगून? मला नाही वाटत माझी काही चूक झाली आहे असं आणि लॅरींकडूनही झालेली नाही. तुझ्या म्हणण्याप्रमाणे ते भडक आहेत, आक्रमक आहेत, ठीक आहे. एक लक्षात ठेव, निर्णय माझा असणार आहे, लॅरींचा नाही आणि त्याची संपूर्ण जबाबदारीही माझ्याच खांद्यावर राहणार आहे." बेंटन जरा थांबून म्हणाला, "आणि तू जे सांगितलंस त्याच्यावर मी नक्की विचार करीन. त्यांनी चेनला काय सांगायचं योजलेलं आहे ते मी आधी त्यांच्याकडून समजून घेईन."

ॲलनचे समाधान झाले नाही, तो म्हणाला, "ज्यो, ज्यो, त्याला चेनशी बोलू देऊ नको, ऐक माझं!!"

# बुधवार, २३ फेब्रुवारी

# वेस्ट विंग, द व्हाइटहाऊस

चेन लियांगमिंग याने खोलीत नजर टाकली आणि तो म्हणाला, "संख्या वाढत चालली इथली."

"चेन, हे डॉक्टर वू." लॅरी ओल्सेनने ओळख करून देताना सांगितले, "हे आमच्या फॉरिन खात्यात काम करतात. तुम्हाला कदाचित माहिती असतील."

चेनने मान हलवली.

ऑलिव्हर वूने हात पुढे केला.

"आम्ही काही खाणार नाही तुम्हाला एकट्याला. तरी पण तुम्हाला एकटं पडल्यासारखं वाटत असेल तर आपण मीटिंग पुढे ढकलू, तुम्ही आणखी कुणालाही घेऊन येऊ शकता." बेन हॉफमन म्हणाला.

चेनने हसत नकार दिला.

"मग, बसा ना तुम्ही."

चेन बसला. बाकीचेही स्थानापन्न झाले.

"तीन आठवडे झाले आपण भेटलो होतो त्याला." लॅरी म्हणाला.

"होय, सेक्रेटरी." चेन म्हणाला.

"तुम्हाला तुमच्या चिनी नववर्षाच्या शुभेच्छा."

"आभार. सुदैवानं मी ते माझ्या घरी साजरे करू शकलो."

"कुठे? ग्वांगडाँगला?"

"होय." चेनने वूकडे वळून मँडेरिनमध्ये विचारले, "तुम्ही कुठचे?"

"मी मध्ये ॲम्बॅसेडर लिऊ यांना भेटलो होतो." लॅरी म्हणाला, "छान झाली आमची मीटिंग."

चेन अजूनही वूकडे पाहत होता. तो ओल्सेन यांच्याकडे वळून म्हणाला, "हो, कळलं मला."

"ते म्हणत होते की मी लवकरच तुमच्या फॉरिन मिनिस्टरांना भेटू शकेन."

चेनने होकार दिला.

"मी त्या भेटीची उत्सुकतेने वाट पाहतो आहे."

"होय, सेक्रेटरी."

"चेन, आम्ही अजूनही तुमच्या प्रस्तावाची वाट पाहतो आहोत."

"सेक्रेटरी, प्रेसिडेंट वेन यांचे आमंत्रण प्रेसिडेंट बेंटन स्वीकारणार की नाही याची आम्ही वाट पाहतो आहोत."

"मी तुम्हाला तेव्हाच सागितलं आहे की असं आमंत्रण योग्य वेळ येताच जरूर स्वीकारलं जाईल."

"म्हणजे मी असं समजू का की ही वेळ योग्य नाही?"

"होय, चेन. तुम्ही तसं समजू शकता आणि असंही समजा की तुमच्या सरकारकडून प्रस्ताव आल्यानंतरचीच वेळ योग्य असेल."

चेन काहीच बोलला नाही. त्याने परत वूकडे नजर टाकली. वूला चिनी अधिकाऱ्यांच्या अशा आरोपीकडे किंवा शत्रूकडे पाहिल्यासारख्या नजरांची एव्हाना सवय झाली होती. त्या जळजळीत नजरा त्याला विचारीत राहत की असा कसा तू देशद्रोही, या अमेरिकन लोकांसाठी काम करून आपल्या मातृभूमीचा, देशबांधवांचा विश्वासघात करतो आहेस? त्यांना हे माहीत करून घ्यायची कधी गरज भासली नाही की त्याच्या आधीच्या दोन पिढ्या अमेरिकेत वाढल्या होत्या, त्याचा जन्म सॅक्रामेंटो इथे झाला होता, तिथे त्याचे वडील कॅलिफोर्नियाचे सरकारी अधिकारी होते, तो बर्कले आणि हार्वर्ड युनिव्हर्सिटीमध्ये शिकला होता आणि त्यामुळे अमेरिकनच त्याचे देशबांधव होते, चिनी नव्हते.

"सेक्रेटरी, मी तुम्हाला मागच्या वेळी सांगितल्याप्रमाणे प्रेसिडेंट गार्टनर यांनी दिलेला शेवटचा प्रस्ताव अजूनही बीजिंगच्या विचाराधीन आहे. प्रेसिडेंट वेन यांना या प्रस्तावाविषयी आणि त्यातील चिनी जनतेकडून केल्या गेलेल्या उघड उघड अन्याय्य, अपेक्षा, याबद्दल काही आक्षेप आहेत. तरीसुद्धा त्यातून काहीतरी मार्ग शोधून आपली बोलणी पुढे चालू ठेवता येऊ शकतील. प्रेसिडेंट बेंटन यांनी जर प्रेसिडेंट वेन यांचे आमंत्रण स्वीकारण्याची इच्छा दर्शवली तर, मला खात्री आहे की सगळं लवकर आणि सुरळीत होईल."

ओल्सेन गप्प बसून ऐकत होता. त्याने क्षणभर डोळे मिटले आणि क्षणभराने ते उघडून चेनकडे पाहिलं. "चेन, मी परत एकदा समजावून सांगतो आहे, नीट ऐका. तुम्ही तुमच्या शासनाला सांगा की त्यांनी कृपा करून गार्टनर यांच्या प्रस्तावावर विचार करण्यात त्यांचा बहुमूल्य वेळ आणि शक्ती खर्च करू नये, कारण तो प्रस्ताव बेंटन शासनाचा अधिकृत प्रस्ताव नाही."

"तो अमेरिकन सरकारचा अधिकृत प्रस्ताव होता, सेक्रेटरी! तुम्ही चीन

शासनाला त्याच–''

''नाही. तो अमेरिकन सरकारचा अधिकृत प्रस्ताव नव्हता हे मी अखेरचं आणि एकदाच स्पष्ट करतो. विश्वास नसेल तर आत्ता इथं त्याची प्रत आहे. ती आपण पाहू शकतो. खरं म्हणजे तो प्रस्तावच नव्हता. तो एक मर्यादित काळात करण्यासारख्या काही गोष्टींचा आराखडा होता. त्यावर चीनकडून वेळेवर प्रतिसादही आला नव्हता तेव्हा तो आता कालबाह्य, रद्द समजावा.''

''पण, सेक्रेटरी,–''

''बास, चेन. त्यात आणखी उगाच अडकून पडण्यात काही स्वारस्य नाही. तो आता गेला, संपला. तुमच्या सरकारला एक संधी होती तो स्वीकारण्याची, ती तुम्ही गमावली. तुम्ही म्हणालात तसं, तो उघड उघड चिनी जनतेवर अन्यायच होता. बरंच झालं तो आता नाही ते.'' ओल्सेन थांबला. ''मग आता सगळं स्वच्छ, स्पष्ट आहे. बरोबर? आता प्रेसिडेंट वेन यांच्याकडून प्रस्ताव येणं हे त्यांचं बीजिंगचं आमंत्रण प्रेसिडेंट बेंटन यांनी स्वीकारण्यावर अवलंबून आहे आणि ते काही आत्ता तरी होणं शक्य दिसत नाही. आपल्याला वस्तुस्थिती लक्षात घ्यायलाच लागणार.''

''प्रेसिडेंट वेन यांचा असा विश्वास आहे की हा प्रश्न सोडवण्याचा हा अत्यंत वास्तववादी उपाय आहे. प्रेसिडेंट बेंटन आमंत्रण स्वीकारणार असं कळताच पीपल्स रिपब्लिक ऑफ चायनाचे सरकार औपचारिक, अधिकृत सरकारी आमंत्रण पाठवेल.''

ओल्सेन खुर्चीत पुढे सरकले. ''चेन, ते होणार नाही. आपण दोघं एकमेकांना चांगले ओळखतो. तुम्ही जेवढ्या वेळा तेच सांगाल तेवढ्यांदा मीही हेच सांगत राहणार. तेव्हा आता कृपा करून ते दळण बंद करा.''

आता चेन गप्प बसून राहिला. त्याने परत वूकडे नजर वळवली. यावेळी वूनेही त्याच्या नजरेला नजर भिडवली. आपण नजर चुकवणे किंवा झुकवणे चुकीचे, अयोग्य ठरेल असे त्याला निश्चितपणे वाटत होते.

''चेन, आम्ही तुमच्या सरकारच्या प्रस्तावाची वाट पाहत आहोत. आम्हाला एक यथायोग्य सन्मान्य असा करार अपेक्षित आहे, पक्षपाती नाही. तुमच्याकडून प्रस्ताव आमच्याकडे कधी पोचेल हे मी प्रेसिडेंट बेंटन यांना सांगू शकलो पाहिजे, कारण ते त्याची वाट बघत आहेत, नाही का हॉफमन?''

बेनने होकारार्थी मान हलवली.

''चेन?'' ओल्सेनला उत्तर हवे होते.

''मी तुमची ही मागणी माझ्या शासनाला कळवतो.''

''मी तर असं धरून चाललो होतो की ते तुम्ही एव्हाना कळवलंच असणार. आपल्या पहिल्या मीटिंगमध्ये, म्हणजे जवळजवळ एक महिन्यापूर्वीच मी प्रस्ताव देण्याची विनंती केली होती. तुम्ही ती लगेच त्यांच्यापर्यंत पोचवली नाहीत का?''

चेनने उत्तर दिले नाही.

"चेन, तुम्ही कळवलीत का नाही कळवलीत? चेन, मी जे तुमच्याशी बोलतो, ते प्रेसिडेंट वेन यांच्यापर्यंत पोचणं हे फार महत्त्वाचं आणि आवश्यक असतं."

"मी आपल्या पहिल्या मीटिंगचा संपूर्ण अहवाल शासनाला कळवला होता."

"माझी विनंतीसुद्धा?"

"मी पूर्ण अहवाल दिला होता." चेनने शांतपणे तेच उत्तर दिले.

"छान. आता या मीटिंगचाही संपूर्ण अहवाल तुम्ही द्याल, हो ना?"

चेनने होकार दिला.

"ठीक आहे. तुम्ही जेव्हा अहवाल द्याल, तेव्हा प्रेसिडेंट वेन यांना हे नक्की सांगा, की या सबंध जगाच्या दृष्टीने जो विषय अगदी जीवनमरणाचा आहे, ज्यावर जगाचं भविष्यच अवलंबून आहे, त्या बाबतीत पीपल्स रिपब्लिक ऑफ चायनाच्या शासनाच्या सहकार्याशिवायही जर काही कृती कराव्या लागल्या, तरीही अमेरिकन सरकार मागंपुढं पाहणार नाही आणि त्यावेळी हे सत्यही त्यात पुढे येईल. आम्ही तुमच्या देशाचे मित्र आहोत आणि तसेच राहू इच्छितो. पण जे शासन जगापुढच्या इतक्या मोठ्या, महत्त्वाच्या समस्येची उकल व्हावी, कार्बन उत्सर्जनासारख्या आपल्या सगळ्यांना प्रचंड नुकसान पोचवणाऱ्या संकटाचं निराकारण व्हावं, यासाठीच्या प्रयत्नांत अमेरिकेला सहकार्य देत नाही ते स्वत:ला आमचे मित्र म्हणवून घेऊ शकणार नाही आणि आम्ही त्यांना मित्र मानू ही अपेक्षाही करू शकणार नाही. आमचे मित्रत्व झुगारणाऱ्या, न मानणाऱ्या शासनांना आमच्या मित्रत्वाचा हात परत हातात घेण्यास उद्युक्त करण्याच्या उद्देशानं अमेरिका त्यांच्यावर काही सयुक्तिक, शांततापूर्ण बंधनं घालते. चेन, तुम्हाला समजलं? मी काय सांगितलं ते तुम्हाला कळलंय, चेन?"

"हे तुम्ही सांगितलेलं मी प्रेसिडेंट वेन यांना सांगू? नक्की सांगू?"

"होय, चेन. अगदी नक्की सांगा."

चेन हसला.

"तुम्हाला हसू आलं?"

"सेक्रेटरी, मला भीती वाटतेय की या वाटेवर तुम्ही एकटे पडाल."

"अमेरिका अशी पुष्कळ वेळा निवडलेल्या वाटेवर एकट्यानंच चालली आहे. ते खऱ्या नेत्याचं लक्षण आहे. या देशाने ज्या तत्त्वांवर विश्वास ठेवला, त्यासाठी वेळ पडली तर एकट्यानं लढा दिला, म्हणूनच या देशानं अनेक अभिमानाचे क्षण पाहिले आहेत. साम्राज्यशाहीशी एकट्यानं निकराची लढाई जिंकूनच या देशानं जन्म घेतला आहे हे तुम्ही विसरलेले दिसताय."

"तुमच्या जाज्वल्य देशभक्तीचं मी मनापासून कौतुक करतो." चेनच्या स्वरात उपहास भरला होता.

ओल्सेन उठून उभा राहिला. "आमच्या विनंतीला जोपर्यंत तुमच्याकडून प्रतिसाद येत नाही तोपर्यंत आपल्यात चर्चा करण्यासारखं काहीच नाही, चेन. तुमच्या सरकारच्या उत्तराची आम्ही वाट पाहतो."

चेनही उभा राहिला. त्याने ओल्सेन आणि हॉफमन यांच्याशी हस्तांदोलन केलं आणि वूकडे एक जळजळीत नजर टाकून तो बाहेर निघून गेला.

दार बंद झाल्यावर परत खुर्चीवर बसत ओल्सेनने वूला विचारले, "कसं वाटलं?"

"मी ऐकलं होतं तसेच आहेत हे."

"आणि हा वेनचा माणूस आहे म्हणे." ओल्सेन म्हणाला, "खरं आहे ना?"

"होय." वू म्हणाला, "मधे काही काळ झाइकडे झुकले होते, पण जेव्हा दोघांच्यातल्या एकाचीच निवड करायची वेळ आली तेव्हा परत वेनसाहेबांच्या चरणी रुजू झाले. वेन गेले तर हे संपणार. यांना वेननंतर कोण या वादात पडायलाच नको आहे. हे एकशेएक टक्के वेनचेच सेवक आहेत."

"म्हणजे इथलं सगळंच्या सगळं थेट पोचतंच?" हॉफमनने विचारले.

"वेनपर्यंत ना? अगदी निश्चित. आता चेननी स्वत:च एखादी गोष्ट लपवायची ठरवली तरच. अर्थात त्याला तसं काही करायचं कारणच नाही. त्यानं काही वगळून सांगावं ही अपेक्षा नाहीच. उलट तो वेनचे कान आणि डोळेच आहे. जसं पाहिलं, जसं ऐकलं तसंच्या तसं स्वामीचरणी सादर करणार. या गुणामुळे तर ते वेनच्या मर्जीत आहेत."

"आणि तो जे सांगेल ते वेनकडूनच आलेलं असेल?"

वू हसला. "जेन लियांगमिंग जे सांगेल, त्यातली एक गोष्ट वेननं सांगितलेली असेल."

# मंगळवार, ८ मार्च

# एअर फोर्स वन, सिॲटलच्या पूर्वेला

विमान उतरायला अजून दीड तास होता. विमानातल्या प्रेसिडेंटच्या ऑफिसमध्ये ज्यो बेंटनच्याभोवती गर्दी झाली होती. जॉन इल्झ, ज्युडी एम्स, सॅम लेव्ही, सेक्रेटरी ऑफ एज्युकेशन हिलरी बॅटल, शिक्षण खात्याची प्रवक्ती ॲमांडा पॉवलिच, प्रेसिडेंटचा द व्हाइटहाऊसमधील प्रेसिडेंटचा शिक्षणाविषयीचा मदतनीस एविन मॅकमास्टर आणि हिलरी बॅटलचे दोन सहकारी.

त्या दिवशी संध्याकाळी युनिव्हर्सिटी ऑफ वॉशिंग्टनमध्ये प्रेसिडेंट देणार असलेल्या भाषणावर काम चालले होते. दुसऱ्या दिवशी प्रेसिडेंट एका हायस्कूलला आणि एका प्राथमिक शाळेला भेट देणार होते आणि नंतर एका सरकारी कॉलेजने टाऊन हॉलमध्ये आयोजलेल्या सभेत भाषण करणार होते. युनिव्हर्सिटीतल्या भाषणात प्रेसिडेंट शासनाच्या शिक्षणाच्या नव्या महत्त्वाकांक्षी धोरणाचे स्वरूप आणि त्याचं 'नवा पाया' या व्यापक संकल्पनेशी असलेले जवळचे नाते यासंबंधी बोलणार होते. सॅम लेव्ही आणि एविन मॅकमास्टर यांनी भाषण तयार केलेलेच होते, पण 'नवा पाया'तील इतर घटकांचे संदर्भ कमीत कमी, अगदी आवश्यक तेवढेच ठेवून शिक्षणावरच श्रोत्यांचे लक्ष कसे केंद्रित होईल यासाठी हिलरी बॅटल आणि तिचे सहकारी प्रयत्न करत होते. पद ग्रहण केल्यापासून शिक्षण या 'नवा पाया'तल्या विषयासाठी ज्यो बेंटन थोडाही वेळ देऊ शकला नव्हता. या भाषणाकडे तर त्याने तोपर्यंत बघितलेही नव्हते. पण सॅम लेव्ही, एविन आणि ज्युडी एम्स यांना 'नवा पाया' ही योजना, त्यातल्या तिन्ही घटकांचा समतोल, ती लोकांच्या गळी व्यवस्थित उतरेल अशा आकर्षकरित्या मांडण्याची पद्धत आणि बेंटनची शैली उत्तम रीतीने माहीत होती. त्यामुळे बेंटनला फारच किरकोळ बदल करायला लागत होते.

दारावर टकटक झाली. बेंटनने भाषण वाचता वाचता आत आलेल्या कोनोर गेलकडे पाहिले.

"प्रेसिडेंट, हॉफमन यांनी मला तुम्हाला एक विशेष महत्त्वाचे थेट प्रक्षेपण दाखवायला सांगितले आहे."

"आता?"

सगळे जण त्याच्याकडे पाहू लागले.

"होय, सर." असे म्हणून त्याने बेंटन बसलेल्या सोफ्यासमोरच्या छोट्या पडद्यावर प्रक्षेपण सुरू केले. सॅम आणि एविन पडद्यासमोरून बाजूला सरकले.

कोनोरने फॉक्स ब्लूमबर्ग ही साइट उघडली. एक वृत्तनिवेदिका मागे गगनचुंबी मनोऱ्यांनी झगमगत्या क्षितिजाच्या पार्श्वभूमीवर बोलताना दिसत होती. पडद्याच्या तळाशी लिहिले होते 'शांघाय.'

एक अर्धवट वाक्य ऐकू येत होते. 'आताच सह्या झालेल्या करारानुसार दिली गेलेली पॅकेज कुणाचा विश्वास बसणार नाही इतकी मोठी आहे' असं ती निवेदिका सांगत होती.

क्षणार्धात पडद्यावर फॉक्स ब्लूमबर्गचा न्यूयॉर्कमधला कार्यक्रमाचा सूत्रधार दिसला. तो म्हणाला, "आणि हे सगळं वीज कोसळावी असं अनपेक्षित पण झालं, मेलानी?"

परत मेलानी नावाची ती शांघायमधली निवेदिका दिसू लागली. "पीट, तसंच नाही म्हणता येणार. याविषयीच्या वाटाघाटी बऱ्याच महिन्यांपासून सुरू होत्या. पण आम्हाला मिळालेल्या बातमीनुसार गेल्या दोन आठवड्यांत या वाटाघाटींना एकदम वेग आला असून गेल्या आठवड्याच्या उत्तरार्धापासून अथक फेऱ्यांचे सत्र चालू झाले आणि ते आजपर्यंत चालू होते."

"चार हजार नऊशे कोटी डॉलरचा धंदा एका कंत्राटात? यापूर्वी असं कधी घडलेलं आठवतंय तुला, मेलानी? याला काही वेगळाच वास येतो आहे. काय अर्थ काढायचा यातून?"

"हे खरंच ऐतिहासिक आहे. आणि याचा अर्थ–" खांदे उडवीत मेलानी म्हणाली, "मला खात्री आहे या घटकेला कितीतरी लोक याचा अर्थ लावण्याचाच प्रयत्न करीत असतील. पण एक गोष्ट मला नक्की माहीती आहे, आज अनेक कंपन्यांत आनंदोत्सव साजरा होत असेल!"

"आणि अर्थातच त्या सगळ्या युरोपमधल्या असतील." न्यूयॉर्कमधला पीट हा सूत्रधार परत पडद्यावर दिसू लागला, "मेलानी, आभार. आताच आपण शांघायहून मेलानी चू हिच्याकडून चीन सरकारने केलेली ऐतिहासिक घोषणा ऐकलीत. चीनच्या व्यापार मंत्रालयाने आज अनेक विद्युत प्रकल्प, विमाने, अवजड उद्योग आणि शांघायपासून धावणारी नवी अतिवेगवान रेल्वे यासंबंधीच्या अतिप्रचंड किमतीच्या पॅकेजवर सह्या झाल्याची अधिकृत घोषणा केली आहे. आमच्याकडे

निश्चित आकडे अजून उपलब्ध नसले तरी त्याची एकूण किंमत चार हजार नऊशे कोटी डॉलर्स असल्याची खात्रीलायक बातमी आहे. यामुळे 'जास्तीत जास्त किमतीच्या पॅकेज'चा विक्रमी इतिहास घडला आहे. यु.के. आणि युरोकोअर मधील अग्रगण्य देशांचे व्यापार मंत्री शांघायमध्ये पोचले असून ते आणि चीनच्या व्यापार मंत्रालयाचे प्रतिनिधी यांची एक संयुक्त पत्रकार परिषद अजून दोन तासांनी आयोजित करण्यात येत आहे. आम्ही त्याचं थेट प्रक्षेपण तुमच्यापर्यंत घेऊन येणार आहोत. पण यातली चिंतेची बाब ही आहे की असं काय घडलं, ज्यामुळे एकही अमेरिकन कंपनी यातील एका डॉलरचाही धंदा मिळवू शकली नाही? आपलं सरकार काय करत होतं हे सगळं शिजत होतं तेव्हा? या अनाकलनीय कूट प्रश्नांची उत्तरं देण्यासाठी आपल्या स्टुडिओत उपस्थित आहेत, ब्रुकिंग्ज इन्स्टिट्यूटचे एड लोगान आणि गोल्डन मॉर्गनचे हॅरी बर्नबॉम. सभ्य गृहस्थहो, सांगा हा दोष कुणाचा?''

''बंद कर.'' प्रेसिडेंटनी आज्ञा केली, गेलने प्रक्षेपण बंद केले.

''हॉफमनना म्हणावं मी जमलं की लगेच फोन करतो त्यांना.''

''ठीक आहे, सर. आणखी काही?''

''काही नाही. त्यांना सांग मी जरा कामात आहे.''

कोनोर गेल बाहेर गेला.

काही काळ शांतता पसरली. ज्युडी आणि जॉन इल्झ यांची नजरानजर झाली.

''चला, हे संपवू या.'' भाषणाच्या कागदांकडे पाहत प्रेसिडेंट म्हणाले.

पूर्ण भाषण वाचून सुधारून झाल्यावर सॅम लेव्ही ते घेऊन उठला, त्याच्या पाठोपाठ बाकीचेही उठले. ऑफिसमध्ये फक्त जॉन थांबला.

कोनोर गेल आत डोकावून म्हणाला, ''डॉ. बॉल आणि सेक्रेटरी सेलर्स यांचे फोन आले होते.''

''मी करतो त्यांना फोन.''

गेलने दार लावून घेतले.

बेंटनने कोऱ्या पडद्याकडे बोट दाखवून विचारले, ''काय वाटतंय, जॉन?''

''मला वाटतं चेननं आपल्याला उत्तर पाठवलं आहे.'' इल्झ म्हणाला.

''हं, मलाही तसंच वाटतंय.'' बेंटनने स्पीकरचे बटण दाबले आणि हॉफमनशी फोन जोडून देण्याची आज्ञा दिली.

''बेन,'' फोन वाजल्यावर बेंटन हॉफमनशी बालू लागला, ''माझ्या सोबत इथं जॉन आहे. आम्हा दोघांचंही मत असं आहे की हे चेननं आपल्याला पाठवलेलं उत्तर आहे.''

''मी पॉल सेलर्सशी बोललो. यातल्या जवळजवळ अर्ध्या कंत्राटांमध्ये गेल्या आठवड्यापर्यंत आपल्या कंपन्या आघाडीवर होत्या.''

"आता शांघायमध्ये किती वाजले असतील?"

"सकाळचे आठ." जॉनने सांगितले.

"म्हणजे त्यांनी सकाळी सात वाजता ही घोषणा केली? किती विचित्र वेळ निवडलीय?"

"मला वाटतं रात्रभर चर्चा चालू असतील." बेन म्हणाला, "ही बातमी बहुधा वेळेच्या आधीच फुटलेली दिसतेय. थेट पत्रकार परिषदेतच त्यांना ती जाहीर करायची असावी."

"ठीक आहे, बेन, काही विशेष कळलं तर मला कळव."

फोन बंद झाला. बेंटन म्हणाला, "त्यांनी कुरघोडी केली आपल्यावर!"

"खरं आहे. आपण बंधनांची धमकी दिली, त्यांनी पाच हजार कोटींचा सगळाच्या सगळा धंदा युरोपला देऊन टाकला आणि नक्की सांगतो, या प्रत्येक करारात अट असणार, कुणीही आपल्याशी हात मिळवला तर करार रद्द!"

"त्यांना बहुतेक काहीतरी घडतंय याची कल्पना असावी."

"कुणाला?"

"युरोपियन्सना."

इल्झ हसला.

"सत्यानाश, जॉन! हे लक्षात कसं नाही आलं आपल्या? एवढा मोठा धंदा आहे हे माहीत असायला हवं होतं आपल्याला. याची चाहूलही नाही लागली आपल्यापैकी कुणाला?"

"लागली होती. ॲलन बॉलने चीनच्या प्रत्युत्तरांच्या शक्यता वर्तवल्या होत्या त्यात याचा उल्लेख होता. त्याला फोन केलात की तो सांगेलच तुम्हाला."

"छान!!" ॲलनने भली मोठी यादी दिली होती. आता त्याला लॅरी ओल्सेन विरुद्धच्या त्याच्या युद्धासाठी जबरदस्त दारूगोळा मिळाला होता. त्यांच्यातल्या सततच्या वादामुळे त्या दोघांना एकाच वेळी प्रशासनात ठेवावे की नाही यावर बेंटन खरेच विचार करू लागला होता.

"ज्यो, याने फार फरक पडलेला नाही. तू तर म्हणतच होतास की युरोपियन्स आपल्याला पाठिंबा देणार नाहीत. आता त्यावर शिक्कामोर्तब झालं."

"ते ठीक आहे, पण आता अर्धे अमेरिकन उद्योजक माझ्या जिवावर उठतील त्याचं काय?"

"ते तर त्यांनी तसंही पुढे केलंच असतं."

"हो पण ते आता, या वेळी व्हायला नको होतं." बेंटन विचार करीत राहिला. मग मान जोराजोरात हलवत म्हणाला, "छे, हे माझ्या डोक्यातच आलं नाही की त्यांचा प्रतिटोला इतका जोराचा असेल. आपण नुसता बंधनांचा बागुलबुवा उभा

केला होता. नुसता एक इशारा.''

''कदाचित ओल्सेन वाजवीपेक्षा कडक बोलला असेल.''

''नाही, बेन होता ना तिथं. छे, सत्यानाश! ही फारच आक्रमक हालचाल झाली, थेट नाकावरच ठोसा मारलाय त्यांनी.''

''ज्यो, याचाही वापर करता येईल आपल्याला. व्यापारात उघड पक्षपात, सरळ सरळ अन्याय करणारा देश असं चीनचं चित्र रंगवायला सुरुवात करू या. आपल्याला पुढची पायरी चढायला हे एक कारण मिळालं आहे. लॅरी जसं म्हणाले तसं, जर आपल्याला याच वाटेनं पुढे जायला लागणारच आहे, तर जाऊ या आणि त्याची सुरुवात याच्यापासूनच करू या.''

बेंटन अजूनही त्याच्याच विचारात होता, म्हणाला, ''एक गोष्ट मान्य केलीच पाहिजे, ही फार चाणाक्ष खेळी आहे. चेंडू तुमच्याच कोर्टात येऊन पडला आहे. आपण आत्ता काही केलं नाही तर तो त्यांचाच विजय होईल. हो की नाही? संपेल सगळं. मग माझ्या कारकिर्दीची उरलेली वर्षं काही खरी नाहीत!!''

''अजून दोन महिने नाही झाले आणि संपल्याच्या गोष्टी कशाला?''

''मला वाटतं लॅरी म्हणाले ते खरं आहे. आता आपण काही केलं नाही की पुढे आपला सद्हेतू, प्रामाणिक प्रयत्न सिद्ध करायला खूप काहीतरी करत बसावं लागेल. त्यांनी आपल्याला तेच आव्हान दिलं आहे, तुम्ही शंभर चिलटं माराल पण वाघाशी कसे लढणार आहात?'' बेंटनने चिडून एका हाताचा बुक्का दुसऱ्या तळहातावर जोराने मारून घेतला.

इल्झने घड्याळाकडे बघितले. ''मी ज्युडीशी बोलतो, आपल्याला काहीतरी अधिकृत प्रतिक्रिया जारी करावी लागेल. आपण स्पष्टीकरणाची मागणी करू, आपल्या देशाचं हित डावललं गेल्याची हाकाटी करू आणि चिनी कंपन्यांबरोबरच्या सर्व कंत्राटांचा फेरविचार होणार असल्याचे जाहीर करू–''

''ज्युडीला पॉलशी बोलायला सांग. त्याच्याशी सतत संपर्क ठेवा.''

''मी बोलतो ना त्याच्याशी. आणि ॲलनशीही बोलतो.''

''मी ऑजिलव्हींशी बोलतो.'' बेंटन म्हणाला, ''बघतो त्यांना काय काय माहीती आहे ते.''

''हो, इंग्लंडलाही बराच धंदा मिळालेला दिसतो आहे.''

बेंटन उठून उभा राहिला. खिडकीतून बाहेर बघू लागला. विमान बहुधा वॉशिंग्टनच्या जवळ पोचले असावे. मधून मधून विरळ होणाऱ्या ढगांतून जमिनीवर दिसणारे हिरव्या रंगाचे तुकडे त्याच्यापासून पस्तीस हजार फूट दूर होते. त्याला आता कशाकशाला तोंड द्यावे लागणार होते. हे त्याला स्वच्छ दिसत होते - उजव्या विचारसरणीची वर्तमानपत्रे, नुकसान पोचलेले मोठमोठे उद्योगपती, त्यांचे

उद्योगसमूह, ते ज्या प्रांतातले असतील त्या प्रांताचे काँग्रेसचे प्रतिनिधी – तक्रारींचे, जहाल टीकेचे, विरोधाचे झंझावाती वादळ उठणार होते आणि अवाजवी वेगाने घोंघावणार होते. ही चीनची केवळ एक कल्पक खेळीच नव्हती, तर तो अत्यंत शिताफीने दिलेला शह होता. राजनीतीतल्या असामान्य कौशल्याने अमेरिकन प्रेसिडेंटवर दबाव तर टाकला होता, पण त्याचे कारण मात्र कुणालाच कळणार नव्हते!

तो ज्या संकटांच्या आगीत होरपळणार होता त्याची धग पस्तीस हजार फुटांवरूनही त्याला जाणवत होती, भाजत होती.

त्याच्यामागे जॉन उठून उभा राहिला. ''ज्यो, हे आता मी बघतो. ज्युडी आणि मी निस्तरतो. तुझ्या आजच्या दिवसाचा शिक्षण हा विषय आहे. तू त्यासाठी वेळ दिला पाहिजेस. मी हिलरीला पाठवतो.''

बेंटनने यांत्रिकपणे होकार दिला. इल्झ बाहेर गेला.

थोड्या वेळातच हिलरी बॅटल आत आली.

बेंटन तिच्याकडे वळला तेव्हा त्याच्या चेहऱ्यावर त्याचे 'खास' स्मित होते.

## रविवार, २० मार्च

## बेंटन रँच, विकेनबर्ग, ॲरिझोना

इतक्या दिवसांनंतरही धुराचा वास त्याच्या नाकात भरून राहिला होता. सलग चौथ्या वर्षी दुष्काळाचा सामना करणारा दुर्दैवी कॅलिफोर्निया, त्या फुफाट्यातून उलट्या मेक्सिकोमधून येऊन वेगाने पसरलेल्या भीषण आगीत लोटला गेला होता. आधी दुष्काळाने पोळले, मग आगीने होरपळले. सॅन डिॲगोपासून सॅन मार्कोसपर्यंतच्या किनारी प्रदेशातून आणि जमिनीच्या बाजूला ज्युलियनपर्यंतच्या भागातून पंधरा लाख लोकांना सुरक्षित जागी हलवावे लागले होते. या ज्वलंत संकटाच्या काळातच सॅन डिॲगो इथल्या नौदलाच्या ठाण्यातली जहाजे नेमकी त्यांच्या पूर्वनियोजित समुद्रसफरीच्या कवायतीसाठी बाहेर पडली होती. हजारो स्वयंसेवकांनी अग्निशामक दलाला आग आटोक्यात आणायला मदत केली. ज्यो आणि हीथर बेंटन यांनी कॅलिफोर्निया राज्याच्या गव्हर्नर मेरी ओकोरो आणि फेडरल इमर्जन्सी रिस्पॉन्स ॲथॉरिटीचे डायरेक्टर लोऊ काट्झ यांच्या समवेत त्या भागाचा दौरा केला. हेलिकॉप्टरमधून आगीने बेचिराख होऊन काळी पडलेली जमीन आणि अजूनही जळत असलेली घरं दिसत होती. अग्निशामक दलाचे चौदा जवान आपले कर्तव्य बजावत असता कामास आले होते. ज्यो त्यांच्या सहकाऱ्यांशी बोलला, तेव्हा ते सर्वजण सतत काम आणि कामाचा ताण यामुळे इतके दमून गेले होते, की त्यांना धड उभेही राहता येत नव्हते. तातडीने उभारलेल्या मदत केंद्रात ज्यो आणि हीथर यांनी बेघर झालेल्या कुटुंबांची भेट घेतली. आपल्याला परत जाऊन राहायला घर उरले आहे की नाही हेही त्यांना माहीत नव्हते. अंगावरच्या कपड्यांखेरीज बाकी सर्वस्व गमावलेल्या एका बालकाला त्याच्या लाडक्या कुत्र्याच्या वियोगाच्या दुःखाने हमसाहमशी रडू येत होते. त्याच्यासमोर गुडघे टेकून त्याचे सांत्वन करणाऱ्या राष्ट्राध्यक्षांची छायाचित्रे वर्तमानपत्रात झळकली होती. आगीत जळून गेलेल्या झाडांचे जळके बुडखे पसरलेल्या एका टेकडीच्या पायथ्याशी, 'बेघरांच्या मदतीसाठी आणि त्यांची घरे परत बांधून देण्यासाठी शासन आर्थिक मदत देईल' असे वचन

देणारे राष्ट्राध्यक्षही लोकांनी टेलिव्हिजनवर पाहिले. त्यादिवशी ते भाषण करताना बेंटनला मनातून हे पक्के माहीत होते की हे सगळे तात्पुरते उपाय आहेत. कारण कॅलिफोर्नियाच्या दक्षिण भागाचे वाळवंट होणे यापुढे चालूच राहणार होते. तो ज्यावर काम करीत होता त्या स्थलांतराच्या योजनेत ह्या सगळ्या लोकांना इथून कायमचेच स्थलांतरीत व्हावे लागणार होते.

ही आपत्तीसुद्धा लोकांचे लक्ष विचलित करू शकली नव्हती. चीनने सगळ्या अमेरिकन कंपन्यांच्या तोंडाला पाने पुसून युरोकोअरला कंत्राटे वाटल्याच्या विरोधात झालेला आरडाओरडा चालूच राहिला होता. अमेरिकन बिझनेस फोरमचे प्रमुख अँड्रयू टॉलसन यांनी ज्यो बेंटन हे हर्बर्ट हूव्हर नंतरचे उद्योगधंद्याला मारक ठरलेले सर्वांत वाईट प्रेसिडेंट असल्याचे जाहीर केले होते. उजव्या विचारसरणीच्या वर्तमानपत्रांनी त्याच्याविरुद्ध उठवलेली टीकेची राळ सतत चालू ठेवण्यात कुठलीही कसर सोडली नव्हती.

या घटनांमुळे बेंटनचे आधी आखलेले वेळापत्रक उलटेपालटे झाले होते. पश्चिम किनाऱ्यावरून पूर्वेकडे वॉशिंग्टनला जाताना एक दिवसही त्याच्या रँचवर थांबायला त्याला वेळ सापडत नव्हता. त्याने बेन हॉफमनला सांगून तो मिळवला.

त्याला विचार करायला एकांत हवा होता, निसर्गाच्या सानिध्याची गरज होती. ब्रॅडशॉ पर्वतांच्या रांगा त्याला खुणावत होत्या, वेगळ्या, मोकळ्या वातावरणाची आस लागली होती, घोड्यांना खरारा करण्यातला विरंगुळा पाहिजे होता. रोजच्या कटकटी, छोटेछोटे प्रश्न यातून सुटका करून घेऊन स्वत:ला त्या मोठ्या आणि महत्त्वाच्या गोष्टींची आठवण करून द्यायची होती. ज्यासाठी त्याने हे पद स्वीकारले होते. त्या गोष्टींवर शांतपणे चिंतन करायचे होते. एवढा आटापिटा करून काही तासच त्याला एकांत मिळणार होता आणि तो अगदी एकटा कधीच नसणार होता. जराशा अंतरावर एखादा सुरक्षा अधिकारी तरी घोड्यावर बसून फेऱ्या मारत असणारच होता. जणू तो घोडेस्वार त्याला अंगाला चिकटून रक्त शोषणाऱ्या जळवांसारखे बौद्धिक आणि मानसिक शक्तीचे हळूहळू लचके तोडणाऱ्या रोजच्या कटकटी आणि छोटेछोटे प्रश्न यांचा पूर्ण विसर पडू देणार नव्हता.

शपथविधीच्या आधीपासून आजपर्यंत त्याच्याबाबतीत घडणाऱ्या काही घटना आणि देशातल्या आणि जगभरातल्या अनेक घडामोडी, यांना ज्यो बेंटन ही व्यक्ती किंवा अमेरिकेचे राष्ट्राध्यक्षच प्रत्यक्ष अथवा अप्रत्यक्षपणे जबाबदार आहेत, अशा थाटात प्रसारमाध्यमे आणि विरोधी पक्ष त्याच्यावर चौफेर हल्ला करीत होती. हीथरने काम सुरू ठेवण्याच्या घेतलेल्या निर्णयावरची अकारण टीका, ह्युगो मॉंटेराची रद्द करावी लागलेली नेमणूक, आता पाचव्या आठवड्यात पोचलेला व्हाइटफिशचा वेढा, कोलंबियात तळ ठोकून बसलेले अमेरिकन सैन्य आणि

अलीकडेच सैन्यावर बंडखोरांनी केलेल्या माथेफिरू हल्ल्यात प्राण गमावणाऱ्या जवानांची गेल्या दोन वर्षांच्या सरासरीपेक्षा वाढलेली संख्या, न्याय विभागात नवीनच नेमणूक झालेल्या एका अननुभवी अधिकाऱ्याने अनवधानाने प्रसिद्ध केलेल्या शासनाच्या तुरुगांतून सुटका करण्याबद्दलच्या धोरणाविषयीच्या निवेदनावरून रिपब्लिकनांनी सुरू केलेले आंदोलन, केवळ तीन तासांत ते निवेदन मागे घ्यायला लावूनही समाधान न होऊन हाऊसमध्ये त्याविरुद्ध आणला गेलेला स्थगन प्रस्ताव, एक ना दोन. नको त्याच्या मागे लागून जे करणे गरजेचे होते, जे न करण्यात दूरगामी नुकसान आहे, त्याकडे लक्ष दिले जात नव्हते. कॅलिफोर्नियातली दुर्घटना, बेघर झालेले, मदत केंद्रात कसेबसे दिवस काढणारे लोक, याला आपत्कालीन महत्त्व होते. तो स्वत:, अँजेला शावेझ, आणि अनेक शासकीय अधिकारी ज्यासाठी जिवाचा आटापिटा करत होते, ती 'नवा पाया' ही योजना कार्यान्वित होणे याला दूरदर्शी, भविष्यकालीन महत्त्व होते. पण लोकांना ते कळत नव्हते, प्रसारमाध्यमे, विरोधी पक्ष ते कळू नये याची तजवीज करत होते.

हे सगळे असे असूनसुद्धा तो एका बाबतीत त्यांचा आभारी होता की ते अजून सर्वांत मोठ्या गोष्टीपर्यंत पोचू शकले नव्हते! ज्यो बेंटनला जाणीव होती की त्याची प्रेसिडेन्सी कारकीर्द फार मोठ्या संकटात आहे. त्याचे कारण क्षुल्लक गोष्टींवरून उठणारी वादळे हे नव्हते, ती सगळ्याच प्रेसिडंटच्या वाट्याला येणारी बाब होती. चीनने युरोपभर कंत्राटे वाटताना अमेरिकन कंपन्यांना खड्यासारखे वगळल्यामुळे उठलेल्या संतापाचा आगडोंब हेही नव्हतं, त्यांचा आगडोंब त्याने सहन केलाच. ते होते, चीनने खरेच ज्या गोष्टीच्या विरुद्ध ते कृत्य केले होते ती गोष्ट आणि त्यामुळे संपूर्ण जगाचे चित्र अमेरिकेच्या प्रभावाने पालटण्याच्या त्याच्या क्षमतेला पडलेल्या मर्यादा!!

चीनच्या शासनाचे हे कृत्य हे अमेरिकेला आणि ज्यो बेंटनच्या प्रेसिडन्सीपदाला दिलेले आव्हान आहे अशा अर्थाची विधाने केली जात होती. पण 'मेरियन' बाहेरच्या कुणालाच ते आव्हान का दिले गेले आहे आणि ते काय आहे यावर नेमके बोट ठेवता येणे शक्य नव्हते. पण चीनने मात्र ते जाणून-बुजून केले होते. ज्यो बेंटनने जर या आव्हानाला प्रत्युत्तर दिले नाही तर त्याची अवस्था प्रतिहल्ला करण्याची ताकद नसल्याने निमूटपणे मार खाणाऱ्या दुबळ्या मुलासारखी झाली असती. आणि मग 'जगातली महाशक्ती' या पदासाठीचा अमेरिकेचा एकमेव प्रतिस्पर्धी चीन, त्याच्यावर वार करण्याइतकी शक्ती आता अमेरिकेत उरली नसल्याने आपलेही ती काही फारसे वाकडे करू शकणार नाही असे इतर देशांनाही वाटू लागले असते.

'बे ऑफ पिग्ज' या नावाने प्रसिद्ध असलेल्या, अमेरिकेच्या पाठिंब्याने क्यूबात घडवल्या गेलेल्या बंडाळीचा अभ्यास केलेल्या जेम्स ॲल्डर्सन यांनी त्या अभ्यासावर

आधरित एक पुस्तक लिहिले होते. ते पुस्तक त्याने पैदा केले आणि फिनिक्सला जाताना विमानात वाचले. त्या वेळच्या आणि आजच्या परिस्थितीतलं साम्य त्याला प्रकर्षानं जाणवलं. प्रेसिडंटपद स्वीकारल्यानंतर केवळ तीन महिन्यांच्या आत जॉन एफ. केनेडी यांच्यावरही त्या बंडाळीवरून प्रचंड आगपाखड झाली होती, त्यांची मानहानी केली गेली होती, त्यांना अपकीर्तीला तोंड द्यावे लागले होते. तो सहन करीत असलेली टीका, विरोध हे त्यापुढे काहीच नव्हतं. तरी सुद्धा ते त्यातूनही बाहेर आले, नुसते बाहेर नाही आले तर, त्यांनी जगाच्या इतिहासात आपले खास स्थान निर्माण केले. पण एक महत्त्वाचा फरक होता. तो शीतयुद्धाचा काळ होता. एकोणीसशे साठची जगाची स्थिती अशी होती की अमेरिकन नेतृत्वाला सोव्हिएट रशियाच्या कम्युनिस्ट विचारसरणीविरुद्ध उभे ठाकून, जास्तीत जास्त देश आपल्याकडे ओढून सत्ता समतोल आपल्या बाजूला झुकवण्याची भूक लागली होती. केनेडी यांनी ती भूमिका अतिशय प्रभावीपणे बजावली. 'बे ऑफ पिग्ज'च्या अपयशानंतर अठराच महिन्यांनी 'क्युबन मिसाइल क्रायसिस' विलक्षण सैनिकी आणि राजनैतिक सामर्थ्याने हाताळून सोव्हिएट रशियाला त्यांनी क्युबात आणलेली सर्वच्या सर्व क्षेपणास्त्रे बिनशर्त काढून घ्यायला लावली होती आणि जगात स्वत:चे व अमेरिकेचे अढळ स्थान त्यांनी निर्माण केले होते. आज सत्तर वर्षांनंतर ज्यो बेंटनच्या जगात ना अमेरिकेच्या नेतृत्वाला ती भूक राहिली होती ना आंतरराष्ट्रीय स्तरावर ते स्थान राहिले होते. आपले वजन पाडण्याची क्षमता उरली नसल्याने अमेरिकेने केलेल्या सूचनेवर सुद्धा आधी अविश्वास दाखवला जात होता आणि मग तिची थट्टा उडवली जात होती.

त्याने ॲल्डर्सनचे भाष्य काळजीपूर्वक वाचले. 'बे ऑफ पिग्ज'च्या वेळी केनेडीने, सी.आय.ए.ने तयार केलेल्या योजनेला मान्यता दिली होती. त्यावेळी त्याचा आतला आवाज, त्याची अंत:प्रेरणा त्याला धोक्याच्या घंटा ऐकवत होती पण 'नाही' म्हणण्याइतके ज्ञान त्याच्याजवळ नव्हते. ज्यो बेंटनने त्याच्या आधीच्या शासनाने तयार केलेली योजना मान्य केली नव्हती. ती त्याने स्वत: तयार केली होती. त्यामुळे अपयशाची जबाबदारी त्यावेळी जेवढी केनेडींची होती, त्यापेक्षा कितीतरी जास्त ती या वेळी ज्यो बेंटनची असणार होती.

त्याच्या कारकिर्दीला अजून उणेपुरे दोन महिनेही पूर्ण झाले नसताना जगाच्या दृष्टीने त्याची ताकद संपल्यातच जमा होती. ही चूक त्याचीच असली पाहिजे आणि त्याची संपूर्ण व अंतिम जबाबदारी त्याचीच होती. हे असे नेमके कशामुळे झाले आणि आता ती चूक सुधारून मान परत ताठ होण्यासाठी काय करायला हवे, हे शोधण्याची, समजावून घेण्याची आणि ते करण्याची नितांत आवश्यकता होती.

ज्यो बेंटनने आज निवडलेली तांबूस पिंगट रंगाची जराशी प्रौढ घोडी दुडक्या

चालीने खास घोडदौडीसाठी राखून ठेवलेल्या कच्च्या रस्त्याने संथ चालत होती. तो शपथविधीनंतर आज पहिल्यांदाच रँचवर आला होता. हवेत अजूनही थोडा गारवा होता. कोरडा गार वारा सुटला होता. त्या वाऱ्यावर डोलणाऱ्या गुलाबी रानफुलांकडे, तांबड्या-पिवळ्या पॉपीजच्या फुलांकडे तो पाहत होता; पण त्याच्या डोळ्यांपुढे मात्र आगीतून वाचलेल्या लोकांचे थकलेले, भ्यायलेले, गोंधळलेले चेहरेच दिसत होते.

त्याने त्याचे विचार त्याच्या समस्येकडे वळवले. तो या अवघड जागी का आणि कसा पोचला? दोन गोष्टी – एक, तो एकटा राहिला, कुणाला बरोबर घेतले नाही, जे करायचे त्याला आंतरराष्ट्रीय मान्यता मिळवण्याचा प्रयत्न केला नाही – पण तसे करायची आवश्यकता कुठे होती? त्याने अजून काही करायचे योजलेलेही नव्हते. दुसरी गोष्ट, बंधने घालायची दिलेली नुसती धमकी. तीही उघडपणे नाहीच. बंधने कुठली, कशी घालायची याबद्दल तो स्वत:शीसुद्धा अजून बोलला नव्हता. तो याहून जरा जास्त हुशार असता, चतुर असता तर कदाचित त्याला हे कळले असते की तुम्ही असे एकट्याने आणि इतक्या वेगात कृती करू शकत नाही. हे जर त्याच्या कारकिर्दीचे पहिले वर्ष असायच्या ऐवजी तिसरे वर्ष असते तर तो वेगळ्या पद्धतीने वागला असता.

आणखी एक मुद्दा होता. बंधने घालण्याचा मार्ग वापरायच्या निर्णयापर्यंत अजून तो पोचलाही नव्हता. ओल्सेनने तशी फक्त शक्यता चेनजवळ व्यक्त करायला त्याने मान्यता दिली होती. तो मार्ग वापरण्याचा निर्णय घ्यायला जर त्याला स्वत:ला भाग पाडायचे असते, तर त्याने त्याआधी चौफेर, सखोल, दमदार आणि शोधक चर्चा केली असती आणि परिणामांची अत्यंत काळजीपूर्वक छाननी झाली आहे याची अगदी पक्की खात्री करून घेतली असती. पण आता त्याला वाटत होते की चेनजवळ नुसता उल्लेख करण्याचा निर्णय घ्यायच्या आधीही ते करण्याची वेळ बरोबर असल्याची खात्री आणि नेमके काय आणि कसे बोलायचे याची कसून तयारी करायला हवी होती. प्रतिक्रियेविषयी अधिक जागरुकता बाळगायला पाहिजे होती.

निर्णय घेतलाच नसता तर? काही वेगळाच निर्णय घेतला असता तर?

पण जे झाले ते झाले. आता प्रश्न असा होता की हे वाढवायचे का? वाढवलेच पाहिजे का? का सोडून द्यायचे? चीनच्या शासनाच्या नजरेत आता त्याची काय पत उरली होती?

चीनने देऊ केलेले आमंत्रण स्वीकारून बीजिंगला भेट देणे शक्य आहे. काय फलित मिळेल ते पाहायचे. ॲलन बॉलही तेच सुचवत होता.

पण लॅरी ओल्सेन? त्यांचे तर म्हणणे आहे, की कंत्राटाचे अपयश हे खरे

म्हणजे आपले यशच आहे. बाकी काही नाही तरी बेंटनने त्यांच्या मग्रूरीला दाद दिली होती. त्यांच्या मते त्यांनी चीनला पुरते धुवून काढले होते. चीनला कळले होते की अमेरिका किती आक्रमक होऊ शकते, खूप जास्त आक्रमक होऊ शकते आणि त्यांची गाठ कुणाशी आहे. चार हजार नऊशे कोटी डॉलर्सची कामे आणि त्यामुळे अनेकांच्या नोकऱ्या गमावून बसणे हे जर यश असेल, तर लॅरी ओल्सेन ज्याला अपयश म्हणत असेल ते पहायची देखील बेंटनची तयारी नव्हती.

त्याला याचे आश्चर्य वाटत होते की लॅरी ओल्सेन यांनी याबद्दल आपल्याला सावध कसे नाही केले? आपण 'अरे' म्हटल्यावर ते कुठल्यातरी भाषेत 'का रे' म्हणतील, नव्या प्रेसिडेंटचं पाणी जोखायची ही नामी संधी होती, ते ती सहसा सोडणार नाहीत हे उघड होते. हा धक्का तसे पाहिले तर अपेक्षित होता. लॅरी ओल्सेनना आणि विशेषत: वू सारख्या चीनविषयक तज्ज्ञांना याची कल्पना यायला हरकत नव्हती. कदाचित आली असेलही! लॅरी ओल्सेनना असे काहीतरी व्हायला हवेच असेल! शेवटचा डाव 'शेवटा'कडे लवकर झुकायला असा धक्का हवाच असेल त्यांना.

ही त्याच्याच माणसाची, त्याच्याच सेक्रेटरी ऑफ स्टेटची चलाखी तर नसेल ना? कुऱ्हाडीचा दांडाच–

लॅरी ओल्सेनला या पदासाठी निवडण्यात खरेच त्याची चूक तर झाली नव्हती ना? ॲलन बॉल तसे म्हणाला होता. त्याचे म्हणणे मान्य केले, तर अहम दुखावतो पण त्याचेच बरोबर असेल कदाचित. नाही, तसे नसावे. लॅरी ओल्सेनने दिलेला सल्ला, त्यांनी आग्रहाने सुचवलेला मार्ग जसाच्या तसा अंगिकारायचा हीही त्याने केलेली निवड होती. त्यांच्याबद्दल विश्वास नसता तर त्याने असे केलेच नसते. त्याची पारख एवढी चुकीची ठरणार नव्हती. तो काही इतका अपरिपक्व, दुबळा नव्हता की त्याला वस्तुस्थितीचा सांगोपांग विचार करून कुठल्याही प्रश्नावर स्वत: ठाम निर्णय घेता येणार नव्हता, मग तो प्रश्न परराष्ट्राशी संबंधित असला तरी. त्या बाबतीतही तो आपल्या सेक्रेटरीच्या दबावाखाली येणे शक्य नव्हते. तसे जर असते तर मग त्याला या प्रेसिडेंट पदाच्या खुर्चीवर बसण्याचा हक्कच पोचला नसता.

तो इथवर लॅरी ओल्सेनचे ऐकत आला होता आणि या बंधनांचा उल्लेख करण्याच्या निर्णयाबद्दल इतके नि:संदिग्ध राहण्याचा भाग सोडला तर बाकीच्या बाबतीत यापेक्षा वेगळे काही त्याने केले असते असे त्याला दिसत नव्हते. याचा अर्थ असा होता की त्याची विचारांची दिशा लॅरी ओल्सेन यांच्या विचारांशी जुळत होती. तरी सुद्धा त्या दिशेने त्याला आज कुठल्या कड्यावर आणून ठेवले होते!

पण त्यांच्या नजरेसमोर मात्र त्या क्षणी टॉवर्सचे उंच शिखर मान ताठ ठेवून उभे होते. त्याचे विचार थबकले आणि जणू ते ओळखून त्याची घोडीही थांबली.

ओल्सेन यांनी सुचवलेला मार्ग त्याला का पटला, तो स्वीकारावा असे त्याला का वाटले? कारण – निकड, तातडी आणि ती तातडी ॲलन बॉलला प्रतीत होत नव्हती. कॅलिफोर्नियाची दुष्काळाने झालेली वाताहात बघायला ॲलनला सॅन डिॲगोला न्यायला पाहिजे होते. बाकी काही असले तरी ओल्सेनना ती गरज चांगलीच कळली आहे आणि ॲलनला मात्र ती समजत नाही.

ज्यो बेंटनला अतिशय प्रकर्षाने जाणवले की काठावर बसून पाण्याच्या खोलीचे अंदाज करत बसणे थांबवून धीटपणे पाण्यात उडी घेतली पाहिजे आणि या राष्ट्राचा प्रेसिडेंट या नात्याने ती जबाबदारी त्याची होती. कृती करायलाच पाहिजे आणि ती वेळ न दवडता केली पाहिजे. आता जर तो गप्प राहिला असता तर इतिहास त्याला कधीच माफ करणार नव्हता. त्याच्या मनाच्या संदिग्ध अवस्थेत या एका गोष्टीविषयी मात्र तो अगदी नि:संदिग्ध, नि:शंक झाला होता.

वेळ दवडायला नको म्हणून घाईघाईत काहीतरीच अविचारी पाऊल उचलले तर त्याचा हवा तसा परिणामही होत नाही आणि त्याने आधीच्या नाचक्कीत भर पडते हे यशस्वी नेत्यांचे अनुभवसिद्ध बोल होते.

पण आता शांत, संथपणे कृती करण्याचा पर्याय जवळ नव्हताच. डागाळलेली प्रतिमा पुढे सरसावण्यानेच उजळणार होती, आणखी मागे सरकण्याने नाही.

इतक्या वेळाने त्याच्या लक्षात आले की घोडी एका जागीच थांबली आहे. तो पुढे झुकला, त्याने मायेने तिच्या आयाळीतून हात घुसळला आणि तिच्या मानेवर हात थोपटत म्हणाला, "काय मार्था, तुला काय वाटतं?" तो स्वत:शीच हसला, परत ताठ बसला आणि मार्थाच्या पुठ्ठ्यावर उजवा हात आपटून त्याने तिला चालण्याचा इशारा दिला.

कुठलीही समस्या सोडवायची तर त्या समस्येबद्दलचे संबंधितांचे विचार ऐकून घ्यायचे, त्यांचे दृष्टिकोन समजून घ्यायचे आणि मग लगेच काही टिप्पणी न करता कुठेतरी लांब जाऊन त्यावर एकांतात शांतपणे विचार करायचा, ही ज्यो बेंटनची पद्धत होती. पण कधीकधी तो स्वत:च्या विचारात इतका खोल शिरायचा की हरवून जायचा आणि मग त्या चक्रव्यूहातून बाहेर काढून त्या समस्येपुढे परत त्याला उभे करायला कुणाशी तरी त्याविषयी बोलण्याची गरज भासायची. आत्ताही तसेच झाले होते. कुणाशी बोलावे? जॉन इल्झ? नको, जे यात आहेतच त्यांच्यापैकी कोणी नको. मार्टी मोंटाग? मार्टी हा हॅम्पशायरचा ज्येष्ठ सिनेटर होता. ज्योचा कित्येक वर्षांचा हितचिंतक, मार्गदर्शक, सल्लागार होता. पण त्याच्याशी बोलायचे म्हणजे त्याला सगळेच सांगावे लागणार आणि ज्योला तसे करणे योग्य वाटत नव्हते. गार्टनर? आपली परिस्थिती माजी प्रेसिडेंटइतकी चांगली आणि सहानुभूतीपूर्वक कुणीच जाणून घेऊ शकणार नाही! पण त्याच्याविषयी आणि त्या आधीच्या

शॉक्रॉसविषयीही त्याच्या मनात काडीइतका आदर नव्हता. शॉक्रॉस हा अतिशय आळशी, आत्मसंतुष्ट माणूस होता, सगळ्या जगाची आर्थिक स्थिती तेजीत असल्याचा फायदा त्याला मिळाला, नाहीतर त्याची स्वत:ची आर्थिक धोरणे कुचकामाची होती, आपल्या खांद्यावरची जबाबदारी दुसऱ्यावर ढकलण्यात तो पटाईत होता. देशापुढचा कुठलाही प्रश्न सोडवण्यात अक्षम्य दिरंगाई करून तो आपोआप सुटण्याची वाट बघणारा कर्तृत्वहीन प्रेसिडेंट असे ज्यो बेंटनचे मत होते. गार्टनर तर लबाड आणि कपटी होता. त्यांच्यापैकी कुणाकडेही जाण्यात त्याच्या स्वाभिमानाला धक्का बसला असता.

शॉक्रॉसच्याही आधीचे प्रेसिडेंट पॅट क्युरी यांच्याविषयी ज्योला आदर होता. या मधल्या दोन नाकर्त्यांना टाळून त्यांनाच 'माजी प्रेसिडेंट' म्हणणे त्याला आवडले असतं. पण दुर्दैवाने त्यांना अल्झायमरने ग्रासले होते, ते विस्मृतीच्या गर्तेत ढकलले गेले होते. म्हणजे विश्वासाने बोलावा असा कोणीही माजी प्रेसिडेंट त्याच्यासाठी उरला नव्हता.

आता फक्त एकच व्यक्ती उरली!

तो परत आला तेव्हा हीथरने कॉफी तयार ठेवली होती. ती सोफ्यावर त्याच्या शेजारी बसली.

ज्योने गरम कॉफीचा घोट घेतला.

"डोक्याला काय त्रास देतंय, मनात काय डाचतंय ते सांगणार आहात का मला?" काही वेळ त्याला त्याच्या विचारात राहू दिल्यावर हीथरने त्याच्या हात मायेने आपल्या हातात घेत त्याच्याकडे बोलक्या डोळ्यांनी पाहिले. "कॅलिफोर्निया? भयंकर होतं नाही ते?"

"हो ना. बरं झालं तू माझ्या बरोबर आलीस ते. खूप फरक पडला त्यामुळे लोकांना." तो अजूनही त्याच्याच विचारात होता. "हे कसं वाटतंय तुला? ही निवडणूक लढवायची ठरवली तेव्हा मला माहीत होतं की तुझ्याकडून खूप काही मागतो आहे मी. पण त्यावेळी ते 'खूप' 'इतकं' असेल असं वाटलं नव्हतं!"

"अहो, ठीक आहे. एका खोलीचा वॉलपेपर बदलायला बारा हजार डॉलर्स नाहीतर खर्च केले असते का कुणी?"

परंपरेप्रमाणे नव्या प्रेसिडेंटच्या पत्नी द व्हाइटहाऊसच्या सजावटीत बदल करतात. उजव्या विचारसरणीच्या वर्तमानपत्रांनी हीथरवर त्यावरूनही निरर्थक टीकेची झोड उठवली होती.

ज्यो हसला.

"गंमत आहे."

''हं. फार कटकटीचं आहे.''

''हो. त्रास तर आहेच. आता हे कॅलिफोर्नियाचं बघा ना. तिथं काही करू शकत नाही तुम्ही. पण तुम्ही म्हणालात तसं, नुसतं तिथं जाण्यानंही फरक पडतो. खरंच खूप महत्त्वाचं आहे ते.''

''तू असा विचार करतेस हे ऐकून फार बरं वाटलं.''

''मी तर आता विचार करतोय की मी माझी नोकरी सोडून द्यावी.''

''नाही.'' तिचं ते वाक्य एकून ज्यो भयचकित होऊन ओरडलाच. ''नाही, त्या गिधाडांसाठी तू–''

''नाही, हे त्यांच्यासाठी किंवा त्यांच्यामुळे मी म्हणत नाही. पण मला असं जाणवतंय की या माझ्या नव्या भूमिकेत मला कितीतरी गोष्टी करता येण्यासारख्या आहेत आणि त्या करण्यानं मी खूप काही मिळवू शकेन – सदिच्छा, समाधान.''

''नाही, हीथर, ते तुला नोकरी सोडायला लावू शकत नाहीत.''

''अहो, ते नाही–''

''हो, पण ते तसंच म्हणणार, हीथर.''

त्याविषयी आणखी न बोलणे श्रेयस्कर आहे, हे तिने ओळखले.

''हीथर, माफ कर. शेवटी तो तुझा निर्णय असणार आहे. तुझ्या आयुष्यात राजकारण येऊ द्यायचं नाही मला.''

''अहो, मी अजून कुठलाही निर्णय घेतलेला नाही.'' हीथर थांबली आणि मग म्हणाली, ''मी थांबेन, हे वर्ष तर नक्कीच.''

ज्योने मानेनेच 'ठीक आहे' असे सांगितले. हीथरने दोन्ही पाय वर घेतले, गुडघे मुडपून छातीजवळ आणून मान सोफ्याच्या पाठीवर टेकवली, लाडाने दोन्ही पायांची बोटे ज्योच्या मांड्यांखाली सरकवली आणि हलकेच हलवायला सुरुवात केली.

''बरं, प्रेसिडेंट, तुमचं काय?''

''माझं काय?''

''कसं वाटतं, कुठंही गेलं की झुकणाऱ्या माना, 'येस सर'चा जप–''

''छान वाटतं.''

''आज्ञा द्यायची, विमान वळवा, ॲरिझोनात न्या. मग चार तास एकट्यानंच घोड्यावरून रपेट मारायला जायचं.'' हीथरने दोन्ही भुवया उंचावून त्याच्याकडे चौकस नजरेने पाहात म्हटले, ''ज्यो, मी आज नाही ओळखत तुम्हाला!''

ज्योच्या कपाळावर आठ्या पडल्या. हीथर त्याच्याकडे स्थिर नजरेने पाहत होती, आठ्या वाढल्या, मनातले मनात मावत नव्हते. त्याने दीर्घ श्वास घेतला.

''हीथर, ही गुप्त गोष्ट आहे.''

हीथर ऐकत होती.

"सबंध देशात फक्त सहा-सात लोकांनाच माहीत आहे."

हीथरचा चेहरा गंभीर झाला. सिनेटर असताना ज्योने तिच्याजवळ बऱ्याच वेळा गोपनीय गोष्टी सांगितल्या होत्या, पण आजचा त्याचा नूर काही आगळाच होता. या गुप्ततेची पातळी काही वेगळीच होती. गांभीर्य गडद होते.

"तुला ऐकायची आहे?"

या प्रश्नाचे उत्तर तिचे तिलाही नीटसे माहीत नव्हते, पण तरीही तिने मानेने होकार दिला.

त्याने सुरुवात केली. गार्टनरच्या भेटीपासून ते चीनने त्याच्या बंधनांच्या नुसत्या धमकीला दिलेल्या सणसणीत प्रतिटोल्यापर्यंत. तो थांबला. त्याच्या डोळ्यांत ओझे उतरल्याचे पण तरीही मोकळे न वाटल्याचे, गोंधळल्याचे असे संमिश्र भाव होते.

हीथर खोल विचारात बुडली होती.

"माफ कर, मी या आधी काही बोललो नाही तुझ्याजवळ याबद्दल पण – म्हणजे – मी सांगू नाही शकलो."

हीथरने मान हलवून जणू म्हटले, 'अहो, माफी नका मागू!'

"मी कोंडीत अडकलो आहे. दोन महिनेही नाही झालेत अजून आणि मी जगातल्या दुसऱ्या क्रमांकाच्या महासत्तेला ललकारलंय आणि ते भिडलेत आता. 'सामर्थ्याच्या थापा मारल्यात ना, आता दाखवा ते' असंच बजावलंय त्यांनी."

"ती थाप होती का?"

"नक्कीच नव्हती. पण मला वाटतं आमचा गृहपाठ कमी पडला. पुरेशी काळजी नाही घेतली आम्ही."

"हे वाईट झालं."

"मला आमची हुशारी, सामर्थ्य दाखवून फसवायचं नव्हतं त्यांना."

"पण तसंच झालं, असं दिसतंय. जे आव्हान स्वीकारायची तुमची तयारी नसते, ते देऊ नये, प्रेसिडेंट."

ज्यो गप्प राहिला. तो हीथरशी ह्याविषयी बोलला असताच हे त्याला ठाऊक होते, पण त्यावेळी मात्र त्याला वाटू लागले त्याने बोलायची घाई केली. हीथरशी बोलले की तिची प्रतिक्रिया आधी तर्कशुद्ध, व्यक्तिनिरपेक्ष, परखड असते आणि मग ती दिलासा देते, आश्वासक होते आणि म्हणूनच त्याला तिच्याशी बोलणे उपयोगी वाटते.

"ज्यो, तुम्हाला माहीत होतं की युरोपियन्स तुम्हाला पाठिंबा देणार नाहीत. तुम्ही म्हणालातच की ऑजिलव्हींनी तसं तुम्हाला सांगितलंच होतं. आता तेच तुम्हाला चीननं उघड दाखवून दिलं."

"नाही, त्यांनी मला सांगितलं की ते आम्हालाही माहीत होतं."

"तेच ते."

"नाही, ते सांगत आहेत की 'आम्हाला ते आधीपासूनच माहीत होतं आणि म्हणूनच, अमेरिका, तुमची धमकी पोकळ आहे.' "

"का? युरोपियन्सनी पाठिंबा दिला तरच ती धमकी खरी होऊ शकते? तुम्ही एकटे काही करू शकत नाही? तुम्हाला असं म्हणायचंय की अमेरिका, जगातली सर्वांत महान शक्ती स्वसामर्थ्यावर लढू शकत नाही?"

"मी असं नाही म्हणत."

"पण तसंच होणार आहे. तुम्ही एकटे लढायला कचरलात तर ते फसवणं होईल, जर लढलात तर नाही होणार."

'अगदी असंच आहे' ज्योने मनात म्हणत मान हलवली.

"तुमच्यापुढे पर्याय कोणते आहेत?"

"उचललेलं पाऊल पुढे टाकायचं किंवा माघार घ्यायची. माघार घेतली तर त्याच वेळी आणखी काहीतरी अशी कृती करायची–" गेल्या काही दिवसांत जॉन इल्झ, ॲलन बॉल, लॅरी ओल्सेन इत्यादींबरोबर झालेल्या चर्चांच्या फेऱ्या आठवत ज्यो जरासा थांबला. "ज्या कृतीतून त्यांना आमचा आक्रमक पवित्रा दिसेल, आमची शक्ती प्रतीत होईल आणि असा स्पष्ट इशारा मिळेल की आम्ही आत्ता माघार घेत आहोत पण त्याचा अर्थ असा नाही की आम्ही शिथिल पडलो आहोत."

"आक्रमक म्हणजे कशा प्रकारची?"

"कुठल्या तरी दुय्यम समस्येत–"

"इराक-सिरिया सारखी?"

"कुठे तरी त्यांच्या मागच्या-पुढच्या अंगणात. कदाचित तैवानला पाठिंबा – ते फारच झोंबेल. काहीतरी वेगळाच अर्थ लावतील त्याचा. दुसरं, कोरियाला मदत. आधीच्या उत्तर कोरियासाठी त्यांना मदत हवीच असते आणि त्यांच्यासाठी काही केलं की चीनच्या पोटात दुखतं. नाहीतर, रद्द झालेल्या काही कंत्राटांमध्ये करारभंग झाला आहे, त्याच्या आधारे त्यांना कायदेशीर आव्हान देता येईल. हे त्यातल्या त्यात हुशारीचं होईल, कारण चीनला त्यातली काही कंत्राटं अमेरिकन कंपन्यांना परत देऊन आम्हाला असा संकेत देता येईल की तुमचा इशारा कळला."

"कसला इशारा?"

"आम्ही महत्त्वाच्या गोष्टीत त्यांचं ऐकून घ्यायला तयार असतो आणि त्या बाबतीत त्यांचा योग्य तो आबही राखतो, पण त्याच बरोबर त्यांनीही तसंच करावं अशी रास्त अपेक्षाही ठेवतो."

हीथरला तो तर्क फारसा पटला नाही असेच तिच्या चेहऱ्यावरून दिसत होते. ती म्हणाली, "यात काही फारसा जोर दिसत नाही."

"एकट्यानेच पुढे जायचं तर रस्ता कुठे आणि कशी वळणं घेणार आहे हे

मला स्पष्ट दिसत नाही. आणि मला वाटतं आमच्यापैकीही कुणाला ते फारसं कळत नसावं.''

''प्रेसिडेंट वेन यांच्याशी बोललं तर?''

''सगळ्यांच्याच मते या घटकेला ते योग्य नाही. ॲलनला सुद्धा तसंच वाटतंय.''

''तुम्हाला स्वत:ला काय वाटतंय?''

''मला ते उपयोगी पडेल की नाही कळत नाही. चीननं केलेल्या या कृतीला वेन यांची मान्यता असणार. यदाकदाचित नसली तर मग ते ती कृती मागे घेऊ शकतील, नाहीतर–''

''पण बोलणं केव्हाही चांगलंच, नाही का?''

''असं तुला वाटतं. पण ते सगळे मला सांगतात की 'नाही, आत्ता नाही'. आणि एखाद्या मुद्द्यांवर लॅरी आणि ॲलन दोघंही सहमत होतात तेव्हा त्यात नक्कीच काहीतरी अर्थ असला पाहिजे.'' शेवटचं वाक्य बोलताना ज्योच्या चेहऱ्यावर त्या परिस्थितीत सुद्धा स्मित उमटले.

''त्या दोघांचं पटत नाही का?''

ज्यो मान जोराजोरात हलवत, हसत म्हणाला, ''पटतं? विस्तव जात नाही दोघांमधून! ॲलनने माझ्याकडे येऊन मला सांगितलं, लॅरींना काढून टाका.''

हीथर त्याच्याकडे पाहतच राहिली.

''खरंच, सरळ 'काढून टाका' म्हणाला.''

हीथरच्या कपाळावर आठ्या पडल्या. तिने विचारले, ''मग चीनच्या बाबतीत कृती करायचीच असेल, तर ती कधी करावी असं म्हणणं आहे त्यांचं?''

''लवकरच. त्यांच्या कृतीवरची प्रतिक्रिया वाटेल, इतक्या लवकर. दोन आठवडे उलटून गेलेत. फार उशीर केला तर आम्ही टाळाटाळ करतो आहोत असं वाटेल आणि तसं वाटणं हा आमचा दुबळेपणा ठरेल.''

कॉफीचा मग धरलेल्या दोन्ही हातांची कोपरे आपल्या गुडघ्यांवर ठेवून, खांदे वर उचलून, दोन भुवयांच्या मध्ये कपाळावर आठी घालत हीथर विचारात गढली.

''हीथर, हेच करण्यात माझी चार वर्षं संपून जातील अशी भीती वाटते मला!'' ज्यो संथ आवाजात म्हणाला.

हीथरने न बोलता मान हलवली.

''मग बाकी काहीच घडणार नाही!!''

हीथर त्याच्या डोळ्यांत पाहत म्हणाली, ''त्याचं काय एवढं? तुम्ही गार्टनरविरुद्ध लढलात त्यावेळी काय सांगत होतात? 'कुणीतरी हा चाललेला खोटारडेपणा थांबवला पाहिजे, आपण संकटात आहोत हे प्रांजळपणे मान्य केलं पाहिजे,

झालेल्या चुकीचे परिणाम भोगले पाहिजेत. पण जर आपण एकदिलानं, खंबीरपणानं या संकटाचा सामना केला तर या देशाचं तारू आपण सुखरूपपणे पैलतीराला नेऊ शकू. त्या तीरावर सुख आणि समृद्धी आपली वाट बघते आहे.' अमेरिकन जनतेने याच्यावर विश्वास ठेवला, तुम्हाला निवडून दिलं. कशासाठी? तुम्ही त्यांना सत्य सांगावं, त्याचा सामना करण्यासाठी त्यांना हाताला धरून घेऊन जावं म्हणून. त्यातलं काहीच बदललं नाही, ते तसंच आहे. फक्त असत्य फार मोठं आहे आणि सत्य कटू आहे.''

''फारच कटू आहे.''

''म्हणून तुम्ही हातपाय गाळणार आहात का? मला विचाराल तर उलटं व्हायला हवं. संकट जेवढं कठीण तेवढा प्रतिकार कडवा हवा. तुम्ही वर्णन करताय तशी परिस्थिती आणीबाणीची आहे आणि तातडीनं कृती करायची आवश्यकता आहे. अशा वेळी, मला स्वत:ला, 'तुम्ही निकराचा प्रयत्न केलात पण नाही यशस्वी झालात' असं म्हणायला लागलं तर एक वेळ चालेल पण 'यांनी प्रयत्नच केला नाही' असं म्हणायची वेळ आणू नका. ज्यो, ज्यो, मला तुमच्या पदापेक्षा, बेंटन या प्रेसिडेंटच्या कीर्तीपेक्षा आपल्या मुलांची– ॲमीची, ग्रेगची जास्त काळजी वाटते, ते कशा जगात मोठे होऊन आयुष्य घालवतील याची चिंता जास्त वाटते.''

ज्यो आपल्या पत्नीकडे पाहत राहिला. त्याने पुढे होऊन भावनावेगाने तिला आपल्या मिठीत ओढले.

भावनांचा आवेग ओसरल्यावर तो मनावरचा भार हलका झाल्यासारख्या आवाजात म्हणाला, ''म्हणजे तुझा नवरा फार वाईट प्रेसिडेंट आहे असं नाही वाटत तुला?''

त्याच्या मिठीतून बाजूला होत हीथर म्हणाली, ''नाही. वाईट नाहीच, आणि आता आहे त्यापेक्षाही तो चांगला होत जाणार आहे.''

ज्योचे डोळे तिच्याकडे पाहत जणू म्हणाले, 'बाप रे, हो का?' हीथर हसली.

''तुम्हाला तुमची बाजू तयार करावी लागेल, अमेरिकन जनतेच्या न्यायालयात मांडावी लागेल आणि जिंकावी लागेल.''

''खरं आहे.''

''केव्हा?''

''तोच तर सलणारा प्रश्न आहे. या आठवड्यात 'आरोग्यावरची शिखर परिषद आहे. ती यशस्वी करायला हवी मला. त्यामुळे लोकांच्या आयुष्यात फार मोठा फरक पडेल, हीथर.''

''ते कराच. पण हेही करा.''

''नाही, हीथर. हे गुपित बासनात आहे तोपर्यंत या गोष्टी सुरळीतपणे करता येतील आम्हाला. 'नवा पाया'साठी आत्ता तरी जनतेचा आम्हाला पूर्ण पाठिंबा आहे.''

# बुधवार, २३ मार्च
# ईस्ट रूम, द व्हाइटहाऊस

ईस्ट रूममधल्या गिलबर्ट स्टुअर्ट यांनी काढलेल्या जॉर्ज वॉशिंग्टन यांच्या चित्रासमोर प्रेसिडेंट उभे होते. ते चित्र ही द व्हाइटहाऊसमधील सर्वांत पुरातन वस्तू होती. प्रेसिडेंटनी आज 'आरोग्य' या विषयावर एक दिवस चालणाऱ्या एका शिखर परिषदेचे अध्यक्षपद भूषवले होते. त्या परिषदेतील पाच महत्त्वाच्या व्यक्ती त्या वेळी त्यांच्या उजव्या बाजूला उभ्या होत्या. डाव्या बाजूला सेक्रेटरी ऑफ हेल्थ मेरी लॉसन, सर्जन जनरल एरिक बाउलियर, ज्युडी एम्स आणि हाऊस आणि सिनेटमधल्या आरोग्य समितीचे सभासद होते.

ॲडम गेहरिगने शिखर परिषदेबद्दलचे अधिकृत निवेदन वाचून दाखवून त्या दिवशीची पत्रकार परिषद सुरू केली. त्यात म्हटले होते की, 'सेक्रेटरी लॉसन यांनी सुचवलेल्या सुधारणांविषयी सर्व उपस्थितांनी त्यांची बांधिलकी मान्य केली आहे. परिषदेत त्यांनी केलेल्या सूचनांसंबंधीच्या आपल्या प्रतिक्रिया सर्वजण स्वतंत्रपणे सेक्रेटरींकडे पाठवतील.' अमेरिकन मेडिकल असोसिएशनच्या प्रेसिडेंट जॅकलिन रसेल आणि असोसिएशन ऑफ मॅनेज्ड फंड्सचे प्रतिनिधी बिल ओव्हर्टन यांनी निवेदनातल्या 'बांधिलकी' या शब्दाला जोरदार विरोध केला होता. त्यांना 'सुधारणा शोधण्याची इच्छा' किंवा 'रुग्णांच्या सेवेत सतत सुधारणा करण्याचे प्रयत्न' असे किंवा याहीपेक्षा मोघम शब्द हवे होते. काँग्रेसमधल्या रिपब्लिकन्सचीही तशीच इच्छा होती. पण बेंटन त्याच शब्दांवर ठाम होता. तो स्वत: सुधारणांसाठी वचनबद्ध होता आणि 'ज्यांची त्याविषयीची तळमळ तसूभर जरी कमी असेल त्यांनी माझ्या मार्गातून बाजूला व्हावे' अशीच त्याची धारणा होती.

चीनबरोबरच्या बुडालेल्या धंद्यासंबंधीच्या विरोधाचा जोर गेल्या काही दिवसांत जरा कमी झाला होता. पत्रकार आज तरी आजच्या परिषदेच्या विषयावर केंद्रित करतील असा ज्युडी एम्सला विश्वास वाटत होता. ते तसे करायला प्रवृत्त व्हावेत म्हणून तिने 'पुढच्या दोन आठवड्यांच्या आत प्रेसिडेंट एका पत्रकार परिषदेत

आंतर्देशीय आणि परराष्ट्रीय अशा अनेकविध प्रश्नांना उत्तरे देतील' अशी घोषणा केली होती. वॉशिंग्टन पोस्टच्या बातमीदाराने 'आजच्या परिषदेत कोणकोणत्या सुधारणांविषयी चर्चा झाली' असा पहिला प्रश्न विचारला. बेंटनला हा प्रश्न हवाच होता. रोगराई, अपघात आणि मृत्यू यांना कारणीभूत होणाऱ्या तंबाखू, फास्ट फूड, वाहने यासारख्या वस्तूंवरच्या करातून जमा होणाऱ्या पैशातून उभारल्या जाणाऱ्या एका नियंत्रित निधीतून सार्वत्रिक आरोग्यकवच पुरवणे ही शासनाची जबाबदारी, प्रांतिक पातळीवर औषधांची मध्यवर्ती खरेदी आणि त्याद्वारे त्यांची खात्रीलायक उपलब्धता, डॉक्टर्स आणि आरोग्यसेवा यांच्या शुल्कआकारणीत पारदर्शकता आणून त्यांच्यात निरोगी स्पर्धा निर्माण करून ती कमी करण्याचा प्रयत्न आणि काही विशिष्ट ठिकाणी, विशेषत: स्थलांतरित लोकांचे पुनर्वसन केले जाणार आहे अशा भागात हॉस्पिटल्स आणि इतर आरोग्यविषयक सुखसोयींच्या उभारणीत शासनाची आर्थिक गुंतवणूक. मोहिमेतल्या भाषणांपासून सतत जाहीर केलेल्या सुधारणांची यादी वाचून प्रेसिडेंट शेवटी म्हणाले, "आणि मला सांगायला आनंद वाटतो की आज उपस्थितांकडून या सर्व सुधारणांना भरघोस प्रतिसाद मिळाला आहे."

हे वाक्य म्हणताना जॅकलिन रसेल आपल्याकडे चिडून पाहत असणार हे नक्की माहीत असल्याने बेंटनने तिच्याकडे पाहण्याचेच टाळले.

"उत्तम!" प्रश्नकर्त्याने अभिप्राय नोंदवला.

प्रेसिडेंट हसून पुढच्या प्रश्नाकडे वळले.

"इली मेअर, जर्नल ऑफ अमेरिकन मेडिकल असोसिएशन." एका तरुणीने ओळख करून देऊन प्रश्न विचारला, "प्रेसिडेंट, आपण सुचवलेल्या सुधारणा आपल्या शंभरहून अधिक वर्षं चालत आलेल्या वैद्यकीय धोरणातील रुग्णांची स्वायत्तता आणि त्यांचा निवड करण्याचा अधिकार याला बाधा आणतील असं नाही वाटत तुम्हाला?"

"आपल्या वैद्यकीय धोरणांनी त्यांच्या अपुरेपणानं गेली शंभर वर्षं लोकांची दारुण निराशाच केली आहे." जणू काही हा प्रश्न निश्चित विचारला जाणार असे माहितीच असल्याने ज्युडीने त्याच्याकडून उत्तर घोटून घेतले असावे इतक्या सहजपणे बेंटन बोलत होता, "गरीब, बेरोजगार, वृद्ध, तरुण – कुठल्याच वर्गातल्या रुग्णांचा त्यामुळे फायदा झालेला नाही. फायदा झालाच असेल तर तो तुम्ही ज्यांचं प्रतिनिधित्व करता त्यांचा झाला आहे. मी तुम्हाला काही आकडेवारी देतो–" त्याने दिलेली माहिती परिणामकारक ठरली. ती होतीच तशी. एक अमेरिकन या नात्याने त्याला त्या धोरणांची लाज वाटत आली होती आणि अमेरिकन डॉक्टर्सनाही ती वाटायला हवी असे त्याचे मत होते. तसे त्याने तिथे

सांगूनही टाकले. ती आकडेवारी पाहिल्यानंतरही 'बदल नकोत' असे कुणी म्हणू कसे शकते, असाच प्रश्न त्याने सर्वांपुढे ठेवला.

इली मेअरने पुढे काही विचारलं नाही.

"हां, पीट, विचारा तुमचा प्रश्न." इश्यूज डॉट कॉमच्या पीट ॲबरनेथीकडे पाहून बेंटन म्हणाला.

"तुमच्या आधीचे सगळे अपयशी ठरले, तरी तुम्हाला यश येईल, तुमच्या सुधारणा फळाला येतील असं तुम्हाला कशावरून वाटतंय?"

"ते हरले नाहीत, पीट, त्यांनी पुरेसे प्रयत्न केले नाहीत. कितीतरी चांगले चांगले प्रेसिडेंट्स आपल्याला लाभले. या बाबतीत सुधारणा करण्याचे त्यांचे इरादेही होते. पण इतर कमी महत्त्वाच्या, संकुचित समस्यांत ते अडकून पडले, त्यांचा वेळ आणि शक्ती नको त्या ठिकाणी खर्च झाली. पण परत तसंच झालेलं अमेरिकन जनता खपवून घेणार नाही. मीही नाही." बेंटन हसून म्हणाला, "आपल्या माजी प्रेसिडेंटनी उच्चारलेलं एक प्रसिद्ध वाक्य मला आठवतं, 'ही सगळी भुतं तुमच्या खांद्यांवरून उतरून जाईपर्यंत मी तुम्हाला साथ देणार आहे.' आता एवढंही पुरेसं नाही, म्हणून मी त्याच्यापुढे जाऊन असं म्हणतो की 'ही सगळी भुतं खांद्यांवरून उतरून, ठार खोल गाडली जाईपर्यंत मी तुम्हाला साथ देणार आहे." सगळे हसले. "आणि त्यांना मारून गाडण्याचं काम कोण करणार आहे, माहीत आहे? मी!!" जोराचा हशा पिकला. उजवीकडे नजर वळवून, जॅकलीन रसेल आणि बिल ओव्हर्टन यांच्याकडे पाहत तो म्हणाला, "मला वाटतं आता कुणाला काही शंका उरलेली नसावी." आणखी एक हात वर झाला तिकडे निर्देश करीत तो म्हणाला, "मॅट, विचारा."

"प्रेसिडेंट," मॅट रुडॉकने विचारले, "परिषद आणि चर्चा यातच ही वाफ जिरणार का यापुढे जाऊन प्रत्यक्ष कृतीही केली जाणार? त्याची काही रूपरेषा सांगू शकता?"

"ही एक पायरी आहे. बोलणंही महत्त्वाचं असतं. एकमेकांचे विचार समजून घेणं, त्यातून नवीन शिकणं हेही आवश्यक आहे. आज आम्ही तेच केलं आहे. यापुढेही ही विचारांची देवाणघेवाण चालूच राहील. पण पुढची पायरीही चढली जाणारच. मेरी लॉसन लवकरच एक वेळापत्रकच जाहीर करतील. ह्यावर काम होत राहणार आणि आमच्या योजनेप्रमाणे याविषयीचं विधेयकही सप्टेंबर ऑक्टोबर मध्ये दोन्ही गृहांत मांडलं जाणार."

"गेल्या दोन-चार आठवड्यांतल्या घटना बघता हे जरा जास्तच महत्त्वाकांक्षी नाही वाटत?"

"कुठल्या घटना?" बेंटनने विचारले. दोन-चार क्षण हॉलमध्ये शांतता पसरली

पण बेंटन हसला, त्याने असहायपणे दोन्ही हात वर फेकले, मान दोन्ही बाजूंना हलवीत तो परत हसला तसे सगळे पत्रकारही त्या हास्यात सामील झाले. आज का कुणास ठाऊक, वातावरण हलकेफुलके होते आणि त्याचा प्रत्यय बेंटनला वारंवार येत होता. "होय मित्रांनो, महत्त्वाकांक्षीच आहे ही योजना. तुम्हाला जर हळूहळू, एक झाल्यावर दुसरं, सावधपणे पुढचं असं काम हवं असेल तर तुम्ही चुकीच्या व्यक्तीला निवडून दिलं आहे असं मी म्हणेन. मी महत्त्वाकांक्षी आहे आणि लोकांच्याही आकांक्षा महत्त्वाच्या आहेत आणि त्या तशा असल्याच पाहिजेत. माझ्या योजना महत्त्वाकांक्षीच असणार. त्या तशा नसल्या तर ते जरूर माझ्या ध्यानात आणून द्या. काय?" त्याने प्रश्नकर्त्या मॅटकडे पाहत म्हटले.

"होय, प्रेसिडेंट." मॅट हसत म्हणाला.

"मी ते नक्की एकेन." प्रेसिडेंट दुसऱ्या बाजूला वळत म्हणाले, "फिलिप?"

"सर, फास्ट फूड कंपन्यांवर अनारोग्याची किंमत म्हणून कर लादायची कल्पना आवडली मला. पण तुमची योजना यशस्वी झाल्यावर लोक फास्ट फूड खाणं सोडून देतील, कंपन्यांचं दिवाळं निघेल, मग कर कुठून मिळणार?"

"फिलिप, मग लोक आजारी पण नाही पडणार आणि मग त्यांच्या आरोग्यासाठी खर्च पण नाही करावा लागणार!"

"पण हे धोरण उद्योगधंद्यांविरुद्ध आहे असं नाही का तुम्हाला वाटत?"

याचे उत्तर देणे बेंटनला मुळीच जड गेले नाही. फॉक्स ब्लुमबर्गच्या प्रतिनिधीने विचारले की लोकांनी काय खावे, काय प्यावे, काय खाऊ पिऊ नये, वाहने कशी चालवावीत या सगळ्या गोष्टी तुम्ही कशा, कुठल्या अधिकारात ठरवू शकता? त्यालाही निरुत्तर करणे बेंटनला सहज जमले. आज तो कुठेच अडला नाही, त्याला कुणी अकारण नडला नाही. असेच आणखी दोन-तीन प्रश्न झाल्यावर तो म्हणाला, "आता फक्त एक शेवटचा प्रश्न." तरीही दहा-बारा हात वर गेले. एका तरुणीने बऱ्याच आधीपासून हात वर धरला होता. तिच्याकडे पाहून त्याने 'विचारा' अशी मान हलवली.

"मिचेल कॉरन्हॉस, टोरांटो हेराल्ड."

"ओह, कॅनडाच्या पाहुण्यांचे स्वागत!"

"प्रेसिडेंट, हे खरं आहे का, की नुकतीच तुम्हाला अशी माहिती मिळालेली आहे की येत्या वीस वर्षांत समुद्राच्या पाण्याची पातळी जेवढी वाढेल असे तज्ज्ञांचे आधीचे अंदाज होते, ती त्याच्या दुपटीने वाढणार आहे आणि त्यामुळे फ्लोरिडा कीज, मियामी, गॅलव्हस्टन, सॅन फ्रान्सिस्को बेचा खालचा भाग इथल्या लोकांखेरीज अमेरिकेतल्या आणखी जवळजवळ दोन कोटी लोकांचं स्थलांतर करावं लागणार आहे?"

क्षणभर बेंटन अवाक झाला. त्याचं डोकं सुन्न झालं. त्याने वळून ज्युडीकडे पाहिलं. त्यावेळी तीही चकित नजरेने त्याच्याचकडे पाहत होती.

त्याने परत त्या कॅनेडियन महिला पत्रकाराकडे नजर वळवली.

तो हसत म्हणाला, "हा प्रश्न 'तुम्ही तुमच्या बायकोला मारता हे खरं आहे का' असं विचारण्यासारखा आहे."

"प्रेसिडेंट, मी तुमच्या बायकोबद्दल काहीही विचारू इच्छित नाही. मी विचारते आहे की तुम्हाला अशी माहीती–"

"मी तुम्हाला असं समजावून सांगायचा प्रयत्न करतो आहे की काही गोष्टी अशा असतात की त्या असत्य आहेत हे तुम्ही फक्त त्या नाकारूनच पटवून देऊ शकता. मी माझ्या कुत्र्याला द व्हाइटहाऊसमध्ये घाण करून देतो का? नाही!!" हॉलच्या काही भागातून हशे ऐकू आले. "पहा, असं होतं. बरं, आता आणखी एकच, जर कुणाकडे काही महत्त्वाचा, गंभीर प्रश्न असेल तरच."

तो प्रश्नही आरोग्याविषयीचाच होता. त्याचे उत्तर दिल्यावर तो म्हणाला, "मी तुम्हा सर्वांचा आणि जे आज परिषदेला उपस्थित राहिले त्या सर्वांचा मनापासून आभारी आहे. आपला प्रवास सुरू झाला आहे. वाट लांबची आहे पण काही लोकांना वाटते आहे तेवढी लांब नाही. आपण शेवटपर्यंत यशस्वीपणे पोचणारच आहोत."

तो वळला, त्याने आजूबाजूच्या एक दोघांशी हस्तांदोलन केले आणि तो निघून गेला. ज्युडी त्याच्या मागोमाग गेली.

"सर, छान झाली प्रश्नोत्तरं."

तो काही बोलला नाही, त्याने नुसतीच मान हलवली.

"आणि त्या टोरांटो हेरॉल्डच्या मुलीने मूर्खासारखा विचारलेला प्रश्न. मी त्याच्या मुळापर्यंत गेल्याखेरीज राहणार नाही. पण सर, तुम्ही फार छान हाताळलात तो."

बेंटनला तसे वाटत नव्हते. ते कुत्र्याबद्दलचे तर बोलायला नकोच होते. ते त्या क्षणी कसे त्याच्या डोक्यात आले कुणास ठाऊक? पण तो जरा शिष्टपणाच झाला आणि त्यामुळे तो प्रश्न आणि प्रश्नकर्ती यांना क्षूद्र लेखल्यासारखे झाले. त्यावरून कुणीतरी, कुठेतरी आग लावायची शक्यता होती. पण त्याला सर्वांत काळजी वाटत होती ती त्याने तो प्रश्न ऐकल्याबरोबर, तो सर्वांपुढे उभा असताना तटकन मान वळवून त्याच्या प्रसिद्धीप्रमुखाकडे, ज्युडीकडे ज्या नजरेने त्याने पाहिले, त्याची. त्या नजरेत आश्चर्य, अविश्वास आणि कदाचित जराशी भीती होती. शिवाय तिथे तीन कॅमेरे होते. एव्हाना नेटवरच्या हजारो साइट्सवर आणि त्यांच्या द व्हाइटहाऊसच्या साइटवरही अनेक लोक ते पाहत असतील.

"जरा दाखव ते फूटेज." तो ओव्हल ऑफिसमध्ये गेला आणि कोनोर गेलच्या हाती रिमोट देत म्हणाला. गेलने त्यांची साइट उघडली, "एकदम अखेरीस ने." त्याने उतावीळपणे गेलला सांगितले.

पडद्यावर तो कॅनडियन महिला पत्रकाराकडे वळलेला दिसला. मग तिचा प्रश्न,

तो ऐकताच त्याच्या तोंडावरचे अवाक भाव, आणि मग त्याची बाजूला वळलेली नजर – 'हा प्रश्न कसा आला?', 'काय आणि कसं उत्तर देऊ याचं?', 'हिला कसं आणि कुठून कळलं हे?' त्या नजरेतले ते अर्थ लक्षात येऊन बेंटन हबकलाच.

चुकीपेक्षा ती लपवायचे केलेले वृथा प्रयत्न जास्त धोकादायक असतात. रिचर्ड निक्सन यांनी हा धडा पुढच्या पिढीसाठी शिकवून ठेवलेलाच होता.

त्याने इकडेतिकडे पाहिले, ज्युडी त्याच्याचकडे बघत होती. जे त्याच्या लक्षात आले होते ते तिलाही कळले होते. ती भांबावली, घाबरली.

"तेवढा भाग काढून टाकू या का?" तिने खालच्या आवाजात विचारले.

बेंटनने नकार दिला. "नको, त्याने आणखीच घोळ होईल."

बातमी आणि त्यातून वाईट बातमी वाऱ्याच्या वेगाने पसरते. जॉन इल्झ ऑफिसमध्ये आला आणि त्याच्या पाठोपाठ बेन हॉफमन.

"आपल्याला काहीतरी स्पष्टीकरण तयार ठेवायलाच लागेल. आता माझा फोन वाजायला सुरुवात होईल." ज्युडी म्हणाली.

"तज्ज्ञांकडून बऱ्याच विषयांवरील माहिती, तिचे विश्लेषण, त्याचे बरे-वाईट परिणाम, फायदे, तोटे, धोके, त्यांच्या गांभीर्याचे मोजमाप असे अहवाल प्रेसिडेंटकडे नेहमीच येत असतात." जॉन इल्झ सेक्रेटरीला मजकूर सांगावा तसा बोलत गेला, "त्यात काही वेळा हेतुपूर्वक टोकाच्या परिस्थितीच्याही पलीकडले परिणाम मोजलेले असतात. असे बरेच अहवाल तयार होतात. ही माहिती कदाचित तशा एखाद्या अहवालातली असू शकेल. द व्हाइटहाऊस अशा प्रकारच्या प्रत्येक अहवालावर भाष्य करीत नाही, करणे जरुरीचे नाही आणि तसं करायला लागलं तर तोच एक उद्योग होऊन बसेल–"

बेंटनच्या कानावर शब्द पडत होते, पण त्याच्या मनात वेगळ्याच विचारांचा भुंगा उठला होता. कोणीतरी माहीती फोडली होती? कोणी??

"तयार झाल्यावर मला एकदा दाखव." जॉन ज्युडीला सांगत होता.

बेंटन भानावर आला तेव्हा खोलीत शांतता पसरली होती. ज्युडी त्याच्याकडे पाहत होती. "सर, हे ठीक आहे ना? जॉननं सांगितलं तसं?"

बेंटनने मान हलवली.

"ठीक आहे, मी तयार करून घेऊन येते." असे म्हणून ज्युडी बाहेर गेली.

बेंटन जॉन आणि बेनकडे पाहत म्हणाला, "तुम्हाला काय वाटतंय?"

जॉन गळून गेल्यासारखा सोफ्यात कोसळला, म्हणाला, "ज्यो, तू आत्ता अपराध्यासारखा दिसतो आहेस."

## गुरुवार, २४ मार्च
## ओव्हल ऑफिस, द व्हाइटहाऊस

आज त्याचा दिवस सकाळी आठ वाजता सी.आय.ए.बरोबरच्या मीटिंगने सुरू होणार होता. त्यानंतर कालच्या प्रकाराच्या अनुषंगाने प्रसिद्धीला देण्याच्या पत्रकावर चर्चा होती. पण तो पहाटे सहा वाजताच एरिक ओ'डनेलच्या फोनने सुरू झाला.

व्हाइटफिशमध्ये काहीतरी घडले होते. अतिरेक्यांनी वेढा फोडायचा प्रयत्न केला की एफ.बी.आय.ला हल्ला करायला भाग पाडले ते निश्चित कळले नाही, पण पहाटेच्या अंधारात गोळ्यांच्या फैरींचे आवाज ऐकू आले होते.

पाठोपाठ काट्झेनबर्गरचा फोन आला. गोळीबार अजूनही चालू होता आणि एफ.बी.आय. एजंट्स आता आत प्रवेश करत होते.

त्या दिवशी जे जे घडले त्यात बेंटनने भाग घेतला, पण त्याचे सगळे लक्ष व्हाइटफिशकडे लागले होते. तिथे निर्णायक हल्ला सुरू झाला आहे याची त्याला सतत जाणीव होत होती. आपल्या हातात साखळदंड घातले गेले आहेत असा त्याला भास होत होता. जर हल्ला यशस्वी झाला तर ते सैल केले जातील, पण जर तिथे हत्याकांड घडले तर मात्र ते घट्ट आवळले जातील.

सव्वा आठ वाजता एम्स, हॉफमन आणि इल्झ ओव्हल ऑफिसमध्ये पत्रकासंबंधीच्या चर्चेसाठी जमले. ज्युडीचा चेहरा चिंताग्रस्त होता.

"ज्युडी, एवढी काळजी करू नको, फार वाईट नाही घडलेलं." बेंटन चेष्टेच्या सुरात म्हणाला, पण ती हसायच्या मन:स्थितीत नव्हती.

"ज्युडी, काय झालंय?" तिच्या चेहऱ्यावरची गडद चिंता बघून बेंटनने विचारले.

"पर्यावरणाच्या गटांना कालपासून मोकळं रानच मिळालं आहे. ते म्हणतायत की काल टोरांटो हेरॉल्डने दिलेले आकडे बरोबर आहेत. तेही आपल्याला हेच सांगत आले आहेत, त्यांनी म्हणे आपल्याकडे ती आकडेवारी पाठवलेलीसुद्धा आहे."

"पाठवली आहे?" प्रेसिडेंटनी हॉफमनला विचारले.

“शक्य आहे. आपल्याकडे काय काय येतं माहीत नाही तुम्हाला. एक माणूस सारखा मेल्स पाठवतो की उद्या जगबुडी होणार आहे!” तो एकदम थांबला आणि काहीतरी सुचलं असावं अशी बोटांनी चुटकी वाजवत म्हणाला, “एक कल्पना सुचली आहे. पुढच्या पत्रकारपरिषदेत एक पत्रकार तयार करा आणि त्याला प्रश्न विचारायला सांगा की, तुमच्याकडे अशी माहिती आली आहे ना की उद्या जग बुडणार आहे?”

बेंटन आणि ज्युडी दोघेही त्याच्याकडे नुसतेच पाहत राहिले, तसा तो हॉफमनकडे वळून म्हणाला, “काय? अरे, उपयोग होईल त्याचा.”

ज्युडी बेंटनकडे पाहत बोलू लागली, “सर, आता मुद्दा विश्वासाचा बनला आहे. तुमच्यावरचा विश्वास दृढ आहे, त्याबद्दल आजपर्यंत कधी शंका घेतली गेलेली नाही. तुमच्याबद्दल कुणी काहीही बोललं असेल पण कधी कुणी अविश्वास दाखवलेला नाही.”

बेंटन पुढच्या वाक्याची वाट पाहत होता, ते बहुधा त्याला आवडणार नव्हते.

“काल ‘न्यू पोल’ने जनमत घेतले आहे. दोन गट – एक कालचं प्रक्षेपण बघितलेल्यांचा आणि दुसरा न पाहिलेल्यांचा. एकच प्रश्न दोन्ही गटांना विचारला, ‘तुमचा प्रेसिडेंटवर विश्वास आहे का?’ न पाहिलेल्यात अठ्ठ्याहत्तर टक्के लोकांनी होकार दिला, साधारण केव्हाही या प्रश्नावर हीच टक्केवारी असते. पण बघितलेल्यांतल्या होकार देणाऱ्याची टक्केवारी चोपन्न होती.”

“त्या न्यू पोलमध्ये काही अर्थ नाही.” इल्झ गुरगुरला, “लोक स्वतःच निवडायचे आणि त्याला जनमत म्हणायचे. दुसरा काही उद्योग नाही म्हणून हा उपद्व्याप करणारे अतिशहाणे लोक आहेत हे न्यू पोलवाले. आपण घेऊ जनमत. मी ख्रिस प्लेंटीशी बोलतो.”

“जॉन, न्यू पोल काय चीज आहे हे सगळ्यांना माहीत आहे. त्यात शास्त्रशुद्ध काही नाही मान्य, पण तरी अशा गोष्टींचा परिणाम होतोच. बऱ्याचशा वर्तमानपत्रांनी तेच उचलून धरलं आहे. ते त्यांचेच आकडे उद्धृत करत आहेत.”

“ज्युडी, तुझी काय सूचना आहे? काय करायला पाहिजे?” बेंटनने विचारले.

“प्रेसिडेंट, तुम्ही जे करताय, त्यातून जे मिळवणार आहात त्याला, त्यांच्या हितकारक परिणामांना प्रसिद्धी देऊन या टीकेविरुद्ध मला आपली एक बचावफळी उघडायची आहे. आपण हे अगदी निर्विवादपणे दाखवू शकतो की तुम्ही निवडणूक मोहिमेत दिलेल्या सर्व आश्वासनांची पूर्तता करण्याच्या दृष्टीनं नजीकच्या भूतकाळातल्या कुठल्याही प्रेसिडेंटच्या तुलनेत जास्त परिणामकारक आणि वेगानं पावलं उचलत आहात. याला विश्वासूपणा नाही म्हणायचं तर कशाला म्हणायचं? मी बॅरीला गार्टनरच्या वेळची आकडेवारी शोधायला सांगितली होती.” आपल्या हातातल्या

कॉम्प्युटरकडे पाहत ती बोलू लागली, ''त्यांनी मोहिमेत दिलेल्या अठरा वचनांपैकी, पहिल्या वर्षी फक्त चार विषयांवर थातूरमातूर काम झालं होतं. तुमच्या बाबतीत दोनच महिन्यांत बारा आश्वासनांवर काम केलं जात आहे. ही अतिशय गौरवास्पद कामगिरी आहे. हे लोकांसमोर आणलं गेलंच पाहिजे.''

''आपण काही केलं असो वा नसो, गार्टनरशी आपली तुलना करण्यात कसलाही गौरव नाही.'' जॉन म्हणाला.

''आपण शॉक्रॉससशी करू.''

जॉनने कपाळावर हात मारून घेतला.

बेंटन म्हणाला, ''ज्युडी, जॉनचं म्हणणं आहे की आपण या विश्वासाच्या मुद्द्यांवर त्यांच्याशी वाद घालायला नको आणि मलाही ते पटतंय. आपल्या प्रतिक्रियेनं तो वाढेल आणि मग पुढची चार वर्षं प्रत्येक वेळी तोच तो विश्वासाचा प्रश्न निघत राहील. आपण तो आपल्या कृतीनंच मिळवू आणि दाखवू, बोलून नको. तुला काहीतरी उत्तर द्यायचंच असलं तर आपल्या कामापुरतंच बोल–''

''पण मला अजूनही वाटतंय की–''

''ज्युडी, तुलना नको.'' बेंटनच्या आवाजात ठामपणा होता. ''दुसरं काही सुचवायचंय का?''

''आपण पुढल्या आठवड्यात 'शिक्षक आधार योजना' जाहीर करणार होतो, ती घोषणा याच आठवड्यात करून टाकू. खरं म्हणजे मला ते एवढं पटत नाही, हा लक्ष दुसरीकडे वळवण्याचा आटापिटा आहे असाच आरडाओरडा वर्तमानपत्र करणार. त्यामुळे या योजनेच्या घोषणेतून आपल्याला जो फायदा मिळायला पाहिजे तो कदाचित आपण गमावून बसू.''

प्रेसिडेंटनी इल्झकडे पाहिले.

''फायदा मिळेल ना. हेही एक आश्वासन होतंच की.'' इल्झ म्हणाला, ''आपण आश्वासनं पुरी करण्यानं विश्वास राखतो ह्या तुझ्या मुद्द्यांला पुष्टीच मिळेल याने.''

''नाही, ते तसं नाही पाहणार या घोषणेकडे.'' ज्युडी निराशेने म्हणाली.

काही वेळ कुणीच काही बोललं नाही.

''त्या दुसऱ्या गदारोळाचं काय करू?'' ज्युडीने विचारले, ''समुद्राच्या पाण्याची पातळी वाढतेय आणि मियामीतल्या लोकांना हलवायला लागणार आहे.''

''काल बोललो आपण, तसंच. मुद्दाम काही अशक्य वाटणाऱ्या, अनुमानिक परिस्थितीची चित्रं उभी करून तपासली जातात, तो शास्त्रीय अभ्यास असतो, त्यावर भाष्य केलं जात नाही. आणि या प्रश्नावर बहुपक्षीय वाटाघाटींचा मार्ग संयुक्त राष्ट्रसंघाच्या मार्गदर्शनाखाली, त्यांच्या पाठिंब्यानं होणाऱ्या क्योटो-४ परिषदेच्या

माध्यमातून आपण चोखाळतो आहोत. अमेरिका यात सक्रिय भाग घेऊन आपली जबाबदारी पार पाडेल. त्यावेळी आमच्याजवळचं ज्ञान आणि माहिती यांची आमच्या क्योटोमधल्या सहकाऱ्यांबरोबर देवाण-घेवाण होईलच.''

''प्रेसिडेंट स्वत:, वैयक्तिकरित्या यात लक्ष घालत आहेत असं विधान मी करू शकते का?''

''जॉनने सांगितलेलेच शब्द वापर.'' बेंटन शांतपणे म्हणाला.

''नाही पुरे पडणार!'' ज्युडी जोराजोरात मान हलवत म्हणाली, ''ते नाही ऐकणार. आपण चीनच्या कंत्राटाच्या वेळी असंच केलं. नुसतं मोघम काहीतरी, नेमकं काही नाही. त्यांना काहीतरी खरं लागतं.''

''मी निकी यांना भेटणार आहे, असं सांग.''

बेंटनच्या या बोलण्याने जॉन आणि बेन दोघेही आश्चर्याने त्याच्याकडे बघायला लागले.

''बेन, ॲलशी बोल. अगदी लगेच नको, दोन-एक महिन्यात भेटीचं बघ म्हणावं.''

''तू भेटणार आहेस निकीला?'' इल्झने साशंकपणे विचारले.

''न भेटायला काही कारण नाही माझ्याजवळ.''

''लॅरींना कळवू का मी?'' बेनने विचारले.

''नको, मी बोलेन त्यांच्याशी.''

''ठीक आहे, मग काल ठरलंय तसं देते. फक्त तुम्ही संयुक्त राष्ट्रसंघाच्या सेक्रेटरी-जनरलना भेटत असल्याचं घालते त्यात.''

''एवढंच म्हणायचं की 'अमेरिकेच्या या बाबतीतल्या जबाबदारीचा भाग'. बाकी जास्त काही नाही.''

ज्युडी फारशी खूश दिसली नाही पण म्हणाली, ''फारसं अपेक्षेप्रमाणे नाही, पण ठीक आहे.''

''ज्युडी,'' बेंटन तिची नाखुशी समजून म्हणाला, ''आज आणखी एक बातमी येण्यात आहे, तुला माहित पाहिजे. दोन तासांपूर्वी व्हाइटफिशला आगेकूच सुरू झाली आहे, आपण निर्णायक हल्ला चढवला आहे.''

ज्युडीचा चेहरा चमकला. ''हे जाहीर करू का?''

''नको, मला कुठलाही धोका पत्करायचा नाही. निकाल लागला की मग तू बघ काय आणि कसं करायचं ते.''

''किती वेळ लागेल साधारण?''

''माहिती नाही.''

''ही बातमी मियामीचं माकड नक्की उतरवेल आपल्या पाठीवरून. आता पहिल्या पानावर मियामी येत नाही!''

"त्याचं 'वॅको' झालं नाही तर!" हॉफमनने इशारा दिला. "आधीच आपण अपराधांचे धनी आहोतच, त्यात आणखी पन्नास-शंभर शेतकऱ्यांच्या मृत्यूचं पाप नको माथी यायला."

"बेन, शेतकऱ्यांच्या मरणाचं सुतक शेतकऱ्यांनाच फक्त असतं. बाकीच्यांचा घास काही अडकत नाही." जॉन म्हणाला.

"मला असं वाटतंय की तसं काही होणार नाही." बेंटन म्हणाला.

"मी बॅरीला याचं प्रसिद्धीपत्रक तयार करायला सांगते. प्रेसिडेंटनी ज्या धीमेपणानं, सबुरीनं ह्या संकटाचा सामना केला आहे ते व्यवस्थित दाखवू. या देशाच्या नागरिकांच्या जिवांचं, त्यांच्या मालमत्तेचं रक्षण करण्यासाठी त्यांनी कसा निकराचा प्रयत्न केला यावर भर देऊ. सगळं जय्यत तयार ठेवते." ज्युडीचा स्वर खुलला होता.

ती गेली, बेन आणि जॉन थांबले होते.

"हल्ली बातम्यांचं आयुष्य किती क्षणभंगूर असतं नाही?" जॉन म्हणाला.

"काट्झेनबर्गरच्या लोकांना माहिती आहे ना ते नेमकं काय करतायत ते?" बेनने विचारले.

"हरकत नाही असायला. सात आठवडे होते त्यांच्याकडे ते ठरवायला." बेंटन म्हणाला.

थोड्या वेळाच्या शांततेनंतर बेंटन इल्झकडे पाहत म्हणाला, "माहिती कोणी फोडली असेल याचा काही तपास करतो आहोत आपण?"

प्रेसिडेंट आता व्हाइटफिशबद्दल बोलत नाहीत हे इल्झच्या लक्षात आले. तो म्हणाला, "ते सापडणं अवघड आहे. चीनच्या बाजूनंही कोणी केलं असेल हे कृत्य."

"किंवा आपल्या इ.एस.यू. मधल्या कुणी जागरूक नागरिकांनी." बेन म्हणाला.

बेंटन काहीच बोलला नाही. त्याच्या मनात वेगळेच विचार घोंघावत होते.

"ज्यो, हे छळणार आहे आपल्याला." जॉन म्हणाला.

"नेमकं पुढल्या आठवड्यात 'बजेट रिकन्सिलिएशन विधेयक' येतंय आणि लगेच दोन आठवड्यांनी लघुउद्योगाविषयीचं विधेयक. दोन्ही फार महत्त्वाची आहेत."

"ती महिनोन्महिने चालतील," बेंटन म्हणाला, "आताच घाबरून जायचं काही कारण नाही. जनमत चाचणीतील टक्केवारी कमी झाली त्याचीही चिंता नको, ती सुधारता येते. त्यासाठी कामाचा जोर कायम ठेवायला हवा."

"पण ती सुधारली पाहिजे!"

"सुधारेल, नक्की सुधारेल."

"या व्हाइटफिशचं 'वॅको' व्हायला नको." जॉन म्हणाला, "ही दोन विधेयकं चिरडली जायला नकोत, नाहीतर मग आपलं काही खरं नाही."

हॉफमनचा चेहेराही गंभीर झाला. असे अडथळे यायला लागले तर 'नवा पाया' बारगळणार होता.

''आपण सगळ्यांशी बोलू. मी बोलतो स्वत: प्रत्येकाशी. बार्बला सांगा मीटिंग्ज ठरवायला. एकही जण वगळू नको म्हणावं.''

हॉफमनने होकार दिला. त्याने यापूर्वीच त्याची सुरुवात केली होती. त्या दिवशीसुद्धा आधीचे कार्यक्रम बदलून त्याने काँग्रेसमधल्या लोकांबरोबर मीटिंग्ज ठेवल्याच होत्या. एनव्हायरनमेंट सेक्रेटरी अँड्रिया पॉवर्स हिच्या बरोबरही मीटिंग ठेवली होती. तिने प्रेसिडेंटबरोबर तातडीच्या मीटिंगची मागणी केली होती. तिच्या फोनवरच्या आवाजावरून, स्वरांवरून ती खूपच अस्वस्थ झाल्यासारखी वाटत होती, इतकी की, ही भेट जर आज नाकारली तर तिने ई-मेलवरच तिचा राजीनामा पाठवून दिला असता.

''मला आणखी एक प्रश्न विचारायचा आहे,'' इल्झ म्हणाला, ''आधी 'नवा पाया' साठी आवश्यक ती विधेयके पुढे सरकवायची आणि त्यानंतर हळूहळू खरी परिस्थिती लोकांपुढे आणून स्थलांतर आणि पुनर्वसन यांचं वास्तव स्वरूप, प्रचंड वाढलेली आकडेवारी यांची त्यांना कल्पना द्यायची – याच धोरणाप्रमाणे आपण पुढे जात राहणार आहोत ना? असं विचारायचं कारण असं की, जर त्यात काही बदल करायचा विचार करायचा असेल तर आता संधी आहे. सगळं सत्य सांगून टाकायचं आणि त्याप्रमाणेच विस्तारित योजनेची आखणी करायची.''

''नाही, जॉन,'' बेंटन म्हणाला, ''अरे, ही माहिती नुसती अफवा या स्वरूपात बाहेर आली तर काय हाहाकार उडतोय बघतो आहेस ना तू? हे सत्य आहे असं आपण सांगितलं तर काय होईल याची कल्पनाच न केलेली बरी. नुसत्या योजनाच ठप्प होणार नाहीत, आपल्या हाताबाहेर जाईल परिस्थिती! जोपर्यंत आपल्याकडे या प्रश्नाचं उत्तर नाही, तोपर्यंत तो प्रश्न पुढे आणणं म्हणजे हाराकिरीच ठरेल. आपल्याला प्रश्न आणि त्याचं उत्तर एकाच वेळी लोकांसमोर ठेवावं लागेल. तोपर्यंत ठरवल्याप्रमाणे आधी विश्वास संपादन करत राहायचं. मी यात बदल करू इच्छित नाही.''

''पण जर नाइलाजच झाला तर? परिस्थितीनंच आपल्याला तसं करायला भाग पाडलं तर?''

''पाहू त्यावेळी कसं करायचं ते. ज्युडी जे सांगणार आहे ते लोकांना पटलं, आपलं काम झालं. तोपर्यंत व्हाइटफिश अग्रभागी येईल. मग आठवड्याभरानं कुणीतरी पत्रकार वेड्यासारखं विपर्यस्त बोलत होता एवढंच याचं चित्र उरेल!''

''जर आपल्याला पर्यायच उरला नाही, तर त्या वेळी हे जेवढं पुढे ढकललं गेलेलं असेल, तेवढं ते लोकांच्या गळी उतरवणं आपल्याला कठीण होऊन बसणार आहे.'' हॉफमन म्हणाला.

''होय. कठीण तर तसंही ते आहेच. सांगायचं, अशी माहिती आम्हाला

मिळाली होती हे तुम्हाला माहीत आहेच. पण आम्ही ती तपासून पाहत होतो, त्याविषयी खात्री करून घेत होतो. आता हे स्पष्ट, खात्रीलायक चित्र तुमच्यापुढे ठेवतो आहे. लोक आपल्याला विचारी, विवेकी समजतील.''

हॉफमनने एकदा साशंकपणे जॉनकडे पाहिले आणि तो म्हणाला, ''ठीक आहे, याप्रमाणे कामाला लागतो.''

''मी कुणाशीही बोलायला तयार आहे. बस, मला सांगा–'' बेंटन म्हणाला.

''आधी अँड्रिया पॉवर्सला भेटा. ती दहा मिनिटांत येईल इथं.'' हॉफमन जाताजाता हसून म्हणाला, ''शुभेच्छा या भेटीसाठी!''

तो गेल्यावर काही वेळ खोलीत शांतता होती. थोड्या वेळाने जॉनकडे वळून बेंटन म्हणाला, ''जॉन, माझ्या डोक्यातून 'ही गोष्ट फुटली' हे काही जात नाही. आणि सारखी अशी शंका – मला माहीत आहे हा वेडेपणा आहे – पण सारखी अशी शंका डोकं खातीय की हे काम लॅरींचं नसेल ना!!''

जॉनला ते ऐकून वाटलेलं प्रचंड आश्चर्य त्याच्या चेहऱ्यावर स्पष्ट दिसलं. ''ओल्सेन? ज्यो, तसं करायला काहीतरी ठोस कारण असणारे किंवा त्यात फायदा असलेले इतर बरेच लोक आहेत!!''

''लॅरींनाही एखादं कारण, त्यांचाही काहीतरी फायदा?''

''काय? आधीच कडवा असणारा विरोध वाढवण्याचं?'' जॉन विचार करून म्हणाला, ''मला नाही वाटत लॅरी भांडण चव्हाट्यावर येण्याचा धोका पत्करतील असं. उलट ॲलनकडे जास्त बळकट हेतू आहे, त्यात त्याचा फायदा आहे. ते क्योटोमध्ये न्यायचंच आहे त्याला, उघड्यावर आलं तर आपसूक नेता येईल.''

''नाही, ॲलन नाही.'' बेंटन म्हणाला, ''तो नाही फोडणार.''

फोन वाजला. काट्झेनबर्गर बोलत होता. नऊ लोक पकडले गेले होते. दोन जणांचा मृत्यू झाला होता. त्यांचा पुढारी बिल डेअर अजून कुठेच सापडला नव्हता. एफ.बी.आय. आणि स्टेट ट्रूपर्स यांची आगेकूच चालू होती. तात्पुरत्या उभारलेल्या एक-दोन ठाण्यांवरच गोळीबार झाला होता.

प्रेसिडेंटनी बळाचा कमीत कमी वापर करण्याची सूचना दिली आणि त्यांच्याशी सतत संपर्क ठेवायला सांगून फोन बंद केला.

बेंटनने जॉनला घडलेली हकिगत सांगितली. ''आता आत जाऊन यांनी बऱ्याच लोकांना गोळ्या मारू नयेत म्हणजे मिळवली.''

''कोणी जवान अजून कामी आलेला नाही ना? मग सबुरीनं घेतील ते. एखादा जवान मारला गेला ना तर मग बेछूट गोळीबार होईल.''

बेंटनचे निम्मे विचार व्हाइटफिशबद्दल होते आणि निम्मे ओल्सेनविषयी.

''मला लॅरींशी बोललंच पाहिजे. शंका फिटलीच पाहिजे.''

"आरोप करणार आहेस त्यांच्यावर?"

"तुला काय वाटतं, त्यांना आणण्यात चूक केली मी?"

जॉन उत्तर देणार एवढ्यात फोन वाजला. बेंटनच्या सेक्रेटरीचा होता. अँड्रिया आली होती. मीटिंगच्या नोंदी घेण्यासाठी कुणी यायला पाहिजे का, असे सेक्रेटरी विचारत होती. तिला नकार देता देता बेंटनने जॉनला बाहेर जाण्याची खूण केली तसा जॉन दुसऱ्या दाराने बाहेर पडला.

अँड्रिया येऊन बसली. एक तणावपूर्ण शांतता पसरली होती. तिने बोलायला सुरुवात केली. ती राजीनामा देण्यासाठी आली होती. मियामीविषयीच्या माहितीच्या बाबतीत, अगदी जरी तो नुसता अभ्यास होता तरी, तिला अंधारात ठेवण्यात आले आणि तिला बाहेर ठेवण्यात आलेले आहे हे पत्रकारांच्याही उघडपणे लक्षात आले होते. अशा परिस्थितीत तिला पदावर राहणे शक्य नव्हते. त्याच्या मनाचा एक कप्पा, मोंटानामधल्या एका गावात चारशे सशस्त्र जवान पन्नास साठ निरपराध जिवांना वाचवण्यासाठी काही सशस्त्र, आक्रमक, माथेफिरूंवर हल्ला करीत पुढे सरकत होते, तिथे काय आतंक प्रकार घडेल याचा विचार करीत असताना, तो इकडे त्याच्या कॅबिनेट मधील एकीचा राग शांत करीत होता. कालच्या टोरांटो हेरॉल्डच्या मिचेलने विचारलेल्या प्रश्नामुळे जेवढे नुकसान झाले होते त्याच्या दसपट हानी त्याची एनव्हायरनमेंट सेक्रेटरी राजीनामा देऊन चालती झाली असती तर शासनाला पोचली असती. त्याहीपेक्षा त्याला या पदावरची इतकी कुशल, समर्थ आणि सुयोग्य व्यक्ती गमवायची नव्हती. हे पद स्वीकारण्याआधी तिने अँबर्टन सिस्टिम्सची माजी मुख्य कार्यकारी अधिकारी आणि बिझनेस फोरम ऑन सोशल रिस्पॉन्सिबिलिटीची प्रमुख म्हणून अत्यंत यशस्वी कारकीर्द पार पाडली होती. देशातल्या उद्योगपतींना पर्यावरणाचं आणि पर्यावरणवाद्यांना उद्योगाचं महत्त्व परिणामकारक रीतीने समजावून सांगून, पटवून देऊन, दोघांत योग्य समन्वय साधणे, आवश्यक तो परिणाम साधण्याचे काम तिच्याइतके उत्तम करणारे दुसरे कोणी भेटणे दुरापास्त होते. ती कृतिशील होती. हे पद सांभाळल्यापासून एवढ्या कमी वेळात तिने संबंधितांना, अस्तित्वात असलेल्या निर्बंधांचे पालन काटेकोरपणे करायला लावायला आरंभही केला होता.

अँड्रिया अतिशय रागावलेली होती. बेंटनने तिची समजूत काढायचा खूप प्रयत्न केला, पण तरीही तिचा राग शांत होत नव्हता. मग त्याने एक वेगळाच युक्तिवाद तिच्यापुढे मांडला. तिला पर्यावरणाच्या क्षेत्रात जे कार्य करायची अतिशय उत्कट इच्छा होती ते शासनात राहून, हाती आवश्यक ते अधिकार असताना जितके सुरळीतपणे, परिणामकारकपणे करता आले असते तितके बाहेर राहून करता येणे शक्य नव्हते. त्याने तिला अशीही विनंती केली की तिने अलिप्तपणे

आणि प्रामाणिकपणे तिच्या रागाचे खरे कारण तपासून बघावे. तिला तिच्या पदाच्या प्रतिष्ठेचा अपमान झाल्याचा राग आला आहे का तिचा अहंम दुखावला गेला आहे, 'मी'पणाला धक्का लागला आहे. तिने राजीनामा द्यावा, पण तत्पूर्वी राजीनाम्यामुळे तिला मनापासून जे करायचे आहे त्याला मदत होईल का ते करणे अवघड होईल याचा तिने शांतपणे आपल्या मनाशी विचार करावा, असे त्याने तिला सांगितले.

अँड्रियाने ते केले. खूप विचारांती ती म्हणाली की ती जर पदावर राहण्यास तयार झाली तर तिच्या अखत्यारीतल्या सगळ्या गोष्टी, घटना, नवे ज्ञान, अहवाल यांची तिला पूर्ण माहिती दिली जाईल असे प्रेसिडेंटनी आश्वासन दिले पाहिजे. जी त्याला देणे शक्य आहे ती सर्व माहिती तिला देण्याचे वचन बेंटनने तिला दिले. तिने जे मागितले आणि त्याने जे दिले त्यात थोडाच फरक होता! जर काहीही बोलावेसे वाटले, चर्चा करावीशी वाटली तर नि:संकोचपणे तिने त्याला भेटावे अशी बेंटनने तिला विनंती केली. शेवटी ती जेव्हा जायला निघाली तेव्हा बेंटनला जवळजवळ खात्री पटली होती की ती राजीनामा देणार नाही, ती पदावर राहील. ही जखम पूर्ण भरायला मात्र बराच वेळ लागेल हेही, त्याला जाणवले होते.

त्यानंतर दिवसभर तो भेटी आणि फोन यातच गुंतून राहिला. त्याच्या एका कटाक्षाने केलेला घात खरेच विस्मयजनक होता. ती मियामीची माहीती खरी आहे असाच विश्वास बहुतेकांना वाटत होता; पण खरं म्हणजे ती 'खरी नाही' असे कुणीतरी छातीठोकपणे सांगावे याचीच ते वाट पाहत होते. बेंटनने कुणालाच तसे सांगितले नाही. तो अत्यंत थंडपणाने, कोरडेपणाने सांगत राहिला की तो अनेक शक्यतांच्या अभ्यासापैकी एक होता आणि त्याने तो अस्वस्थ झाला नव्हताच, तसेच अन्य कुणीही त्याची काळजी करण्याचे काहीच कारण नव्हते. हे त्याने नॅशनल रिलोकेशन कमिशनचे डायरेक्टर डान बास यांना सांगितले आणि भीती आणि चिंता यांनी ग्रासलेल्या काँग्रेसच्या अनेक प्रतिनिधींबरोबरच्या दुपारभर चाललेल्या मीटिंग्जमध्येही तो प्रत्येकाला तेच सांगत राहिला. मधून मधून फोनवरून त्याला व्हाइटफिशमधल्या हालचाली कळत होत्या, पण सगळी माहीती मोघम होती, तपशील उपलब्ध होत नव्हता. या सगळ्या गडबडीतून त्याला लॅरी ओल्सेन यांना फोन करायला सवड काढायची होती.

एक तर अशा घाईच्या वेळी स्वागत, शुभेच्छा यात दवडायला वेळ नव्हता आणि तशी मन:स्थितीही नव्हती. फोनला जोडलेल्या छोट्याशा पडद्यावर लॅरी दिसताच त्याने बोलायला सुरुवात केली, ''लॅरी, मी तुम्हाला एक रोखठोक प्रश्न विचारणार आहे. काल दिली गेलेली माहिती तुम्ही फोडलीत का?''

शांतता. लॅरी यांचा चेहरा त्याला पडद्यावर दिसत होता पण वाचता मात्र येत नव्हता.

“माफ करा,” बऱ्याच क्षणांच्या शांततेनंतर लॅरी बोलले, “हा प्रश्न मूर्खपणाचा होता आणि अपमानास्पद होता.”

“तरीही मी तो विचारला आहे. तुमचा अपमान केल्याबद्दल मी तुमची क्षमा मागेन, पण ती तुम्ही उत्तर दिल्यानंतर.”

“तसं जर असेल तर मला वाटतं त्या प्रश्नाचं तुमचं स्वतःचं उत्तरही तुमच्याकडे आहे आणि मी तुम्हाला तुमच्या कॅबिनेटमध्ये नको आहे. ॲलनने तुम्हाला जर तसं सांगितलं असेल तर–”

“ॲलननं काहीही सांगितलेलं नाही.”

“खरंच?” लॅरी ओल्सेनच्या आवाजात आणि चेहऱ्यावर संशय होता. “म्हणजे हा प्रश्न विचारून तुम्हाला मी नको आहे असंच सांगता आहात ना तुम्ही मला? सरळ तसंच स्पष्ट सांगा, मी तुमच्या मार्गातून बाजूला होतो.”

‘तुम्ही चुकीची समजूत करून घेत आहात’ अशा अर्थाची बेंटन जोरजोरात मान हलवीत राहिला.

लॅरी ओल्सेन यांनी एक दीर्घ श्वास घेतला आणि ते म्हणाले, “प्रेसिडेंट, आपल्याला सत्य माहीत असावं यासाठी सांगतो, मी ती माहिती फोडलेली नाही आणि असा भ्याडपणा आणि विश्वासघात मी कदापि करणार नाही.”

बेंटनने सत्य कानात साठवायला जरासा वेळ घेतला आणि मग तो म्हणाला, “मी तुमची क्षमा मागतो.”

“हे कृत्य कुणी केलं हे मलाही माहीत नाही, पण ते चीनच्या बाजूच्याच कुणाचं तरी असावं.”

ओल्सेन यांच्यावर संशय व्यक्त केल्याबद्दल बेंटनला स्वतःचाच राग आला. आपल्या मूर्खपणाची त्याला लाज वाटली. असं कसं वाटलं त्याला? डोक्यातली वेड्या शंकाकुशंकांची सगळी जळमटे ओढून, तोडून डोके स्वच्छ करायला पाहिजे होतं.

“मी प्रेसिडेंट वेन यांच्याशी बोलणार आहे.” तो अचानक म्हणाला.

“मला नाही वाटत–”

“का? का बोलू नये?”

“तो तुमचा कमकुवतपणा ठरेल. आपण त्यांच्याकडून प्रतिसादाची वाट बघतो आहोत. अशा वेळी तुम्ही त्यांच्याशी बोलणं बरोबर नाही.”

“कसला प्रतिसाद?”

“त्यांचा प्रस्ताव.”

“लॅरी, तुम्हीच मला सांगितलंत की ते कोणताही प्रस्ताव देणार नाहीत म्हणून!”

"हो, पण त्यांनी नाही तसं सांगितलं अजून आपल्याला. तांत्रिकदृष्ट्या आपण त्यांच्या प्रस्तावाची वाट पाहतो आहोत."

"सत्यानाश! मला ते तंत्र सांगू नका. त्यात काही अर्थ नाही. मी त्यांच्याशी बोलणार आहे."

"तुमचा फॉरिन मिनिस्टर या नात्याने मी तुम्हाला असा सल्ला देतो की तुम्ही बोलू नये."

"ठीक आहे, प्रेसिडेंट या नात्याने मी तुमच्या सल्ल्याबद्दल तुमचे आभार मानतो."

बेंटनने फोन ठेवून दिला. बेंटन क्वचितच इतका रागावत असे. पण त्याक्षणी त्याच्या कपाळावरची शीर थाडथाड उडत होती. रक्तदाब वाढल्यासारखी हृदयाची धडधड जलद गतीने होत होती. त्याने फोन उचलून हॉफमनशी संपर्क साधला आणि त्याला प्रेसिडेंट वेन यांच्याशी फोनवर बोलण्याची तजवीज करायला सांगितले. बेनला त्याच्या आवाजातली भावविवशता जाणवली. तो जणू प्रेसिडेंटच्या आज्ञेची वाटच बघत होता असे भासवून त्याने विचारले, "कधी बोलू इच्छिता तुम्ही वेन यांच्याशी?"

बेंटनच्या डोक्यात विचारांचे काहूर माजले होते. सगळा वेडेपणा चालला होता. सगळे अनियंत्रित झाले होते, हातातून सुटून चालले होते. कोणत्याही क्षणी मोंटानामध्ये काहीही घडू शकत होते आणि ते जर भलतेच, घडू नये ते घडले तर उद्या प्रसारमध्यमे त्याच्या जिवावर उठली असती. इकडे, एरवी घट्ट मनाचे काँग्रेसचे सदस्य कुठल्या तरी फालतू कॅनेडियन पत्रकाराच्या खोड्याळपणाने घाबरून गेले होते. आणि आज कुणीतरी त्याला सांगत होते की तो एका जागतिक नेत्याला अत्यंत महत्त्वाच्या, या पृथ्वीचं भवितव्य अवलंबून असलेल्या गंभीर विषयावर फोन करू शकत नाही? त्याच्याशी बोलू शकत नाही? छे छे. हे असे चालणार नाही. त्याला लगाम स्वत:च्याच हातात ठेवले पाहिजेत. तो अध्वर्यू आहे, नेता आहे, अनुयायी नाही. तो मार्ग आखणारा, दाखवणारा आहे, 'ऐकावे जनाचे, करावे मनाचे' हे तत्त्वच नेहमी पाळले पाहिजे. आपली अंत:प्रेरणा सांगते तसे जास्त वेळा वागायला पाहिजे, आपल्या हृदयाचा आवाज जास्त वेळा ऐकला पाहिजे आणि या तज्ज्ञांचे, ढुड्ढाचार्यांचे कमी वेळा.

# शुक्रवार, २५ मार्च

## ओव्हल ऑफिस, द व्हाइटहाऊस

पडद्यावर दारूगोळ्याने भरलेल्या तळघरात उभा असलेला एक एफ.बी.आय. एजंट दिसत होता. जमिनीवर बंदुकीच्या गोळ्या, बॉम्बगोळे यांचा खच पडला होता.

"या एजंटाला इथं कशाला उभा केला आहे?'' इल्झ कुरकुरला. गुप्तहेराच्या अंगात बुलेटप्रूफ जॅकेट होते आणि त्यावर अंधारात चमकणारी एफ.बी.आय. अशी अक्षरे होती. "कटवाल्या माथेफिरूंना वाटेल की हे सगळं खोटं, घडवून आणलेलं आहे. एवढा दारूगोळा असताना ते लोक शरण आले यावर कोण विश्वास ठेवेल?''

त्यादिवशी पहाटे पाच वाजायच्या थोडं आधी व्हाइटफिशचा हल्ला यशस्वी झाला होता. फक्त सहा लोक मरण पावले होते, त्यात अतिरेक्यांचा म्होरक्या बिल डेअर हा होता. काही थोडे लोक जखमी झाले होते. दोन स्टेट ट्रूपर्स कामी आले होते.

ही बातमी ऐकल्यावर बेंटनच्या डोक्यावरचे फार मोठे ओझे उतरले. दोन जवानांना जीव गमवावे लागले याची आठवण त्याला मोठ्या प्रयत्नपूर्वक ठेवावी लागत होती. हातांभोवती आवळलेले साखळदंड सुटून पडले होते. आता मनाप्रमाणे कृती करण्याचे थोडेतरी स्वातंत्र्य त्याला लाभले होते. प्रेसिडेंट वेन यांच्याशी बोलताना हा आत्मविश्वास निश्चित कामी येणार होता.

फोनची वेळ सकाळी साडेआठची ठरली होती. त्यावेळी बीजिंगमध्ये रात्रीचे साडेआठ वाजले असणार. तो फोनची वाटच पाहत होता. लॅरी ओल्सेन आणि ॲलन बॉल यांनी एक तास आधी येऊन त्याला अगदी अलीकडची परिस्थिती समजावून सांगितली होती, बोलण्यात येऊ शकणाऱ्या मुद्द्यांवर चर्चा केली होती. इल्झ फोन चालू असताना तिथेच थांबणार होता. ऑलिव्हर वू याच्यावर दुभाषांची आणि नोट्स घेण्याची जबाबदारी होती. प्रेसिडेंटनी काय बोलायचे हे ठरले होते.

फोनची वाट पाहताना ते एकीकडे व्हाइटफिशसंबंधीचे प्रसारण बघत होते.

सर्व अतिरेकी शरण आले होते. बिल डेअर मेल्यावर त्यांचा विरोध संपला होता. तळघरातला दारूगोळ्याचा साठा बघताना, बिल मेला नसता तर काय होऊ शकले असते याची कल्पनाही अंगावर काटा आणणारी होती.

''मी ऐकलं की त्यांच्यापैकीच एकानं बिलवर गोळ्या झाडल्या.'' ॲलन म्हणाला.

''तसं असेल तर गेल्या दोन महिन्यांत एवढी एकच शहाणपणाची गोष्ट केली या लोकांनी.'' लॅरी म्हणाला.

''यांच्यापैकी एक-दोघांना कॅमेऱ्यासमोर आणून 'बेछूट गोळीबार झाला नाही आणि विनाकारण हत्या केल्या गेल्या नाहीत' असे वदवून घ्यायला पाहिजे. मी काट्झेनबर्गरशी बोलतो.'' इल्झ प्रेसिडेंटकडे पाहत म्हणाला, ''ज्युडी पत्रकारांसमोर तुम्ही, एरिन आणि काट्झेनबर्गर यांचे फोनवर संभाषण घडवणार आहे. तुमची स्तुती ऐकू दे या पत्रकारांना!''

बेंटनने मान हलवली पण त्याचे लक्ष फोनकडे होते. वाट पाहणे बरेच लांबले होतं.

फोन वाजला. उचलल्यावरही काही वेळ प्रेसिडेंट वेन यांची वाट बघावी लागली. त्यांचा आवाज ऐकताच बेंटन उल्हसित स्वरात म्हणाला, ''प्रेसिडेंट वेन, तुमच्याशी बोलताना खूप आनंद होतो आहे मला.''

वेन यांनीही त्याच भावना व्यक्त केल्या. वू याने त्यांचे मॅंडरिनमधले बोलणे इंग्रजीत भाषांतरित केले. ''प्रेसिडेंट बेंटन, आपण भेटू शकत नाही याचे वैषम्य वाटते.''

वेन म्हणाले की त्यांची भेट लवकरच होईल अशी त्यांना आशा वाटते. भारतात भरणाऱ्या 'जी-९' या शिखर परिषदेनंतर लगेचही ते बीजिंगमध्ये भेटू शकतील.

'योग्य परिस्थिती निर्माण झाल्याबरोबर त्यांची भेट नक्कीच होणार' अशी बेंटनने त्यांना खात्री दिली. प्रतिक्रिया याच शब्दात व्यक्त करायची असे त्याचे लॅरी आणि ॲलन यांच्याशी ठरलेच होते. त्यानंतर ठरल्याप्रमाणे बेंटनने दोन आठवड्यांपूर्वी चीनने जाहीर केलेल्या कंत्राटांपैकी एकही अमेरिकेला न दिल्याबद्दल स्पष्ट शब्दात नाराजी नोंदवली.

''मला दुःख आहे, प्रेसिडेंट बेंटन,'' वू वेन यांचे बोलणे भाषांतर करून सांगत होता, ''पण व्यापारविषयक निर्णयांच्या बाबतीत मी काहीच ठरवत नाही. ते संबंधित जबाबदार अधिकारी घेतात. तुम्ही सुद्धा तशा निर्णयात मी ढवळाढवळ करीत नाही, नाही का? आपल्या अधिकाराच्या कक्षेत शक्य होईल त्याच सर्व बाबतीत आपण सहकार्य करायला हवं.''

ओल्सेनने डोळे फिरवले.

"मी माझ्या कॉमर्स सेक्रेटरींना तुमच्या ट्रेड मिनिस्टरांच्या भेटीस पाठवू इच्छितो." बेंटन म्हणाला.

"जरूर. त्यांचं स्वागत आहे. अमेरिकेच्या कोणत्याही मंत्र्याचे नेहमीच स्वागत आहे!"

"आपण शक्य तेवढं, जास्तीत जास्त सहकार्य करण्याची गरज आहे."

वेन यांनी ती विनंती मान्य केली. वेन यांनी प्रेसिडेंट बेंटन यांना आणखी काही बोलायचे आहे का असे विचारले.

बेंटनने सांगितले की वेन जर कोणताही प्रस्ताव पाठवू इच्छित असतील तर त्याचं खुल्या दिलाने स्वागत आहे.

ओव्हल ऑफिसमध्ये नीरव शांतता होती.

वेन काहीही बोलले नाहीत.

"प्रेसिडेंट वेन," बेंटन म्हणाला, "आपण मिळून आपल्या दोन्ही देशांची खूप मोठी प्रगती घडवू शकतो. आपण जर एकमेकांवर विश्वास ठेवला, काळजीपूर्वक पावलं उचलली तर आपण स्थैर्य प्रस्थापित करू शकू. प्रगती आणि स्थैर्य या दोन मौल्यवान गोष्टींचं पारितोषिक आपल्या देशांना मिळेल. या आपल्या कामाची इतिहास नोंद घेईल. पण त्यासाठी एकत्र येऊन सहमतीनं कृती केली पाहिजे. आत्ताच, या घटकेला तातडीनं कृतीची नितांत गरज आहे. हीच वेळ आहे."

परत काही वेळ शांततेत गेला. थोड्या वेळाने वेन यांचा मँडरिनमधून बोलल्याचा आवाज ऐकू येऊ लागला.

"ही ऐतिहासिक वेळ गाठण्यासाठी – चांगलाच विश्वास पाहिजे."

"मला मान्य आहे."

"प्रस्ताव मांडण्याआधी – – दोन्ही नेत्यांमध्ये विश्वास निर्माण व्हायला हवा. मग प्रस्ताव. मग इतिहास घडणार." परत काही क्षण बोलण्यात खंड पडला. "एकमेकांच्या ओळखीतून विश्वास येतो. फोनवर बोलणं ठीक पण अपुरं. समोरासमोर भेट हवी."

"हो, पण सहमत होण्यासारखं काहीतरी असलं तर भेट चांगली होईल." बेंटन म्हणाला.

त्याच्या दुभाषाने या वाक्याचे भाषांतर ऐकवले तसे वेन हसले.

त्यावर ते जे म्हणाले त्याचे वूने भाषांतर केले, "सर्वसाधारण सहमती मान्य करू. नेमके तपशील नंतर."

"प्रेसिडेंट वेन, वेळ थोडा आहे. कार्बन उत्सर्जनातील कपातीच्या बाबतीत धाडसी निर्णय घ्यायला हवेत. वीस ते पंचवीस टक्के कपात करण्याचे उपाय

शोधले, तरच आपला टिकाव लागणार आहे.'' वेन यांच्या प्रतिक्रियेसाठी बेंटन जरा वेळ थांबला. त्याने ऑफिसमधल्या कोणाकडेही पाहणे टाळले. नेमके आकडे द्यायचे ठरले तर नव्हतेच, तसे बोलणेही झाले नव्हते. ''प्रेसिडेंट वेन, हे आपल्या दोन्ही देशांसाठी आतिशय जरुरीचं आणि महत्त्वाचं आहे. आज निदान आपण कमाल किमान पातळी ठरवायला हवी. मग संबंधित त्यावर पुढे काम करू शकतील.''

वेन मॅडरिनमध्ये बोलले, वू इंग्रजीत म्हणाला, ''आपण आधी सर्वसाधारण सहमती मान्य करू.''

''हो, आपण सर्वसाधारण पातळींच्या मर्यादा आत्ताच मान्य केल्या तर पुढच्या कामाला वेग येईल. तेच व्हायला हवंय. आपल्यात वीस ते पंचवीस टक्के धरून चालू या का?''

बेंटनच्या मनावर विलक्षण ताण आला होता. तो अधीरपणे उत्तराची प्रतीक्षा करत होता.

''मला असं समजलं की मोंटानातला पेचप्रसंग रक्तपाताविना सुटला.''

बेंटनला अचानक विषय बदलला गेल्याचे आश्चर्य वाटले. कपाळावर आठ्या घालत त्याने एकाक्षरी होकार दिला.

''बरं वाटलं मला.''

''आभार. तुम्ही त्याबद्दल आस्था दाखवलीत, आनंद झाला. आमच्या जवानांनी अवघड वेळ व्यवस्थित सांभाळली. अभिमान वाटतो मला त्यांचा. बरं, मी असं म्हणत होतो की–''

''आमच्याकडेसुद्धा कधीकधी अशी वेळ येते, आमच्या लोकांनाही जावं लागतं.''

बेंटनने तो विषय थांबवत म्हटलं, ''प्रेसिडेंट वेन, आधीच्या विषयाकडे वळू या. पुढे कसं जायचं ते ठरवू या का?''

''हो, हो. आधी आपण समोरासमोर भेटू या म्हणजे विश्वास उत्पन्न होईल. मी प्रेसिडेंट गार्टनर यांना बऱ्याच वेळा भेटलो होतो.''

यावर काय बोलावं तेच बेंटनला समजेना. त्याने लॅरी ओल्सेन यांच्याकडे पाहिले. ते जोरजोराने मान हलवत होते. त्यांनी वैतागून हात हवेत फेकले. वेनना मार्गावर आणणे अशक्य दिसत होते. झोपेचे सोंग घेऊन पडलेल्याला कसे उठवणार? बोलणे आणखी वाढवण्यात एखादा शब्द कमीजास्त जाण्याचा आणि तोच भविष्यात त्रासदायक होण्याचा संभव होता.

बेंटनचा आणखी एक प्रयत्नही वाया गेला. शेवटी तो म्हणाला, ''आपण वारंवार असं बोललं पाहिजे.''

"होय."

"याचा खूप उपयोग होईल."

"बरोबर."

बेंटनने फोन ठेवल्यावर ओव्हल ऑफिसमध्ये नीरव शांतता पसरली होती.

"अशी बेकार बडबड कधीतरी ऐकलीय तुम्ही?" लॅरी ओल्सेनने प्रथम रागाला वाट करून दिली. "आपल्या व्हाइटफिशच्या मोहिमेची तुलना त्यांच्या दडपशाहीशी करतो आहे?"

"त्याच्या बोलण्याचा तसा अर्थ नव्हता." ॲलन म्हणाला.

"तसाच होता. बघा तुम्ही, पुढे कधी आपण त्यांच्या दंडुकेशाहीविषयी बोललो तर लगेच व्हाइटफिश वरून आरडाओरडा करतील!"

"त्यांच्या सगळ्याच गोष्टी वाईट दिसतात तुम्हाला."

"त्या असतातच तशा. जाऊ दे ते. आपल्याला कुठलाही प्रस्ताव मिळणार नाही हे आता नक्की झालंय. वेनसाहेब घट्ट बसून राहणार त्याच्यावर."

"तुम्ही जाऊन भेटावं त्यांना." ॲलन म्हणाला.

बराच वेळ कुणी काही बोललं नाही.

ज्यो बेंटनच्या कपाळावरच्या आठ्या गेल्या नव्हत्या. तो अजूनही फोनकडे पाहत होता. आपण वाजवीपेक्षा जास्त बोललो असे त्याला वाटू लागले. दोन प्रेसिडेंट्स एकमेकांशी बोलत असताना मधल्या सगळ्या पायऱ्या गाळून टाकून सरळ आकडेच ठरवावेत असा त्याचा विचार होता. पण त्याचा काही परिणाम झाला नाही. त्यांना काही करायचेच नाही, शांत बसून राहायचे आहे. जे झाले ते बरोबर नाही झाले, त्या बाजूने काहीही बोलले जात नसताना आपण नेमके आकडे सांगून चूक केली, अशा शंकेने त्याच्या मनात घर करायला सुरुवात केली.

आकडे सांगण्याने काय बिघडले? ते तर काही गुप्त नव्हते आणि ते वेनना कळणे आवश्यकच होते.

पण तरीही कुठेतरी काहीतरी बिनसले होते हे खास!

बेंटनने सगळ्यांकडे पाहत म्हटले, "मला नाही वाटत त्यामुळे काही नुकसान झालं. आणि आपण मागेही सरकलो नाही. बरोबर?"

# सोमवार, २८ मार्च
# ओव्हल ऑफिस, द व्हाइटहाऊस

प्रेसिडेंट वेन यांनी व्यक्तिश: ती गुप्त माहिती कुठल्या वर्तमानपत्राला द्यायला परवानगी दिली असेल हे अशक्य आहे असे ऑलिव्हर वू याला वाटत होते.

"प्रेसिडेंट, त्यामुळे तुमच्या प्रतिष्ठेला फार मोठा धक्का पोचतो. कंत्राटांची गोष्ट वेगळी होती. त्यामागचे खरे कारण फक्त आपल्यालाच माहीत होते. कंत्राटे जरी जगजाहीर केली गेली होती तरी तुम्हाला खाजगीरित्या माघार घ्यायला वाव ठेवलेला होता. या बाबतीत तुम्हाला काहीही करायचे म्हटले तरी मानहानी टाळता येत नाही. मला नाही वाटत की आता वेन यांना असे व्हायला हवे असेल. तसे झालेच तर तुम्ही त्यांच्याशी असे वागाल की, भविष्यात तुमच्याशी कोणताही व्यवहार करणे त्यांना अशक्यच होऊन बसेल. प्रतिस्पर्ध्याच्या अस्मितेला डिवचणे ही दुधारी तलवार आहे हे वेन यांना चांगलेच माहिती आहे आणि या तलवारीची धार तुम्हाला जेवढी वाटते त्याहून कितीतरी आधिक तीक्ष्ण त्यांना वाटते."

"हे मला माहितीच नव्हतं!" बेंटन उदासपणे हसत म्हणाले.

"आणखी एक, तो प्रकार घडल्यानंतरच्या चार दिवसांत चीनमधल्या कोणत्याही प्रसारमाध्यमात त्याविषयी जरासा देखील उल्लेख नाही. मी जे म्हणतो आहे त्याचाच हाही पुरावा नाही का? वेन यांना जर तुम्हाला अडचणीत आणायचं असतं तर ते सगळीकडे प्रसिद्ध झालं असतं."

जॅकी रूबिनला हे समजत नव्हते की फक्त वेन यांच्यावरच संशय का घेतला जातो आहे? "तिथल्या आणखी कुणीही फोडली असेल. नाही का?"

"खरं आहे, पण प्रश्न असा आहे की ती माहिती फोडून त्यांना काय मिळणार होतं?" वू म्हणाला, "पार्टीतल्या उच्चस्तरीय मंडळींपैकी कुणालाच अमेरिकेच्या बऱ्यावाइटात काडीचा रस नाही. व्यक्तिगत फायदा किंवा पार्टीतलं त्यांचं स्थान बळकट होणार असेल वा उंचावणार असेल तरच ते असल्या गोष्टीचा उपयोग करून घेतील. मी अशा प्रत्येकाचा अंदाज घेतला – डिंग, झाई, झुआन, ली–

आणि चाऊसुद्धा. पण मला तरी त्यांच्या उपयोगाचं यात काही सापडलं नाही. स्थायी समितीच्या सभासदांपैकी कुणीतरी उठलं आणि म्हणालं की यात आपल्याला काहीच धोका नाही, तेव्हा यावरचा एक प्रश्न द्या पेरून प्रेसिडेंटच्या पत्रकार परिषदेत. होऊ दे त्या प्रेसिडेंटची नाचक्की. पण एक तर तसं कुणीच जाहीरपणे बोललेलं नाही, आणि त्यांनी हे असं सगळं करण्यात त्यांचा काही हेतू, एखादं सयुक्तिक कारणही दिसत नाही. पार्टीतला सत्तासंघर्ष ज्या मुद्यांवरून सुरू आहे त्याच्याशी काहीही संबंध नसेल, तर अशा प्रकारे माहिती फोडण्याला काडीचीही किंमत नाही.''

''कारण निर्माण करण्यासाठीच जर हे केलं असेल तर?'' इल्झ म्हणाला, ''हे पहिलं पाऊल असेल. यानंतर आपण चीनशी बोलतो आहोत हे फोडलं जाईल.''

''पण तो तर वेन यांच्यावरच हल्ला होईल.''

''शक्य आहे. तोच त्यांचा उद्देश असेल.''

''हे मला सगळं आडवळणाचं वाटतंय. काहीतरी पटण्यासारखं कारण सापडलं पाहिजे. हां, एक शक्यता आहे, माझं पहिलंच गृहीत चुकीचं असेल. आपल्याला अगदीच अज्ञात असलेल्या कुठल्या तरी कारणांसाठी वेन यांनाच प्रेसिडेंटची मानहानी व्हायला हवी असेल. पण शक्यतांची जंत्री तपासायला बसलं ना तर ही शक्यता शेवटच्या पानावरच दिसेल. तुम्ही ऐकलंतच, आज फोनवर बोलतानाही वेन यांच्याकडून व्हाइटफिशचा उल्लेख आला पण या गोष्टीचा जरासा, ओझरता सुद्धा उल्लेख आला नाही.''

''सारांश काय,'' बेंटन म्हणाला, ''चीनच्या बाजूनं माहिती फोडली गेलेली नाही.''

''ऑलिव्हर वू असं सांगतो आहे की वेन यांची शक्यता नाही, पण जर पार्टीपैकीच इतर कुणी फोडली असेल तरी त्यामागचं ठोस कारण किंवा हेतू सापडत नाही, याचा अर्थ तिथं त्यांच्या पार्टीत धुमसणाऱ्या संघर्षाचं, तणावाचं ते द्योतक असू शकतं. ते नीट कळणं आपल्यासाठी अवघड आहे. तेव्हा त्यावर अधिक डोकेफोड करण्याऐवजी आता पुढे काय कारायचं हे ठरवणं महत्त्वाचं आहे.''

बेंटनचं तेच मत होतं. या मीटिंगच्या अखेरीस पुढे कसं जायचं याविषयीचा निदान प्राथमिक स्वरूपाचा निर्णय तरी होणं अपेक्षित होतं.

''ठीक आहे, लॅरी, तुमच्यापासून सुरुवात करू.''

ओल्सेनने प्रेसिडेंटकडे पाहिले. बेंटनला त्या नजरेत त्याने आदल्या दिवशी केलेल्या वृथा आरोपाचा राग आणि दुःख दिसत होते.

''बोला, लॅरी.'' तो परत म्हणाला.

"बऱ्याच गोष्टी आहेत. पहिली, त्या गेलेल्या कंत्राटांबद्दल आपण काहीही केलेलं नाही. त्याला आता तीन आठवडे होऊन गेले. दुसरी, हे मियामी पाण्याखाली जाण्याचं प्रकरण. आमचा क्योटोला आणि बहुपक्षीय वाटाघाटींना पाठिंबा आहे एवढंच आपण जाहीर केलं आहे. तिसरी, प्रेसिडेंट, तुमचं वेन यांच्याबरोबरचं बोलणं. त्यातून समोरासमोर भेट याखेरीज काहीही निष्पन्न झालेलं नाही. त्यांची अशी समजून झालेली दिसते आहे की आपण आपल्या मागणीचा आग्रह सोडून देतो आहोत."

"किंवा आपण यापुढे जगन्मान्य मार्ग अवलंबणार आहोत." ॲलन बॉल धारदार आवाजात म्हणाला.

"ते तसं नाही समजणार. त्यांना वाटणार आपण मार खाल्ला आहे. आपापसात ते तसंच म्हणणार!"

"लॅरी, तुमचं म्हणणं तुम्ही स्पष्ट केलं आहे. डॉक्टर वू?" प्रेसिडेंटनी विचारले.

"मी सेक्रेटरींशी सहमत आहे."

"एव्हाना हे स्पष्ट झाले आहे की चीनच्या शासनाकडून चेनबरोबर काहीही पाठवलं जाणार नाही." ओल्सेन म्हणाला, "आपण धमकी दिली तर ते ती खरी करायचं आव्हान देतात. काय करायचं?"

"बंधनं! हो ना?" बॉलने उतावीळपणे विचारले.

"माफ कर ॲलन, पण मग त्या आव्हानांना कसं उत्तर द्यायचं? ठीक आहे, जिंकू दे त्यांना. ही फाइल मी गठ्ठ्याच्या तळाशी सारून देतो आणि काँगोत शांतता प्रस्थापित करायच्या मागे लागतो."

"प्रेसिडेंट, वेन यांनी तुम्हाला परत बीजिंगच्या भेटीचं आमंत्रण दिलं आहे." बॉल म्हणाला, "ते म्हणतात त्या मार्गानं जाऊन त्यांचा विश्वास का संपादन करू नये?"

"जरूर!" ओल्सेन पुटपुटला, "तिथं ग्रेट हॉलमध्ये शाही मेजवानी देतील आणि परत वर्षभर तंगवत ठेवतील!!"

"मी एक सुचवू इच्छितो, आपण लॅरींना का पाठवू नये?" बेन हॉफमनने कल्पना मांडली.

"केव्हा?" जॉन इल्झने विचारले.

"आत्ता, लवकरात लवकर. माझ्या असं लक्षात येतंय की खूप गोष्टी अस्पष्ट आहेत, त्यात अनिश्चितता आहे. उदाहरणार्थ, चेन वेन यांना काय सांगतो? सर, आजच्या संभाषणातून वेन यांना आपल्याला नेमकं काय सांगायचंय, काय संकेत द्यायचाय हे आपल्याला नीटसं कळलेलंही नाही आणि हे शोधण्याची फार गरज

आहे. तुम्ही स्वत: जाणं योग्य नसेल तर लॅरी यांनी जायला काय हरकत आहे?''

''वेन माझ्याशी बोलणारही नाहीत.'' ओल्सेन म्हणाला.

''त्यांच्या फॉरिन मिनिस्टरांशी तर बोलता येईल ना?''

''चाऊला काही माहिती असेल असं वाटत नाही. त्याच्या हातात काहीही उरलेलं नाही.''

''पण तिथे गेल्यावर तुम्ही काही फक्त चाऊलाच भेटणार नाही. बरोबर ना?'' इल्झ म्हणाला.

ओल्सेन वैतागलेला दिसत होता. कपाळावर आठ्या घालीत तो म्हणाला, ''काय करतो आहोत आपण? त्यांनी कंत्राटांच्या बाबतीत पानं पुसली आपल्या तोंडाला, मग प्रेसिडेंटनी फोन केला तर ताकास तूर लागून दिली नाही म्हणून आता मी जाऊन पाया पडायचं त्यांच्या! आपल्याला काय दाखवायचंय त्यांना?''

लॅरी ओल्सेन कुणापुढे तरी वाकून उभा राहून काहीतरी याचना करीत आहेत या कल्पनेनेही बेंटनला हसू आले.

''काय दाखवायचंय?'' ओल्सेन यांनी परत विचारले.

''काही नाही.'' बेन म्हणाला.

ओल्सेन यांनी हताशपणे मान हलवली.

''तुम्ही जाऊन बोलायचं त्यांच्याशी.'' जॉन म्हणाला, ''लॅरी, पर्यावरणाविषयी आपल्याला वाटणारी चिंता त्यांना माहीत आहे. आपल्याला त्यांच्याकडून कृती हवी आहे याचीही त्यांना स्पष्ट जाणीव आहे. यात काही गुपित नाही, सगळं उघड आहे.''

''ते हा आपला दुबळेपणाच समजतील.''

''आपण मार खाल्ला आहे असं तुम्ही म्हणताच आहात ना? मग आणखी काय दुबळेपणा समजायचा राहिला आहे?''

''जॉनचं बरोबर आहे.'' प्रेसिडेंट म्हणाले, ''लॅरी, तुम्ही जाण्यानं नुकसान काय होईल? आपण दुबळे नाही हे दाखवायचं असेल तर काहीतरी जोरदार कृती करायला हवी. ती परिणामकारक होण्यासाठी, पूर्ण तयारीनिशी होण्यासाठी आधी शत्रूकडली जास्तीत जास्त खबर असणं योग्य नाही का? वेन कदाचित भेटतीलही तुम्हाला. चाऊंना सगळं माहीत असण्याची शक्यता आहे.''

''प्रेसिडेंट–''

''डॉक्टर वू, अहो, हात वर करण्याची गरज नाही, बोला.'' बेंटन हसत म्हणाला.

''माफ करा.'' वू म्हणाला, ''माझ्या मते सेक्रेटरींचं बरोबर आहे. आपण त्यांच्या दाराशी जाणं हा दुबळेपणाच ठरेल. चीनच्या विशिष्ट राजकीय दृष्टीनं पाहिलं तर असं याचक बनून जाणं फारच वाईट ठरेल.''

"म्हणजे आपल्याला त्यानंतर लगेच काहीतरी करून दाखवायला लागेल. हा मार्ग बरा वाटतो मला. ॲलन?"

"बंधनं लादून संघर्षाला तोंड फोडण्यापेक्षा बरा." बॉल खांदे उडवत म्हणाला. "भेटीचं सगळं ठरवायला किती वेळ लागेल?"

लॅरा ओल्सेन गप्प होते.

"लगेच करता येईल." वू म्हणाला, "चाऊ तयार असेल तर एक-दोन आठवडे."

"लॅरी?" प्रेसिडेंट ओल्सेन यांचे निरीक्षण करीत होते. ते अनुकूल नसले तरीही त्यांनी चीनला भेट द्यावी असं प्रेसिडेंटना वाटत होते. खरे म्हणजे त्यांना जायची इच्छा नाही म्हणूनच त्यांनी जायला पाहिजे होते, कारण त्यांच्या स्वत:च्या नसलेल्या पण सर्वानुमताने ठरलेल्या एखाद्या योजनेप्रमाणे त्यांना काम करताना पाहण्याची बेंटनची इच्छा होती. यावेळी जर त्यांनी नकार दिला असता तर ॲलनचे म्हणणे बरोबर ठरले असते, त्यांना मंत्रिमंडळात ठेवणे उचित झाले नसते.

बेंटनने बॉलकडे पाहिले. इतक्या वेळात एकदाही ओल्सेनकडे ढुंकूनही न पाहणारा ॲलन बॉल त्या क्षणी ओल्सेनकडे अपेक्षेने बघत होता.

"लॅरी?" बेंटनने परत विचारले.

कपाळावरच्या आठ्या वाढवत लॅरी म्हणाले, "मला थोडा विचार करू दे."

## मंगळवार, २६ एप्रिल

## झोंगनान्हाय गव्हर्नमेंट कॉम्प्लेक्स, बीजिंग

छायाचित्रकारांच्या कॅमेऱ्याचे फ्लॅश बल्बज एकामागे एक उडत होते, असंख्य फोटो काढले जात होते. आदल्या सायंकाळी फॉरिन मिनिस्टर चाऊ यांनी दिलेल्या शाही खान्याने लॅरी ओल्सेन यांच्या चीन भेटीचा आरंभ झाला होता. आता सकाळचे दहा वाजले होते, टियानानमेन चौकाच्या बाजूला असलेल्या विराट शासकीय संकुलातल्या एका दालनात टेबलाभोवती मांडलेल्या खुर्च्यांपैकी चाऊ यांच्यासमोरच्या खुर्चीत लॅरी ओल्सेन बसले होते. त्यांच्या बाजूच्या खुर्च्यांवर बसलेल्या दहा-बारा लोकांच्यात त्यांच्या खात्यातल्या चीनसाठीच्या अंडरसेक्रेटरी एलिझाबेथ डीन, बीजिंगमधले अमेरिकेचे राजदूत एल्विन फिन्क्लर होते. तेवढ्याच संख्येने चिनी अधिकारी समोरच्या खुर्च्यांवर स्थानापन्न झाले होते.

ही मीटिंग एक तासाची होती, त्यानंतर दीड तास काही ठरलेल्या विषयांवर लहान गटांत विभागून चर्चा होणार होत्या. त्या वेळी लॅरी आणि चाऊ यांची मीटिंग होणार होती. दुपारी चर्चा चालूच राहणार होत्या. लॅरी त्या वेळात प्राईम मिनिस्टर झाई मिंग आणि व्हाइस प्राईम मिनिस्टर मा ग्वांगेन यांना भेटणार होते. प्रेसिडेंट वेन यांच्या भेटीसाठी वीस मिनिटे राखून ठेवली होती, पण ती भेट अजून निश्चित झाली नव्हती आणि त्यामुळे त्याविषयी पत्रकारांना काहीही सांगण्यात आलेले नव्हते. या बरोबर लॅरी ओल्सेन यांचा शासकीय दौरा संपणार होता. संध्याकाळी ते बीजिंग अमेरिकन चेंबर ऑफ कॉमर्सच्या सभासदांना भेटणार होते. रात्री असोसिएशन ऑफ अमेरिकन युनिव्हर्सिटीज इन चायना यांनी आयोजित केलेल्या जेवणाच्या कार्यक्रमात प्रमुख पाहुणे म्हणून उपस्थित राहणार होते. दुसऱ्या दिवशी सकाळी काही निवडक मुख्य कार्यकारी अधिकाऱ्यांसमवेत नाश्ता घेऊन ते जपानला रवाना होणार होते. जपानच्या एका दिवसाच्या दौऱ्यानंतर ते मायदेशी परतणार होते.

छायाचित्रकार दालनाबाहेर गेल्यावर चाऊ बोलायला उभे राहिले. ते मूळचे शांघायचे. त्यांची चिनी भाषा शांघायनीज धाटणीची असल्याने ओल्सेन यांना ती

कळायला जड जात होती. काही वेळाने त्यांनी तो प्रयत्न सोडून दिला आणि ते त्यांच्या डाव्या बाजूला बसलेल्या ऑलिव्हर वू याचे भाषांतरच ऐकू लागले. चाऊ यांनी या भेटीला सुयश चिंतले. ओल्सेन यांनी पण तीच भावना प्रदर्शित केली. चाऊ यांच्या मागे बसलेल्या दुभाषाने भाषांतर ऐकवले. ''ही आपली पहिलीच मीटिंग आहे. हा शुभारंभ झाला आहे, पुढे उत्तम प्रगती होईल अशी खात्री बाळगू या.''

सर्वांनी हसतमुखाने माना डोलावल्या.

नंतर झालेल्या चर्चेचे नेतृत्व डॉ. डीन यांनी केले. चीनच्या बाजूने मुख्यत्वे चीनच्या फॉरिन मिनिस्ट्री अमेरिकेसाठीचे डायरेक्टर जनरल बोलत होते. गेली वीस वर्षे चर्चा होत असलेलेच विषय चर्चेला होते – व्यापार, कोरिया, ऊर्जा संरक्षण इत्यादी. तैवान, इंटरनेटचा अनिर्बंध वापर, मानवी हक्क, अमेरिकेने मानवी हक्काचा विषय काढला की चीनकडून उकरला जाणारा कोलंबियातली अमेरिकन सेनेची उपस्थिती, हे कार्यक्रमपत्रिकेवर न लिहिलेले विषय लॅरी आणि चाऊ यांच्या खाजगी मीटिंगमध्ये निघणार होते.

छोट्या गटातील चर्चेसाठी लोक पांगले. लॅरी, चाऊ, त्यांचे दुभाषे आणि त्यांचा एकेक मदतनीस असे एका लहान खोलीत जमले. यावेळी ते आरामखुर्च्यात बसले. चहा-कॉफी दिली गेली.

''सेक्रेटरी, आपल्याला आणखी काही हवं आहे का?'' चाऊ यांनी इंग्रजीत विचारले.

''नाही, कॉफी ठीक आहे.'' ओल्सेन म्हणाले. त्यांना कॉफी, इतरांना चहा देऊन सेविका खोलीबाहेर गेली.

''सेक्रेटरी, या निमित्ताने आपली ओळख होते आहे याचा मला अतिशय आनंद होत आहे.'' चाऊ म्हणाले.

''मलाही, मिनिस्टर.'' ओल्सेन म्हणाले. चाऊ यॉंग हे उत्साही पण तापट, चीन आणि पार्टी याविषयी अतिशय संवेदनक्षम म्हणून प्रसिद्ध होते. कुणी त्याबाबतीत जरा जरी अवमानकारक बोलले तरी ते चिडत आणि तिखट प्रतिक्रिया देत.

''काही गोष्टींविषयी आपल्याशी चर्चा करायची होती.'' चाऊ म्हणाले.

''जरूर. बोला.'' ओल्सेन म्हणाले.

चाऊ यांनी मॅंडरिनमधून सुरुवात केली. केंचुकी प्रांतात कुठेतरी एक चिनी विद्यार्थी तुरुंगात होता. ओल्सेनला काही माहिती दिली गेली नव्हती. 'मी पाहतो' एवढेच तो म्हणू शकला. पण चाऊ यांनी त्यांच्या मदतनिसाकडून एक पाकीट घेऊन ते ओल्सेन यांच्या हातात दिले. वकिलातीच्या पातळीवर सहज घेता येऊ शकणारा विषय बहुधा मानवी हक्काकडे वळण्याची प्रस्तावना होती.

ओल्सेननीही त्यांच्या मदतनिसाकडून घेऊन एक कागद चाऊ यांच्याकडे दिला. चिनी सरकारने विनाकारण स्थानबद्ध करून ठेवलेले काही पर्यावरणाचे आंदोलक, इंटरनेटवर सरकारविरुद्ध मतप्रदर्शन करणारे पत्रकार अशा अमेरिकन लोकांची ती यादी होती. तोंडावर असमर्थतेचे भाव आणीत चाऊ यांनी ती यादी घेतली आणि 'स्वत: प्रेसिडेंटनी यात लक्ष घालण्याची विनंती केली आहे' हे ओल्सेन यांचे सांगणेही त्याच अलिप्ततेने ऐकले.

''मिनिस्टर, अशा बाबी परत परत आम्हाला तुमच्याकडे आणायला लागू नयेत अशी इच्छा आहे.''

''मग नका आणू!'' चाऊ इंग्रजीत म्हणाले.

''जिथं जिथं शक्य आहे तिथं लोकशाही तत्वांना पाठिंबा देण्यास आम्ही वचनबद्ध आहोत. फार पूर्वीपासून, प्रेसिडेंट ट्रुमन यांच्या काळापासून अमेरिकन सरकारने या धोरणाचा पाठपुरावा केलेला आहे. सध्याचं शासनही ती जबाबदारी गंभीरपणे पार पाडेल. आमच्याकडून आम्ही सर्वतोपरी सहकार्य करू.''

''पीपल्स रिपब्लिक ऑफ चायनाच्या सरकारला या बाबतीत अमेरिकन शासनाच्या कोणत्याही मदतीची गरज नाही.'' चाऊ यांनी मँडरिनमध्ये दिलेल्या उत्तराचे भाषांतर त्यांच्या तरुण दुभाषीने अमेरिकन पद्धतीच्या इंग्रजी उच्चारात ऐकवले.

''मग आपल्याला अमेरिकेकडून कोणती मदत हवी आहे?'' ओल्सेनने विचारले.

चाऊ हसले. ''हा अगदी मित्रत्वाने केलेला प्रश्न आहे!''

''मिनिस्टर, आपण सगळे मित्र आहोत अशीच माझी आशा आहे.''

''होय, माझीही.''

''प्रेसिडेंट बेंटनना या प्रश्नाचं उत्तर मिळालं तर खूप आनंद होईल.''

''मी तुमच्या प्रश्नाची नोंद घेतलेली आहे.'' ओल्सेन यांनी दिलेला कागद मदतनिसाकडे देता देता चाऊ जराशा बेपर्वाईने म्हणाले.

''काही नेमकं सांगू शकतो का मी प्रेसिडेंटना?''

''अमेरिकन लष्कराने कोलंबियन प्रदेशाचा घेतलेला ताबा ही माझ्या शासनाच्या चिंतेची बाब आहे. एका देशाचं लष्कर दुसऱ्या सार्वभौम देशात असणं याला चीन पाठिंबा देऊ शकत नाही.''

आता चीनला खरंच कोलंबियाची चिंता होती अशा थाटात 'कोलंबियातील हस्तक्षेप' यावरील पुराण अथपासून इतिपर्यंत ऐकावे लागणार या विचाराने ओल्सेनने नि:श्वास टाकला.

चाऊ यांनी प्रेसिडेंट शॉक्रॉस यांनी कोलंबियात लष्कर पाठवायचा निर्णय घेतला तिथपासूनचा सगळा इतिहास ऐकवला. ओल्सेन यांनी वेळोवेळी वस्तुस्थिती सांगून त्यांच्या गैरसमजुती दूर केल्या. एका आठवड्यापूर्वीच प्रेसिडेंट बेंटन

यांनी कोलंबियाचे प्रेसिडेंट लोबिनास यांची वॉशिंग्टनमध्ये भेट घेतल्याचे आणि त्या भेटीत प्रेसिडेंट लोबिनास यांनी अमेरिकेच्या हस्तक्षेपामागील उद्देश स्पष्ट करणाऱ्या 'कार्टाजेना पॉइंट्स'ना त्यांचा पाठिंबा परत एकदा जाहीर केला असल्याचे सांगितले. चाऊंच्या मते त्यात काही बदल आवश्यक होते. ते म्हणाले, ''सेक्रेटरी, या मुद्द्यांवर आम्ही आंतरराष्ट्रीय व्यासपीठावर चर्चा करीत राहणार आणि आपल्या दोन देशांमधील संबंधात सुधारणा घडवून आणताना हा मुद्दा बाजूला ठेवता येणार नाही. तीच गोष्ट अमेरिकन शासनाच्या तैवानविषयीच्या धोरणालाही लागू आहे. ही आपली पहिलीच मीटिंग असल्याने पीपल्स रिपब्लिक ऑफ चायनाच्या सरकारची या बाबतीतली भूमिका मी तुमच्यासमोर स्पष्ट करू इच्छितो.''

ती भूमिका जगातली सर्वांत स्पष्ट भूमिका होती, पण तरीही चाऊंनी ती पुढचा एक तास वर्णन करून सांगितली. पार दुसऱ्या महायुद्धाच्या अखेरीला जपानी फौजांनी शरणागती पत्करली तिथपासून सुरुवात करून इतिहासाचे पदर उलगडून प्रत्येक पलटी, प्रत्येक वळण दाखवले. अमेरिकन काँग्रेसचा एकोणीसशे एकोणऐंशी सालचा 'द फोर कम्युनिक्स' हा तैवान रिलेशन्स ॲक्ट, तैवान स्टेट आणि तैवानसमोरच्या तीन प्रांतांत हवाई आणि नौदलाच्या किती तुकड्या तैनात करायच्या याची मर्यादा निश्चित करणारा वीसशे सतराचा मॅनिला अंडरस्टँडिंग हा करार. या करारावर ते जरा जास्त रेंगाळले, कारण त्यांना त्याची चिरफाड करायची होती. तो करार कसा उघड उघड अन्याय्य आहे आणि त्याच्या अटी पाळणे कसे अशक्य आहे हे त्यांनी आंतरराष्ट्रीय राजकीय जगतात 'चाऊ ट्रीटमेंट' म्हणून प्रसिद्ध असलेल्या त्यांच्या खास शैलीत समजावून सांगितले. थोडा इतिहास, बाकीचे त्यांचे वादग्रस्त तत्त्वज्ञान. पण प्रत्येकाला हे प्रवचन एकदा तरी ऐकावेच लागायचे. ते संपले तेव्हा त्याच्या भेटीची वेळही जवळ जवळ संपत आली होती.

''मला आणखी एक गोष्ट बोलायची होती.'' ओल्सेन म्हणाले.

चाऊ यांनी त्यांच्याकडे निर्विकार नजरेने पाहिले.

''मिनिस्टर, आपल्याला दोन मिनिटं एकांतात बोलता येईल?''

''तुमची इच्छा असेल तर.'' असे म्हणून त्यांनी त्यांच्या दुभाषीला आणि मदतनिसाला बाहेर जायची खूण केली. वू आणि ओल्सेन यांचे मदतनीसही बाहेर गेले.

''मिनिस्टर, मला कार्बन उत्सर्जनाविषयी चर्चा करायची आहे.'' ओल्सेन इंग्रजीत म्हणाले.

तशाच निर्विकार नजरेने त्यांनी विचारले, ''चर्चा करण्यासारखं काय आहे?''

ओल्सेन जरासे अडखळले. त्यांनी सावधपणे प्रश्न टाकला, "क्योटोविषयी तुम्ही समाधानी आहात?"

"क्योटो पहिल्यापासून विकसनशील देशांच्या बाबतीत अन्याय करत आली आहे." चाऊंनी ठरीव उत्तर फेकले.

"तुम्ही चीनच्या अर्थव्यवस्थेलाही विकसनशील म्हणता का?"

"म्हणतोच."

"तुमचा जी.डी.पी. सध्या अमेरिकेपेक्षा जास्त असून सुद्धा?"

"खाणारी तोंडं एकशे साठ कोटी आहेत, सेक्रेटरी. अमेरिकेत किती आहेत?"

ओल्सेनला यात अडकून पडायचे नव्हते. त्याने 'मान्य' अशी मान हलवत त्यांना वेगळ्या मार्गाने विचारले, "आणि क्योटोखेरीज, त्याच्या बाहेर?"

"क्योटोखेरीज दुसरं काय आहे, सेक्रेटरी?"

हा काय प्रश्न होता? का तेच उत्तर होतं?

काही वेळ कुणीच बोललं नाही.

चाऊ यांच्या नजरेत अपेक्षा डोकावत होती हे ओल्सेनच्या लक्षात आले होते. "तुम्हाला नेमकी कशाबद्दल चर्चा करायची आहे, सेक्रेटरी?"

"मला या गोष्टीची खात्री करून घ्यायची आहे की आपले दोन्ही देश या कार्बन उत्सर्जनाच्या, पर्यावरणाच्या समस्येवर एकत्रितपणे काम करतील आणि जसा अमेरिकेच्या शासनाने याला अग्रक्रम दिला आहे, तसा पीपल्स रिपब्लिक ऑफ चायनाचे शासनही देत राहील."

चाऊ यांनी खांदे उडवले. "प्रत्येक देशाच्या विकासाची पातळी लक्षात घेतलीच पाहिजे. अमेरिका, द युरोकोअर आणि इतर विकसित अर्थव्यवस्था जेव्हा आपापली जबाबदारी पार पाडतील, त्यावेळी चीनचे सरकारही या प्रश्नाबाबत मतैक्य मिळवण्यासाठी आपल्या शक्तीनुसार शक्य ते सर्व काही करेल."

ओल्सेन स्थिर नजरेने बराच वेळ त्यांच्याकडे पाहत राहिला. हे पाठ केलेले उत्तर होते. कमी नाही, जास्त तर नाहीच. कुठला लपलेला अर्थ नाही, दडलेला इशारा नाही. कदाचित चाऊ यांना वॉशिंग्टनमध्ये काही वेगळी बोलणी चालू आहेत हे माहीतीही नसावे. इथे येणे आणि विशेषत: चाऊ यांच्याशी बोलणे हा वेळेचा अपव्यय आहे, वेळ वाया घालवणे आहे असंच ओल्सेन यांना वाटू लागले. चाऊ यांच्याकडे काहीही सत्ता नव्हती!!

"आणखी काही, सेक्रेटरी?"

"नाही, काही नाही."

चाऊ ऊठून उभे रहात म्हणाले, "चला, जेवायला जाऊ."

दुपारी ठरल्याप्रमाणे तो झाई आणि मा यांना भेटला. दोन्ही मीटिंग्जला चाऊ हजर होते. पार्टीच्या अग्रेसर नेत्यांपैकी झाई यांना ओल्सेन सर्वांत जास्त ओळखत होता. खूप वर्षांपूर्वी संयुक्त राष्ट्रसंघांची शांतता फौज स्थापन करताना झालेल्या वाटाघाटीत त्या दोघांनी भाग घेतला होता. त्यावेळी तारवटलेल्या डोळ्यांनी त्यांनी रात्र रात्र बरोबर जागून चर्चा केल्या होत्या. पण त्या बहुतेक वेळा टेबलाच्या विरुद्ध बाजूंना बसून. एका बाजूला बसण्याची वेळ अगदी क्वचितच! जुना मित्र भेटल्यावर करावे तसे त्यांनी एकमेकांचे स्वागत केले.

चर्चा वरवरच्या होत्या. क्योटोचा विषय काढल्यावर मा यांनी मौनच पत्करले आणि झाई यांनी चाऊ यांचीच री ओढली, फक्त जरा स्नेहपूर्ण शब्दांत. एका ठिकाणाहून दुसरीकडे जाताना ओल्सेन आणि झाई दहा मिनिटे दोघेच एकत्र होते. पण त्याचाही काही उपयोग झाला नाही. सगळे ठरवून एकच पाढा पाठ म्हणून दाखवत होते. सगळ्यांनी संयुक्त आघाडीच उघडली होती. क्योटो किंवा काही नाही. क्योटो दुबळी, अंमलबजावणी न करता येण्यासारखी आणि चीनवर घोर अन्याय करणारी... वगैरे!

आता फक्त वेन यांची भेट उरली होती. वीस मिनिटे. त्यातली पाच मिनिटे फोटो वगैरे. बोलायला पंधरा मिनिटे. तसे पहायला गेले तर खूप वेळ. ओल्सेनना माहीत होते, कधी कधी एखाददोन वाक्येही पुरेशी असतात.

चाऊ, ओल्सेन आणि त्यांचा लवाजमा 'रेड कार्पेट'वरून भेटीच्या खोलीकडे गेले. दार उघडले जाताच ओल्सेनच्या लक्षात आले की तिथे पत्रकार नव्हते, छायाचित्रकार नव्हते. व्हाइस प्रेसिडेंट हुई त्यांची वाट पाहत उभे होते. काहीही अधिकार नसलेले नावाचे व्हाइस प्रेसिडेंट. त्यांच्या मागे कुणीतरी उभं होतं. ओल्सेनने पाहिलं, ते डिंग होते.

हुई यांनी बोलायला सुरुवात केली. ते आणि त्यांचा दुभाषा जवळ जवळ एकाच वेळी बोलत होते.

''सेक्रेटरी ओल्सेन, प्रेसिडेंट वेन यांनी मनापासून दिलगिरी व्यक्त केली आहे. ते आज तुम्हाला भेटू शकणार नाहीत. मी त्यांच्या वतीने आपली क्षमा मागतो.'' असे म्हणून हुई यांनी ओल्सेन यांच्याशी हस्तांदोलन केले.

''प्रेसिडेंट वेन यांना सांगा की त्यांनी त्यांच्या जागी, व्हाइस प्रेसिडेंट हुई, तुम्हाला त्यांनी पाठवलं याचा मला आनंद वाटला.''

''प्रेसिडेंट वेन यांची जागा कुणीच घेऊ शकत नाही, सेक्रेटरी.'' डिंग म्हणाले.

यावर सगळेच हलकेसे हसले.

डिंग यांनीही पुढे येऊन ओल्सेन यांच्याशी हसतांदोलन केले. ''प्रेसिडेंट वेन यांनी मलाही तुमची क्षमा मागायला सांगितली आहे.''

"मिनिस्टर डिंग, मी आभारी आहे तुमचा."

"आपण बसा ना." हुई यांनी चार आरामखुर्च्यांकडे बोट करीत म्हटले. आरामखुर्च्यांच्या मागे दोन ताठ पाठींच्या खुर्च्या दुभाषांसाठी ठेवल्या होत्या.

ते बसले. चौथ्या आरामखुर्चीवर चाऊ बसले. त्यांच्या बरोबर आलेला लवाजमा खोलीच्या दुसऱ्या बाजूला उभा राहिला होता.

"प्रेसिडेंट वेन यांना हे जाणून घ्यायचे आहे की आपल्या मीटिंग्ज फलदायी झाल्या की नाही?" हुई म्हणाले.

"खूपच." ओल्सेन म्हणाले, "त्यांना भेटता न आल्याने मात्र फार निराशा झाली."

"होय." हुई म्हणाले.

"प्रेसिडेंट वेन आले असते तर इथं पत्रकार आणि छायाचित्रकारांची भाऊगर्दी उसळली असती आणि मग असं शांतपणे बोलायला मिळालं नसतं." डिंग म्हणाले.

"छायाचित्रकार निघून गेलेच असते." ओल्सेन म्हणाला.

"हो," डिंग म्हणाले, "ही प्रेसची लोकं फार त्रासदायक असतात, नाही का?"

"मला वाटतं ती एक प्रकारची किंमतच मोजत असतो आपण." ओल्सेन म्हणाले.

"वैताग आणतात अगदी." हुई हसत म्हणाले.

"पण कधी कधी ही प्रेसची लोकं वैतागाच्याही पुढे जातात. सेक्रेटरी ओल्सेन, मला वाटतं तुम्ही हे मान्य कराल." हे बोलत असताना डिंग यांचा चेहरा गंभीर होता.

ओल्सेन डिंग यांच्याकडे रोखून पाहत होते, का ते हा विषय ताणत आहेत? "प्रेसचं स्वातंत्र्य हे लोकशाहीचं फार महत्त्वाचं लक्षण आहे, श्रीयुत डिंग." ओल्सेन काळजीपूर्वक बोलत होते, "त्याचा आपल्याला वाटणारा त्रास ही त्याची किंमत देणं हे योग्यच आहे."

"प्रेसिडेंट बेंटन यांनाही काही आठवड्यांपूर्वी असा त्रास झाला होता, नाही?"

ओल्सेनने उत्तर दिले नाही. ते डिंग यांच्याकडे एकाग्रतेने बघत होते.

"प्रेसिडेंट वेन यांनी त्या बद्दल खेद व्यक्त केला आहे. त्यांना बरं नाही वाटलं त्याचं."

ओल्सेन यांनी चाऊ यांच्याकडे पाहिले. त्यांच्या चेहऱ्यावर अपेक्षित भाव नव्हते. हुई पण निर्विकार दिसले.

ओल्सेन यांनी डिंग यांच्याकडे वळून म्हटले, "मी म्हणालो ना, असा क्वचित त्रास ही योग्य किंमत आहे."

डिंग यानी मान डोलावली. "बरोबर आहे."

"प्रेसिडेंट बेंटन यांना अशी आशा आहे की आमचं आणि तुमचं शासन लवकरच खूप एकत्र काम करेल." ओल्सेन म्हणाले.

"होय." हुई म्हणाले, "आपल्या शासनांनी सहकार्य केलं पाहिजे."

"तुम्ही प्रेसिडेंट वेन यांचे शब्द प्रेसिडेंट बेंटन यांच्यापर्यंत पोचवलेत तर ते त्यांना आवडेल." डिंग म्हणाले, "त्यांनी मला तसं तुम्हाला सांगायला सांगितलं आहे. हे त्यांना खूप महत्त्वाचं वाटतं आहे."

डिंगही ओल्सेन यांच्याकडे निरखून बघत होते. ओल्सेन यांनी मान हलवली. "प्रेसिडेंट वेन यांना सांगा, की मी ते निश्चित पोचवेन."

# बुधवार, २७ एप्रिल
# अमेरिकन एम्बसी, टोकियो

टोकियोत मध्यरात्र झाली होती. वॉशिंग्टनमध्ये सकाळचे अकरा वाजले होते. लॅरी ओल्सेन यांच्याशी प्रेसिडेंट संरक्षित टेलिफोन लाइनवर बोलत होते. दुसऱ्या कोणीही त्यांचे संभाषण ऐकले असते तर त्याला कुठली तरी न समजणारी गूढ भाषा ऐकू आली असती. जॉन इल्झ आणि ॲलन बॉल प्रेसिडेंटसमवेत बोलणे ऐकत होते. प्रेसिडेंटनी लॅरी यांना डिंग नेमके काय म्हणाला, ते परत एकदा सांगायला सांगितले.

''म्हणजे वेन यांच्याच कुणातरी माणसाने हे फोडले आहे.'' जॉन म्हणाला, ''आणि कुणीतरी ते फोडल्याबद्दल वेन खेद व्यक्त करीत आहेत!''

''तसंच झालं असेल असं नाही.'' ओल्सेन म्हणाले. ''जे घडलं त्याबद्दल त्यांना खेद आहे, त्यांनी ते घडवलं असं ते म्हणत नाहीत. प्रेसिडेंट, यातून वेन कसली तरी जबाबदारी स्वत:वर घेत आहेत का हे कळत नाही. पण एक गोष्ट दिसते की तुम्ही अडचणीत आलेलं त्यांना नको आहे. याच्याशी त्यांचा संबंध नसूनसुद्धा तुम्ही पेचात पकडले गेलात हे, डिंग यांनी वापरलेल्या शब्दांत सांगायचं तर 'त्यांना बरं वाटलेलं नाही.' ''

''हे चांगलं लक्षण समजायचं का?'' प्रेसिडेंटनी विचारले.

''माझ्या मते, हो. याचा अर्थ असा घेता येईल की ते तुम्हाला शत्रू तरी समजत नाहीत. शत्रूचा अपमान झालेला कुणालाही हवा असतो. एखाद्याची मानहानी झाली तर मग त्याच्याशी कधी मैत्री करता येत नाही. तेव्हा, हो, हे चांगलं लक्षण आहे.''

''ते कदाचित खोटं बोलत असतील.'' इल्झ प्रेसिडेंटकडे पाहत म्हणाला.

''जॉन, काय म्हणालास तू? नीट ऐकू नाही आलं.'' ओल्सेन टोकियोहून म्हणाले.

''मी म्हटलं, ते खोटं बोलत असतील. त्यांना खरं म्हणजे आनंद झाला असेल, पण ते दु:ख झालं असं भासवीत असतील, म्हणजे त्यांना परत तसंच करता येईल.''

"जॉन, मला नाही तसं वाटत."

"तुम्ही त्यांच्या शब्दांवर जाणार आहात का?"

ओल्सेन हसले. ते कधीच शब्दांवर जात नसत. "मला वाटतं, वेन असं म्हणत आहेत की प्रेसिडेंटना पेचात पकडलं हे उघड आहे, कदाचित त्यांना ते कसं घडलं हे माहीत असेल किंवा नसेल, पण कसंही असलं तरी त्याविषयी त्यांना खेद वाटतो आहे. आणि त्यांनी हे घडवून आणलं किंवा त्यामुळे त्यांना काही फायदा झाला, असं आपल्याला वाटू नये अशी त्यांची इच्छा आहे. प्रेसिडेंट, त्यावेळी चीनमधल्या प्रसारमाध्यमांनी याला काहीही प्रसिद्धी दिलेली नाही, अजूनही नाही हे आपण बघितलंच आहे. मला वाटतं शासनानंच तातडीनं तसा आदेश दिला असावा."

बेंटन काही वेळ विचार करीत राहिला. नंतर म्हणाला, "मग, आता कुठे आहोत आपण?"

"एक तर मला वाटतं वेन स्वत: यात लक्ष घालत आहेत." ओल्सेन म्हणाला, "आणि दुसरं, ते तुम्हाला असं सांगत आहे की तुम्हाला जाहीररित्या अपमानित करण्याचा त्यांनी प्रयत्न केलेला नाही, त्यांचा तसा इरादाही नाही."

"आणखी कुणाला याविषयी माहिती आहे?" बेंटनने विचारले.

"कालच्या सगळ्यांच्या बोलण्यावरून, कुणालाही नाही. झाई मिंग यानंही काही वेगळं सांगितलं नाही. त्याला तर तशी संधीही मिळाली होती."

"कुणालाही माहीत नाही, हे शक्य आहे असं वाटतं तुम्हाला?" इल्झने शंका काढली.

"नाही. कुणाला तरी माहिती असलंच पाहिजे."

"डिंग?"

"नसावं. तो स्वत:चं काहीतरी बोलला असता. तो बहुधा निरोप्याच असावा. वेन यांनी त्याला सांगितलं, ते त्यानं मला सांगितलं."

"वेननीच त्याला सांगितलं असेल कशावरून?" बॉलने विचारले, "तो आपल्या मनानंच बोलला असेल."

"तो हुई आणि चाऊ यांच्यादेखत बोलला आहे. खोटं असेल तर ते उलटेल त्याच्यावर."

वेन यांचे बोलणे, वागणे बेंटनला कोड्यात टाकणारे वाटत होते. "जर त्यांनी हुई आणि चाऊ यांना बाजूला ठेवले असेल आणि, समजा, फक्त डिंगला सांगितले असेल तर यातला एकजण किंवा दोघंही ते शोधून काढतील तेव्हा काय होईल?"

ओल्सेन यांनी 'बाप रे' या अर्थी डोळे फिरवले. "प्रेसिडेंट, त्यांच्या पार्टीच्या बड्या धेंडांच्यात मारामारी नाही ना लावायची तुम्हाला? त्या प्रदेशात पाऊलसुद्धा टाकू नका, कधी सुरुंगावर पाय पडेल सांगता येणार नाही."

“पण पोतडीत असं काही असलेलं वाईट नाही. भविष्यात उपयोगी पडेल. नाही का?”

“पोतडीत? बाप रे!” ओल्सेन म्हणाले, “फार दूरच्या भविष्यात–!”

लॅरी घाबरलेले पाहणे ही अपवादात्मक गोष्टच होती त्यामुळे जॉन आणि ॲलन यांच्याकडे पाहून बेंटन मजेत हसला.

“बरं, जपानी मंडळी कुरील बेटांबद्दल काय म्हणतात?” बेंटनने विचारले.

दुसऱ्या महायुद्धानंतर रशियाने आक्रमण करून जपानकडून कुरील बेटांवरचा ताबा हिसकावून घेतला होता, तेव्हापासून ती बेटे हा जपान आणि रशिया यांच्यातल्या वादाचा एक कायमचा मुद्दा होता. मागच्याच वर्षी जपानी जहाजांनी त्या बेटांच्या हद्दीत वारंवार अतिक्रमण केल्याने तो वाद परत एकदा ऐरणीवर आला होता. जपानला ती बेटे परत मिळवायची होती आणि त्यासाठी त्यांना अमेरिकेचा पाठिंबा हवा होता. या भेटीत तो विषय असणारच हे ओल्सेनला आधीच माहीत होते.

“जपानला ती बेटे परत मिळायला आधीच खूप उशीर झाला आहे आणि ते लवकरात लवकर होण्यासाठी मदत करणे ही अमेरिकेची ऐतिहासिक जबाबदारी आहे असं होनोसावा मला अर्धा तास समजावून सांगत होते.”

“मग तुम्ही काय सांगितलंत त्यांना?” इल्झने विचारले.

“मी पण मग अर्धा तास त्यांना आणखी मागे ओढून नेलं आणि ऐतिहासिक जबाबदारी वगैरे बोलायच्या आधी रशियाच्या घशात ती गेली, त्या पूर्वीच्या दहा वर्षांत जे घडलं ते आठवायला सांगितलं. त्यांना कुरीलसाठी मदत केली तरी ते त्यांचे चीनबरोबरचे संबंध पणाला लावून आपल्याला चीनवर बंधनं घालण्यात सहकार्य करतील असं काही मला वाटत नाही. तो एक वेगळाच प्रश्न आहे. पण रशिया आपल्या बाजूला येणं जास्त फायदेशीर आहे. ऊर्जेच्या पुरवठ्याच्या बंधनांच्या बदल्यात कुरील बेटं रशियाकडे राहणं मान्य आहे मला.”

त्यांनाच काय, बेंटनलाही ते मान्य होते. चीनवर बंधने घालायची वेळ आलीच तर त्यावेळी रशियाचा पाठिंबा किती महत्त्वाचा ठरणार होता हे सांगायला कुणा तज्ज्ञाची किंवा ज्योतिषाची गरज नव्हती. चीनला लागणाऱ्या तेलाच्या एक तृतीयांश तेल आणि गॅसच्या ऐंशी टक्के गॅस रशियाकडून पुरवला जात होता.

बेंटनने ॲलनकडे पाहिले. त्याचा चेहरा गंभीर झाला होता.

“ठीक आहे. फार पुढे जायला नको.” बेंटन म्हणाला, “रशिया चीनवर बंधनं घालेल की नाही हा आताचा प्रश्न नाही. वेन यांचं काय? लॅरी, सारांश काय? या दौऱ्यात काय नवीन शिकलो आपण? आता काय स्थिती आहे?”

''प्रेसिडेंट, आपल्याला हे कळलंय की वेन फक्त व्यक्तिशः यात लक्ष घालत आहेत.''

''मग त्यांचा या बाबतीतला दृष्टिकोन काय आहे?''

''ते जाणणं फार कठीण आहे. मी जेव्हा डिंगला म्हटलं की, तुमचं आणि आमचं शासन खूप एकत्र काम करेल, त्यावर त्यानं काहीही प्रतिसाद दिला नाही.''

''तुमचं काय म्हणणं आहे आता, लॅरी?''

''दोन शक्यता दिसतात. एक, वेन आनंदात आहेत, त्यांचं पारडं जड आहे, त्यांना वाटतंय त्यांनी आपल्याला कोपऱ्यात दाबलंय आणि आता ते आपल्या फोनची वाट बघत आहेत की प्रेसिडेंट सप्टेंबरमध्ये बीजिंगला येत आहेत. दुसरी, ते सुखात आहेत, पण जे मिळालंय, हातात आलं त्याचं काय करायचं, कसा, कुठे उपयोग करायचा हे त्यांना कळत नाही.''

''यावरून असं गृहीत धरायला हरकत नाही की त्यांना आणखी काही तरी करायचंय.'' इल्झ म्हणाला.

''बरोबर. त्यांच्या मते त्यांनी पहिली फेरी जिंकली आहे आणि आता दुसऱ्या फेरीला कशी सुरुवात करायची हे त्यांना उमगत नाही. ती काय असावी याबद्दलही त्यांच्याकडे काही कल्पना नाहीत. कदाचित ते आपणच त्यांना सुचवावं अशी त्यांची अपेक्षा दिसते आहे.''

''त्यांनी पहिली फेरी जिंकली आहे असं त्यांना वाटायला माझी हरकत नाही.'' बेंटन म्हणाला, ''ते स्वीकारतो मी.''

''नाही, सर, ते जिंकले आहेत असं त्यांना नुसतं वाटून देणं ही सुद्धा फार मोठी चूक आहे.''

प्रत्येक छोटी लढाई जिंकण्याचा अट्टाहास धरून मोठ्या युद्धाला तोंड देण्याची वेळ आणण्याऱ्यांच्या मूर्खपणाविषयी ॲलन बॉल काहीतरी पुटपुटला.

''ॲलन, तू काय म्हणतो आहेस, नीट ऐकू येत नाही.'' ओल्सेन तिकडून म्हणाला.

''लॅरी, कसं का होईना, आपण दुसऱ्या फेरीत पोचलो म्हणजे झालं.''

''वेनना दुसरी फेरी खेळायची आहे की नाही हेही आपल्याला माहीत नाही!''

''मग काय माहिती आहे आपल्याला?'' बेंटनची सहनशक्ती ताणली जात होती. ''लॅरी, आज मी माझ्या कारकिर्दीचे शंभर दिवस पूर्ण झाल्याबद्दल एक मुलाखत देणार आहे. या बाबतीत माझ्या शपथविधीच्या दिवशी जेवढं आपल्याला ज्ञान होतं त्यात काडीचीही भर पडलेली नाही. आपल्याकडे प्रस्ताव नाही, वाटाघाटी कुणाशी करायच्या त्याचा पत्ता नाही, वेन यांना बोलायचं आहे का नाही हे सुद्धा आपल्याला माहीत नाही. शंभर दिवस गेले, हातात शून्य!!''

"माफ करा, प्रेसिडेंट, पण मला वाटतं आपण खूप शिकलो आहेत, भरपूर ज्ञान प्राप्त केलं आहे, आता त्याचं आपण पुढे काय करणार आहोत हा प्रश्न आहे."

"सत्यानाश!! पुढच्या शंभर दिवसांत जरी आपण एवढंच आणखी शिकलो तरी दोनशे एकाव्या दिवशी आपल्याला आपली नावं सुद्धा सांगता येणार नाहीत."

बेंटन वैतागला, चडफडला, हताश झाला. जोरजोरात मान हलवून त्या भावनांना वाट करून देत राहिला. काल दुपारभर त्याने या शंभराव्या दिवसाच्या मुलाखतीची कसून तयारी केली होती. न्यूजलॉगतर्फे एमी पिटर्सन त्याची मुलाखत घेणार होती. ज्युडी एम्सच्या हाताखाली काम करणाऱ्यापैकी सिंडी रॅव्हिक हिने एमीची भूमिका वठवली होती. तिने प्रश्न विचारले होते आणि त्याने उत्तरे दिली होती. सर्व अपेक्षित प्रश्नांच्या उत्तरांची व्यवस्थित तयारी झाली होती, पण त्यापैकी एक प्रश्न त्याला त्रास देत होता, अजूनही त्याच्या मनात रुंजी घालत होता. 'तुम्ही कोणत्या चुका केल्यात? त्यातून काय शिकलात? परत संधी मिळाल्यास कुठल्या गोष्टी तुम्ही वेगळ्या पद्धतीने कराल?' कोणत्याही नेमक्या, विशिष्ट गोष्टींचा उल्लेख न करता त्या प्रश्नाचे उत्तर देणे अशक्य नव्हते. ज्युडीने अनेक अलंकारिक, तात्त्विक वाक्ये तयारही केली होती. पण तो प्रश्न त्याची पाठ सोडत नव्हता, त्याला खरोखरच विचार करायला लावत होता. कारण तो खरा प्रश्न होता! शंभर दिवसांच्या टप्प्यावर, एका बाजूला शांत बसून खरेच विचार करायची गरज होती की 'काय शिकला तो?' 'कुठल्या गोष्टी वेगळ्या पद्धतीने केल्या असत्या त्याने?'

ॲलन बॉल बाहेर गेला. बेंटन जॉन इल्झकडे स्थिर नजरेने पाहत म्हणाला, "जॉन, काय करायचंय ते कळलंय मला!"

# शुक्रवार, २९ एप्रिल
# ओव्हल ऑफिस, द व्हाइटहाऊस

जॉन इल्झने त्याच्या हॅण्डहेडच्या हातात धरण्याच्या संगणकाच्या कीज दाबल्या आणि समोरच्या पडद्यावर एक स्लाइड आली.

'या प्रकरणाची आपली पहिली ओळख पंधरा नोव्हेंबरला झाली. त्यादिवशी प्रेसिडेंट गार्टनर यांनी प्रेसिडेंट बेंटन आणि मी यांना वॉशिंग्टनच्या बाहेर भेटायला बोलावलं.'

इल्झने परत कीज दाबल्या, नवी स्लाइड पडद्यावर आली. पुढील दहा मिनिटं त्याने गार्टनर यांच्या भेटी पासून लॅरी ओल्सेन यांच्या चीन भेटीपर्यंत घडलेल्या घटना जशा पायरीपायरीने घडल्या त्या क्रमाने, प्रत्येक पायरीचे वर्णन करणारी एक स्लाइड अशा नऊ स्लाइड्समधून दाखवल्या. सर्वांत शेवटी त्याने त्या नऊही पायऱ्या थोडक्यात एका स्लाइडवर दाखवल्या.

तो बोलू लागला, ''एक – गार्टनरकडून मिळालेली माहिती ही पायाभूत म्हणून वापरायचे ठरले. दोन – ती आपल्यातल्या अगदी थोड्या लोकांच्या गटालाच सांगितली. तीन – गार्टनर यांनी याआधी चिनी शासनाला दिलेले सर्व प्रस्ताव मागे घेतले. अगदी शेवटचा, जो चीन सरकारच्या विचाराधीन आहे असं, बहुधा खोटंच, आपल्याला सांगण्यात आलं, तोही रद्द केला. चार – चीनच्या शासनाकडून आपण प्रस्तावाची मागणी केली. पाच – चीनकडून प्रेसिडेंटच्या सप्टेंबर महिन्यातल्या बीजिंग भेटीची आलेली सूचना आपण फेटाळली. सहा – जेव्हा चीनकडून प्रस्ताव येईना तेव्हा आपण बंधनांची धमकी दिली. कोणती बंधने घालायची, एवढेच नव्हे तर ती घालायची का नाही यावर आपण काहीही विचार केलेला नव्हता. सात – आपल्या धमकीला उत्तर म्हणून चीनने अतिशय मोठ्या रकमेची कंत्राटे युरोपियन प्रतिस्पर्धी कंपन्यांना देऊन टाकली. त्यावर आपण काहीही प्रतिक्रिया व्यक्त केली नाही. आठ – एक अप्रत्यक्ष प्रतिक्रिया म्हणून आपण वेन यांच्याशी फोनवर बोललो. त्यावेळी कुठलीही योजना मांडणे किंवा एखादी विशिष्ट

मागणी करणे असा विचार केलेला नव्हता. नऊ – त्याच प्रतिक्रियेचा पुढचा भाग म्हणून आपण सेक्रेटरी ऑफ स्टेट यांना चीनला पाठवले. वेन यांचा दृष्टिकोन समजावा असा त्या भेटीचा उद्देश होता. पर्यावरणाबद्दलची माहिती फुटल्यामुळे प्रेसिडेंट यांना मानहानी सोसावी लागू नये, असे वेन यांना वाटते, असे आपल्याला या भेटीत कळून आले. माहीती कशी, कुणाकडून फुटली हे आपल्याला माहीत नाही पण ती चीनकडून फुटली नसावी, असलीच तर ती केवळ चुकीने फुटली असावी असे आपल्याला वाटते आहे. ती एक गोष्ट आपण सध्या बाजूला ठेवलेली आहे. तेव्हा असे हे नऊ निर्णय आपण घेतलेले आहेत. ते बरोबर की चूक याबद्दल मी काही मत व्यक्त करणार नाही पण या नऊ निर्णयांनी आपल्याला आजच्या स्थितीला आणून ठेवले आहे.''

इल्झ खाली बसला. शेवटची नऊ पायऱ्या एकत्र दाखवणारी स्लाइड पडद्यावर तशीच होती.

''ही शेवटची स्लाइड मी जॉनला पडद्यावर ठेवायला सांगितली आहे.'' प्रेसिडेंट म्हणाले, ''कारण आता आपण आपल्याच कृतींना आव्हान देणार आहोत, त्यांच्यावर टीकाटिप्पणी करणार आहोत. आज आपण असाव्या तशा, चांगल्या, योग्य परिस्थितीत नाही याचं कारण शोधणार आहोत. काय वेगळं करता आलं असतं, निराळं करायला हवं होतं ते अभ्यासणार आहोत. आधी जर चुका झाल्या असल्या तर त्या नेमक्या हेरून, त्यांपासून धडा घेऊन आपण पुढे कसे जाणार आहोत ते ठरवणार आहोत.''

''हे आलं लक्षात.'' लॅरी ओल्सेन लगेच बोलू लागले, ''आपण काही केलं नाही! सातव्या पायरीपर्यंत ठीक होतं. पण धमकी द्यायची आणि नंतर काहीच करायचं नाही, असं तुम्ही करू शकत नाही. विशेषत: जेव्हा तुमच्याकडून कृती होण्याआधीच दुसऱ्या बाजूकडून जबरदस्त प्रतिक्रिया येते, तेव्हा तर नाहीच नाही. सातव्या पावलापासून चुकत गेलं सगळं.''

प्रेसिडेंटनी विधान जिरू दिले. कुणी काही बोलते का वाट बघितली.

''जॉन, माफ कर, पण यात एक आलेलं नाही.'' ओल्सेनच्या म्हणण्याचा संदर्भ न घेता ॲलन म्हणाला, ''आपण हे चव्हाट्यावर न आणता द्विपक्षीय वाटाघाटींच्या मार्गाने जाण्याचा निर्णय घेतला, तो महत्त्वाचा निर्णय तुझ्या यादीत गाळला गेला आहे. तू गार्टनर यांच्याकडून मिळालेली माहिती पायाभूत धरण्याच्या निर्णयापासून सुरुवात केली आहेस, पण त्याआधी त्यांनी वापरलेल्या द्विपक्षीय आणि गुप्त वाटाघाटींचा मार्ग स्वीकारण्याचा निर्णय घेतला गेला होता.''

''ॲलनचं बरोबर आहे.'' बेंटन म्हणाला, ''तो आपला पहिला निर्णय होता.''

जॉनने हँडहेल्ड घेऊन तो मुद्दा सर्वांत वर लिहिला. तो पायऱ्यांना दिलेले

क्रमांक बदलत असताना खोलीत थोडी चलबिचल सुरू झाली आणि एकाग्रता बिघडली.

"प्रेसिडेंट," ॲलन म्हणाला, "आपण जर खरंच खुल्या दिलानं आपण जे केलं त्याविषयी स्पष्ट चर्चा करणार असू, तर या निर्णयापासूनच सुरुवात करावी लागेल."

"हो, जरूर. बोल." बेंटन म्हणाला.

क्योटो हेच माध्यम वापरून ही समस्या सोडवण्याच्या पर्यायाचे ॲलनने परत एकदा जोरदार समर्थन केले. माहिती फोडली गेली आहे या वाइटातून चांगले काढता येईल. भयंकर वाताहतीचे अंदाज केली गेलेली शास्त्रीय माहिती जाहीर करायला ते निमित्त वापरता येईल. चेनबरोबर आपली बोलणी चालली आहेत याचाही जरी गौप्यस्फोट झाला, तरी ती केवळ प्राथमिक चर्चा होती असे सांगून भागवता येईल. तेव्हा या घटकेला ही सर्व माहिती लोकांसमोर आणून क्योटोच्या मार्गाने जाण्याचा निर्णय जाहीर का करू नये? मे महिन्यात अनायासे प्रेसिडेंट संयुक्त राष्ट्रसंघाच्या सरचिटणीसांना न्यूयॉर्कमध्ये भेटणार आहोतच, ती अगदी योग्य, उत्तम संधी आहे.

"ॲलनच्या कल्पनाविश्वात खरंच आपण रहात असतो तर किती छान झालं असतं!" लॅरी ओल्सेननी शेरा मारला.

"लॅरी, तुमचं म्हणणं काय आहे ते सांगा!" प्रेसिडेंट धारदार आवाजात म्हणाले.

बेंटन आणि ओल्सेन यांच्या पहिल्या भेटीत त्यांनी ज्या पद्धतीने बेंटनला त्यांचे ठाम मत पटवून दिले होते, तीच पद्धत त्यांनी त्यावेळी वापरली. क्योटो दुबळी आहे, बहुपक्षीय वाटाघाटीतून काहीही निष्पन्न होत नाही, दोन मोठ्या जागतिक शक्तींनी एकत्र येण्याने घडणारे परिणामच उरलेल्या देशांना जागे करतील, योग्य ते उपाय करायला भाग पाडतील, जगाला वाचवतील.

"माझं म्हणणं जर कल्पनाविलास होता तर लॅरी यांचंही काही वेगळं नाही!" बॉल म्हणाला, "ते असं धरून चालले आहेत की द्विपक्षीय चर्चेतून चीनवर दबाव आणता येईल. आणूनच दाखवा म्हणावं! जगातले उरलले देश जर तुमच्या मागं ठाम उभे राहिले तरच ते शक्य होईल."

"जा आणायला सगळ्या देशांना तुमच्या मागं!" ओल्सेन फणकारले, "तीच तर मेख आहे ना त्यातली. ॲलन, आपल्या दोघांनाही एकच गोष्ट साध्य करायची आहे, सगळ्यांचं एकमत! हे तुलाही मान्य आहे की चीन हा सर्वांत जास्त लोकसंख्येचा आणि सर्वांत मोठ्या अर्थव्यवस्थेचा देश असल्यानं, तोच हुकमाचा एक्का आहे. आपला मतभेद याविषयी आहे की आधी काय व्हायला पाहिजे? आधी

चीन आणि मग आपोआप उरलेलं जग का आधी बाकीचे देश आणि मग चीन.''

''नाही, तुम्ही चुकीचं म्हणताय. मी चीन सगळ्यांच्या मागोमाग येईल असं म्हणत नाही, तोही सगळ्यांबरोबरच येईल असं सांगतो आहे मी.''

''चीनला बाकीच्यांच्या मापानं तोलू नका.'' ओल्सेन प्रेसिडेंटकडे वळून म्हणाले, ''या बाबतीत सगळं जग दोन देशांकडे पाहतं, एक आपण आणि दुसरा चीन. हे दोन्ही देश पावलं उचलत आहेत असं पाहिल्याशिवाय कोणीही तसूभरही हालणार नाही. आता आपण कृती करणार हे गृहीत धरलं तर मी म्हणतो आहे की आपल्या पाठोपाठ पहिला चीन असायला पाहिजे म्हणजे बाकीचे मागे येतीलच, आणि ॲलनचं मत आहे की आधी सगळे मागोमाग हवेत, चीन नंतर येईल. गेली तीस वर्षं आपण हा सर्वसंमतीचा मार्ग अवलंबून सगळ्यांनी आपापलं काम करावं यासाठी रक्त आटवतो आहे, पण काहीही घडलेलं नाही. यावेळी वेगळं काय आहे?''

''आपल्या बांधिलकीचं गांभीर्य.'' इल्झ म्हणाला.

''अगदी बरोबर. पण ते कृतीतून बाकीच्यांना दाखवून द्यायला आणि त्यांचा त्यावर विश्वास बसायला दहा वर्षं लागतील! दुर्दैवानं तेवढा वेळ नाही आपल्याकडे.''

''तुमचं म्हणणं ऐकून आपण ज्या मार्गानं चाललो त्यानं कुठं येऊन पोचलो ते पहा!'' बॉल म्हणाला.

''नाही. माझ्या सूचनेप्रमाणे आपण चाललेलो नाही. तेच तर आहे, ॲलन!'' ओल्सेन यांनी पडद्याकडे बोट दाखवले, ''सातवी – नाही नाही, आता आठवी, आठवी पायरी. तिथं आपण माघार घेतली. प्रेसिडेंटना आपल्या आजच्या स्थितीचं कारण हवंय ना? ते तिथं आहे. पहिल्या फेरीत वेन यांनी बाजी मारली. ते जास्त हुशार निघाले. त्यांनी अतिशय चपळतेनं हालचाल केली. त्यांनी हळव्या जागेवर बोट ठेवलं. आपण या क्षणापर्यंत फक्त बोलत राहिलो आहोत, म्हणून आपण आज इथं आहोत. धोरण चुकीचं आहे म्हणून नाही.''

''माफ करा,'' जॅकी रूबिन मध्येच म्हणाली, ''मला असं लक्षात आणून द्यायचं आहे की या सगळ्या भानगडीत आपल्याला आपल्या अंतर्गत योजनांचा विसर पडलेला दिसतो आहे. मनातून मला ॲलनचं म्हणणं पटतंय, पण लॅरींचंही बरोबर आहे की, जो व्यूह आपण रचला होता त्याप्रमाणे आपण खेळी केल्या नाहीत. त्यामुळे तो व्यूह यशस्वी ठरला असता की नाही याचं मोजमाप करणं कठीण होऊन बसलं आहे. ॲलनचं म्हणणं पटतंय असं म्हटलं, तरी त्याच्या म्हणण्याप्रमाणे जर हे वाढलेले आकडे जाहीर केले, स्थलांतरित लोकांची संख्या एक कोटीवरून तीन कोटींवर नेली, तर आपल्या सगळ्या विधेयकांचे बारा वाजतील. आपण लोकांना काय सांगणार आहोत? 'नवा पाया' ही योजना आता पुरेशी होणार आहे का? की त्या योजनेत वाढ करायला हवी आहे? त्याची सुरुवात होणार आहे का शेवट?''

“ती योजना लुळी पाडणार आहोत आपण.” बेन म्हणाला.

“बरोबर. लुळी, पांगळी. या योजनेबद्दल आपलं अगदी सुरुवातीपासून एकमत होतं आणि आज मागे वळून पाहिलं तरी ते बरोबर होतं असंच मी म्हणेन. आजच्या घटकेलाही ते बरोबरच आहे.”

जॅकीने हा मुद्दा समोर आणला याचे बेंटनला बरे वाटले. त्याचेही हेच मत होते आणि ते दुसरे कुणी मांडते का तेच त्याला पाहायचे होते.

त्याने ॲलनकडे प्रश्नार्थक नजरेने पाहिले.

दोन्ही हात वर उडवून तो म्हणाला, “राष्ट्रीय सुरक्षा धोरणाचा सल्लागार आहे मी. ही देशांतर्गत योजना माझ्या जबाबदारीच्या कक्षेबाहेर पडते.”

लॅरी ओल्सेन हसले.

पडद्यावरच्या यादीकडे प्रेसिडेंट पाहू लागले. ॲलन बॉल आणि लॅरी ओल्सेन हे दोन प्रतिद्वंद्वी समोरासमोर असताना जेवढ्या मतैक्याची अपेक्षा ठेवता येईल, तेवढे मतैक्य याविषयी निष्कर्षाबाबत झाले आहे असे त्यांना वाटले. स्लाइडकडे बोट करून ते म्हणाले, “या मार्गाने आपण प्रवास केला. नंबर एकचा निर्णय बरोबर होता असं आपण मान्य केलं, ॲलन, मला कबूल आहे की तो विशेष निर्णय होता, त्यावर दुमत असू शकतं आणि तू अजूनही त्याला आव्हान देशील, तर आपण आठव्या पायरीवर कृती केली नाही, त्यामुळे आजची स्थिती निर्माण झाली. बरोबर? कुणाचं वेगळं मत आहे? ॲलन, तुझ्या मते हे बरोबर आहे?”

बॉलने नाराजीनेच मान डोलावली. “जर द्विपक्षीय मार्ग बरोबर आहे असं धरलं तर.” तो कुरकुरला, “आणि हा ‘जर’ फार मोठा आहे.”

“ठीक आहे. तो ‘जर’ जरा बाजूला ठेवू.” बेंटन जरा थांबून म्हणाला, “मग आता पुढे काय? वेन जर याच्या विरुद्ध असतील तर त्यांना हे मान्य करायला लावायला काय करायला पाहिजे? खरं म्हणजे ते याच्या का आणि कसे विरुद्ध असू शकतात तेच समजत नाही. का या समस्येवर काही करायचंच नसेल त्यांना? आपण जरा वाजवीपेक्षा जास्त आक्रमक झालो का? म्हणून त्यांना बहुतेक वाटलं की यांना आता ‘आम्ही श्रेष्ठ’ हे दाखवून द्यायलाच पाहिजे. तेही झालं. तरीही त्यांना करार का करायचा नाही?”

“करायचा असेलही.” जॅकी म्हणाली.

“तसं कुठलंच लक्षण दिसत नाही. ते शांत बसलेत. हे लक्षात घ्यायला पाहिजे की हा वेगळा खेळ आहे. यात एक जिंकला की दुसरा हरत नाही. एकजण जरी खेळला नाही तरी दोघं हरतात. हे कळत असून एका बलाढ्य देशाचा नेता का करार करू इच्छित नाही, का ते समजत नाही.” प्रेसिडेंटनी ऑलिव्हर वूकडे पाहत म्हटले, “मला माहीत आहे तुम्ही काय म्हणणार ते, डॉक्टर वू. तो चीन

आहे आणि काही झालं तरी चीन टिकतोच. ताप अंगावर काढायची त्यांची क्षमता आपल्यापेक्षा कितीतरी पट आधिक आहे. ते त्रास व्हायला लागला तरी काही करणार नाहीत आणि आपण मात्र करपून जाऊ. डॉक्टर, हे अजूनही असंच आहे का हो? मी काही चीन या विषयातला तज्ज्ञ नाही. पण तरी मला शंका आहे. त्यांच्या देशातही मध्यम वर्ग आहे, अर्थव्यवस्था आहे. आताचा चीन म्हणजे काही सांस्कृतिक क्रांती नाकारलेला डेंग झिऑपिंगचा चीन राहिलेला नाही. तुम्हीच मला सांगितलंत की आता तिथं लोकशाही चळवळ आणि पर्यावरण संरक्षणाचं आंदोलन चांगलंच फोफावलं आहे. पार्टीच्या वर्चस्वाला त्यानं धोका निर्माण झाला आहे. आपण ज्या त्रासाविषयी बोलतो आहोत ते सुरू होतील तेव्हा तो धोका शतपटीनं वाढणार आहे. आता अशा परिस्थितीत कोणताही शहाणा नेता असं म्हणणार नाही का की या समस्येला उत्तम नियोजन करून तोंड देऊ या तो प्रश्न सोडवू या. हाच आपलं स्थान बळकट करून निश्चित होण्याचा उत्तम मार्ग आहे."

"पण जर त्यामुळे स्थैर्याला धक्का पोचणार असेल, तर नाही." ओल्सेन म्हणाले.

"थोडी अस्थिरता तर येणारच."

"आणि ती आता लगेच येणार. आहे तसंच राहिलं तर आणखी वीस वर्षं तरी काहीही झळ पोहोचणार नाही त्यांना. त्यामुळे त्यांच्या पार्टीतला एखादा काय म्हणेल? समजा मी डिंग आहे तर मी आत्ता याला विरोध करीन, अमेरिकन जर फार जोर करायला लागले तर आपल्या अर्थव्यवस्थेचा बळी जातो आहे, आपण आपल्या हक्कांसाठी झगडलं पाहिजे, अशी बोंबाबोंब करेन, देशाभिमानासारखे हुकमाचे एक्के वापरेन आणि ज्या गोष्टी अस्थिरतेला कारणीभूत ठरत आहेत त्या दडपून टाकीन. प्रेसिडेंट, आपण हे सगळं या आधी बोललोय."

"हो, पण आपल्याला नक्की काहीच माहिती नाही."

"नाही, नाही माहिती आपल्याला. पण हा खेळ असाच आहे, पत्त्यात 'ब्लाइंड' खेळतात ना, तसा."

प्रेसिडेंट काही क्षण डोळे मिटून बसले. म्हणाले, "एखादा नेता असं करू शकतो, आपल्याच लोकांचं एवढं भयंकर नुकसान करू शकतो यावर विश्वासच बसत नाही माझा!"

त्यांनी डोळे उघडून ओल्सेन यांच्याकडे पाहिले. ते त्यांच्याचकडे संशयाने बघत होते. इतरांच्याही नजराही त्यांच्यावरच खिळल्या होत्या. "जरा जास्तच भाबडेपणानं बोललो का मी?"

ओल्सेन यांनी तो प्रश्न त्यांच्यासाठी नाही, असे भाव दर्शवले.

"ॲलन?"

त्यानेही नुसते दोन्ही खांदे उचलले.

बेंटनने डॉक्टर वू यांच्याकडे बघितले.

"मी 'भाबडेपणाने' असं नाही म्हणणार–"

"माझ्या तोंडावर नाही म्हणणार ना?"

"नाही, तसं नाही,–"

बराच वेळ शांततेत गेला. बेंटनच्या लक्षात आले की त्यापैकी कुणीच, विशेषत: परराष्ट्रीय राजकारणातले मुरब्बी अशा अविश्वासाच्या भावनेला फारशी किंमत देणार नाहीत.

"मला वाटतंय की या ठिकाणी दोन शक्यता आहेत." इल्झ म्हणाला, "एक– वेन यांना या विषयाचं महत्त्व, गांभीर्य समजलेलंच नाही, गार्टनर यांनी त्यांना काय कबूल केलं होतं हे कळलेलं नाही किंवा त्यांना या सगळ्याविषयी विश्वासच वाटत नसावा. त्यांच्यापुढे आतापर्यंत कुणी हे व्यवस्थितपणे मांडलेलंच नसावं. चेन त्यांना काय आणि कशा पद्धतीनं सांगतो याबद्दल आपल्यालाही शंका आहेच. दुसरी शक्यता अशी की ते लॅरी जे सांगत आहेत तसं करत आहेत. त्यांना याचा उपयोग फक्त त्यांच्यापुढचे अंतर्गत प्रश्न सोडवण्यासाठीच करायचा आहे."

"अथवा, त्यांना माहिती आहे, त्यांना करार करायचा आहे पण त्यांचे हात बांधलेले आहेत, आतूनच विरोध आहे, असं काहीतरी आहे ज्यामुळे ते मनात असूनही करार करू शकत नाहीत." वू म्हणाला, "माफ करा, इल्झ, ही तिसरी शक्यता संभवते. त्यांच्या जवळ आपल्याला वाटतात तेवढे अधिकार, तेवढी ताकद नाही."

"मग जर आपण अशी एखादी कृती केली की ज्यामुळे त्यांची ही स्थिती आणखी बिघडेल, तर?"

"नाही. त्यावेळी ते त्यांच्या विरोधकांवर खापर फोडून रिकामे होतील."

"हे कठीण आहे!" बेंटनने वैतागाने डोके हलवले. त्याला वाटत होते अमेरिकन राजकारण फार गुंतागुंतीचे आहे, ते तसे होतेच. तो सगळ्या बाजूंनी वेढलेला होताच. प्रत्येक काँग्रेस प्रतिनिधीच्या मतदारक्षेत्रासाठी शासनाची तिजोरी किलकिली केल्याशिवाय काँग्रेसमध्ये काहीही संमत होत नव्हते. प्रत्येक विधेयक संमत होताना स्वत: मेल्याशिवाय स्वर्ग दिसत नव्हता. पण जे घडत होते ते कळत होते, समजत होते. खूपसे पारदर्शक होते. पण चीन? भूलभुलैया होता. थेट काफ्काच्या कादंबरीतून अवतरलेले भीती, एकटेपणा यांनी ग्रासलेल्या भावनाशून्य माणसांच्या दु:स्वप्नासारखे अमानवी जग होते ते.

"उघड विरोधाला काहीतरी पर्याय असेल की." बेंटन काही वेळाने म्हणाला.

ओल्सेन खांदे वर करीत म्हणाले, "आपण जर माघार घेतली तर खूप आहेत."

"मी माघार घेणार नाही. सबंध जगाच्या वाट्याची उत्सर्जनातली कपात अमेरिका करू शकणार नाही आणि जोपर्यंत चीन कपात करण्यात आपल्या बरोबर दिसत नाही, तोपर्यंत जगातला कुठलाही देश स्वत:चा वाटा उचलणार नाही. त्यामुळे चीनला यात आपल्याबरोबरीनं यावंच लागेल ही काळ्या दगडावरची रेघ आहे. पण आत्ता मी असं कोणतंही पाऊल उचलू इच्छित नाही, जे आपल्याला चीनसमोर त्यांच्या विरोधात उभं करेल. आपल्याला हे पटलंय की वेन यांना वस्तुस्थितीची पुरती जाणीव नाही, परिणामाचं गांभीर्य समजलेलं नाही. मी असं म्हणत नाही की हे असंच असेल, ही सुद्धा एक शक्यताच आहे. मी असंही म्हणत नाही की ते याचा उपयोग त्यांचे अंतर्गत प्रश्न सोडवायला करणार नाहीत, त्यांनाही विरोध नसेल, मर्यादा नसतील. मला असं म्हणायचंय की ते जे काही आहे ते आपल्याला माहीत नाही. त्यांना जे आणि जेवढं माहीत आहे असं आपल्याला वाटतंय, ते आणि तेवढं त्यांना माहीत नसेलही. आपली सर्वांत मोठी अडचण हीच आहे की आपल्याला जरुरीइतकंही माहिती नाही."

ओल्सेन प्रेसिडेंटकडे असे काही पाहत होते की जॉन त्यांना म्हणाला, "लॅरी, चेन सगळं जसंच्या तसं त्यांना सांगतो की नाही हे आपल्याला माहिती नाही ही वस्तुस्थिती आहे ना?"

"चेन हा वेनचाच माणूस आहे."

"पण म्हणून त्याने वेनना काय सांगितलंय, ते कसं कळेल आपल्याला?"

"तेव्हा पुढची कोणतीही कृती करायच्या आधी, ती ठरवण्याच्याही आधी मला वेन यांना काय सांगितलं गेलं आहे हे निश्चित माहिती करून घ्यायचं आहे, खात्रीच करून घ्यायची आहे. उगीच चुकीच्या पायावर इमले रचायला नकोत." ओल्सेन यांच्याकडे बघून बेंटन म्हणाला, "लॅरी, यात टाळाटाळ किंवा चालढकल नाही, हातून कुठलीही बेजबाबदार कृत्य घडत नाही ना याची काळजी घेणं आवश्यक आहे."

'तुम्ही चालढकल करताय असं माझ्या मनातही आलं नव्हतं' असं लॅरींनी नुसते खांदे उडवून दर्शवले.

बेंटनने जॉन इल्झकडे नजर टाकून त्याचे मत विचारले, जॉनने होकारार्थी मान हलवून मान्यता दिली.

लॅरी ओल्सेन आणि ॲलन बॉल या दोघांकडे निर्देश करून बेंटन म्हणाला, "तुम्ही दोघं एकत्र बसा आणि एकमतानं अशी व्यक्ती शोधून काढा की जी वेन यांच्यापर्यंत थेट पोचू शकेल."

# सोमवार, ९ मे

# ओव्हल ऑफिस, द व्हाइटहाऊस

एफ. विल्यम नाइट हे अडुसष्ट वर्षांचे, बँकिंगच्या क्षेत्रात काळ्याचे पांढरे झालेले, रुपेरी केसांचे, चीनमध्ये जवळजवळ चाळीस वर्षं राहात असलेले अमेरिकन गृहस्थ होते. एकोणीसशे नव्वदच्या दशकात चीनच्या आर्थिक भरभराटीच्या आकर्षणाने जगभरातून महत्त्वाकांक्षी लोकांचा जो ओघ चीनकडे वळला, त्याच काळात मॉर्गन स्टॅनलेत काम करणारा एक तरुण, विल्यम नाइट चीनमध्ये गेला. वीसशे तेरा सालच्या आर्थिक पेचप्रसंगाच्या काळात पार्टीतले नेते शेअर बाजार कोसळण्यापासून अगदी बीजिंगमधल्या रस्त्याच्या दुरावस्थेपर्यंत कशालाही आणि सगळ्यालाच परदेशी बँकांनाच जबाबदार धरून त्यांनाच दोषी ठरवत होते. त्यावेळी परदेशी असूनही अनुभवी विल्यम नाइट यांच्या मताला चीनमधल्या समंजस वर्तुळात फार मान दिला गेला होता. त्यावेळी शांघाय येथे आपले स्वसत्ताकेंद्र प्रस्थापित केलेल्या वेन गोजी या माजी प्राईम मिनिस्टरांच्या तरुण पुतण्याला फायनान्स मिनिस्टर पद देऊन ती कठीण परिस्थिती सुधारण्याची अवघड कामगिरी सोपवली गेली होती. नाइट यांना वेन ओळखत होता, त्यांचे गुण जाणून होता. त्याने नाइट यांना त्याच्याच ऑफिसमध्ये त्याच्या बाजूलाच टेबल खुर्ची दिली आणि त्यानंतर अठरा महिने त्या दोघांनी मिळून, झटून काम केले. आधीच्या दहा वर्षांमध्ये कोणत्याही अत्यावश्यक बदल, सुधारणा न केल्यामुळे झपाट्याने बिघडत गेलेली बँकिंग सिस्टिम, त्या पेचप्रसंगातही रसातळाला जाण्यापासून बचावली, याचे श्रेय वेन यांना दिले गेले आणि परिणामी ते उन्नतीच्या पायऱ्या चढत पार्टीच्या सर्वोच्च नेतेपदी पोचले. असे झाले तरी हे खरे म्हणजे एकाच व्यक्तीमुळे घडून आले होते आणि ती व्यक्ती होती, या यशाचा खरा पडद्यामागचा शिल्पकार– एफ. विल्यम नाइट.

नाइट यांना घेऊन ॲलन बॉल ओव्हल ऑफिसमध्ये आला तेव्हा लॅरी ओल्सेन प्रेसिडेंटसोबतच होते. नाइट यांच्याशी ओल्सेनपेक्षा ॲलनची जास्त ओळख होती त्यामुळे परिचय करून देण्याचे काम ॲलननेच केले.

नाइट खूपच उंच होते. त्यांची शरीरयष्टी अगदी कृश होती. त्यातच त्यांच्या गळ्याजवळची त्वचा इतकी सैलसर लोंबत होती की त्यांच्याकडे पाहून ते बरेच आजारी असावेत असे बेंटनला वाटले.

चौघेजण स्थानापन्न झाल्यावर प्रेसिडेंटनी नाइट यांना विचारले, "आजच्या या भेटीमागचा उद्देश बॉल यांनी आपल्याला सांगितलाच असेल."

"थोडा फार, प्रेसिडेंट."

"आपल्याला शांघायहून इथपर्यंत यावंसं वाटण्याइतका तरी नक्कीच! आपण हा त्रास घेतलात, श्री. नाइट, याबद्दल मी आपला आभारी आहे. आपला वेळ बहुमूल्य आहे."

नाइट यांनी ओझरती मान हलवली.

"आपल्या आणि प्रेसिडेंट वेन यांच्या परस्परसंबंधांबद्दल मला जाणून घ्यायचं होतं. जर आपण मला थोडक्यात त्याची पार्श्वभूमी समजावून सांगितलीत तर बरं होईल."

नाइट यांनी बोलायला सुरुवात करण्याआधी खाकरून घसा मोकळा केला. "आपल्याला माहीत असेलच की प्रेसिडेंट वेन हे –" त्यांनी परत घसा खाकरला, त्यांच्या कपाळाला आठ्या पडल्या, बहुधा त्यांना काही त्रास होत असावा. "वेन सुरुवातीला बँकिंग आणि वित्तीय क्षेत्रात सक्रिय होते. माझी आणि त्यांची भेट दोन हजार तीन-चारच्या दरम्यान झाली होती. त्यावेळी ते राजकारणात आलेलेही नव्हते. ते बँक ऑफ चायनाचे व्हाइस प्रेसिडेंट म्हणून काम करत होते आणि मी मॉर्गन स्टॅनलेचा सिनिअर व्हाइस प्रेसिडेंट होतो. त्या काळात चीनमधल्या चार प्रमुख बँकांत परदेशी मालकी यायला सुरुवात झाली होती. त्या विशेष बदलाच्या पहिल्या लाटेत मॉर्गन स्टॅनलेचा भाग होता. तेव्हापासून आम्ही काहीतरी कारणांनी भेटलो नाही असा एकही पंधरवडा गेला नाही."

"मला वीसशे तेराविषयी आणखी सांगा."

"ते दिवस वेगळेच होते–" वेन यांच्या शेजारी बसून केलेल्या कामगिरीबद्दल नाइट भरभरून बोलले.

"हाँगकाँगमध्ये जे हत्याकांड झालं त्यात वेन यांचा काही संबंध होता का?"

अप्रिय गोष्टींविषयी बोलायला लागते आहे याचे त्यांना वाईट वाटत असावे, कारण त्यांनी दोन क्षण डोळे मिटून घेतले. "आपल्याला इतक्या दूरवर राहून कल्पनाही करवणार नाही अशी उग्र दडपशाही वीसशे तेरा-चौदा मध्ये चीनमध्ये सुरू होती. माझ्या निरीक्षणाप्रमाणे वेन यांचा त्यात प्रत्यक्ष संबंध नव्हता. ते त्या वेळी आर्थिक प्रश्नातच पूर्णपणे गुंतलेले होते. हाँगकाँगमधल्या घटनांचा आर्थिक परिस्थिती पूर्वपदावर येण्यावर विपरित परिणाम होणार असल्याने ते त्याविषयी अविश्वासच दाखवत, असंच मला आठवतंय."

''हे एवढंच कारण होतं की आणखी काही?''

''प्रेसिडेंट, वेन गोजी हे माझ्या तुमच्यासारखेच हिंसेचे समर्थन न करणारे आहेत. पण मी हे मान्य करेन की त्यावेळी करण्यात आलेली दडपशाही अति भयंकर होती, लोक त्याची तुलना टिनानमन चौकातल्या हत्याकांडाशीच करतात. ती बराच काळ चालली होती. त्यामुळे पार्टीतल्या वरिष्ठ नेत्याला त्याबद्दल माहिती असलीच पाहिजे आणि त्याला त्याची मूक संमतीही असली पाहिजे. मी वेन हे पूर्ण निर्दोष असतील असं म्हणणार नाही. माझं एवढंच म्हणणं आहे की ते त्याचे सूत्रधार तरी नव्हते आणि हाँगकाँग, शांघाय आणि इतर आर्थिक केंद्रं असलेल्या शहरातली जुलूम जबरदस्ती, खरं म्हणजे त्यांच्यावर त्यावेळी सोपवलेल्या आर्थिक स्थिती सुधारण्याच्या जबाबदारीच्या आडच येत होती.''

''मी त्यांची मानसिक ठेवण कशी असावी याचा अंदाज घेण्याचा प्रयत्न करतो आहे.'' प्रेसिडेंट म्हणाले.

नाइट काहीच बोलले नाहीत.

''त्या संकटानंतर काय झालं? आपले आणि त्यांचे संबंध कसे राहिले?''

''वेन मला आर्थिक बाबतीतला त्यांचा एक खाजगी सल्लागार मानत राहिले. त्यांच्या मंत्रालयाकडून ते माहिती घेत, त्यांच्या सूचना ऐकत आणि मग मला बोलावून माझ्याशी चर्चा करीत. त्यांचे अधिकारी उपस्थित असताना ते सहसा मला आमंत्रित करत नसत. प्रेसिडेंट, आमच्या चर्चा नेहमीच अतिशय अनौपचारिक, बहुतेक वेळेला संध्याकाळच्या मदिराप्राशनाच्या वेळी होत असत.''

प्रेसिडेंटच्या चेहऱ्यावर हसू झळकले. ''सहज कुतूहल म्हणून विचारतो, वेन यांचं आवडतं पेय कुठलं आहे?''

''सिंगल माल्ट.''

''नाइट, या चर्चेनंतर ते आपल्या सल्ल्याप्रमाणे वागतात? आपल्या सूचना अमलात आणतात?''

''बऱ्याच वेळा. त्यांच्या सल्लागारांची गुणवत्ता गेल्या काही वर्षांत सुधारली आहे. माझ्या मताची आवश्यकता पूर्वीपेक्षा कमी झाली आहे.''

''आपले त्यांच्याशी मतभेद होतात?''

''बऱ्याच वेळा.''

''आपण त्यांना तसं सांगता?''

''हो, अर्थातच. मी तसं करत नसतो तर मला नाही वाटत त्यांनी इतकी वर्षं माझा सल्ला मागितला असता.''

''सूज्ञ आहेत.'' प्रेसिडेंट म्हणाले.

नाइट यांनी मान हलवून सहमती दर्शवली.

"त्यांच्याविषयी आणखी सांगा ना मला. कसे आहेत ते?"

नाइट यांच्या कपाळावर पुन्हा आठ्या चढल्या, त्यानी परत घसा खाकरला आणि ते म्हणाले, "प्रेसिडेंट, एका वाक्यात सांगतो, मी त्यांना मित्र मानतो."

बेंटनने यांनी मान हलवून उत्तर आवडल्याचे दर्शवले. त्याच्या मनात आले की या गृहस्थांनी दिलेली माहिती दुसऱ्या कुठल्याही मार्गाने मिळाली नसती. तरीसुद्धा त्याच्या अधिकाऱ्यांनी नाइट यांच्याविषयी संशोधन करून जे टिपण त्याला दिले होते त्याच्यापेक्षा फार जास्त काही त्याला त्यांच्याकडून कळले नव्हते. फक्त वेन यांचे आवडते पेय! पण ती त्यांची आवडही प्रसिद्धच असेलच.

"आणखी आपल्याला काही सांगायचं नाही." बेंटन म्हणाला.

"कारणाशिवाय – नाही, प्रेसिडेंट. एवढंच की मैत्री विश्वासावर टिकते आणि मी विश्वास फार गंभीरपणे जपतो."

बेंटन त्यांच्याकडे शोधकपणे बघत होता.

"मला कदाचित नीट सांगता येत नसेल, शब्द योग्य वापरले जात नसतील," नाइट यांनी घसा खाकरला, "चीनमध्ये इतकी वर्षं वास्तव्य केलेल्या अमेरिकन उद्योजकांशी तुमच्या सरकारच्या प्रतिनिधींनी संपर्क साधणं ही एक सर्वसाधारण गोष्ट समजणं उचितच आहे, पण आपण हे समजू शकाल की या गोष्टीनं गुंतागुंत निर्माण होते. आजपर्यंत मी अशा प्रकारात अडकण्याचं कटाक्षानं टाळत आलो आहे. आपण माझ्याविषयी गोळा केलेल्या माहितीवरून ते आपल्या लक्षात आलं असेलच."

"मला वाटतं प्रेसिडेंट वेन यांना हे माहिती असेल ना की आपण गुंतागुंत टाळता?"

"मला वाटतं, हो. मला असंही वाटतं की मी इथं आलो आहे किंवा लवकरच येणार आहे, हेही त्यांना माहीत असेल."

"आपण नाही सांगितलंत त्यांना?"

"नाही. मी काय करतो हे त्यांना सांगणं जरुरीचं आहे असं मी मानत नाही आणि त्यांचीही तशी अपेक्षा नसावी. मी म्हटलं तसं, आम्ही एकमेकांना मित्र मानतो."

"इथं येणं हे आपण समजता तसं गुंतागुंतीचं नाही ना?"

"अजूनपर्यंत तरी नाही." नाइटनी परत एकदा घसा खाकरला. "ही भेट नाकारणं मला शक्यच नव्हतं. सर, मी अमेरिकन नागरिक आहे. माझ्या प्रेसिडेंटनी मला त्यांच्याशी बोलण्याच्या केलेल्या विनंतीला मी नाही म्हणणं पाप ठरलं असतं, माझ्या सदसद्विवेकबुद्धीला ते कधीच पटलं नसतं!"

प्रेसिडेंट त्या अभिमानी अमेरिकन नागरिकाकडे पाहत राहिले. अलिप्त, संयत,

स्वाभिमानी पण नम्र. 'प्रेसिडेंटच्या विनंतीला नकार देणं सदसद्विवेकबुद्धीला पटलं नसतं' असं म्हणाले, या नंतर करणार असलेल्या विनंतीला ही नकार देणं?

"मला सांगा," बेंटन म्हणाला, "मला अशी उत्सुकता आहे की आपण चीनमध्ये गेली–"

"जवळजवळ चाळीस वर्षं."

"आपल्याला त्या देशाविषयी आस्था वाटते?"

"होय. त्या देशानं केलेली चौफेर प्रगती मी बघितली आहे, अनुभवली आहे. माझ्या मते मजूनही खूप लांबचा पल्ला गाठायचा आहे त्यांना, पण मी तिथं पहिल्यांदा गेलो, एकोणीसशे एक्याण्णव साली, त्यावेळचा चीन यांत आणि आजचा, जमीन अस्मानाचं अंतर आहे."

"या प्रगतीचा आणि त्यात आपलाही सहभाग असल्याचा अभिमान आहे आपल्याला?"

"होय, मी त्यात खारीचा वाटा उचलला आहे. आणि जर मी तो खरंच उचलला असेन तर त्याचा जरूर अभिमान आहे मला."

"चीन आणि अमेरिका यातल्या एकाची निवड करायची वेळ आली तर आपण काय कराल?"

डोळे किंचित बारीक करून नाइट प्रेसिडेंटकडे बघत राहिले.

"कल्पना करा, श्री. नाइट. मला कुतूहल आहे, कसं सामोरं जाल आपण अशा प्रसंगाला?"

प्रेसिडेंट उत्तराची वाट पाहत थांबले. एफ. विल्यम नाइट यांच्या केलेल्या तपासणीत त्यांच्या निष्ठेविषयीही अहवाल असणार हे नाइट यांनाही माहिती होते. आजपर्यंत सी.आय.ए.ने त्यांचा उपयोग करून घेण्याचे केलेले इतके अनेकविध प्रयत्न त्यांनी इतक्या वेळा परतवून लावले होते की, शेवटी सी.आय.ए.ने प्रयत्न करणेच सोडून दिले होते. शिवाय नाइट यांनी कधीही गुप्तपणे चीनसाठी काहीही काम केल्याचा कोणताही पुरावा नव्हता, हेही प्रेसिडेंटना माहीत होते. बेंटनच्या मनात आले की चिनी शासनातल्या सर्वोच्च व्यक्तीशी मित्रत्वाचे संबंध ठेवून आयुष्य कंठणाऱ्या एफ. विल्यम नाइट यांच्यासारख्या माणसाला अशा कुठल्यातरी भानगडीत गुंतणे अगदी सहज शक्य असताना, त्यापासून स्वत:ला, थोडीथोडकी नाही, चाळीस वर्षे कोसभर दूर ठेवायचे म्हणजे खरेच अत्यंत सजगतेचे, अपवादात्मक धैर्याचे काम होते.

चीनमध्ये राहणाऱ्या त्या अमेरिकन बँकरने बऱ्याच वेळाने उत्तर दिले, "प्रेसिडेंट, या काल्पनिक प्रश्नाचं उत्तर देणं फार अवघड आहे. मी चीनसाठी जे काही केलं," घसा खाकरून त्यांनी पुढे बोलायला सुरुवात केली, "ते अशा विचारानं की चीन

हा देश संपन्नतेने झळाळणारा, चैतन्यानं सळसळणारा असणं ही गोष्ट अमेरिकेसाठी चांगली ठरेल. दोघांच्यात कधी काही संघर्ष आहे असं मला वाटलं नाही.''

''तसं कुणीच म्हणत नाही.'' लॅरी किंवा ॲलन काही वेगळं मत व्यक्त करतात का असे पाहत प्रेसिडेंट जरासे थांबले. ''पण, नाइट, संघर्ष असता तर? तशीच काही परिस्थिती आलीच तर? दोन ठिकाणी निष्ठा असणारे आपण पहिलेच नागरिक नाही, श्री. नाइट.''

''अजून तरी तशी परिस्थिती आलेली नाही असं मला वाटतं.''

''मीही तसं म्हणत नाही. बस, जरा कुतूहल.''

नाइट यांनी मान हलवली.

''आपण अशी आशा करू या की ती कधीच येऊ नये.''

''होय. नक्कीच करू या.''

प्रेसिडेंट हसले. नाइट यांना भावनावश करण्याचा बेंटनचा प्रयत्न नव्हताच, ते थंड वृत्तीचे, निर्विकार गृहस्थ आहेत असेच त्याचे मत झाले होते. लॅरी आणि ॲलन यांनी या बँकरबद्दल जे सांगितले ते खरे असेल तर त्यांना वेन यांच्यापर्यंत निश्चित थेट पोचता येत होते. पार्टीच्या बाहेरची ही एकच व्यक्ती होती जी वेन यांना अर्धा तास एकांतात भेटू शकत होती. आवडण्यासारखे व्यक्तिमत्त्व आहे की नाही यापेक्षा हे फार फार महत्त्वाचे होते. शिवाय ते विश्वासू होते, ते स्वच्छ दिसत होते. ते वेनपर्यंत निश्चित संदेश पोचवू शकले असते, त्यानी पोचवण्याचे मान्य केले असते तर!

''श्री. नाइट, आडवळणाने न जाता मी सरळ आपल्याला एक प्रश्न विचारतो.'' बेंटन म्हणाला, ''माझा एक संदेश माझ्यातर्फे मी आपल्याला थेट वेन यांच्यापर्यंत पोचवायला सांगितला तर आपण पोचवाल का?''

''मीच का?''

बेंटन हसला. ''चांगला प्रश्न आहे. आमच्या शासनव्यवस्थेतल्या प्रत्येक श्रेणीतली माणसं चीनमधल्या समांतर श्रेणीतल्या लोकांशी संपर्क साधतात, निरोप देतात, पण गंमत अशी आहे की त्यातला कुठलाही प्रेसिडेंट वेन यांच्यापर्यंत पोचतो की नाही हे कळणं महाकर्मकठीण होतं, नव्हे अशक्यच असतं.'' प्रेसिडेंट थांबून म्हणाले, ''तसं कदाचित माझ्याबाबतीतही होत असेल!''

''पण आपण प्रेसिडेंट वेन यांना भेटणारच आहात ना?'' नाइट म्हणाले, ''त्यावेळी तुम्ही स्वतःच तो संदेश देऊ शकाल.''

''मला त्याच्या कितीतरी आधी तो त्यांच्यापर्यंत पोचायला हवा आहे. शक्य झालं तर अगदी उद्यासुद्धा आणि तेही त्याचा गवगवा न होता.''

नाइट यांनी घसा खाकरला, पण ते काही बोलले मात्र नाहीत.

“श्री. नाइट, आपल्याला हे जमणार नाही का?”

नाइट यांनी या प्रश्नाचे उत्तर दिले नाही, त्यांनी विचारले, “मी एक विचारू शकतो का? यापूर्वी हा तुमचा संदेश प्रेसिडेंट वेन यांच्यापर्यंत पोचवायचे प्रयत्न झाले आहेत का?”

“होय.”

“आणि तुमची अशी खात्री आहे की तो त्यांना मिळालेला नाही.”

“नाही, आमची तशी खात्री नाही श्री. नाइट. आम्हाला असं वाटतं आहे की संदेश त्यांना मिळाला. पण कुठल्या स्वरूपात मिळाला, जसाच्या तसा मिळाला की नाही हे माहीती नाही.”

“असं वाटण्याचं काही सयुक्तिक कारण आहे का, प्रेसिडेंट?”

“ज्या विषयाबद्दल तो निरोप आहे तो इतका महत्त्वाचा, इतका गंभीर आहे की कुठल्याही प्रकारची चूक, जरासाही विपर्यास होण्याचा थोडासुद्धा धोका पत्करता येत नाही. तो जसाच्या तसा, त्यातला शब्दन्‌शब्द प्रेसिडेंट वेन यांच्यापर्यंत पोचेल अशी एकशे एक टक्के खात्री हवी आहे मला. मला वाटतं आपण समजू शकाल याचं महत्त्व.”

नाइट यांनी जराशीच मान हलवली.

“श्री. नाइट, तुम्हाला अशी भीती वाटते आहे का, की यामुळे चीन आणि अमेरिका एकमेकांच्या विरुद्ध उभे ठाकणार आहेत? मी तुम्हाला आश्वासन देतो की तसं यात काहीही नाही. उलट, ही दोन्ही देशांच्याच नव्हे तर संपूर्ण जगाच्या हिताची, भल्याचीच गोष्ट आहे.”

मनातून बोलायचे असूनही बोलत नसल्यासारखे नाइट शांत बसले होते.

“श्री. नाइट, ही गोष्ट अशी आहे की त्यानंतर तुमच्यासारख्या लोकांना दोन्हीपैकी एकाची निवड करायची वेळ येणार नाही.” बेंटन थांबून नाइट यांच्याकडे बघत होता. त्यांची नजर खाली वळली होती, कपाळावर आठी चढली होती. “श्री. नाइट, तुम्ही अस्वस्थ दिसता.”

नाइट यांनी मान हलवली. “मी तुम्हाला–” शारीरिक दुःखापेक्षा त्यांच्या मानसिक अस्वस्थतेचीच जणू खूण असल्यासारखा त्यांनी परत एकदा घसा खाकरला, “मी हे असं दोघांच्या मध्ये अडकण्याचं प्रयत्नपूर्वक टाळत आलो आहे. चीनमधल्या लोकांचं असं फार होतं. आणि त्यात मधल्या माणसाविषयीचा विश्वास चिरडला जातो.”

हा रुपेरी केसाचा सुदामा आपल्याला बहुतेक नकार देणार, या विचाराने बेंटनने ॲलनकडे पाहिले.

“विल्यम,” ॲलन म्हणाला, “तुमच्या पाठीशी चाळीस वर्षांची विश्वासार्हता

आहे, ती काही अशी एका दिवसात गमावली जाणार नाही. ती मर्मबंधातली ठेव आहे, विल्यम. ती योग्य वेळेला वापरता यावी म्हणूनच गोळा करून जपून ठेवलेली असते.''

नाइटने ॲलनकडे बघितले.

''ती वेळ आली आहे, विल्यम. हीच ती वेळ. मी हवाला देतो तुम्हाला, ऐका माझं.''

एफ. विल्यम नाइट काही वेळ विचारात गढले. सगळ्यांचे डोळे त्यांच्याकडे लागले होते. त्यांनी निर्णय झाल्यासारखी शांतपणे मान प्रेसिडेंटकडे वळवली आणि ते म्हणाले, ''प्रेसिडेंट, मी करीन तुमचं काम.''

बेंटन पुढे झुकून म्हणाला, ''श्री. नाइट, पुढे जाण्याआधी परत एकदा विचार करा हवं तर. तुम्ही हा निर्णय शंभर टक्के मनापासून घेतला आहात याची खातरजमा करून घ्या. तुम्ही अजूनही नाही म्हणू शकता. नीट लक्षात घ्या, तुम्ही वचनात अडकणार आहात.''

''मला त्याची जाणीव आहे, प्रेसिडेंट.''

''मी दिलेला संदेश आपण लवकरात लवकर, गुप्तपणे, प्रेसिडेंट वेन यांच्या, फक्त प्रेसिडेंट वेन यांच्याच हातात जसाच्या तसा ठेवायचा आणि ते देतील ते उत्तर, लेखी वा तोंडी, जसंच्या तसं माझ्या हातात आणून द्यायचं. यात काहीही जास्त नाही कमी नाही. हे आपलं काम. ते आपण करणार आहात असं स्वत:हून वचन देता आहात. विचार करायचा असेल परत करा आणि आताच सांगा.

''नाही, प्रेसिडेंट. माझा विचार झाला आहे.''

''नक्की?''

''होय, नक्की.''

बेंटन उभा राहिला. आपला हात पुढे धरून म्हणाला, ''सर, मी आपला मनापासून आभारी आहे. हा देश आपला कायम ऋणी राहील.''

नाइट उभे राहिले आणि त्यांनी प्रेसिडेंटचा हात हातात घेतला.

''किती लवकर भेटू शकाल आपण प्रेसिडेंट वेन यांना?''

''मला वाटतं, काहीच दिवसांत. चालेल ना?''

''होय, होय. सेक्रेटरी ओल्सेन आणि डॉक्टर बॉल आपल्याला तपशील समजावून सांगतील आणि आपल्या हातात प्रेसिडेंट वेन यांच्यासाठीचा एक पाकीट दिलं जाईल.''

## शनिवार, १४ मे

## फॅमिली रेसिडन्स, द व्हाइटहाऊस

"तुमचं लक्ष आज कुठेतरी दुसरीकडेच दिसतंय." हीथर म्हणाली.

"असं वाटतंय तुला?" पायातले मोजे काढताना तिच्याकडे वर पाहत बेंटनने विचारले.

डेमोक्रॅटिक पक्षातल्या तरुणांना शौर्यपदक देण्याच्या आणि त्यानंतर त्यांच्या गौरवार्थ योजलेल्या भोजनाच्या कार्यक्रमाला तो प्रमुख पाहुणा म्हणून उपस्थित होता. त्या तरुणांनी दाखवलेलं धैर्य, शौर्य आणि मनाचा निर्धार असामान्य आणि कौतुकास्पद होते. त्याच्या भाषणात त्याने त्या गुणांचे योग्य ते महत्त्व श्रोत्यांवर ठसवले अशी त्याला खात्री वाटत होती.

"तुला माझं भाषण आवडलं नाही का?"

"नाही, नाही, भाषण छान होतं. पण तुम्ही लोकांशी बोलताना मधूनच कुठे तरी हरवल्यासारखे वाटत होतात."

"अगं, ते संभाषणच तसं असेल."

पदकविजेत्यांच्या शौर्यकथा खरोखरच चित्तथरारक आणि स्फूर्तिदायी आणि म्हणून ऐकण्यासारख्या होत्या, पण त्या सगळ्यांना या कार्यक्रमासाठी मुद्दाम आमंत्रित केलेल्या त्यांच्या कुटुंबीयांसमवेत बसवले होते आणि शाही दांपत्याला मात्र डेमोक्रॅटिक पार्टीचे अध्यक्ष माल जॅक्सन आणि त्यांची पत्नी आणि पार्टीचे उत्साही कार्यकर्ते यांच्या बाजूला बसवले होते.

"या पेक्षाही रटाळ संभाषणं तुम्ही सहन केलेली पाहिली आहेत मी." हीथर हसून म्हणाली.

"खरं आहे. प्रेसिडेंटला सहनशक्ती वाढवावीच लागते, विशेषत: रूक्ष आणि फालतू विषयावरचं बोलणं ऐकून घ्यायची!"

हीथर हाताची घडी घालून त्याच्यासमोर उभी राहत म्हणाली, "काय झालंय?"

"काय झालंय? काय काय सांगू? अर्कान्सास युनिव्हर्सिटीत यापूर्वी त्या

विषयावरचं कुठलंही उल्लेखनीय संशोधन झालेलं नाही, त्यांची मागणी रास्त नसूनही जर इंटिग्रेटेड व्हायरल रिसर्च ग्रँट त्यांना दिली नाही तर सिनेटर एडवर्ड्स आमच्या शिक्षक मदत विधेयकाला पाठिंबा देणार नाहीत. माझ्याकडे अजून मागणी पोचायच्या आधीच आम्ही त्यांच्या स्वयंचलित रणगाड्यांसाठीचा निधी कमी करणार या शंकेनंच लष्करी अधिकारी आमच्यावर टीकास्त्र उगारून धावून येत आहेत. पोलंडचे प्रेसिडेंट कोस्लोवस्की बोस्टनला निमसरकारी भेट देण्यासाठी, म्हणजे त्यांच्या खाजगी कामासाठी येणार होते, पण आमचे एक अतिशहाणे काँग्रेसमन बॅटी त्यांच्याविषयी कुठे तरी काही तरी अद्वातद्वा बोलले. त्यांना त्याचा राग आला. 'ते बोलणं परत घेऊन बॅटींनी माफी मागितली नाही तर मी भेट रद्द करीन.' असा त्यांनी दम दिला आहे. आता भेट रद्द झाली तर आमच्या सिनेटर वॉजसिक नाराज होणार कारण त्यांनी प्रेसिडेंट कोस्लोवस्की यांच्या सन्मानार्थ जेवणाचा कार्यक्रम आयोजित केला आहे आणि तो कुठल्याही परिस्थितीत झालाच पाहिजे असा त्यांनी पण केलाय. त्यांची नाराजी आम्हाला परवडणारी नाही, कारण त्या आमच्या शिक्षक मदत विधेयकाच्या बाबतीत जरा तळ्यात का मळ्यात आहेत. आमचे बॅटी अडून बसले आहेत, माफी मागायला तयार नाहीत, कारण मोडेन पण वाकणार नाही ह्या त्यांच्या ब्रीदाच्या पायावर त्यांनी आपली कारकीर्द घडवली आहे.'' प्रेसिडेंटनी थकून निःश्वास सोडला, म्हणाले, ''अजून सांगू?''

''संध्याकाळपासून तुम्ही सिनेटर वॉजसिक या स्त्रीच्या विचारात हरवला होतात यावर मी कसा विश्वास ठेवेन?''

''मला वाटतं तिचाच विचार केला असता तर बरं झालं असतं!!'' पायातून मोजे उपसत बेंटन म्हणाला.

''तो माणूस बरोबर नाही का? ज्याला तुम्ही चीनला पाठवलात तो? निवड जरा--''

''नाही, नाही. ती निवड चुकलेली नाही. मला तो एवढा आवडला नसला तरी या कामाला तो अगदी योग्य आहे.''

''मग?''

''तो उद्या वेनना भेटतोय.''

''रविवारी?''

''हो, ॲलन म्हणाला मला.''

''हं, ते घोळत होतं वाटतं मनात!''

''हो, फार महत्त्वाचं आहे ते.''

हीथरने होकार देत विचारलं, ''तुम्हाला कधी कळेल?''

''वेन उत्तर द्यायला किती वेळ लावेल कुणास ठाऊक! कदाचित दोन दिवस,

कदाचित आठवडा.'' ज्यो पलंगावर उताणा पडून छताकडे पाहत म्हणाला, ''वेन जर म्हणाले की त्यांना यात काहीही रस नाही तर आम्ही काय करणार आहोत याचा विचारही करवत नाही मला!''

''पण ते तसं नाही म्हणणार. म्हणतील?''

''माहीत नाही, खरंच माहीत नाही. मला सगळे सांगत आहेत की हे चीनचे लोक असेच असतात. चीन हा देश कितीही संकटं, कुठलेही त्रास सहन करू शकतो. त्यामुळे ते जगाच्या अंतापर्यंत वाट बघत राहतील.''

''माझा नाही विश्वास याच्यावर.'' हीथर शांतपणे म्हणाली.

''लोक तर तसंच सांगत राहतात.'' ज्यो कुशीवर वळून जरासा उठून एका कोपरावर रेलून म्हणाला, ''काही कळत नाही. पण एक गोष्ट आहे, वेळ हातातून सुटत चालला आहे, वरच्या पात्रात वाळू कमी उरलीय. हा ऐतिहासिक क्षण आहे आणि जर चीननं असंच आडमुठेपणाचं धोरण स्वीकारलं तर हा क्षण निसटून जाईल. मग पुढच्या पिढीला, कदाचित त्याच्याही पुढच्या पिढीला आणि आणखी किती पिढ्यांना सांगता येत नाही, पिढ्यान्‌पिढ्यांना अतोनात, भयानक संकटांपासून वाचवण्यासाठी आपण काहीही करू शकणार नाही.''

''हे सगळं तुम्ही लिहिलंय वेनना तुमच्या पत्रात?''

''हो अगदी सगळं. आणि त्यांना स्थैर्याची खूप काळजी वाटते म्हणे, त्याबद्दलही लिहिलंय.''

''तुमचं पत्र म्हणजे निर्वाणीचा इशाराच दिसतोय.''

ज्यो हसत हसत मान हलवत म्हणाला, ''नाही, नाही, तसं नाही. ते– ए, चल, जरा मोठ्या नेत्यांसारखं दोघं मिळून यावर सांगोपांग चर्चा करू या.'' तो काही वेळ स्वत:च्या विचारात बुडून गेला. मग एक जोराचा नि:श्वास सोडून म्हणाला, ''काहीही असलं तरी उत्तर सरळ नसणार आणि एका शब्दात – 'हो' किंवा 'नाही' असंही नसणार, माझी खात्रीच आहे. त्यातून मी मधल्या काळात निकींना भेटणार आहे. क्योटोबद्दल काय मत व्यक्त करायचं? सगळे कान लावून बसले आहेत मी काय म्हणणार ते ऐकायला. 'क्योटो हाच एकमेव आणि शेवटचा उपाय आहे.' मी म्हणणार तसं, पण ते अजिबात खरं नाही, धादांत खोटंच आहे.''

''निकी यांच्या भेटीपूर्वीच बहुतेक वेन यांचं उत्तर येईल!'' हीथरच्या कपाळावर आठी पडली.

ज्योने खांदे उडवून अनिश्चितता आणि असमर्थता व्यक्त केली.

काही वेळ दोघेही गप्प राहिले.

''ए, मुलं पाहिजे होती इथे.'' ज्यो एकदम म्हणाला, ''मला खूप आठवण येतीय त्यांची. तुला?''

हीथर 'हे काय विचारणं झालं' असं म्हटल्यासारखं हसली.

"पूर्वी खूप वेळ ती आपल्याबरोबर असायची."

"ज्यो, तुमच्या लक्षात आलंय का? गेली बरीच वर्षं ती आपल्याबरोबर नाहीत."

"ॲमी खूप वेळा यायची शनिवारी-रविवारी. हो की नाही?"

"स्टॅनफोर्डला गेल्यापासून नाही येत. त्याला सुद्धा दोन वर्षं झाली आता."

"काय सांगतेस? दोन वर्षं?"

"आता उन्हाळ्याच्या सुट्टीत येईल ना, तेव्हा खूप दिवस भेटेल."

"ए, ती त्या कंपनीत नक्की उमेदवारी करणार आहे ना?"

"होय."

"पण ती कंपनी न्यूयॉर्कला आहे ना?"

"तरी भेटू आपण तिला."

"हं." ॲमीशी नियमितपणे बोलायला वेळ काढायचा या त्याच्या निश्चयाला नाटच लागत होता. "ग्रेगचं काय?"

"छान आहे तो. हे वय जरा विचित्र आहे त्याचं."

"असं तू गेली दहा वर्षं म्हणतोयस."

"हं. त्याला जरा वेळ दिला पाहिजे. त्यातून हे सगळं – गुंतागुंत होते सगळी."

ज्यो कपाळाला आठ्या घालीत म्हणाला, "आमची नव्हती झाली कधी अशी अवस्था!"

हीथर हसली. "ज्यो बेंटन, तुमच्यासारख्या, स्वत:च्या लक्ष्यावर लक्ष केंद्रित करून जगणाऱ्यांना कशी माहीत असेल ती अवस्था?"

"मग ते चांगलं का वाईट?"

"मला नाही माहीत!"

ज्यो जे बोलत होता त्याचा विचार करत नव्हता. त्याचे विचार एकाच विषयाकडे वळत होते. "वेनचा प्रतिसाद जर थंड असेल तर – काहीतरी करावं लागेल आम्हाला – आणि ते काही फारसं चांगलं नसेल –" त्याच्या कपाळावर आठ्या पडल्या, त्याची नजर जमिनीवर खिळली. अचानक त्याने वर हीथरकडे बघितले आणि तो म्हणाला, "हीथर, उद्या चर्चमध्ये जाऊ या?"

"हो, तुम्हाला जावंसं वाटत असेल तर–"

"जाऊ या. खूप दिवसांत नाही गेलो. या आधी कधी गेलो होतो गं आपण?"

"ईस्टरला."

"बरोबर. जाऊ या का? तुला यायचंय ना? सांग ना, येशील ना तू?"

''हो, तुम्हाला जायचंय ना?''

''हो. मग कॅलव्हरी? जाऊ या?''

''चालेल.''

ते दोघेही नियमित चर्चमध्ये जाणारे कधीच नव्हते. वर्षातून एकदा जाणे हीही बेंटनच्या लोकाभिमुख कामाची एक गरज होती. वॉशिंग्टनला सिनेटर म्हणून आल्यापासून ते कॅलव्हरीच्या बॅप्टिस्ट चर्चमध्ये जात असत. तिथला पाद्री सेब माइल्स त्यांचा मित्र झाला होता.

ज्योने फोन उचलला. ड्युटी अधिकाऱ्याने तो उचलला. ज्योने त्याला सुरक्षा अधिकाऱ्याला फोन जोडून द्यायला सांगितला. लेफ्टनंट कोपोसी त्यावेळी ड्युटीवर होते. चर्चमधल्या प्रार्थनेची वेळ नक्की विचारून त्याप्रमाणे प्रेसिडेंट आणि त्याची पत्नी यांची तेथे वेळेवर पोचण्याची सोय करण्याची जबाबदारी लेफ्टनंटनी घेतली.

''ज्यो, आता दहा-बारा जणांचा ताफा कामाला लागला असेल. परवानग्या, सुरक्षा व्यवस्था, गाड्या, बिचारे रात्रभर धावपळ करतील.'' हीथर म्हणाली.

''मग, रद्द करू का चर्चचं फोन करून?''

''नको. पण पुढल्या वेळी जरा आधी सांगत जा, म्हणजे जरा तरी पुरेसा वेळ मिळेल त्यांना.''

''हा सगळा उपद्व्याप लक्षातच आला नव्हता माझ्या. करू का फोन?''

''अहो, नको. आपण जाऊ या चर्चमध्ये.''

# बुधवार, १८ मे

## संयुक्त राष्ट्रसंघ, मुख्य कार्यालय, न्यूयॉर्क

बातमीदार, पत्रकार, प्रसारमाध्यमांचे प्रतिनिधी भराभर, एकामागे एक हात वर करीत होते. ॲल ग्रॅहॅम आणि ज्युडी एम्स खास उंच उतरत्या डेस्कच्या मागे उभे राहून त्यांच्या मीटिंगच्या लगेच नंतरची पत्रकारपरिषद घेत असलेल्या संयुक्त राष्ट्रसंघाचे सरचिटणीस जोसेफ निकी आणि प्रेसिडेंट ज्यो बेंटन यांच्याकडे पाहत होते. अगदी काटेकोरपणे टापटीप सांभाळणाऱ्या बुटक्या निकीच्या शेजारी उभ्या असलेल्या ज्यो बेंटनची उंची चांगलीच डोळ्यांत भरत होती.

"मिचेल टेंपल, ले मॉंडे, फ्रान्स. हा प्रश्न प्रेसिडेंट बेंटन यांच्यासाठी आहे. प्रेसिडेंट, तुमच्या आधीचे प्रेसिडेंट क्योटोला प्रोसेस मेलेलं बदक म्हणायचे. ती बदक तरी होती का तेही माहिती नाही. पण असलीच तर तुमच्या मते आज त्या बदकाची स्थिती काय आहे?"

त्या प्रश्नावर ज्यो बेंटन हसला. "प्रेसिडेंट गार्टनर रूपकं आणि उपमा मोठ्या छान वापरायचे. माझ्या मते ती काही बदक नव्हती." हलकासा हशा "आणि ती हंसही नाही." हशा वाढला. तो गंभीरपणे म्हणाला, "मी हे माझ्या निवडणूक मोहिमेतही सांगत आलो आहे आणि हे पद सांभाळल्यापासूनही त्याचीच पुनरुक्ती करत आलो आहे की माझं शासन कुठल्याही समस्येशी संलग्न अशा सर्व व्यक्ती, संस्था, देश यांच्याशी एकत्रितपणे संपर्क साधेल. त्यात पर्यावरणाची समस्याही आलीच. त्यासाठी क्योटो हे अत्यंत प्रभावी माध्यम आहे आणि अमेरिका क्योटोच्या येत्या सत्रात आपली भूमिका पूर्णपणे आणि चोख बजावेल. पुढल्या अठरा महिन्यांतल्या चर्चांचं वेळापत्रक करण्याचं काम चालू आहे. ॲड्रिया पॉवर्स या अतिशय समर्थ अशा सेक्रेटरी आम्हाला लाभलेल्या आहेत, हे मी आमचं भाग्य समजतो. त्या उत्तम काम करतीलच."

"हाच विषय मी आणखी थोडा पुढे नेऊ इच्छितो." मिचेल टेंपल म्हणाला. "तुम्हाला माहीतच आहे की युरोकोअरनं असं विधान केलं आहे, की ते क्योटो ही

एकमेव पद्धत मानतात. त्यात प्रयत्नांचं विभाजन टाळलं जातं आणि एक पारदर्शकता राहते. विशेष करून त्यांनी द्विपक्षीय आणि विभागीय चर्चा याविषयी नापसंती नोंदवली आहे. माझे वाचक आणि मला वाटतं अख्खा युरोप हे समजून घेऊ इच्छितो की आपणही क्योटो हेच एकमेव माध्यम मानून तेच फक्त वापरणार, का इतर पद्धतींच्या चर्चांसाठीही आपली दारं खुली ठेवणार.''

''मी आत्ताच सेक्रेटरी निकी यांना आश्वासन दिलेलं आहे की अमेरिकेचा क्योटोला संपूर्ण पाठिंबा आहे आणि त्यातली आपली भूमिकाही आपण पार पाडू. मला वाटतं हे विधान पुरेसं आहे.''

''प्रेसिडेंट, माफ करा, पण तुम्ही तुमच्या आश्वासनात क्योटोखेरीज इतर मार्ग वगळलेले आहेत का हे कृपया सांगाल का?''

''माझ्या मोहिमेपासून मी घेतलेली भूमिका आजतागायत बदललेली नाही हे अगदी स्पष्ट आहे. अमेरिका क्योटोच्या पाठीशी भक्कमपणे उभी आहे. या आधीचे शासन तसे भक्कमपणे उभे नव्हते. मला असं म्हणायचं आहे की मी क्योटोला फार महत्त्व देतो, क्योटो हे जगातला पर्यावरणाचा प्रश्न सोडवण्याचं अतिशय महत्त्वाचं; पण प्राथमिक माध्यम आहे, असं माझं ठाम मत आहे. कुठल्याही क्रियेतला जो प्राथमिक भाग असतो तो महत्त्वाचा असतो आणि तो कुणासाठीही अगदी पुरेसा असतो. मला वाटतं तुमच्या प्रश्नाचं उत्तर तुम्हाला मिळालं.''

त्याने निकीकडे पाहिले. त्यांनी विचारपूर्वक मान हलवली. जे निकी यांना ओळखत होते त्यांच्या हे लक्षात आलंच, की या मान हलवण्याला काही अर्थ नव्हता. ते बऱ्याचशा वेळी त्यांच्या बाजूला उभे राहून बोलणाऱ्या बड्या बड्या नेत्यांच्या अशा विधानांना अशीच विचारपूर्वक मान हलवत, पण त्यातल्या बहुतांश विधानांशी ते सहमत नसत.

लिमोमध्ये बसून ला गार्डियाला जाताना ॲल ग्रॅहॅम खूश होता. त्याच्या मते निकी यांच्या बरोबरची मीटिंग छान झाली होती आणि गार्टनर यांच्यापेक्षा सेक्रेटरींचं बेंटनशी जास्त चांगलं जमलं होतं. त्याला एकच गोष्ट डाचत होती.

''ज्यो, तुझं क्योटोवरचं उत्तर मला नीटसं कळलं नाही. काय आहे? आपण इतर मार्गांचा विचार करतोय का?''

बेंटनला याची पूर्ण जाणीव होती की त्याने तो प्रश्न समाधानकारकरित्या हाताळला नव्हता, गुंडाळलाच होता. प्रयत्न करूनही त्याच्या मनातला झगडा त्याच्या उत्तरात डोकावला होता.

''ॲल, गार्टनर चार वर्षं ओरडत राहिला की क्योटोवर त्याचा काडीइतका विश्वास नाही, पण त्यानं त्याला पर्याय शोधण्यासाठी काहीही केलं नाही. मी म्हणालो की तो संपूर्ण प्रक्रियेतला प्राथमिक भाग आहे. त्यांचं समाधान झालं असलं पाहिजे.''

"तू सांगशील ना मला? आपण जर काही वेगळा विचार करणार असू तर मला सांगशील ना?"

बेंटनने न बोलता मान हलवली.

ॲल त्याच्याकडे प्रश्नार्थक नजरेने पाहत राहिला.

"ॲल, अरे नक्कीच सांगीन तुला."

"ज्यो–"

"हे बघ, मी जाहीरपणे अशी शक्यता कशी फेटाळणार? आपल्याजवळ काय उरलं मग? तुला युरोकोअर काय चीज आहे माहिती आहे ना? ब्रुसेल्स खेळतंय तसले खेळ मला नाही खेळायचे."

"पण तू मला सांगणार हे नक्की." ॲल बसल्या बसल्या पूर्ण वळून प्रेसिडेंटकडे बघत म्हणाला, "बघ हं ज्यो, तू जर फिरलास आणि काही वेगळंच जाहीर केलंस ना, तर संयुक्त राष्ट्रसंघात माझी फार पंचाईत होईल हं."

"ॲल, मी काहीही जाहीर करणार नाही."

"पण जर करणार असलास तर तू मला सांगणार आहेस–"

"अरे, पुरे ना. तेच तेच किती वेळा उगाळतो आहेस? मी जे ज्युडीबरोबर ठरवलं होतं तसंच बोललेलो आहे."

"लॅरीबरोबर नाही?"

"तुला जर अजून काही स्पष्टीकरण हवं असेल तर ज्युडीशी बोल."

गाड्या विमानाजवळ पोचल्या आणि थांबल्या. दारं उघडली गेली.

बेंटन लिमोतून उतरता उतरता थबकला. त्याला बरं नाही वाटलं, तो ॲलला म्हणाला, "ॲल, काळजी नको करू. मीटिंग छान झाली असं तूच म्हणालास ना? मग का चेहरा असा पाडतो आहेस?"

ग्रॅहॅम काहीच बोलला नाही.

बेंटन बाहेर पडला. दार लागलं. तो एअरफोर्स वनच्या पायऱ्या चढत असताना ग्रॅहॅमला घेऊन लिमो निघून गेली.

विमानात ॲलन बॉल आणि लॅरी ओल्सेन हे दोघे एफ. विल्यम नाइट यांच्यासह त्याची वाट पाहत होते.

श्री. नाइट यांच्याशी हस्तांदोलन करीत प्रेसिडेंट म्हणाले, "माफ करा, आपल्याला हे असं भेटावं लागतं आहे, पण हीच एक वेळ लवकरात लवकरची उपलब्ध होती. आपण जुळवून घेतलंत, आभारी आहे आपला."

चौघांनीही बसून पट्टे बांधले. इंजिनांचे आवाज वाढले आणि विमान हलले.

"बरं, श्री. नाइट, सांगा काय घडलं ते."

नाइट यांनी घसा खाकरला. ''मला जसं बोलायला सांगितलं होतं, तसंच मी प्रेसिडेंट वेन यांच्याशी बोललो आणि त्यांना आपण दिलेला लखोटा दिला.'' ते थांबले. इंजिनचा आवाज आणखी वाढला आणि विमानाने जमीन सोडली.

''आपण बोला ना.''

''ते – त्यांनी लखोट्यातले कागद काढून बघितले आणि म्हणाले, मला वाचायला, विचार करायला वेळ लागेल. मग त्यांनी मला दुसऱ्या दिवशी यायला सांगितलं. पण परत एका दिवसाचा उशीर झाला आणि मी त्यांना कालच भेटलो.''

''आपल्या पहिल्या भेटीत आणखी काही म्हणाले ते?''

''आम्ही एकमेकांची चौकशी केली.'' नाइट म्हणाले, ''वैयक्तिक गोष्टी.''

प्रेसिडेंटनी मान हलवली. विमान आकाशात स्थिर झाले.

''आम्ही आर्थिक बाबींविषयी पण बोललो. प्रेसिडेंट वेन यांनी कागद पाहून उद्या यायला सांगितल्यानंतर आमची आमच्या नेहमीच्या विषयांवर थोडीशी चर्चा झाली.''

''आपण दुसऱ्यांदा त्यांना भेटलात तेव्हा काय झालं?''

''प्रेसिडेंट वेन म्हणाले, आपण जे प्रश्न मांडले आहेत ते गंभीर आहेत–''

''हेच त्यांचे शब्द होते?''

''मी भाषांतर करून सांगितले, सर.''

''त्यांच्याशी बोलताना आपण सहसा कुठली भाषा वापरता?''

''बहुतेक वेळा मँडरिन. काही अर्थशास्त्रीय तांत्रिक बोलताना इंग्रजीचा वापर होतो. त्यांचं इंग्रजी उत्तम आहे.''

''मी मध्येच थांबवलं तुम्हाला. बोला.''

नाइट यांनी घसा खाकरला. ''ते म्हणाले, प्रश्न गंभीर आहेत. त्यावर बराच विचार करावा लागेल. त्यांचा परिणाम आपल्या मुलांच्या आणि त्यांच्याही मुलांच्या आयुष्यावर होणार आहे. त्यांनी माझ्याजवळ एक पत्र दिलं आहे आणि ते आपल्याला व्यक्तिश: भेटून द्यायला सांगितलं आहे.''

नाइट यांनी आपल्या कोटाच्या खिशातून एक पाकीट बाहेर काढलं, आपला पट्टा सैल केला आणि उठून प्रेसिडेंटच्या हातात ठेवले.

पाकिटावर लिहिले होते, 'प्रेसिडेंट ऑफ युनायटेड स्टेट्स यांजकरिता.' एखाद्या लहान मुलाने प्रेसिडेंटना पत्र लिहिताना लिहावे तसे हे लिहिलेले पाहून बेंटनला गंमत वाटली.

बेंटनने पाकीट फोडून पत्र बाहेर काढलं. एकच पान होतं.

प्रति,

टु हीज एक्सलन्सी जोसेफ बेंटन, प्रेसिडेंट ऑफ द युनायटेड स्टेट्स ऑफ अमेरिका.

आपण पाठवलेल्या पत्राबद्दल आणि त्यातल्या माहितीबद्दल मी आपले आभार मानतो. आपला संदेश पोचवण्यासाठी आपण फार चांगला माणूस निवडला आहे. आपल्या जगासमोर गंभीर धोका आहे. आपण लिहिल्याप्रमाणे, हा ऐतिहासिक क्षण आहे. दोन महान अर्थव्यवस्था असलेल्या देशांचे नेते या नात्याने हे आपले कर्तव्य आहे की आपण जगाला या धोक्यापासून वाचवण्यासाठी पुढे सरसावले पाहिजे. द पीपल्स रिपब्लिक ऑफ चायना यातली ऐतिहासिक भूमिका पार पाडायला तयार आहे. आपले दोन्ही महान देश बरोबरीने जगाला उज्ज्वल भविष्याकडे घेऊन जाऊ शकतात. त्याची वाट शोधण्याचा प्रयत्न करू या. आपणा दोघांच्यामध्ये कुणीही नको. आपण जेव्हा बोलू तेव्हा आपलेच शब्द थेट एकमेकांपर्यंत पोचू देत.

आपला हितैषी,<br>
वेन गोजी<br>
प्रेसिडेंट ऑफ द रिपब्लिक ऑफ चायना.

प्रेसिडेंटनी वर पाहिले. बॉल, ओल्सेन, नाइट त्यांच्याकडेच पाहत होते.

त्यांनी जवळ बसलेल्या ॲलनच्या हातात पत्र दिले. त्याने ते वाचून ओल्सेन यांना दिले.

नाइट घसा खाकरून म्हणाले, "प्रेसिडेंट वेन यांनी मला आपल्याला असं सांगायला सांगितलं आहे की, आपण पत्र वाचल्यानंतर हा संवाद पुढे न्यायच्या माध्यमाचा ते विचार करतील."

"विल्यम, तुम्ही याचं उत्तर घेऊन परतावं अशी त्यांची अपेक्षा आहे का?" ॲलनने विचारले.

नाइट यांनी मान डोलावली.

"श्री. नाइट, आपण आपल्या देशासाठी फार मोठं काम केलं आहे." प्रेसिडेंट म्हणाले, "आपण कृपया थोडा वेळ बाहेर थांबाल का?"

नाइट यांनी पट्टा सोडला आणि ते उभे राहिले. बॉलही उठला आणि त्यांना बाहेर घेऊन गेला.

प्रेसिडेंटनी ओल्सेन यांच्याकडे पाहिलं. "हे छान झालं, नाही?"

लॅरी ओल्सेन यांनी जरा सावधपणे मान हलवली. "कोणतीही माहिती नवीन आहे, असं त्यांनी म्हटलेलं नाही."

"मग?"

"मग रोख बदलला कसा?"

बॉलने आत येताना ते वाक्य ऐकले आणि तो म्हणाला, "कारण आदान-प्रदान सुरू झाले आहे."

बेंटनच्या चेहऱ्यावर मिस्किल स्मित उमटले. "पण लॅरींच्या मनात शंका आहे."

"का?"

"मी एवढंच म्हणतो आहे की जर त्यांना काहीही नवं कळलेलं नाही तर आजपर्यंत न केलेलं करायला ते का तयार झालेत? आणि दुसरं म्हणजे, आताही माध्यम आहेच की – चेन."

"त्यांचा कदाचित चेनवर विश्वास नसेल."

"मग ज्याच्यावर विश्वास आहे अशा दुसऱ्या कुणाला पाठवता आलं असतं. आधी आक्रमक कृती करायची आणि आता काहीही वेगळं, नवीन माहीत झालेलं नसूनही एकदम सूर वेगळा लावायचा, असं का?"

"कारण आता त्यांची खात्री पटली आहे की ते अशा व्यक्तीशी बोलत आहेत, जी या विषयाच्या बाबतीत खूप गंभीर आहे." बॉल म्हणाला.

"किंवा ते असा विचार करत असतील की अशी बोलणी चालू ठेवून लगाम त्यांना स्वत:च्या हातात राखता येतील आणि आपल्याला लटकवत ठेवता येईल."

"सत्यानाश! लॅरी, यापेक्षा या घटकेला त्यांच्याकडून आणखी काय अपेक्षित होतं?" बेंटनने वैतागाने ॲलनकडे बघितले.

"एक समंजस, तर्कशुद्धविचार." ओल्सेन म्हणाला, "त्याने म्हणायला पाहिजे होतं, 'बाप रे, परिस्थिती एवढी भयानक, गंभीर आहे हे मला प्रतीतच झालं नव्हतं. आता मला समजलं की मी तातडीनं कृती का करायला पाहिजे ते."

"पहा ना त्यांनी काय म्हटलंय, त्यांना ऐतिहासिक महत्त्व पटलं आहे, कृती करण्याची निकडीची गरज आहे हे जाणवलं आहे."

"म्हणजे ती याआधी जाणवली नव्हती की काय? कुणीतरी हलवून त्यांना ती दाखवून द्यायला हवी होती का? कुणाचा तरी विश्वास बसेल का याच्यावर?"

"लॅरी, माफ करा," बेंटनच्या मनात उसळून आलेलं वैफल्य दाबून ठेवताना त्याला खूपच कष्ट पडत होते. "तुम्हाला जसं हवं तसं, हवं तितकं त्यांच्याकडून कदाचित नाही मिळणार, आहे तेवढं पदरात पाडून घ्या ना!"

"तुम्ही त्यांच्याशी बोलू नका असं नाही मला म्हणायचं, मी फक्त–"

"प्रेसिडेंट, आता या अशा पत्रानंतर आपण बंधनांचा वगैरे विचार नाही ना करणार?" ॲलनने विचारले.

"नक्कीच नाही."

"हेच साधायचं होतं त्यांना!" लॅरी म्हणाले.

"लॅरी, अजून काय आणि किती मिळायला हवं होतं तुम्हाला?" बेंटनने राग दाबत विचारले, "आपण बोलणार आहोत त्यांच्याशी. ते म्हणतायत बोलू या, आपण बोलणार. नाइट यांच्याबरोबर निरोप पाठवणार की आम्हाला बोलायचे आहे, वाटाघाटी करायच्या आहेत आणि माझ्या थेट संपर्कात असेल अशा आमच्या एका प्रतिनिधीचं नाव आम्ही कळवणार आहोत. हे ठरलं, पूर्णविराम!!"

ओल्सेन यांनी 'ठीक आहे' अशी मान हलवली.

बेंटन दमून गेल्यासारखा खुर्चीत मागे रेलला. काही वेळाने म्हणाला, "चला, आता पुढे."

"आपल्याला त्यांच्याशी बोलायला, वाटाघाटी करायला एक चांगला माणूस पाहिजे." बॉल म्हणाला, "मला एक-दोघं–"

"ती जबाबदारी परराष्ट्र खात्याची आहे." ओल्सेन मध्येच म्हणाले, "माणूस ते खातं शोधेल."

"दोन मिनिटांपूर्वी तुम्हाला द्यातलं–"

"हे फॉरिन मिनिस्ट्रीच्या अखत्यारीत येतं," ओल्सेन प्रेसिडेंटकडे पाहत पुन्हा म्हणाले, "आम्ही शोधू योग्य माणूस."

बेंटन बॉलकडे पाहत म्हणाला, "त्यांचं म्हणणं बरोबर आहे."

ॲलनने राग गिळला.

"पण ॲलनला कळवत रहा."

"निश्चित." ॲलनकडे पाहून ओल्सेन यांनी हमी दिली.

"हे किती लवकर होऊ शकेल?"

"वेन यांना हवं तेवढं!"

"बरोबर. लॅरी, तुमचा मुद्दा – यातून त्यांना तातडीची किती जाणीव झाली आहे ते कळेल. आणि वाटाघाटी कुठे करायच्या? वॉशिंग्टन नाही आणि बीजिंगही नाही."

"ओसलो." ओल्सेन म्हणाले, "आपण त्यांना सांगू की आम्ही आणि चीन यांच्यात अतिशय संवेदनाक्षम विषयावर वाटाघाटी होणार आहेत. त्यांना वाटेल तैवानबद्दल आहेत. त्यांना विचारू, वाटाघाटी साहजिकच अगदी गुप्त राहायला हव्या आहेत तर तुमच्या इथं त्या करायला परवानगी द्याल का?" ओल्सेन हसत म्हणाले, "नॉर्वेजियन सरकारला असल्या गोष्टींचं आकर्षण आहे, ते हो म्हणतील."

# गुरुवार, २६ मे

# इड्सव्होल; ओसलोच्या बाहेर, नॉर्वे

रस्ता सूचिपर्णी आणि देवदार वृक्षांच्या जंगलातून जात होता. गाडीच्या मागच्या आसनांवर ऑलिव्हर वू आणि पीट लील बसले होते. लाल केसाचा, मोठ्या नाकाचा, निमुळत्या हनुवटीचा पीट लील फॉरिन मिनिस्ट्रीतला आंतरराष्ट्रीय राजनीतीतला मुरलेला, नावाजलेला अनुभवी अधिकारी होता. पूर्व तुर्कस्तानमधील भीषण रक्तपात थांबवणारा टर्किश-कर्डिश स्वायत्तता करार त्याच्या मुत्सद्दी मध्यस्थीनेच झाला होता. त्याने त्यासाठी चार वर्षे तुर्कस्तानमध्ये आणि त्यातली दोन कुर्डिस्तानच्या डोंगरदऱ्यांत घोड्यावर बसून हिंडून काढली होती. त्याने या महत्त्वाच्या करारासाठी वाटाघाटी करताना दाखविलेला सोशिकपणा, सहनशक्ती आणि संयम आश्चर्यकारक, वाखाणण्याजोगा होता. प्रसंगी भावना बाजूला ठेवून, निर्विकारपणे, ठाम निर्णय घेऊन दोन्ही बाजूंना मोठ्या तडजोडी करायला भाग पाडून, पण त्याचबरोबर सर्वांच्या मनात स्वत:विषयी विश्वास निर्माण करून त्याने हे अवघड काम यशस्वी करून दाखवले होते. आजमितीला परराष्ट्र खात्यात वाटाघाटीत मध्यस्थ म्हणून काम करून करार घडवून आणणारा पीटइतका कुशल, कसबी माणूस दुसरा नव्हता.

सकाळ उबदार होती. लीलला दियारबाकिरच्या पूर्वेच्या जंगल दऱ्यातल्या सकाळची आठवण झाली.

"इथं हिवाळ्यात चांगलीच थंडी पडत असणार." खिडकीतून बाहेर बघत लील म्हणाला.

ऑलिव्हर वूने होकार दिला.

"मला थंडी अजिबात आवडत नाही. शिकागोत राहिल्याचा परिणाम. मी निवृत्त झालो ना की दक्षिण कॅलिफोर्नियात जाऊन राहणार आहे."

वू, भविष्यातली ती योजना ऐकून हसू लागला आणि लगेच गंभीरही झाला कारण त्याच्या जवळच्या छोट्याशा बॅगेतल्या कागदपत्रातील माहितीप्रमाणे लील निवृत्त होईपर्यंत दक्षिण कॅलिफोर्नियाची परिस्थिती तिथे जाऊन राहण्यासारखी

राहणार नव्हती.

''तोपर्यंत करार होऊन गेलेला असणार आहे, डॉक्टर वू.'' लील वूकडे वळून बघत म्हणाला. त्याने आपले एक बोट वूच्या समोर धरले आणि तो सांगू लागला, ''लीलचा वाटाघाटींचा पहिला नियम – करार होणार असा दृढ विश्वास हवा. म्हणजे मग तो होतो. अरे, ते काही रॉकेट बनवण्याच्या शास्त्राएवढं अवघड नाही. कुणी विचारही केला नसेल असं काही उत्तर नसतं त्यातल्या समस्यांचं, फक्त ते या किंवा त्या बाजूला मान्य नसलेलं असतं.''

वूने होकारार्थी मान हलवली पण करार मान्य करण्याची प्रचंड किंमत चीन मान्य करेल की नाही आणि तसे बघायला गेले तर अमेरिका तरी द्यायला तयार होईल की नाही याबद्दल त्याच्या मनात शंकाच होती.

गाडीने एक वळण घेतले आणि ती एका मोठ्या गेटमधून आवारात शिरली. ते एक खास स्कँडेनेव्हियन शैलीचे दोन मजली, पांढऱ्या रंगाने रंगवलेले, एका नॉर्वेजियन राजघराण्यातल्या सरदाराचे जंगलात शिकारीला आल्यावर राहण्यासाठी बांधलेले घर होते. दोन बाजूंना वर आलेले छोटेसे मनोरे घराचा डौल वाढवीत होते.

एक माणूस त्यांच्या स्वागतासाठी उभा होता. गाडीच्या ड्रायव्हरने त्यांचे सामान बाहेर काढून ठेवले. ड्रायव्हर आणि तो माणूस हे दोघेही नॉर्वेजियन फॉरिन मिनिस्ट्रीचे कर्मचारी होते.

''आम्हीच आधी आलो आहोत का?'' लीलने त्या माणसाला विचारले.

''होय. ते लोक दुपारी पोचणार आहेत.'' असे म्हणून त्या माणसाने त्यांना आत नेले.

चीनच्या बाजूने कोण येणार हे लील आणि वू यांना माहिती होते. त्या लोकांबद्दलचा सी.आय.ए.चा अहवालही त्यांनी पाहिला होता. लिन शिशेंग हा बँक ऑफ चायना मधला एक कुशल अधिकारी होता. वेन फायनान्स मिनिस्ट्री सांभाळत होते तेव्हा लिनने त्यांच्याबरोबर काम केले होते. केव्हाही एखाद्या महत्त्वाच्या, संवेदनाक्षम अशा कामात वेन यांना मदत हवी असली की ते लिनला पाचारण करीत असत. गाओ जिचुआन हे जरा गूढ व्यक्तिमत्व होते. तो कित्येक वर्षे वेन यांच्याच भोवती दिसत होता आणि त्यांचे कुठलेही आणि सगळीच कामे करणारा खास माणूस होता. वाटाघाटीचे कौशल्य लिनकडेच होते. वेन यांच्या आज्ञांचे, त्यांनी घालून दिलेल्या मर्यादांचे पालन होते की नाही यावर नजर ठेवण्याचे काम गाओकडे होते.

वाटाघाटींच्या पहिल्या फेरीचा उद्देश मर्यादित होता. यात प्रामुख्याने माहितीची देवाणघेवाण – खरे म्हणजे देवाणच – होती. लॅरी ओल्सेन यांच्याबरोबर झालेल्या मीटिंगमध्ये कुठली, किती माहिती द्यायची याच्याविषयी तपशीलवार चर्चा झाली होती. आपल्याजवळ उपलब्ध असलेली सर्व माहिती सुरुवातीलाच समोर ठेवावी

असा लीलचा आग्रह होता. ओल्सेन यांचे मत होते की काही गोष्टी आपल्याजवळ राखून ठेवाव्यात, पण लील त्याचा आग्रह सोडायला तयार झाला नाही. ज्या वेळी तुम्ही असे मधून मधून पिल्लू सोडल्यासारखी थोडी थोडी माहिती देत राहता त्यावेळी तुम्ही समोरच्यांचा विश्वास गमावता असे लीलचे म्हणणे होते. सरतेशेवटी ओल्सेनना त्याचे म्हणणे मान्य करावे लागले. डॉक्टर रिचर्ड्स यांच्या युनिट्सनी जमा केलेली काही खास माहिती मात्र द्यायची नाही याविषयी दोघांचे कसेबसे एकमत झाले. लीलची अजूनही खात्री नव्हती की त्याला सगळीच्या सगळी माहिती दिली गेली आहे, पण मिळाली तेवढीही काही थोडी नव्हती.

चीनचे दोघे प्रतिनिधी आल्यावर चर्चा सुरू होण्यापूर्वी संध्याकाळी नॉर्वेजियन्सनी त्यांच्यासाठी एकत्र जेवण ठेवले होते. चौघे एकत्र आल्यावर लवकरच मध्यम उंचीचा, केस गेल्याने भव्य दिसणाऱ्या कपाळाचा, तरतरीत चेहऱ्याचा लिन हा बडबड्या आणि सहजी मिळून मिसळून वागणारा असल्याचे लक्षात आले. गाओ उंच आणि आडदांड देहयष्टीचा माणूस होता. जेवताना लिनने तो विद्यार्थी असताना अमेरिकेत आला होता, त्या भेटीचा सविस्तर वृत्तांत ऐकवला आणि शेवटी सॅनफ्रॅन्सिस्कोच्या चायना टाऊनमध्ये त्याला एका कुप्रसिद्ध गुंडाचा भाऊच समजले गेल्याचा, आता मजेदार वाटणारा, पण त्या वेळी मोठ्या संकटात टाकणारा एक किस्साही सांगितला. मग लीलनेही तो कुर्डिस्तानमध्ये दोन सशस्त्र टोळ्यांच्या युद्धातल्या गोळीबारात सापडला होता त्याचे वर्णन केले. पण तो आणि त्याचे वाटाडे ज्याला गोळीबार समजत होते, ती दरीच्या दोन्ही बाजूंना साजऱ्या करण्यात येणाऱ्या दोन विवाहसमारंभातल्या वऱ्हाडी मंडळींची आपला आनंद, उत्साह दाखवण्यासाठी बंदुकीतून गोळ्या उडवण्याची लागलेली अहमहमिका होती. अंगावर काटा आणणारा आणि गुदगुल्याही करणारा तो प्रसंग ऐकून लिन मनापासून हसला. गाओने जरासे स्मित केले. त्याला कदाचित इंग्रजी जरा कमी समजत असावे असे वाटत होते; पण वूने, तो त्याच्या बहिणीला ड्रायव्हिंग शिकवत असताना एकदा कसा मरता मरता वाचला हे मँडरिनमध्ये सांगितले, तेव्हाही लिन जोरात हसला, तरीही गाओ फक्त गालातल्या गालातच हसला.

जेवणानंतर त्या नॉर्वेजियन माणसाने त्यांना एका खोलीत नेले. तिथे टेबल, खुर्च्या, बाजूच्या टेबलावर चहा, कॉफी, अल्पोपहार असा चर्चेसाठीचा सर्व सरंजाम होता. एकदा सर्व काही व्यवस्थित आहे याची खात्री करून घेऊन तो नॉर्वेजियन खोलीचे दार बंद करून निघून गेला. लीलने वूला खूण केली तसा तो बाहेर जाऊन त्याच्या खोलीतून या चर्चेसाठी तयार केलेले टिपण घेऊन आला. त्याने खोलीचे दार उघडले तेव्हाही लील कुठली तरी विनोदी गोष्ट सांगत होता, लिन मधून मधून

हसत होता, गाओचा चेहरा मात्र निर्विकार होता. लीलने गोष्टीचा शेवट केला तसा लिन जोरजोरात हसला.

वूने टाचलेले कागद टेबलावर ठेवले.

लील गंभीर झाला. त्याने दोन टिपणे त्या दोघांपुढे सरकवली. तो म्हणाला, ''यात माहिती आहे. आमच्याकडे जेवढी आहे तेवढी सगळी. अतिशय महत्त्वाची सामग्री.''

लिनने प्रत हातात घेऊन पाने चाळायला सुरुवात केला. गाओने हातही लावला नाही.

''आम्ही सर्व माहीती तुमच्यासमोर ठेवली आहे.'' लील म्हणाला, ''सरळ मुद्द्यांवरच यायचं म्हणजे यातल्या गोष्टींचा आमच्यावर परिणाम होणार आहे, तसा तो तुमच्यावरही होणार आहे, हे अर्थात तुम्हाला माहिती असेलच. यातलं काय आणि किती तुमच्या लोकांनी या आधीच पाहिलं आहे याची मला कल्पना नाही. मी परत एकदा हे सांगू इच्छितो की आमच्याकडे याहून अधिक काहीही नाही. तुम्ही हे वाचलंत की आम्हाला जेवढं माहिती आहे, प्रेसिडेंट बेंटन यांना जेवढं माहीत आहे, तेवढं सगळं तुम्हालाही माहीत होईल. हे मी सुरुवातीलाच स्पष्ट करतो आहे.''

लिनने कागदांवरची नजर काढून वर पाहिले आणि लीलकडे बघून 'समजलं' अशी मान हलवली. या लीलच्या युक्तीचा लिनवर योग्य परिणाम झालेला ऑलिव्हर वू याला दिसला. त्याला बहुधा ही अपेक्षा नसावी. आधी फक्त सर्वसाधारण वर्णन आणि मग हळूहळू थोडे थोडे एकेका दिवशी काहीतरी बाहेर काढायचे ही सहसा वापरली जाणारीच पद्धत इथेही असणार, ही त्याची समजूत खोटी ठरल्याचे त्याला कौतुक वाटले असावे.

वूने गाओची प्रतिक्रिया जाणून घेण्यासाठी त्याच्याकडे पाहिले तर तो टक लावून त्याच्याचकडे बघत होता.

लिनने टाचण खाली ठेवले आणि तो म्हणाला, ''आम्हाला हे वाचावं लागेल.''

''अर्थातच.'' लील म्हणाला.

''आपण उद्या भेटू. उद्या संध्याकाळी. तोपर्यंत आमचा याचा निदान प्राथमिक अभ्यास झालेला असेल.''

'आणि बीजिंगशी बोलणंही,' वू मनात म्हणाला.

''ठीक आहे. मग उद्या संध्याकाळी, इथंच.'' लील म्हणाला.

लिन आणि गाओ खोलीबाहेर पडले. वूने कागद आवरून बॅगमध्ये भरले आणि तो उठला. लीलने आपल्या खिशातून तैवान स्टेटचा नकाशा काढला आणि तिथल्या बाजूच्या टेबलावर जरासा पसरून ठेवून दिला. नॉर्वेजियन्सच्या मते चर्चा तैवानविषयी होती ना!!!

# शनिवार, २८ मे

## इड्सव्होल, ओसलोच्या बाहेर, नॉर्वे

लील आणि वू एका संरक्षित टेलिफोन लाइनवरून बोलत होते. लॅरी ओल्सेन यांनी तो फोन त्यांच्या घरी घेतला.

"ते म्हणतायत की त्यांना बीजिंगला परत जाऊन विचारविनिमय करावा लागेल." लीलने सांगितले, "ते काल 'आणखी माहिती आहे का असं वारंवार विचारीत होते. मी त्यांना बजावलं की आमच्याकडे असलेली सगळी माहिती आता तुमच्याकडे आहे, याखेरीज आमच्याकडे काहीही नाही. शेवटी मला वाटतं त्यांना ते पटलं."

"बरं, मला सांगा एकंदर तुमचं मत काय आहे? एकदम सगळी माहिती देण्याचा परिणाम झाला का?"

"नक्कीच. हे त्यांच्या अपेक्षेबाहेरचं होतं." लील म्हणाला, "त्यांनी मागत राहायचं आणि आपण देत राहायचं यात अनाठायी वाया जाणारा कमीत कमी एक महिना आपण वाचवला आहे."

"मी शंभर टक्के सहमत आहे." वू म्हणाला, "त्यांचा अपेक्षाभंगच झाला."

हे छान झालं. ओल्सेनना गोष्टी वेगानेच घडायला हव्या होत्या. "प्रेसिडेंटना असं वाटतंय की हे लोकं येऊन वाटाघाटींना बसले यातच त्यांचा फार मोठा विजय झाला आहे. ज्याअर्थी एका आठवड्यात एवढं घडलं त्याअर्थी वेन आता गंभीरपणे विचार करायला लागले आहेत. पण तुम्ही जोपर्यंत बसून बोलायला सुरुवात करत नाही तोपर्यंत प्रगती होणार आहे की नाही हे कळणारच नाही. आता पहा, दोन दिवस नाही झाले तोच त्यांचं पुढे ढकलणं सुरू झालं."

"सेक्रेटरी," लील म्हणाला, "मी तसं नाही म्हणणार. सगळीच्या सगळी माहिती हातात आली आहे याची खात्री पटली असल्यामुळेच त्यांना परत जाऊन सल्लामसलत करण्याची गरज भासते आहे."

"मान्य. पण मला जी शंका वाटते आहे तसा हा जर वेन यांचा हे सगळं रखडत ठेवण्याचा डाव असेल तर आपल्याला वेळेवरच प्रेसिडेंटसमोर तो खुला

करून आपली दिशा बदलून घेतली पाहिजे.''

''सेक्रेटरी, आमच्या निरीक्षणानुसार वेन यांच्या हेतूविषयी आत्ताच ठामपणे बोलणं म्हणजे फार घाई केल्यासारखं होईल.''

''ठीक आहे. तुमच्या सांगण्यावरून त्यांना आपण भरवलेला घास जरा मोठा पडला असं दिसतंय. आणि असंच व्हायला पाहिजे. बरं, त्या दोघांविषयी तुमचं काय मत झालंय?''

लीलने उत्तर देण्याआधी एकदा वूकडे पाहिले. ''आमचा अंदाज खराच ठरला. लिन अतिशय हुशार आहे, खेळीमेळीने वागणारा आहे. आपण त्याचा योग्य उपयोग करून घेऊ शकू. पण तो तेवढाच चलाखही आहे. त्यामुळे तो हे मित्रत्त्वाचं नाटक करत नाही ना हे तपासून बघावं लागेल.''

''आणि गाओ?''

लील हसला. ''सेक्रेटरी, तुम्हाला लहानपणी त्या 'ॲडम्स फॅमिली' फिल्म्स बघितल्याच्या आठवतात का? त्यात एक नोकर असायचा, उंच, आडदांड आणि एकदम पुतळाच, फ्रँकेस्टाइनसारखा.''

''लर्च.''

''असेल, नाव नाही लक्षात माझ्या, पण गाओ अगदी तस्साच आहे. उभा-आडवा भीतिदायक.''

ओल्सेन हसत म्हणाला, ''मला खूप आवडायच्या त्या फिल्म्स.''

''तो एक शब्द बोलत नाही, जराही हसत नाही.''

''लिनवर लक्ष ठेवायला पाठवलेला दिसतोय.''

''बरोबर.''

''ऑलिव्हर, तुझं काय मत आहे?''

''मी त्या फिल्म्स नाही बघितल्या. काय नाव त्याचं?''

''ते जाऊ दे. तुला काय वाटतंय?''

''पीट म्हणाला ते बरोबर आहे. तो तेवढंच करत असतो.''

''पण म्हणून त्याचं महत्त्व कमी लेखून किंवा त्याच्याकडे दुर्लक्ष करून नाही चालणार. कदाचित वेन त्याचंच जास्त ऐकणार असतील.''

''तसं असेल तर तो तुमच्याविषयी त्यांच्याजवळ काय बोलेल?''

''ऑलिव्हर, काय बोलेल तो आपल्याबद्दल?''

''त्याला मी नक्कीच आवडत नसणार, परदेशी राहणारा चिनी, देशद्रोही.''

''तुला तिथं पाठवायला नको होतं का?''

''अडथळा होणार असेल, वैयक्तिक शत्रुत्त्व अडचणीचं होणार असेल तर नकोच.''

"तुझ्या उपस्थितीनं चिडलेत का ते?"

"शक्य आहे."

"लील, तुझं काय म्हणणं आहे?"

"शत्रुत्त्व असं म्हणणं चुकीचं ठरेल, पण राग दिसतो. विशेषत: आपल्या लर्चला. पण त्यात एक गोष्ट साध्य होते की जात, धर्म, देश यापलीकडची ही समस्या आहे असं त्याला स्वरूप येतं आणि ते चांगलं आहे."

"ते जाऊ दे." ओल्सेन म्हणाले, "ते जरा चिडलेले, रागावलेले असले तर हवंच आहे मला. आपण सगळं त्यांच्या मनासारखं, त्यांना आवडेल ते करतो आहे असं नकोच आहे त्यांना वाटायला. त्यांना आवडत नाही म्हणून आज ऑलिव्हरला काढला तर उद्या, आम्ही सांगतो तीच माणसं पाठवा म्हणतील ते शहाणे. ऑलिव्हर, काही नाही, जोरात बोल, तुझं ऐकायला लाव त्यांना."

वूने लीलकडे बघितले. लीलने डोके हालवून त्याला आत्ता गप्प राहायला खुणावले. ज्यांनी त्यांना पाहिलेही नाही आणि जे प्रत्यक्ष वाटाघाटीही करणार नाहीत त्यांच्याकडून इथे कुणी कसे वागायचे याच्या सूचना लील निश्चितच घेणार नव्हता. "सेक्रेटरी, ते तुम्ही आमच्यावर सोपवा. आम्ही परिस्थितीनुरूप योग्य तसं हाताळू त्यांना."

"ऑलिव्हर, उगाच धाक घेऊ नको त्यांचा. कळलं ना मी काय सांगतो आहे ते?"

"होय."

"बरं, मग आता पुढे काय? ते बीजिंगला जाऊन चर्चा करणार, बरोबर ना?"

"होय." लील म्हणाला, "आपल्याला हरकत घ्यायला काही कारण नाही."

"चेननी काही गोष्टी सांगितल्या नसल्या तरच, नाहीतर यात त्यांना माहीत नाही असं काहीही नाही. त्यामुळे आपण पुढे सरकलेलो नाहीच."

लील या विधानाशी सहमत नव्हता. "सेक्रेटरी, हे होऊ देणं आपल्या दृष्टीने चांगलंच आहे. दोघांजवळ असलेली, दोघांनीही अभ्यासलेली माहिती हा भक्कम पाया ठरेल पुढच्या चर्चेसाठी. आपल्याकडे आहे ते त्यांच्याजवळही आहे आणि ते आहे हे आपल्याला चांगलंच माहिती आहे, या दोन्ही गोष्टी वेन पूर्णपणे जाणतात. ते सगळं नीट पाहतील की नाही हा आपला प्रश्न नाही, पण यामुळे त्यांना यापुढे सांगायला कुठलीही सबब उरणार नाही."

"ठीक आहे." ओल्सेन म्हणाले, "हे करायला हवंच. बरं, आणिक काय?"

"पुढच्या फेरीत आता माहिती हा मुद्दा नाही. प्रस्ताव आणि चर्चा."

"त्यांनी मान्य केलंय ना तसं?"

"नाही, अजून तसं बोलणं झालेलं नाही. मला तुमच्याकडून एकदा हिरवा

कंदील हवा होता. मी त्यांना असं सांगणार आहे की त्यांनी ही माहिती, हे आकडे बघितले, तपासले, त्यावर आपापसात चर्चा केल्या की पुढच्या वेळी दोघांनीही प्रस्ताव घेऊनच यायला हवं.''

ओल्सेन विचारात पडल्यासारखे वाटले.

''सेक्रेटरी, आता वाट बघायचं काही कारणच नाही. दोघांकडे माहिती आहे आता प्रत्यक्ष कृती काय हेच बोलणं, ठरवणं गरजेचं आहे.''

''बोल, बोल पुढे.'' ओल्सेन म्हणाले.

''समजा, आपण प्रस्ताव आणला आणि ते रिकाम्या हातानं आले तर आपण आपला प्रस्ताव त्यांना देणं लागत नाही. ती चूक करायची नाही. ते आपण काय देतोय ते बघतील आणि जास्त जास्त मागत राहतील. तेव्हा मी त्यांना असं सांगणार आहे की पुढच्या वेळी दोघांनी प्रस्ताव आणलेच पाहिजेत. त्या प्रस्तावात प्रत्येकानं त्यांना वाटतील त्या गोष्टी घालाव्यात, मात्र ते त्याचं अंतिम स्वरूप नसेल. आपण त्यावर चर्चा करू, मतभेद सोडवू, कमीजास्त बदल करू आणि दोघांना मान्य झालेला प्रस्ताव अंतिम म्हणून स्वीकारू.''

''तुम्हाला वाटतंय असं होईल?''

''आजपर्यंत या विषयाबाबत जे घडलंय त्याचं माझं ज्ञान आणि माझा अनुभव या बळावर मी म्हणीन की याच पद्धतीनं आपण त्यांच्याकडून काहीतरी मिळवू आणि यात आपणही सुरक्षित राहतो, फक्त आपलाच प्रस्ताव घेऊन ते जाऊ शकत नाहीत. ते महत्त्वाचं आहे. नियम दोन्ही बाजूंना सारखेच लागू होतील.''

लीलच्या विचाराची पद्धत ओल्सेन यांना आवडली. त्याना असंच आग्रही दबावतंत्र हवं होतं. ''हा विचार चांगला आहे.''

''पुढच्या भेटीत जर प्रस्ताव नसेल तर वाटाघाटी होणार नाहीत असं त्यांना ठणकावून सांगायला तुमची मान्यता हवी होती मला.''

''जरूर सांगा.''

''सेक्रेटरी, ते हात हलवत येतील.'' लील जरासा थांबून म्हणाला, ''असं वाटाघाटी थांबवायचा इशारा देण्यापूर्वी मला प्रेसिडेंटना हे मान्य होईल का ते कळलं तर बरं होईल. त्यांना चालेल ना असं तोडून टाकलेलं?''

''वाटाघाटी प्रेसिडेंट करत नाहीत.'' ओल्सेन म्हणाले.

लीलने वूकडे पाहिले, ''सेक्रेटरी, ते खरंच काही न घेता येतील आणि मी जर वाटाघाटी न करता उठून निघून आलो तर त्यावेळी प्रेसिडेंट शंभर टक्के माझ्या मागे उभे राहतील याची हमी हवी मला. कारण त्यांनी जर त्यावेळी मला तिथे बसायची आज्ञा दिली तर तुम्हाला तत्क्षणी दुसरा माणूस शोधावा लागेल. कारण माझा स्वाभिमान दुखावला जाईल.''

लील आणि वू दोघेही ओल्सेन यांच्या उत्तराची वाट पाहत होते.

फोन थंड होता.

''सेक्रेटरी, तुम्ही प्रेसिडेंटशी बोला, मी थांबतो. त्यांना आज रात्रीच सांगितलं पाहिजे असं नाही. उद्यासुद्धा सांगता येईल. पण त्यांच्या पाठिंब्याविषयी मला हमीही हवी आहे.''

तरीही शांतता भंग पावली नाही.

''सेक्रेटरी?''

''आज रात्री सांगून टाक त्यांना.''

''नक्की सांगू?''

''होय, नक्की.'' थोडा वेळ परत कुणी काही बोललं नाही. ओल्सेन म्हणाले, ''त्याना किती वेळ द्यावा चर्चेला? जर सगळं व्यवस्थित झालं तर प्रेसिडेंटना चार जुलैला हे जाहीर करायची इच्छा आहे.''

''चार जुलै?''

''नाही होणार तोपर्यंत?''

लीलने कपाळावर आठ्या घालत हिशोब केला, ''अशक्य नाही, पण मी खात्री नाही देत. तो दिवस गाठायचा असेल तर ह्यांना दोन आठवड्यांपेक्षा जास्त वेळ नाही देता येणार. मी एका आठवड्यानं सुरुवात करतो आणि जर ते रडायला लागले तर एकाचे दोन करतो. बघू कसं होतंय ते.''

''ठीक आहे, त्यांना आज रात्रीच सांगून टाका.'' ओल्सेन म्हणाले, ''ही माहिती घेऊन जा आणि परत याल त्यावेळी प्रस्ताव घेऊन या नाही तर परत येऊच नका!''

# शुक्रवार, १० जून

## ओव्हल ऑफिस, द व्हाइटहाऊस

चर्चा गरम चालली होती, वातावरण तापलं होतं. ओस्लो येथे वाटाघाटी चालू असतानाच होणाऱ्या आजच्या मेरियन ग्रुपच्या मीटिंग मध्ये जॅकी रूबिन कार्बन उत्सर्जन कपातीच्या काही विशिष्ट पातळ्या गाठण्यासाठी जी निरनिराळी पावलं उचलायला लागणार होती, त्याच्या आर्थिक परिस्थितीवर होणाऱ्या परिणामांची चित्रं सादर करीत होती. पीट लील आणि ऑलिव्हर वू यापैकी काही माहिती प्रस्तावात, वाटाघाटीत वापरणार होते. चाललेली चर्चा ऐकत असतानाच ज्यो बेंटन समोरच्या पॅडवर काही नोंदी करत होता. जवळजवळ वीस मिनिटांनी त्याने चर्चा थांबवली.

"आपण थोडं मागे जाऊ या." तो म्हणाला, "चार उद्देश होते आपल्यापुढे." पॅड उचलून त्यावर लिहिलेले वाचत तो सांगू लागला, "एक – सगळ्या जगात मिळून कार्बन उत्सर्जनात एकूण कपात किती करायला हवी ते ठरवणं. दोन – आपण आणि चीन त्यातला किती वाटा उचलायचा ते पाहणं. त्यात गृहीत असं की बाकीचे जास्त उत्सर्जन करणारे देशही पाठोपाठ तसंच करतील. तीन – त्या आधारे चीनला मान्य होईल असं एक सूत्र तयार करायचं आणि चार – त्या सूत्राला चीनची मान्यता मिळेल अशा दृष्टीनं वाटाघाटींचं धोरण आखायचं." सगळ्यांकडे पाहत त्याने विचारले, "काही राहिलं का?" नकारार्थी माना हलल्या तसा तो म्हणाला, "ठीक आहे, मग पहिल्यापासून सुरुवात करू या. एकूण कपात – जॅकी, मला आत्तापर्यंतच्या चर्चेतून जे समजलं आहे त्याप्रमाणे पुढच्या पाच वर्षांत किमान बारा टक्के आणि त्यानंतरच्या पाच वर्षांत आणखी बारा टक्के. मान्य आहे सगळ्यांना? ही पुरेशी आहे ना? का जरुरीपेक्षा जराशी जास्तच आहे?"

"प्रेसिडेंट, मी मघाशीच स्पष्ट केलं आहे की हे अंदाज आहेत." रूबिन म्हणाली, "तुम्हाला जर आर्थिक परिस्थिती पूर्णपणे ढासळलेली चालणार असेल तर तुम्ही पर्यावरणाचा ऱ्हासही पूर्णपणे थांबवू शकाल. पण जर पर्यावरण आणि

आर्थिक दुष्परिणाम यांचा व्यवहार्य समतोल साधायचा असेल तर आमच्या प्राथमिक विश्लेषणानुसार फक्त अमेरिकेतल्या स्थलांतरितांची कमाल मर्यादा साडेतीन कोटी येते. तेव्हा आम्ही ती संख्या पायाभूत धरून पुढचं काम केलेलं आहे. ती मर्यादा धरून उत्सर्जनातली कपातही काढली आहे. अगदी नेमके आकडे हवे असले तर पहिल्या पाच वर्षांत बारा पूर्णांक तीन दशांश आणि पुढच्या पाच वर्षांत अकरा पूर्णांक चार दशांश.''

''ठीक आहे. सोयीसाठी बारा बारा धरू. सोपं पडेल ते. हे मान्य आहे सगळ्यांना?''

रूबिनने होकार दिला. पण बाकीचे शांत होते.

''जॅकी, जर स्थलांतरितांच्या संख्येची मर्यादा बदलली तर?'' जॉन इल्झने विचारले.

''ती जर खाली आणायची असेल तर कपात जास्त करावी लागेल आणि त्याचे अर्थव्यवस्थेवर फार वाईट परिणाम होतील. उलटं करायचं असेल तर समुद्राची पातळी आणि लोकसंख्येचं शास्त्र यांचा विचार करता ती संख्या जरी सहा ते सात कोटींच्या घरात नेली, तरी कपातीच्या आकड्यात फारच थोडी घट होते. त्यामुळे सगळा विचार केला तर बारा बारा टक्के हीच इष्ट संख्या दिसते.'' रूबिन परत बेंटनकडे बघत म्हणाली, ''प्रेसिडेंट, यात आणखी एक अत्यंत महत्त्वाचं गृहीत धरलेलं आहे, ते म्हणजे प्रत्येक देश त्याच्या आत्ताच्या उत्सर्जनाच्या पातळीच्या प्रमाणात कपात करणार आहे. जर अमेरिका जास्त वाटा उचलणार असेल तर मग आकडे वेगळे असतील. तुम्ही एकदा असंही म्हणाला होतात की जगातल्या लोकसंख्येतल्या सर्वांत गरीब अशा वीस टक्के लोकांना या कपातीतून सूट द्यायची. तसा विचार असेल तर बाकीच्यांच्या कपातीत, खूप जास्त नाही, तरी अर्ध्या अर्ध्या टक्क्याची भर पडेल.''

''उत्सर्जनाची पातळी सर्वांत जास्त आणि दरडोई उत्पन्नही सर्वांत जास्त अशी आपली स्थिती असल्यामुळे, त्या दोन्हींच्या प्रमाणात कपात करायची असं ठरलं, तर आपल्या वाट्याला किती जास्त कपात येईल?''

''आम्ही बरेच पर्याय अभ्यासले आहेत. उदाहरणार्थ, आपण आपल्या प्रमाणभूत कपातीच्या दीडपट कपात मान्य करायची ठरवली तर आपल्याला कपातीचं वेळापत्रक बदलावं लागेल. इतर देश त्यांची कपात पाच पाच वर्षांच्या दोन हप्त्यात करतील, पण आपल्याला त्यातली दोनतृतीयांश कपात दहा वर्षांत आणि उरलेली एक तृतीयांश त्याच्या पुढच्या आठ वर्षांत करावी लागेल.''

''म्हणजे आपण कपात वाढवली तर वेळही वाढवून घेणार.'' इल्झ म्हणाला.

''आपण वाढवून घेऊ शकू. पण ते आपण आत्ता नाही ठरवू शकणार.'' तिने पीट लील आणि ऑलिव्हर वू यांच्याकडे पाहिले. ते दोघेही वॉशिंग्टनमध्ये होते

आणि त्यांना आज मीटिंगला बोलावले होते. "वाटाघाटींच्या वेळेला हे ध्यानात ठेवावं लागेल."

"ठीक आहे." बेंटन म्हणाला, "म्हणजे सध्या आपण जगातली एकूण कपात बारा बारा टक्के म्हणतो आहे. जास्तीचा अर्धा टक्का सध्या बाजूला ठेवू." त्याची नजर परत त्याच्या पॅडकडे वळली. सगळ्या जगात मिळून एकूण कपातीचे आकडे ठरवणे हा त्यातल्या त्यात सोपा भाग होता. आता त्याची विभागणी करून योग्य तो आकडा चीनच्या गळी उतरवण्यासाठी काय करायचे याची त्याला काळजी लागून राहिली होती. "हे असंच्या असं आपण चीनसमोर ठेवलं तर त्यांची काय प्रतिक्रिया असेल?"

"ते नाही म्हणतील." ॲलन बॉल म्हणाला.

"कारण?"

"जॅकीनं आत्ताच सांगितलं की हे आकडे प्रत्येक देशाच्या उत्सर्जन पातळीच्या प्रमाणात आहेत. ते पहिल्यांदाच म्हणतील की आमची लोकसंख्या बघा, आम्ही कपात करू पण ती लोकसंख्येच्या प्रमाणात, म्हणजेच तुमच्यापेक्षा कमी करू."

"जी.डी.पी.चं काय?"

"त्यांचा जी.डी.पी. आपल्यापेक्षा जास्त आहे हेही त्यांच्या विरोधातच जातं."

"नाही, तसं नाही म्हणता येणार." जॅकी म्हणाली, "जगातल्या एकूण लोकसंख्येशी त्यांच्या लोकसंख्येचे जे प्रमाण आहे त्यापेक्षा त्यांच्या जी.डी.पी.चं जगाच्या जी.डी.पी.शी प्रमाण खूपच कमी आहे. पण प्रमाणाचा विचार न करता नुसते आकडे बघायचे ठरवले तर त्यांचा जी.डी.पी. आपल्यापेक्षा जरासा जास्त आहे. मी जर त्यांच्या जागी असेन तर ॲलन म्हणतो तसं मी सुद्धा अफाट लोकसंख्येचा मुद्दा लावून धरला असता."

"तो मुद्दा मग भारत, ब्राझील, रशिया यांनाही यातून सोडवेल." ओल्सेन म्हणाला, "अडकू आपण, जपान आणि युरोकोअर. आपण नाही मान्य करू शकणार हा मुद्दा."

"मग काय करणार? कानावर हात ठेवणार?" बॉलने टोकले.

"पण ते आपल्यासाठी तोट्याचं आहे."

"त्याची काळजी चीनने का करावी?"

"थांबा." बेंटनने दोघांना गप्प केले आणि बॉल आणि ओल्सेन यांच्या वादात बेन हॉफमन काहीतरी बोलायचा प्रयत्न करीत होता त्याला तो म्हणाला, "बेन, तू काय म्हणत होतास?"

"या विभागणीचं तत्त्व काय आहे?" हॉफमनने विचारले, "सर्वमान्यतेसाठी समतेचं, न्यायाचं तत्त्व असायला हवं."

"नक्कीच असायला हवं." बॉल म्हणाला, "त्या तत्त्वानुसार त्यांना प्रत्येकाचं जीवनमान समान असायला हवं असणार, अगदी प्रत्येकाचं. म्हणजे दरडोई जी.डी.पी. हे परिमाण लागणार आणि आपल्यासारख्या लोकतांत्रिक देशाला ते चुकीचं आहे हे सिद्ध करणंही जड जाणार. एका माणसाचं आयुष्य दुसऱ्या माणसाइतकंच महत्त्वाचं असतं, नाही का? मग तुम्ही काय म्हणणार, आमच्या देशातल्या लोकांना तुमच्या देशातल्या लोकांपेक्षा उच्च दर्जाचं जीवनमान असण्याचा हक्क आहे?"

"आमचं जीवनमान आधीपासूनच त्यांच्यापेक्षा उच्च आहेच मुळी." ओल्सेन म्हणाले, "आणि ती वस्तुस्थिती त्यांना विचारात घ्यावीच लागणार."

"अगदी बरोबर! ती विषमता दूर करण्याची ही नामी संधीच त्यांना मिळणार आहे!!"

प्रेसिडेंट ॲलनकडे थक्क होऊन पाहत होते. विरुद्ध बाजूची वकिली करण्यात त्याला अगदी आनंद मिळत होता.

"भोगाव्या लागणाऱ्या त्रासांसाठी पण हेच समतेचं तत्त्व लागू होणार का?" जॉन म्हणाला, "म्हणजे त्रास पण सगळ्या देशांचे सारखेच कमी करू या."

"तेही लोकसंख्येच्या प्रमाणात का?"

"बहुतेक."

"टक्केवारी का आकडेच?"

"दोन्ही पद्धतीनं चित्र तयार करता येईल." जॅकी म्हणाली.

"दोन्ही सारखंच पडेल." ॲलन म्हणाला, "दरडोई उत्पन्न जिथं कमी असेल तिथं त्रासही थोडाच कमी करायचा. हे बघा, मूळ प्रश्न हा आहे की गेली कित्येक वर्षं अमेरिका कधी जगातला सर्वांत जास्त उत्सर्जन करणारा, तर कधी सर्वांत ठोस आर्थिक स्थिती असणारा देश ठरला आहे, पण लोकसंख्येच्या प्रमाणात, म्हणजे दरडोई बघितलं तर तो दोन्ही बाबतीत कायमच पहिल्या क्रमांकावर आहे. त्यामुळे काही कमावलं, काही गमावलं तरी दरडोई हा निकष लावला की सर्वांत जास्त तोटा आपला होणार हे निश्चित!"

"आणि म्हणूनच तो निकष पहिल्यापासूनच अमान्यच करायचा." ओल्सेने ठणकावले.

"म्हणजे ते फाईल बंद करतील आणि तुमचे आभार मानून निघून जातील."

"जॅकी," प्रेसिडेंटनी विचारले, "दर माणशी जी.डी.पी.प्रमाणे तू बघितलं आहेस का काय होईल ते?"

"आपण अश्मयुगात पोचू." जॅकीने हॅंडहेल्डवर कीज दाबल्या आणि त्याच्या छोट्याशा पडद्याकडे बघत उत्तर दिले, "हे बघा, पुढच्या दहा वर्षांत जगातल्या

एकूण उत्सर्जनात बारा बारा टक्के कपात, प्रत्येक देशासाठी, दर माणशी जी.डी.पी.च्या प्रमाणात.''

''म्हणजे आपल्याला सर्वांत मोठा दणका बसणार.''

''हो आणि आपल्या खालोखाल युरोकोअर.''

''आणि?''

जॅकीने आणखीन कीज दाबल्या आणि म्हणाली, ''आपली अर्थव्यवस्था निदान चार वर्षं प्रत्येक वर्षी आठ ते नऊ टक्के घटेल आणि त्यानंतरही ती आपल्याला सहा टक्क्यांवरही परत आणता येणार नाही.''

प्रेसिडेंट त्यांच्या पॅडवर लिहून घेत होते. ''जर दर माणशी नाही धरलं, फक्त जी.डी.पी.च्या प्रमाणात कपात करायची असं ठरवलं तर?''

''तर चीनवर सर्वांत मोठा बोजा पडेल. कारण त्यांचा जी.डी.पी. सर्वाधिक आहे. नंतर आपण आणि युरोकोअर, मग जपान आणि भारत.''

''याप्रमाणे आपल्या अर्थव्यवस्थेचं काय चित्र दिसतं?''

''त्यात पहिल्यापेक्षा फार फरक नाही पडत. आपली अर्थव्यवस्था पहिल्या तीन वर्षांत एकूण तेरा टक्के खाली जाईल, नंतर पुढची दोन वर्षं आहे तशीच राहील आणि मग जरा परत वर बघायला लागेल.''

''आणि चीनच्या?''

''त्यांची घट अनेक कारणांनी आपल्यापेक्षा कमी असेल पण ती जास्त काळपर्यंत कमी राहील.''

''म्हणजे किती काळ?''

''तब्बल आठ वर्षं. मग ती जरा सुधारायला लागेल.''

ज्यो बेंटनने सर्व आकडे नीट लिहून घेतले. तो ऑलिव्हर वूकडे वळला आणि म्हणाला, ''डॉक्टर, तुमचा काय अंदाज आहे, पार्टी एवढा काळ तग धरेल?''

''सर, काय होईल यापेक्षा, पार्टी काय विचार करेल हा प्रश्न आहे. पार्टीचं राजकीय भवितव्य हे सुबत्ता, भरभराट यावर अवलंबून आहे. ती वाढतीय तोवर पार्टीचं महत्त्व टिकून राहील. मग ती वाढायच्या ऐवजी जर आकुंचन पावायला लागली तर काय होणार? फार तर एक-दोन वर्षं ओढून नेतील. पण एवढी झीज आणि तीही आठ वर्षं, मला नाही वाटत पार्टीलाही निभावून नेण्याची खात्री वाटेल.''

''तर मग ते हा धोका नाही पत्करणार?''

''असं काही अद्‌भूत घडलं की वेन हे सत्कार्य करायला कुठल्या तरी अदृश्य शक्तीने प्रेरित झाले आणि सर्वस्व पणाला लावून, अगदी पार्टीचं अस्तित्व धोक्यात घालून ते पूर्ण करण्यासाठी प्रयत्नांची पराकाष्ठा करायचीच त्यांनी ठरवलं तरच,

नाहीतर साधारण परिस्थितीत, मी जरी त्यांच्या जागी असतो तरी हा धोका मी सुद्धा पत्करला नसता आणि त्यांचा पूर्वेतिहास बघता ते तसा विचार करणार नाहीत.''

''अपवाद त्यांनी मला पाठवलेल्या पत्राचा!'' बेंटन म्हणाला.

''पण काहीही असलं तरी त्यांना वस्तुस्थितीचा सामना करावाच लागेल.'' इल्झ म्हणाला.

''हो, तरीही ते आपण सांगू ती कपातीची टक्केवारी मान्य नाही करणार.'' वू म्हणाला.

''दरडोई जी.डी.पी. प्रमाणे काय होतं त्यांचं?'' प्रेसिडेंटनी विचारलं.

जॅकीने परत एकदा हँडहेल्डशी झटापट केली आणि ती म्हणाली, ''तर दोन वर्षांत फक्त चार टक्के घट आणि नंतर साधारण तीन वर्षांत परत आलेख वर जायला लागेल.''

''हे बघा, मी हेच सांगत होतो.'' ॲलन बॉल म्हणाला, ''वू यांच्या म्हणण्यानुसार एवढा कमी वेळ ते नक्कीच टिकून राहू शकतील आणि समतेच्या धोरणाप्रमाणे त्यांना हे मिळवताही येईल. त्यामुळे ते ह्याचीच मागणी करतील. माझी तर खात्री आहे, ते सुद्धा यावेळी तिकडे हीच आकडेमोड करत बसले असतील.''

''हो, पण आपल्याला नाही ते परवडणार!'' जॅकी जोरजोरात डोके हालवत म्हणाली, ''सहा वर्षांत आपली आर्थिक पातळी आत्ताच्या साठ टक्के सुद्धा राहिलेली नसेल! प्रेसिडेंट, हे अशक्य आहे.''

''बरोबर आहे,'' प्रेसिडेंट सहमत होते, ''आपला समाज खिळखिळा होऊन जाईल. हे असलं समतेचं धोरण आपल्याला धार्जिणं नाही.''

काही वेळ शांतता पसरली. सगळ्यांच्याच चेहऱ्यावर काळजी पसरली होती.

''प्रेसिडेंट, मी काही बोलू शकतो का?''

सगळ्यांच्या माना आवाजाच्या दिशेने वळल्या. पीट लील बोलत होता. बेंटनने मानेने त्याला बोलण्याचा इशारा केला.

''मी हे जरा वेगळ्या पद्धतीने मांडू इच्छितो. हॉफमन यांचा आदर राखून मी असं म्हणेन की अशा बाबतीत समता हे पायाभूत धोरण नसतं, त्याचा शब्दश: अर्थही घेता येत नाही. विशेषत: जेव्हा वाटाघाटी, देवघेव असते तेव्हा त्याला वेगळा संदर्भ असतो. दोन्ही बाजू, त्यांच्या त्यांच्या खऱ्याखोट्या कारणांमुळे काय आणि किती घेतात हा पाया असतो. जेव्हा वाटाघाटींचा विषय अतिशय क्लेशकारक आणि त्याचे परिणामही दुःखदायक असतील, तेव्हा मी त्या वाटाघाटी करताना प्रामुख्यानं दोन गोष्टी बघीन.'' पीट जरा थांबला. म्हणाला, ''मला भाषण करायचं नाही, जर यात काही अर्थ वाटत नसेल तर मी–''

"नाही, नाही. बोला तुम्ही, लील. आम्हाला ऐकायचंय तुमचं म्हणणं." बेंटनने त्यांना धीर दिला.

"दोन गोष्टी : एक – दोन्ही बाजूंचा असा दृढ विश्वास असायला हवा की करार करायचाच आहे. कारण करार कसाही होवो, दोघांनाही त्रास हा सहन करायला लागणारच आहे. त्यामुळे त्यातल्या एकाची अशी खात्री असेल की आत्ता करार करायला नको, थांबलं तर पुढे काही तरी चांगलं घडणार आहे तर तसं होणार नाही. दुसरी गोष्ट – टेबलावर जे मान्य करतील त्याला त्यांचे वरिष्ठ अंतिम संमती देऊ शकले पाहिजेत. त्यामुळे त्यांची सत्तेवरून उचलबांगडी व्हायला नको, त्यांना एखाद्या बंडाला, उठावाला तोंड द्यायला लागायला नको. थोडक्यात त्यांच्या राजकीय स्थैर्याला धक्का पोहोचता कामा नये. तो करार त्यांचं यश ठरला पाहिजे. आणि जेव्हा भोगावा लागणारा त्रास हे मोजमाप असतं, तेव्हा यशाची व्याख्या वेगळी असते. दुसऱ्या बाजूला किती त्रास पडणार आहे, आपल्यापेक्षा त्यांना जास्त पडणार आहे की नाही, ते तयार होते त्यापेक्षा त्यांच्या माथी जास्त त्रास टाकून स्वत:साठी अगदी कमीत कमी आणणं, हेच वाटाघाटी करणाऱ्याचं शौर्य आणि यश असतं."

"चीनच्या बाबतीत तसं व्हायला त्यांना काय करावं लागेल असं वाटतंय तुम्हाला?" इल्झने विचारले.

"श्री. इल्झ, मी काही चीनविषयीचा तज्ज्ञ नाही, त्यामुळे या प्रश्नाचं उत्तर द्यायची माझी पात्रता नाही. म्हणूनच ऑलिव्हर वू यांना माझ्याबरोबर दिलं गेलं आहे. पण मला एक निरीक्षण नोंदवायचं आहे, मगाशी मी जी पहिली गोष्ट सांगितली की करार होईल, करार व्हायलाच पाहिजे हा विश्वास, ही इच्छा, ती मी करत असलेल्या वाटाघाटींच्या बाबतीत आमच्यातल्या दुसऱ्या बाजूकडे आहे असं मला दिसत नाही."

ऑलिव्हर वू याने सहमती दाखवण्यासाठी मान डोलावली.

"ते आता आपण माहिती दिली आहे त्यावरच्या प्रतिक्रियेवरून कळेलच." इल्झ म्हणाला.

"बरोबर आहे." लील म्हणाला, "आपलं त्यांना असं सांगणं आहे की ही माहिती आपल्या सर्वांना ओरडून सांगते आहे की लवकर कृती केली पाहिजे. ते जर म्हणाले हे आम्हाला मान्य नाही, किंवा आम्हाला मान्य आहे पण ते करायला ज्यांची संमती पाहिजे त्यांना ते पटत नाही अथवा आम्ही पटवून देऊ शकत नाही, तर आपण पुढे सरकू शकणार नाही."

"जर ते म्हणाले, आम्हाला मान्य आहे, तर?" प्रेसिडेंटनी विचारलं.

"तर आपल्याला त्यांना इतपत आणि असं द्यायला लागेल की त्यांनी ते

आपला पराभव करून मिळवून आणलं आहे असं त्यांना दाखवता येईल. ते तसंच सुचवणार आहेत यासाठी आपली आधीच तयारी असली पाहिजे.''

''हो पण म्हणून त्यांना मगाचची समता– दर माणशी कपातीचा पर्याय आपण देऊ शकणार नाही, हे लक्षात ठेवा.'' प्रेसिडेंटनी बजावलं, ''ते आपल्याला परवडणारच नाही.''

''ते आता आम्हाला कळलंय आणि ते त्यांनाही समजून घ्यावंच लागेल. कारण वाटाघाटीतलं आणखी एक तत्त्व असं असतं की दोन्ही बाजूंना काही अंतर चालून गेल्यावर एका गोष्टीचा अंदाज यायला हवा. ती गोष्ट नीट समजायला हवी की दुसऱ्या बाजूला खरंच काय मान्य होणं किंवा मान्य करणं अगदी अशक्य आहे. कुठल्या गोष्टींबद्दल चर्चा होऊ शकते आणि कुठल्या गोष्टींबद्दल ती होऊच शकत नाही. नाहीतर प्रत्येक गोष्टीसाठी ओढाताण चालूच राहते. आता हे सगळं किती अंतर चालून गेल्यावर व्हायला हवं, तर माझ्या मते ते अंतर कमीत कमी असावं.''

''आपण त्यांना थोडंफार देऊ शकू.'' इल्झ म्हणाला, ''आपण नुसत्या आकड्यांप्रमाणे येणाऱ्या कपातीची त्यांच्याकडे मागणी करायची. ते दर माणशी प्रमाणे मागणी करतील. तो फरक मग आपण थोडा कमी करायचा. काहीतरी सूत्र तयार करून, ते वापरून एक-दोन टक्क्यांचा त्यांना फायदा होतो आहे असं दाखवायचं. म्हणजे त्यानी आपल्याकडून ते एक-दोन टक्के खेचून घेतले, आणि आपल्यावर सरशी केली असं त्यांना परत गेल्यावर सिद्ध करता येईल.''

''बरोबर आहे तुमचं म्हणणं,'' लील म्हणाला, ''पण प्रत्यक्षात ते तसं होत नाही. त्यांचे विरोधक ते उलटं सिद्ध करून दाखवतात. आपल्याला त्यांच्या बाजूनं बघायला लागतं. म्हणजे असं की, समजा आपण पन्नास टक्के कपात त्यांच्याकडून मागितली आणि त्यांनी फक्त दहा टक्के करतो असं सांगितलं. हे आकडे फक्त उदाहरण म्हणून घेतो आहे. आपण चर्चा करून करून आपल्या पन्नास आणि त्यांच्या दहा यातल्या चाळीस टक्क्यांच्या फरकातले पंचवीस टक्के म्हणजेच दहा टक्के पुढे जाऊन त्यांना चाळीस टक्के कपात मान्य करायला लावली, आता ते जेव्हा परत जाऊन सांगतील की बघा ते पन्नास टक्के मागत होते, आम्ही चाळीसच मान्य करून आलो. तर त्यांचे विरोधक बोंब मारतील की तुम्ही आपल्या ठरलेल्या दहा टक्क्यांपेक्षा पंचाहत्तर टक्के जास्त, म्हणजे दहा टक्क्यांच्या जागी चाळीस टक्के मान्य करून आला आहात. दारूण पराभव पत्करून, मान खाली घालून आला आहात.''

''म्हणजे दोघांच्या प्रस्तावित आकड्यातला जो फरक असेल त्यातला निदान पन्नास टक्के किंवा त्यापेक्षा जास्त फरक आपल्याला मिटवायला लागेल.'' प्रेसिडेंट म्हणाले.

"पण ते शक्यच होणार नाही." जॅकी म्हणाली.

"आपल्याला काय शक्य आहे आणि काय नक्की अशक्य आहे ते मला आधी व्यवस्थित समजावून घ्यावं लागेल." लील म्हणाला, "त्यांना आपल्याला काय अशक्य आहे ते स्पष्टपणे कळवून द्यायला, ते आधी मला स्पष्ट असायला हवं. दुसरं, आपल्याला याचा अंदाज बांधायला हवा, विचार करायला हवा की त्यांच्या वरिष्ठांचं समाधान कशानं होईल, किंवा ते व्हावं यासाठी आपल्याला काय करायला लागेल. ते कदाचित या विषयाच्या बाहेरचंही असू शकेल. असं काही आपल्याकडे आहे का, की जे त्यांना हवं आहे? अर्थात, या बाबतीत ते फारच मोठं, महत्त्वाचं लागणार. ते मिळालं तर तोच ते आपला विजय मानतील आणि कदाचित उत्सर्जनातली कपात जशीच्या तशी मान्य करायलाही ते खळखळ करणार नाहीत."

"डॉक्टर," वूकडे पाहून प्रेसिडेंटनी विचारलं, "काय आहे आपल्याकडे जे त्यांना असा विजय मिळवून देऊ शकेल?"

"एकच गोष्ट, सर!"

सगळे गप्प होते, प्रत्येकालाच माहिती होती ती गोष्ट.

ज्यो बेंटनने एक दीर्घ श्वास छातीत भरून घेतला आणि तो सावकाश सोडत तो शांतपणे म्हणाला, "नाही, तैवान नाही देऊ शकत मी त्यांना!!"

काही क्षणांच्या शांततेनंतर लील म्हणाला, "बघू या! आपण माहिती दिली आहे, त्यानी प्रस्ताव द्यायचा आहे. कळेलच आपल्याला की करार करायलाच हवा असा त्यांचा दृढ विश्वास आहे का नाही!"

# शुक्रवार, १७ जून

## हॉटेल कर्शॉफ, कोलोनच्या बाहेर, जर्मनी

ज्यो बेंटन सर्वांच्याच टीकेचे लक्ष्य बनला होता. वाइटाची कितीही तयारी ठेवली तरी ते घडते तेव्हा त्रास होतोच. युरोपियन युनियनच्या शिखर परिषदेला शेवटच्या दिवशी उपस्थित राहण्याचे त्याला आमंत्रण होते त्यानुसार तो जर्मनीत आला होता. दिवसाची सुरुवात प्रसन्न आणि स्नेहशील वातावरणात झाली होती. ब्रेकफास्टवेळी तो डच प्राईम मिनिस्टर रुड ब्लॉक यांच्या शेजारी बसला होता. त्यांचे व्यक्तिमत्त्व त्याला आवडले. नेदरलँडने दुसऱ्या महायुद्धापासून समुद्रात भर घालून वापरात आणलेल्या सगळ्या भूभागातून मागे जाण्याचा निर्णय, आणीबाणीची वेळ येण्याच्या आधीच घेतला होता. स्थलांतराची व्यापक योजना राबवणारा तो पहिला देश ठरला होता. परिषदेचे त्या दिवशीचे पहिले सत्र व्यापारविषयक होते. ते फारसे मतभेद न होता पार पडले. त्यानंतरचा विषय होता, क्योटो.

जर्मनीचे प्राईम मिनिस्टर इंजलबॉक यांनी प्रास्ताविक केले आणि मग स्पष्टपणे नावे न घेता क्योटो कराराची अंमलबजावणी जगाच्या डोळ्यांत धूळ फेकण्यापुरतीच करणाऱ्या देशांवर, नेत्यांवर त्यांनी तोफ डागली. तसा सर्व बाजूंनी टीकास्त्रांचा भडिमार सुरू झाला. फ्रान्सचे रूमेन, इटलीचे डिमॅक्रो, स्पेनचे ब्लँको, झेक रिपब्लिकचे पॅवेल, सर्बियाचे विडिक आणि आणखी कितीतरी. हा वर्षाव चालू असताना ह्यू ऑजिलव्ही मधून मधून बेंटनकडे अर्थपूर्ण नजरेने पाहत होते. अमेरिकेच्या प्रेसिडेंटकडून त्या सगळ्यांची स्पष्ट मागणी होती ती एका निःसंदिग्ध विधानाची की क्योटो हे जगातील पर्यावरणाचे प्रश्न सोडवण्याचे एकमेव माध्यम आहे आणि त्याच्याशी अमेरिकेची संपूर्ण बांधिलकी आहे. बेंटनने 'क्योटो हा माध्यमाचा प्राथमिक भाग आहे' आणि 'अमेरिका आपली त्यातील भूमिका गंभीरपणे पार पाडेल' एवढेच पालुपद चालू ठेवले आणि त्यापुढे जाऊन कुठलेही विधान करण्याचे टाळले. प्रत्येक वक्त्याने क्योटोचे वारेमाप कौतुक केले आणि त्याच्या आजवरच्या अपयशाचे खापर अमेरिकेने क्योटोच्या या आधीच्या परिषदांच्या वेळी

दाखवलेली अलिप्तता, उदासिनता यावर फोडले. चीन, भारत, रशिया यांचा उल्लेख देखील झाला नाही. प्रत्येक वक्त्याने आपापल्या शैलीत हेच घोळून घोळून सांगितले.

बेंटनला मदत करायला त्याच्या मागच्या ओळीत लॅरी ओल्सेन आणि त्यांचे सहकारी बसले होते. लॅरी पुढे झुकून प्रेसिडेंटना म्हणाले, ''मला जरा थोड्या वेळासाठी बाहेर जावं लागेल.''

बेंटन वळून त्यांच्याकडे बघून हसला. त्यांना परवानगी देताना तो जणू मनात म्हणत होता, 'मलाही आत्ता बाहेर जायला आवडेल.' ओल्सेन उठून बाहेर गेले, त्यांच्या एका सहकाऱ्याने तत्परतेने त्यांची जागा घेतली.

ओल्सेन बाहेर पडले आणि हॉटेलसमोरच्या हिरवळीच्या दुसऱ्या टोकाला असलेल्या झाडाखालच्या एका बाकावर बसले. हॉटेलचा परिसर हिरवळ आणि झाडे यामुळे डोळ्यांना सुखावत होता. या मीटिंगसाठी हॉटेलच्या भोवती लष्कराने नाकेबंदी केली होती. लांबवर एका रणगाड्याच्या भोवती सैनिकांची गर्दी दिसत होती.

ओल्सेनने आपला हँडहेल्ड उघडून कानाला लावला.

''सेक्रेटरी,'' पीट लीलचा आवाज ऐकू आला. तो ओसलोहून एका सुरक्षित लाइनवरून बोलत होता. पहिल्या मीटिंगनंतर तीन आठवड्यांनी तो आणि वू चीनच्या प्रतिनिधींना परत भेटत होते.

''बोल लील, काय चाललंय?''

''सेक्रेटरी, आपल्याला हवं होतं ते घडलेलं नाही.''

''का? काय आहे असं त्याच्या प्रस्तावात?''

''प्रस्तावच नाही, सेक्रेटरी.''

ओल्सेनचा कानांवर विश्वास बसेना.

''त्यांना अजून माहीती हवी आहे.''

''आपल्याकडे याहून जास्त काही नाही.''

''ही माहीती ज्या नोंदी, निरीक्षणांवरून तयार केली ते सगळं पाह्यचंय त्यांना.''

''ते नाही पाहता येणार त्यांना. त्यात वेगळं काहीच नाही.''

''ते मी सांगितलं त्यांना.''

''आम्हाला प्रस्ताव अपेक्षित होता, असं तू सांगितलंस का त्यांना? तसंच ठरलं होतं ना मागच्या वेळी?''

''ते त्यांना मान्य आहे. पण ते म्हणतायत, त्यांना ती कच्ची माहिती बघायची आहे.''

"आपला प्रस्ताव दिला नाही ना त्यांना?"

"नाही. मी त्यांना काहीही दिलेलं नाही."

ओल्सेन विचारात पडले, त्यांच्या कपाळावर आठ्या पडल्या. दूरवर दिसणाऱ्या सैनिकांपैकी तीन जणांना घेऊन रणगाडा धीम्या गतीने निघून गेला. बाकीचे सैनिक तिथेच उभे होते.

"लील, काय आहे याचा अर्थ?"

"एक तर अजून आपल्याकडे जास्त काही नाही यावर त्यांचा विश्वास नाही," लील म्हणाला, "आणि जर तसा विश्वास असेल तर मते वेळकाढूपणा करत आहेत किंवा या माहितीचा उगम शोधायचा प्रयत्न करीत आहेत."

"एकंदर वातावरण कसं आहे?"

"मागल्या वेळेसारखंच. आपला 'लर्च' याही वेळी गप्पच आहे. लिन हसऱ्या चेहऱ्याने 'आम्हाला मदत करा, यात आमचं काही नाही, बीजिंगची मागणी आहे, द्या ना ते मागतायत ते' असं मित्रत्वाच्या स्वरात सांगतो आहे."

"आपल्या माहितीतल्या निष्कर्षांवर त्यांचा विश्वास नाही का?"

"कदाचित! त्यांना वाटत असेल की आपण उगीचच गांभीर्य वाढवून दाखवतो आहे."

ओल्सेन विचार करू लागला. त्यांना खरंच कच्ची माहिती तपासायची असेल का हे वेळकाढूपणाचेच लक्षण आहे? काहीही असले तरी ती कच्ची माहिती देणे अशक्यच आहे. ती माहिती द्यायची म्हणजे आपल्या इ.एस.यू.बद्दल त्यांना सांगून टाकण्यासारखेच होईल.

"तुला काय वाटतंय?" ओल्सेनने काही वेळाने विचारले.

"आपण जर याला 'हो' म्हणालो तर अलिबाबाची गुहाच उघडून दिल्यासारखं होईल. मग तर त्यांची जास्तीची हाव संपणारच नाही. माहिती, मग तिचा पडताळा, मग बदलांची दिशा, परत नव्यानं जमवलेली माहिती, अंतच राहणार नाही. शेवटी ती महिती जमवण्याच्या कामात सहभागी होण्याचीही ते मागणी करतील."

ओल्सेनला हे पटत होते.

लील पुढे बोलू लागला, "मला वाटतं आपण त्यांना सांगावं की आपल्याकडे अशी माहिती गोळा करण्याच्या कामासाठी त्यांना ज्ञात नसलेली काही खास सामग्री आहे. त्यांना त्या कामात आपण सहभागीही करून घेऊ शकू, पण त्याआधी त्यांना करारावर सह्या करायला लागतील. आपण करारातच तसं कलम घालू शकू. पण करार उभयपक्षी मान्य झाल्याशिवाय माहीती गोळा करण्याच्या पद्धतीविषयी, तिच्या खरेपणाविषयी पुरावे मागणं, असल्या गोष्टींचा त्यांना उल्लेखही करता येणार नाही. नाहीतर आपण दिलेली माहिती त्यांनी त्यांच्याकडच्या माहितीशी

ताडून पहावी, आणि जर त्यात कुठे काही तफावत सापडत असली तर तज्ज्ञांचं त्यावर तज्ञांचं मत घेऊन खरंखोटं करावं. पण जर दोघांकडची माहिती जुळत असेल, तर मग आहे ती माहिती ग्राह्य धरली पाहिजे.''

''हे तू त्यांना सांगितलंस का?''

''अगदी इतकं स्पष्ट नाही, पण जरा सूचित केलंय. त्यांना काहीही सांगण्याआधी आपण किती कडक धोरण स्वीकारायचं हे तुमच्याशी चर्चा करून ठरवण्यासाठीच तुमच्याशी फोनवर बोलायचं होतं मला. मागच्या वेळी आपण त्यांना सांगितलं होतं की प्रस्ताव न घेता आले तर संपलंच सगळं. चर्चा नाही.''

''एखाद्या नेमक्या चुकीबद्दल किंवा उणिवेबद्दल स्पष्टीकरण मागत आहेत का ते?''

''नाही. मोघमच. जास्त माहिती आणि कच्च्या नोंदी, निरीक्षणं. बस्स! एवढंच.''

ओल्सेन दूरवर दिसणाऱ्या सैनिकांकडे पाहत विचार करीत होते. ते म्हणाले, ''हे रखडवणं आहे.''

''मलाही तसंच वाटतं.''

''सरळ जाऊन सांगून टाक त्यांना, अगदी तुला वाटेल तेवढ्या कडकपणे सांग, तुम्ही प्रस्ताव आणतो असं कबूल केलं होतंत, तो आणलेला नाहीत. आम्ही परत जातो.''

''सेक्रेटरी, हे एवढं साधं नाही. प्रस्ताव मिळवण्यासाठी आणखी एखादा मार्ग शोधावा लागेल आपल्याला. मी जोरात सांगितलं आणि त्यांच्यापुढच्या सगळ्या वाटाच बंद करून टाकल्या, तर वाटाघाटींचाही मार्ग कायमचा खुंटेल.''

''पीट, प्रेसिडेंटची अशी गैरसमजूत झाली आहे की वेन यांना करार करायचा आहे. हा निव्वळ मूर्खपणा आहे. याआधी त्यांनी गार्टनरच्या लोकांना भेटण्याची मेहेरबानी करून फक्त त्यांच्याकडून काहीतरी प्रस्ताव घेऊन 'हे द्या, ते द्या' करीत त्याना तंगवत ठेवलं आहे. आता यावेळी त्यांचं तोंड उघडेपर्यंत नाक दाबून ठेवायचंय मला. किती वेळ तोंड बंद ठेवून बसतात बघायचंच आहे मला. आणि ते लवकरात लवकर बघायचंय. एकदा तोंड उघडून ओरडू तरी देत, नाहीतर नाक दाबून करारावर सह्या तरी करू देत. करारावर सह्या केल्या तर माझ्याइतका आनंदी दुसरा नसेल, पण पांढऱ्यावर काळं झाल्याशिवाय माझा विश्वास बसणार नाही.''

''त्याबद्दल माझं काहीच म्हणणं नाही. पण आता त्यांनी एक मागणी केली आहे, आपण त्याला नाही म्हणालो आणि निघून जातो म्हणालो तर त्यांना म्हणायचं असलं तरी ते असं नाही म्हणू शकणार की 'खरं म्हणजे आमच्याकडे प्रस्ताव तयार होता'. चर्चाच नाही म्हणून त्यांचं तोंड बंदच करून टाकलं तर

त्यांची पंचाईत होईल. निदान त्यांना बीजिंगला परत जाऊन वेन यांना पटवण्याचं, त्यांना राजी करण्याचं नाटक तरी करता आलं पाहिजे. किमान एवढं तरी करायला हवं आपण.''

''ठीक आहे.'' ओल्सेन नाइलाजाने म्हणाले, ''पण आणखी एकच संधी. आणि आता गैरसमज नकोत. स्पष्ट सांगा, आणखी माहिती नाही, पुढल्या वेळी प्रस्ताव आणला नाहीत तर आम्ही परत जाणार. नाही तर आम्हाला आत्ताच सांगून टाका की प्रस्ताव कधीच मिळणार नाही. आमचा वेळ, त्रास सगळंच वाचेल.''

''ठीक आहे. तेवढंच मला तुमच्याशी बोलून घ्यायचं होतं.'' लील एकदम थांबला आणि काहीतरी आठवल्यासारखं म्हणाला, ''सेक्रेटरी, तुम्ही असं म्हटल्याचं मला आठवतंय की वेन यांच्याशी थेट भेटू, बोलू शकतो असा एक माणूस आहे.''

''होय, आहे.''

''मी असा विचार करीत होतो की इथं यापुढेही असंच अनेक वेळा घडत राहील. ही चूक, हे स्पष्टीकरण, थोडी आणखी माहिती–''

''पण परत असं घडलं तर उठून निघून यायचंय ना?'' ओल्सेननी विचारले. ''आत्ताच आपण ठरवलं ना?''

ते तसे चालणार नाही हे लीलला माहिती होते. तो म्हणाला, ''समजा, त्यांनी पुढच्या वेळी येऊन कुठली तरी नेमकी चूक दाखवून स्पष्टीकरण मागितलं, आपण दिलं, नंतरच्या वेळी त्यानी आणखी काहीतरी खुसपट काढलं, म्हणजे मी सांगतोय त्याही पद्धतीनं ते वेळकाढूपणा करूच शकतील. मी सुद्धा करू शकेन तर त्यांनाही ते जमेलच.''

''आपण आत्ता ठरवलेलं त्यांना सांगितलं तरी?''

''होय. मला काय वाटतं की आपल्याकडे तसा माणूस असेल तर त्याला आत्ता वेन यांच्याकडे पाठवावा. वेन यांना सांगायचं की आमची माणसं तुमच्या लोकांबरोबर काम करतील पण त्यांनी गंभीरपणे काम केलं पाहिजे. एवढ्या मोठ्या विषयात छोट्या छोट्या चुका, उणिवा यांना फार महत्त्व द्यायचं काहीच कारण नाही. तेव्हा तुमचे लोक एकदा जरी असली मागणी घेऊन आले तर आम्ही समजू की तुम्ही या बाबतीत गंभीर नाही आणि हे सगळं आम्ही थांबवून टाकू.'' ओल्सेन काही प्रतिक्रिया देतात का ते पाहून तो पुढे म्हणाला, ''तुम्ही जे नाक दाबायचं म्हणत होतात, ना ते या उपायाने होईल. आणि आपल्या थेट निरोपानंतरही असंच चालू राहिलं तर आपल्याला कळेल की वेन स्वत:च हे करू इच्छित नाहीत.''

ओल्सेन परत विचारात पडला. दोघाही वरिष्ठांचा दृढनिश्चय असल्याशिवाय हा ओसलोचा मार्ग फळे देणार नव्हताच. मेरियनच्या मीटिंगमध्ये झालेल्या चर्चेनुसार

चीनच्या प्रस्तावावरून वेन यांचा विचार स्पष्ट होणार होता. पण चीनने प्रस्ताव पाठवलाच नव्हता!

श्री. एफ. विल्यम नाइट यांना परत वेन यांच्याकडे पाठवता आले असते, पण मग त्यासाठी प्रेसिडेंटना मध्ये आणावे लागले असते. सध्या अशा कोलोन परिषदेसारख्या अपवादात्मक कारणांशिवाय प्रेसिडेंट त्यांच्या अंतर्गत योजनांवरच लक्ष केंद्रित करून होते. 'नवा पाया'साठीची विधेयके संमत करून घ्यायला, काँग्रेसमधील लोकांची मनं वळवायला त्यांना स्वत:ला खूप वेळ आणि श्रम खर्ची घालावे लागत होते. त्यामुळे हे चीन प्रकरण त्यांनी पूर्णपणे ओल्सेन यांच्यावर सोपवून टाकले होते. तेच ओल्सेन यांनाही हवे होते आणि तेच ॲलन बॉलला हात चोळत बसायलाही लावत होते.

लील म्हणाला, "आता मी ह्या लोकांना आपलं ठरलंय त्याप्रमाणे सांगतो. पुढच्या वेळी प्रस्ताव आणला नाही तर काही खरं नाही. वेन यांना कळलं पाहिजे की आपण हे अतिशय गंभीरपणे घेतो आहोत आणि ही त्यांना दिलेली शेवटची संधी आहे."

ओल्सेन तरीही काही बोलले नाहीत.

"तो तुमचा माणूस वेन यांच्याकडे पाठवण्याबद्दल काय विचार केला आहे तुम्ही?" लीलने थोड्या वेळाने विचारले.

"तुला मनापासून वाटतंय की ती वेळ आली आहे?"

"सेक्रेटरी, नाहीतर हे असंच परत परत घडत राहील. त्यांचा करार करण्याविषयीचा विश्वास तपासून बघणं कठीण होईल. मी हे अनुभवलंय. अशा वेळी दोन नेत्यांमध्ये एका अत्यंत विश्वासू मध्यस्थाकरवी संपर्क साधणं, वेळ वाचवायच्या दृष्टीनं श्रेयस्कर असतं."

"त्यानं गुंतागुंत वाढेल असं नाही वाटत तुला?"

"नाही. तुम्हाला ते किती वेळ नाक दाबून जिवंत राहतात ते बघायचं आहे ना? हे केलं नाही तर ते तसेच राहतील कायम."

काही वेळ शांतता पसरली.

"सेक्रेटरी?"

"मला विचार करू दे."

# गुरुवार, २३ जून

## प्रेसिडेंटची स्टडी रूम, द व्हाइटहाऊस

बेंटन चक्रावूनच गेला होता. गेल्या एक दोन आठवड्यांपासून काही गटांनी अचानक तैवान या विषयावर रान उठवले होते. त्यांच्या खिशात असणाऱ्या काही काँग्रेसच्या प्रतिनिधींनाही त्यांनी त्याविषयी विधाने करायला लावली होती. त्यामुळे वातावरण तापले होते. 'प्रेसिडेंटनी तैवानची स्वायत्तता अबाधित राहील' याला संपूर्ण पाठिंबा जाहीर करावा अशी त्यांची मागणी होती. बेंटनने त्याच्या निवडणूक मोहिमेतही कधी तैवान या विषयासंबंधी कुठलीही विधाने केली नव्हती, त्याच्या सध्याच्या कुठल्याही कार्यक्रमपत्रिकेवरही तो विषय नव्हता. मग हा मुद्दा असा अनपेक्षितपणे ऐरणीवर का आणला गेला होता?

हा एक पोटशूळ सोडला तर बाकी काही बऱ्या बातम्याही होत्या. एफ. विल्यम नाइट बीजिंगहून परत आले होते. त्यांनी सांगितले होते की वेन यांची भेट घ्यायला त्यांना एकच दिवस थांबावे लागले. भेटही सकारात्मक झाली होती. वेन म्हणाले होते, की ठोस प्रस्तावांची पायरी लवकरात लवकर गाठायचा बेंटन यांचा आग्रह त्यांना उमजला आहे. तसेच त्यांच्या लोकांनी परत येऊन जास्त माहितीची मागणी केली आहे हे त्यांना माहीत नव्हते, ते त्यात लक्ष घालून खरोखरच पुढे जाण्यासाठी तशी गरज आहे का ते बघतील आणि नसेल तर त्या लोकांना प्रस्ताव घेऊन पाठवतील, म्हणजे वाटाघाटी चालू होतील.

"हे अपेक्षेपेक्षाही चांगलं झालं." प्रेसिडेंट म्हणाले.

लॅरी ओल्सेन काहीच बोलले नाहीत. हे वेन यांचे उत्तर तर तेही इथे बसून लिहून देऊ शकले असते.

"आता काय मिळेल आपल्याला असं वाटतंय तुम्हाला?" जॉन इल्झने त्यांना विचारले.

"आता प्रस्ताव येईल पण त्यात कच्ची माहिती – नोंदी, निरीक्षणं – तपासायची अट असेलच. त्यांनी एकदा तशी मागणी केली होती, त्यामुळे काही

तरी सयुक्तिक कारण न देता ती मागे घेणं त्यांच्या दृष्टीने अनुचित ठरेल.''

''असू देत अशा अटी.'' बेंटन म्हणाला, ''चांगला गंभीर प्रस्ताव आणला आणि करार करायची खरंच इच्छा दिसली, तर अशा अटी आनंदानं चालवून घेऊ आपण.''

ओल्सेन यांनी मान डोलावली, त्यातला उपहास नीट बघणाऱ्याला जाणवला असता.

''लॅरी, प्रस्तावात काय असेल?''

''ते दर माणशी कपातीपासून सुरुवात करणार. तो हट्ट सोडायची सुबुद्धी जर कधी त्यांना झाली तर मग गाडी रुळावरून धावेल.''

बेंटनने हसत हसत मान डोलावली. तो त्याच्या स्टेट सेक्रेटरीपेक्षा या बाबतीत जास्त आशा बाळगून होता.

''किती वेळ लागेलसं वाटतं प्रस्ताव यायला?'' इल्झने विचारले.

वेन यांनी तर नाइट यांना सांगितले होते की त्यांना आता आणखी उशीर करायचा नव्हता. ''वेन यांना जर खरंच ते म्हणाले ते सिद्ध करून दाखवायचं असेल, तर बहुतेक दोन-तीन आठवडे.'' ओल्सेन म्हणाले.

''कदाचित गार्टनर यांच्याशी बोलायला सुरुवात केली होती तेव्हापासूनच त्यांच्याकडे एखादा प्रस्ताव तयार असेल.''

''असेलच असं नाही. त्यावेळी त्यांनी ते गंभीरपणे घेतलंच नाही, तर त्यासंबंधीची त्यांची भूमिका, प्रस्ताव या गोष्टीचाही विचार केलेला नसेल. प्रत्येक वेळी ते नकारघंटा वाजवत राहिले आणि आर्ट रिडलला नवीन काहीतरी घेऊन यायला लावत राहिले.'' ओल्सेन प्रेसिडेंटकडे वळून म्हणाले, ''आणि त्यांच्याकडे असलाच एखादा त्यावेळी तयार केलेला प्रस्ताव, तरी ते आता तो तसाच्या तसा नाही घेऊन येणार, कारण त्यांनी अगदी नुकतीच आपल्याकडून माहिती घेतली आहे, त्या माहितीच्या आधारे काहीतरी नवीन करून आणावं लागेल त्यांना.''

''तसं तर तसं. तुमचा अंदाज दोन-तीन आठवड्यांचा आहे ना?''

''हो, म्हणजे अगदी आशावादी दृष्टिकोनातून बघितलं तरी तेवढा वेळ लागेलसं वाटतंय.''

प्रेसिडेंट त्याप्रमाणे हिशेब करू लागले. चार जुलैचा मुहूर्त गाठणे तर आता शक्य नव्हतेच. अर्थात ती अगदी अंधूक शक्यताच होती. जाहीर करायला औचित्यपूर्ण दिवस म्हणून ठरवलेली एक अंतिम मर्यादा. त्याला तर्काचा आधार नव्हताच. पण इतर अनेक गोष्टींचा काळजीपूर्वक विचार करणे आवश्यक होते. अंदाजपत्रकाचे विधेयक 'नवा पाया'चा कणा होते. ते अजूनही अडकून पडले होते. तो आणि अँजेला, दोघांनाही मत डळमळीत असलेल्या प्रतिनिधींची मने वळवण्याच्या

कामात नको इतका वेळ घालवावा लागत होता. एक महिन्याभरात भारतात जी-९ ची मीटिंग होणार होती. 'क्योटो-४ चे' पडघमही वाजू लागले होते. संयुक्त राष्ट्रसंघाने पुरस्कृत केलेल्या कार्यक्रमपत्रिकेवर चर्चांच्या फेऱ्या सुरू होणार होत्या. त्याची एक फेरी नाव्हेंबरमध्ये बँकॉकला ठरली होती. क्योटोला संपूर्ण पाठिंब्याच्या वचनासाठी त्याच्यावर दबाव वाढत होता. त्याची पर्यावरण सेक्रेटरी अँड्रिया पॉवर्स त्याच्या टाळाटाळीने वैतागली होती. आणि त्यातच आता हा तैवानचा पोटशूळ. तो सर्व बाजूंनी घेरला गेला होता. ओसलोला चाललेल्या गुप्त वाटाघाटींची नुसती कुणकुण जरी कुठे बाहेर कुणाला लागली असती, तरी प्रचंड हाहाकार माजला असता. या शक्यतेचा झंझावात सतत आपल्या भोवती घोंघावत आहे असं त्याला आता वाटू लागलं होतं.

"या तैवानच्या आरड्याओरड्याविषयी काही माहिती मिळाली आहे का?" त्याने विचारले.

"मी अल्डरमन आणि टँग या दोघांना उद्या भेटतो आहे." इल्झने सांगितले. हे दोन काँग्रेसजन याबाबतीत आघाडीवर होते. इल्झने त्याची माणसे याचा उगम शोधायच्या कामाला लावली होती. पण अजून त्याच्या प्रयत्नांना यश आले नव्हते.

"अशी शक्यता आहे का की कुणाला तरी ओसलोला चाललेल्या वाटाघाटींचा वास लागलेला आहे आणि त्या तैवानबद्दलच असणार अशा समजुतीने हे वादळ उठले आहे?"

"आपल्यात आणि चीनमध्ये काहीतरी चाललेलं आहे म्हणजे त्यात तैवान असणारच हे तर्काला धरून आहे." ओल्सेन म्हणाले.

"नॉर्वेजियन्सनी बातमी फोडली असण्याची शक्यता कितपत आहे?"

"ते त्याबाबतीत विश्वासू म्हणून गणले जातात."

"काहीही होऊ शकतं." इल्झ म्हणाला, "नुसतं कुठल्यातरी एखाद्या पत्रकारानं आपल्या लोकांना ओसलोमध्ये जाताना किंवा येताना बघितलं असेलं तरी– "

"जॉन, आमचे लोक सर्व काळजी घेतात. ते इमिग्रेशनच्या रांगेत सुद्धा उभे राहात नाहीत." ओल्सेन म्हणाले, "प्रेसिडेंट, हे लक्षात ठेवणं फार महत्त्वाचं आहे की आपण वाटाघाटीत गुंतलो आहोत. अशा वेळी कुठलीही अगदी छोटीशी गोष्टही त्या वाटाघाटीत तुमच्याविरुद्धचं शस्त्र बनू शकते."

"म्हणले लॅरी, तुम्हाला या सगळ्याच्या मागे वेन आहेत असं वाटतंय का? मला फार काळजीत पाडलं आहे तुम्ही!" हे म्हणताना बेंटनच्या ओठांवर स्मित होते.

"हे दबावतंत्र आहे, प्रेसिडेंट, फार भ्रमात राहू नका. वेन त्यांच्या माणसांना तैवानवाल्या गटांच्या कानात कुजबुजायला लावू शकतो. दुर्दैवानं तुमच्या हातात

चीनमध्ये त्यांच्या विरुद्ध वापरण्याजोगं एकही शस्त्र नाही. पण त्यांच्या हातात बरीच आहेत आणि ते ती वापरतील.''

''मला नाही तसं वाटत.'' इल्झ म्हणाला, ''निदान तैवानचं नाही वापरणार, कारण ते त्यांच्यावर उलटू शकतं. तैवानच्या दबावामुळे आपल्याला त्यांच्याशी करार करणं अवघड होत जाईल.''

''हो?'' ओल्सेन इल्झकडे रोखून पाहत म्हणाले, ''का त्यामुळे तो आपण लवकर करून टाकायच्या मागं लागू? वेन फार चलाख आहेत. जर याचा दबाव सहन होईनासा झाला तर 'तुम्ही काय हवं ते घ्या पण एकदा करार पटकन करून टाका' असं आपण म्हणू आणि मग त्यांना जे हवं ते आपणच त्यांच्या पदरात टाकू.''

## मंगळवार, १२ जुलै

## इड्सव्होल, ओसलोच्या बाहेर, नॉर्वे

पीट लीलच्या अपेक्षेपेक्षा मीटिंगची तारीख खूपच अलीकडची ठरली होती. मागच्या निष्फळ मीटिंगनंतर चार आठवड्यांच्या आतच ते परत भेटत होते. त्यामुळे आशा पालवल्या, पण तिथे जे अनुचित घडले त्याने त्या मालवल्याही होत्या.

आपली ब्रीफकेस उघडून लील आतले कागद बाहेर काढतच होता, तेवढ्यात लिन म्हणाला, "मला हे सांगायला अतिशय आनंद होत आहे की मागच्या वेळी आम्ही मागितलेली माहिती अजून तुम्ही दिली नसलीत तरीही त्या आधीच तुमच्या बाजूचा प्रस्ताव स्वीकारण्याची आम्हाला परवानगी दिली गेली आहे."

अमेरिकेच्या प्रस्तावाच्या फाइलवरचा हात तसाच ठेवून लील अविश्वासपूर्ण नजरेने लिनकडे बघत राहिला. समोरच्या दोघांनी त्यांच्या ब्रीफकेसना हातही लावला नव्हता.

त्याने संयम ठेवण्यासाठी दोन क्षण डोळे मिटले आणि तो म्हणाला, "आपण प्रस्तावांची देवाणघेवाण करणार आहोत, बरोबर ना?"

दोघांचेही चेहरे निर्विकार, नजरा भावनाशून्य होत्या.

लीलने एकदा ऑलिव्हर वूकडे पाहिले आणि टेबलाच्या पलीकडे बसलेल्या दोन चिनी सद्गृहस्थांकडे वळून तो परत म्हणाला, "आपण एकमेकांना प्रस्ताव देणार आहोत, असंच आपण मान्य केलं आहे ना?" त्याने हातांनी देवाणघेवाणीची कृती करून दाखवत म्हटले, "आम्ही आमचा तुम्हाला देणार आणि त्याच वेळी तुम्ही तुमचा आम्हाला देणार."

"आम्हाला तुमचा प्रस्ताव स्वीकारण्याची परवानगी आहे." लिननेही परत तेच वाक्य ऐकवले. तो म्हणाला, "तुम्हाला आठवत असेलच, आम्हाला स्वतंत्रपणे अभ्यास, विश्लेषण करता यावे यासाठी मागच्या वेळी आम्ही काही कच्च्या नोंदी, निरीक्षणं आणि थोडी अधिक माहिती तुमच्याकडे मागितली होती. पण वेन यांनी तुमचे प्रेसिडेंट बेंटन यांच्याविषयीच्या असीम आदरापोटी आणि या विषयाचं गांभीर्य

लक्षात घेऊन, ती माहिती मिळाली नाही तरीही, तुमच्या प्रस्तावावर विचार करण्याचं मान्य केलं आहे. अर्थात ती माहिती नंतर आम्हाला मिळाली पाहिजेच.''

पीट लीलने लिनशी नजर भिडवून विचारले, ''मला जरा नीट समजू दे, तुम्ही तुमचा प्रस्ताव आणलेला नाही?''

''कृपा करून आम्हाला तुमचा प्रस्ताव दाखवा.'' गाओ जिचुआनचं बहुधा पहिलंच पूर्ण वाक्य होतं ते. आपल्या अत्यंत कृत्रिम अशा इंग्रजीत तो म्हणाला, ''तुम्ही तुमचा प्रस्ताव आणला आहे म्हणूनच आम्ही इथं आलो आहोत.''

आपली ब्रीफकेस बंद करून टेबलावरून खाली ठेवत लील म्हणाला, ''आपण प्रस्तावांची देवाणघेवाण करणार आहोत म्हणून आम्ही इथं आलो आहोत.''

''म्हणजे तुम्ही असं सांगत आहात की तुमच्याकडे तुमचा प्रस्ताव नाही?'' गाओने विचारले.

''मी असं म्हटलेलं नाही. मी तुमचा प्रस्ताव मागतो आहे.''

''मागितलेली माहीती मिळेलेली नसतानाही वेन यांनी तुमच्या प्रस्तावावर विचार करण्याचं औदार्य दाखवलेलं आहे.'' आता गाओच बोलत होता, ''ते अशा पद्धतीने डावलणं हा त्यांचा अपमान आहे.''

लीलने लिनकडे पाहिले. त्याने नजर चुकवली.

लील गोओकडे वळून म्हणाला, ''वेन यांचा अपमान करण्याचा आमचा मुळीच इरादा नाही.''

गाओ त्यावर जरासा हसत म्हणाला, ''मग तुमचा प्रस्ताव आम्हाला बघू द्या.''

''तुम्ही तुमचा प्रस्ताव दिल्याखेरीज मला काहीही दाखवता येणार नाही.''

''तुम्ही मला हे तुमचं उत्तर वेन यांना ऐकवून त्यांचा अपमान करायला सांगत आहात?''

''मी वेन यांचा अपमान करीत नाही.''

''मग देऊन टाका.'' गाओ हुकूम दिल्यासारखा गुरकावला, ''प्रस्ताव द्या, म्हणजे पुढे कार्यवाही चालू करता येईल.''

''मी एकतर्फी काहीही देणार नाही, आपण या आधी ठरवल्याप्रमाणे तुम्हीही तुमचा प्रस्ताव द्या म्हणजे चर्चा पुढे सुरू करता येईल.''

''तुम्ही वाटाघाटी थांबवता आहात का? तसं करायचं आहे का तुम्हाला? तुम्ही आमच्याकडे पहिल्यांदा आलात. तुम्ही आमच्याकडे येऊन म्हणालात की तुम्हाला बोलायचं आहे आणि आता तुम्हालाच बोलणं थांबवायचं आहे? याचा ठपका सर्वस्वी तुमच्यावरच राहील!'' गाओ एकदम लिनकडे वळून मँडरिनमध्ये भरभर बोलू लागला. वू ऐकत होता. त्याला कळलं होतं की तो त्याच्यासाठीच मँडरिनमध्ये बोलत होता.

वू लीलजवळ सरकून कुजबुजत गाओचे बोलणे भाषांतरीत करून लीलला सांगू लागला. ''जे करतायत त्यातला धोका ते जाणून आहेत.'' गाओ हातवारे करत मँडरिनमध्ये बोलतच होता. ''त्यातला धोका माहिती असून त्यांना तसं वागायचं आहे. प्रेसिडेंट वेन आम्हाला परत पाठवणार नाहीत. ही शेवटची संधी आहे आणि ते चर्चा चालू ठेवायला नकार देत आहेत.''

काही वेळ शांतता पसरली.

लिन शिशेंग लीलकडे बघून खोटे हसत म्हणाला, ''पीट, तुम्ही तुमचा प्रस्ताव द्यावा. मग काय होतं ते पाहू आपण. असं सगळं संपवून टाकू नका. वेन यांनी फार मोठी सवलत देऊ केली आहे.''

लील विचार करू लागला, आधी जे निश्चित मिळणार नाही हे माहिती होते. तेच मागायचं आणि मग 'ते मिळालं नाही तरी चालेल' असे उपकार केल्यासारखे सांगायचं, ही अशी युक्ती त्यानेही आधी कधी पाहिली नव्हती. हजारात एक खेळी होती ती!

''माफ करा, पण मला तसं नाही करता येणार.'' लील म्हणाला.

''मग तुम्ही तुमच्या प्रेसिडेंटशी बोलून घ्या.''

''नाही, या बाबतीत त्यांच्याशी बोलण्याची गरज नाही. मला स्पष्ट सूचना दिल्या गेल्या आहेत. लिन, हे आपण गेल्या वेळी मान्य केलं होतं.''

''प्रेसिडेंट बेंटन यांना प्रेसिडेंट वेन यांचा अपमान व्हावा असं वाटत नसणार.'' गाओ म्हणाला, ''मला असं वाटतंय की प्रेसिडेंट बेंटन यांना प्रेसिडेंट वेन यांनी उदारपणे मान्य केलेल्या सवलतीबद्दल माहीत नसावं.''

''प्रेसिडेंट वेन त्यांनी एकदा मान्य केलेल्या गोष्टीत अशी माघार घेणार नाहीत.'' लील म्हणाला, ''मला वाटतं त्यांनी दिलेल्या सूचना तुम्हाला नीट समजलेल्या नाहीत.''

''तुम्ही तुमच्या प्रेसिडेंटशी बोला.''

''तुम्हीच तुमच्या प्रेसिडेंटशी बोला.''

गाओ छद्मीपणाने हसला.

शांतता पसरली.

एकदम लील उठला आणि म्हणाला, ''हे अशक्य आहे. आम्ही चाललो.''

वूही तातडीने उठला.

''नाही, नाही.'' लिन गडबडीने म्हणाला, ''अशक्य असं काहीच नसतं.''

लील तसाच उभा राहिला.

''आम्हाला एक तासाचा अवधी द्या. आम्ही बोलतो.''

''एक तास?''

लिनने होकार दिला. गाओ ढिम्म चेहेऱ्याने पाहत होता.

"ठीक आहे, एक तास."

लील आणि वू खोलीतून निघून गेले. खोलीबाहेर पडल्यावर लील म्हणाला, "जरा मोकळ्या हवेत जाऊ या, तरच डोकं शांत होईल."

ते बाहेर जाऊन जुलै महिन्याच्या सुसह्य उन्हात उभे राहिले.

"पहिला नियम – रागवायचं नाही." लील जणू स्वत:लाच बजावत काही वेळ शांत उभा राहिला पण नंतरही एका हाताची मूठ दुसऱ्या हाताच्या तळव्यावर जोराने मारून दात ओठ खाऊन म्हणाला, "मूर्ख लेकाचे!!"

"आपण खरंच निघून जाणार होतो?" वूने विचारले.

"होय, नक्कीच निघून जाणार होतो. मला त्यांना खोटं नाही सांगायचं. ती एक गोष्ट आपण कधीही करायची नाही. खोटेपणा करायचा नाही. आपला खरेपणा थोड्या वेळातच कळेल त्यांना. बरोब्बर साठ मिनिटांनी आपण खोलीत जाणार आणि जर ते तिथं नसलं तर आपणही निघून जाणार."

लीलचा खंबीरपणा वूला आवडला, पण जरासा घाबरवूनही गेला.

"असं निघून गेलो तरी परत येता येईल?"

"परत येता येतंच." लील असं म्हणत असताना वूला त्याच्या आवाजात जरासा उद्वेग ऐकू आला. "जेव्हा एखाद्याला करार करायचाच असतो ना, तेव्हा परत येता येतंच. तो दृढ विश्वास नसेल तर इथं असण्याला काही अर्थच नाही."

घरासमोरील हिरवळीच्या पलीकडच्या एका बाकावर ते दोघे बसले होते.

"त्यांना नकोय." वू अचानक बोलला.

लीलने त्याच्याकडे आश्चर्यपूर्ण कुतूहलाने पाहिले. "तुला काय माहीत?"

वूने खांदे उडवले. "मी सांगतो ना, त्यांना नकोय."

"तसं नाही सांगता येणार, इतक्यात तरी नाहीच." लीलचा राग उतरलेला वाटला, "आत्ता आत जो नाटकाचा प्रयोग झाला ना तो एक अखेरचा डाव खेळून बघण्याचा प्रयत्न होता. वेनना यातलं काही माहितीही नसेल. स्वत: वेन यांच्यासमोर हीरो बनण्यासाठी लर्चनी खेळलेली खेळीही असेल ती."

"त्यांची करार करायची इच्छाच नाही." वू म्हणाला, "आपल्याला जेवढी इच्छा आहे तेवढी त्यांनाही असायला पाहिजे, पण दुर्दैवानं ती नाही. आपले प्रेसिडेंट जे जे करतायत ना, त्यातनं असं प्रतीत होतंय की त्यांनाच करार करायची तहान लागली आहे!"

"अरे, चिनी लोकांना इकडलं सगळं दिसत नाही."

"जे दिसतंय त्याविषयीच बोलतो आहे मी." आता वू चिडलेला दिसत होता. प्रेसिडेंटचे धोरण जरा नरमाइचे आहे म्हणूनच ते दोघे हवे तेवढे कडकपणे वागू

शकत नाहीत असे त्याला वाटत होते. "आपण नाइट यांना पाठवायला नको होतं. काय उपयोग झाला त्याचा? लिन आणि गाओ एकदा मोकळ्या हाताने आले, आपण नाराज झालो, लगेच नाइटना पाठवलं. भीक मागण्यासारखंच झालं ते. फार फार घाई करतो आहोत आपण."

"नाइटना पाठवायची कल्पना माझी होती."

वूने आश्चर्याने बघितले.

"आपण नाइटना पाठवलं नसतं तर एवढंही मिळालं नसतं."

"काय मिळालंय आपल्याला?"

लीलने स्मित केले, म्हणाला, "डॉक्टर वू, या घटकेला आपण करार करणार नाही, ते करार करायला खरंच, मनापासून तयार आहेत की नाही हे बघणार आहोत."

"आणि ते दिसणार आहे आपल्याला?"

"होय, आणखी पन्नास एक मिनिटांत!"

ते तासाच्या अखेरीला खोलीत गेले, लिन किंवा गाओ दोघांचीही कुठे चाहूल नव्हती. वूने प्रश्नार्थक नजरेने लीलकडे पाहिले. तो हसत होता. म्हणाला, "मी ठाम राहणार आहे माझ्या इशाऱ्याशी, पण मी सुजाणही आहे." ते वाट पाहत थांबून राहिले. अर्ध्या तासानंतर लिन आणि गाओ दोघेही खोलीत आले.

लील त्यांच्याकडे अपेक्षेने पाहत होता. गाओने त्याच्या ब्रीफकेसमधून एक फाइल काढली आणि लिनच्या हातात दिली. लिनने ती टेबलावर ठेवली.

"हा चीनच्या शासनाचा प्रस्ताव आहे?" लीलने विचारले.

लिनने होकार दिला.

लीलने त्याच्या ब्रीफकेसमधून अमेरिकेच्या प्रस्तावाची फाइल काढली आणि तीही टेबलावर ठेवली पण त्याचा डावा हात फाइलवर ठेवलेला होता.

"आता नीट ऐका आणि समजावून घ्या. हा प्रस्ताव म्हणजे अमेरिकेच्या शासनाने दिलेलं वचन नाही. जोपर्यंत आपल्या दोन शासनांच्या दरम्यान या बद्दल एकवाक्यता होऊन याला कराराचे स्वरूप दिले जात नाही, तोपर्यंत या कागदातले काहीही अमेरिकेवर बंधनकारक नाही. त्यावर सहमती झाली तरच यातल्या अटी, कलमे यांना अमेरिका वचनबद्ध असेल. जर यदाकदाचित याला अंतिम कराराचे स्वरूप आलेच नाही, तर यातले काहीही अमेरिकन सरकारवर भविष्यात कधीही बंधनकारक राहणार नाही." लील थांबला. या सगळ्या अटी, नियम त्या फाइलच्या पहिल्याच कागदावर तपशीलवार लिहिलेल्या होत्या. समोरच्यांकडून प्रस्ताव घ्यायचा, करार करायचा नाही आणि मग त्या प्रस्तावातल्या गोष्टी भविष्यातल्या कुठल्याही चर्चेच्या वेळी त्या मान्य झाल्याच गृहीत धरायचे. ही असल्या वाटाघाटीत वापरली

जाणारी फार जुनी युक्ती होती. "सभ्य गृहस्थहो, हे सगळं नीट समजलं आहे ना तुम्हाला? आणि ते मान्य आहे ना?"

लिनने मान हलवली, गाओ निश्चल होता.

"याच अटी आमच्याही प्रस्तावाला लागू आहेत." लिन म्हणाला.

"ते योग्यच आहे." लील म्हणाला, "आता याप्रमाणे आम्ही तुमचा प्रस्ताव वाचतो. आपण असं मान्य करतो आहोत की आपण हे दोन्ही प्रस्ताव वाचू आणि बरोबर बसून एक मसुदा तयार करू ज्यात समान गोष्टी एकत्र आणू आणि जे फरक असतील, मतभिन्नता असेल ती ठिकठिकाणी कंसामध्ये लिहून काढू. एकदा ते झालं की मग त्यातल्या फक्त कंसातल्या मुद्द्यांवर चर्चा करू. ही पद्धत मान्य आहे तुम्हाला?"

लिनने मानेनेच होकार दिला.

"छान. त्याप्रमाणे आपण आता पुढे जाऊ."

लीलने त्यांची फाइल लिनच्या बाजूला सरकवली, लिनने त्यांची लीलच्या बाजूला.

लीलने आणलेल्या प्रस्तावात कार्बन उत्सर्जनाच्या पातळीत पहिल्या पाच वर्षांच्या कालावधीत तेरा टक्के आणि पुढील पाच वर्षात अकरा टक्के कपात सुचवली होती. ती त्या त्या देशाच्या या आधीच्या सलग तीन वर्षांतल्या उत्सर्जनांच्या पातळीच्या सरासरीच्या प्रमाणात विभागायची होती. इतर कलमांमध्ये कालावधीचे तपशील, कपातीनंतरच्या पातळीची तपासणी, ठरल्याइतकी कपात न केल्यास काही स्वरूपात लागू होणारी शिक्षा किंवा दंड यासारखे मुद्दे समाविष्ट होते. प्रस्ताव एकंदर सोळा पानांचा होता. लीलने त्याला मिळालेली फाइल उघडली, त्यात फक्त दोन कागद होते.

चीनने जगातली एकूण कपात आठ वर्षांत चौदा टक्के सुचवली होती. दर माणशी जी.डी.पी. हे विभागणीचे परिमाण धरलेले होते. पण त्यातली मेख लीलच्या लक्षात आली, जेव्हा त्याने दुसरे पान उघडले. त्या पानावर विभागणीचे आणखी एक जादा परिमाण लागू केलेले होते. एकदा हवेत सोडलेला कार्बन निदान पन्नास वर्षे वातावरणात टिकून राहतो, याचा आधार घेऊन गेल्या पन्नास वर्षांत प्रत्येक देशाकडून एकूण जेवढा कार्बन सोडला गेला, त्यावरून 'दर माणशी सोडलेला कार्बन' हे परिमाण टक्क्यांच्या विभागणीसाठी वापरण्याची सूचना केली गेली होती.

पीट लीलला लगेच आकडेमोड करता येणे शक्य नव्हते, त्यासाठी त्याला जॅकी रूबिनचीच मदत लागणार होती, पण त्याच्या अंदाजाप्रमाणे या परिमाणाप्रमाणे चीनला त्यांच्या उत्सर्जनात काडीचीही कपात करायची गरज पडणार नव्हती!!

# शनिवार, ३० जुलै
# लेक पॅलेस रिसॉर्ट, उदयपूर, भारत

ज्यो बेंटन टेबलाच्या पलीकडच्या बाजूला बसलेल्या प्रेसिडेंट वेन यांच्याकडे पाहत होता. एका भल्या मोठ्या वर्तुळाकार टेबलाच्या भोवती त्या दोघांबरोबर जगातले आणखी सात देशांचे वरिष्ठ नेते बसले होते. प्रत्येकाच्या मागे त्यांच्या दहा-बारा मदतनिसांचा ताफा होता.

चारच वर्षांपूर्वी जी-९ च्या सभासदांमध्ये जागा मिळालेल्या भारताकडे या वर्षीच्या परिषदेचे यजमानपद होते. जाणीवपूर्वक विकसनशील देशांचे प्रतिनिधित्व स्वत:हून स्वीकारलेल्या भारताने या परिषदेची तीन प्रमुख उद्दिष्टे जाहीर केली होती. पहिले उद्दिष्ट – कृषी क्षेत्रातील उत्पादनांच्या व्यापारावरील उरलेले निर्बंध उठवणे, त्यासाठी विकसित देशातील उत्पादनांना दिले जाणारे अर्थसाहाय्य पूर्ण थांबवणे. दुसरे – जनुकीयदृष्ट्या बदल केलेल्या पिकांच्या पेटंट्ससाठी वेगळ्या, स्वतंत्र नियंत्रण गटाच्या स्थापनेच्या दिशेने संक्रमण करणे. पर्यावरणातील बदलांमुळे जगभरात स्थलांतरितांची संख्या झपाट्याने वाढत आहे. ज्या विकसनशील देशांना त्यांच्या अंतर्गत स्थलांतरितांचे पुनर्वसन करणेही आर्थिकदृष्ट्या अशक्य झाले आहे, अशा देशातील स्थलांतरित विकसित देशांतही जात आहेत. त्या निर्वासितांच्या पुनर्वसनाच्या कामी त्या विकसित देशांनी मदत करावी, यासाठी आवाहन करणे हे तिसरे उद्दिष्ट होते. परिषदेच्या आधी काहीच दिवस, जणू या मुद्द्यांला पुष्टी म्हणून मान्सूनच्या पहिल्याच पावसानं बांगलादेशाचा जवळ जवळ एक पंचमांश प्रदेश पाण्याखाली गेला होता, परिणामी भारताच्या सीमाप्रदेशात आधीच तळ देऊन बसलेल्या अंदाजे दोन कोटी बांगलादेशीय निर्वासितांमध्ये आणखी चाळीस लाख लोकांची भर पडली होती. सीमेवर भयानक प्रसंग घडत होते. येणाऱ्यांना अडवण्यात आले, जगभरातून मानवी दृष्टिकोनातून भारत सरकारवर निर्वासितांना काही काळापुरते आत येऊ देण्यासाठी दबाव टाकण्यात आला. पण हे सर्वांनाच माहीत होते की त्यातले बहुतेक कुणीच परत जाणार नव्हते. ज्यो बेंटन बांगलादेशाच्या निर्वासितांच्या

मदतीसाठी भरभक्कम आर्थिक साहाय्य देण्याच्या तयारीने आला होता. त्याची जाहीर घोषणा करताना तो जी-९च्या सर्व सभासदांना या गोष्टीची जाणीव करून देणार होता की ही समस्या फार गंभीर असून तिला तोंड देण्यासाठी अतिशय अभ्यासपूर्ण, पद्धतशीर योजना आखण्याची नितांत गरज आहे. ज्यो बेंटनसाठी या परिषदेतला सर्वांत महत्त्वपूर्ण भाग या प्रशस्त हॉलमध्ये, दोन-एकशे लोकांच्या उपस्थितीत पार पडणार नव्हता. तो त्याच दिवशी जरा उशिराने एका खोलीत घडणार होता, ज्यावेळी तो प्रेसिडेंट वेन यांना भेटणार होता.

पीट लील आणि ऑलिव्हर वू गेले तीन आठवडे ओसलोमध्ये लिन शिशेंग आणि गाओ जिचुआन यांच्याबरोबर जोरदार वाटाघाटी करीत होते.

दोन्ही प्रस्तावांत जमीनअस्मानाचे अंतर होते. पहिले काही दिवस तो फरक बाजूला ठेवून दोन्ही जोड्यांनी मिळून दोन्ही बाजूंना मान्य असलेल्या अटी, कलमे, इतर आवश्यक तपशील लिहून काढला होता. चर्चेत मतभेद झालेले मुद्दे त्यांनी नंतर चर्चा करण्यासाठी ठिकठिकाणी कंसात वेगळे नोंदवून ठेवले होते. हे काम फारच किचकट आणि कठीण होते. चीनच्या प्रस्तावात ठरलेले काम झाले आहे की नाही हे तपासून पाहण्याबद्दल काहीच उल्लेख नव्हता. अमेरिकेने तपासणीच्या पद्धती, दोन तपासण्यांमधला कालावधी, याचे तपशील विस्ताराने दिले होते. चर्चेत तपासणी हवी का, त्याचा करारात समावेश हवा का, किती तपशिलात शिरणे योग्य असे अनेक मुद्दे निघाले. शेवटी तपासणीचा मुद्दा पाहिजे असे मान्य झाले, पण बाकी बरेचसे मुद्दे नंतर चर्चा करण्यासाठी कंसातच गेले. मान्य झालेले जे लिहून काढले होते, तो एक आराखडा तयार झाला आणि त्याला जागोजागी 'कंस' लटकवून ठेवले गेले. असहमतीचे मुद्दे बाजूला ठेवून दिल्यामुळे चर्चा खेळीमेळीच्या वातावरणात झाल्या आणि चारही जण एकमेकांना बऱ्यापैकी ओळखू लागले. अगदी योग्य शब्दांच्या निवडीसारख्या छोट्या प्रश्नांची उत्तरे सगळ्यांनी मिळून शोधताना आपोआपच एकमेकांत विश्वास आणि एका समान उद्दिष्ट साध्य करण्यातल्या सहभागाची जाणीव निर्माण होत असते. लीलने गाओच्या मनात शिरायचा प्रयत्न केला. चीनकडून प्रस्ताव मिळणार नाही, असा दावा करणाऱ्या गाओला लीलने नमवले होते. त्यामुळे त्याचा अपमान झाला होता. लीलला त्याच्या मनातली ती कटुता काढून टाकायची होती. काम सोपे नव्हते. बऱ्याचशा लहान लहान बाबतीत, जिथे शक्य होते तिथे लीलने गाओच्या सूचना मोकळ्या मनाने मान्य केल्या. तरीही गाओ अलिप्तच राहिला. त्याच्या उलट लिन. मनमोकळ्या सहभागासाठी त्याला प्रोत्साहनाची गरजच भासत नव्हती. प्रस्तावांवरून झालेल्या नाटकाने त्याचीही पंचाईत झाली होती. पण कामात साथ देता देता त्याच्या मनावरचा ताण नाहीसा झाला हे त्याने शब्दांचा वापर न करता इतर अनेक मार्गांनी लील आणि वूला सांगितले.

सहाव्या दिवशी जो मसुदा तयार झाला तो ओल्सेन यांनी वॉशिंग्टनमध्ये मंजूर केला आणि लील असे धरून चालला की लिन आणि गाओ बीजिंगमध्ये ज्या कोणाशी बोलत होते, त्यांनीही त्याला मंजुरी दिली असावी. त्यानंतरच अवघड भाग सुरू झाला.

'कंस' सोडवण्याचे काम त्यांनी हातात घेतले. हे काम करण्याच्या दोन रीती आहेत. एक – सर्वांत क्लिष्ट गोष्टीपासून सुरुवात करायची. ती सोडवली की बाकीच्या लहान मोठ्या गोष्टींची आपोआप काळजी घेतली जाईल अशी आशा असते. दुसरी रीत अशी की आधी सोपे प्रश्न सोडवायचे, म्हणजे त्या यशाचा कठीण प्रश्नांच्या वेळी फायदा व्हावा अशी अपेक्षा असते. कुठल्या का रीतीने होईना, सगळे कंस सोडवावेच लागतात. लीलने पहिली रीत स्वीकारायचे ठरवले. उत्सर्जनातल्या कपातीचे सूत्र हा सर्वांत महत्त्वाचा, हुळहुळा प्रश्न त्याने प्रथम चर्चेला घेतला. एक आठवड्यानंतरही ते त्याच प्रश्नावर विचार करत होते. चीनने स्वत:करता नगण्य कपात येईल अशाच पद्धतीने सूचना केल्या असणार हा लीलचा अंदाज बरोबर ठरला. दर माणशी जी.डी.पी. आणि पन्नास वर्षांच्या – ऐतिहासिक – उत्सर्जनाचेही दरडोई परिमाण हे दोन्ही निकष लावल्यावर चीनच्या वाट्याला पुढच्या दहा वर्षांत फक्त दोन टक्के कपात येणार होती आणि अमेरिकेच्या माथी मात्र चाळीस टक्के कपातीचा बोजा पडणार होता. हे मान्य होणे ही अशक्य कोटीतलीच गोष्ट होती आणि लीलने सुरुवातीलाच लिन आणि गाओला तशी स्पष्ट कल्पना देऊन टाकली. त्यांनी पर्यायी सूचनेची मागणी केली, पण लीलने काहीही द्यायचे टाळले कारण तो देईल त्याच्या बदल्यात त्यांच्याकडून काहीच मिळाले नसते. त्याने जेव्हा त्यांनाही अमेरिकेच्या प्रस्तावित कपातीला पर्याय सुचवायला सांगितले, तेव्हा त्यांनी नकार दिला. त्यांचे म्हणणे असे होते की अमेरिकेचा प्रस्ताव इतका अन्याय्य आहे की त्याच्याकडे बघण्यातही काही अर्थ नाही. लीलने कुठलीही गोष्ट कागदावर न आणता काही सूचना चर्चेत तोंडी मांडल्या. दर माणशी जी.डी.पी.पैकी काही भाग अमेरिकेने उचलायचे मान्य केले तर ते ऐतिहासिक उत्सर्जनाचे दर माणशी परिमाण प्रस्तावातून काढून टाकायला तयार होतील का किंवा एकूण कपातीत वाढ करतील का, असेही त्याने विचारले. विकसनशील देशांनी आपली बरोबरी करावी अशी सर्वस्वी चुकीची अपेक्षा विकसित देश बाळगतात असे विधान लिनने केले, तेव्हा ऑलिव्हरने त्याला विचारले की चीन हा विकसित देश समजला तर बरोबरी होऊ शकेल की नाही? त्यावर जवळ जवळ दिवसभर 'विकसित' आणि 'विकसनशील' या शब्दांची व्याख्या करण्यात, त्यांच्या अर्थाचा कीस काढण्यात गेला होता. मग चीन विकसित की विकसनशील यावर काथ्याकूट झाला. लीलने परत दोघांनीही पर्यायी प्रस्ताव द्यावेत असे सुचवून

पाहिले, पण लिनने अमेरिका जोवर काहीतरी वास्तववादी विचार करत नाही तोवर ते शक्य नाही असे प्रतिपादन केले. दोन दिवसांच्या निष्फळ चर्चेनंतर लीलने ओल्सेन यांची समजूत काढून काही सवलतींचा समावेश केलेला एक पर्यायी प्रस्ताव देऊन एके ठिकाणी साचलेले पाणी पुढे वाहायला लागेल तर पहावे, असाही विचार केला. अपेक्षेप्रमाणे त्या सवलतींचे लिन आणि गाओ या दोघांनीही आनंदाने स्वागत केले, पण तरीही तो प्रस्ताव मान्य होण्याच्या जवळपासही नसल्यामुळे ते त्यांच्या बाजूने काही वेगळे देऊ शकत नाहीत असे म्हणून त्यांनी हात झटकले. लीलच्या अनुभवसिद्ध नियमांनुसार एकतर्फी देवाण एकदाच करता येते आणि त्यांच्याकडून काही मिळणार नसेल तर आपल्या बाजूनेही काही देणे अयोग्य ठरते. सहा दिवस रखडलेल्या चर्चेतून काहीही निष्पन्न झाले नव्हते.

शेवटी लीलही हताश झाला. त्याने चर्चा स्थगित करण्याची सूचना केली. तो आणि वू वॉशिंग्टनला, लिन आणि गाओ बीजिंगला परतले.

ज्यो बेंटन आणि प्रेसिडेंट वेन भारतात गेले.

* * *

ते हॉटेलच्या ज्या खोलीत भेटले त्या खोलीला भली मोठी बाल्कनी होती, समोर डोळ्यांना सुखावणारा जलाशय पसरला होता आणि त्यापलीकडे दुरून पिवळसर रंगाची झाक असलेल्या टेकड्या दिसत होत्या. भारत सरकारने या परिषदेसाठी निवडलेले हे पंचतारांकित हॉटेल एका विस्तीर्ण सरोवराच्या मध्यभागी बांधलेले होते. हेलिकॉप्टर अथवा बोट या दोनच मार्गांनी त्यात प्रवेश करणे शक्य होते. तेथे फक्त अठ्ठावन्न खोल्याच असल्यामुळे परिषदेसाठी आलेल्या नेत्यांच्या लवाजम्याची, मदतनीस, सेवक यांची सोय अन्यत्र केलेली होती. त्या लोकांना हॉटेलमध्ये नेण्या-आणण्यासाठी बोटींचा एक प्रचंड ताफा सतत ये जा करीत होता.

भेटीसाठी मिळालेल्या पंचेचाळीस मिनिटांपैकी पंधरा मिनिटे पत्रकार आणि छायाचित्रकार यांनी खाल्ली. दोघेजण एकमेकांसमोर आरामखुर्च्यांत बसले होते, दोघांच्या मागे दुभाषी होते आणि बरोबरचे बाकीचे लोक दोन्ही बाजूंना ठेवलेल्या सोफ्यांवर बसले होते. दोघांनी आपल्याबरोबर तीनच लोक आणावेत असे ठरले होते. बेंटनबरोबर लॅरी ओल्सेन, ट्रेझरी सेक्रेटरी बॉब कॉलव्हिन आणि अमेरिकेचे ट्रेड रिप्रेझेन्टेटिव्ह ॲलन वेनराइट होते. प्रेसिडेंट वेन यांच्या बाजूच्या सोफ्यावर त्यांचे फॉरिन मिनिस्टर चाऊ, फायनान्स मिनिस्टर हू आणि आणखी एक मिनिस्टर ली वेन्युआन बसले होते.

अभिवादन, स्वागत हे उपचार पार पडले. प्रेसिडेंट वेन यांनी पहिल्यांदाच समोरासमोर भेट घडल्याचा आनंद झाल्याचे सांगून, अशा अनेक भेटी होत राहतील अशी आशा व्यक्त केली. बेंटननेही योग्य प्रतिसाद दिला. फिलिपाइन्समध्ये नुकत्याच झालेल्या बॉम्बस्फोटाचा विषय निघाला तेव्हा दहशतवादाचा नेटाने सामना करण्याच्या आवश्यकतेवर दोघांचेही एकमत झाले. त्यानंतर तेल आणि मांस यांच्या उद्योगांसाठी वाढीला लागलेली देवमाशांची शिकार, या पूर्णपणे असंबद्ध अशा विषयावर चर्चा करण्यात वेन अनाठायी वेळ का दवडत आहेत हे बेंटनला समजेना. मार्चमध्ये घडलेल्या कंत्राटांच्या प्रकरणाचा संदर्भ घेऊन बेंटनने दोन्ही देशातील व्यापारसंबंध परत पूर्ववत होऊन वाढीला लागतील अशी आशा व्यक्त केली आणि अमेरिकेचा त्या बाबतीतला पुढाकार दर्शविण्यासाठी त्याने मुद्दाम बॉब कॉल्व्हिन आणि ॲलन वेनराइट यांना बरोबर आणल्याचे सांगितले, त्यांची ओळखही करून दिली. वेन यांनी व्यापार मंत्री हू आणि वेनराइट हे आधीपासून एकमेकांना माहीत आहेत आणि त्यांनी यापुढेही भेटत राहावे असे सांगितले, तेव्हा दोघांनीही मान डोलावून त्याला होकार दिला. अशा मीटिंगमध्ये अनावश्यक अशा वरवरच्या गोष्टींत वेळ निघून चालला आहे याची बेंटनला जाणीव होत होती. त्याने लॅरी ओल्सेन यांना आधीच सांगून ठेवले होते की साधारण दहा मिनिटे उरली असताना तो वेन यांना त्या दोघांच्यातच चर्चा व्हावी अशी विनंती करणार होता. ओल्सेन यांनी त्याला तसे करण्यापासून परावृत्त करण्याचा बराच प्रयत्न केला, पण त्याने ऐकले नाही. त्याचे मन त्याला ग्वाही देत होते की तशी पूर्ण खासगी चर्चा गरजेची आहे. फक्त तो आणि वेन – कुणी बघायला नाही, कुणी ऐकायला नाही. ते दोघेच एकमेकांशी खुल्या मनाने, मनातले बोलू शकतील. अशा चर्चेतच ओसलोत कुंठित झालेली बोलणी परत चालू करण्याचा उपाय सापडेल. त्याप्रमाणे त्याने योग्य वेळी वेन यांना सूचना केली. बेंटनच्या त्या वाक्याचे भाषांतर दुभाषाने करण्याच्या आतच वेन यांनी हात वर करून त्याला रोखले आणि ते इंग्रजीत म्हणाले की त्यांना एकांतात बोलायला आवडेल.

सगळे बाहेर गेले. वेन यांनी त्याच्या दुभाषालाही बाहेर जाण्याची खूण केली. ते दोघेच खोलीत उरले.

काही वेळ शांतता होती. दोघेही जणू असे एकटे सोडले जाण्याचा विरळा अनुभव उपभोगत होते.

ज्यो बेंटन काही वेळाने हसून म्हणाला, "मला वाटतं आपल्याला एकमेकांना जाणून घ्यायला आणि आपल्या कामाची पद्धत माहित व्हायला थोडा आणखी वेळ लागेल."

वेनही हसले, म्हणाले, "जागतिक नेत्यांची हीच पंचाईत होते, नाही का? ते

एकमेकांना ओळखायला लागतात तोच त्यांच्यातला एकजण निघून जातो.'' ते एकदम जोरात हसले आणि म्हणाले, ''आपण आयुष्यभर नेते पक्ष राहायला पाहिजे!''

बेंटनही जोरात हसून म्हणाला, ''मला तुमचं माहीत नाही, पण मला मात्र अमेरिकन लोकांवर उगीच त्रास लादायला आवडणार नाही!''

''त्रास? म्हणजे मी का तुम्ही?'' वेन यांच्या या शेऱ्यावर दोघेही खळखळून हसले.

''मला ज्यो म्हटलंत तर आवडेल मला.'' बेंटन म्हणाला.

''आणि मला फ्रँकी.'' वेन म्हणाले. तीस वर्षांपूर्वी ते हार्वर्ड युनिव्हर्सिटीत पदव्युत्तर अभ्यास करीत असताना त्यांना हे टोपणनाव पडलं होतं. ते का आणि कसे पडले याविषयीच्या अनेक सुरस आणि चमत्कारिक कथा राजकीय वर्तुळात चर्चिल्या जायच्या.

''फ्रँकी, ठीक आहे. हे पहा फ्रँकी, मला माझ्या माणसांकडून कळतंय की ओसलोमध्ये चर्चा ठप्प पडली आहे.''

वेन त्याच्याकडे बघत होते.

''ते अडलेत.''

वेन यांनी काहीच उत्तर दिलं नाही.

''मी स्पष्टच सांगतो. तुम्ही पाठवलेला प्रस्ताव आमच्या कुवतीच्या फार फार बाहेरचा आहे. मी तुम्हाला खोटं सांगत नाही. तो अशक्य कोटीतलाच आहे. आम्हाला जमणारच नाही. आम्ही काही गोष्टी कशाबशा मान्य केल्या आहेत, पण तुमच्या बाजूने काहीच सुटत नाही. मी तुमच्यापासून काहीही लपवत नाही. तुमच्या बाजूने जर आता काही हालचाल झाली नाही तर आपण इथंच अडकून पडू.''

वेन यांनी मान हलवली.

''आपल्या सगळ्यांसाठीच ही गोष्ट कठीण आहे, मान्य आहे मला,'' बेंटन म्हणाला, ''पण प्रेसिडेंट वेन,–''

''फ्रँकी–'' वेन त्याला अडवत म्हणाले.

बेंटन मान डोलावत म्हणाला, ''फ्रँकी, हे जर आपण तडीला नेलं तर येणाऱ्या अनेक पिढ्या आपल्याला दुवा देतील.''

''खरंच ती एक ऐतिहासिक घटना ठरेल.'' वेन म्हणाले.

''मला याची पूर्ण जाणीव आहे की हे करताना अंतर्गत स्थैर्याकडे लक्ष देणं तितकंच गरजेचं आहे. ही गोष्ट तुमच्या लोकांना पटवण्यासाठी जे काही करायला लागेल ते केलंच पाहिजे. पण मला एक गोष्ट नक्की कळते की आपण दोघांनी ठरवलं तर हे होऊ शकतं. आपल्याला मार्ग शोधावाच लागेल. आपल्याकडे दुसरा

पर्याय आहेच कुठे?"

प्रेसिडेंट वेन काही वेळ बेंटनकडे एकटक बघत राहिले.

आणि मग त्यांनी बोलायला सुरुवात केली. त्यांचा आवाज भावनेने भारावलेला होता. "ही नेत्यांच्या परीक्षेची वेळ आहे, ज्यो. अशक्य वाटणारं शक्य करून दाखवण्याची वेळ."

"खरं आहे." बेंटनला असं प्रतीत झालं की चीनच्या नेत्याला खरंच मनापासून पटलं आहे. त्याला पहिल्यांदाच अशी जाणीव झाली की या कठीण प्रवासात कुणीतरी त्याच्या बाजूला उभे आहे. "फ्रँकी, खरंच ही नेत्यांच्या कसोटीची वेळ आहे."

"तुझ्या माणसांना परत जायला सांग ओसलोला."

"मला आवडेल तसं करायला, पण जर काही नवं घडणारच नसेल तर काय उपयोग?"

"ज्यो, माझ्यावर विश्वास ठेव, त्यांना पाठव तिकडे."

ते ठरलेल्या वेळेपेक्षा वीस मिनिटे उशिरा बाहेर आले. बाहेर त्यांचे मंत्रिगण त्यांची वाट पाहत उभे होते. येता येता वेन काहीतरी म्हणाले आणि बेंटन त्यावर मोकळेपणाने हसला.

ओल्सेन यांनी त्याच्याकडे चौकस नजरेने पाहिले.

वेन यांच्या आणखी एका वाक्याला हसताना बेंटनने ओल्सेन यांच्याकडे पाहून एक डोळा मिचकावला.

तीन दिवसांनी लील आणि वू नॉर्वेमध्ये लिन आणि गाओ यांच्यासमोर बसले होते. लिनने ब्रीफकेसमधून प्रस्तावाच्या नव्या मसुद्याची फाइल काढून लीलकडे दिली.

पन्नास वर्षांच्या उत्सर्जनाच्या दर माणशी परिमाणाचे कलम त्यातून वगळण्यात आले होते.

# गुरुवार, १८ ऑगस्ट

## बेंटन रँच, विकेनबर्ग, ॲरिझोना

पीट लील ओसलोहून बोलत होता. ज्यो बेंटन त्याच्या रँचवर आणि निरनिराळ्या ठिकाणी सुट्टी घालवत असल्याने मेरियनचे इतर सदस्य त्या त्या ठिकाणी फोनवरून ते ऐकत होते. दोन आठवड्यांच्या घासाघिशीनंतर आता फरक फक्त वेळेचा उरला होता. एका वर्षाचा.

ओसलोमध्ये दोन्ही बाजूच्या टीम्समध्ये वाढ झाली होती. लील आणि वू यांच्या बरोबर जॅकी रूबिनच्या अधिकाऱ्यांपैकी अर्थशास्त्र (इकॉनॉमिक्स) आणि लोकसंख्येचे संख्याशास्त्र या दोन्हीतला तज्ज्ञ टॉड ॲंडरसन आणि करारांसाठी आवश्यक अशा भाषेत प्रवीण असलेला फॉरिन मिनिस्ट्रीतला ॲंडी रॉलिन्स हे दोघे आले होते. लिन आणि गाओ यांच्या मदतीसाठीही बीजिंगहून चार अधिकारी आले होते.

कार्बन उत्सर्जनातील एकूण कपात पहिल्या पाच वर्षांत बारा टक्के आणि पुढच्या पाच वर्षांत दहा टक्के यावर सहमती झाली होती. अमेरिकेच्या प्रस्तावित कपातीपेक्षा ती कमी होती, पण चीनने सुरुवातीला सुचवलेल्यापेक्षा खूपच जास्त होती. यामुळे अमेरिकेतल्या स्थलांतरितांच्या संख्येत वीस लाखांची भर पडणार होती. एकूण कपातीच्या देशवार विभागणीचे प्रमाण हा विषय खूपच कठीण, संवेदनशील आणि म्हणूनच अतिशय कौशल्याने हाताळण्याचा होता. त्याविषयीची चर्चा चालू असताना कधीकधी मध्यरात्र उलटून जात होती. बऱ्याच वेळा दोन्हीपैकी एक टीम चर्चा सोडून चालते होण्याची धमकी देत होती. पीट लीलच्या अनुभवसिद्ध नियमांप्रमाणे असे होणे योग्यच होते. ही टोकाची कृती जर कधीच करावीशी वाटली नाही, तर त्याचा अर्थ एखादी बाब मान्य अथवा अमान्य करण्याने त्यांना पुरेसा त्रास होत नसावा असा होतो. पीट लीलने स्वत: अनिवार इच्छा होऊनही तो मोह प्रयत्नपूर्वक टाळला होता. सरतेशेवटी दरडोई जी.डी.पी.च्या प्रमाणात विभागलेले देशाचे एकूण कार्बन उत्सर्जन हा प्रत्येक देशाच्या कपातीचा वाटा ठरवण्याचा निकष दोन्ही टीम्सना मान्य झाला. त्यातले देशवार उत्सर्जन हे अमेरिकेला आणि

दर माणशी जी.डी.पी. हे चीनला फायदेशीर ठरणारे कलम होते. अमेरिकेने असे सुचवले की एकूण उत्सर्जनापैकी वीस टक्के उत्सर्जनालाच दर माणशी जी.डी.पी.चे प्रमाण लावावे, चीनचे म्हणणे होते ते पन्नास टक्क्यांना लागू करावे. टॉडने केलेली प्रचंड आकडेमोड, फोनवरून लॅरी ओल्सेन, जॅकी रूबिन आणि खुद्द प्रेसिडेंट यांच्याशी केलेल्या विस्तृत चर्चा यावरून लीलला एक गोष्ट स्पष्ट झाली की, तीस टक्के ही अमेरिकेसाठी कमाल मर्यादा होती. त्याच्या पलीकडे जाणे केवळ अशक्य आहे. त्याने आधीच्या वीसच्या ठिकाणी पंचवीस टक्के देऊ केले, चीनने त्यांची मागणी पन्नासवरून पंचेचाळीसवर उतरवली. त्याने पस्तीस हा आकडाही उच्चारून बघितला पण चीन पंचेचाळीसच्या खाली येईना. एक तर ती त्यांची कमाल मर्यादा होती किंवा ते जास्तीत जास्त किती मिळतात हे पाहत होते. तीस ही यू.एस.ची परमसीमा आहे हे त्यांच्या लक्षात आले होते की नाही कुणास ठाऊक? पण लील ते त्यांना उघडपणे सांगायला तयार होता, नव्हे तसे तो स्पष्टपणे बोललाही. त्यांचा त्यावर कितपत विश्वास बसला त्याला कळले नव्हते. ही टक्केवारीची घासाघीस दोन दिवस सतत चालू राहिली. बोलणी गेले दहा दिवस विनाउसंत चालली होती. त्यातून ह्या शेवटच्या दोन दिवसांच्या चर्चेने तर सगळ्यांनाच पार दमवून टाकले होते. दुसऱ्या दिवशीच्या अखेरीला लीलने एक दिवसाची विश्रांती घ्यावी, असा प्रस्ताव मांडला आणि तो सगळ्यांनीच आनंदाने मान्य केला.

लीलच्या मुरब्बी नजरेलाही त्या घटकेला पुढची वाट दिसत नव्हती. विभागणी फक्त देशाचे एकूण उत्सर्जन किती याच निकषावर करावी असा जो पहिला मुद्दा मांडला होता, त्याच टप्प्यावर परत जावे असे त्याला एकदा वाटले. पण दहा लांब दिवसांचे अंतर मागे जाऊन बाराखडी पहिल्यापासून सुरू करणे उचित नाही असाही विचार मनात आला. लोकसंख्येशी जोडणारे दर माणशी हे परिमाण मान्य करणेही शक्य नव्हते. तीस-पस्तीस आणि पंचेचाळीस-पन्नास असा विभागणीच्या प्रमाणातल्या दहा-पंधरा टक्के फरकाच्या दोन काठांना जोडणारा पूल कसला आणि कसा बांधावा हे त्याला समजत नव्हते.

ते सगळे विचार काही काळ डोक्यातून काढून टाकावेत. म्हणजे कदाचित ताज्या दमाने विचार करताना मार्ग सापडेल असे ठरवून ते चौघेही त्यांच्या ठरवलेल्या विश्रांतीच्या दिवशी सकाळीच ओसलोमधल्या प्रेक्षणीय स्थळांच्या सहलीला बाहेर पडले. टॉड अँडरसन याला नौदलाच्या इतिहासाचे विलक्षण वेड होते. त्यामुळे त्याने ओसलोमधले प्रसिद्ध व्हायकिंग शिप म्युझियम बघायला जाण्याचा हट्ट धरला. थोड्याच वेळात ते नवव्या शतकात बांधलेल्या त्या नाविक अभियांत्रिकीतल्या अद्‌भुत चमत्कारासमोर स्तंभित होऊन उभे होते. गेली वीस शतके स्वत:च्या पोटच्या मुलाला जपावे तसे काळजीपूर्वक जतन करून ठेवलेले

ते जगातले एकमेव जहाज होते. वल्ह्यांनी वल्हवत चालवायला लागणाऱ्या, लांबलचक, दोन्ही बाजूंना निमुळत्या होत गेलेल्या आकाराच्या त्या सुबक जहाजावरून नजर हालत नव्हती. टॉड मात्र एखाद्या बालकाच्या उल्हासाने आणि उत्साहाने त्या जहाजाच्या भोवताली फेर धरल्यासारखा बागडत होता. लीलच्या मनात विचार आला, समुद्राच्या लाटा सहजी भिरकावून देऊ शकतील अशा या तकलादू जहाजातून सफरीला बाहेर पडून भूभागांचे शोध लावणारे लोक निधड्या छातीचे शूर होते का भन्नाट डोक्याचे वेडे होते? या आपापसातल्या वाटाघाटींच्या सागरातून, लाटांतून मार्ग काढून एका ऐतिहासिक करारापर्यंत पोचू पाहणारे ते सात-आठ जण तरी कोण होते? शूर की वेडे? हा विचार मनात घोळत असतानाच तो आणि अँडी रॉलिन्स दोन्ही बाजूंनी निमुळत्या टोकांकडून मध्याकडे हळूहळू वाढत जाणाऱ्या जहाजाच्या आकाराबद्दल बोलत होते. एकदम एकच विचार जणू दोघांच्या मनात चमकला, त्यांनी एकमेकांकडे पाहिले. टक्केवारी वीस पासून सुरू करून प्रत्येक वर्षी या जहाजाच्या टोकाकडून मध्ये वाढत गेलेल्या आकारासारखी दहा वर्षात हळूहळू वाढवत का नेऊ नये?

दोनच मिनिटांत नाराज झालेल्या टॉडची समजूत काढत ते तिघे म्युझियममधून बाहेर पडले आणि अँडी सर्व कौशल्य पणाला लावून त्या निमुळत्या वाढीच्या आकडेमोडीत बुडून गेला.

रात्रभर काम चालू राहिले. निरनिराळ्या कोनांनी वाढ अभ्यासली गेली. दुसऱ्या दिवशी सकाळी त्यांनी त्यांचा नवा प्रस्ताव लिन आणि गाओ यांच्यासमोर ठेवला. दर माणशी हे परिमाण पहिली दोन वर्षे फक्त वीसच टक्क्यांना लागू करायचे आणि तिसऱ्या वर्षीपासून ते वाढवत नेऊन दहाव्या वर्षी ते सगळ्या चाळीस टक्क्यांना लावायचे. तसे केले तर त्यांच्या आकडेमोडीप्रमाणे दहाव्या वर्षी चाळीसचे पंचेचाळीस टक्के करणे सुद्धा शक्य होते.

लिन आणि गाओ यांनी सूचना केली की वार्षिक वाढ तिसऱ्या वर्षाऐवजी दुसऱ्या वर्षीपासूनच सुरू करावी.

ही शक्यता टॉडने आधीच तपासून पाहिली होती आणि ती योग्य नव्हती. त्यांनी परत एकदा प्रयत्न केला. लवकर सुरुवात आणि शेवटी चाळीसचे पंचेचाळीस टक्के करणे या दोन्ही गोष्टी तोट्याच्या ठरत होत्या. त्यामुळे आर्थिक व्यवस्था अर्ध्या टक्क्याने घटत होती.

दुसऱ्या दिवशी लीलने सुचवले की तिसऱ्या वर्षापासूनची वाढ जर त्यांनी मान्य केली तर शेवटी चाळीसचे पंचेचाळीस टक्के करायला तो तयार आहे. लिन आणि गाओ अडून बसले. त्यामुळे आता प्रश्न हा होता की वाढ दुसऱ्या वर्षापासून सुरू करायची का तिसऱ्या वर्षापासून. आता फरक फक्त वेळेचा उरला होता. एका वर्षाचा.

''लील, मला परत एकदा ते आकडे सांग बघू.'' बेंटन रँचवरच्या त्याच्या स्टडी रूममध्ये बसून फोनवर लीलकडून माहिती घेत होता.

''टॉडने बघितले आहे त्याप्रमाणे, आधी जो जी.डी.पी. काढला होता त्यात दहाव्या वर्षी आणखी अर्ध्या टक्क्याची घट होईल.''

''ही घट कितव्या वर्षापासून व्हायला सुरुवात होईल?'' जॅकीने विचारले. ती मेन या गावी होती.

''चौथ्या वर्षापासून.'' लील म्हणाला, ''तुला ते कोष्टक सर्व्हरवर पाहता येईल. हा सर्व्हर सुरक्षित आहे.''

''माझ्या इथे काहीतरी घोळ झाला आहे. तो उघडत नाही.''

''अर्धा टक्का.'' बेंटन म्हणाला, ''जॅकी, हे चालणारच नाही का?''

जॅकी तिच्या किचन टेबलवर बोटांनी आवाज करत मनात म्हणाली, 'आधीच चौदा टक्के घट चालवणारच आहोत ना, मग आणखी अर्ध्या टक्क्यानं काय होणार? ऐंशी तिथे पंचाऐंशी!' ती फोनवर म्हणाली, ''नाही, अगदी तसंच काही नाही. चालेल.''

''लील, या अर्ध्या टक्क्यानं त्यांचं इकडचं जग तिकडे होतंय का?'' बेंटनने विचारले.

''आम्हाला तरी तसं वाटत नाही.'' लील म्हणाला. टॉडने जेव्हा जेव्हा पर्यायांचा अभ्यास केला होता, तेव्हा तेव्हा अमेरिकेवर होणारा परिणाम बघताना चीनवरच्या परिणामांची पण आकडेमोड त्यानं केलेलीच होती. पण ती त्यांना चीनच्या अर्थव्यवस्थेबद्दल जेवढे सीमित ज्ञान होतं त्यावर आधारलेली होती. स्थलांतर आणि आर्थिक घट चीन कशा पद्धतीनं हाताळणार आहे हेही त्यांना नीट माहीत नव्हते. त्यामुळे त्यांना अगदी मामुली दिसणारा फरक आणि त्याचा परिणाम चिनी शासनाच्या दृष्टीनं महत्त्वाचा ठरण्याची शक्यता नाकारता येत नव्हती.

''लील, तुझा काय अंदाज आहे? तू काय विचार केला आहेस?'' बेंटनने विचारले.

''मला वाटतं आपण जे करायचं ते सगळं केलं आहे.'' लील म्हणाला, ''ते सगळं आता 'सगळं' आहे का नाही ते सांगता येणं कठीण आहे. आणि जेव्हा तुम्ही स्वत: त्यामध्ये असता ना, जसा मी आता आहे, त्यावेळी तर ते फारच अवघड होतं. हे तुम्ही लक्षात घेणं जरुरीचं आहे.'' लीलला हे स्वानुभवाने माहीत होते की वाटाघाटी करणारे काही काळानंतर त्यात गुंतायला लागतात. ते उद्दिष्ट साधण्यासाठी ते त्यांचे स्वत्त्व पणाला लावू बघतात. त्यांच्यात एक नाते निर्माण होऊ लागते. वाटाघाटी लांबल्या की ते दमतात, शिणतात, कंटाळतात आणि त्यांना त्या एकदा

लवकरात लवकर संपायला हव्या असतात. मग अशा वेळी करार व्हायलाच हवा म्हणून जे देऊ नये ते देऊ करतात आणि जे मान्य करायला नको ते करून बसतात. इतर काही लोकांच्या वादात मध्यस्थी करताना त्याने असे घडताना पाहिले होते. कराराच्या जवळ पोचताना हमखास होणाऱ्या चुका असतात त्या. त्या वाटाघाटी करताना तुम्ही कितीही घाम गाळलेला असो, कितीही रक्त आटवलेले असो, जीव ओतलेला असो, तुम्ही वाटाघाटीत मान्य केलेले जर तुम्ही तुमच्या वरिष्ठांकडून, इतर संबंधितांकडून मान्य करून घेऊ शकणार नसाल, त्यांना तुम्हाला ते पटवता येणार नसेल, त्याने निदान जो किमान परिणाम साधायला हवा तोही साधला जाणार नसेल, तर मात्र तुम्ही त्या वाटाघाटी मध्येच सोडून देऊन निघून गेलेलेच चांगले. तुमचेच लोक तुम्ही मान्य केलेले अमान्य करतील म्हणून आधी एकदा मान्य केलेले नाकारायला गेलात, तर दुसऱ्या बाजूने वाटाघाटी करणाऱ्यांचा विश्वासघात होतो. अशा परिस्थितीत वाटाघाटी नव्याने सुरू करणे जवळ जवळ अशक्यच बनतं!

"ऑलिव्हर?" बेंटनने वूला विचारले.

"मलाही नाही वाटत यापेक्षा काही अधिक मिळेल."

बेंटनने पॅडवर लिहून घेतलेले परत एकदा वाचले. ते त्याच्या अपेक्षेच्या जवळपासही नव्हते. पण चीनलाही फार काही मिळाले नव्हते. त्रास प्रत्येकाच्या कपाळी लिहिलेला होताच. तो टाळणे दुरापास्त, नव्हे, अशक्यच होते.

डोक्यात विचार घोळत होते, डोळे खिडकीतून बाहेर बघत होते – शेते डोलत होती, आकाशाची निळाई झळाळत होती, हवेत उष्मा होता.

"ठीक आहे. सहमत झालेल्या ठरावाप्रमाणे हे मिळणार आहे." बेंटन म्हणाला, "मान्य करायचं का आपण? तुमची मतं सांगा. ॲलन?"

"वेळ कुठे मिळालाय मला विचार करायला?" तो चिडला होता. हे सगळे तपशील त्याला आज पहिल्यांदाच कळत होते.

त्याच्या स्वरातल्या कडवटपणाकडे लक्ष न देता बेंटनने त्याला विचारले, "ऐकल्याबरोबरची प्रतिक्रिया काय?"

"हे आपण स्वीकारून क्योटोमध्ये लोकांपुढे मांडले तर त्यांना मान्य होईल का?"

"आपल्याला पर्याय कुठे आहे? ते मान्य करतील याची काळजी आपल्याला घ्यावीच लागेल." यातील आकडे जगातल्या एकूण कपातीवर आधारलेले होते. "आपण चीनला बरोबर घेऊन सगळ्यांसमोर जाणं हा सर्वांत चांगला उपाय आहे असं मला वैयक्तिकरित्या वाटतं."

काही वेळ शांतता होती.

"नाही." ॲलनने एका शब्दात झिडकारले.

"लॅरी?"

लॅरी ओल्सेन केप कॉडला होते. करार अशा प्रगत अवस्थेला पोचलेला आणि चीननेही बऱ्याचशा अप्रिय गोष्टी मान्य केलेल्या बघून लॅरी चकित झाले होते. एवढी प्रगती होईल अशी त्यांची अपेक्षाच नव्हती. ''तपासणीच्या कलमांबद्दल मी एवढा समाधानी नाही.'' ते म्हणाले.

''ती कलमं अगदी उत्तम नाहीत याची मला जाणीव आहे.'' लील म्हणाला, ''आम्ही असं ठरवलं आहे की ही आत्ता फक्त पायाभूत विधानं म्हणून मान्य करून लिहून ठेवायची आणि नंतर सहा महिन्यांच्या आत एका गटाकडून त्यावर आधारित तपासणीच्या सविस्तर पद्धती लिहून घ्यायच्या.''

''ती लोकं त्यावेळी परत चर्चेची मागणी नाही ना करणार?''

''मला वाटतं आता त्यांनी आकडे आणि वेळापत्रक मान्य केलेलं आहे. त्यावर तरी नक्कीच परत चर्चा होऊ दिली जाणार नाही. त्या पद्धती लिहून होवोत ना होवोत, कपातीबद्दलच्या सर्व कृती सुरू होणारच. ते खूपच महत्त्वाचं आहे.''

''म्हणजे तपासणी बाजूला पडणार.'' ओल्सेन म्हणाले.

''सेक्रेटरी, मला नाही तसं वाटत. दंड, शिक्षा याविषयीही सहमती झालेली आहे. जर एकानं अगदी कुठल्याही बाबतीत कसूर केलेली दुसऱ्यानं लक्षात आणून दिली तर दंड लागू होणारच. मग स्वत:चं निर्दोषत्व त्यालाच सिद्ध करावं लागेल. यामुळे आपोआपच तपासणीच्या पद्धती लवकरात लवकर अमलात आणणं प्रत्येकालाच हवं असेल.''

''आकडे आणि वेळापत्रक यावर परत चर्चा नाही हे अगदी निश्चित ठरलेलं आहे ना?'' इल्झने विचारले.

''जे जे आत्ता ठरलंय ते सगळं पक्कंच आहे. आकडे ठरले आहेत.''

''तपासणीच्या बाबतीत अजून जरा कडक होता आलं तर पहा.'' ओल्सेन म्हणाले.

लील तसं करायला मुळीच राजी नव्हता. ''सेक्रेटरी, आम्ही ठरलेलं सगळं एकत्र करून मोहोरबंद करून टाकलं आहे. आता आपण त्यातला एखादा मुद्दा उकरून काढला तर मग तेही तसंच करू शकतील.''

''लॅरी,'' प्रेसिडेंट म्हणाले, ''आता फक्त पायाभूत विधानं आणि नंतर एका स्वतंत्र गटाकडून सविस्तर पद्धती हे ठीक वाटतंय मला. आणखी कुणाला काही सांगायचंय?''

काही वेळ कुणीच काही बोलले नाही. मग ओल्सेन म्हणाले, ''नाही.''

''म्हणजे, लॅरी, तुमचा 'हो' धरतो मी. बेन?''

''माझाही 'हो.'

''जॅकी? हो?''

"मी ते कोष्टक बघू शकलेली नाही, पण अर्धा टक्काच आहे, तेव्हा– 'हो.' "

"जॉन, तुझं काय?"

"हो."

"आणिक काही कुणाचं म्हणणं?"

बेंटन काही वेळ थांबला. फोन शांत होता. निर्णय आता त्याला घ्यायचा होता. तो समोरच्या पॅडवर लिहिलेल्या आकड्यांकडे बघत होता पण ते आकडे त्याला दिसत नव्हते, त्याला दिसत होते; त्याच्या निर्णयामुळे नोकरीधंदा सुटलेले, घर बुडालेले लाखो, करोडो लोक, त्यांची हालअपेष्टा सोसणारी बिचारी कुटुंबे. पर्यावरणाचा शाप आणि त्यात आर्थिक मंदीचे संकट. ते नुसते आकडे नव्हते, ते होते मनात चिडलेले, दु:खात बुडलेले चेहेरे, अश्रू, आणि शाप!

पण जर निर्णय घेतला नाही तर याहीपेक्षा कितीतरी जास्त लोकांचे शिव्याशाप खावे लागणार होते? याहून कितीतरी जास्त लोकांना त्याची शिक्षा भोगावी लागेल? किती पिढ्या त्रास सहन करत राहतील? समजा, आत्ता नकार दिला तरी यापेक्षा चांगले काही हातात पडेल, किंबुहना काही हातात पडेल की नाही याची कुठे शाश्वती होती? पडणार नाही याचीच खात्री होती!!

अनिश्चिततेचे सावट पसरले असताना जे हातात पडले आहे त्याचा जास्तीत जास्त आणि चांगल्यात चांगला उपयोग करून घेणे हीच उत्तम राजनीती ठरणार होती. लॅरी ओल्सेन यांनी हीच गोष्ट त्याला याआधी समजावून सांगितली होती, त्याची त्याला त्यावेळी आठवण झाली.

ठराव त्याच्या हातात होता. चक्क मान्य झालेला ठराव. विकेनबर्गच्या त्याच्या स्टडी रूममध्ये बसून या जाणिवेने त्याच्या ओठांवर हसू फुटले. सत्य साकार झाले होते. त्याने त्यादिवशीची तारीख बघितली – १८ ऑगस्ट. त्याने मनात हिशेब केला – पुढच्या आठ दिवसांत जर लीलने सर्व काम संपवले, लॅरी ओसलोला जाऊन सही करून आले तर मार्टिन ल्युथर किंग ज्युनिअर यांनी त्यांचे जगप्रसिद्ध भाषण 'माझे एक स्वप्न आहे' ज्या दिवशी दिले होते त्याच दिवशी, २८ ऑगस्टला तो ही ऐतिहासिक घटना जाहीर करू शकणार होता. 'पुढच्या पिढ्यांना निरोगी आणि सुरक्षित जग देण्याचे माझे एक स्वप्न आहे, ते आज पुरे होत आहे' असे भाषण द्यायला, तसे लोकांना सांगायला यापेक्षा चांगला, उचित मुहूर्त दुसरा कुठला सापडणार होता? त्याच्या मनात त्याच्या भाषणातली वाक्ये, शब्द नाचू लागले!

"पीट लील, डॉक्टर वू, तुम्ही दिलेल्या अनमोल योगदानाबद्दल मनापासून आभार! करून टाकू या हा करार!"

# मंगळवार, २३ ऑगस्ट
# इड्सव्होल, ओसलोच्या बाहेर, नॉर्वे

प्राईम मिनिस्टर झाई किंवा फॉरिन मिनिस्टर चाऊ यापैकी कुणीतरी सह्या करायला येतील अशी लॅरी ओल्सेन यांची अपेक्षा होती, पण दार उघडले तेव्हा आत आले ते मिनिस्टर डिंग जियाहुई.

असे ठरले होते की, दोन्ही शासनांतर्फे कुणीतरी वरिष्ठ अधिकारी या प्राथमिक करारावर सह्या करायला ओसलोत येतील, मग दोन्ही प्रेसिडेंट्स एकाच वेळी त्याची जाहीर घोषणा करतील आणि मग दोघे एका भव्य कार्यक्रमात अंतिम करारावर सह्या करून त्यावर शिक्कामोर्तब करतील.

ओल्सेन यांनी डिंग यांच्याशी हस्तांदोलन केले.

"मिनिस्टर डिंग, आपल्याला परत भेटून आनंद झाला.'' ओल्सेन म्हणाले.

त्यांचे इंग्रजी उत्तम असूनही, डिंग यांनी मँडरिनमधून ओल्सेन यांना भेटून त्यांनाही आनंद झाल्याचे सांगितले. त्यांच्याबरोबर त्यांनी त्यांचा दुभाषा आणला होता. ते नेहमीप्रमाणे त्यांच्या झकपक अरमानी सुटात होते. लॅरी ओल्सेनही त्याच्या नेहमीच्या वापरून जुन्या झालेल्या, जराशा चुरगळलेल्या सुटात होते.

लिनने स्वत:ची आणि गाओची ओल्सेन यांच्याशी आणि ओल्सेन यांनी लील आणि वू यांची डिंग यांच्याशी ओळख करून दिली. डिंग वूशी मँडरिनमध्ये काहीतरी बोलले. वूने त्यांना सांगितले की त्यांना जे वाटतं होते ते बरोबर होते, तो लॅरी ओल्सेन यांच्यासमवेत एप्रिलमध्ये बीजिंगला आला होता.

"त्यानंतर पुलाखालून बरेच पाणी वाहून गेले होते.'' डिंग म्हणाले.

"खूपच!'' वू म्हणाला.

सगळेजण स्थानापन्न झाले. लीलने प्राथमिक कराराच्या इंग्रजी आणि मँडरिनमध्ये एकेक प्रत असे दोन संच आणले होते. त्यावर लील, वू, लिन आणि गाओ यांच्या सह्या होत्या. लीलने एक संच ओल्सेन यांच्यासमोर आणि दुसरा डिंग यांच्या समोर ठेवला.

“पीपल्स रिपब्लिक ऑफ चायनाच्या शासनाच्या वतीने सही करण्याचे अधिकार प्रेसिडेंट वेन यांनी तुमच्यावर सोपवले असतीलच.” ओल्सेन म्हणाले.

दुभाषाने वेगाने भाषांतर ऐकवले. डिंग यांनी मान डोलावली.

“प्रेसिडेंट बेंटन यांनी मला तसे अधिकार दिले आहेत.” असे म्हणून टेबलावरच्या कागदांकडे निर्देश करून जरासे हसत ओल्सेन म्हणाले, “आम्ही काहीतरी मखलाशी केली नाही ना बघून घ्या!”

डिंग यांनी आधी मँडरिनमधली आणि नंतर इंग्रजीमधली प्रत चाळून बघितली.

“आपल्या एकदा सह्या झाल्या की दोन्ही प्रेसिडेंट्स याची घोषणा एका वेळी कधी आणि कशी करणार ते ठरवायला लागेल आपल्याला.” ओल्सेन म्हणाले, “मला वाटतं तुम्हाला माहीतच असेल की प्रेसिडेंट बेंटन येत्या रविवारी एक महत्त्वाचं भाषण देणार आहेत आणि त्यात त्यांना ही घोषणा करायची आहे.”

डिंग यांनी मान हलवली पण त्यांचं लक्ष त्यांच्या हातातल्या कागदांकडे होतं. बराच वेळ झाला, जणू ते शब्दन्‌शब्द वाचत असावेत.

ओल्सेनने प्रश्नार्थक नजरेने लीलकडे बघितले, त्याने खांदे उडवले.

शेवटी डिंग यांनी कागद डोळ्यांपुढून बाजूला केले आणि सगळ्यांकडे पाहिले.

“सगळं ठीक आहे ना?” ओल्सेन यांनी विचारले.

डिंग हसले आणि मँडरिनमध्ये काहीतरी बोलले. दुभाषा म्हणाला, “यात अमेरिका स्वतःची ऐतिहासिक जबाबदारी स्वीकारत आहे असा कुठेच उल्लेख नाही.”

“अमेरिका तशी स्वीकारतच नाही.” ओल्सेन म्हणाले.

“ऐतिहासिक जबाबदारी स्वीकारल्याचा उल्लेख हवाच.” दुभाषा बोलत असताना ओल्सेन यांच्याकडे डिंग टक लावून पाहत होता.

ओल्सेन यांनी लीलकडे पाहिले. लीलने हलकेच पण ठामपणे नकारार्थी मान हलवली.

“मिनिस्टर डिंग, या कागदातल्या मजकुरावर सहमती झालेली आहे.” असे म्हणून ओल्सेन यांनी लीलकडे पाहून विचारले, “लील, बरोबर आहे ना?”

“होय, सेक्रेटरी.”

“लिन?”

लिनने डिंग यांच्याकडे पाहिले.

“या मसुद्यावर श्री. लिन आणि श्री. गाओ यांच्या सह्या आहेत.”

डिंग त्याच्या हातातले कागद ओल्सेन यांच्या बाजूला सरकवत म्हणाले, “ऐतिहासिक जबाबदारी स्वीकारल्याची नोंद हवी.” डिंग दोन क्षण थांबून म्हणाले,

"जगातल्या पाच टक्के लोकसंख्येकडून जगातले पंचवीस टक्के उत्सर्जन, कित्येक वर्षं! त्याची नोंद हवीच."

"हे तुम्ही या आधी का नाही सांगितलंत?"

या ओल्सेन यांच्या प्रश्नाला पलीकडच्या बाजूने काहीच उत्तर आले नाही. डिंग निर्विकार नजरेने ओल्सेन यांच्याकडे पाहत होते. गाओ त्या गावचा नसल्यासारखा मख्ख चेहरा करून बसला होता. लिन लीलची नजर टाळत होता. लील मनाशी विचार करत होता, त्याच्या कानात या धोक्याच्या घंटा वाजल्या होत्या का?

"मिनिस्टर डिंग, आम्हाला थोडासा वेळ हवा आहे." ओल्सेन म्हणाले.

"जरूर." डिंग उत्तरले.

ओल्सेन मसुद्याची त्यांची प्रत घेऊन उठले. लील आणि वू त्यांच्यामागे खोलीबाहेर गेले. एक नॉर्वेजियन मीटिंगमध्ये काही हवं नको ते बघण्यासाठी खोलीबाहेर थांबला होता. त्याच्याकडे हसून पाहत ओल्सेन पुढे चालत गेले.

"याचं काय चाललंय?" ओल्सेन फिस्कारले.

लीलने हताशपणे मान हलवली, "काही कळत नाही!"

"काय हवंय त्याला?"

"माहीत नाही मला." लील खालच्या आवाजात बोलत होता, "ऐतिहासिक जबाबदारी? काहीच समजत नाही."

"आपण इथं आता वाटाघाटी करायला जमलेलो नाही, त्या आधीच संपलेल्या आहेत आणि हा उभयपक्षी मान्य झालेला मजकूर आहे, हे माहितीय ना त्याला?"

"त्यांना नक्कीच ठाऊक आहे."

ओल्सेन यांनी वूकडे पाहिले.

"त्याबद्दल शंकाच नाही." वू म्हणाला.

ओल्सेन यांनी वैतागाने मान हलवीत म्हणाले, "या मूर्खाला काय हवंय?"

"असं दिसतंय की या सगळ्या पर्यावरणाच्या संकटाला आपण जबाबदार आहोत अशी कबुली त्याला हवी आहे."

"अमेरिका असं कबूल करतच नाही. कल्पना आहे की, अशा विधानाचा काय अर्थ निघेल आणि त्याचे परिणाम काय होतील?"

"वेडेपणा आहे."

"मी त्याला निघून जायला सांगतो. आपण इथे वाटाघाटी करायला आलेलो नाही. हा परत वाटाघाटी करणार म्हणजे संपलंच!" ओल्सेन थांबले. ते धुमसत होते. त्यांनी दूरवर उभ्या असलेल्या नॉर्वेजियनकडे पाहिले आणि ते लीलला म्हणाले, "तुला काय वाटतंय? हे जबाबदारी वगैरे काही मान्य न करता आपण परत एकदा याची पार्श्वभूमी, आपली भूमिका समजावून सांगायची का?"

"आपण जरा वेगळ्या शब्दात त्यांना पाहिजे ते–"

"छे! शक्यच नाही! मी आज इथून माघारी जाऊन परत इथं येणार नाही! आज जर काही झालं तर ठीक, नाहीतर विसरा. मी तर आत्ताच असाच निघून जायला तयार आहे."

"आपल्याला सापडतील योग्य शब्द." लील म्हणाला.

ओल्सेन कमालीचे चिडले होते. त्यांनी एकदा लील आणि वू दोघांकडे पाहिले. रागाला प्रयत्नपूर्वक आवर घालून ते म्हणाले, "ठीक आहे. जाऊ या आपण आत. पीट, आता तू बोल. एवढं लक्षात ठेव, आपण कुठलीही जबाबदारी वगैरे स्वीकारणार नाही. काहीतरी शब्दच्छल करून बघू या, प्रेसिडेंटना मान्य झालं तर–" स्वत:च्या सांप्रत स्थितीचा त्यांना किती तिरस्कार वाटतो आहे हे त्यांच्या हालचालींतून आणि शब्दांतून प्रकट होत होते. "हात दगडाखाली अडकलेला नसता ना –"

ते त्या नॉर्वेजियनच्या अंगावरून परत गेले. खोलीतल्या स्थितीत काहीही फरक पडला नव्हता.

"मिनिस्टर डिंग," लीलने बोलायला सुरुवात केली, "आपल्यासमोरच्या कागदांतील प्रत्येक शब्द, प्रत्येक वाक्य जसं आहे तसं मान्य केलं गेलेलं आहे, तरीही तुम्ही हा 'ऐतिहासिक जबाबदारी'चा नवा मुद्दा उपस्थित केलात हे खरोखरच फार आश्चर्यकारक आहे."

लील थांबला. डिंग त्याच्याकडे निर्विकारपणे बघत होता.

"हा करार उज्ज्वल भविष्याचा द्योतक आहे असा अमेरिकनच्या शासनाचा दृढ विश्वास आहे. त्या भूमिकेतून याच्याकडे बघताना भूतकाळाचा धांडोळा घेण्यात काही अर्थ नाही, नव्हे ते निरुपयोगीच असल्याचं सिद्ध होईल." लील परत जरा थांबला. म्हणाला, "पण तरीसुध्दा या ठरावाला पुरेसा ऐतिहासिक संदर्भ देण्याचा मार्ग शोधणे शक्य आहे का ते आपण बघू. प्रास्ताविकच जरा वाढवून हा ठराव ज्या आपल्या दोन देशांतल्या मैत्रीच्या, परस्पर सहकार्याच्या भावनेतून लिहिला गेला आहे, त्याला धक्का न लावता तुम्हाला मान्य होईल असं काहीतरी लिहायचा प्रयत्न करू या. म्हणजे मग पुढे जाता येईल ना?"

डिंग यांनी मानेने होकार दिला पण मँडरिनमध्ये म्हणाले, "नुसते शब्द पुरेसे होणार नाहीत."

"काय म्हणालात आपण?" लीलने चमकून विचारले.

"शब्दांनी लोकांची पोटं भरत नसतात श्री. लील. एखाद्याचं बुडालेलं घर शब्दांनी नाही परत मिळत त्याला. गेली पन्नास वर्षं तुमच्या देशानं जे वातावरण दूषित वायूनं नासवून टाकलं आहे ते शब्दांनी नाही स्वच्छ होत."

"त्यातली पंचवीस वर्षं तुमचा देश, आमच्याच नव्हे, तर जगातल्या सगळ्या देशांपेक्षा जास्त, कार्बन उत्सर्जित करतो आहे." ओल्सेन यांना राहवले नाही.

"जगातली केवळ पाच टक्के लोकसंख्या आणि तरीही जगातलं पंचवीस टक्के उत्सर्जन," डिंगने परत सुनावले, "गेली कित्येक वर्षं!"

"तुम्हाला आकडेवारीच पाहिजे असेल, मिनिस्टर डिंग," ओल्सेन ताडकन बोलले, "तर लक्षात ठेवा, त्यात फार फरक पडला आहे. तुम्हीही पंचवीस टक्के लोकसंख्येला उत्सर्जनाची चाळीस टक्क्यांची सीमा सुद्धा पार केली आहे. तेव्हा मिनिस्टर, हे विसरू नका की तुम्हीही काचेच्याच घरात रहात आहात."

"स्वस्त माल हवा पण उत्सर्जन नको! सेक्रेटरी, ते उत्सर्जन तुमच्यासाठीच होतं आहे. होतंय चीनमध्ये, पण त्याला कारण तुम्हीच आहात!"

"बस झालं," ओल्सेन यांना स्वत:ला आवरणं कठीण पडू लागलं, "फार फार ऐकून घेतलं!"

"शब्द घालू म्हणे!" डिंग बोलतच राहिले, "कितीतरी वेळा घोर अन्याय करून त्यांची ऐतिहासिक जबाबदारी टाळत आला आहे तुमचा देश. पण यापुढे नाही." दुभाषा भाषांतर ऐकवेपर्यंत डिंग समोरच्या कागदांच्या ढिगावर बोटाने आपटत बसले होते. त्याचं संपल्याबरोबर ते म्हणाले, "हे असले विषमतेचे करारही यापुढे नाहीत!"

"हा करार विषम नाही."

"यापुढे कधीच नाहीत. यातली विभागणी त्या ऐतिहासिक जबाबदारीवर आधारित असली पाहिजे."

"आता काहीही बदल होणार नाहीत."

"तुम्हाला करावेच लागतील. आता अवकाशात पसरलेला सगळा कार्बन तुम्ही सोडलेला आहे. आता आणखी वायूला जागा नाही याला कारण तुम्ही आहात. विभागणीचं सूत्र बदला, मग करार होईल."

ओल्सेन, लील आणि वू तिघेही त्यांच्याकडे पाहत राहिले. पन्नास वर्षांच्या उत्सर्जनाचा मुद्दा कधीच बाजूला पडला होता. दोघा प्रेसिडेंट्सची भारतात भेट झाली त्यानंतर ती मागणी चीननेच प्रस्तावातून काढून टाकली होती.

"मिनिस्टर, ते शक्य नाही," ओल्सेन यांनी राग आवरून आपला आवाज अतिशय संयमित ठेवला, "आणि मला वाटतं ते शक्य नाही हे तुम्हालाही माहीत आहे."

डिंग यांनी खांदे उडवले आणि ते म्हणाले, "अमेरिकेला जबाबदारी तर स्वीकारावीच लागेल."

"आपण तसं लिहू प्रास्ताविकात."

"नाही, ते पुरेसं नाही."

"ही मागणी पूर्वीच रद्द झालेली आहे. हा ठराव मान्य झालेला आहे."

"अजून सह्या नाही झाल्या त्याच्यावर."

"पण सहमती झालेली आहे."

"असला असमान करार करण्यापेक्षा न केलेलाच बरा."

ओल्सेन यांनी दात ओठ खाऊन डोके गदागदा हलवले.

"सेक्रेटरी, आपण काहीतरी–" लिनचे वाक्य पूर्ण होण्याआधीच डिंग त्याच्यावर मँडरिनमध्ये जोरात ओरडले.

वूने लील आणि ओल्सेन यांच्याजवळ उभे राहून वेगाने भाषांतर केले. "ते त्याला म्हणतायत की त्याला असला करार करायचा काहीही अधिकार नव्हता. त्याने त्याच्या जबाबदारीची मर्यादा ओलांडली आहे. त्याने तोंड बंद ठेवावे. त्याने इथून चालते व्हावे. जा, जा, आत्ताच्या आत्ता चालता हो."

लिन उठला, कुणाकडेही न बघता खोलीतून निघून गेला. दार जोरात आवाज होऊन बंद झाले.

डिंग यांनी बेफिकिरीने खांदे चटकन उचलून जागेवर आणले आणि शांतपणे आपला टाय नीट बसवला. ओल्सेन त्याच्याकडे पाहत होते. हा कदाचित देखावा असेल हे त्यांना माहीत होते. चीनच्या मागणीपुढे झुकल्याशिवाय करार होणार नाही हे अमेरिकेला पक्के कळावे म्हणून केलेले नाटक.

"मी प्रतिनिधी लिन यांच्यासाठी माफी मागतो." ओल्सेन यांच्याकडे पाहत डिंग त्यांच्या दुभाषामार्फत म्हणाले, "त्यांनी त्यांची मर्यादा ओलांडली हे आजपर्यंत मलाही माहिती नव्हतं. असो. आता जर अमेरिका आपली जबाबदारी स्वीकारायला तयार असेल आणि त्याचा पुरावा म्हणून विभागणीच्या सूत्रात योग्य तो बदल करायला राजी असेल, तर बोलणी पुढे चालू करता येतील. तुम्हाला श्री. लील आणि डॉ. वू यांच्याशी काही विचारविनिमय करायचा असेल तर–" त्यांनी दरवाजाकडे बोट दाखवले.

"आम्ही विभागणीत काहीही बदल करणार नाही." ओल्सेन म्हणाले, "त्यावर सर्वमान्य निर्णय झालेला आहे."

"मग तुम्हाला काहीतरी वेगळा मार्ग शोधावा लागेल."

ओल्सेन त्यांच्याकडे रोखून बघत होते.

"हा पहिला मुद्दा आहे. आजपर्यंत होत आलेले अन्याय आणि विषम विभागणी यांची दुरुस्ती झालीच पाहिजेत."

सगळे अवाक होते. ओल्सेन यांच्याकडे डिंग आव्हानात्मक नजरेने पाहत होते. त्यांचा डाव ओल्सेन यांच्या लक्षात आला होता. त्यांनी वेळ अचूक निवडली होती. धरले तर चावते आणि सोडले तर पळून जाते अशी अवस्था होती. डिंग यांनी

हाता-तोंडाशी आलेला करार या 'ऐतिहासिक अन्याय आणि विषम विभागणी' यासाठी ओलीस ठेवला होता.

ओल्सेन म्हणाले, "वाटाघाटी संपलेल्या आहेत. म्हणूनच तुम्ही आणि मी इथं आलो आहोत. चर्चा पूर्ण होऊन सहमती झालेली आहे. आता दुसरा मार्ग नाही."

"तसं असेल तर हा करार होणार नाही."

"मी तुम्हाला स्पष्टच सांगतो. फार तर, तुम्ही हट्टच धरला आहे म्हणून प्रास्ताविकात ऐतिहासिक संदर्भ घालू. पण बाकी काहीही बदलणार नाही, काहीही जादा घालणार नाही. या खेरीज यात आता आणखी काही बदल होणार नाही." ओल्सेन थांबले. त्यांनी डिंग यांच्यावर नजर स्थिर केली आणि म्हणाले, "आपण दोघं इथं सह्या करायला आलो आहोत त्या करू या."

डिंग यांच्या ओठांवर पुसटसे हसू झळकले. त्यांनी ठरावाचे कागद टेबलावर पुढे सरकवले आणि ओल्सेन यांच्याकडे टक लावली.

"तुम्ही काय करता आहात हे तुम्हाला कळतंय असं मी धरून चालतो." ओल्सेन शांतपणे बोलत होते, "मिनिस्टर डिंग, आम्ही सह्या करायला तयार आहोत. नीट लक्षात घ्या. आम्ही इथं सही करायलाच आलो आहोत." त्यांनी त्यांच्या खिशातला हँडहेल्ड बाहेर काढून डिंग यांच्या समोर धरला आणि ते म्हणाले, " 'करारावर सह्या झाला' अशा माझ्या फोनची प्रेसिडेंट बेंटन वाट पाहत आहेत."

डिंग यांनी पापणीही लववली नाही.

"तुम्ही प्रेसिडेंट वेन यांना फोन करा. त्यांना कळू दे तुम्ही काय करत आहात ते. आम्ही परत चाललो. प्रेसिडेंट वेन यांना जर असं वाटत असेल की या कराराबरोबर त्यांना आणखीही काही पण प्राप्त होणार आहे, तर तो त्यांचा गैरसमज आहे. याहून आधिक काही मिळणं अशक्य आहे. प्रेसिडेंट वेन फार मोठा जुगार खेळू पाहत आहेत पण ते हरणार आहेत." ओल्सेन यांनी परत त्यांचा हँडहेल्ड डिंग यांच्यासमोर नाचवला आणि ते म्हणाले, "लावा फोन, वेन यांना कळू द्या इथं काय चाललंय ते."

डिंग स्तब्ध होते. ओल्सेन यांनी त्यांचा हँडहेल्ड डिंग यांच्यासमोर आपटला. तेव्हा डिंग उठून उभे रहात म्हणाले, "सेक्रेटरी ओल्सेन, मला वाटतं हा जुगार आम्ही नाही, तुम्ही हरणार आहात, तुम्ही!"

"तुम्ही एक ऐतिहासिक अमूल्य अशी संधी हातची दवडता आहात," ओल्सेन यांचा आवाज चांगलाच चढला होता, "एक अतिशय उत्तम असा करार तुम्ही धुडकावता आहात. तो यानंतर मागूनही तुम्हाला मिळणार नाही. तुम्ही गेलात तर हा करार असाच्या असा परत कधीही मिळणार नाही."

डिंग उठून चालू लागले. ते, गाओ आणि त्यांचा दुभाषा असे तिघेही खोलीच्या बाहेर पडले.

## शुक्रवार, २६ ऑगस्ट
## बेंटन रँच, विकेनबर्ग, ॲरिझोना

गेले तीन दिवस एकाच विचाराने त्याच्या मनाचा ताबा घेतला होता – ओसलो. सुट्टी घालवण्यासाठी रँचवर आला असतानाही वेळोवेळी येत असलेले फोन आणि त्याने लक्ष घालण्याजोगी कागदपत्रे यांनीही तो विचार बाजूला जात नव्हता. काय चुकले? का बिनसले? परत परत घडलेल्या घटनांची मनात उजळणी करून तो या प्रश्नांची उत्तरे शोधायचा प्रयत्न करीत होता. त्याने हीथरशीही चर्चा केली, पण तीही फलदायी ठरू शकली नव्हती. ॲमी त्यावेळी रँचवरच होती. उन्हाळ्याचा जोर अजून वाढला नव्हता त्यामुळे तो आणि ॲमी यांचा सकाळी लवकर उठून घोड्यावरून लांबवर रपेट मारायला जाण्याचा परिपाठ चालू होता. पण अलीकडे अभावाने मिळणाऱ्या तिच्या, एरवी सुखसमाधानाने मन भरून, भारून टाकणाऱ्या सहवासातही तो मन पोखरणारा विचार, तो मन ग्रासणारा प्रश्न तो विसरू शकत नव्हता. तो बऱ्याच वेळा बोलता बोलता गप्प व्हायचा, विचारात हरवून जायचा. ॲमीने त्याला एकदाच विचारायचा प्रयत्न केला पण त्याची अवस्था लक्षात आल्यावर तिने परत त्याला टोकले नाही.

काहीही फळ न मिळता अमूल्य वेळ पूर्णपणे वाया गेला याने तो सर्वांत व्यथित झाला होता. तीन महिने! शंभर दिवस!! अंधारात पहिला आशेचा किरण चमकायला लागलेला हा वेळ, तसा विचार केला तर अशा प्रकारच्या संवेदनाक्षम विषयाच्या चर्चेसाठी फार जास्त नव्हता. खरे म्हणजे कमीच होता. पण हे लवकरात लवकर घडण्याची जी तातडीची गरज होती, तिचा विचार केला तर मात्र युगासमान होता. नाहीतरी काळ सापेक्षच असतो. किनारी प्रदेशांत परत वादळांनी थैमान घालायला सुरुवात केली होती. गेल्या दोन आठवड्यांत त्याने फ्लोरिडा आणि लुइझियानाच्या किनारपट्टीचे दौरे केले होते. झालेली वाताहत बघितली होती. जर त्या प्रदेशातून लोक हलवले गेले नाहीत, तर यापुढेही, पुढच्या वर्षी, त्याच्या पुढच्या वर्षीही आणि पुढची कित्येक वर्षे अशीच, याहून भयंकर हानी होतच

राहणार होती. आणि इकडे तीन महिन्यांचे प्रयत्न, डोकेफोड, उस्तवारी, सगळे एका क्षणात उधळले गेले होते. परत पहिल्यापासून सुरुवात करायची या विचाराने सुद्धा त्याला शिसारी येत होती.

त्याने वेन यांना फोन करायचा प्रयत्नही केला, पण वेन फोनवर आले नाहीत, त्यांनी एफ. विल्यम नाइट यांची भेटही नाकारली.

मेरियनचे सगळेच्या सगळे सभासद बेंटनच्या रँचवरच्या छोट्या अभ्यासिकेत जमले होते. 'पुढे काय' हाच अर्थात चर्चेचा विषय होता.

"जे घडलं ते चुकून घडलं किंवा डिंगला तो ओसलोत येणार आहे हे आयत्या वेळी कळलं हे धादांत खोटं होतं, हे मी अतिशय स्पष्टपणे सांगू इच्छितो." प्रेसिडेंट म्हणाले.

लीलने मान हलवून सहमती दर्शवली.

"आणि हेही सूर्यप्रकाशाइतकं स्वच्छ आहे की डिंगनं हे आपल्या स्वत:च्या अकलेने केलेलं नाही."

"आम्ही सर्व प्रकारांनी, सर्व मार्गांनी माहिती मिळवली आहे त्याप्रमाणं पॉलिटब्युरोमध्ये या विषयावर चर्चाच काय, पण याचा साधा उल्लेखही झालेला नाही. सत्तेच्या पारड्यातल्या तोळाभर फरकावरही चीनच्या सत्ताधारी पार्टीतल्या प्रत्येकाचं डोळ्यांत तेल घालून लक्ष असतं. गेल्या तीन दिवसांत डिंग यांच्या विरुद्ध प्रेसिडेंट वेन यांच्याकडून कुठलीही कृती केली गेलेली नाही. डिंगनं अगदी स्वत:ची अक्कल वापरली असली तरी त्याला वेन यांचा आशीर्वाद आहे हे नक्की."

ओल्सेन होकारार्थी मान हलवत म्हणाले, "मग तो आशीर्वाद त्याला ओसलोला यायच्या आधीच लाभला होता की नंतर यानं फारसा फरक पडत नाही."

काही वेळ शांतता होती.

"त्यांना भेटायला हवं." प्रेसिडेंट म्हणाले.

"कुणाला? वेनला?" ओल्सेन जवळ जवळ ओरडलाच. "माफ करा, सर, पण तो तुमचा फोनही घेत नाही."

"तरी मी बोलू शकेन त्यांच्याशी."

"प्रेसिडेंट," ओल्सेन यांनी राग आवरण्यासाठी एक दीर्घ श्वास घेतला आणि ते शक्य तेवढ्या शांतपणे म्हणाले, "प्रेसिडेंट, कृपा करून असं काही करू नका. तुम्ही त्यांना फोन करणं म्हणजे त्यांच्या या गंभीर चुकीलाही तुम्ही माफ केलं आहे असा होईल. वेन यांना हेच असंच घडायला हवं होतं. तुम्हाला जर असं वाटत असेल की कुणीतरी तुमच्या गालावर सणसणीत चपराक लगावली आहे तर, विश्वास ठेवा माझ्यावर, त्यांना तुम्हाला ते अगदी तसंच वाटायला पाहिजे आहे.

त्यांचा हेतू पूर्ण झाला आहे. वेन हे जाणून बुजून करत आहेत. अशा पवित्र्यामुळे पुढच्या वेळी ते तुमच्याकडून यापेक्षाही खूप काही मिळवू शकतील अशी त्यांची खात्री आहे.''

''लॅरी, हे तुम्ही मला याआधी सांगितलं आहे.'' प्रेसिडेंट म्हणाले.

''सर, माफ करा, वेन तुमच्यासारखेच आहेत, ते तुमच्याप्रमाणेच विचार करतात, त्यांची जीवनमूल्यंही तुमच्यासमान आहेत असं वाटतंय तुम्हाला, पण तसं नाही. पाहिजे तर अॅलनला विचारा. बऱ्याचशा बाबतींत आमचं एकमेकांशी पटत नाही, पण ही गोष्ट तो नक्की मान्य करेल.''

बॉलने काहीही प्रतिक्रिया दिली नाही. पण त्याचं ते मौनच पुरेसं बोलकं होतं.

डोक्याला वैताग आणणाऱ्या या विषयावर बोलण्याची इच्छा नसतानाही नाइलाज म्हणून बोलत असल्याचे मान हलवून दाखवत ओल्सेन म्हणाले, ''लोकशाही विचाराचे नेते हुकूमशहांशी वागताना हमखास ही चूक करतात. इतिहास साक्षी आहे, हिटलरचीही अशीच समजूत काढायचा प्रयत्न झाला होता. लोकशाहीवाद्यांची अशी गैरसमजूत असते की हुकूमशहा त्यांच्यासारखाच विचार करतात, त्यामुळे समजावून सांगितलं की ते नमतील, थांबतील, माघार घेतील. पण हुकूमशहाला हे चांगलं माहीत असतं की या पुचाट लोकांच्यात काही करायची धमकच नाही त्यामुळे ते त्यांच्या समजावणीला थोडीसुद्धा धूप घालत नाहीत आणि मग समोरचा आपल्याला वाटला होता तसा नाही हे कळायला एक युद्ध व्हावं लागतं.''

''लॅरी, असं बोलू नका.'' प्रेसिडेंटना होणारे क्लेश त्यांच्या बोलण्यातून कळत होते.

अभ्यासिकेत तणावपूर्ण शांतता पसरली.

इल्झने शांततेचा भंग केला. ''आपण भावना जरा बाजूला ठेवू या. यात दोन शक्यता संभवतात – एक – वेन यांना आत्ता करार करायचाच नव्हता. त्यांना आपली सीमारेषा कुठपर्यंत आहे. ते पहायचं होतं ते त्यांनी आपल्याला जास्तीत जास्त दाबून आपल्याकडून काढून घेतलं. ही शक्यता जर बरोबर असेल तर लॅरी म्हणाले त्याप्रमाणे ते याचा उपयोग त्यांना जेव्हा भविष्यात कधीतरी करार करायचा असेल तेव्हा त्यांना जे हवं आहे ते मिळवण्यासाठी करतील. दुसरी शक्यता अशी की त्यांना वाटलं होतं की ते करार करून त्यांच्या लोकांकडून त्याला मान्यता मिळवू शकतील पण प्रत्यक्षात त्यांना ते करता आलं नाही, म्हणून त्यांनी काहीतरी कारण दाखवून करार रद्द करायला लावला.''

''आणि तिसरी शक्यता अशी की,'' वू म्हणाला, ''बाहुल्या हालवणारे हात वेन यांचे नव्हतेच किंवा ते फक्त वेन यांचेच नव्हते, ते दोनापेक्षा जास्त होते. कदाचित हा विषय त्यांच्या हातातून गेला असेल.''

"हे शोधून काढण्याचा काही मार्ग आहे?" बेंटनने विचारले.

"माझ्या दृष्टिपथात तरी कुठे नाही. या घटकेला तरी नाहीच."

"मग पहिल्या दोन शक्यता तपासू. त्यांना आत्ता करार करायचाच नव्हता किंवा केलेला करार त्यांना बाकीच्यांच्या गळी उतरवता आला नाही. पुढचा उघड प्रश्न आपल्याला स्वत:ला विचारला पाहिजे तो हा की, त्यांना तो इतरांच्या गळी उतरवायला आपण त्यांना काय मदत करू शकतो?"

"मला वाटतं ते त्यांनी याआधीच सांगितलंय आपल्याला." ओल्सेन म्हणाले.

"मग ते देण्याविषयीची शक्यता परत एकदा आजमावून बघायला पाहिजे." पीट लील म्हणाला.

"नाही." ओल्सेन हटवादीपणे म्हणाले, "असा व्यवहार होत नाही आणि हे वेन यांना चांगलंच माहिती आहे. हा सगळा डोलारा विश्वासाच्या पायावर उभा केला होता. जे आज कबूल केलं आहे ते आजपासून पाच वर्षांनी, दहा वर्षांनी ते करतील हा विश्वास. त्यांनी मान्य केली नाही, पण त्यात कृतींच्या तपासणीचीही तरतूद ठेवली होती. अशा ठरावाला आधी मंजुरी द्यायची आण मग शेवटच्या क्षणी हात वर करायचे, म्हणायचं की अहो, तेवढा तैवानही द्या ना! आणि मी म्हणेन अगदी तैवानही द्यायचा झाला, ते सर्वस्वी अशक्यच आहे, पण द्यायचा झाला तरी असा काहीतरी ओलीस ठेवून मागितला तर कधीच द्यायचा नाही. हे खांद्यावर टेकलेली मान चिरण्यासारखं आहे, विश्वासाचा खून! आणि तेच झालंय, माझा विश्वासच उडलाय."

ज्यो बेंटनचीही स्थिती यापेक्षा वेगळी नव्हती. जी-९ च्या वेळी वेन यांची चांगली छाप पडली होती त्याच्यावर. विनोदी, हुशार, प्रसन्न व्यक्तिमत्व. त्यांना या कराराचे ऐतिहासिक महत्त्व किती मनापासून पटले होते. पण आता त्याला कळून चुकले होते की ते केवळ नाटक होते, निव्वळ लबाडी होती. वेन यांनी त्याला उल्लू बनवले होते. सर्वांत महत्त्वाचे, त्यांनी त्याचा विश्वासघात केला होता, केसाने गळा कापला होता.

"कदाचित वेन यांच्याकडे दुसरा पर्यायच राहिला नसेल, डिंग यांनी त्यांना धमकावलं असेल–"

बेनचे वाक्य अर्धवट तोडून ओल्सेन गरजले, "बेन, आता बास करा की वेन यांच्या अनंत अडचणी शोधून काढणं! त्यांची वकिली का करताय तुम्ही सगळे? ठीक आहे, त्यांना करार करायचा होता. पण त्यांना कळलं की तैवान दिल्याशिवाय तो मान्य होणार नाही, असं काही नसण्याचीच शक्यता जास्त आहे. पण आपण जर तैवान दिला तर त्यांची पुढची मागणी कोणती असणार आहे? त्यावेळी सुद्धा परत विभागणीचं प्रमाण बदलायला लावलं तर? नंतर म्हणतील, ते जशा

त्यांच्याकडे करतात तशा तुम्हीही इंटरनेटच्या काही साइट्स बंद करा. मी म्हणतो, त्यांनी सांगायची वाट कशाला बघायची? आपणच बंद करून टाकायच्या. त्याला आपल्याला कोपऱ्यात पकडण्यातच रस आहे. कधीतरी परत येईल आणि इथपासून सुरुवात करून हावरटासारखं आणखी आणखी मागत राहील. का, तर आपल्यात परत सगळ्या बाळंतपणातून जायची हिंमत नाही म्हणून. हेच करत आला आहे तो! आपण या माणसाला कधी धडा शिकवणार आहोत?''

''आता एक सुतळीचा तोडाही मिळणार नाही त्यांना!'' प्रेसिडेंट म्हणाले.

''त्याला खरं नाही वाटणार. तो असाच वेळ काढेल, तुम्हाला शिणवेल, दमवेल. चार महिने झुलवत ठेवलं आपल्याला आणि शेवटी स्वत:च पाठ फिरवली. आणि तरीसुद्धा विजयाचे झेंडे मिरवायला कमी नाही करणार.''

अनाकलनीय अशा अवस्थेत घालवलेल्या गेल्या तीन दिवसांत सतत भेडसावणारी निराशा बेंटनच्या स्वरात दाटून आली होती. ''हा कसला विजय? मौल्यवान असे चार महिने काहीही न करता वाया गेले.''

ओल्सेन पुढे झुकून प्रेसिडेंटना काकुळतीने म्हणाले, ''प्रेसिडेंट, कृपा करून त्यांना तुमच्या सारखं समजून चालायचं थांबवा.''

''ते काही राक्षस नाहीत.''

''मला तसं म्हणायचं नाही. मला तर ते चांगले का वाईट याचीही चर्चा करायची इच्छा नाही. मी काही ते ठरवणारा न्यायाधीश नाही. मी एवढंच म्हणतो आहे की त्यांच्या दृष्टीनं महत्त्वाच्या गोष्टींची यादी वेगळी आहे. त्यांचे अग्रक्रम निराळे आहेत. त्यांच्या सगळ्या हालचाली त्यानुरूप होतात. त्यांच्या बाजूनं विचार केला तर ते जे करत आहेत ते बरोबर, योग्यच करीत आहेत. ते तुमच्या समोर कितीही गोड वागू देत, त्यांच्या डोक्यात वेगळ्या गोष्टी चालू असतात. वेन पार्टीच्या बाबतीत कुठलंही धाडस करणार नाहीत. तेच काय, कुठलाच चिनी नेता तसं करणार नाही. प्रेसिडेंट, तुम्ही या महान कार्यासाठी तुमची पुढची निवडणूक सुद्धा पणाला लावाल, पण वेनचं तसं नाही. प्रेसिडेंट, मी सांगतो ते लक्षात ठेवा, फ्रँकी वेन कुठल्याही परिस्थितीत देशात क्रांती घडून येण्याचा धोका पत्करणार नाही.''

ज्यो बेंटनचे डोळे खिडकीबाहेर वळले, पण तो स्वत:च्या आत पाहत होता. त्याची अशी समजूत होती की त्याने सार्वजनिक जीवनात एवढी वर्षे घालवल्यानंतर समोरच्या माणसाचा जगाकडे पाहण्याचा दृष्टिकोन कसा आहे हे बरोबर समजून घेण्याचे कसब त्याला प्राप्त झाले. लोकांच्या मनाचा थांग लावून त्यांना रुचेल अशा पद्धतीने वागून आपल्याला हवे तसे त्यांना करायला लावणे त्याला जमत होते, म्हणून तर आजवर तो सिनेटमध्ये असंख्य ठराव सहजी पास करून घेऊ शकला

होता. पण ते आपले घरचे मैदान होते. सामना आपापसात होता. आपल्या गल्लीत जे चालते ते बाहेर नाही पुरे पडत. लॅरी म्हणतात त्या जाळ्यात आपण खरोखरच अडकलेलो दिसतो आहे.

वेन हेच याचे कर्तेकरवते होते का? हा प्रश्न अतिशयच अवघड, डोक्याला भुंगा लावणारा होता. ते नाही तर दुसरे कोण सूत्र हलवतेय?

"ठीक आहे." शेवटी बेंटनने सर्वांकडे पाहून प्रश्न टाकला, "मग आता काय करावं मी?"

"तुमचा फोन घेण्याचं टाळून, नाइट यांनाही भेट नाकारून वेन यांनी स्पष्ट संकेत दिला आहे की त्यांना काही काळ काहीच करायचं नाही." ॲलन बॉलने आपले मत नोंदवले.

"किती काळ?"

"माहीत नाही. पण त्यांच्या संकेताचा आपल्याला आदर ठेवायला लागेल."

"आदर? काहीच करायचं नाही याचा आदर?" ओल्सेन चिडून म्हणाले.

"काहीच न करणं आपल्याला चालणार नाही." बेंटन म्हणाला.

"पण त्याला चालतंय ना." ओल्सेन हवेत हाताची मूठ उंचावत म्हणाले, "प्रेसिडेंट, तुम्ही अगदी वर्मावर बोट ठेवलंत. त्याला काहीही न केलेलं चालणार आहे आणि तुम्हाला ते मुळीच चालणार नाही – हे त्याला अचूक समजलं आहे. आणि तेच त्यांनी तुम्हाला आत्ता दाखवून दिलेलं आहे. तुम्ही गरजवंत आहात त्यामुळे तुम्हाला पर्याय नाही हे तुम्हाला नीट उमगलं की मग ते परत येतील आणि तुमच्याकडून आणखी बरंच उकळतील."

"किती सोपं आणि सहज वाटतं नाही तुमचं सांगणं?" बॉल उद्‌गारला.

ओल्सेन त्याच्याकडे दुर्लक्ष करून पुढे म्हणाले, "तोपर्यंत तैवानवाल्या गटांना आणखी फूस लावतील, वातावरण आणखी तापवतील. जोडीला चीनधार्जिण्यांनाही चिमटे काढतील."

"प्रेसिडेंट," बेन म्हणाला, "मी ॲलनशी सहमत आहे. मलाही वाटतं आपल्याला काही वेळ द्यायला लागेल त्यांना. आपण फार मागे लागलो आहोत त्यांच्या. ते परत फिरकणारच नाहीत अशानं."

बॉल छताकडे बघत डोळे फिरवत म्हणाला, "नशीब, एकाला तरी पटलं मी काय म्हणतोय ते. जेवढे त्यांच्या मागे लागाल तेवढे ते मागं सरकतील."

"नाही, नाही, नाही." ओल्सेन ओरडले, "अरे, एकदा तरी आपल्याला काय करायचंय ते करू या की! आपण ठरवू या आणि त्यांना त्याप्रमाणे वागायला लावू या."

"तेच करत होतात ना तुम्ही ओसलोत?" बॉलने सुनावले.

"मंगळवारी सकाळी म्हणला असतात का असं? वेनला थांबायचंय ना? मग नाही थांबू द्यायचं त्याला!"

"मग तुम्हाला काय प्रेसिडेंटनी गुडघ्यावर रांगत जायला हवंय बीजिंगला?"

ओल्सेन यांनी जहरी नजरेने ॲलनकडे बघितले आणि ते उपरोधिक स्वरात म्हणाले, "नाही, लोटांगणं घालत." नंतर ते प्रेसिडेंटकडे वळून म्हणाले, "प्रेसिडेंट, गेले आठ महिने आपण चीनशी या ना त्या मार्गानं बोलतो आहोत, त्यांना सहकार्याची विनंती करतो आहोत, आवाहन करतो आहोत, गळ घालतो आहोत. वेळ ते म्हणतील ती, पद्धत ते सांगतील ती. इतके दिवस एक शस्त्र आपण म्यानात ठेवून आहोत की त्यांनी सहकार्य केलंच नाही तर आपण त्यांच्या विरुद्ध ते वापरणार आहोत. पण सर, आता तुम्हाला लक्षात आलंच असेल की त्यांना सहकार्य करायचंच नाही. ओसलोतही त्यांनी शेवटी हेच सांगितलं आणि आपण पार गाळात गेलो. प्रेसिडेंट, ते शस्त्र उपसायची वेळ आता आली आहे."

"ते कुठलं?" इल्झने विचारले.

"ज्यानं त्याना कळेल की आम्ही तुमच्या वेळापत्रकाप्रमाणे गोष्टी करणार नाही. आमचं वेळापत्रक आमच्याजवळ आहे आणि आता गुप्तपणे नाही, उघड उघड. ती कंत्राट जेव्हा युरोपियन्सना दिली तेव्हा कुणी बंद दाराआड लपून दिली नव्हती. अगदी दिवसाढवळ्या, जगासमोर, ओरडून दिली होती. हेतू गुप्त असला तरी कृती जाहीर होती. त्यात आपल्या शेकडो व्यापारी करारांचं, आपल्या संशोधनाच्या स्वामित्वाच्या हक्कांचं सरळ सरळ उल्लंघन झालेलं आहे. काही नवीन शोधायचीही गरज नाही. ह्याविरुद्धच पावलं उचलू या."

"प्रेसिडेंट, हे योग्य होणार नाही." बॉल म्हणाला, "प्रेसिडेंट वेन यांनी जर स्पष्ट संकेत दिला आहे की त्यांना काही काळ थांबायचं आहे, तर असं त्यांना डिवचून गोष्टी बिघडून जातील. ते त्यांच्या निर्णयावर आणखीच घट्ट बसून राहतील."

"उकरून काढू या त्यांना घट्ट रुतून बसले तर!"

"प्रेसिडेंट, हे असले विचार फार महागात पडतील आपल्याला."

"महागात? आत्तापर्यंत काय आणि किती गमावलं त्याचा हिशेब? आत्ता काहीतरी केलंत तर ठीक नाहीतर कायमचंच विसरायला लागेल!" ओल्सेन यांनी बजावले.

"प्रेसिडेंट, मी परत सांगतो ही फार मोठी चूक होईल. आपण जरा धीर धरला तर तीन महिन्यांनी, सहा महिन्यांनी वेन स्वत:ची काही तरी नवी कल्पना घेऊन परत आपल्याकडे येतील आणि त्यावेळी मग तुम्ही आत्तापेक्षा जास्त जोरात काम करू शकाल. त्यामुळे अनावश्यक शत्रुत्त्वही टळेल."

"सहा महिने?" ओल्सेन म्हणाले, "बारा महिने? अठरा महिने? देवालाच माहीत तो सुदिन कधी उगवेल ते! वेन गोजी देणार नव्या कराराला जन्म!"

"जन्मासाठी थांबता ना नऊ महिने?"

"सत्यानाश! बस करा आता." ओल्सेन आणि बॉल यांच्याकडे त्राग्याने बघत प्रेसिडेंट म्हणाले, "दोघं न भांडता जरा एकत्र काम करायला शिका की."

सगळे गप्प झाले. बेन हॉफमन आणि जॅकी रूबिन यांनी एकमेकांकडे पाहत नेत्रपल्लवी केली.

ज्यो बेंटनचा राग स्वत:वरचा होता. वेन यांनी आपल्याला बनवले याची चीड होती. ओल्सेन यांचं ऐकून फारसा विचार न करता याची परतफेड करता येईल. कदाचित तेच योग्य होईल. पण जर हिशेब चुकता करायचाच असेल तर तो उतावीळपणे, रागारागाने, सूड उगवल्यासारखा नाही, तर अतिशय शांतपणे विचार करून, धोरणात्मक कारण पुढे करून, योजनाबद्धपणे, पूर्णपणे निर्दोष कृती करून चुकता करायला हवा. आपल्या विचारांची ही दिशा योग्य आहे का? जगातल्या दोन प्रगल्भ नेत्यांनी 'जशास तसे' या न्यायाने असा टोल्या-प्रतिटोल्याचा खेळ खेळून जगाच्या भविष्याला मारक ठरणाऱ्या प्रश्नाचे उत्तर कसे सापडेल?

तो ॲलनला म्हणाला, "ॲलन, तुझ्या म्हणण्याप्रमाणे मी जर थांबलो तर काय चांगलं घडेल हे मला पटवून सांग."

"वेन तुमच्याकडे येतील आणि म्हणतील, मी करार करायला तयार आहे."

"आत्ता जसा मान्य झाला होता तसाच्या तसा?"

"शक्य आहे. तो करार तसाच्या तसा त्यांच्या लोकांनाही पसंत पडेल यासाठी काय करायला लागेल, तेही कदाचित तोपर्यंत आपल्याला करता येणं शक्य होईल."

ओल्सेन यांनी डोळे फिरवले.

ती त्यांची प्रतिक्रिया लक्षात येऊन ॲलन म्हणाला, "मी तैवान म्हणत नाही. मी म्हणतोय की तोपर्यंत त्यांनाही विचार करायला वेळ मिळालेला असेल आणि काहीतरी व्यवहार्य पर्याय सापडू शकेल."

"किती वेळ घेईल तो परत यायला?"

ॲलन खांदे उडवून म्हणाला, "मला नाही वाटत फार वेळ लागेल."

"फार म्हणजे किती?"

"ते कळायला मार्ग नाही, प्रेसिडेंट."

बेंटनने अगतिकतेने मान हलवली. त्याच्या डोळ्यांसमोर दोन आठवड्यांपूर्वी लुइझियानामध्ये पाहिलेल्या भीषण संहाराची दृष्ये येत होती. दोन्ही बाजूंना वादळाने उद्ध्वस्त केलेल्या घरांचे सांगाडे असलेला, एक पाण्याने वाहून गेलेला, असह्य

दुर्गंधी पसरलेला मृतवत रस्ता. प्रेसिडेंटवर रोखलेल्या कॅमेऱ्यांना न दिसलेलं, दूरवर त्याच रस्त्याच्या कडेला उताणं पडलेलं एका कुत्र्याचं फुगलेलं प्रेत. ज्यांना गेल्या पंधरा वर्षांत दोन दोन-तीन-तीन वेळा असेच त्यांच्या घरातून बाहेर काढले गेले होते असे सध्या नगरपालिकेच्या हॉलमध्ये दाटीवाटीने राहणारे हजारो लोक. असे सारखे सारखे बाहेर पडायला लागणार या धास्तीने त्यांना आता त्यांची घरे परत दुरुस्त करण्याचीच भीती वाटत होती. तसे परत जाण्याऐवजी पुनर्वसनाच्या योजनेतून त्यांना नवीन जागी घरे मिळेपर्यंत ते त्याच हॉलमध्ये राहायला तयार होते. छे, आता आणखी वाट बघणे शक्य नव्हते.

बेंटनने मान हलवून ॲलनला सांगितले, "ॲलन, मी सांगू का तुला? ते नाही जमणार!"

# मंगळवार, ६ सप्टेंबर

# गेल रोव्ह ऑडिटोरियम, सॅन डिअॅगो

सॅम लेव्ही स्टेजच्या एका बाजूच्या विंगेत उभा होता. तिथून मंचावर वक्त्यासाठी ठेवलेले डेस्क व्यवस्थित दिसत होते. प्रेसिडेंट स्टेजच्या दुसऱ्या बाजूने येऊन डेस्कजवळ जाऊन उभे राहिलेले त्याला दिसले. ज्युडी एम्स, कोनोर गेल आणि इतर पाच-सहा सहायकही विंगेत उभे होते. ज्युडी आपल्याकडे सारखी चौकस नजरेने पाहते आहे हे सॅमला जाणवत होते. प्रेसिडेंट आज भाषणात काय बोलणार हे फक्त सॅमलाच माहीत होते.

खरे म्हणजे दोन तासांपूर्वी विमानात बसेपर्यंत त्यालाही ते माहीत नव्हते. प्रेसिडेंटनी त्याला तोपर्यंत काहीही तयारी करायला सांगितली नव्हती. क्योटो-४ च्या कार्यक्रम पत्रिकेबद्दलच्या प्राथमिक चर्चेच्या फेऱ्यांचा आरंभ बँकॉक येथे नोव्हेंबरमध्ये होणार होता. त्याची पूर्वतयारी म्हणून अमेरिकेतल्या अग्रेसर पर्यावरण तज्ज्ञांची एक परिषद भरवण्यात आली होती. तीन दिवस आधीपर्यंत प्रेसिडेंट या परिषदेत सहभागीही होणार नव्हते. अँड्रिया पॉवर्स शासनाचे प्रतिनिधित्व करणार होती. पण अचानक प्रेसिडेंटनी ते या परिषदेला संबोधित करणार असल्याचे सूचित केले. त्यानंतर सॅमला विमानात त्यांच्यासमवेत प्रवास करण्याची सूचना मिळाली. प्रेसिडेंटनी त्याला त्यांच्या विमानातल्या ऑफिसमध्ये पाचारण केले आणि त्याच्याशी प्रदीर्घ चर्चा केली. त्यावेळी प्रथम त्याला ते आज काय सांगणार होते ते कळले आणि नंतर त्याने त्यांचे विचार शब्दबद्ध केले.

ज्युडी एम्स त्याबद्दल अजूनपर्यंत अंधारातच होती, त्यामुळेच प्रेसिडेंट मंचावर येऊन उभे राहून त्यांनी भाषणाला सुरुवात करण्यापूर्वी ज्युडीने कुतूहलाच्या आणि प्रश्नार्थक नजरेने परत एकदा सॅमकडे पाहिले.

प्रेसिडेंटनी बोलायला सुरुवात केली तशा दोघांच्या नजरा त्यांच्याकडे वळल्या.

क्योटोवरील अमेरिकेची दृढ निष्ठा व्यक्त करीत प्रेसिडेंटनी भाषणाचा प्रारंभ केला. त्यानंतर ते काही क्षण थांबले आणि नंतर त्यांनी सांगितले की ते यापुढे ज्या

पद्धतीने काम करणार आहेत, ती आजपर्यंत चालत आलेल्या क्योटोच्या पद्धतीपेक्षा वेगळी पद्धती असेल. त्यांना कार्बन उत्सर्जनातील कपात टप्प्याटप्प्याने करण्यासाठी अनंत काळपर्यंत परिषदा, चर्चा, ठराव ही परिणामशून्य पद्धत बदलायची आहे. एकाच वेळी या समस्येचे संपूर्ण, दूरगामी निराकारण करण्यासाठी आवश्यक असणाऱ्या एकूण कपातीची जबाबदारी सगळ्या जगाला समजावून सांगून, पटवून देऊन त्यांच्याकडून ठरलेल्या कपातीबद्दलची आणि त्याच्या वेळापत्रकाबद्दलची निर्णायक वचनबद्धता मिळवायची आहे. मग त्यानंतर परत त्यात घट नाही की विलंब नाही, मारामाऱ्या नाहीत की चर्चांच्या फेऱ्या नाहीत.

सॅमने 'मुद्दा समाधानकारकरित्या मांडला गेला' अशा अर्थाची मान हलवली. प्रेसिडेंट भाषणात हा थोड्या थोड्या कपातीचा आणि एकूण कपातीचा विषय आणखी काही वेळा आणून तो चांगला ठसवणार होते. तो लोकांच्या मनात राहावा म्हणून सॅमने त्यासाठी शेवटी एक छान वाक्य तयार केले होते.

"अमेरिका आणि आणखी काही विकसित देशांनी, गेल्या पन्नास वर्षांत साधनसंपत्तीच्या वापरापेक्षा वातावरण दूषित करणाऱ्या विषारी वायूंचे उत्पादन आणि उत्सर्जन जास्त केले आहे. त्यांनी त्या चुकीची जबाबदारी स्वीकारली पाहिजे. सगळ्या जगात त्याविषयी नाराजी आहे, त्या देशांविषयी रास्त तक्रार आहे. मी आणि माझे शासन अमेरिकेच्या वतीने त्या चुकीची कबुली देतो, जगाच्या तक्रारीची योग्य दखल घेतो."

वाघ उसळी मारून चढाई करण्याआधी खाली बसून आपले सगळे शरीर आक्रसून घेतो. ही कबुली, स्वत:वरची परखड टीका, नरमाईचा पवित्रा ही सगळी प्रेसिडेंटच्या पुढच्या चढाईची तयारी होती. त्यांनी सॅमला लिहून दिलेल्या नोट्समधल्या या मुद्द्यांना त्याने जरा तिखट बनवले होते. येणाऱ्या हल्ल्याची पार्श्वभूमी जरा जहालच हवी होती.

प्रेसिडेंटनी सुरुवात केली. मनाचा दृढ निश्चय, विधानांना वजन प्राप्त करून देणारा धीरगंभीर आवाज, निश्चयी स्वर, 'सज्जन ज्यो'वरच्या प्रेमाची आणि विश्वासाची मागणी करणारा सूर, लोकांच्या हृदयाला हात घालणारे शब्द.

"इतर देशांनी काहीही न करण्यासाठी या नाराजीची किंवा तक्रारीची सबब सांगणे, आपली कृतीशून्यता त्याच्या मागे लपवणे यापुढे बंद करावे. अमेरिकेने आपल्या जुन्या चुकांची जबाबदारी स्वीकारली आहे, ही गोष्ट इतर देशांनी भविष्यात आत्तासारखंच किंवा त्याहीपेक्षा अधिक बेजबाबदारीनं वागायचं कारण म्हणून वापरू नये. आजच्या परिस्थितीला त्यांनी आजपर्यंत केलेलं प्रचंड उत्सर्जनच कारणीभूत आहे, ही गोष्ट मोठ्या प्रमाणात उत्सर्जन करणाऱ्या देशांनी मान्य करण्याची वेळ आता आलेली आहे. तो भूतकाळ काही आपला भविष्यकाळ सुधारू शकत नाही.

ते काम फक्त वर्तमानकाळ करू शकतो. प्रत्येक देशाला त्याचा दृष्टिकोन बदलावा लागेल, त्याची वृत्ती सुधारावी लागेल, स्वत:ची जबाबदारी ओळखून आवश्यक त्या कृती करण्याची इच्छा तीव्र करावी लागेल. पण हे सगळं सर्वांत जास्त प्रमाणात करावं लागणार आहे ते त्या देशाला, जो आज जगातला सर्वांत जास्त प्रदूषण पसरवणारा देश आहे, जो सर्वांत जास्त विषारी वायू वातावरणात सोडत आहे, ज्या देशाने अमेरिकेला उत्सर्जनाच्या बाबतीत पंचवीस वर्षांपूर्वीच मागे टाकलं आहे.''

येथे प्रेसिडेंट बोलायचे थांबले. एक लांब अर्थपूर्ण विराम. त्यांचा रोख कुणावर आहे हे नि:संशयपणे लोकांच्या लक्षात यावे असा विराम. जगातला सर्वांत जास्त प्रदूषण पसरवणारा देश कुठला हे सर्वांनाच माहीत होते.

त्यांनी नाव उच्चारले – चीन. आणि त्यानंतर एकामागे एक सपासप वार होऊ लागले. ''चीनची जागा क्योटोच्या प्रेक्षागृहात नाही, नेतृत्वपदी आहे. या समस्येतून सबंध जगाला सोडवायला होणाऱ्या प्रचंड त्रासातला, घोर हालअपेष्टांतला आपापला वाटा प्रत्येक देशाला उचलावा लागणार आहे, चीनचा तो वाटा बराच मोठा असणार आहे, तो त्यांनी स्वेच्छेनं उचलून जगापुढे आदर्श घालून दिला पाहिजे. चीननं स्वत: आजपर्यंत काहीही केलेलं नसताना दुसऱ्या देशांनी मात्र स्वत:च्या भूतकाळातल्या चुकांचं प्रायश्चित्त म्हणून असह्य यातना सहन कराव्यात ही अपेक्षा चीनने करू नये. निरोगी आणि सुरक्षित जगाचा शोध घेण्याचं हे महान कार्य केवळ स्वत:पुरतंच मर्यादित नाही, ते संपूर्ण मानवजातीच्या कल्याणासाठी आहे हे त्यांनी जाणून घेऊन त्या कार्यात आपला सिंहाचा वाटा उचलावा. 'जगातली सर्वांत संपन्न अशी अर्थव्यवस्था' या सन्मानाबरोबर जी जबाबदारी येते, तीही त्यांनी स्वीकारावी. कुणीतरी त्यांच्याकडे याचना करण्याचे, त्यांना खास बहुमान देण्याचे, सूट, सवलती देऊ करण्याचे दिवस आता गेले. अमेरिका आता अशी अपेक्षा करते की आज या जगातल्या प्रत्येक मनुष्यप्राण्याचं जीवन दूषित करणाऱ्या या पर्यावरणाच्या समस्येचं प्रमुख कारण बनलेल्या चीनने अमेरिकेच्या बरोबरीनं त्या समस्येचं निराकरण करण्यासाठी खांद्याला खांदा लावून काम करावं. त्यांनी अशी तयारी दर्शवली, सहकार्याचा हात पुढे केला की अमेरिकाही आपला त्यातला वाटा, पूर्ण वाटा उचलेल.''

त्यानंतर प्रेसिडेंट परत क्योटोकडे वळले. ''गेली तीस वर्षं क्योटोत कशा पद्धतीनं काम केलं जात होतं? सुरुवातीलाच अपुऱ्या कपातीचं लक्ष्य ठरवणं, त्याला संमती द्यायलाच विलंब लावणं, त्यातल्या थोड्या थोड्या कपातीचंच आश्वासन देणं, तीही पुरी न करणं. अशाच पद्धतीनं जर यापुढेही काम होत राहिलं, तर लक्षावधी नव्हे कोट्यवधी लोकांची आयुष्यं उधळली जातील, नासून जातील,

नष्ट होतील. जी आश्वासनं पूर्ण करायचीच नाहीत ती भरभरून देणं, जे ठराव पाळायचेच नाहीत, त्यांच्यावर भराभर सह्या करणं यासारखी सोपी कामं नाहीत. पण अमेरिका यापुढे अशा गोष्टींत अजिबात सहभागी होणार नाही. एकच परिषद, निर्णायक वेगवान चर्चा, कराराविषयी गंभीर वचनबद्धता आणि पर्यावरणाच्या राक्षसाचा संपूर्ण नाश – अशी पद्धत क्योटो राबवणार असेल तरच अमेरिका त्यात भाग घेईल. 'हजार जखमांचं मरण' मरायला लावणाऱ्या या पद्धतीच्या मार्गावर त्यांचं शासन चालू इच्छित नाही. जगाला असं दिसेल की तो आणि त्याचं शासन, तुमच्या मनाची झेप पोचणारही नाही अशा, एका सुंदर स्वप्नाची पूर्ती करण्यास सिद्ध झालं आहे.''

तो परत एकदा थांबला, आणि मग त्याने शेवटचा घाव घातला. त्याने स्पष्ट इशारा, खरं म्हणजे धमकीच, देऊन भाषणाचा शेवट केला. सॅमला हे तीव्रतेने जाणवले होते की तो ज्या ज्यो बेंटनला अगदी जवळून ओळखत होता, त्या ज्यो बेंटननी ही काट्यांनी भरलेली वाट चोखाळण्याचा निर्णय घेण्यापूर्वी शक्य त्या सर्व अन्य मार्गांचा सांगोपांग अभ्यास केलाच असणार आणि स्वतःच्या मनाशी तार्किक, भावनिक वादही घातला असेल.

ज्यो बेंटन बोलू लागला, ''अमेरिका क्योटो असफल होण्याची वाट पाहत थांबून राहू शकत नाही. प्रश्न बिकट होत आहेत. जर क्योटो सबंध जगाच्या वतीने या बहुपक्षीय वाटाघाटींच्या पद्धतीनं ते प्रश्न सोडवू शकत नसेल, तर कुणीतरी ती जबाबदारी उचलावीच लागेल. अमेरिका शक्य त्या सर्व शांततापूर्ण मार्गांचा अवलंब करून सर्व देशांना ती जबाबदारी घ्यायला लावेल. हा प्रश्न लवकरात लवकर आणि पूर्णपणे सुटणं अतिशय महत्त्वाचं आहे आणि म्हणूनच जर 'साम' मार्ग अयशस्वी ठरला, तर त्या देशांना त्यांचं कर्तव्य करायला भाग पाडण्यासाठी दंडाचा उपयोग करावा लागेल.''

बेंटन शांत उभा राहिला. त्या भव्य हॉलमध्ये सुई पडली तरी आवाज येईल अशी शांतता पसरली होती. सॅमला त्याच्या जागेवरून श्रोत्यांचे चेहेरे दिसत नव्हते. पण ती शांतता आपल्या प्रेसिडेंटचे भाषण ऐकून थक्क झालेल्या, अवाक बनलेल्या, मनाचा गोंधळ उडालेल्या, आपण काहीतरी अत्यंत महत्त्वाचं, आपल्या सुखदुःखाच्या अगदी जवळचं, असाधारण असं काहीतरी जे ऐकलं ते आपण खरंच ऐकलं आहे ना असा संभ्रम पडलेल्या हजारो लोकांची प्रतिक्रिया होती. ती शांतता स्फोटक होती – स्वीकार किंवा नकार, जयजयकार किंवा धिक्कार.

आणि टाळ्या सुरू झाल्या. सुरुवातीला जरा तुरळक, नंतर जोरात आणि शेवटी कडकडाट. टाळ्या चालूच राहिल्या. सॅमने ओळखले, लोक उठून उभे राहिले होते. त्याने ज्युडीकडे बघितले, ती त्याच्याचकडे पाहत होती.

"मी नाही फार बदल केले." तो ज्युडीला सांगत होता.

"हजार जखमांचं मरण –" ज्युडीने नेमका 'त्याचा' बदल उद्धृत केला.

सॅम हसला, "ज्युडी, तुला कळतंच!"

प्रेसिडेंट व्यासपीठावरून आत आले.

"सर, अप्रतिम भाषण!"

प्रेसिडेंटच्या चेहऱ्यावर विजयाचा आनंद जराही विलसत नव्हता. ते विलक्षण शिणलेले दिसत होते.

"इथून निघू या लवकर." ते म्हणाले.

'हजार जखमांचं मरण' या शीर्षकाने त्या भाषणाला सर्वत्र प्रसिद्धी मिळाली. स्तुती झाली तशी कुठे कुठे निंदाही झाली. काहींनी भाषणातल्या 'निर्धारा'ची वाहवा केली, काहींनी 'निषेधा'ची, काहींना त्यात अमेरिकेची क्योटोबद्दलची अभूतपूर्व बांधिलकी दिसली, काहींना अमेरिकन साम्राज्यवादाच्या पुनरुत्थानाची चाहूल लागली. भूतकाळात घडलेल्या चुका कबूल करूनही सगळ्यांकडून त्यागाची अपेक्षा करणे ही काहींना दांभिकता वाटली. पण एका गोष्टीबद्दल सर्वांचे एकमत होते की, प्रेसिडेंटनी आजपर्यंत कुणीही दिले नव्हते असे उघड आव्हान चीनला दिले होते. बंधने घालण्याची दिलेली धमकीही प्रत्येकाच्या प्रकर्षाने लक्षात आली होती.

अमेरिकन प्रेसिडेंटनी यापूर्वी कधीही इतक्या नि:संदिग्धपणे निर्वाणीचा इशारा दिलेला कुणालाच आठवत नव्हता. कुणाकुणाला तो अविचार वाटला, कुणाला तितकासा सुस्पष्ट तो वाटला नाही. काहीजण म्हणाले, चीन त्याकडे दुर्लक्ष करेल, काहींचे मत पडले तसे करणे चीनला परवडणार नाही. पण प्रत्येकाच्या मनात एक प्रश्न डाचत होता, चीनची यावरची प्रतिक्रिया काय असेल?

## गुरुवार, ८ सप्टेंबर

## सी.बी.एस. वेबकास्टिंग सेंटर, न्यूजर्सी

त्या दिवशी दुपारी अँड्र्यू लेकॉक याची मुलाखत ध्वनिमुद्रित झाली होती. अँड्र्यू हा डेमोक्रॅटिक पक्षाचा मेंबर आणि हाऊस एनव्हायरनमेंट कमिटीचा सदस्य होता. दोन दिवसांपूर्वी सॅन डिअॅगो येथे झालेल्या भाषणात प्रेसिडेंटनी घेतलेला पवित्रा अँड्र्यूला पसंत पडला होता. त्याने त्या मुलाखतीत त्या भाषणावर टिप्पणी करताना किंवा त्याचे विश्लेषण करताना त्या पवित्र्याचा पाठपुरावाच केला होता. एलेनॉर एंगर्स आणि फ्रॅन ओ'लॅक्लॅन संकलन कक्षात डेव्ह ओजर्स या तंत्रज्ञाच्या मदतीने ती मुलाखत संकलित करत होत्या. त्या दिवशीच्या संध्याकाळच्या राजकीय समालोचनात ही मुलाखत चार मिनिटांत बसवून प्रसारित करायची होती.

दारावर टकटक करून बेन लॅसी आत डोकावला.

"मी कामात आहे." फ्रॅन वर न पाहताच म्हणाली.

"बाहेर तुला बघायलाच पाहिजे असं काहीतरी चालू आहे."

"सांगितलं ना मी कामात आहे."

"प्रेसिडेंट वेन बोलणार आहेत. आत्ताच चायना कॉमने परराष्ट्रीय वृत्तसंस्थांना सूचना पाठवली आहे. ते अमेरिकेबद्दल बोलायला सुरुवात करीत आहेत असा संकेत मिळाला आहे."

बाहेरच्या पडद्यावर प्रेसिडेंट वेन एका मोठ्या हॉलमध्ये अर्धवर्तुळाकार मांडलेल्या बाकांवर बसलेल्या गणवेषधारी श्रोत्यांसमोर बोलत होते. त्यांच्या शब्दांपाठोपाठ इंग्रजीत केलेले भाषांतर ऐकू येत होते.

सगळे पत्रकार पडद्यासमोर शांत उभे राहून ऐकत होते. एक-दोघांनी बाजूला सरकून फ्रॅनला उभे राहायला जागा करून दिली.

"समोरचे श्रोते कोण आहेत?" फ्रॅनने विचारले.

"आर्मी कॉंग्रेस का काहीतरी म्हणाले." कुणीतरी माहिती पुरवली.

"हे थेट प्रसारण आहे? भाषांतरासकट?"

"हं, तसंच दिसतंय."

"आम्ही अमेरिकेचे चांगले मित्र आहोत." एक चिनी तरुणी कमावलेल्या इंग्रजी शैलीत बोलत होती.

"आता किती वाजलेत तिथं?" फ्रॅनने विचारले.

"उद्या सकाळचे नऊ. त्यांना इथल्या रात्रीच्या उशिराच्या कार्यक्रमांच्या वेळा गाठायच्या असतील."

प्रेसिडेंट वेन मँडरिनमध्ये बोलत होते आणि ती चिनी तरुणी लगेच त्याचे भाषांतर ऐकवित होती. "अमेरिका जर आमच्याकडे येऊन म्हणाले की आम्हाला मदत करा – आम्हाला प्रश्न सोडवायला मदत करा, तर आम्ही म्हणू, निश्चित करू, सांगा आम्ही तुम्हाला कशी मदत करू शकतो? जर तो प्रश्न आपल्या सगळ्यांचा असेल तर आम्ही म्हणू, आम्ही यात काय करू शकतो? ते जेव्हा आमच्याकडे आले होते तेव्हा आम्ही त्यांना म्हटले होते, बघा, आमच्याकडे एकशे साठ कोटी लोक आहेत, तुमच्याकडे? फक्त पस्तीस कोटी! कोण जास्त वायू उत्सर्जित करणार? हे आमचे म्हणणे चुकीचे आहे का? ही मदत झाली नाही का? माणूस 'हजार जखमांचं मरण' मरत आहे. मी स्वत:ला कोणता प्रश्न विचारतो? त्याच्या हजार जखमांपैकी नऊशे नव्याण्णव जखमा कोणी केल्या आहेत? हा नाही विचारत की शेवटची जखम कोणी केली आहे? आधीच्या कोणी केल्या? मी म्हणतो, त्या व्यक्तीची जबाबदारी आहे. मी आमच्या मित्रांना जरा स्वत:लाच तो प्रश्न विचारायला सांगतो आणि जर सगळ्या जखमा करणारे तेच असतील तर? रोग्याला कोणी वाचवायला पाहिजे? त्यांनीच नको सुरुवात करायला? अमेरिका... अमेरिकेने हेही लक्षात घ्यायला हवं की दोन मित्र बोलतात तेव्हा त्यात धमक्या नसतात. आम्हाला हे मान्य नाही – मी अमेरिकेला असा इशारा देतो की आम्हाला मान्य नाही म्हणजे मान्य नाही. चीनने काय करावं आणि काय करू नये हे कधीही, कुणीही आम्हाला सांगू नये. ज्या परकीय शक्ती शहाण्या असतील त्यांना हे समजेलच, ज्या नसतील त्यांना लवकरच ते कळेल – लवकरच कळेल की बाहेरच्या कुणी चीनला शिकवण्याचे दिवस इतिहासजमा झाले आहेत. त्यांना जर त्याची परीक्षा घ्यायची असेल तर ती त्यांनी जरूर घ्यावी. मी त्यांना असं वचन देतो की त्यांच्या एका बाणाचं उत्तर आम्ही हजार बाणांनी देऊ."

वेन बोलायचे थांबले आणि हॉल टाळ्यांच्या कडकडाटाने दणाणून गेला.

दुसऱ्या एका कार्यक्रमाचे प्रसारण चालू असताना पडद्याच्या खालच्या एका पट्टीत या भाषणातले मुद्दे सरकत होते. इतर बातम्याही येऊन धडकू लागल्या होत्या. वेन यांचे भाषण सुरू झाल्याबरोबर शांघायमध्ये शेअर्स तीन अंकांनी घसरले.

''वेन यांच्या बोलण्यात मारामारीची खुमखुमी आज पहिल्यांदाच दिसली.'' फ्रॅन म्हणाली.

वेन यांनी परत बोलायला सुरुवात केली.

''तेव्हा अशी आशा करू या की आपले मित्र, अमेरिका आणि जगातले इतर मित्रही आमच्याकडे काही व्यवहार्य प्रस्ताव आणतील, मागण्या आणणार नाहीत. परकीय इच्छा आणि अन्याय्य मागण्या चीन नाकारेल. प्रत्येकाने हे नीट लक्षात ठेवावे की चीनच्या जनतेवर आजवर जे ऐतिहासिक अन्याय झाले, चीनची जी विभागणी करण्यात आली, त्या सगळ्याची भरपाई चीनला मिळालीच पाहिजे आणि आम्ही ती मिळवूच!''

वेन थांबले. त्यांनी लवून प्रणाम केला. हॉलमधले सर्वजण उभे राहून टाळ्यांचा गजर करत राहिले.

''ते तैवानबद्दल होतं बरं का.'' बेन लॅसी म्हणाला, ''ती विभागणी – म्हणजे तैवान.''

पडद्यावर आता एक निवेदक मँडरिनमध्ये बोलताना दिसू लागला. तसे पत्रकार पांगले.

''ते म्हणत होते, 'ते जेव्हा आमच्याकडे आले होते'– एलनॉर एंगर्स स्वत:शी बोलल्यासारखं म्हणाली.

फ्रॅनने तिच्याकडे बघितले.

''ते भाषणात म्हणाले की 'ते आमच्याकडे आले होते'–''

''कोण कुणाकडे गेलं?''

''मला वाटतं, आपण, चीनकडे. ते अमेरिकेबद्दल बोलत होते.'' एलनॉर डेव्हला म्हणाली, ''डेव्ह, ते जरा परत लावतोस का?''

''अजून असेल साइटवर तर पाहतो.'' त्याने थोड्या वेळाने भाषण संगणकाच्या छोट्या पडद्यावर दाखवायला सुरुवात केली. पहिला काही भाग वेगाने पुढे नेऊन तो योग्य जागी पोचला. भाषण ऐकू येऊ लागले.

'ते जेव्हा आमच्याकडे आले होते तेव्हा आम्ही त्यांना म्हटले होते, बघा, आमच्याकडे एकशे साठ कोटी लोक आहेत, तुमच्याकडे? फक्त पस्तीस कोटी! कोण जास्त वायू उत्सर्जित करणार? हे आमचं म्हणणं चुकीचं आहे का? ही मदत झाली नाही का? माणूस हजार जखमांचं मरण–'

एलनॉर ओ'लॅक्लॅन आणि बेन लॅसीकडे वळली. ''ते म्हणाले की ते आमच्याकडे आले होते – म्हणजे भूतकाळ वापरला त्यांनी. बाकी कुठेच भूतकाळ वापरलेला नाही त्यांनी.''

''एलनॉर, भाषांतर आहे ते.'' बेन खांदे उडवत म्हणाला, ''त्यात चूक असू शकते.''

''नाही. त्यांनी भाषांतरासकट थेट प्रक्षेपण केलं, त्याच्या आगाऊ सूचना पाठवल्या, म्हणजे ते प्रामुख्यानं चीनच्या बाहेरच्यांसाठीच होतं. डेव्ह, जरा परत लाव.''

त्याने परत लावलं.

''डेव्ह, त्या दुभाषीचा आवाज काढता येईल का तुला?'' ओ'लॅक्लॅनने विचारले.

''प्रयत्न करतो. जरा वेळ लागेल.'' डेव्हने खटपट सुरू केली.

ओ'लॅक्लॅनने फोन उचलला आणि तिने सॅली लु हिला आत बोलावले. सॅलीला मँडरिन भाषा उत्तम अवगत होती. ती आत आली तोवर डेव्हने काम केले होते. त्याने वेन यांचा आवाज वाढवला. सॅलीला त्यांनी ते वाक्य मँडरिनमध्ये ऐकवले. ''भूतकाळच वापरला आहे त्यांनी.'' सॅली म्हणाली.

''ते आले होते?''

''होय. तो नक्कीच भूतकाळ आहे. शंकाच नाही.''

''ती कदाचित चूक असेल.'' बेनने तरी शंका व्यक्त केली.

''वेन यांच्या हातून अशी चूक? ते अशी चूक आणि अशा प्रसंगी करणं – अशक्य!''

''मग तुझं म्हणणं काय?''

''एलनॉरला असं म्हणायचं आहे की,'' फ्रॅन ओ'लॅक्लॅन म्हणाली, ''प्रेसिडेंट बेंटन यांनी सॅन डिॲगोमध्ये क्योटोशी कितीही घट्ट बांधिलकी दाखवली असली तरी प्रेसिडेंट वेन आपल्याला सांगतायत की प्रेसिडेंट बेंटन त्यांच्याशी बोलत होते.''

# शनिवार, १० सप्टेंबर

# ओव्हल ऑफिस, द व्हाइटहाऊस

प्रेसिडेंट वेन यांच्या भाषणाचा अधिकृत इंग्रजी अनुवाद दुसऱ्या दिवशी उपलब्ध करून देण्यात आल्यावर त्यांना काय म्हणायचे होते याविषयीच्या सर्व शंकाकुशंकांचे निराकरण झाले. बेंटनला याची पूर्ण जाणीव होती की वेन त्याच्यावर दबाव आणीत होते; पण त्यांच्या भाषणाने तो किती प्रचंड प्रमाणात निर्माण झाला आहे याची जाणीव त्यांना होती की नाही याची मात्र त्याला जाणीव नव्हती. मतस्वातंत्र्य, अनियंत्रित वृत्तसंस्था, मुक्त पत्रकारिता असणाऱ्या लोकतांत्रिक देशात तुम्ही 'लक्ष्य' झालात, तर त्याचा तुमच्यावर आणि देशाच्या राजकारणावर काय परिणाम होतो हे चीनसारख्या देशाच्या प्रेसिडेंटना कळणे अशक्यच होते.

सगळ्या प्रसारमाध्यमांना या विषयाने चांगले खाद्य पुरवले होते. काही महाभागांनी मार्चमध्ये घडलेल्या मियामीतल्या व्हाइटफिश येथील ओलीस प्रकरणाचा संबंध चीनबरोबर चालू असलेल्या तथाकथित वाटाघाटींशी लावला होता. याचा विपरित परिणाम आणखी एका गोष्टीवर होत होता– तो म्हणजे सर्व कायदेविषयक विधेयकांचे वेळापत्रक. विशेषत: अर्थसंकल्पाचे विधेयक जर अडकले आणि हाऊसच्या ऑगस्टच्या मोठ्या सुट्टीच्या आधी जर ते संमत होऊ शकले नसते तर शासनाच्या गाड्याला सप्टेंबर अखेरीस खीळच बसणार होती. बाजारात प्रचंड खळबळ माजून जगातल्या दोन आर्थिक शक्तींमध्ये उद्‌भवलेल्या बेबनावामुळे ते कोसळत होते आणि लवकरच दोन देशांत समझोता होणार असल्याच्या अफवेने चढत होते. उजव्या विचारसरणीच्या वृत्तपत्रांनी नेहमीप्रमाणे डेमोक्रॅटिक पार्टीचे सरकार आपला देश चीनला विकायला निघाले आहे असा कंठशोष सुरू केला होता. रिपब्लिकन पक्षाच्या हातात कोलीतच मिळाले होते. त्यांचे सगळे दबावगट – एन.आर.आय गटापासून ते अगदी सिस्टर्स ऑफ स्टार्स अँड स्ट्राइप्स या गटापर्यंत सगळे – चवताळले होते. उजव्या गटाचे काही वकील चीनशी गुप्त वाटाघाटी करीत असलेल्या शासकीय अधिकाऱ्यांविरुद्ध कोर्टात दावा लावण्याचे

ठरवीत होते. मुख्य प्रवाहातल्या काही पत्रकारांनी ते फारच गंभीरपणे घेतले होते. उलट सुलट प्रतिक्रिया, त्या व्यक्त करण्याच्या शहाण्यावेड्या पद्धती, यामुळे वातावरण ढवळून निघाले होते. जॉन इल्झकडे आलेले जनमताचे निकाल प्रेसिडेंटवरच्या जनतेच्या विश्वासाला ग्रहण लागल्याचे दर्शवित होते.

के विल्सन, डॉन बेल्स, सिलिया अमाडी आणि इतर दहा-बारा प्रतिनिधींनी प्रत्यक्ष भेट घेऊन किंवा फोनवर बोलून ज्यो बेंटनला डेमोक्रॅटिक पक्षाच्या निरनिराळ्या स्तरातल्या कार्यकर्त्यांच्या मनातल्या गोंधळाविषयी, संभ्रमाबद्दल कल्पना दिली होती. पुढच्या आठवड्यात रिपब्लिकन्स सिनेटमध्ये चौकशीचा प्रस्ताव मांडणार अशी खात्रीलायक बातमी होती, पण सिनेटमधले डेमोक्रॅटिक मेंबर्स एकमताने, जोरदारपणे तो फेटाळू लावू शकतील की नाही याबद्दल के विल्सन साशंक होता.

फेडरल रिझर्व्हचे प्रमुख बॉब कॉल्व्हिन आणि हेन्री शुल्झ बाजारातले चढउतार रोखण्यासाठी सतत संपर्क साधून होते, निवेदने प्रसारित करत होते की त्यांच्या माहीतीनुसार प्रेसिडेंट वेन यांच्या भाषणाचा जागतिक अर्थव्यवस्थेवर कुठलाही परिणाम झालेला नाही. ज्युडी एम्सने द व्हाइटहाऊसमधून प्रसारित होणाऱ्या निवेदनात असे प्रतिपादन केले, की अशा पद्धतीच्या दुसऱ्या देशाच्या नेत्याच्या वक्तव्यावर द व्हाइटहाऊस कुठलेही भाष्य करीत नसते. जर कुणाला त्यांच्या भाषणाविषयी काही विचारायचे असेल तर त्यांनी ते प्रेसिडेंट वेन यांनाच विचारावे. पण लोकांना प्रेसिडेंट वेन काय म्हणत होते ते नको होते, त्यांना प्रेसिडेंट बेंटन काय करत होते ते हवे होते. कार्बन उत्सर्जनाबद्दल चीनशी बोलणी चालू होती का नव्हती, ती कधी, कुठे चालली होती, किती कपात ठरली, त्यामुळे आर्थिक घट किती, बोलणी कुठपर्यंत पोचली आहेत, त्यामुळे क्योटोचे काय होणार – एक ना दोन, त्यांना सगळे जाणून घ्यायचे होते. पत्रकार परिषदेत ॲडम गेहरिंग प्रश्नांचा इतका जोरदार मारा सहन करत होता की याआधी जानेवारीत त्याने अनुभवलेले पत्रकारांचे उद्रेक त्याला फारच सौम्य वाटू लागले होते. तो जितका जास्त जास्त बचावाचा पवित्रा घेत होता तेवढे, सांगण्यासारखे त्याच्याकडे भरपूर असूनही, तो आपल्यापासून जास्त जास्तच लपवीत आहे असा पत्रकारांचा ग्रह होत होता.

काँग्रेसचे नेते, डेमोक्रॅटिक पक्षाचे इतर ज्येष्ठ पदाधिकारी जाहीररित्या आणि खाजगीतही 'प्रेसिडेंटनी प्रतिक्रिया व्यक्त करावी' असे सुचवीत होते. बेंटनच्या हाताखालच्या लोकांत दोन गट पडले होते. काहींना लगेच प्रतिक्रिया आवश्यक वाटत होती, काहींचे मत होते अशा प्रतिक्रियेने आगीत तेल ओतल्यासारखे होईल. बेंटनला स्वत:ला हे जाणवत होते की त्याला बोलले पाहिजे. त्याचे मौन प्रत्येक दिवशी देशाला अधिकाधिक अनाकलनीय होत चालले होते, हेही त्याला कळत होते. पण लगेच सरसावून प्रत्युत्तर द्यावे हा मोह आवरून तो थांबला होता. त्याला

‘उक्ती’पेक्षा जास्त परिणामकारक असे काहीतरी करायचे होते. जे घडले त्याचे स्पष्टीकरण द्यायची त्याची इच्छा नव्हती, कारण त्यामुळे त्याच्या टीकाकारांना आणखी एक संधी मिळाली असती. त्यापेक्षा यानंतर काय घडणार, त्याची योजना काय असेल, ती दमदारपणे कशी प्रत्याक्षात आणली जाणार हे सांगणे जास्त सयुक्तिक, गरजेचे होते. त्याचे मन त्याचाच विचार करीत होते. जॉन इल्झ, जॅकी रूबिन आणि बेन हॉफमन रात्रंदिवस त्याचसाठी झटत होते, कुठली परिणामकारक कृती करता येईल याचे वेगवेगळे पर्याय शोधत होते, त्याचे बरेवाईट परिणाम अभ्यासत होते.

त्यातच शासनातल्या प्रमुख, महत्त्वाच्या व्यक्तींना विश्वासात घेऊन या घटनांबद्दल त्यांना अवगत करणेही गरजेचे होते. हे सर्व गुप्त ठेवल्याची आणि एवढा काळ इतक्या महत्त्वाच्या विषयाच्याबाबतीत त्यांना पूर्ण अंधारात ठेवल्याची कबुली देताना बेंटनला क्लेश आणि संकोच वाटत होता. अँजेलाशी बोलताना तर ते क्लेश फारच तीव्र होते. वाटाघाटींचे तपशील सांगताना तर त्याला तिच्या नजरेत तिचा विश्वासघात झाल्याचीच भावना दिसत होती. ‘नवा पाया’ ही योजना यशस्वी करण्यातल्या तिच्या अमूल्य योगदानाबद्दल तिची मुक्त कंठाने, मनापासून केलेली प्रशंसाही तिला कोणताही दिलासा देऊ शकली नव्हती. ‘व्हाइस प्रेसिडेंट’ हे पद स्वीकारायला लावताना तिला त्याने शासनाच्या कारभारात तिचा संपूर्ण सहभाग असेल असे आश्वासन दिले होते. तिला त्यावेळी काय वाटत असेल याची ज्यो बेंटनला पूर्ण कल्पना होती. हे सगळे रामायण घडत असताना तो प्रत्येक आठवड्यात बुधवारी दुपारी तिच्यासमवेत, तिच्यासमोर बसून जेवण घेत होता, पण तरीही तो याविषयी एका शब्दाने तिला बोलला नव्हता. त्यांच्या संबंधात आलेला हा दुरावा, पडलेली ही दरी कधी भरून निघेल की नाही याची त्याला शंकाच वाटत होती. ज्या संबंधित अधिकाऱ्यांना हा विषय माहिती असणे उचित होते, अशा काहींनाही बेंटन भेटला. बॉब कॉल्व्हिन, हेन्री शुल्झ, त्याचा डिफेन्स सेक्रेटरी जय मॅकमोहन वगैरे. राष्ट्रीय गुप्तहेर खात्याचा प्रमुख लाउ बर्कोविट्झ, सी.आय.ए.चा डायरेक्टर स्टुअर्ट कोहेन, जॉइंट चीफ्स ऑफ स्टाफचा चेअरमन पॉल एंडरलिच यांना ॲलन बॉलने भेटून समजावून सांगितले. बेंटन ॲंड्रिया पॉवर्सलाही आवर्जून भेटला. तिने त्याच्या ‘हजार जखमांचं मरण’ या भाषणाला भरघोस पाठिंबा दिला होता. त्याने भाषणाच्या आधी तिला विश्वासात घेऊन सांगितले असते तर ते तिला अधिक आवडले असते असे मात्र तिने त्याला बजावले. क्योटो-४ हे आधीच्या तीनपेक्षा निराळे असणे नितांत गरजेचे आहे, हे तिला पूर्ण पटले होते. त्या भाषणाने क्योटोमध्ये बदल घडवून आणण्यातला तिचा उत्साह वाढवला होता अशी कबुलीही तिने दिली.

पण वेन यांच्या भाषणानंतर आज मात्र ती ओव्हल ऑफिसमध्ये त्याला हे सांगायला आली होती की आता तिला राजीनामा देण्यावाचून दुसरा मार्गच उरलेला नव्हता.

ओव्हल ऑफिसमध्ये बसून त्याला हे सांगण्याची तिची ही दुसरी वेळ होती. पण आज ती चिडलेली, अस्वस्थ दिसत नव्हती. अतिशय शांत, थंड आणि अलिप्त. जणू ती मनाने आधीच मंत्रिमंडळातून बाहेर पडलेली होती.

''प्रेसिडेंट वेन यांच्या भाषणाचा मी काय अर्थ लावला आहे ते ऐकायचंय तुला?'' बेंटनने तिला विचारले.

तिने शांतपणे नकार दिला. ''नको. प्रेसिडेंट, मला तुमची विद्वत्ता बघायची नाही, मला तुमचा प्रामाणिकपणा अनुभवायचा आहे. हे आता सूर्यप्रकाशाइतकं स्वच्छ आहे की तुम्ही आणि प्रेसिडेंट वेन यांच्यात पर्यावरण, उत्सर्जन या विषयावर संवाद चालू आहे. काही खास लोकांना त्याबद्दलची माहिती आहे पण मला मात्र त्यापसून लांब ठेवण्यात आलं आहे. अर्थात तो तुमचा हक्क आहे आणि त्याबद्दल मला काहीच म्हणायचं नाही; पण या परिस्थितीत मला काम करणं शक्य नाही एवढंच मला तुम्हाला सांगायचं आहे.''

''अँड्रिया, मी समजू शकतो.'' प्रेसिडेंट म्हणाले.

काही वेळ दोघेही गप्प राहिले.

''मला आता काही सांगण्याची गरज नाही. बस, माझा राजीनामा मंजूर करा, मी जाते.''

''अँड्रिया, जरा सबुरीनं घे.''

अँड्रिया त्यांच्या बोलण्याची वाट पाहत होती.

''माझ्यात आणि प्रेसिडेंट वेन यांच्यामध्ये असं नाही म्हणता येणार पण, हो, आपल्यात बोलणी चालू होती.''

''किती काळ?''

''याची सुरुवात, खरं सांगायचं तर, प्रेसिडेंट गार्टनर यांच्या कारकिर्दीच्या शेवटच्या सहा महिन्यांपासून झाली होती.''

पॉवर्स त्यांच्याकडे स्तंभित होऊन पाहत राहिली.

''दोन्ही बाजूच्या अगदी हाताच्या बोटांवर मोजता येतील इतक्याच लोकांना याविषयी माहिती होती. अँड्रिया, माझ्यावर विश्वास ठेव, तुला न सांगण्यात वैयक्तिक काही नव्हतं, कारणंच तशी होती. तुझा त्यात समावेश करणं अशक्य नव्हतं, तसा विचार आम्ही केलाही होता. अँड्रिया, फार कठीण निर्णय होता तो. मी तुला प्रामाणिकपणे सांगतो की मी दोन गोष्टींसाठी तुला वगळलं, एक – आमच्या अगदी छोट्या गटात, ज्या ज्ञान आणि अनुभवाचं प्रतिनिधित्व मी निवडलं

होतं, त्यात तू येण्यानं खास भर पडणार नव्हती आणि दोन – तू उत्सर्जन कपातीच्या उपायांच्या अंमलबजावणीचं जे काम जोमाने, परिणामकारकपणे करत होतीस, त्यातून तुझं लक्ष द्विधा व्हावं असं मला वाटत नव्हतं. कारण ते काम अतिशय महत्त्वाचं होतं.''

''मला तसं वाटत नाही!''

''खरंच होतं. आणि पुढे जाऊन त्याचं महत्त्व अधिकच वाढणार आहे. जेव्हा आपण आणखी कुणाला तरी त्यात सहभागी करू, तेव्हा तर त्याचं पालन अगदी काटेकोरपणे करावं लागेल. तुला वगळण्याची माझी कारणं मी तुला सांगितलीच आहेत, पण तरीही मी तुला दुखावल्याबद्दल तुझी वैयक्तिकरित्या मनापासून माफी मागतो.'' काही क्षण थांबून तो पुढे म्हणाला, ''जर सगळ्या गोष्टी योजल्याप्रमाणे झाल्या असत्या तर आजची आपली भेट वेगळीच झाली असती. मी तुला आनंदाने, अभिमानाने चीनबरोबर झालेल्या कराराबद्दल सांगितलं असतं, त्यातल्या असाधारण अशा कलमांविषयी, क्रांतिकारी ठरावांविषयी, जे देश कपात करण्यात हलगर्जीपणा करतील, ठरलेली कपात करणार नाहीत, त्यांच्यावर त्यातली बंधनं घालण्याची अट, या सगळ्या गोष्टी मी तुला दाखवल्या असत्या आणि मग त्या कराराच्या भरभक्कम आधारावर तू क्योटोत जोरदार भाग घेऊ शकली असतीस. मी तुला हे सांगू शकलो असतो, आम्ही अगदी जवळ पोचलो होतो, अँड्रिया!''

अँड्रिया ऐकत होती.

''मी तुला नेमकं काय घडत होतं ते सांगतो,'' असे म्हणून बेंटनने तिला बऱ्याच तपशिलांसकट सर्व पहिल्यापासून नीट समजावून सांगितले. ''मी जे केलं ते चूक होतं, तसं करायला नको होतं असं तू म्हणू शकतेस. पण तो त्यावेळचा माझा निर्णय होता. आता कदाचित गुप्तता बाजूला ठेवून आपण जाहीरपणे काही करता येईल का ते पाहू या, पण माझ्या चुकीमुळे चीन चिडला आहे आणि त्यामुळे तसं काही होण्याची शक्यता जवळ जवळ नाहीच, असं तुझं मत असू शकेल. जे घडलं त्याला मी जबाबदार आहे आणि ती जबाबदारी मी स्वीकारली आहे.''

अँड्रियाच्या कपाळावर आठी चढली. ती काही वेळपर्यंत इतकं सगळं ऐकलेलं पचवत गप्प बसून राहिली.

''तुमची आताची पर्यावरणातल्या बदलाची भाकितं कितपत अचूक आहेत?'' तिने काही वेळाने विचारले.

''खूपच. ती सतत सुधारली जातात. आता उन्हाळ्यातल्या निरीक्षणानंतर डॉक्टर रिचर्ड्स एक महिनाभरात परत सुधारित आकडे सादर करतील. पण आत्ताचे आकडे बरोबरच आहेत.''

ती विचार करत होती.

बेंटनच बोलू लागला, "अँड्रिया, मला असं सांग, हे सगळे आपण संशोधन केलेले आकडे मी जर क्योटोच्या माध्यमातून जगासमोर मांडले, तर आपल्याला अपेक्षित असलेला ठराव सर्वमान्य होऊ शकेल?"

"याचं उत्तर देण्याआधी मला तुम्हाला एक प्रश्न विचारायचा आहे, चीननं ओसलोत करार का केला नाही?"

"फार चांगला प्रश्न आहे, कारण मलाही त्याचं उत्तर माहीत नाही आणि ते कुणी मला शोधून देईल का याची मी वाट पाहतो आहे."

"असं असेल का, की हे क्योटोच्याच माध्यमातून करण्यावर त्यांचा जास्त विश्वास असेल."

प्रेसिडेंट काहीच बोलले नाहीत, त्यांनी 'माहीत नाही, असेलही!' अशा अर्थाने खांदे उडवले.

काहीसा विचार मरून पॉवर्स म्हणाली, "त्यांना जर करार करायचाच नसेल तर ते कशीही परिस्थिती असली तरी तो करणार नाहीत."

"मलाही तसं वाटतंय." असं म्हणून बेंटन काही वेळ तिच्याकडे बघत राहिला आणि काही वेळाने त्याने तिला विचारले, "अजूनही तुला सोडून जायचं आहे?"

"प्रेसिडेंट, माझ्यावर विश्वास नाही हे मला दर्शवून दिल्यावर मी कशी राहू शकते इथे?" दु:खाने मान हलवत ती म्हणाली.

"कुणी दर्शवलं? मी? तुला तर माहीत आहे, माझा पूर्ण विश्वास आहे तुझ्यावर आणि तू करत असलेल्या कामाला भरघोस पाठिंबा."

"मी माझी विश्वासार्हताच गमावून बसले आहे."

"तुझ्या जागेवर कुणीही आलं तरी त्याची हीच स्थिती होणार आहे, कारण विश्वासार्हता तुझी नाही. तुझ्या पदाची गेली आहे आणि तूच ती त्या पदाला परत मिळवून देऊ शकशील."

पॉवर्स प्रेसिडेंटकडे साशंक नजरेने पाहत म्हणाली, "माफ करा, पण मला वाटतं, माझं पद नाही, माझ्यावरच्या विश्वासाला तडा गेला आहे."

"ठीक आहे, समजा दोन्ही विश्वासार्ह राहिलेले नाहीत. तू काय विचार केला आहेस? काम चालू ठेवायचं का जायचं? बघ, पुढे भरपूर काम आहे, फार महत्त्वाचं, गंभीर काम. अँड्रिया, याचसाठी तू मंत्रिमंडळात आलीस ना? लक्षात ठेव, ते तुला या पदावर न राहता करता येणार नाही."

अँड्रिया खिन्नपणे हसली, म्हणाली, "प्रेसिडेंट, हे सगळं मी यापूर्वी एकदा ऐकलं आहे!"

"अँड्रिया, मी तरी काय करू? माझ्याजवळ तुला सांगण्यासारखं तेच आहे!"

अँड्रिया पॉवर्सने आपली मान वर उचलून छताकडे नजर लावली आणि डोळे

बंद केले. तिने एक दीर्घ श्वास घेऊन तो सावकाश सोडला, मान सरळ केली, बेंटनकडे नजर रोखली आणि ती म्हणाली, ''प्रेसिडेंट, मी जर तुम्हाला राहायला हवी असेन तर तुम्हाला मला एक वचन द्यावं लागेल. तुम्हाला जर हे मर्यादेचं उल्लंघन वाटत असेल तर तसं सांगा, मी जायला तयारच आहे. पण यापुढे या विषयासंबंधातल्या प्रत्येक, अगदी हरएक गोष्टीत मला समाविष्ट करून घ्यावंच लागेल. मला या विषयाची खडान्‌खडा, अगदी इत्थंभूत माहिती द्यावी लागेल.''

''दिली!'' प्रेसिडेंटनी लगेच वचन दिले.

तिने परत एकदा कपाळावर आठी घातली, तिला शंका वाटत असावी.

प्रेसिडेंटनी आनंदाने दोन्ही हात पसरले, ''तुझं हार्दिक स्वागत – माझ्या भोवतीच्या लहानशा वर्तुळात!''

अँड्रियाने मान हलवून मंद स्मिताने ते स्वीकारले.

प्रेसिडेंट लगेच गंभीर झाले, म्हणाले, ''मला जे वाटतंय ते मी तुला सांगतो, अगदी प्रामाणिकपणे सांगतो, कारण तुझी मतं माझ्यासाठी खूप महत्त्वाची आहेत.'' जरासे थांबून ते म्हणाले, ''अँड्रिया, हे क्योटोमधून आपण करू शकू असं मला वाटत नाही.''

''मग तुम्ही भाषणात कसं तसं म्हणालात?''

''ते भाषण म्हणजे प्रेसिडेंट वेन यांच्यासाठी प्रश्न होता. ते जर म्हणाले असते की 'आम्ही अमेरिकेच्या क्योटोविषयीच्या धोरणाचं समर्थन करतो आणि आम्हीही क्योटोमध्ये आघाडीला राहून ही समस्या सोडवू' किंवा काहीतरी समान अर्थी विधान केलं असतं, तर मला खूप-खूप नाही तरी जरा तरी विश्वास वाटला असता.''

''पण तुम्ही त्याना धमकावलंत!''

''त्याचं कारण वेन दुसऱ्या कोणत्याच मार्गाने ऐकत नव्हते असा आमचा निष्कर्ष होता. पण मला वाटतं ती चूकच झाली. तू बघितलं असशील, मी सहसा अशा पद्धतीनं काम करत नाही. ही लॅरी ओल्सेन यांची कामाची शैली आहे. पण गेल्या काही महिन्यांत मी हे शिकलो की वेन यांना दुसरी कुठलीच भाषा समजत नाही. ते तुमच्याशी लबाडीने वागतात.''

''त्यांनी पण तुम्हाला धमकीनंच प्रत्युत्तर दिलं आहे.''

''मान्य. पण दखल घेतली आहे हे काय कमी आहे! अँड्रिया, जर क्योटो वापरून खरंच यशाची थोडी जरी शक्यता असती ना, तरी मी त्या मार्गानं जायला तयार झालो असतो. मी का क्योटोवर विश्वास ठेवावा हे कुणीतरी मला समजावून सांगायला लागेल. चार महिने डोक्याचा भुगा होईपर्यंत वाटाघाटी करून दोघांना सहमत असलेल्या ठरावापर्यंत पोचलो आणि एक दिवस वेन निघून गेले! वाटाघाटीला फक्त दोनच बाजू होत्या तरी ही तऱ्हा, तर आणखी सात-आठ देश टेबलावर आले

तर? मी जे देश मोठ्या प्रमाणावर उत्सर्जन करीत आहेत तेवढेच मोजतो आहे, बाकीचे शंभर-दीडशे त्यांच्या त्यांच्या अडचणी, मतं, प्रश्न यासह येतील ते वेगळेच, त्या वेळी काय होईल? कशी सगळ्यांची आवळ्याची मोट बांधली जाईल? सर्वांना मान्य होईल असं उत्तर कसं शोधता येईल आपल्याला? चीनबरोबरचा करार हातात घेऊन तुला क्योटो परिषदेला पाठवता आलं असतं, पण आता आपल्यातच मतभेद, मारामारी आहे हे बघितल्यावर बाकीचे सगळे सोयीस्कररित्या निसटून जातील. युरोकोअर, भारत, ब्राझील, रशिया सगळे त्याचा फायदा घेतील. जे या आधी तीन वेळा झालं, तेच याही वेळी होईल. म्हणजेच काहीही होणार नाही. दहा वर्षांनंतर माझ्या जागी जो येईल त्याला मी करतो आहे तेच परत करत बसावं लागेल. पण अँड्रिया, त्यावेळी परिस्थिती फार फार गंभीर बनलेली असेल, हाताबाहेरच गेलेली असेल. त्यावेळी मग कदाचित चीनच्या शासनाला करार करण्याचा साक्षात्कार होईल, पण तोवर उशीर झालेला असेल! नाही, अँड्रिया, ते आपल्याला न परवडणारं आहे. मला पक्कं ठाऊक आहे, ते अगदी अनिष्ट आहे. मी ते माझ्या डोळ्यांदेखत होऊ देणार नाही, मी झगडेन, भांडेन, झुंजेन!''

''काय करणार आहात तुम्ही?'' अँड्रियाने शांतपणे विचारले.

''मला ते तुझ्याकडून ऐकायचं आहे. तू काय विचार करशील? क्योटोच योग्य आहे? असतं तर फार बरं झालं असतं. आता तुला सगळं माहीत झालं आहे, या समस्येची कुंडलीच तुझ्यापुढे मांडलेली आहे. काय दिसतंय तुला? मार्चमध्ये त्या परिषदेत आपण बसलो तर योग्य ते हातात पडेल का नाही पडणार?''

अँड्रिया पॉवर्स जवळ जवळ एक पूर्ण मिनिट जमिनीवर पसरलेल्या गालिचाकडे टक लावून बघत बसली होती. शेवटी म्हणाली, ''मला वाटतं, हो.''

''म्हणजे?''

ती प्रेसिडेंटकडे पाहत म्हणाली, ''आपण हाच युक्तिवाद वापरू शकू. सगळ्या देशांना सांगू की आम्ही पुढाकार घेतो आहोत. हा करार, ही कपात, हे वेळापत्रक – जे तुम्ही ओसलोत मान्य केलं होतं तेच– चला, आमच्या मागून या, सगळे पुढे जाऊ या.''

''चीन शिवाय?''

पॉवर्सने खांदे उडवले.

''मी अमेरिकन जनतेला कसं पटवून देऊ? आपण कपात करू, त्या उपायांचे अटळ त्रास भोगायला लागू, आर्थिक झळ सोसायला लागू आणि त्यावेळी लोकांना जर याची एकशे एक टक्के खात्री पटली नाही की बाकी सगळे देशही त्यांच्या वाट्याची कपात करत आहेत, न केल्यास शिक्षांना, दंडाला सामोरे जात आहेत, नाठाळांना बंधनांनी वठणीवर आणलं जात आहे तर ते ऐकतील? सगळं फक्त

स्वत:च सहन करतील? तुला वाटतंय, फक्त आपल्याच लोकांना या त्यागाला तयार करू शकू आपण?''

अँड्रियाने उत्तर दिले नाही.

बेंटनने थोडा वेळ वाट पाहिली. आणि मग त्याने 'उत्तर मिळालं' अशी मान हलवली.

''मग आपण क्योटोतून अंग काढून घेतो आहे?'' पॉवर्सने विचारले.

''बहुतेक. मी अजून विचार करतोय किंवा आपण तशी नुसती धमकी तरी देऊन बघू. कळेल तरी खरंच कुणाला क्योटो यशस्वी व्हायला हवी आहे आणि त्यासाठी ते काय करायला तयार आहेत.''

परत शांतता पसरली.

''अँड्रिया, तू क्योटोशी अगदी एकनिष्ठ होतीस. मीही आहे अशी मी माझ्या बोलण्यातून तुझी समजूत करून दिली. खरं स्वरूप कळायच्या आधी मीही एकनिष्ठ होतो. पण मी तुझी फसवणूक केली असं तुला मनापासून वाटत असेल तर तू अजूनही सोडून जाऊ शकतेस. खरंच जाऊ शकतेस.''

''मी सोडून जात नाही. तुम्हीच सोड म्हणालात तरच–''

''सत्यानाश! तुला माहिती आहे, मला तू जायला नको आहेस.''

''मग मी जात नाही.''

ती बसल्या बसल्या पाठीचा कणा ताठ करून, सरसावून बसली. गेल्या अठ्ठेचाळीस तासांत बेंटनसाठी पहिल्यांदाच उमेद वाटावी असं काहीतरी घडत होतं.

''मग, पुढे काय?'' तिने विचारले.

''काही पर्याय शोधण्याचं काम चालू आहे. जॅकी रूबिन ते सगळे एकत्र करतेय. तिच्याशी बोल, ती तुला सद्य:स्थितीची कल्पना देईल. मी सांगतो तिला तुला सगळं दाखवायला. तुझ्या काही कल्पना, विचार, मतं असतील तर तिला सांग.''

''निर्णय कधी घेणार आहात?''

''लवकरात लवकर. खरं म्हणजे यातल्या कुठल्याच पर्यायाप्रमाणे मला वागायची इच्छा नाही. पण काहीतरी करावंच लागेल. जितका चांगला विचार करू तितका तो पर्याय परिणामकारक होण्याची शक्यता अधिक असेल.''

पॉवर्सने होकारार्थी मान हलवली.

''मी सोमवारी कॅबिनेटची मीटिंग बोलावतो आहे. आणि मग मी देशाला उद्देशून एक भाषण करणार आहे. ते कदाचित मी उद्याच करेन.''

''नको, नको. त्या भाषणासाठी उद्याचा दिवस योग्य नाही.''

''अरे बाप रे! नाही, नाही, उद्या नाही!''

# रविवार, ११ सप्टेंबर

## फॅमिली रेसिडन्स, द व्हाइटहाऊस

दरवर्षी तो दिवस वेगळीच मनस्थिती घेऊन येतो. आदल्या दिवशी कितीही सामाजिक, राजकीय वादळे उठलेली असोत, दुसऱ्या दिवशीही वावटळीचा निश्चित इशारा मिळालेला असो, हा मधला एक दिवस दरवर्षी धीरगंभीर असतो. याही वर्षी गेले तीन चार दिवस झंझावात घोंघावलेले असूनही तसेच झाले. त्याने जे केले होते त्यामुळे गेले चार दिवस त्या झंझावातात, उसळणाऱ्या उंच लाटांवर हेलकावणाऱ्या एका जहाजात तो भेलकांडत होता आणि उद्या तो जे करणार होता त्यामुळे तो परत दुसऱ्या एका तशाच जहाजावर फेकला जाणार होता. आजचा एक दिवस ज्यो बेंटनच्या मनाला अगदी स्तब्ध, नीरव शांतता मिळणार होती.

आज हीथर, ग्रेग आणि ॲमी यांच्यासह न्यूयॉर्कच्या मेमोरियल पार्कमध्ये ९/११ च्या स्मृतिदिनानिमित्त होणाऱ्या कार्यक्रमास हजर राहून त्याने भाषण केले होते. त्या भाषणात त्याने हाच मुद्दा मांडला होता. 'आजचा दिवस राजकारणाचा नाही. आपल्याचपैकी कुणाकडे बोट करून दोष देण्याचा नाही. आपापसातले मतभेद उगाळण्याचा नाही. शीर लववून नम्र होण्याचा आहे. आजच्या दिवशी पहिल्यांदा दोन हजार एक साली आणि परत वीसशे पंधरा साली माणसानं माणसांची क्रूर हिंसा केली. त्या भीषण हत्याकांडात ज्यांनी आपले प्राण गमावले, त्या बंधुभगिनींना प्रेमानं, आदरानं श्रद्धांजली वाहण्याचा हा दिवस आहे. पण त्याहीपेक्षा, देश, धर्म, जात, वंश, वर्ण, पक्ष यांच्या पलीकडे जाऊन संपूर्ण मानवजातीच्या कल्याणासाठी उज्ज्वल भविष्य घडविण्यासाठी वचनबद्ध होण्याचा आहे. हे शब्द बोलत असताना ज्यो बेंटनला त्यातलं सत्य प्रकर्षानं प्रतीत झालं आणि त्याचं मन भरून आलं. विशेषत: आज हे वचन देणं आणि पाळणं किती महत्त्वाचं आणि सुयोग्य होतं.

सूर्यास्ताआधी तो द व्हाइटहाऊसमध्ये परत आला. जॅकी रूबिन, ॲलन बॉल, ॲंड्रिया पॉवर्स, एरिन ओ'डनेल, जॉन इल्झ, बेन हॉफमन आणि ज्युडी एम्स त्याची वाट पाहत होते. लगेच मीटिंगला सुरुवात झाली. त्याने महत्त्वाच्या प्रश्नांवर निर्णय

घेतले. तो ज्या योजनांची सुरुवात करणार होता त्याचे आराखडे, त्याची व्याप्ती, त्याची कार्यवाही किती जोराने, किती वेगाने होणार हे ठरले. यानंतर तपशीलांवर काम करण्यासाठी सगळ्यांनाच पुढच्या चोवीस तासांत अथक परिश्रम करावे लागणार होते. एक-दोन तासांच्या झोपेवर भागवावे लागणार होते.

९/११ च्या दहशतवाद्यांच्या अत्याचारातून बचावलेल्यांतले काही जण त्या आघाताने खचून न जाता गेली कित्येक वर्षे आपल्या भोवतालच्या समाजात विधायक कार्य करीत होते. तशा जवळ जवळ पन्नास सामाजिक नेत्यांच्या सन्मानार्थ त्याच दिवशी संध्याकाळी जेवण आयोजित केले गेले होते. त्याचे यजमानपद तो, हीथर आणि ॲमी यांनी भूषविले होते. ग्रेग न्यूयॉर्कमधेच थांबला होता. प्रेसिडेंटनी खूपशा नेत्यांशी वैयक्तिकरित्या संवाद साधला. बऱ्याचशा नेत्यांनी त्याच्या अडचणीच्या काळात त्याला त्यांच्या भरभक्कम पाठिंब्याचे आश्वासन दिले. काहीजण म्हणाले की देशाच्या हिताचे जे असेल, तेच तो करेल याविषयी त्यांना खात्री वाटते. ज्यो बेंटनने त्या विश्वासाबद्दल कृतज्ञता व्यक्त केली. लोकांचा विश्वास आणि आशावाद यांनीच त्याला राजकारणात आणले होते आणि अनेक बऱ्या-वाईट अनुभवांना तोड देण्याची शक्तीही दिली, वाढवली होती आणि त्याला आजवर तिथे टिकवून ठेवले होते.

जेवणानंतर त्याने त्याच्या अभ्यासिकेत सॅम लेव्ही आणि जॉन इल्झ यांच्या बरोबर बसून तो दुसऱ्या दिवशी संध्याकाळी देशाला उद्देशून जे भाषण देणार होता त्याची तयारी केली. सॅम ठरलेल्या मुद्द्यांवरून मसुदा तयार करण्यासाठी गेला आणि ज्यो बेंटन इल्झला घेऊन स्वयंपाकघरात कॉफी पिण्यासाठी आला. हीथरही तेथे आली.

"त्या सॅमला आता रात्रभर जागवणार तुम्ही." हीथर म्हणाली.

ज्यो हसला, म्हणाला, "हो, पहिला मसुदा सकाळी सहा वाजता माझ्या टेबलावर असेल."

"बिचारा!"

"अगं, त्याला आवडतं. तो रात्री जे काम करतो ना ते नेहमी उत्कृष्ट असतं."

"आणि म्हणून तुम्ही त्याला रात्रीच काम करायला लावता!"

जॉन कॉफी ओतता ओतता हसला.

"आणि जॉन, तू?" हीथर इल्झकडे वळून म्हणाली, "घरी जा आता. ॲमी बिचारी वाट पाहत असेल."

"ती कधीच झोपली असेल." प्रेसिडेंटच्या हातात कॉफीचा कप देता देता जॉन म्हणाला.

"तिला दिवसभरात भेटतोस का रे तू?"

“तिने एक फोटो लावून ठेवला आहे माझ्या भिंतीवर.”

हीथरने ‘कठीण आहे!’ अशी मान हलवली.

“हीथर, कॉफी?”

“नको बाबा. मला झोप येत नाही मग.”

“डिकॅफ घे.”

“नको.”

“हॉट चॉकलेट? काहीतरी घे ना.”

हीथर हसली.

जॉन स्वत:चा कप भरून घेऊन त्या दोघांबरोबर टेबलावर येऊन बसला.

ज्यो बेंटन कॉफी पिता पिता विचारात गढला होता.

“ते लोक जेवायच्या वेळी मला काय म्हणाले माहिती आहे? त्यांना पूर्ण विश्वास आहे की मी योग्य तेच करीन!” हातातला कप खाली ठेवून तो उदास हसला, “मला माझ्या स्वत:विषयी एवढा विश्वास असायला हवा होता.”

“तू नक्कीच योग्य ते करशील.” हीथरने त्याच्या खांद्यावर आश्वासक हात ठेवला. “आम्हाला सगळ्यांना ते माहिती आहे. संपूर्ण देशही ते पुरेपूर जाणून आहे.”

ज्योच्या कपाळावर आठ्या पडल्या. “नाही गं, मला वाटतंय की सगळं निसटतंय हातातून आणि मी काही करू शकत नाही! ज्युडीने स्पष्टच सांगितलं. तिची पहिली प्रतिक्रिया हीच होती की यात बाकी सगळ्या योजनांचा बळी जाणार होता. जे काही आम्ही करायचा आटापिटा करतोय ते सगळं. आरोग्य, शिक्षण – जे करण्यासाठी मी हे पद स्वीकारले होते ते सगळे थांबणार आहे. ही मतभेदाची आग आपल्या सगळ्यांना जाळून खाक करणार आहे.”

“ज्युडी अशीच आहे–”

“पण ती खरं बोलतेय.”

“बरोबर आहे. काळ तर मोठा कठीण आला आहे. मी पण मान्य करतो. पण आपण अजून उभे आहोत. तू त्यादिवशी पत्रकारपरिषदेत काय म्हणाला होतास? ‘सगळी भुतं खांद्यावरून उतरून, मरून जाऊन खोल गाडली जाईपर्यंत मी तुम्हाला साथ देणार आहे.’ अरे, ती भुतं मेली नाहीत, आत्ता कुठे ती जराशी आजारी पडली आहेत.”

ज्यो हसला.

“आणि जरा किंचाळतायत!”

ज्योने पटल्यासारखी मान हलवली. पण तो लगेच गंभीर झाला.

“ज्यो,” हीथर म्हणाली, “नको होतं ते घडलंय खरं. त्याची योग्य ती

काळजी घेतली नाही तर ते बाकी सगळं खाऊन टाकणार आहे. आणि ते तुम्हाला निश्चित माहिती आहे.''

ॲमी स्वयंपाकघरात डोकावली. तिला पाहताच ज्योच्या चेहऱ्यावर हसू फुटलं.

''का गं? झोप येत नाही?''

ॲमीने खांदे उडवले. ती स्वतःसाठी कप घ्यायला गेली.

''आपल्या आयुष्यातल्या घडणाऱ्या घटना निवडण्याचं स्वातंत्र्य आपल्याला नसतं, ज्यो.'' हीथर म्हणाली.

''त्या योग्य पद्धतीने स्वीकारून त्यांना सामोरं जाणं एवढंच आपण करू शकतो,'' जॉन म्हणाला, ''आणि मला वाटतं ते आपण आपल्या कुवतीप्रमाणे सर्वांत चांगल्या पद्धतीने करत आलो आहोत.''

''कदाचित ते पुरेसं नाही.''

''तू म्हणतोयस ते पुरेसं नाही म्हणून, पण आपण कुठे अंगचोरपणा करतोय, असं मला तरी दिसत नाही.''

''अशी कुठली गोष्ट आहे डॅडी, जी तुम्ही केलीत त्यापेक्षा अधिक चांगली करता आली असती असं वाटतंय तुम्हाला?'' ॲमीने आपल्या कपात गरम चॉकलेट ओतत विचारले.

ज्यो काही वेळ विचार करीत होता. एकदम त्याच्या मनात दाटलेले सारे वैफल्य त्याच्या शब्दातून बाहेर पडले, ''सत्यानाश! कुठली गोष्ट? कुठली नाही? आम्हाला संधी होती, माझ्या हातात जनतेने सत्ता सुपूर्द केली होती. या देशात असा जनतेचा कौल क्वचित मिळतो. गेल्या शंभर वर्षांचा इतिहास बघितला तर यापूर्वी असं किती वेळा घडलं आहे? पुढच्या पिढ्यान्‌पिढ्यांची आयुष्य बदलून टाकतील अशा दूरगामी क्रांतिकारक बदलांना दोन्ही हात पसरून आपलंसं करण्याची देशानं तयारी दाखवली असं किती वेळा घडलं आहे? मी सांगतो, तीन वेळा.'' ज्यो हाताची बोटे घालीत सांगू लागला, ''रुझवेल्ट, जॉन्सन – जॉन्सन हं, केनेडी नाही, जॉन्सन, ज्याला केनेडीच्या हत्येमुळे सत्ता मिळाली आणि क्लिंटन. दुसऱ्या बुशनंतरची निवडणूक मी यात धरत नाही. बराक ओबामाला लोकांनी सत्ता दिली ती शासनाचा कारभार बदलण्यासाठी, देश बदलण्यासाठी नव्हे. असं तिघांच्या बाबतीत घडलं आणि यशस्वी किती झाले? फक्त एक. रुझवेल्ट. व्हिएतनाममुळे जॉन्सनच्या हातातली संधी गेली. आणि क्लिंटन? तो इतका हुशार होता की त्याने जनादेश स्वतः तयार केला, पण तो त्याला वापरता आला नाही. पहिल्या वर्षीच त्याने तो बराचसा गमावला आणि जो उरला होता तो मोनिका लेविन्स्कीमध्ये घालवला.''

''मला वाटतं एका टप्प्यावर अशा काही घटना घडतात ज्यानी सत्तेला तडे जाऊ शकतात.'' इल्झ म्हणाला.

“नाही, रुझवेल्ट बघ ना!”

“डॅडी, रुझवेल्ट यांना दुसऱ्या महायुद्धानं यश दिलं.” आपला चॉकलेटचा कप घेऊन येऊन टेबलावर बसत ॲमी म्हणाली, “इतिहासकारांच्या म्हणण्यानुसार त्या दशकाच्या अखेरीस रुझवेल्ट यांनी सुरू केलेले बरेचसे कार्यक्रम परिणामकारक उरलेलं नव्हते.”

“असेल.” ज्योने कबुली दिली पण तसे घडले असेल तर ते वाईटच होते. “जनतेने बदल घडवण्याचा आदेश देऊन निवडून आणलेला शंभर वर्षांतला मी चौथा राष्ट्राध्यक्ष आहे. लोकांना मुळापासून बदलण्याची खरी इच्छा आहे आणि मुख्य म्हणजे त्यासाठी काहीतरी करायची, झीज सोसायची त्यांची तयारी आहे. अशी ही असाधारण संधी मला मिळलेली आहे आणि आता हे प्रकरण ती माझ्या हातातून ओढून, ओरबाडून घेणार आहे.”

“असं म्हणू नका. कदाचित हेच प्रकरण ती संधी तुम्हाला परत मिळवून देणार असेल.” हीथर म्हणाली.

ज्योने ‘अशक्य’ अशा अर्थी मान हलवली.

काही वेळ कुणीच काही बोलले नाही.

“याच इतिहासाकडे जरा वेगळ्या दृष्टीनं बघितलं ना,” जॉन म्हणाला, “तर रुझवेल्ट, क्लिंटन किंवा जॉन्सन ही समान उदाहरणं होत नाहीत. नाही म्हणजे आत्ता जे घडलं आहे ते घडेपर्यंत ती समान होती, पण आता नाहीत. तुला पुढच्या पिढ्यांना उपकारक ठरणारा बदल घडवण्याचा जनादेश लाभला. आपण आपल्या मोहिमेत त्याचा पाठपुरावा केला, आपण जिंकलो. आता काहीतरी निराळं घडलंय. ज्यो, याला समांतर असं इतिहासातलं उदाहरण तुला बघायचं असेल तर मी लिंकनचं नाव सुचवीन. त्यांच्या वेळी या देशानं काही राज्यं संघराज्यापासून फुटून निघण्याचं महाभयंकर संकट अनुभवलं होतं. मला वाटतं त्यानंतर तेवढं मोठं संकट आजच पहिल्यांदा देशाभोवती घिरट्या घालीत आहे. तुम्हाला ही अतिशयोक्ती वाटेल, पण मला प्रामाणिकपणे तसं वाटतंय. खरंच तसं आहे. तीस कोटी लोकांचं स्थलांतर आणि पुनर्वसन, आर्थिक व्यवस्थेतली बरीच मोठी घट आणि तेही चीनशी आणि बाकीच्या देशांशी करार झाले तर. या आपत्तीच्या काळात ज्या राज्यांना पर्यावरणाच्या बदलांचा फटका बसणार आहे, त्या राज्यांना सुस्थितीतली राज्ये झिडकारून टाकण्याची, त्यांना मदत देण्याचं नाकारण्याची शक्यता आहे. इतकंच नव्हे तर कोट्यवधी निर्वासितांचे प्रश्न आणि त्यातच आर्थिक मंदी यामुळे देशात सामाजिक अराजक उद्भवण्याची सुद्धा शक्यता आहे. ज्यो, असं काहीही न घडू देता तू या आपत्तीतून जर या देशाला वाचवून पुढे नेलंस, तर तुझ्या कारकिर्दीची तुलना मी लिंकन यांच्याशी करीन. ज्यो, ‘नवा पाया’ येणारच, बदल

घडणारच. विश्वास ठेव माझ्यावर. जनतेचा तुला अजूनही पाठिंबा आहेच. तुला मध्येच एक वेगळं 'लक्ष्य' मिळालेलं आहे एवढंच."

"ज्यो, हे सुरळीतपणे मार्गी लाव," हीथर म्हणाली, "मग आपल्याला वेळ मिळेल. या चार वर्षांत नाही तर पुढच्या वेळेला, 'नवा पाया'भरणी होणारच."

ज्योने ॲमीकडे पाहिले. तिनेही होकार भरला. तो तिच्याकडे बघून हसला, पण त्यात फारसा जीव नव्हता. राष्ट्राध्यक्षपदाची शपथ घेतल्यापासून आज पहिल्यांदाच, आणि विशेषत: जॉन इल्झने संभाव्य संकटांशी ओळख करून दिल्यावर, ज्यो बेंटनला असा संभ्रम पडला की तो त्या पदासाठी योग्य होता का?

"लॅरी ओल्सेन आणि ॲलन बॉल, मांजरांसारखे फिस्कारत असतात एकमेकांवर." हा विषय बदल होता.

"त्यांना भांडू देत."

"नाही, नाही, ते चांगलं नाही. मला काहीतरी केलंच पाहिजे."

"ज्यो, ते नंतर. आत्ता तू एकाच प्रश्नाचं उत्तर शोध." जॉनने काही क्षण थांबून तो प्रश्न सांगितला, "उद्या संध्याकाळी ओव्हल ऑफिसमधून प्रेसिडेंट देशाला जो संदेश देणार आहेत, तो तुझ्याऐवजी कुणी दिलेला तुला आवडेल?"

ज्योला हसू आलं. कुणी?

"कुणी? माइक गार्टनर?" जॉनने सुचवले.

"नाही, अब्राहम लिंकन!" ज्यो म्हणाला.

जॉन त्या सूचनेमागचा गर्भितार्थ उमगून हसला. "बरोबर, एब लिंकन. अगदी योग्य निवड. पण शंभराहून अधिक वर्षं उशीर झालेला आहे. विनोदाचा भाग जाऊ दे. पण ज्यो, खरंच आता तुझ्या नेतृत्वाची कसोटी आहे. जनमताचा निकाल काय आहे, वर्तमानपत्र काय म्हणतायत याची चिंता करू नकोस. निर्भयपणे जे योग्य आहे तेच कर. आज दुपारी आपण ठरवलं आहे तेच उद्या बोल. तुझ्या पद्धतीनं बोल. अमेरिकन जनतेला यातून पलीकडे ने, मग ते तुझ्यामागून कुठेही येतील. रुझवेल्टचं उदाहरण दिलंस ना तू? हॅरी ट्रुमनने रुझवेल्टचा मृतदेह जरी गाड्यावर ठेवून निवडणूक लढवली असती, तरी लोकांनी त्याला पाचव्यांदा सुद्धा निवडून दिलं असतं. बस, यातून देशाला बाहेर काढ, जे आता करता येणं शक्य होणार नाही ते सगळं दुसऱ्या वेळी निवडणूक जिंकल्यावर व्यवस्थित पूर्ण करता येईल."

ज्यो खुर्चीवर मागे रेलला, मान वर करून त्याने डोळे मिटून घेतले. आज जेवणाच्या समारंभाच्या वेळी ते लोकही त्याला हेच सांगत होते. त्यांनी त्याला जनतेला हात धरून देश योग्य मार्गावर घेऊन जाण्यासाठी निवडून दिले होते, त्यांना त्याने नेमके तेच करायला हवे आहे.

या पदासाठी निवडणुकीला उभे राहताना त्याने जे चित्र रंगवले होते, त्यापेक्षा

आजचे वास्तव किती वेगळे होते? एक वर्षापूर्वी, नव्हे अगदी सहा महिन्यांपूर्वी त्याने तो यावेळी, आज उद्या काय करत असेल याविषयी जी कल्पना केली असती, त्याच्या अगदी विरुद्ध तो उद्या संध्याकाळी करणार होता, कारण ज्या परिस्थितीला तो तोंड देत होता, ती त्याच्या कल्पनेच्या बाहेरचीच होती.

उद्याच्या भाषणानंतरच्या प्रतिक्रिया? सगळ्या प्रसारमाध्यमांनी त्याच्याविरुद्धच्या टीकेच्या बडवलेल्या नगाऱ्यांचा दणदणाट आताच त्याच्या कानात घुमू लागला होता.

त्याने डोळे उघडले. ॲमी त्याच्याकडे पाहत होती. तो क्षीण हसला.

"काळजी करू नका डॅडी. तुम्ही योग्य तेच करणार आहात. मला खात्री आहे, डॅडी."

"ॲमी, तुला कुठे माहिती आहे मी उद्या काय सांगणार आहे?"

ॲमीने खांदे उडवले. ती म्हणाली, "डॅडी, तुम्हाला माहिती आहे ना तुम्ही काय करणार आहात ते? तुम्ही काही माइक गार्टनर नाही आहात!"

ज्योने काही वेळ तिच्याकडे डोळे भरून पाहिले आणि पुढे झुकून तिचा हात हातात घेऊन प्रेमाने दाबला.

ती उठली आणि म्हणाली, "शुभ रात्री!"

ती बाहेर जाईपर्यंत ज्यो तिच्याकडे पाहत राहिला. नंतर हीथर आणि जॉन यांच्याकडे वळून तो म्हणाला, "मी पण झोपणार आहे आता."

हीथरही त्याच्या बरोबर उठली.

"उद्या भेटू या. शुभ रात्री." जॉन म्हणाला.

ज्योने त्याच्याकडे बघून दोन्ही हातांचे अंगठे उंचावले आणि तो आणि हीथर स्वयंपाकघराबाहेर पडले.

# सोमवार, १२ सप्टेंबर

## ओव्हल ऑफिस, द व्हाइटहाऊस

ज्युडी एम्स, बेन हॉफमन, जॉन इल्झ, सॅम लेव्ही, ॲडम गेहरिग आणि इतर दहा-बारा सहायक कॅमेऱ्याच्या मागच्या बाजूला गर्दी करून उभे होते. हीथर आणि ॲमीही उपस्थित होत्या.

प्रेसिडेंट कॅमेऱ्यासमोर होते – शांत, गंभीर.

"माझ्या अमेरिकन बंधुभगिनींनो, आज मी तुमच्याशी आपल्या मातृभूमीच्या आणि पृथ्वीमातेच्या भविष्याविषयी बोलणार आहे. तुमचा नेता, या राष्ट्राचा प्रेसिडेंट म्हणून माझ्यासाठी आणि आपल्या सगळ्यांसाठीच, आपल्या सुखदु:खांपेक्षाही ते खूप जास्त महत्त्वाचं आहे. मला तुम्हाला काही अवघड, त्रासदायक, कटू गोष्टीही सांगाव्या लागणार आहेत. त्यावरच्या उपायांविषयीही मी बोलणार आहे. आज जे मी तुम्हाला सांगणार आहे ते संपूर्ण, निखालस सत्य आहे. तुम्ही ते शांतपणे समजून घ्याल अशी मी आशा करतो.

"मी या पदाचा भार सांभाळल्यापासून, म्हणजे गेल्या आठ महिन्यांपासून माझ्याकडे जी माहिती आली आहे, त्यावरून जागतिक हवामानात आपल्यामुळे जे बदल घडून येत आहेत, ते या पूर्वी त्यांच्याविषयी आपल्याला जी माहिती मिळाली होती त्यापेक्षा खूपच जास्त आहेत, त्यापेक्षा खूप जास्त वेगाने होत आहेत आणि खूप जास्त काळ टिकणार आहेत. आपण रोजच्या जीवनात करत असलेल्या अनेक कृती, क्रिया, प्रक्रिया यामुळे पर्यावरणात, वातावरणात, हवामानात बदल होत आहेत. त्यांचं ज्ञान आपल्याला गेल्या तीस वर्षांपासून आहे, पण त्यांचा वेग, त्यांची गती आपण फार कमी धरून चालत होतो. आपली ती आकडेमोड चुकीची होती. पर्यावरणाचं एक चक्र असतं. शास्त्रज्ञांना गेली काही वर्षं शास्त्रज्ञांच्या असं लक्षात येऊ लागलं होतं की त्या चक्राची गती त्यांना आधी कळली होती त्यापेक्षा कितीतरी जास्त आहे. त्याचे उघड पुरावेही त्यांना मिळाले. त्यामुळे आता त्या बदलांच्या जलद गतीविषयी कुठलीही शंका राहिलेली नाही. त्या संबंधीची माहिती,

तुम्हाला कळेल अशा पद्धतीने, मी उद्या प्रसारित करणार आहे, म्हणजे त्याचं गांभीर्य तुमच्या लक्षात येईल. हे बदल खरंच प्रचंड वेगाने होत आहेत का किंवा त्याचे दुष्परिणाम अपेक्षेपेक्षा लवकर आणि जास्त गंभीर दिसू लागले आहेत का, हे प्रश्न आता उरलेलेच नाहीत. आता प्रश्न फक्त एवढाच आहे की त्यातले आपल्यावर थेट होणारे परिणाम कोणते आहेत आणि त्याविषयी आपण काय करू शकणार आहोत?

''आपल्या समुद्रकिनाऱ्यालगतच्या पूरग्रस्त प्रदेशातून लोकांचे, मालमत्तेचे स्थलांतर करावे लागत आहे हे आता सर्वांनाच माहीत झालेले आहे. पण दहा वर्षांपूर्वी जेव्हा पहिल्यांदा स्थलांतर या विषयाचा उल्लेख झाला, तो चर्चिला गेला, तेव्हा सगळ्यांनी त्याविषयी अविश्वास दाखवला होता, त्याला विरोध केला होता. पण आज ती सर्वांनी स्वीकारलेली वस्तुस्थिती आहे. तसंच आता आपल्याला हे समजावून घेऊन मान्य करायला पाहिजे की आपल्याला आधी कळलं होतं त्यापेक्षा खूप जास्त लोकांचं स्थलांतर, आपल्याला वाटलं होतं त्यापेक्षा खूप लवकर करावं लागणार आहे. त्याचे आकडे आणि त्याच्या वेळा यांचे तपशीलही मी उद्याच्या प्रसारणात देणार आहे. मला तुम्हाला हे आवर्जून सांगायचं आहे की हे संकट फक्त आपल्याच देशावर आलं आहे असं नाही. आशिया, आफ्रिका, युरोप, ऑस्ट्रेलिया, आपले उत्तर आणि दक्षिणेकडचे शेजारी – सगळ्यांना याला तोंड द्यावं लागणार आहे. उद्याच्या प्रसारणात तुम्हाला या देशांबद्दलची माहितीही उपलब्ध होईल.

''या गोष्टी होणारच. त्या थांबवण्यासाठी आपण काहीही करू शकत नाही. का? कारण यापूर्वी, दहा, वीस, तीस वर्षांपूर्वी जे करायला नको होतं ते केलं गेलेलं आहे किंवा जे करायला हवं होतं ते केलं गेलेलं नाही, त्याचा हा दुष्परिणाम आहे. आपण करारांवर सह्या केल्या पण त्याकडे दुर्लक्ष केलं. आपण कायदे केले पण ते पाळले नाहीत. आपण दूरवरचं, उंचावरचं लक्ष्य ठरवलं पण त्याच्यापर्यंत पोचण्याच्या पायऱ्या कधीच चढलो नाही. आपण वाइटाची तयारी ठेवली नाही. उत्तमाची आशा करीत राहिलो, पण त्याकरता प्रयत्न मात्र केले नाहीत. मी तुम्हाला भाषणाच्या सुरुवातीलाच वचन दिलं आहे की मी आज तुमच्याशी केवळ सत्य आणि पूर्ण सत्य बोलणार आहे. आणि त्यामुळे मला आज हे तुम्हाला सांगितलंच पाहिजे की गेली दहा, वीस, तीस वर्षं तुम्हाला कुणीही सत्य सांगितलेलं नाही. हे सत्य कठीण आहे, कडू आहे. तुम्हाला असं सांगण्यात आलं आहे की 'आपण प्रदूषणात आवश्यक ती कपात करू आणि त्याच वेळी आर्थिक स्थितीला जराही धक्का लागू देणार नाही. नवीन तंत्रज्ञान लवकरच उपलब्ध होईल. त्यामुळे या दोन्ही डगरींवर हात ठेवता येईल. प्रदूषणातली कपात ऐच्छिक राखली तरी भागेल त्यासाठी कायदे करण्याची, सक्ती करण्याची काही गरज नाही. थोडक्यात, काहीही

न गमावता हवं ते कमावता येईल. काहीही त्याग न करता, कुठलीही गैरसोय न सोसता आपोआप परिस्थिती बदलेल.' माझ्या अमेरिकन बांधवांनो, मी तुम्हाला खोटं सांगणार नाही. आपल्याला जे मिळवायचं आहे त्याची किंमत, त्याची योग्य ती किंमत आपल्याला मोजावीच लागणार आहे.

"जगात सगळीकडे सध्या घडून येणारे बदल आणि यापुढे होत जाणारे बदल कुणीच थांबवू शकणार नाही हे मी तुम्हाला मघाशीच सांगितलं आहे. स्थलांतर आणि पुनर्वसन कितीतरी अधिक प्रमाणात करावं लागणार आहे आणि त्याचा आपल्या समाजावर परिणामही तसाच खूप जास्त होणार आहे. याचा अर्थ असा मात्र नाही की आपण अगदी हतबल आहोत. करण्यासारखं खूप आहे. कदाचित जे आपण आज करू त्याचे दृश्य परिणाम लगेच उद्या दिसणार नाहीत, दहा-वीस वर्षांनी जाणवतील. मी आज जे सांगतो आहे ते ऐकणाऱ्यांपैकी काहीजण त्यावेळी नसतीलही, मीही या पदावर नसेन, पण म्हणून त्या गोष्टी न करण्याची चूक आपण करता कामा नये.

"जे करायला हवं आहे ते सोपं नाही, सुखकारी नाही. त्रासदायक आहे, क्लेशकारक आहे. आपल्याला आपली सर्वांगीण वाढ काही काळ रोखावी लागणार आहे, सुबत्ता, संपन्नता यातला थोडा वाटा काढून द्यावा लागणार आहे. आपल्या आधीच्या पिढीनं हे केलं असतं तर त्यावेळी हा त्याग, हे नुकसान आतापेक्षा कमी सोसावं लागलं असतं. पण म्हणून जर आजही आपण ते पुढे ढकललं तर आपल्या पुढच्या पिढ्यांना आपल्यापेक्षाही कितीतरी जास्त पटीनं ते सहन करावं लागेल. पुढच्या पिढीतली लोकं तुम्हाला अनोळखी नाहीत, त्यांच्या भविष्याची, भाग्याची तुम्ही काळजी करू नये, त्याबद्दल तुम्हाला फिकीर असू नये अशीही नाहीत, ती तुमचीच, तुमच्या पोटची मुलंमुली, पुतणेपुतण्या, भाचेभाच्या आहेत किंवा तुमची लाडकी नातवंडं आहेत. जरा डोळे उघडे ठेवून विचार करा, त्यांच्या डोळ्यांत पहा. मी तरी माझ्या मुलाच्या नशिबी हे दुःख लिहायला तयार नाही. माझी तुम्हाला कळकळीची विनंती आहे की तुम्ही पण लिहू नका.

"उद्याच्या प्रसारणात मी जे उपाय योजणं गरजेचं आहे त्याचीही यादी देणार आहे. या संपूर्ण प्रकल्पाला मी नाव दिलं आहे 'जागतिक कार्बन कपात योजना.'

"ही योजना केवळ अमेरिकेपुरतेच मर्यादित नाही. समस्या संपूर्ण जगाची आहे, तिची जबाबदारीही संपूर्ण जगानं घ्यायला हवी. जगात सगळ्यांना त्याचे परिणाम भोगावे लागणार आहेत, उपायही सगळ्यांनी केले पाहिजेत. तिचं जागतिक स्वरूप लक्षात घेऊनच तिला 'जागतिक कार्बन कपात योजना' हे नाव दिले आहे. एका देशाचं नुकसान हा दुसऱ्या देशाचा लाभ होता कामा नये. दुःखाची गोष्ट अशी आहे की गेल्या तीस वर्षांत जे असत्यकथन केलं गेलं, त्यातलं सर्वांत जास्त

अमेरिकन नेत्यांनी केलं आहे. जगातले जे नेते या बाबतीत पुढाकार घेऊन कृती करण्याच्या कर्तव्याला चुकले, त्यात सर्वांत जास्त नेते आपल्या देशाचे होते आणि कार्बन उत्सर्जनाच्या देशाच्या कायदेशीर मर्यादांचं सर्वांत जास्त उल्लंघन करण्यातही आपलाच देश अग्रणी आहे. तेव्हा हे वाढत्या विनाशाचं वेगवान चक्र थांबवण्याच्या कामात सर्वांत मोठा वाटा आपल्याच देशानं उचलला पाहिजे. आपण आघाडीवर राहिलं पाहिजे. आपण जे करणार नाही ते कुणी दुसऱ्यानं करावं अशी चुकीची अपेक्षा सोडून दिली पाहिजे. आपले प्रयत्न इतर सर्व देशांपेक्षा चांगले, जोराचे आणि आपणहून केलेले असायला हवेत. जगाच्या कल्याणाची सदैव कास धरण्याची, त्यासाठी झटण्याची आपल्या देशाची अभिमानास्पद परंपरा आहे. आजपर्यंत अशा कार्यासाठी आपल्या अनेक जवानांनी आपले प्राणही अर्पण केले आहेत. हे युद्ध नाही, पण परिस्थिती आपत्कालीन आहे. हे कार्यही तितकंच महत्त्वाचं आहे आणि त्यासाठी तशाच अत्युच्च त्यागाची आवश्यकता आहे.

"आणखी एक गोष्ट मला तुम्हाला सांगायची आहे. गेले सहा महिने माझ्या शासनाचे काही प्रतिनिधी पीपल्स रिपब्लिक ऑफ चायनाच्या सरकारच्या प्रतिनिधींशी या प्रश्नावर दोन्ही शासनांच्या सहमतीनं काही सामायिक धोरण ठरवण्याच्या उद्देशाने वाटाघाटी करीत होते. आपण आपल्या उद्देशाच्या अगदी जवळ पोचलो, पण ते पूर्णपणे साध्य मात्र करू शकलो नाही. मी त्याच्या कारणात शिरणार नाही किंवा कुणाला दोषही देणार नाही. उद्या प्रसारित होणाऱ्या 'जागतिक कार्बन कपात योजने'त या चीनबरोबरच्या वाटाघाटीत उभयपक्षी मान्य झालेले कृती आणि उपाय तुम्हाला दिसतील. पर्यावरणातील बदलांचा फटका जगातल्या इतर देशांसारखा चीनलाही बसणार आहे. चीन हा आज जगातला सर्वाधिक कार्बन उत्सर्जन करणारा देश आहे. तेव्हा चीनने अमेरिकेच्या बरोबरीने आघाडीवर राहून या समस्येचा सामना करायला हवा. माझं चीनच्या शासनाला असं सांगणं आहे की त्यांनी या कठीण प्रयत्नात आम्हाला साथ द्यावी आणि 'जागतिक कार्बन कपात योजने'तल्या कृती आणि उपायांची जबाबदारी स्वीकारावी.

"चीनच्या शासनाला या सहकार्यासाठी उद्युक्त करण्याच्या उद्देशानं मी उद्या व्यापारविषयक बंधनांची एक यादी प्रसारित करणार आहे. त्यातली काही लगेचच आणि बाकीची योग्य ती कायदेविषयक तरतूद झाली की अमेरिकेचं शासन पीपल्स रिपब्लिक ऑफ चायनावर लागू करेल. ज्या दिवशी चीन या योजनेला संमती देईल, त्यावर सह्या करेल, त्याच दिवशी ती बंधनं काढून घेण्यात येतील. खरं म्हणजे माझी अशी आशा आहे की तो दिवस उद्याचाच असावा.

"बाकीच्या देशांना, या योजनेला सहमती दर्शवून त्यात अधिकृतपणे सहभागी होण्यासाठी साठ दिवसांची मुदत देण्यात येत आहे. जे देश तेवढ्या अवधीत

होकार देणार नाहीत, त्यांच्यावर पण यादीप्रमाणे व्यापारविषयक बंधनं लागू करण्यात येतील. माझी खात्री आहे, कुठलाच देश तशी वेळ येऊन देणार नाही.

"मला एक गोष्ट विशेष करून स्पष्ट करायची आहे. चीनवरील प्रस्तावित बंधनांचा रोख चीनच्या जनतेवर मुळीच नाही. तो चीनच्या शासनाने त्वरित कृती करावी यासाठीचा प्रयत्न आहे. मला याची जाणीव आहे की चीनमधील लोकही या पर्यावरणाच्या समस्येविषयी आपल्याइतकेच जागरूक आहेत. ते लोकही त्यांच्या मुलांवर, नातवंडांवर आपल्याइतकंच प्रेम करतात, त्यांच्या कल्याणाची काळजी वाहतात. माझी चीनच्या शासनाला नम्र विनंती आहे की त्यांनी माझं हे भाषण कुठल्याही प्रकारचा बदल न करता, काटछाट न करता मी जसं बोललो आहे तसंच्या तसं चिनी जनतेपर्यंत पोचवावं. आपल्या मुलांवर, नातवंडांवर माया करणाऱ्या जगातल्या सगळ्या लोकांना, चीनच्या लोकांच्या बरोबरीनंच मी कळकळीचं आवाहन करतो की त्या सगळ्यांनी या वेळी या महान कार्यात आमच्या बरोबर यावं.

"माझ्या अमेरिकन बांधवांनो, गेल्या नोव्हेंबरमध्ये मी तुम्हाला असं वचन दिलं होतं की मी आपल्या देशासाठी, तुमच्यासाठी आरोग्य, शिक्षण, पुनर्वसन आणि काम हे चार खांब पेलणारा 'नवा पाया' घालेन. त्यावर विश्वास ठेवून तुम्ही मला हे पद दिलंत. ते वचन पूर्ण होणारच. त्यात मध्येच हे एक वेगळं आव्हान समोर येऊन ठाकलं आहे. स्थलांतर आणि पुनर्वसन यांची व्याप्ती आधी जेवढी मला माहीत होती त्यापेक्षा कितीतरी पटीनं वाढलेली आहे. म्हणून काही मी माघार घेणार नाही उलट जास्त जोमानं त्यावर काम करीन. पण 'नवा पाया'वर काम करण्याआधी आपण सर्वांनी एकजुटीनं, संपूर्ण जगाला छळणाऱ्या ह्या पर्यावरणाच्या राक्षसाचं अस्तित्व न नाकारता, त्याला अनेक योग्य उपायांनी जेरबंद करून, मारून, पुरून, गाडून टाकायला हवा. त्यासाठी मी सांगितलेली 'जागतिक कार्बन कपात योजना' हे आपलं शस्त्र, आपलं वज्र आहे. 'नवा पाया'साठी उकरलेल्या मातीत आधी हा राक्षस गाडायचा, हे काही काळ माझं लक्ष्य राहणार आहे. त्यासाठी मी माझं सर्वस्व पणाला लावणार आहे. ते आधी पूर्ण करून मी नंतर 'नवा पाया'ही घालणार आणि त्यावर बळकट घरही बांधणार.

"काही कडू, बोचणाऱ्या, त्रासदायक, पण खऱ्या गोष्टी आज मला तुम्हाला सांगाव्या लागल्या. आज आपण एका वेगळ्या वळणावरून प्रवासाला आरंभ करतो आहोत. यात काही सुखांचा त्याग करावा लागणार आहे. तो आपण सगळे मिळून करू या. पण या वळणाच्या दुसऱ्या तोंडाला मला स्वच्छ दिसते आहे ती सुबत्ता, संपन्नता, मजबूत अर्थव्यवस्था आणि निरोगी आणि सुरक्षित जग. संकटाच्या काळात एकमेकांच्या खांद्याला भिडवलेले खांदे आपल्या समाजाला अधिकच संघटित बनवतील. आपलं गणराज्य ज्या टिकाऊ बंधुभावावर स्थापन झालं होतं

तो एकोपा परत एकदा आपल्यात रुजेल. हे वळण आपल्याला आपल्या 'नवा पाया'च्याच उज्ज्वल मार्गावर नेऊन सोडणार आहे.

"या देशाचं, तुम्हा सगळ्यांचं, या पृथ्वीमातेच्या सर्व लेकरांचं देव कल्याण करो.!"

प्रेसिडेंट बोलायचे थांबले. कॅमेऱ्याच्या बाजूचे दिवे विझले.

निःस्तब्ध शांतता होती.

ज्यो बेंटनला असे वाटले की त्या क्षणी ती निःस्तब्ध शांतता केवळ त्या खोलीतच नाही, फक्त ओव्हल ऑफिसमध्येच नाही, तर बाहेर, शहरात, देशात, जगभरात, सर्वत्र पसरली आहे आणि त्यात त्याने उच्चारलेले शब्द साकार होऊन तरंगत आहेत.

शब्द, नुसते शब्द. ते त्याच्या मुखातून बाहेर पडले आणि त्यांनी जग बदलून टाकले!

त्याला ॲमीचा चेहरा दिसला. ती विस्फारलेल्या डोळ्यांनी त्याच्याकडे पाहत होती. कुणीतरी मधेच आले आणि तिचा चेहरा दिसेनासा झाला. मग खूप लोक पुढे आले, शांततेचा भंग झाला, आवाज वाढले, जणू बाहेरचे सगळे जग त्याने आताच केलेल्या कृत्यामुळे त्याच्यावर ओरडत होते, किंचाळत होते, आकांत करीत होते.

## मंगळवार, १३ सप्टेंबर

## प्रेसिडेंटची स्टडी रूम, द व्हाइटहाऊस

राष्ट्रीय सुरक्षा मंडळाची बैठक सकाळी अकरा वाजता होती. जॉइंट चीफ्स ऑफ स्टाफचे चेअरमन ॲडमिरल पॉल एंडरलिच यांनी सध्याच्या सुरक्षा स्थितीचा आढावा घेतला. आदल्या दिवशी संध्याकाळी प्रेसिडेंटच्या भाषणाचे प्रसारण सुरू होताच संपूर्ण देशभरातली सुरक्षा 'ऑरेंज बी' वरून 'ऑरेंज ए' पातळीवर नेण्यात आली होती. ही पातळी युद्धपातळीच्या फक्त दोनच पातळ्या खाली होती. अजून पर्यंत कुठूनही चिनी लष्कराच्या कुठल्याही प्रकारच्या हालचालीची खबर आलेली नव्हती. राष्ट्रीय गुप्तहेर खात्याचे डायरेक्टर लाऊ बर्कोविट्झ यांनीही परिस्थितीसंबंधी माहिती दिली. चीनच्या शासनाकडून भाषणावर कोणतीही अधिकृत अथवा अनधिकृत प्रतिक्रिया देण्यात आलेली नव्हती. सी.आय.ए.चे डायरेक्टर स्टुअर्ट कोहेन यांनी चीनमधील स्थितीचे वर्णन केले. चीनच्या प्रसारमाध्यमांनी भाषणाची कोणत्याच स्वरूपात दखल घेतली नव्हती. चीनच्या अधिकृत वेबसाइट्सवरही भाषणाचा जराही उल्लेख दिसला नव्हता. आणि वीस वर्षांपूर्वी गुगल आणि मायक्रोसॉफ्ट यांनी चीनच्या शासनापुढे शरणागती पत्करल्यापासून इतर वेबसाइट्सनीही चीनच्या सेन्सॉरशिपचा धसका घेतला होता. त्यामुळे त्यांनीही ते भाषण प्रसारित करण्याचा धोका पत्करला नव्हता. काही ब्लॉग्जवर यासंबंधी काही चर्चा होत असल्याचे सी.आय.ए.ने शोधून काढले होते. पण त्या सुरू होताच चीनच्या वेब टेहळणी पथकाने त्या बंद पाडल्या असल्याचेही सी.आय.एच्या लक्षात आले होते. त्याच पथकाच्या सावधगिरीमुळे अमेरिकेच्या परराष्ट्रखात्याच्या चिनी गटातर्फे त्यांच्या स्वत:च्या आणि काही खास छुप्या वेबसाइट्सवर भाषण प्रसारित करण्याचा केला गेलेला प्रयासही यशस्वी झाला नव्हता. भाषण चीनपर्यंत पोचले असावे, पण शासनाची अधिकृत प्रतिक्रिया येईपर्यंत पदरच्या सर्व मार्गांचा अवलंब करून चीनने ते रोखून धरले होते. प्रतिक्रियेनंतर अमेरिकन प्रेसिडेंटचे भाषण चिनी जनतेसमोर मूळच्या स्वरूपात सादर झालेच नसते. चीनच्या शासनाला त्या भाषणाचा जो अर्थ

अभिप्रेत असेल, तोच अर्थ जनतेला कळेल, अशाच पद्धतीने ते जनतेला ऐकवले गेले असते.

बाकी सर्वत्र परिस्थिती बेंटनच्या अपेक्षेप्रमाणेच बेफाम बनली होती.

प्रतिक्रियांची एक न संपणारी साखळीच सुरू झाली होती. बेबंद गोंधळ माजला होता. त्यावर त्याचे कुठलेच नियंत्रण असणे अशक्यच होते. भाषणातील उघड मुकाबल्याच्या पवित्र्यानेच बाजार खाली पडले आणि द व्हाइटहाऊसच्या वेबसाइट्स्वर 'जागतिक कार्बन कपात योजना' प्रसारित झाल्यावर अर्थव्यवस्थेवरचा प्रचंड दबाव आणि त्यातली अपेक्षित घट बघून तर ते पार कोसळलेच. प्रत्यक्षात हजारो मैल अंतरावर असलेले अमेरिका आणि चीन यांचे सैन्य पॅसिफिक महासागरात समोरासमोर ठाकले असून त्यांच्यात चकमकीही उडाल्याच्या अफवा पसरत होत्या. तैवान धार्जिणे गट चीनच्या आक्रमणापासून अमेरिका तैवानचा बचाव करेल अशा ठोस आश्वासनाची मागणी करू लागले होते. अमेरिकेतील चिनी समाजाच्या नेत्यांनी, प्रेसिडेंटनी चीनची अप्रतिष्ठा करणे थांबवावे आणि बंधनांची धमकी त्वरित मागे घ्यावी अशी मागणी केली होती. औद्योगिक कामगार संघटनांनी प्रेसिडेंटच्या व्यापारी बंधने घालण्याच्या निर्णयाने कामगारांच्या नोकऱ्यांवर गदा येतील अशी भीती व्यक्त करून त्या कृतीचा निषेध केला होता. देशातली प्रत्येक औद्योगिक आणि व्यापारी संघटना आपापली निवेदने प्रसिद्ध करीत होती.

अमेरिकन प्रसारमाध्यमांत दोन मतप्रवाह होते. सतत ज्यो बेंटनच्या विरोधात असणारा त्याचा उजव्या विचारसरणीचा शत्रुपक्ष एका रात्रीत त्याचे गुणगान करू लागला होता. बहुपक्षीय वाटाघाटींच्या दलदलीत न फसण्याचा त्याचा निर्णय त्यांनी उचलून धरला होता आणि त्यात न अडकण्याच्या त्याच्या खंबीर निश्चयाचे तोंड भरून कौतुक केले होते. त्याच्या याच निर्णयाचे स्वतंत्र विचारसरणीच्या पक्षाने वाभाडे काढले होते आणि त्याला आजवर दिलेला पाठिंबा काढून घ्यायचा इशारा दिला होता. भाषणानंतर लगेच घेतल्या गेलेल्या जनमताचे जॉन इल्झकडे आलेले निकाल याच विभागलेल्या मतांचे प्रतिबिंब दर्शवित होते. अंतर्गत राजकीय स्थितीही धोकादायक बनत चालली होती. तो उत्सर्जन कपातीसाठी जे उपाय योजणार होता, त्यामुळे बिघडणारी अर्थव्यवस्था सांभाळण्यासाठी येत्या काही आठवड्यात ज्या शासकीय योजना त्याला कार्यान्वित कराव्या लागणार होत्या, त्यामुळे उजवे गट रागावणार होते. त्याने जर वेगाने हालचाली करून डाव्या आणि मध्यममार्गी सदस्यांना त्याच्या बाजूला वळवले नाही, तर त्याला त्या योजनांसाठी कुणाचाच पाठिंबा न मिळण्याची शक्यता निर्माण झाली होती.

के विल्सन, डॉन बेल्स, सी अमाडी आणि व्हाल बर्ली त्याला भेटायला आले होते. मतप्रवाहाविषयी त्यांचेही निरीक्षण काही वेगळे नव्हते. बेंटन आणि त्याच्या

सल्लागारांनी जो निष्कर्ष काढला होता, तोच त्यांचाही होता. पुढचे दोन महिने सर्वसाधारण पाठिंबा कमीच असणार होता. प्रेसिडेंटनी डेमोक्रॅटिक पार्टीच्या वरिष्ठ आणि महत्त्वाच्या नेत्यांची भेट जितक्या शक्य असेल तितक्या लवकर घ्यावी असे के विल्सनने सुचवले. जास्तीत जास्त सदस्य आपल्या बाजूला वळतील, टिकून राहतील यासाठी आजपर्यंतची सर्वांत मोठी आणि जोरदार मोहीम उघडणे त्याला गरजेचे वाटत होती. अँजेला शावेझ ने गेल्या काही महिन्यात 'नवा पाया'साठी केलेल्या प्रचंड कामामुळे तिने सदस्यांच्या मनात स्वतःचे मानाचे, आदराचे स्थान निर्माण केले होते. त्यामुळे या मनधरणीच्या कामात तिची मदत फार मोलाची ठरणार होती आणि म्हणूनच ती आवश्यकही होती.

ज्यो बेंटनने मुद्दाम वेळ काढून माजी सिनेटर, त्याचा हितचिंतक, मार्गदर्शक, सल्लागार मार्टी मोंटाग यांची भेट घेतली. उडालेली धूळ खाली बसेपर्यंत शांत राहण्याचा सल्ला त्यांनी दिला. त्याने भाषणात स्वतःचा मार्ग स्पष्ट केलाच आहे तेव्हा जी स्फोटके त्याने फेकली आहेत, तीच त्याच्यापुढचा डोंगर फोडून त्याचा रस्ता मोकळा करतील असे मार्टी यांचे म्हणणे पडले. त्यांना संपूर्ण ज्ञान नसल्याचे कारण पुढे करून त्यांनी बेंटनने निवडलेल्या मार्गाबद्दल त्यांचे वैयक्तिक मत देण्याचे टाळले. बेंटनने त्यांना बोलायला प्रवृत्त करण्याचा बराच प्रयत्न केला पण 'मी कधीच सत्तेवर नव्हतो' अशी लटकी सबब पुढे करत त्यांनी शेवटपर्यंत उत्तर दिले नाही.

काही परराष्ट्रांच्या नेत्यांनी त्याच्याशी बोलायला संमती दर्शवली होती. बेन हॉफमन दिवसभर त्यांच्याशी संपर्क साधण्याच्या प्रयत्नात होता. जपानचे प्राईम मिनिस्टर नाकामुरा त्याच्याशी वीस मिनिटे बोलले. कार्बन कपात योजनेत सहभागी होण्यविषयी ते संदिग्ध राहिले पण त्यांनी रशियाच्या विरोधात कुरिल बेटांसाठीच्या पाठिंब्याचा मुद्दा मात्र आडवळणाने काढला. प्रेसिडेंटनी बेनला बाकीच्या नेत्यांसाठी प्रयत्न चालू ठेवण्यास सांगितले. ह्यू ऑजिलव्ही तरी लगेच तयार होतील अशी त्याची खात्री होती.

संध्याकाळी सहा वाजता बेंटनने त्याच्या स्टडी रूममध्ये त्यांचा फोन घेतला. त्यावेळी इंग्लंडमध्ये रात्रीचे अकरा वाजले होते. बेंटनचा एक मदतनीस बिल प्राइस त्यांच्या संभाषणाचे मुद्दे घेण्यासाठी ते मधेच ऐकत होता.

"ह्यू, तुमच्याशी बोलताना खूप छान वाटतंय." ब्रिटिश प्राईम मिनिस्टरांचा आवाज ऐकू आल्याबरोबर ज्यो म्हणाला.

"ज्यो," असे म्हणून ऑजिलव्ही काही क्षण थांबले, हसले आणि म्हणाले, "कसं वर्णन करू कळत नाही, पण काल पल्लेदार भाषण दिलंत तुम्ही!"

"धक्का बसला?" बेंटने सावधपणे विचारले.

''असं वाटलं की आधी जरा – मी चर्चा असं नाही म्हणणार, कारण तुम्हाला चर्चा करणं तेवढं पसंत नाही हे आता उघडच आहे – पण निदान थोडी सूचना दिली असती तर बरं झालं असतं.''

''मलाही आवडलं असतं, ह्यू, पण नाही जमलं.''

''ठीक आहे,'' ह्यू यांनी हलकासा नि:श्वास टाकल्याचे जाणवले, ''ज्यो, मी तुम्हाला सांगू का– लॅरी ओल्सेन यांच्याकडे आमची अधिकृत, शासकीय प्रतिक्रिया पाठवली जाईलच, पण मला असं वाटलं की तुम्ही केलंत ते सर्वोत्तम नव्हतं. तुम्ही माझं मत विचारलेलं नाही, पण तरीही मी जरा स्पष्टच बोलतो–''

''तुमच्या मताविषयी आदर आहे मला, ह्यू. सांगा मला. का असं वाटलं तुम्हाला?''

''ज्या वेळी तुम्हाला जास्तीत जास्त मित्र असणं अत्यंत आवश्यक होतं, त्यावेळी तुम्ही सगळ्यांनाच तुमच्या सोबत न घेता त्यांना अंधारात ठेवलंत. आंतरराष्ट्रीय पातळीवर जी काही थोडी प्रतिष्ठा अमेरिकनं परत मिळवली होती, ती सगळी तुम्ही गमावून बसला आहात. इराकच्या वेळी गेलेली आपल्या दोन्ही देशांची पत कमवायला किती वर्षं लागली हे माहिती आहे तुम्हाला. शॉक्रॉसनी ती कोलंबियात घुसून परत घालवली होती. ज्यो, पण तुम्ही कुणालाही आपल्या योजनेत सहभागी करून न घेता आपल्याच मर्जीने चालणारे जगातले सर्वांत महान 'एकांडे शिलेदार' ठरला आहात.''

''ह्यू, पण तुम्हाला तर चांगलंच माहीती आहे की मी 'एकांडा' नाही.''

''मला ते माहीती आहे, म्हणूनच जास्त वाईट वाटतं आहे. मला वाटतं अमेरिकन प्रेसिडेंटच्या खुर्चीत बसलं की तो एकांडेपणा शिरतोच.'' ऑजिलव्ही म्हणाले.

''ह्यू, ह्यू–''

''माफ करा, पण मला खरंच फार मोठा धक्का बसला आहे.''

''ह्यू, खरंच, मनात असूनही मी विचारविनिमय करू शकलो नाही. परिस्थितीच तशी नव्हती. आधी चर्चा करणं खरंच शक्य नव्हतं.''

''ज्यो, तुम्हाला माहीत आहे की युनायटेड किंगडम आज अमेरिकेचा सर्वांत चांगला मित्र आहे. त्या सर्वांत जवळच्या मित्रराष्ट्राचा प्राईम मिनिस्टर तुम्हाला सांगतो आहे की तुम्हाला मित्रांची फार फार गरज आहे. यावरून तुम्हाला अंदाज येईल की इतरजण काय म्हणत असतील. यासाठी जर तुम्हाला कुणाचाही पाठिंबा मिळाला नाही तर काय होईल, याचा विचार करणं थांबवलंच आहे का तुम्ही? या वाटेनं शेवटी एकटंच चालायची वेळ आली तर काय होईल?''

ज्यो बेंटनने सहन होत नसल्यासारखी मान हलवली. त्याने बिल प्राइसकडे पाहिले, त्याचा चेहरा गंभीर होता.

"ह्यू, माझ्या जागी जरा तुम्ही स्वत:ला ठेवून बघा. जे घडायला हवं आहे ते जंग जंग पछाडलं तरी मला घडवता आलं नाही. अशा वेळी तुम्ही काय केलं असतंत?"

"मी? त्यासाठी जी उपलब्ध व्यासपीठं आहेत ती सगळी वापरली असती."

"म्हणजे 'क्योटो'? ह्यू, आपल्या पहिल्या भेटीत आपलं यावर एकमत झालेलं आहे की क्योटो जिवंत नाही."

"ज्यो, क्योटो नाही तर दुसरं काहीतरी. नसेल दुसरं काही तर स्वत: एक आंतरराष्ट्रीय मंच स्थापन करा. पण काही नाही म्हणून तुम्ही उभं राहून असं नाही सांगू शकत जगाला, की हा मी माझा कायदा केला आहे, त्याप्रमाणे वागा. ही माझी 'कपात योजना', ती घ्या नाहीतर बघा –"

"गेली चाळीस वर्षे हेच करत आलो आपण. व्यासपीठं, मंच, परिषदा, ठराव." बेंटन वैतागला होता. "काय दिलं त्या सगळ्यांनी आपल्याला? संकटांच्या दरीत ढकललं आपल्याला. आम्ही आज दिलेले आकडे पाहिले तुम्ही? ह्यू, बघितलेत का तुम्ही ते भयाण आकडे?"

"नाही अजून. माझी माणसं–"

"बघा ते, बघा काय वाढून ठेवलं आहे ते आणि मग मला सांगा जे मी केलं ते चूक होतं का बरोबर!"

ह्यू गप्प होते.

"ह्यू, माझं जरा ऐकून घ्या. माझ्या मनाविरुद्ध करावं लागलंय मला हे, पण मी माझ्या सदसद्विवेकबुद्धीला स्मरून सांगतो की हे घडवण्याचा हा एकमेव मार्ग होता. आणि ईश्वर साक्षी आहे, ते या जगाच्या कल्याणासाठी, जगाला वाचवण्यासाठी घडलंच पाहिजे असं आहे. नुसतं बोलून, चर्चा करून काही साध्य होत नाही. तुम्ही मघाशी म्हणालात ना, अमेरिकन प्रेसिडेंटची खुर्ची माणसाला एकांडं बनवते त्याचं हेच कारण असेल. सगळे नुसती बडबड करत राहतात, करत कुणीच काहीच नाही. दुसऱ्या कुणीतरी करायची वाट बघत बसतात आणि करायची कुवत आणि हिंमत असणारा फक्त आमचाच देश उरतो."

"हा जगाकडे बघण्याचा खास 'अमेरिकाकेंद्रित' दृष्टिकोन झाला." ऑजिलव्ही म्हणाले, "मला आमच्या 'ब्रिटिश साम्राज्या'च्या काळातली विचार करण्याची पद्धत आठवली. 'गोऱ्या कातडीचा माज' म्हणायचे त्याला!"

"ह्यू, हा अन्याय होतोय."

"मान्य आहे, उदाहरण अगदी चोख नाही, पण पूर्णपणे चुकीचं पण नाही."

"ह्यू, ही पर्यावरणाची समस्या हे माझं पहिलं, सर्वांत अग्रक्रम असलेलं, सर्वांत महत्त्वाचं ध्येय आहे." बेंटन खूप गंभीर झाला होता. "मी माझ्या कारकिर्दीत

एवढं एकच काम पूर्ण करू शकलो तरी मी माझ्या प्रेसिडेंटपदाचं चीज झालं असं समजेन. माझं आयुष्य सार्थकी लागलं असं मानेन आणि मला सांगा मी असं मानत असलो तर त्यात काय चूक आहे? ही समस्या सुटलीच पाहिजे. ह्यू, ते आकडे बघा एकदा आणि मग मला येऊन सांगा की मी चुकीचं वागलो आहे म्हणून!''

''ज्यो, तुम्ही म्हणताय ते बरोबरच असेल. नाही, बरोबरच आहे. पण माझी भीती ही आहे, की हे जे पाऊल तुम्ही उचललं आहे ते तुम्हाला जे हवंय, आपल्या सगळ्यांना जे हवंय, त्यापासून तुम्हाला लांब घेऊन जातंय. यानंतर सगळ्यांना एकत्र आणणं आणखी कठीण होऊन बसणार आहे.''

''तुमचं ही बरोबरच आहे. पण काय करू? हे पाउल उचललं नाही तर मी आहे तिथंच खिळून राहणार आणि काहीच घडणार नाही. हा जुगार खेळायलाच लागेल मला. कदाचित सिक्वेन्स नाही लागणार, पण हा एकच पत्ता आहे माझ्याकडे खेळायला.''

''इथं आपला मतभेद आहे.'' ऑजिलव्ही म्हणाले.

''होय. आहे.'' थोडं थांबून बेंटन म्हणाला, ''ह्यू, आता मी खेळी तर खेळलो आहे. आता हा डाव जिंकायला मला तुमची मदत हवी आहे.''

काहीच प्रतिसाद आला नाही. बेंटन वाट पाहत होता. ऑजिलव्हींना त्याचा रोख कळला नाही.

बेंटनने वेगळा प्रश्न विचारला, ''बाकीचे काय म्हणतायत? तुमचं बोलणं झालं कुणाशी?''

''कोस्लोवस्की, गोरोडिन, इंजलबॉक आणि डिसिल्व्हा. रुमेन काहीच बोलायला तयार नाहीत.''

''हे लोक काय म्हणतायत?''

''ते चिडले आहेत. सुचवलेले उपाय ठीक आहेत, पण ते ज्या पद्धतीनं करायला लागणार आहेत ती पद्धत कुणालाच मान्य नाही.''

''हं. बरोबर आहे.'' बेंटनने बिल प्राइसकडे पाहून डोळे फिरवले. ''गोरोडिन काय म्हणाले?''

''तेच. ज्यो, सगळेच नाही म्हणू लागले तर तुम्ही काय करणार आहात? सगळ्यांवर बंधनं लादत सुटणार? जगातला व्यापारच थांबवायचा आहे का तुम्हाला? जागतिक अर्थव्यवस्थेचे काय बारा वाजतील याची कल्पना आहे तुम्हाला?''

''उत्सर्जनामुळे बारा वाजण्यापासून जगाला वाचवायचं असेल तर हाच एक पर्याय आहे.'' बेंटनने टोमणा मारला आणि तो लगेच म्हणाला, ''ह्यू, हा अर्धा विनोद आणि अर्धं सत्य होतं.''

''फारच गमतीदार होतं.'' ह्यू यांच्या स्वरात मात्र अजिबात गंमत नव्हती. ते

गंभीरपणे म्हणाले, ''ज्यो, तुमच्या लक्षात येत नाही, की तुमचंच सर्वांत जास्त नुकसान होणार आहे. तुम्ही तुमच्याबरोबरचा लोकांचा व्यापार बंद कराल, पण लोक आपापसात मात्र तो चालू ठेवतील.''

''जर ते आमच्या बरोबर आले नाहीत तर.''

''होय, ज्यो. तेच मी सांगायचा प्रयत्न करतो आहे!''

ऑजिलव्हींपेक्षा बेंटनला ते जास्त चांगले माहीती होते. त्याला पाठिंब्याची नितांत गरज होती. हा फोन त्यासाठीचाच प्रयत्न होता.

''ह्यू, मला या बंधनांच्या दुष्परिणामांची पूर्ण जाणीव आहे. कुठल्या बंधनांचा काय, किती, कसा परिणाम होईल हे सगळं आमच्या लोकांनी तपासलं आहे. तुम्हाला पाहायला पाठवतो मी हवं तर ते काम. परिणाम सगळे वाईट आहेत हे मला माहीत आहे. पण ह्यू, तोच माझा मुद्दा आहे. हे एवढं सगळं इतकं वाईट आहे कारण ते तेवढं महत्त्वाचं आहे. आपल्यापुढचं संकट फार फार मोठं, भयानक आहे. जगाचा पूर्ण विनाश होण्यापेक्षा काही महिने जरी त्याचे सगळे व्यवहार थांबले तर ते सहन करायला हवं. लोकांना कदाचित कल्पना येईल की या काही काळाचं दुःख, क्लेश असे आहेत, तर आपण आता जर काही केलं नाही तर पुढच्या कित्येक वर्षांचे महाभयानक त्रास कसे असतील. आणि ह्यू, जर त्यांना त्रास भोगायला लागतील तर भोगायला लागतील! ठीक आहे!!''

''ठीक तुमच्यासाठी आहे.''

बेंटनला ऑजिलव्हींच्या मनात काय चाललेय याची कल्पना होती. ब्रिटिश प्राईम मिनिस्टरांना निवडणुकीची वेळ ठरवण्याचा हक्क असतो, तरीही ऑजिलव्हींना ती एका वर्षाच्या पलीकडे ढकलणे शक्य होणार नव्हते. खरे म्हणजे येत्या उन्हाळ्यात निवडणुका घेण्याचा त्याचा इरादा एव्हाना सर्वांनाच माहिती झाला होता. त्या काळात आर्थिक मंदीची लाट असणे आणि तीही त्यांचे जवळचे मित्र समजल्या जाणाऱ्या अमेरिकेच्या प्रेसिडेंटच्या कर्तृत्त्वामुळे, हे त्यांना कोणत्याही परिस्थितीत चालले नसते.

तो म्हणाला, ''नुसता नजीकच्या भविष्याचा विचार करून भागणार नाही. मी कधीच तसं करत नाही. मला पुढच्या वेळी नाही राष्ट्राध्यक्ष होता आलं, तरी मी काळजी करत नाही. माझ्या हातून हे जगाच्या कल्याणाचं सत्कार्य झालं आणि त्यामुळे अमेरिकन जनतेनं मला सत्तेवरून हाकलून लावलं, तरी माझी हरकत नाही. मी हे करणारच! आता तुम्हाला ते खूपच गैरसोयीचं होणार आहे. त्याबद्दल मी माफी मागतो तुमची. खरंच, फार दुःख होतं आहे मला. मला तुम्हाला त्रास व्हावा असं खरंच मनापासून वाटत नाही. पण, या कुठल्याही गोष्टीपेक्षा जगाला, आपल्या पुढच्या पिढ्यांना वाचवणं हजार पटीनी महत्त्वाचं आहे.''

ऑजिलव्हींनी काहीही उत्तर दिले नाही.

बेंटन म्हणाला, ''माफ करा, ह्यू, पण जगातल्या प्रत्येक निवडणुकीच्या वेळापत्रकाची काळजी घेणं खरंच शक्य नाही.''

''नक्कीच नाही.'' ऑजिलव्हींचा स्वर खूप खाली होता.

''मग? काय ठरवलं आहे तुम्ही? माझ्या बरोबर येणार ना?'' बेंटनने विचारले.

''माझ्या माणसांनी अजून तुमची योजनाही नीट अभ्यासलेली नाही.'' ते म्हणाले.

''ठीक आहे. पण ती न्याय्य आहे, यथायोग्य आहे, प्रामाणिक आहे. आणि मुख्य म्हणजे अमेरिकाही त्यात भरपूर त्रास सहन करणार आहे. मी प्रामाणिकपणे सांगतो, आम्हाला खूप तोशीस लागणार आहे.''

''माझ्या माणसांना अभ्यास करू दे.''

बेंटनने आठ्या घातल्या. त्याच्याकडे वेळ नव्हता. योजनेला जोर येण्यासाठी त्याला त्याच्या मागे महत्त्वाचे देश लवकरात लवकर उभे राहायला हवे होते. हेच रेंगाळले तर बाकीचे देश त्या बाजूला वळणे कठीण झाले असते.

''ह्यू, मला कुणीतरी जोरात होकार भरून माझ्या बरोबर यायला हवं आहे. मागे येणाऱ्यांना वाट दाखवणारं, कुणीतरी सुरुवात करून देणारं हवं आहे आणि तेही आत्ता, एखाद्या महिन्यानं नव्हे.'' बेंटन ऑजिलव्हींच्या होकाराची वाट पाहत थांबला. ते शांत राहिले. तो परत बोलला – पाया पडल्यासारखा. त्याने भीक मागायचीच बाकी ठेवली होती. ''ह्यू, मला भक्कम साथीदाराची आवश्यकता आहे. स्पष्टच सांगतो – या गंभीर प्रसंगात अमेरिकेला युनायटेड किंगडमची साथ हवी आहे. हीच वेळ आहे, ह्यू, मला मदत करा.''

तरीही फोन शांतच राहिला.

''माझ्या माणसांनी अजून तुमची योजना नीट अभ्यासलेली नाही.'' बऱ्याच वेळाने ते बोलले. त्यांच्या स्वरात खिन्नता डोकावत होती.

काही वेळ बेंटन शांत राहिला.

ते काही वेळाने म्हणाले, ''अरे देवा! ज्यो, काय करून ठेवलंत हे? फार फार अवघड केलं आहेत तुम्ही!''

फोन ठेवला गेला तसा बिल प्राइस बाहेर निघून गेला. लॅरी ओल्सेन यांनी पाठवलेला आंतरराष्ट्रीय प्रतिक्रियांचा संक्षिप्त अहवाल त्याच्या टेबलावर होता तो त्याने वाचायला सुरुवात केली. चाहूल लागली म्हणून त्याने वर बघितले, दारात ॲमी उभी होती.

''ॲमी-'' त्याने हाक मारली.

पण ॲमी आत आली नाही.

''आताच ब्रिटनच्या प्राईम मिनिस्टरांशी फोनवर बोलत होतो. इतकी टाळाटाळ करत होते!''

ॲमीच्या डोळ्यांत राग होता, चेहऱ्यावर त्वेष होता. तिची नजर त्याला दूषणे देत होती. कालच्या भाषणानंतर तो ॲमीला भेटलाच नव्हता. तिने सबंध दिवस त्याच्या भाषणावर विचार केला होता, ती काही लोकांशी त्याविषयी बोलू शकली होती, त्यांचे म्हणणे ऐकू शकली होती.

''ॲमी, काय झालं?'' त्याने विचारले.

ती रागाने थरथरत होती, जोरजोरात डोकं हलवत होती.

''ॲमी?''

''काय केलंत हे तुम्ही डॅडी?'' ती एकदम म्हणाली, ''कसं असं करू शकलात? कसं बोलू शकलात?''

''ॲमी, तू कारणंही ऐकलीसच ना? जे या देशासाठी सर्वांत योग्य, सर्वांत चांगलं आहे असं मला पटलंय ते मला केलंच पाहिजे.''

''सर्वांत चांगलं? या देशासाठी चांगलं? गार्टनर आणि तुमच्यात काहीही फरक नाही. प्रेसिडेंट बुश बरे तुमच्यापेक्षा. जॉर्ज डब्ल्यू. बुश आहात तुम्ही!''

त्या परिस्थितीत सुद्धा बेंटनला त्या तुलनेचे हसू आले. बुशच्या वेळी ॲमीचा जन्मही झाला नव्हता.

''माझ्याकडे असं चेष्टेनं बघू नका. तुम्ही मान वर करून सांगत होतात की मी त्यांच्यापेक्षा वेगळा आहे, काही नाही. तुम्हीही त्यांच्यासारखंच केलंत. अमेरिकन प्रेसिडेंटच्या खुर्चीच्या हातावर काय बटण असतं का? खुर्चीवर बसलं रे बसलं की बोट गेलंच बटणावर!''

''कसलं बटण?''

''लोकं काय म्हणतात अमेरिकेबद्दल? आपण कुणाचं ऐकत नाही, कुणाची पर्वा करत नाही. आपण आज्ञा करतो आणि कुणी त्या पाळायला नाही म्हटलं की खुर्चीवरचं बटण दाबतो की एक अणुबॉम्ब उडतो आणि उद्ध्वस्त करून टाकतो त्यांना!''

''ॲमी, काय बोलतेयस तू? मला नाही आठवत आपण कधी कुणी आज्ञा पाळल्या नाहीत म्हणून त्याला अणुबॉम्बनी उडवल्याचं.''

''बरं, हल्ला करतो.''

''मी हल्ला करू असं अजिबात म्हटलेलं नाही.''

''मग बंधनं?''

''ॲमी, तू योजना नीट वाचलीस का? त्यात अत्यंत काळजीपूर्वक–''

''बंधनं म्हणजे हल्लाच आहे. अतिशय क्रूर हल्ला. गोरगरिबांवर हल्ला. तुमच्या बंधनांमुळे गरिबांचे हाल होणार आहेत.''

''जर त्यांच्या शासनाने योग्य कृती केली तर कुणालाच काहीच होणार नाही.''

''पण ते करणार नाहीत. ते कधीच करत नाहीत. त्याचे परिणाम कोण भोगणार? झोपडीत राहणारे गरीब, बंगल्यातले श्रीमंत नाही. फक्त गरीब, आणि डॅडी, हे तुम्हाला चांगलंच ठाऊक आहे. डॅडी, तुम्ही तुमच्या हातानं त्यांच्या तोंडातला घास ओढून काढणार आहात.''

''ॲमी, हे सगळं मी तुमच्यासाठी आणि–''

''बस करा.''

''होय ॲमी, मी हे तुझ्यासाठी, ग्रेगसाठी, मी गेल्यावर जे या जगात राहणार आहेत त्यांच्यासाठी करतो आहे.''

ॲमी जोरजोरात मान हलवत म्हणाली, ''तुम्हाला समजत नाही–''

बेंटनने उठून तिच्या दिशेला जात विचारले, ''काय समजत नाही मला?''

''मला अमेरिकन म्हणवून घ्यायला लाज वाटते आहे.''

बेंटन जागेवरच खिळला. ''ॲमी, काय बोलते आहेस तू? उलट तुला अमेरिकन असल्याचा अभिमान वाटायला पाहिजे. मी काल काय म्हणालो लक्षात आहे ना तुझ्या? आपण या कामात पुढाकार घेणार आहोत. अखेर हाच देश स्वत:ची जबाबदारी ओळखून पुढे सरसावला आहे आणि बाकीच्या जगाला तेही त्यांची जबाबदारी कशी पार पाडू शकतील. ते दाखवून देतो आहे.''

''हा देश हातात एक लवलवती छडी घेऊन सगळ्यांच्या पाठीची सालडी काढतो आहे.'' असे म्हणून ॲमी गर्रकन वळली आणि ताडताड चालू लागली.

''कुठे चाललीस तू?'' बेंटन ओरडला.

''मी न्यूयॉर्कला परत जातेय.''

''मला कळलं होतं तुझं न्यूयॉर्कमधलं काम संपलं म्हणून?''

''मग मी स्टॅन्फोर्डला जाईन.''

''ॲमी, इतक्या लवकर–''

''मी कुठेही जाईन, मैत्रिणीकडे राहीन. पण इथं राहणार नाही. इथं अंगाला सारखी घाण लागल्यासारखं वाटतं आहे, सारखं शॉवरखाली उभं राहून अंग खसाखसा घासावंसं वाटतं आहे.''

बेंटन दारापर्यंत गेला तोपर्यंत ॲमी हॉलमधून जाऊन तिच्या खोलीशी पोचली होती. ती खोलीत शिरली आणि खोलीचे दार धाडकन बंद झाले.

तो पुढे झाला, हॉलमधे पोचला, तेवढ्यात त्याच्या स्टडी रूममधला फोन

वाजला. तो थबकला, पुढे गेला, फोन वाजतच होता, तो वळला, निर्णय होत नव्हता. शेवटी तो परत फिरला, अभ्यासिकेत जाऊन त्याने फोन उचलला.

एका तासाच्या आत ॲमी निघून गेली होती. ती जाण्याआधी ते एकमेकांना परत भेटलेही नाहीत.

ती गेल्याचे कळले तेव्हा तो खूप अस्वस्थ झाला, बेचैन झाला. ग्रेग जाताना बऱ्याच वेळा असा चिडण्याचा प्रसंग घडत असे, पण ॲमी जाताना, कधीच नाही.

त्याने मनाची समजूत काढायचा प्रयत्न केला की ॲमी नक्की परत येईल. ती हुशार आहे, समजूतदार आहे. ती विचार करेल तेव्हा तिला पटेल की हा एकच मार्ग आहे. पण तरीसुद्धा ती त्वेषाने निघून गेली तेव्हा त्याला खोल जखम करून गेली. त्याच्या भाषणाने, त्यामुळे घडलेल्या घटनांनीही तो इतका काळजीत पडला नव्हता, पण ती त्याच्याकडे पाठ फिरवून निघून गेली, याचा मात्र त्याच्या जिवाला घोर लागला.

## शुक्रवार, १६ सप्टेंबर
## सिच्युएशन रूम, द व्हाइटहाऊस

संपूर्ण राष्ट्रीय सुरक्षा मंडळच त्या दिवशी तिथे उपस्थित होते. प्रेसिडेंट, अँजेला शावेझ, ॲलन बॉल, लॅरी ओल्सेन, बेन हॉफमन, डिफेन्स सेक्रेटरी जॅक मॅकमोहन, ट्रेझरी सेक्रेटरी बॉब कॉल्व्हिन, जॉइंट चीफ ऑफ स्टाफ्सचे चेअरमन पॉल एंडरलिच, राष्ट्रीय गुप्तहेर खात्याचे डायरेक्टर लाऊ बर्कोविट्झ, अंतर्गत सुरक्षा सेक्रेटरी ॲनी मॉंटगोमेरी आणि प्रेसिडेंटचे सुरक्षा सल्लागार जोश सिंगर. याशिवाय जॅकी रूबिन, अँड्रिया पॉवर्स, कॉमर्स सेक्रेटरी पॉल सेलर्स, ॲटर्नी जनरल एरिन ओ'डनेल, सी.आय.ए.चे डायरेक्टर स्टुअर्ट कोहेन आणि ऑलिव्हर वू हेही प्रेसिडेंटच्या खास निमंत्रणानुसार या मीटिंगसाठी आले होते.

कोहेन यांनी चीनच्या अंतर्गत प्रतिक्रियांविषयी माहीती दिली. बुधवारपर्यंत अधिकृत चिनी प्रसारमाध्यमांनी प्रेसिडेंटच्या भाषणाची दखल घेतलेली नव्हती. बुधवारी त्यांनी हे भाषण पाश्चिमात्त्य देशांच्या आक्रमक वृत्तीचे द्योतक म्हणून लोकांसमोर आणले. ही युद्धाची ललकारी असल्याचेही म्हटले होते. जवळ जवळ दोनशे वर्षांपूर्वी अफूच्या व्यापारावरून चीन आणि इंग्लंड यांच्यात उसळलेल्या दोन युद्धांशी तुलनाही केली गेली होती. चिनी शासनाने काही खबरदारीची पावले उचलली होती. सर्व चिनी विद्यार्थ्यांना पुढच्या सत्रात शिक्षणासाठी अमेरिकेत जाण्यास मनाई केली गेली होती. अमेरिकेशी संलग्न असलेल्या आर्थिक सेवा पुरवणाऱ्या संस्थांवर प्रचंड कर लादला गेला होता, वॉल स्ट्रीटवरील सगळ्या बँकांना याचा फटका बसणार होता. शिवाय परकीय भाषांच्या आणि परकीय मालकी असलेल्या वेबसाइट्सना आवश्यक असणाऱ्या परवान्यांच्या अटी कडक केल्या होत्या आणि त्यांचे पालन न करणाऱ्या वेबसाइट्सवर बंदी आणली होती.

लॅरी ओल्सेन यांनी परराष्ट्रीय शासनांच्या 'जागतिक कार्बन कपात योजने'वरील प्रतिक्रियांची माहिती दिली. चीनने संयुक्त राष्ट्रसंघाच्या सुरक्षा समितीची खास मीटिंग बोलावण्याची मागणी केली होती. त्यात ते या योजनेला विरोध करणारे

विधेयक मांडणार होते. दोनच देशांनी योजनेच्या बाजूने मत व्यक्त केले होते. कोलंबियाचे लोबिनास आणि पाकिस्तानचे बादुर. अर्थातच या पाठिंब्याला काहीच वजन नव्हते. हे अपवाद सोडल्यास बाकी सगळ्यांनी योजनेवर टीकाच केली होती. मित्रराष्ट्र म्हणून गणण्यात येणाऱ्या जपान आणि ब्रिटन यांनी ही योजना दुर्दैवी आणि निरुपयोगी असल्याचे म्हटले होते. टीकेचा मुख्य रोख एकतर्फी निर्णयावर आणि बंधनं आणि त्यासाठी देऊ केलेली साठ दिवसांची मर्यादा यावर होता. कुणीही योजनेत अंतर्भूत असणाऱ्या गोष्टींविषयी किंवा उत्सर्जन कपातीच्या प्रमाणाविषयी काहीही मत अथवा विचार व्यक्त केले नव्हते. हा अभ्यास करून मतप्रदर्शनापर्यंत पोचायला अजून थोडा वेळ जाणे आवश्यक आहे, असे जेव्हा ओल्सेन म्हणाले, तेव्हा बऱ्याच उपस्थितांत नेत्रपल्लवी झाली. पहिली संतप्त प्रतिक्रिया शमल्यावर नेते तपशिलांवर निश्चित विचार करतील, असे त्यांचे मत असल्याचे त्यांनी सांगितले.

कॉल्व्हिनने अर्थव्यवस्थेवर झालेल्या परिणामांची माहिती दिली. डॉलर घसरला होता. निर्देशांक मंगळवारी कोसळला होता. त्यात गेल्या दोन दिवसांत थोडी सुधारणा झाली होती. पण बाजारात अनिश्चिततेचे, अस्थिरतेचे वातावरण होते. फेडरल रिझर्व्हने तातडीची मीटिंग घेऊन व्याजाचा दर अर्ध्या टक्क्याने कमी करून परिस्थिती थोडी सावरली होती. खऱ्या परिणामांचा अंदाज यायला अजून काही वेळ जाऊ द्यावा लागणार होता. योजनेप्रमाणे लागू करण्यात येणाऱ्या पहिल्या व्यापारी बंधनावर प्रेसिडेंटनी सही केली होती. ते लागू झाल्याने आता चीनमधून स्टील, सिमेंट आणि इतर काही औद्योगिक माल यांच्या आयातीत प्रचंड घट होणार होती. शासन त्याच्या पर्यायी व्यवस्थेसाठी संबंधित उद्योगांशी चर्चा करीत होते. पण त्या वस्तूंच्या किमती लगेच प्रचंड वाढल्या होत्या.

ॲडमिरल एंडरलिच यांच्या निरीक्षणानुसार सोमवारनंतर कुठलीही विशेष लष्करी हालचाल दिसलेली नव्हती. गुप्तहेर खात्याला काही अतिरेकी गटांच्या एकमेकांशी बोलण्यात वाढ झाल्याचे दिसून आले होते. तशीच वाढ आंतरराष्ट्रीय स्तरावर काम करणारे जिहादी गट आणि डावे लॅटिन अमेरिकन्स यांच्या आपापसातल्या बोलण्यातही जाणवली. परंतु प्रत्यक्ष हालचाली मात्र कुठेही दृष्टिपथात आलेल्या नव्हत्या. देशातली सुरक्षा पातळी अजूनही 'ऑरेंज ए' ठेवली होती. रोजच्या रोज स्थितीवर लक्ष ठेवून ती 'ऑरेंज बी' वर उतरवता येण्याची शक्यताही तपासली जात होती.

राष्ट्रीय सुरक्षा मंडळाची मीटिंग संपल्यावर प्रेसिडेंट राजनैतिक आघाडीवरच्या पुढील योजनांविषयी चर्चा करण्यासाठी लॅरी ओल्सेन, ॲलन बॉल, जॉन इल्झ आणि बेन हॉफमन यांच्याबरोबर बसले. या चर्चेसाठी त्यांनी ॲल ग्रॅहॅम याला

न्यूयॉर्कहून मुद्दाम बोलावले होते. चीनबरोबरच्या वाटाघाटींविषयी अंधारात ठेवल्याबद्दल ॲल ग्रॅहॅम खूप चिडला होता. त्याने राजीनामा देण्याविषयी सूचक बोलून बघितले होते, पण ज्यो बेंटनने त्याकडे दुर्लक्ष केले होते.

संयुक्त राष्ट्रसंघाच्या आम सभेची वार्षिक सभा दोन आठवड्यांनी होणार होती. उद्‌घाटन समारंभाच्या प्रमुख सत्रानंतर पंधरा दिवस चालणाऱ्या चर्चेत प्रत्येक देशाला बोलण्यासाठी दहा मिनिटांचा वेळ दिला जातो. चीनने मागणी केलेली 'जागतिक कार्बन कपात योजने'च्या विरोधातल्या मतासाठीची सुरक्षा समितीची मीटिंग त्याच्या आधी होणार होती.

"त्या मीटिंगचा दिवस ठरला का?" प्रेसिडेंटनी विचारले.

"गुरुवार." ग्रॅहॅमने माहिती दिली.

"ते नेमकी काय मागणी करणार आहेत?"

"ते नाही अजून बघायला मिळालं."

"तो निषेधाचा ठराव असणार," ओल्सेन म्हणाले, "क्योटोचा वापर करावा आणि बंधनं उठवावीत या दोन मागण्या असतील."

"छान, स्वत: तेच करायचं आणि इकडे मागणी करायची." बेंटन म्हणाला, "त्यांनी फारच वेगवान हालचाल केली आहे."

"चीन त्याला बंधनं म्हणत नाही, त्या त्यांच्या अंतर्गत सुधारणा आहेत."

"जागतिक व्यापार संघटनेनं काही वक्तव्य केलं आहे का यावर?"

"मला वाटतं, सध्या त्यांचं सगळं लक्ष आपल्यावर आहे." जॉन म्हणाला.

"सुरक्षा समितीत त्यांचं मत फेटाळलं जाईल, कारण आपण व्हेटोचा वापर करू." ओल्सेन म्हणाले, "हे आपल्याला माहीत आहे, हे त्यांनाही चांगलंच माहीत आहे. प्रश्न हा राहणार आहे की कोण कुठली बाजू घेतो. त्यांना हेच सिद्ध करायचं आहे की आपल्याला कुणीही पाठिंबा देत नाही. या घटकेला एक मोठा देश आपल्या बाजूला आला तरी तो आपला विजय ठरेल."

"मान्य." प्रेसिडेंट म्हणाले, "कोण?"

"युरोकोअर विसरा." ग्रॅहॅम म्हणाला.

"जपान." बॉल म्हणाला.

ओल्सेन नकारार्थी मान हलवत म्हणाले, "त्यांना कुरील बेटं हवी आहेत."

"मग द्या ना." ग्रॅहॅम म्हणाला. लॅरी ओल्सेन यांच्या बाबतीत ग्रॅहॅम ॲलन बॉलच्याच पंथातला होता.

"आणि काय रशियाला नाराज करा?" लॅरींनी तिखट स्वरात विचारले.

"रशिया कुठे आपल्या बाजूनं मत देणार आहे?"

"चीनला आपल्या बाजूला आणायला रशियाची गरज पडणार आहे आपल्याला."

बेंटन म्हणाला, "त्यानी गॅसचं बटण फिरवलं की आपलं काम होणार आहे." ओल्सेन यांच्याकडे वळून त्याने विचारले, "त्यांच्याकडून काही कळलं?"

"नाही अजून."

"तुमचं जायचं काय झालं?"

"त्यांच्या होकाराची वाट पाहतो आहे." पुढच्या आठवड्यात ओल्सेन एक दौरा करणार होते. जे देश पाठिंबा देण्याची शक्यता वाटत होती, त्या देशांच्या फॉरिन मिनिस्टरांपैकी ज्यांनी त्यांना भेटायला संमती दर्शविली होती. त्यांना ते भेटणार होते. त्यांचा पाठिंबा मिळवणे आणि त्या देशांच्या प्रमुखांची आणि बेंटन यांची भेट येत्या काही आठवड्यांत निश्चित करणे हे या दौऱ्याचे दोन उद्देश होते. त्यांनी बनवलेल्या यादीत रशियाचे फॉरिन मिनिस्टर गोन्चारोव्ह यांचे नाव पहिले होते.

"आणखी कोण? भारत? ब्राझील?" बेंटनने विचारले.

कुणीच उत्तर दिले नाही.

"हे बघा, जपानची कुरीलची मागणी काही मी मान्य करणार नाही." प्रेसिडेंट म्हणाले, "फक्त एका मतानं काही फरक पडणार नाही. आपण व्हेटो वापरू. आता रशियाला दुखावण्याचा धोका मी पत्करू शकत नाही."

"जपानला देवमासे हवे आहेत." ग्रॅहॅम म्हणाला.

"देवमासे?"

"नाही, एका मताचा प्रश्न आहे म्हणालात म्हणून म्हटलं. पुढे कुरीलसाठी मदत मिळेल या आशेवर आत्ता देवमाशांच्या बदल्यात एक मत देतील. निदान तटस्थ राहतील."

"मग देऊन टाका ना देवमासे." इल्झ म्हणाला.

"थांबा, थांबा." बेन म्हणाला.

"का?" इल्झने बेनला विचारले, "तुला मत हवंय की देवमासे?"

"मत एवढं कुठे महत्त्वाचं आहे?" बेनने प्रयत्न केला.

"देवमासे देऊ करा त्यांना." प्रेसिडेंटनी ॲलला सांगितले, "पण लक्षात ठेव, कुरीलबद्दल काहीही आश्वासन नाही, एक शब्दही नाही."

ॲलने होकार दिला आणि मग तो म्हणाला, "निकींना तुला भेटायचं आहे. त्यांच्याजवळ एक योजना आहे."

लॅरींनी डोळे फिरवलेले बहुतेक कुणाच्या लक्षात आहे नाहीत.

"त्यांची काय योजना आहे?" इल्झने विचारले.

"ते मला माहीत नाही." इल्झला उत्तर देऊन तो प्रेसिडेंटकडे वळून म्हणाला, "मला वाटतं आपण एकटे पडायला नको असेल तर तू त्यांना भेटावंस."

"त्यातून जर काही निष्पन्न झालं नाही आणि नुसतीच भेट घेतली असं दिसलं तर आपण आणखीच बाजूला पडू." ओल्सेन यांनी त्यांचं मत नोंदवलं.

ग्रॅहॅम त्यांच्याकडे दुर्लक्ष करून बेंटनला परत परत सांगत राहिला, "तू भेट त्यांना. खरंच भेट तू त्यांना–"

# मंगळवार, २० सप्टेंबर

# ओव्हल ऑफिस, द व्हाइटहाऊस

संयुक्त राष्ट्रसंघाचे सरचिटणीस जोसेफ निकी यांनी त्यांच्याबरोबर यू.एन.अंडर सेक्रेटरी फॉर पोलिटिकल अफेअर्स जेम्स एरिकसन यांना आणले होते. ॲल ग्रॅहॅमही त्या मीटिंगसाठी न्यूयॉर्कहून आला होता. परराष्ट्रमंत्री लॅरी ओल्सेन मात्र अजून रशियाचे परराष्ट्रमंत्री गोन्चारोव्ह यांची भेट मिळवण्याच्या प्रयत्नात युक्रेनमध्येच तळ ठोकून होते.

''प्रेसिडेंट बेंटन, मी तुम्हाला मुद्दाम सांगतो की मी तुमच्या उद्दिष्टांची मनापासून प्रशंसा करतो.'' निकी म्हणाले, ''पर्यावरणाच्या चक्रात सापडून जगाचं जे विनाशचक्र गेली पन्नास वर्षांपासून चालू आहे, ते कायमचं थांबवून जगाला वाचवण्याचा तुमचा सद्‌हेतू मला पूर्णपणे समजला आहे. मी याही बाबतीत तुमच्याशी सहमत आहे की आजपर्यंत यासाठी जेवढं आपण करायला हवं होतं तेवढं केलेलं नाही.''

''आपला फार आभारी आहे मी, सेक्रेटरी.'' बेंटन म्हणाला.

''पण आपण जी पद्धत स्वीकारली आहे त्याबद्दल मला शंका आहे. खरं म्हणजे हे मत मी बऱ्याच सदस्य देशांच्या वतीनं व्यक्त करतो आहे असं म्हटलं तर वावगं होणार नाही. माझ्या – आणि तुमच्या सुद्धा – आधीच्या धुरीणांनी अत्यंत सोशिकपणे जे सद्‌भावनांचे पूल बांधले, त्यांना यामुळे सुरुंग लागेल, प्रेसिडेंट.''

''मी हा निर्णय अविचाराने घेतलेला नाही.'' बेंटन म्हणाला.

''त्याविषयी खात्री आहे माझी. तुम्हाला खूप सखोल विचार करावा लागला असेल.''

''निश्चितच.''

''म्हणूनच मी परत एकदा सांगतो. माझा तुमच्या उद्दिष्टांना संपूर्ण पाठिंबा आहे. त्याबद्दल आपल्यात मुळीच दुमत नाही. मी माझ्या सेक्रेटरीपदाच्या पहिल्या दिवसापासून अशा कृतींचीच मागणी करत आलो आहे.''

ही थोडी अतिशयोक्ती होती. पर्यावरण हा अतिशय महत्त्वपूर्ण जागतिक स्वरूपाचा प्रश्न मानून ते त्याला अग्रक्रम देत आले होते. पण त्यांनी तो कायम क्योटोशी जोडून ठेवला आणि क्योटो सतत संयुक्त राष्ट्रसंघाच्या नियंत्रणाखाली राहील याची काळजी घेतली. ते नियंत्रण अबाधित रहावे म्हणून त्यांनी वेळोवेळी तडजोडी केल्या होत्या आणि त्यामुळे मूळ मुद्दा बाजूला पडत होता.

''गुरुवारी मतदान तुमच्या विरोधात जाणार हे तुम्हाला माहीत असेलच.'' निकी म्हणाले.

''मला वाटतं मतदानाचा निकाल मतदान होईपर्यंत कळत नसतो.'' प्रेसिडेंटनी प्रत्युत्तर दिले.

''मतांतला फरक बराच असणार आहे.''

''पण एकमताने नाही. आम्हालाही पाठिंबा मिळेल.''

हे ऐकल्यावर सेक्रेटरींच्या डोळ्यांत चमकून गेलेले आश्चर्य प्रेसिडेंटच्या नजरेतून सुटले नाही. एक तर जे सेक्रेटरींना माहीत होते ते बेंटनला नव्हते किंवा त्याच्या बरोबर उलटे होते.

''तुम्ही एकटे पडणार आहात. तुम्ही व्हेटो वापराल, पण या एकटेपणानं फार मोठं नुकसान होणार आहे तुमचं.''

''ते सोसायची तयारी ठेवलीय मी.''

''पण हे तुमच्या कार्याच्या दृष्टीनं कसं उपयोगी ठरणार?''

''नाही ठरणार. पण ते अटळच असेल तर? यशाच्या मार्गावर अशा अनेक अटळ गोष्टींना तोंड द्यावंच लागतं, सेक्रेटरी.''

''प्रेसिडेंट, एकटं पडणं केवळ निरुपयोगी ठरत नाही, त्यामुळे तुम्हाला ज्या यशाची प्राप्ती करून घ्यायची आहे, त्याची शक्यता दुरावते.''

यावर बेंटनने काहीच उत्तर दिले नाही. त्याने 'जागतिक कार्बन कपात योजने'ची घोषणा केल्यापासून गेला पूर्ण आठवडा चीनचे शासन आंतरराष्ट्रीय स्तरावर काहीही हालचाल न करता शांत राहिले होते. अमेरिकाविरोधी वातावरण तापवायचं त्यांचं काम बाकीचे देश त्यांच्यासाठी व्यवस्थित करत होते. संयुक्तराष्ट्र सुरक्षा समितीच्या ठरावावर अमेरिका व्हेटो वापरणार हे चीनलाही चांगलेच माहीती होते, पण त्या व्हेटोमुळे 'अमेरिका इतर देशांना तुच्छ लेखते आणि आपला वरचष्मा गाजवते' याबद्दलच्या सगळ्यांच्या अमेरिकेविषयीच्या पहिल्यापासूनच्या रागाच्या आगीत तेलच ओतले जाणार होते आणि तेच त्यांना पाहिजे होते. पण ते राग राग करून तरी आणखी किती करणार होते? आणि तसा विचार केला तर सुरक्षा समितीत काहीही झाले तरी प्रत्येक जण त्याला जे करायचे असते तेच करते, त्यात काही बदल करत नाही. तिथे जे बोलतात, ज्या बाजूने मत देतात त्याच्या उलटेही करायला कुणी कचरत नाही. त्यामुळे

ज्यो बेंटनच्या मते याही वेळी काही वेगळे घडणार नव्हतेच. पण त्याचे हे खरे मत त्याच्या समोर बसलेल्या दोन व्यक्तींसमोर तरी व्यक्त न करता सुरक्षा समितीतील मतदान महत्त्वाचे असते असेच दाखवायला हवे होते.

"प्रेसिडेंट, सेक्रेटरी जनरलचं म्हणणं असं आहे की," अंडर सेक्रेटरी जेम्स एरिकसन यांनी त्यांच्या साहेबांची बाजू मांडायला सुरुवात केली, "आजवर तुम्ही जिथपर्यंत पोचला आहात, त्यापुढचा प्रवास काही वेगळ्या मार्गानं करता येतो का हे पाहण्याची हीच वेळ आहे. तुमचं गेल्या आठवड्यातलं भाषण आणि तुम्ही सादर केलेली कार्बन कपातीची योजना या दोन्हीत अफाट सामर्थ्य आहे. तुम्ही चर्चेचे नियम बदलून टाकले आहेत यात काही शंकाच नाही. मी तर म्हणेन आता यासंबंधी जे काही करायचं त्यासाठी तुमची योजना हाच पाया म्हणून वापरला जाईल. तुम्ही फार मोठं काम केलं आहे, सर. तुमचं नेतृत्व आणि तुमची निष्ठा यांची करावी तेवढी प्रशंसा थोडीच ठरेल. आता एवढं केल्यानंतर, मला वाटतं, एवढी प्रश्नाबद्दलची प्रगल्भ जाणीव, हे नेतृत्त्व, ही निष्ठा अशा मार्गाला वळवायला हवं, ज्यावर सगळ्यांना मिळून वाटचाल करता येईल."

बेंटनने एकदा निकींकडे पाहिले आणि मग अंडरसेक्रेटरींकडे बघून तो म्हणाला, "म्हणजे तुम्हाला नेमकं काय म्हणायचं आहे?"

"सर, जर अमेरिका आपल्या भक्कम नेतृत्वाखाली क्योटोत परत आली तर क्योटोचा कायाकल्प घडू शकेल. तुमची गाढ निष्ठा इतरांना सक्रिय सहभागासाठी स्फूर्ती देईल. त्यांना तुमचं म्हणणं पटलेलं आहे, पण 'ते धमकावणीला भ्यायले म्हणून संमती दिली' असं कुणी म्हणायला नको म्हणून ते 'योजना अमान्य आहे' असं म्हणतायत. प्रेसिडेंट, चीनवरील बंधनं उठवा, संयुक्त राष्ट्रसंघाच्या विद्यमाने होणाऱ्या क्योटो परिषदेत सहमत होत असल्याची घोषणा करा – तुम्ही जी योजना मांडली आहे तिला सरचिटणीस आणि मी पूर्ण पाठिंबा देत आहोत, त्या योजनेबरहुकूमच काम होईल. मग बघा, तुमची सर्व उद्दिष्टे बहुपक्षीय धोरण वापरून सर्वांच्या सहकार्यानं साध्य होतील आणि दीर्घ काळ टिकून राहतील."

"तुम्हाला खरंच वाटतं ती साध्य होतील?"

"होय, निश्चितच. आणि प्रेसिडेंट, त्यामुळे इतरही काही गोष्टी साधल्या जातील. आपण आपल्या निवडणूक मोहिमेत अमेरिकेच्या आंतरराष्ट्रीय पातळीवरच्या नेतृत्वाच्या भूमिकेविषयी बोलत होतात. मला वाटतं तुम्ही या मार्गानं या देशाला ते स्थान मिळवून देऊ शकाल. भविष्यातल्या अमेरिकेच्या आंतरराष्ट्रीय स्थानाच्या दिशेनं हे फार महत्त्वाचं पाऊल असेल."

"उत्सर्जनातली जी कपात जगभरातून सगळ्यांकडून होणं गरजेचं आहे, ती होईल असं तुमचा म्हणणं आहे?"

“होय, सर.”

“जर ‘जागतिक कार्बन कपात योजने’प्रमाणे कपात होईल असं तुम्ही म्हणता आहात, तर मग हे सगळे देश पुढे होऊन ती करत का नाहीत?”

“पद्धत, सर, पद्धत.”

ज्यो बेंटनने कुरळ्या केसांच्या कृश शरीरयष्टीच्या जेम्स एरिकसन यांच्याकडे रोखून पाहिले. नंतर सेक्रेटरी जनरलकडे वळून त्यानं विचारले, “सेक्रेटरी, तुम्हालाही असंच वाटतं?”

“प्रेसिडेंट बेंटन,” निकी म्हणाले, “मी तुम्हाला कळकळीची विनंती करतो तुम्ही मतदानात एकटे पडणं टाळा. एरिकसन जे म्हणाले, तुम्ही चर्चेचे नियम बदलून टाकले आहेत, त्याचा अर्थ लक्षात घ्या.”

“म्हणजे, मिळतंय ते पदरात पाडून घ्या, नाहीतर सगळंच गमावण्याची तयारी ठेवा, असंच ना?”

सेक्रेटरींनी उत्तर दिलं नाही.

“पण अजून पदरात पाडून घेण्यासारखं मला काही मिळालेलंच नाही. फक्त तुमचं मत मिळालं आहे की ‘मी चर्चेचे नियम बदलले आहेत.’ ”

“हे मत सगळ्यांचंच आहे, सर.” एरिकसन म्हणाले.

“हो ना. पण चर्चेचे नियम कधी असे बदलतील कधी तसे, पण जोपर्यंत नुसत्याच चर्चा होत राहतील, बोलाचीच कढी आणि बोलाचाच भात असेल, तोपर्यंत काय वेगळं होणार?”

“प्रेसिडेंट, माझं मत वेगळं आहे.” निकी म्हणाले, “तुम्ही त्या चर्चेला ताकद दिली आहे. माझं ऐका, हे पाऊल उचला, सगळं क्योटोमधे आणा. तुमच्या आंतरराष्ट्रीय सहकाऱ्यांबरोबर बसा, ‘कार्बन कपात योजना’समोर ठेवून चर्चा करा, गुरुवारचं मतदान होणारच नाही.”

काही वेळ शांतता पसरली.

काही वेळाने विचार करून मान हलवीत बेंटन म्हणाला, “ठीक आहे, आपला दृष्टिकोन समजला मला, त्याबद्दल मी आपला मनापासून आभारी आहे. मी त्यासंबंधी विचार करीन.”

“प्रेसिडेंट,” ॲल ग्रॅहॅम म्हणाला, “मला वाटतं ही खरंच वेगळी दिशा आहे. सेक्रेटरी जनरल जे सुचवतायत त्याविषयी बरंच बोलण्यासारखं आहे.”

“ॲल, मी विचार करीन.” बेंटनने त्याच्याकडे पाहिलेही नाही.

मीटिंगनंतरच्या पत्रकारपरिषदेत बेंटन आणि निकी अगदी आवश्यक तेवढंच बोलले. प्रेसिडेंट म्हणाले की ते जगभरातल्या लोकांबरोबर त्यांची ‘जागतिक कार्बन कपात योजना’ कार्यान्वित करण्याचे शक्य ते सर्व मार्ग तपासत आहेत. निकींनी

सांगितले की संयुक्त राष्ट्रसंघाच्या विद्यमाने होत असलेल्या बहुपक्षीय चर्चेत या योजनेने नवे पान उघडले गेले आहे.

त्यानंतर बेंटन रशियातल्या कीव्ह इथल्या दूतावासात असलेल्या लॅरी ओल्सेन यांच्याशी फोनवर बोलला. त्यावेळी जॉन इल्झ आणि ॲल ग्रॅहॅम हे दोघे हजर होते. ॲल ग्रॅहॅमच्या शेवटच्या विधानाने बेंटन त्याच्यावर इतका चिडला होता की त्याला ताबडतोब न्यूयॉर्कला, तेही निकींच्याच विमानातून, निघून जाण्यास सांगावे असे त्याला वाटले. त्याने त्याची नापसंती मात्र ॲलच्या स्पष्टपणे लक्षात आणून दिली.

"हा मूर्खपणा आहे." निकी काय म्हणाले हे लॅरी ओल्सेनना सांगितल्यावर त्यांचे पहिले उद्गार हे होते. ते ॲलला म्हणाले," ॲल, तू तर म्हणाला होतास की त्यांच्याकडे काहीतरी योजना आहे!"

ॲल प्रेसिडेंटची नजर चुकवून म्हणाला, "हीच होती त्यांची योजना."

"बाप रे! ही ऐकायला आपण भेटलो त्यांना?" लॅरींनी ॲलला टोला मारला आणि मग विचारले, "बरं, मतदानाची स्थिती काय आहे?"

"मला वाटतं, जपान तटस्थ राहील." ग्रॅहॅम म्हणाला, "श्रीलंका आपल्या बाजूने आहे आणि कदाचित नॉर्वे."

"नॉर्वे?"

"मला वाटतं त्यांनी देवमाशांविषयी ऐकलं असावं."

"श्रीलंका पण देवमाशांची शिकार करत नाही ना?" बेंटनने विचारले.

"नाही, नाही, त्यांना त्यांचं छोटंसं बेट पाण्याखाली जायची काळजी आहे."

"आणि आपल्या योजनेप्रमाणे त्यांच्या वाट्याला शून्य कपात आहे." इल्झ म्हणाला.

बेंटनला हा मुद्दा पटला. तो म्हणाला, "तसं असेल तर मग निदान वीस टक्के देश आपल्या बाजूने यायला हवेत."

"हो ना, पण ते सुरक्षा समितीचे सदस्य नाहीत ना!" असं म्हणून ग्रॅहॅम क्षणभर थांबला आणि म्हणाला, "प्रेसिडेंट, मला कळत नाही तुम्ही सेक्रेटरी जनरलच्या सूचनेवर विचार का करत नाही."

"मी सांगतो का करत नाही ते." ओल्सेन म्हणाले, "आपण योजनेत जे समाविष्ट केलेलं आहे तेवढं व्हायलाच पाहिजे आहे. त्यामुळे आपण चर्चा काय करणार? आणि काही कमी तरी कसं करणार?"

"ॲल, मी काय सांगितलं? मी विचार करीन." प्रेसिडेंट शांतपणे म्हणाले.

"प्रेसिडेंट?"

"आपण ते असं करून ठेवलं आहे ना–"

ग्रॅहॅमचे बोलणे मध्येच तोडत लॅरी म्हणाले, "तसं करून ठेवलं आहे म्हणूनच ते परिणामकारक झालं आहे."

"कसं? सगळ्यांना लांब ठेवून? आपल्याला सहमती हवी असेल तर सगळ्यांना त्यात समाविष्ट करून घेतलं आहे असं वाटलं पाहिजे."

"गेली चाळीस वर्षं समाविष्टच होते की सगळे! अगदी पहिल्या क्योटोपासून! काय झालं त्यामुळे?"

"प्रेसिडेंट, मला अजूनही वाटतंय की यात निश्चित अर्थ आहे. क्योटोत परत जाऊ या. ज्यांना आपल्याला पाठिंबा द्यायची इच्छा आहे पण आपल्या एकतर्फी धोरणानं देता येत नाही, त्यांना तुम्ही आपल्या बाजूला यायची वाट करून द्याल."

"म्हणजे परत चाळीस वर्षं मागं जायचं!" ओल्सेन म्हणाले.

"कदाचित आपल्याला एक-दोन गोष्टी सोडाव्या लागतील."

"मी काय ऐकतोय हे? प्रेसिडेंट-"

"पण ते परवडेल," ग्रॅहॅम म्हणाला, "कारण त्या बदल्यात आपल्याला पाहिजे आहे तो पाठिंबा मिळेल."

"प्रेसिडेंट, मी थोडं बोलू का?"

"लॅरी, मला माहीत आहे तुम्ही काय म्हणणार आहात ते."

"आता माघार नाही, प्रेसिडेंट. एका सत्कार्यासाठी आपण धीटपणे, खंबीरपणे पावलं टाकली आणि पहा काय घडतंय ते. जगात सगळीकडे नव्यानं एक 'वेग' जाणवू लागला आहे.

"वेग? आणीबाणी जाणवू लागली आहे."

"होय, आणीबाणीच आहे ही. ॲल, आणीबाणीच यायला हवी आहे. प्रेसिडेंट, तुम्ही चर्चेचे नियम बदलून टाकले आहेत. नक्कीच बदलले आहेत. कारण तुम्ही दाखवलेलं धाडस! कुणाला स्वप्नात देखील वाटलं असेल का, की कुणीतरी या संपूर्ण जगासाठी एक योजना आखेल आणि ती घेऊन आपल्यापुढे उभा राहील? आणि जो कर्तव्यात चुकेल त्याला बंधनांची शिक्षा देईल? आता मागे हटाल तर हराल. परत चर्चेचे नियम बदलतील, आधी होते तसेच होऊन जातील आणि ते परत बदलण्यासाठी जेवढा विश्वास आज लोकांच्या मनात निर्माण झाला आहे तेवढा पुन्हा कधीच निर्माण होणार नाही."

"मला नाही पटत." ग्रॅहॅम म्हणाला.

"काय पटत नाही? जुने नियम येतील हे की विश्वास पुन्हा निर्माण होणार नाही हे?"

"नियम-"

लॅरी हसले. "प्रेसिडेंट, मागे हटू नका. खंबीरपणे पाय घट्ट रोवून उभे रहा."

त्याच्या आवाजात आग्रह होता, आर्जव होते. असे वाटत होते की त्यांना प्रेसिडेंटच्या डोळ्यांना डोळे भिडवून हे त्यांना ठासून, मनापासून सांगायचं आहे.

ग्रॅहॅम म्हणाला, "ज्यो, तुम्ही जे केलं आहे ते आता कुणीही बदलू शकणार नाही. ते चर्चेच्या टेबलावर आणा, कुणीही त्याच्याकडे दुर्लक्ष करू शकणार नाही."

"म्हणजे आत्ता ते दुर्लक्ष करतायत असं वाटतंय तुला?" लॅरींनी ॲलला प्रश्न केला.

"दुर्लक्षच नाही, ते ज्या पद्धतीने केलं गेलं आहे त्यामुळे ते विरोधही करत आहेत." ग्रॅहॅमच्या या विधानाचा रोख खरा कुठे होता ते स्पष्टच कळत होते. त्याला जर सेक्रेटरी ऑफ स्टेट केला असता, परराष्ट्रखातं जर त्याच्या हातात असतं तर ते आज जिथे पोचले आहेत ती स्थिती कधीच उद्भवली नसती, असेच त्याला म्हणायचे होते.

गंमत म्हणजे ओल्सेन यांच्या बोलण्याचा रोखही तसाच होता, जर ॲल त्यांच्या जागी असता तर–!

"ज्यो, ऐका माझं, टेबलावर या, हे मतदानाचं संकटच टळेल."

"ॲल, एवढं घाबरण्यासारखं काय आहे त्यात? आपण व्हेटो वापरल्यावर काहीही होणार नाही."

"फक्त आपण किती एकटे पडलो आहोत ते सगळ्यांना दिसेल."

"तू वर्तमानपत्र वाचत नाहीस का? ते सगळ्यांना आधीच चांगलंच माहीत आहे."

"बरोबर आहे, आपण वाईट ठरतो आहोत आणि तिकडे चीन खुशीत गाजरं खातंय."

"प्रेसिडेंट, कृपा करून यावर अजिबात विश्वास ठेवू नका." ओल्सेन यांच्या आवाजावरून असं वाटत होतं की त्यांना प्रेसिडेंटच्या हाताला धरून, गदागदा हलवून हे सांगायचं होतं, "असं मुळीच समजू नका की वेन यांच्यावर दबाव नाही. तज्ज्ञांच्या निरीक्षणानुसार आज जी जुलूम जबरदस्ती, जी दडपशाही चीनमध्ये चालू आहे, तशी गेल्या वीस वर्षांत नव्हती. प्रेसिडेंट, ही वेन यांच्या ताकदीची निशाणी नाही."

"मग कसली निशाणी आहे ही? कळू दे तरी मला!" ग्रॅहॅमने रागारागाने डोके हलवत विचारले.

बेंटन गंभीर झाला होता, त्याच्या चेहऱ्यावर चिंता पसरली होती. त्याला एकदम आठवण झाली, ज्यावेळी चीनने पाचशे कोटी डॉलर्सची कंत्राटे युरोकोअरला देऊन टाकली होती त्यावेळी लॅरी ओल्सेन यांनी 'हे आपलं यश आहे' असे त्याला पटवण्याचा प्रयत्न केला होता.

“प्रेसिडेंट, विरोधकांची तोंडं बंद करण्यासाठी वेन दडपशाहीचा जेवढा जास्त वापर करतील तेवढा तणाव वाढत जाईल. त्यांची अंतर्गत परिस्थिती जेवढी जास्त बिघडेल, तेवढा तिथल्या वर्तमानपत्रांतला क्षोभ तीव्र होत जाईल. पण हे फार काळ चालणार नाही. असं काहीतरी घडेल की त्यामुळे वेन यांना कुठली तरी भयानक गोष्ट करणं भाग पडेल. किंवा त्यांच्या हातून काहीतरी चूक घडेल, ते नको ते करून बसतील. त्यावेळी मग जग आपल्याकडे नाही, त्यांच्याकडे बघायला लागेल. प्रेसिडेंट, हा एक खेळ आहे. ही कठीण वेळ आहे. आपल्याला सबुरीनं वागायला हवं, थोडी वाट बघायला हवी. त्यांची अपेक्षा अशी आहे की तुम्ही वाढत्या दबावाखाली झुकाल, मोडाल. तोपर्यंत ते अंतर्गत तणाव नियंत्रणाखाली, दाबून ठेवतील. पण जर आपण ताठ राहिलो, खंबीरपणे उभे राहिलो, तर त्यांना तो वाढता तणाव दाबून ठेवणं अशक्य होईल आणि एक वेळ अशी येईल की तेच मोडतील.”

“आणि हा चमत्कार घडण्याची वाट बघत असताना इकडे मतदान आपल्या विरोधात गेलेलं असेल!” ग्रॅहॅम उपहासाने म्हणाला.

“अरे, हो रे बाबा, मतदान जाऊ दे आपल्या विरोधात!”

बेंटन विचार करत होता. त्याच्या भुवयांच्या मध्ये आठी पडत होती. क्योटोत परत जाण्याचा विचार त्याला मोह घालत होता. ‘जागतिक कार्बन कपात योजना’ हातात घेऊन आघाडीवर उभे राहायचे, सगळे मागोमाग येतील. तो जे काही करून बसला होता त्यामुळे निर्माण झालेल्या एकटेपणाचा त्याला तिरस्कार वाटत होता. क्योटो हे एकाकीपण घालवून टाकेल. दाही दिशांना उठलेला गदारोळ शांत होईल. अख्खी डेमोक्रॅटिक पार्टी त्याच्या मागे ठाम उभी राहील. निकी म्हणाले तसे ‘चर्चेचे नियम बदलले होते’, आता तो क्योटोत परत गेला तर त्याचे कार्य खूप अधिक परिणामकारक ठरेल.

बेंटनने ग्रॅहॅमकडे पाहिले, तो त्यालाच न्याहाळत होता.

“प्रेसिडेंट,” लॅरी ओल्सेन यांचा आवाज कीव्हहून ऐकू येत होता, “या मतदानाला काहीही किंमत नाही. त्यामुळे कुणालाही काहीही नवीन कळणार नाही. हे संयुक्त राष्ट्रसंघासाठी चाललं आहे, फक्त संयुक्त राष्ट्रसंघासाठी. कृपा करून काहीही करू नका, मतदान निरर्थक आहे.”

# गुरुवार, २९ सप्टेंबर
# ओव्हल ऑफिस, द व्हाइटहाऊस

शेवटी एकेक करून सगळ्यांचे फोन येऊ लागले. इंगलबॉक, नाकामुरा, कुमार, डि सिल्व्हा आणि आणखी बारा-पंधरा जण. प्रत्येकाने एकच गोष्ट सांगितली, सुरक्षा समितीच्या मीटिंगच्या आधी जे हातात आहे ते घेऊन बहुपक्षीय वाटाघाटींचा मार्ग स्वीकारा. पण त्याने जेव्हा त्याच्या योजनेला पाठिंबा मागितला, तेव्हा मात्र काही ना काही सबब पुढे करून प्रत्येकाने ते टाळले. तो त्यांच्यातल्या पहिल्या फोननंतरही ऑजिलव्ही यांच्याशी बऱ्याच वेळा बोलला. त्यांनीही त्यांच्या इतर नेत्यांबरोबर झालेल्या चर्चांचा हवाला देऊन त्याला निकी यांचा सल्ला मानायचा आग्रह केला. बेंटन रशियाच्या ॲलेक्स गोरोडिन यांच्याशी बोलला. रशियाच्या विरोधकांना अमेरिका करत असलेल्या मदतीबद्दल त्यांनी आडून आडून उल्लेख केले. बेंटनने त्याना स्पष्टच विचारले की चीनचा उर्जेचा पुरवठा बंद करून रशिया अमेरिकेला पाठिंबा देईल अशी अपेक्षा त्याने ठेवावी का? त्यावर ते म्हणाले की प्रगतीसाठी बंधने घालण्याच्या धोरणावर त्यांचा विश्वास नाही. जेव्हा बेंटनने विचारले की मग त्यांच्या मते प्रगतीसाठी सुयोग्य धोरण कुठले, तेव्हा ते हसले आणि म्हणाले की ते त्यांना माहीत असते तर ते त्यांनी यापूर्वीच जाहीर केले असते.

सुरक्षा समितीच्या मीटिंगमधले मतदान अपेक्षेप्रमाणेच झाले. अमेरिका, नॉर्वे आणि श्रीलंका यांनी चीनच्या निषेधाच्या ठरावाविरुद्ध मत दिले. जपान तटस्थ राहिला. अमेरिकेने व्हेटोचा अधिकार वापरला. ठराव बारगळला. देशात अथवा परदेशात कुणाला काही फारसा फरक पडला नव्हता. लॅरी ओल्सेन यांचे भाकीत खरे ठरले होते, मतदानाचा काहीही परिणाम जाणवला नव्हता.

चीनबरोबरच्या व्यापारावरील बंधने हळूहळू वाढत होती. काही वस्तूंची आणि कमी किमतीच्या उत्पादनांची आयात घटली होती किंवा पूर्णपणे थांबली होती. काही महत्त्वपूर्ण तंत्रज्ञानाची निर्यातही नियंत्रित केली गेली होती. काँग्रेसने मान्यता

दिल्याबरोबर काही कायदे अस्तित्वात येणार होते आणि त्यामुळे आणखी बंधने लागू होणार होती. काँग्रेसमध्ये काही रिपब्लिकन्स आणि उजव्या विचारसरणीचे डेमोक्रॅट्स यांची एक विचित्र युती बनली होती. ती हे बंधनविषयक कायदे संमत व्हायला सहसा पुरेशी पडत होती, पण तरीही बेंटनला सदैव काळजी लागलेली असे. ही युती अस्वाभाविक होती आणि दुसऱ्या कोणत्याच कामाला तिचा उपयोग नव्हता. ती युती मोडून बेंटनला खरा पाठिंबा देणारा गट परत पूर्वीसारखा कार्यक्षम होईपर्यंत फक्त ही बंधनविषयक विधेयकेच संमत होत होती.

अर्थव्यवस्थेवर बंधनांचा परिणाम जाणवू लागला होता. बाजार उतरलेलेच होते आणि सतत भीतीच्या सावटाखाली होते. निर्यात जवळजवळ बंद झाल्यामुळे धंदा तीस ते चाळीस टक्क्यांनी खाली गेला असल्याची तक्रार निर्यातदार उद्योजक करू लागले होते. चीनही काही बंधने प्रत्युत्तर म्हणून लादेल अशीही चर्चा होती. बऱ्याच ठिकाणी कामगारांना कामावरून कमी करण्यास सुरुवात झाल्याच्या बातम्या येऊ लागल्या होत्या. चिनी उत्पादने बाजारातून नाहीशी होऊ लागली होती, परिणामी काही वस्तूंचा तुटवड्याबद्दल आणि त्यांच्या किमती वर गेल्याबद्दल ग्राहक चळवळींकडून आरडाओरडा सुरू झाला होता. बॉब कॉल्व्हिनच्या मतानुसार या वाढत्या किमतींमुळे पुढच्या महिन्यापासून चलनवाढीला आरंभ होणार होता. मुख्यत: देशांतर्गत वितरणासाठी उत्पादन करणाऱ्या उद्योजकांनी सुरुवातीला वाढत्या धंद्याच्या आशेने बंधनांचे स्वागत केले होते. पण जशा कच्च्या मालाच्या किमती वर जाऊ लागल्या तसा त्यांचा आशेचा स्वर खाली उतरू लागला होता. यामुळेही चलनवाढीत भर पडणार होती. शेवटी फेडरल रिझर्व्हला व्याजाचे दर वाढवावे लागणार होते आणि त्यामुळे अर्थव्यवस्थेत आणखीनच मंदी येणार होती.

सिक्युरिटी कौन्सिलच्या मीटिंगनंतर अनेक देशांच्या शासनांनी युनोच्या जनरल असेम्ब्लीच्या उद्‌घाटनाच्या अधिवेशनाला देशाच्या सर्वोच्च नेत्याऐवजी कुठला तरी मंत्री उपस्थित राहील अशा घोषणा केल्या होत्या. परंपरेनुसार सप्टेंबरच्या चौथ्या मंगळवारी, म्हणजे २७ सप्टेंबरला त्या अधिवेशनाला प्रारंभ झाला होता. सर्व मोठ्या देशांचे नेते अनुपस्थित होते, त्यांच्या जागा परराष्ट्रमंत्र्यांनी अथवा कोणी इतर अधिकाऱ्यांनी घेतल्या होत्या. त्यानंतरच्या सत्रात प्रत्येक देशाला मिळणारा दहा मिनिटांचा वेळ अमेरिकेला सोमवार, ३ ऑक्टोबरला मिळाला होता. बेंटन जर त्यावेळी उपस्थित राहणार असेल तर सगळे सदस्य सभात्याग करतील अशी खास गोटातली बातमी होती. बेंटनच्या सल्लागारांनी अर्थातच त्याला हजर न राहण्याचा सल्ला दिला होता. बेंटनचा स्वत:चा निर्णय अजून होत नव्हता.

''मी तिथे हजर राहिलो नाही तर पाठ दाखवल्यासारखं होईल.'' बेंटन म्हणाला, ''मी सांगू का, सगळ्या जगाला पाहूच दे, कसे त्यांचे नेते सभेतून उठून

बाहेर निघून जातात ते. त्यांना कळू दे काय लायकीच्या लोकांच्या हातात त्यांची भविष्यं सोपवली गेली आहेत.''

''नाही, सर, त्यानं नसता अनर्थ ओढवेल.'' ज्युडी म्हणाली.

''प्रेसिडेंट, मलाही वाटतं तुम्ही जाणं योग्य होणार नाही.'' लॅरी ओल्सेन म्हणाले, ''मी जाईन.''

''लॅरी, तुम्हीच म्हणत होतात की सुरक्षा समितीचं मतदान क्षुल्लक असतं, इथं तर मतदानसुद्धा नाही!''

''या अधिवेशनाला अफाट प्रसिद्धी मिळते, फोटो छापून येतात. सुरक्षा समितीला कोणी विचारत नाही. ती बेगडी असते. तिथे टेबलाभोवती जी काही डोकी असतात, ती एकमेकांना ओळखतही नसतात. ज्युडीचं बरोबर आहे. तुम्ही भाषणाला उभे आहात आणि जनरल असेंब्लीचा हॉल समोर रिकामं असे फोटो, छे, तसं नाही चालणार. ते फोटो लोकांना ओरडून सांगतील, 'बघा, अमेरिका एकटी पडली आहे!' ''

''आपण पडलोच आहोत एकटे!''

''पण एकटं राहायचं नाही आपल्याला!''

''चित्र शब्दांपेक्षा हजार पटींनी जास्त बोलकं असतं.'' ज्युडी म्हणाली.

बेंटनच्या दृष्टीने जनरल असेंब्लीलाही काही फारसे महत्त्व नव्हतेच. जर सगळ्यांचा मते लॅरी ओल्सेन यांनी त्या रिकाम्या किंवा पाकिस्तान, श्रीलंका, कोलंबियाच्या तुरळक लोकंच फक्त उरलेल्या हॉलला सामोरे जाणे योग्य असेल, तर त्यात त्याला काहीच प्रत्यवाय नव्हता. तिथे उभे राहणे, रिकामा हॉल सहन करणे याची त्याला फिकीर नव्हती. त्यातून वास्तवाचे जे विदारक दर्शन घडत होते त्या सत्याची त्याला काळजी लागली होती.

त्याच्या कार्बन कपात योजनेला कुठूनच पाठिंबा मिळत नव्हता. एकाही देशाच्या नेत्याने जाहीरपणे तर सोडाच, खाजगी रित्यासुद्धा त्याची बाजू घेतली नव्हती.

चीनखेरीज बाकीच्या देशांना त्याने संमती देण्यासाठी आणि न दिल्यास बंधने लागू होण्यासाठी साठ दिवसांची मुदत दिली होती. त्यातला पाव हिस्सा तर संपला होता. जसजसा जास्त उशीर होत जाईल, तसतशी काही घडण्याची शक्यता दुरावत चालली होती. बंधने घालण्याची वेळ येऊन ठेपली तर व्यापारात अमेरिकेने रिकाम्या केलेल्या जागा घ्यायला इतर देशातले स्पर्धक उत्सुकच होते. अमेरिकेने जागतिक व्यापारातून अंग काढून घेण्याने जागतिक अर्थव्यवस्थेवर विपरित परिणाम होणारच होते, पण त्याहीपेक्षा अमेरिकेच्या अंतर्गत आर्थिक स्थितीची जी गंभीर अवस्था होणार होती, त्याची भीषणता कितीतरी तीव्र असणार होती. बेंटनने

अमेरिकन जनतेला या त्रासाची कल्पना दिली होती. पण तो इतका प्रचंड असणे आणि तो जगात फक्त त्यांनीच सहन करणे हा खरेच जुलूम होता.

त्याही परिस्थितीत लॅरी ओल्सेन यांचा सल्ला सबुरीचाच होता, आणखी वाट पाहण्याचाच होता. कारण त्यांच्या मते सरतेशेवटी वेन यांच्या हातून मोठी चूक होणारच होती!

ॲलन बॉल, ॲल ग्रॅहॅम आणि इतर अनेक जण त्याला समजावून सांगत होते की वाट पाहत बसणे धोक्याचे आहे. त्याला क्योटोत अधिकारवाणीने प्रवेश करायचा असेल तर ते आत्ताच होऊ शकेल. एकेक दिवस जसजसा जात होता, तसतशी त्याची ती संधी दुरावत जाईल आणि मग त्याचा क्योटोतला प्रवेश ही त्याने केलेली निवड समजली जाणार नाही, तर कुठूनच पाठिंबा मिळाला नाही म्हणून त्याचा झालेला नाइलाज मानला जाईल. ते सगळेजण त्याला याची सारखी जाणीव करून देत होते की वेळ हा त्याचा मोठा शत्रू आहे आणि साठ दिवसांची मुदत उलटून गेली आणि तरीही कुणीही त्याच्या योजनेला संमती दर्शवली नाही म्हणून जर तो क्योटोत गेला, तर त्याला तिथे कुठलाही अधिकार मिळण्याची सुतराम शक्यता उरणार नाही.

# सोमवार, १० ऑक्टोबर
# प्रिन्स्टन युनिव्हर्सिटी, न्यू जर्सी

कोलंबस डेच्या दिवशी प्रिन्स्टन युनिव्हर्सिटीमधले भाषण देण्याचे खूप दिवस आधीपासून ठरले होते. खरे म्हणजे सद्य:परिस्थितीत ते रद्द करणे बेंटनला सहज शक्य होते, पण त्याने ते भाषण देण्याचा निर्णय घेतला होता.

तो अजूनही बाकीच्या देशांची वाट पाहत होता आणि ते देश त्याची. चार आठवडे उलटून गेले होते. एक प्रकारची कोंडी झाली होती. कुणीच पहिली चाल करायला तयार नव्हते. पण कुठेतरी बदल घडत होता, अगदी सूक्ष्म पण निश्चित. लोक क्योटोविषयी वेगळ्या दृष्टिकोनातून बोलू लागले होते. त्याने ज्या पद्धतीने कार्बन कपात योजना जाहीर केली होती, त्यानंतर असे चित्र त्यार झाले होते की क्योटो मृत झाली, संपली. निकी यांनी त्याला क्योटोत परत येऊन तिला पुर्नरुज्जीवित करण्याची विनंती केली होती. आता देशोदेशीचे नेते, मंत्री असं म्हणू लागले होते की अमेरिकेने जरी क्योटोवर बहिष्कार घातला असला, तरीही आपण बँकॉकला नोव्हेंबरमध्ये होणारी क्योटो-४ ची परिषद ठरल्याप्रमाणे का पार पाडू नये? अर्थातच निकी यांनी या विचाराला उचलून धरले होते. साओ पावलो येथे दिलेल्या भाषणात त्यांनी असे आवाहन केले होते की एकपक्षीयांच्या एकतर्फी मागण्यांवर मात करायची असेल, तर बहुपक्षीयांनी त्यांच्या उचित मार्गाने काम करणे चालू ठेवले पाहिजे, नव्हे, त्याला वेग आणला पाहिजे. आता पारडे दुसऱ्या बाजूला झुकले आहे, आता अमेरिकेला आपल्या टेबलावर येऊन बसायचे आहे की नाही हा मुद्दा राहिला नसून, टेबलावर बसलेल्या आपल्याला त्यांना आपल्यात येऊन द्यायचे आहे की नाही, ती सवलत त्यांना आपण द्यायची की नाही हा उरला आहे, अशा थाटात त्यांनी असंही एक धडाकेबाज वाक्य ठोकून दिले की 'त्यांच्यासाठी आमचं दार कधीच बंद होणार नाही.'

कुठूनही पाठिंबा मिळण्याची कुठलीही चिन्हे दिसत नव्हती. पाकिस्तान, श्रीलंका, कोलंबिया यांच्या पाठिंब्याला काही किंमत नव्हती. काही अत्यंत गरीब

विकसनशील देशांनीही संमती कळवली होती. कारण एक तर योजनेप्रमाणे त्यांना काहीही करायला लागणारच नव्हते आणि चीनशी होणाऱ्या व्यापारापेक्षा अमेरिकेकडून मिळणारी मदत त्यांना जास्त गरजेची, मोलाची वाटत होती. जगातले जास्त प्रदूषण करणारे देश तर नाहीतच, पण मध्यम पातळीचे उत्सर्जक देशही लांबच राहिले होते. लॅरी ओल्सेन यांनी मोठ्या हिकमतीने प्रेसिडेंटची जपान भेट ठरवली होती आणि असा दावा केला होता की या भेटीत जपानचा पाठिंबा मिळून जाईल. बेंटनला मनोमन हे माहिती होते की ओल्सेन त्याचा उत्साह टिकवण्याचा प्रयत्न करीत होते. जपान त्यांची चाळीस टक्के उत्पादने चीनला निर्यात करीत असताना, अमेरिकेने कुरिलच्या बाबतीत मदत देऊ केली तरी सुद्धा नाकामुरा त्याला पाठिंबा देऊन वाळीत टाकला जाण्याचा धोका पत्करतील, यावर बेंटनचा अजिबात विश्वास नव्हता. त्याला हेही पक्के ठाऊक होते की रशियाचा रोष पत्करून तोही कुरिलसंबंधी जपानला काहीही आश्वासन देऊ शकणार नव्हता.

चीन अजूनही पूर्णपणे वेन यांच्या नियंत्रणाखाली असल्याचे दिसत होते. देशांतर्गत विरोधकांवर त्यांची पकड अजूनही घट्ट होती. लोकशाही देशातल्या मुक्त वृत्तसंस्था, मतस्वातंत्र्य यामुळे स्वत:वरच चढवलेले जाणारे टीकेचे हल्ले ते गमतीने पाहत होते. प्रसारमाध्यमे, उद्योगसमूह, कामगार संघटना, राजकीय पक्ष त्यांच्याच प्रेसिडेंटकडे बोटे दाखवून, त्यांच्यावर ठपका ठेवून, त्यांच्या विरोधात करत असलेला तार स्वरातला आरडाओरडा शांतपणे ऐकत होते. जगाला त्यांच्या राजवटीची थोरवी ऐकवत नव्हते की कोण कुणाला साथ देते आहे यावर मल्लिनाथी करत नव्हते. जग अमेरिकेला खलनायक ठरवीत आहे यात ते समाधान मानत, अमेरिका स्वत:च ओढवून घेतलेला अनेक बाबतीतला त्रास किती काळ सहन करत राहते हे अधोवदनाने पाहत गप्प बसून राहिले होते. लॅरी ओल्सेन जी भयानक गोष्ट वेन यांना घडवावी लागेल किंवा जी कुठली चूक त्यांच्या हातून होईल असे सारखे म्हणत आहेत, त्यापैकी कशाचीच अंधूकशीही खूण कुठे दिसत नव्हती.

सुरुवातीला बेंटनच्या बाजूने उभी राहिलेली उजव्या विचारसरणीची पुराणमतवादी वृत्तपत्रे हळूहळू आपला रंग पालटत होती. देशाला सापळ्यात अडकवल्याचा आरोप करीत होती. आता छडी नाही दंडुका वापरायला हवा आणि तो वापरणे एका उदारमतवाद्याला जमणे शक्य नाही, असा डांगोरा पिटत होती आणि त्याने त्याच्या सध्याच्या भूमिकेत बदल केल्याखेरीज डावे आणि मध्यममार्गी त्याच्या बाजूला यायला तयार नव्हते.

डेमोक्रॅट्सचे काय म्हणणे होते तेही त्याला माहीत होते. एका आठवड्यापूर्वी मार्टी मोंटाग त्याला द व्हाइटहाऊस मध्ये येऊन भेटले होते. महत्त्वाच्या मित्रराष्ट्रांची आधारफळी उभी न करता असा उपक्रम सुरू करणे हे बेजबाबदारपणाचे कृत्य आहे

असे स्वच्छ आणि स्पष्ट मत त्यांनी त्याला ऐकवले होते. एका अर्थी ते खरेही होते. त्याने त्रयस्थपणे त्याच्या कृत्याकडे बघितले असते तर त्यानेही असेच म्हटले असते. पण त्याची ही योजना घेऊन जर तो आधी सगळ्यांकडे गेला असता तर मित्रराष्ट्रांपैकी कुठल्या देशांनी त्याला बिनशर्त पाठिंबा देऊ केला असता? चर्चांच्या फेऱ्या, सर्वमान्य तोडग्याचा शोध, प्रत्येकाची स्वत:चे हित सांभाळण्यासाठीची, स्वत:वर कमीत कमी ओझे लादले जाईल याची काळजी घेण्यासाठीची धडपड, म्हणजे सरतेशेवटी आणखी एक क्योटो, क्योटोचे लहान रूप, क्योटोचे ट्रेलर - त्यातलेच सगळे प्रश्न, सगळ्या मर्यादा आणि अपयश! मार्टी यांना त्याने सांगितले होते की त्याला यापेक्षा वेगळे करायचे होते, पण ते वेगळे काय ते त्याला त्या घटकेपर्यंत दिसले नव्हते, सुचले नव्हते. त्याला हे जाणवत होते की कदाचित त्याला यात अपयश येईल, एखाद्या वर्षाने लादलेली सगळी बंधने मागे घ्यायची वेळ येईल. खरेच दोन पायांत शेपूट घालून क्योटोच्या टेबलावर जाऊन बसावे लागेल. हे असे खरेच घडले तर शरमेने मान खाली जाईल. जगात छी थू होईल. पण निर्णय बदलण्याचा, किंवा तसे करण्याचा विचारही करण्याइतका काही अजून उशीर झालेला नव्हता. एवढी घाई? नाही, त्याच्या मनात तसला विचार तो येऊनही देणार नव्हता.

तो एका बाजूला मनाला असे बजावत होता, पण तरीसुद्धा तो एकटा असला की त्याच्या मनात शंकांचे काहूर उठे. धरलेली वाट सोडण्याचा मोह अनिवार होई आणि त्याने तो मोह आवरावा असे तरी त्याला कोण सांगत होते? तो स्वत:? पण एका गोष्टीची काळजी घेणे जरुरीचे होते, जर यदाकदाचित त्याने ठरवलेच तर जोपर्यंत बदलाचा नेमका क्षण येत नाही, तोपर्यंत मनातल्या शंकेची जराशी जाणीव, छोटीशी खूणही कुणाला दिसता कामा नये. ती जर लोकांना दिसली, जाणवली तर त्याच्या पायाखालची वाळू सरकायला वेळ लागला नसता. या घटकेला लोकांना त्याच्या ठाम निर्धाराविषयी दृढ विश्वास वाटायलाच हवा होता. आजच्या कोलंबस डेच्या भाषणाचा उपयोग तो त्याचसाठी काणार होता.

प्रिन्स्टन युनिव्हर्सिटीच्या प्रेक्षागारात पंधराशे लोकांची बसण्याची सोय होती. कॅमेऱ्यांचीही गर्दी होती. प्रसारमाध्यमे त्याच्या या भाषणाला फार मोठ्या प्रमाणावर प्रसिद्धी देणार होती. भाषण सुरू झाल्यावर साधारण पाच-एक मिनिटांनी, साहजिकच पूर्वनियोजित योजना आखलेलीच असणार, विद्यार्थी एकेक करून किंवा गटागटाने प्रेक्षागाराच्या बाहेर जाऊ लागले. जराही आवाज न करता शेकडो विद्यार्थी बाहेर गेले.

काही वेळ बेंटनने त्याकडे दुर्लक्ष करून भाषण सुरूच ठेवले. पण मग तो थांबला. अमेरिकेचे राष्ट्राध्यक्ष भाषणात एका जागतिक दृष्ट्या महत्त्वाच्या मुद्द्यांवर

बोलत असतानाच आम्ही त्यांच्या समोर बाहेर निघून आलो असे सांगू शकण्याचा विकृत आनंद तो त्या विद्यार्थ्यांना मिळू देणार नव्हता.

त्यांनाही मुळीच घाई नव्हती. ते हळूहळू जात राहिले. साधारण दहा मिनिटात बरेचसे निघून गेलेले होते. बेंटन करारी चेहऱ्याने, शांतपणे, हाताची घडी घालून जाणाऱ्यांकडे पाहत उभा राहिला होता. जाणारे निघून गेले. निम्म्यापेक्षा जास्त श्रोते बाहेर पडले होते.

सभात्यागाची दृश्ये टिपणारे कॅमेरे परत त्याच्याकडे वळले. प्रेक्षागृहात उरलेल्यांकडे आणि कॅमेऱ्यांकडे पाहत त्याने तयार केलेले भाषण बाजूला ठेवून बोलायला सुरुवात केली, "पाहिलंत तुम्ही आत्ता काय घडलं ते?" दारातून बाहेर पडणाऱ्या शेवटच्या मुलामुलींकडे बोट दाखवीत तो म्हणाला, "हा मार्ग, ही पलायनाची वाट आपण सहजपणे चोखाळू शकतो, पण ती पराजयाची वाट आहे. ती त्या दारातून जाते. आणखी कुणाला जायचं आहे त्या वाटेनं? जा, तो तुमचा हक्क आहे. मी त्या हक्काचा आदर करतो. मी थांबतो, कुणाला जायचं असेल तर जरूर जा." तो पुरेसा वेळ थांबला. मग म्हणाला, "मी तुम्हाला दोष देणार नाही. मी समजू शकतो, तो सोपा मार्ग आहे. कारण जे इथं माझ्याबरोबर थांबतील, त्यांना मी कधीच त्या वाटेनं नेणार नाही." तो परत थांबला. सगळे जाणारे निघून गेले होते. आता आणखी कोणी उठत नाही असे पाहिल्यावर तो बोलू लागला, "ठीक आहे. आता मी तुम्हाला दुसऱ्या दारानं नेणार आहे. पण एक गोष्ट मला तुम्हाला सांगायची आहे, जर आपल्यापैकी बरेचसे त्या सोप्या वाटेने गेले, तर आपली इच्छा असो वा नसो, आपल्या सगळ्यांनाही तिकडेच जावे लागेल. मीही तुम्हाला दुसरं दार फक्त दाखवू शकतो, त्यातून पार होण्याचं काम प्रत्येकाला आपापलंच करायचं आहे. माझी अशी इच्छा आहे, नव्हे असा विश्वास आहे की आज हे दुर्दैवी दृश्य इथं पहायला मिळालं तरीसुद्धा या आपल्या देशात असे भरपूर सूज्ञ लोक आहेत की जे त्या पराजयाच्या मार्गाने जाणार नाहीत. आणि जे त्या चुकीच्या वाटेनं जात आहेत, तेही या सूज्ञांना मोठ्या संख्येनं वेगळ्या मार्गानं जाताना पाहून आपली चूक सुधारतील आणि सुपंथ धरतील. आपण त्यांचं स्वागतच करू. कारण सोपी वाट धरणं ही सहज प्रवृत्ती आहे, पण तरीसुद्धा त्या सहज प्रवृत्तीला अनुसरा असं मी कधीच म्हणणार नाही. माझी खात्री आहे आपण तसं करणार नाही. तशी खात्री नसती, मला माझ्या देशाबद्दल, माझ्या जनतेबद्दल असा विश्वास वाटत नसता, तर मी या पदासाठी लढलोच नसतो. आज तुमच्यासमोर हे सांगायला उभाच राहिलो नसतो."

त्यानंतर तो परत तयार केलेल्या भाषणाकडे वळला. भाषण संपवून तो व्यासपीठावरून खाली उतरत होता, तेव्हा त्याला याचा अंदाज येत नव्हता की

त्याने हा सभात्यागाचा प्रसंग ज्या पद्धतीने हाताळला ते त्याच्या विरुद्ध जाईल का त्याच्या बाजूने. ज्युडीकडे पाहिल्यावर त्याला वाटले की बहुधा ठीक झाले होते. सगळ्या वृत्तवाहिन्यांवर एव्हाना भाषणाचा भाग संपून वृत्तनिवेदक 'प्रेसिडेंटनी तो अनपेक्षित धक्का अमेरिकेच्या प्रेसिडेंटपदाला साजेशा आत्मविश्वासाने, जराही तोल न ढळू देता, अत्यंत खंबीरपणे हाताळला' अशा भाषेत त्याचे कौतुक करीत होते.

त्याने त्या प्रसंगाला तोंड दिले होते, त्याचा उपयोग स्वत:चा मुद्दा आधिक परिणामकारकरित्या लोकांना पटवण्यासाठी केला होता, पण तरीही तो मनातून हादरला होता. स्पष्ट, जळजळीत मतभेद त्याच्या डोळ्यांसमोर ढळढळीत उभा ठाकला होता.

त्याला अमेरिकन जनतेतली एकी वाढवायची होती, त्यांच्यात दुफळी माजवायची नव्हती. 'एकतेचा पुरस्कर्ता' अशी त्याची प्रतिमा त्याला लोकांच्यात ठसायला हवी होती. पण आज एका देशाच्या सर्वोच्च नेत्याच्या मनात जी सर्वांत मोठी भीती कायम वास करून असते, त्या भीतीची अल्पशी झलक त्याने अनुभवली होती. त्याला जॉन इल्झने दिलेल्या फाळणीच्या इशाऱ्याची आठवण झाली आणि पहिल्यांदाच त्याच्या खांद्यावर ज्याची धुरा होती, त्या गणराज्याच्या भवितव्याविषयी त्याच्या मनात काळजी निर्माण झाली.

तो खाली उतरल्याबरोबर कुणीतरी त्याच्या हातात फोन दिला. फोनवर लॅरी ओल्सेन त्याचे अभिनंदन करीत होते. पक्का निर्धार, खंबीर नेतृत्व, लक्षणीय शक्ती. सद्य:परिस्थितीत प्रेसिडेंटच्या लढाऊ वृत्तीविषयी शंका बाळगणाऱ्यांना खणखणीत उत्तर. ते असेही म्हणाले की यातून देशवासीयांना तर योग्य तो संदेश मिळेलच, पण चीनच्या शासनापर्यंतही तो पोचेल.

लॅरी ओल्सेन यांनी इतक्या तातडीने त्याला फोन करण्यामागचा त्यांचा उद्देश त्याच्या ध्यानी आला होता. भोवतालचे लोक प्रेसिडेंटना सतत काय सल्ला देत आहेत याची त्यांना चांगलीच जाणीव होती. त्यामुळे प्रेसिडेंटचा मनोनिर्धार रोजच्या रोज ढळू शकत होता हे त्यांना माहीत होते. ते एकटेच त्याला आशा दाखवीत होते – एक आठवडा, आणखी एक दहा दिवस, बस, हे घडलं की, ते होईपर्यंत. आजच्या विद्यार्थ्यांच्या सभात्यागाचा काय परिणाम होऊ शकतो, त्यावरून लोक प्रेसिडेंटना कसे घाबरवू शकतात, निराश बनवू शकतात याचा त्यांना अंदाज होताच. म्हणूनच कुणीही काही वेगळे विचार मांडायच्या आत त्यांना त्यांचे आशादायी, उत्साहवर्धक मत त्याच्या कानावर पडायला हवं होतं.

"सर, बस, आता तुमचा जपानचा दौरा होऊ दे, मग बघा." ते फोन बंद करताना म्हणाले.

# मंगळवार, १८ ऑक्टोबर
# एअर फोर्स वन, जपानच्या पूर्वेकडे

त्याला दिलेल्या दौऱ्याच्या फाइलमध्ये चर्चेत येऊ शकणारे मुद्दे, त्याविषयीची आवश्यक ती सर्व माहिती आणि कार्बन कपात योजनेच्या बाबतीतली जपानची स्थिती यासंबंधीची टिपणे होती. बेंटन ती काळजीपूर्वक वाचत होता. हीथरही त्याच्या बरोबर तिथेच, त्याच्या विमानातल्या ऑफिसमध्येच एक पुस्तक वाचत बसली होती.

दारावर टकटक झाली आणि ज्युडी एम्स आत आली.

"सर, माफ करा, तुम्हाला त्रास देते आहे," असे म्हणून, हीथरकडे पाहून प्रसन्न स्मित करीत तिने हँडहेल्ड बेंटनसमोर धरला.

"काय आहे?" बेंटनने हँडहेल्ड तिच्या हातून घेत विचारले.

"सर, चीनच्या सरकारने आताच एक निवेदन प्रसारित केलं आहे."

ज्युडीला खुर्चीवर बसायचा इशारा करीत बेंटनने स्क्रीनवर वाचायला सुरुवात केली.

"पीपल्स रिपब्लिक ऑफ चायनाचे शासन अमेरिकेच्या प्रेसिडेंटचा पूर्वेकडील प्रदेशाचा या काळातला हा एकतर्फी दौरा ही एक आक्रमक कृती समजते. विशेषत: त्यांनी नुकत्याच केलेल्या काही कृतींच्या पाठोपाठ योजलेला हा दौरा सर्वसाधारण सामंजस्य आणि मित्रत्वाची भावना यांच्या विरुद्ध आहे. अमेरिकन शासनाच्या या कृती चीनची जनता आणि चीनचे ऐतिहासिक सार्वभौमत्व यांचा अनादर करणाऱ्या आहेत. परिणामत: पीपल्स रिपब्लिक ऑफ चायना खालील उपाय योजत आहे :

एक : अमेरिकेच्या शासनाच्या कुठल्याही प्रतिनिधींना पीपल्स रिपब्लिक ऑफ चायनाच्या शासनाच्या परवानगीखेरीज तैवान या प्रशासनाच्या भागास भेट देण्यावर बंदी घालण्यत येत आहे.

दोन : चीनमधून अमेरिकन पुरवण्यात येणाऱ्या काही विशिष्ट वस्तूंच्या निर्यात परवान्यांची पुनर्तपासणी करण्यात येत असून ते निलंबित किंवा पूर्णपणे रद्द करण्यात येतील.

तीन : पीपल्स बँक ऑफ चायना चलन साठा आणि डॉलर्सचा राखीव निधी यांचा आढावा घेईल.

चीनची जनता एकसंध आहे. ती कोणत्याही परकीय सत्तेपुढे वाकणार नाही. ती अमेरिकेच्या साम्राज्यवादी आक्रमणाचा संपूर्ण शक्तिनिशी सामना केला करेल.'

ज्यो बेंटनने हँडहेल्ड हीथरच्या हातात तिला बघण्यासाठी दिला.

''ज्युडी, 'एकतर्फी दौरा' म्हणजे काय?'' त्याने ज्युडीला विचारले.

ज्युडीने 'काही कल्पना नाही' अशा अर्थी नुसते खांदे उडवले.

''जरा लॅरी ओल्सेन आणि ॲलन बॉल या दोघांना फोनवर घेता येतंय का ते बघा.''

ज्युडी बाहेर गेली.

हीथरने हँडहेल्ड त्याच्या हातात परत देत विचारले, ''काय आहे याचा अर्थ?''

''मलाही माहीत नाही.'' त्याने स्क्रीनकडे पाहत म्हटले, ''विचित्र आहे हे. याचा अर्थ मलाही कळत नाही.''

ज्युडी आत आली. ''मी बाहेर जाते.'' असे म्हणून हीथर उठली आणि तिचे पुस्तक घेऊन ऑफिसच्या बाहेर पडली.

ज्युडी बसत म्हणाली, ''ते येतीलच इतक्यात फोनवर.''

जपानच्या प्राईम मिनिस्टरांनी त्याच्या सन्मानार्थ योजलेल्या भोजन समारंभात आज संध्याकाळी त्याचे पहिले भाषण होते. ''काय करू मी? आजचं भाषण द्यावं की देऊ नये?''

''द्यावं. हा वेडेपणा आहे, हे दुर्दैवी आहे. त्यांच्याच लोकांच्या चरितार्थाशी हकनाक खेळतायत ते! चीनच्या शासनाने त्यांना साजेशा जबाबदारीने वागावे, अशा धमक्या देण्याचा पोरकटपणा करू नये अशी त्यांच्याकडून तुमची रास्त अपेक्षा आहे.'' ज्युडी जराशी थांबून विचार करून म्हणाली, ''किंवा याचा काही उल्लेखही करायचा नाही. अनुल्लेखानं मारायचं. तुमच्या दौऱ्यावर याची काळी सावली पाडूनच घ्यायची नाही आपण. जपानच्या दौऱ्याचा आणि त्यांचा काय संबंध? त्यात त्यांनी नाक खुपसू नये आणि आपण त्यांना खुपसू देता कामा नये.''

''पण आता आपण काहीही केलं तरी याचा परिणाम होणारच ना?''

''हो, बाहेर, प्रेसमध्ये होणार. पण मला वाटतं, नाकामुरांना तुम्ही ते भोजनगृहात आणलेलं नाही आवडणार.''

बेंटन हँडहेल्डकडे बघत विचार करत होता, 'काय आहे वेनच्या मनात? हे नेमकं या वेळेलाच का?'

लॅरी ओल्सेन फोनवर आले.

''तुम्ही आताचं प्रसारण पाहिलंत ना?'' बेंटनने त्यांना विचारले.

''तेच पाहतो आहे मी या क्षणी.''

''हा शुद्ध वेडेपणा आहे. या प्रदेशात कुठेही भेट द्यायला यांची परवानगी लागते की काय? ते असं करू कसं शकतात?''

''नाहीच करू शकत. हे फारच धक्कादायक आहे. जगातल्या प्रत्येकाची हीच प्रतिक्रिया असेल. शेवटी वेन यांनी काहीतरी मूर्खपणा केलाच.''

''पण का?''

''कळत नाही. तुमच्या जपान भेटीनं ते खरंच अस्वस्थ झाले असतील. जपान आपल्या योजनेला संमती देणार असं त्यांना वाटू लागलं असेल. आपण गुप्तपणे तशा अफवा पसरवत होतो.''

''आणि जपान त्या उघडपणे नाकारत होता.''

''म्हणूनच त्यांची तशी समजूत झालेली दिसतीय. प्रेसिडेंट, मी तुम्हाला सांगत होतो ना, थोडं थांबा. हे छान झालं आहे.''

ॲलन बॉल फोनवर आला.

''प्रेसिडेंट, मी आता ऐकलं, याला 'छान' कोण म्हणत होतं?'' ॲलनने विचारले.

''ॲलन, ओह, ते? लॅरी म्हणत होते.''

''वाटलंच मला. दुसरं कोण असं म्हणणार?''

बेंटनने त्या टोमण्याकडे लक्ष न देता त्याला विचारले, ''तुला काय वाटतंय?''

''फार वाईट परिणाम होणार आहेत याचे. निर्यात, डॉलर. बाजार पार उलट सुलट होणार.''

''आपल्याऐवजी तेच आपल्यावर बंधनं लादत आहेत असं बहुतेक सिद्ध करायचा प्रयत्न दिसतो आहे त्यांचा.'' ओल्सेन म्हणाले, ''काय तर ज्यांच्या आयातीला आपणच बंदी घातली आहे, त्याचीच निर्यात थांबवतायत!''

''ते राखीव निधीतले डॉलर्स किंमत पाडून विकणार.''

''हो का? विकत कोण घेणार?''

''लॅरी, हे जरा जास्तच होतं आहे.'' बेंटन म्हणाला.

''त्यांनी स्वत:च जगाच्या नजरेत त्यांना आक्रमक ठरवून घेतलं आहे. त्याची किंमत मोजावीच लागेल त्यांना.''

''त्यांनी काय केलं आहे हे त्यांना कळलं पाहिजे.''

''ते जरा कठीणच आहे.''

''का? ते काही इतके मूर्ख नाहीत.''

''ते आता लक्ष दुसरीकडे वेधत आहेत. प्रेसिडेंट, याच गोष्टीची आपण वाट पाहत होतो.''

"काल रात्री चीनमध्ये बरीच धरपकड झाली आहे." बॉलने माहिती पुरवली. "गेल्या काही दिवसांच्या सरासरीपेक्षा खूपच वर गेली आहे. चीनमधली वृत्तपत्रं चवताळली आहेत. आज इथल्या सकाळच्या आमच्या अहवालात आलं आहे. अमेरिकेच्या प्रेसिडेंटच्या भेटीचं वर्णन 'आक्रमण' असंच केलं आहे."

"तिथल्या अमेरिकन्सना धोका आहे का?"

"नाही. आमच्या माहितीनुसार तरी नाही."

"ठीक आहे." बेंटन जरासा थांबला आणि मग त्याने प्रश्न केला, "त्यांना काय हवंय? मी विमान वळवावं? जपानमध्ये उतरू नये?"

"नाही. ते तसं म्हणू शकत नाहीत हे त्यांना चांगलंच माहीत आहे. आणि तुम्ही तसं करणार नाही, हेही! ते आता तुम्हाला काही करायला सांगतच नाहीत. ते म्हणतायत की तुम्ही काहीतरी केलेलं आहे म्हणून आता आम्ही हे करतो आहोत. हा फक्त एक बहाणा आहे." ओल्सेन म्हणाले.

"प्रेसिडेंट, एक नंबरचा उपाय वाचा, तैवानला भेटी बंद." बॉलने बेंटनचे लक्ष वेधले.

"ते तर मला समजलंच नाही." बेंटन म्हणाला, "हे अकारणच आहे. ते कसं काय आपल्याला तैवानमध्ये जायला मज्जाव करू शकतात?"

"ते तैवान हा त्यांच्याच शासित प्रदेशाचा भाग समजतात."

"आपले कोणी लोक तिथं जाणार आहे का आत्ता?"

"आपले लोक सारखेच जातयेत असतात. दोन आठवड्यांनी आपलं एक व्यापारी शिष्टमंडळ जाणार होतं तैवानला."

ओल्सेन म्हणाले, "सर, लक्षात येतंय का तुमच्या? खेळी अशी आहे की तुम्ही काय केलंत? जपानला भेट दिलीत – आम्ही कुणालाही तैवानला पाठवायला बंदी घालणार. तरी तुम्ही कुणाला तरी तैवानला पाठवलंत तर मग आम्ही–"

"तर मग काय, लॅरी?" प्रेसिडेंटनी विचारलं.

लॅरी काहीच बोलले नाहीत. काही वेळ सगळेच शांत होते.

बेंटन विचार करत होता. ज्युडी लक्षपूर्वक बेंटनकडे बघत होती. त्याची जाणीव होऊन त्याने तिच्याकडे पाहिले. मग त्याने ओल्सेनना विचारले, "लॅरी, तुम्हाला काय वाटतंय, ते हल्ला करायला कारण तयार कोण आहेत?"

"अगदी बरोबर. तेच करतायत ते. प्रश्न हा आहे की, का? आता का? प्रेसिडेंट, माझा अंदाज आहे, तिथं काही तरी वेगळं घडतंय. जे आपल्याला दिसतंय ते नाही आणि कदाचित, तुमच्या जपान भेटीने ते अलीकडे ओढलं गेलं आहे. काहीतरी असं, की त्यासाठी त्यांना राष्ट्रभक्तीचे नगारे जोरजोरात पिटावे लागत आहेत, ते किती काटक, चिवट आहेत हे दाखवायला लागतं आहे. अशा वेळी

आपण काहीही परिणाम न दर्शवता आपल्या हालचाली करत राहिलं पाहिजे.''

''तैवानवर हल्ला करण्याचा पर्याय ते आत्ता वापरतील असं मला नाही वाटत.'' बॉल म्हणाला, ''जर कधी ठरवलंच तर सांगायला एक सबब तयार करून ठेवत असावेत. त्यांना त्यांच्या विरोधकांवरची पकड आवळायची गरज पडलेली दिसते – बऱ्याच लोकांना अटक होते आहे हे पाहतोच आहोत आपण. एवढं करून मग ते परत शांतपणे विचार करतील. त्यावेळी ते या चिंतेतून मुक्त झाले असतील, पुरेसे निर्धास्त बनलेले असतील म्हणून मग ते आपल्या समोर बसतील आणि कार्बन कपातीचा करार करतील. आपण आधीच आपली योजना क्योटोत नेऊन तयार असायला हवं, म्हणजे आपल्याला चांगला पाठिंबा असेल आणि त्यामुळे चीनलाही त्यात सहभागी होणं सोपं पडेल.''

''म्हणजे त्याच्या मागं लपता येईल.'' ओल्सेन म्हणाले, ''लक्षात घेण्यासारखे हे आहे की त्यांच्या राज्यात काहीतरी घडलं आहे आणि ते आपण जे काही केलं आहे त्यामुळे घडलं आहे.''

''सत्ताबदल?'' बेंटनने शंका विचारली, ''तुमच्या मते सत्ता वेन यांच्या हातातून निसटत असेल?''

''माहीत नाही. जे काही आहे ती नांदी आहे. आपण त्यांना मैदानात आणलं आहे. खेळाला आरंभ झालेला आहे. त्यांच्या हातून एक छोटीशी चूक – आणि आपली सरशी.''

''अरे देवा!'' बॉल हळूच म्हणाला.

''ॲलन, मला रोज दिवसातून दोन वेळा तिथल्या सुरक्षा स्थितीचा अहवाल हवा आहे. तिथल्या आपल्या नागरिकांना जरा जरी धोका आहे असं वाटलं तर त्यांना लगेच बाहेर काढा.''

''होय. ते पाहतो मी.''

''लक्षात ठेव,'' कुठल्याही परिस्थितीत वेनच्या खेळात त्यांना ओलीस रहायला लागता कामा नये. कळलं? बरं, आणखी काय करायला हवं आपण?''

''मी म्हटलं तसं, आत्ताच हे क्योटोत–''

''यावर आपण एक निवेदन जारी करावं.'' ओल्सेन यांनी सुचवलं, ''एका बलाढ्य आणि प्रतिष्ठित देशाचं उचित निवेदन. बस. मग बसू देत त्यांना त्यांचीच कबर खणत.''

''कृपा करा, ऐका माझं!'' बॉल काकुळतीला येऊन सांगू लागला, ''या संधीचं सोनं करू या, क्योटोत नेऊ या हे.''

''आपण काहीही कुठेही नेत नाही. ही वेळ घाबरून खाली वाकायची नाही. फक्त निवेदन. बस.'' ओल्सेननी बजावलं.

"प्रेसिडेंटचं भाषण आहे आज रात्री, नाकामुरांबरोबरच्या जेवणाच्या वेळी." ज्युडीने आठवण करून दिली.

"मी तरी अशा वेळी तिथं याबद्दल काहीही बोललो नसतो. नाकामुरांना यात ओढणं उचित नाही, त्यांना ते चालणारही नाही. आपण निवेदन स्वतंत्र देऊ या." ओल्सेन म्हणाले.

"ज्युडी? ठीक आहे?"

"होय, मी सहमत आहे."

"प्रेसिडेंट –"

"ॲलन, आत्ता, या वेळेला बघू या हे कसं आकार घेतंय ते. आत्ता मी फक्त निवेदन देणार, मग पुढे पाहू."

"पण, सर–"

"ॲलन, सांगितलं ना? इतर पर्याय सध्या जरा बाजूला ठेवू."

नंतर अत्यंत काळजीपूर्वक शब्द, वाक्यरचना, आशय यावर खल करून त्यांनी निवेदन तयार केले. अखेर अशी संधी चालून आली होती की अमेरिका हा आक्रमक वृत्तीचा देश ही जगापुढील प्रतिमा पुसून टाकायची आणि तो चीनच्या आक्रमक वृत्तीचा बळी आहे असे चित्र रंगवायचे. अशा वेळी स्वर वरचा, बढाईचा, रागाचा न ठेवता तो खालचा, नम्र, जरासा गोंधळलेला आणि गोंधळात टाकणारा ठेवणेच योग्य होते.

ज्युडी ते निवेदन घेऊन शेवटचा हात फिरवायला बाहेर घेऊन गेली. त्यानंतर बेंटन विचार करत होता, 'हे एक निवेदन आहे. निवेदने नुसती निवेदने असतात, त्यावर ज्या प्रतिक्रिया उमटतात, त्या खऱ्या महत्त्वाच्या असतात.'

'लॅरी ओल्सेन यांचे म्हणणे, त्यांची मते, त्यांचा सल्ला बरोबर आहे का?' बेंटन स्वत:च्याच मनाला विचारित होता. या वाटेवर इतका लांबवर आल्यावर आणखी थोडेसे थांबून, वाट बघून, काय होते आहे ते बघणेच श्रेयस्कर होते. खरेच वेन यांनी चूक तरी केली असेल किंवा निदान अंतर्गत परिस्थितीने त्यांना इतके दिवस लाभलेला जगातल्या इतर देशांचा पाठिंबा गमावायला भाग पाडले असेल. कदाचित तसे काही नसेलही! आणि जर तसे काही नसले तर वेन त्याच्याकडून कुठल्या प्रतिक्रियेची अपेक्षा ठेवून असतील? जे त्याने आत्ता केले तेच की काहीतरी वेगळे?

कसेही असले तरी एक गोष्ट निश्चित होती की त्याच्या मनावरचे दडपण यामुळे आधीपेक्षा वाढलेच होते. परिस्थितीतला हलकासा हेलकावा झंझावातासारखा भासत होता.

दोन तासांनी ते निवेदन प्रथम ज्युडीने विमानात या दौऱ्यावर आलेल्या

पत्रकारांना वाचून दाखवले आणि नंतर ते सर्वत्र प्रसारित करण्यात आले.

त्यांचे विमान नरिता आंतरराष्ट्रीय विमानतळावर उतरले. टोकियोत सकाळचे सात वाजले होते, न्यूयॉर्कमध्ये संध्याकाळचे सहा. डॉलर अकरा टक्क्यांनी घसरला होता. डो जोन्स निर्देशांक शेवटच्या तासात आठ टक्क्यांनी कोसळला होता. यापूर्वी एका दिवसात निर्देशांक इतका फक्त वीसशे तेरा साली भारत-पाकिस्तान यांच्यात अणुयुद्ध जेव्हा अटळ असल्याचे दिसले होते, त्यावेळी घसरला होता.

# शुक्रवार, २१ ऑक्टोबर

# सिच्युएशन रूम, द व्हाइटहाऊस

प्रेसिडेंट बेंटन यांच्या निवेदनाला चीनने उत्तर दिले होते. त्यात तैवान प्रांत हा पीपल्स रिपब्लिक ऑफ चायनाचा अविभाज्य भाग असल्याचे ठासून सांगितले होते. चीन आणि तैवानची राजधानी ताइपी (तैपेई?). यादरम्यानचे सर्व हवाईमार्ग चीनने बंद करून टाकले होते. अमेरिकेच्या अधिकाऱ्यांच्या तैवानच्या सर्व अधिकृत भेटी थांबवण्याच्या त्यांच्या मागणीचा त्यांनी पुनरुच्चार केला होता. चीनमधील अंतर्गत कारवायांना ऊत आला होता. लोकशाहीवादी आणि पर्यावरणवादी गटांविरुद्ध वर्तमानपत्रांतून आगपाखड चालली होती. त्यांची अर्वाच्च भाषेत निंदानालस्ती करण्यात येत होती आणि त्यांच्या विषयी जनतेत तिरस्कार पसरेल असे लिहून आणले जात होते. कुणालाही कुठेही काहीही विरोधी कारवाया चालू असल्याची शंका आल्यास त्याची माहिती तातडीने शासनाला देण्याचे आवाहन करण्यात येत होते. पाच हजारांहून अधिक विरोधकांना अटक करण्यात आल्याची आणि बरेचसे उद्योगही सक्तीने बंद केल्याची निश्चित बातमी असल्याचा दावा सी.आय.ए.ने केला होता. काही निवडक मालाची अमेरिकेला होणारी निर्यातही थांबवण्यात येत होती.

"नोकऱ्या गेलेल्या कामगारांना सरकारतर्फे मोबदला दिला जात आहे." सी.आय.ए.चे डायरेक्टर स्टुअर्ट कोहेन राष्ट्रीय सुरक्षा मंडळाच्या मीटिंगमध्ये माहीती देत होते, "यामुळे उद्भवणाऱ्या बेकारीच्या मुद्द्यांवर त्यांना लोकांच्यात असंतोष पसरायला नको आहे."

"हे असं किती काळपर्यंत चालू ठेवू शकतील ते?" प्रेसिडेंटनी विचारले.

स्टुअर्ट मान हलवीत म्हणाले, "त्यांनी अगोदरच जाहीर केलं आहे की ते परकीय चलनांचा राखीव साठा विकणार आहेत."

"तो विकत घेऊन चीनला रेनमिनबी म्हणजे चिनी युआन देणार आहे कोण?"

"कोणीच नाही." बॉब कॉल्व्हिनने उत्तर दिले.

"मग ते काय करणार?" अँजेला शावेझने विचारले, "नोटा छापणार का नाणी पाडणार?"

कॉल्व्हिन खांदे उडवत म्हणाला, "तेवढंही करू शकतील ते. पण त्यामुळे होणारी चलनवाढ, वाढत्या किमती यांना काही दिवसच तोंड देता येईल. नंतर सहन करण्याच्या पलीकडे जाईल."

"स्टुअर्ट, आपल्याला काही धोका, त्रास?" प्रेसिडेंटनी विचारलं.

"आपल्याशी व्यवसाय करणाऱ्या कारखान्यांच्या बाहेर दंगली होत असल्याच्या आणि अमेरिकन मालकीच्या किंवा अमेरिकन कंपन्यांशी संलग्न असणाऱ्या उद्योगधंद्यांवरही हल्ले होत असल्याच्या बातम्या आल्या आहेत." कोहेन त्याचा हँडहेल्ड पाहत बोलत होता, "सिटी बँकेच्या एका शाखेच्या इमारतीच्या काचा फोडल्या गेल्या आहेत आणि मॅकडोनाल्डच्या आणि इतर काही अमेरिकन कंपन्यांच्या विक्रीकेंद्रांवर दगडफेक झाली आहे. शांघाय आणि ग्वाँगडाँग भागातल्या मुख्यत्वे अमेरिकन लोक राहत असलेल्या निवासी भागांच्या आसपास लोकांची गर्दी जमत असलेली दिसून येत आहे."

"कुणी जखमी झालंय?" प्रेसिडेंटनी विचारले.

"अजून तरी तशी बातमी नाही. तेथील अधिकारी परिस्थिती नियंत्रणात ठेवत आहेत. हे जमाव लोकांना पैसे देऊन जमवले जातात."

बेंटनने ओल्सेन यांच्याकडे पाहिले.

"काल चीनचे राजदूत लिऊ यांना ऑफिसमध्ये बोलावून अधिकृत निषेध नोंदवलेला आहे. आज परत बोलावून घेतो त्यांना." ओल्सेन म्हणाले.

अंतर्गत सुरक्षा सेक्रेटरी ॲनी माँटगोमेरी हिच्याकडे वळून प्रेसिडेंटनी विचारलं, "आपल्या इथं काही असले प्रकार?"

"नाही, सर. नेहमीच्या संशयितांच्या काही कारवाया चालू आहेत एवढंच. गेल्या काही दिवसांत वंशद्वेषाच्या गुन्ह्यांत वाढ दिसली आहे."

"मला त्याची माहीती हवी आहे. कायदा पाळणाऱ्या नागरिकांना पोचणाऱ्या कोणत्याही प्रकारच्या त्रासांचा, हिंसक घटनांचा निषेध करणारं एक निवेदन मी प्रसारित करणार आहे."

माँटगोमेरीने होकार दिला आणि म्हणाली, "चीनचा दूतावास आणि त्यांची इतर राजनैतिक कार्यालये यांच्या बंदोबस्तात वाढ केली आहे."

"आपल्या अन्य देशातल्या दूतावासांचं काय?"

ओल्सेन नकारार्थी मान हलवत म्हणाले, "काही ठिकाणी निदर्शनं चालू आहेत. पण ती कार्बन कपात योजना जाहीर झाल्या दिवसापासूनच चालू आहेत."

बेंटन परत कोहेन यांच्याकडे वळला.

ते म्हणाले, ''चीनमध्ये अंतर्गत दडपशाहीच्या कारवाया जोरात सुरू आहेत. प्रसारमाध्यमे त्यात मोठ्या उत्साहाने त्यांचा वाटा उचलत आहेत. गेल्या एका आठवड्याभरात वेबवर शासनविरोधी हालचाली पूर्णपणे थांबलेल्या दिसतात. जे कार्यकर्ते अजून तुरुंगात गेलेले नाहीत, ते फरारी आहेत. ही जी अस्वस्थता दिसते आहे ती खरंच आपण ज्या निरनिराळ्या कृती केल्या आहेत त्यामुळे निर्माण झालेली आहे, की चीनचे शासन बाहेर घडणाऱ्या घटनांचा उपयोग त्यांच्या जुन्या अंतर्गत प्रश्नांचा सोक्षमोक्ष लावण्यासाठी करते आहे हे निश्चित समजत नाही. आणखी एक विशेष निरीक्षण म्हणजे, परराष्ट्रमंत्री चाऊ गेले दहा दिवस कुठेही सार्वजनिक कार्यक्रमात, समारंभात दिसलेले नाहीत. प्राईम मिनिस्टर झाई हेही अगदी शांत दिसत आहेत. डिंग मात्र जोरात आहेत. त्यांनी बरीच भाषणं दिली आहेत आणि त्यांना जरा जास्तच प्रसिद्धी देण्यात येत आहे. वेन यांनी त्यांना मुद्दामच जरा मोकळं सोडलेलं दिसतं आहे.''

दिल्या जाणाऱ्या माहितीचे मनात संकलन करत काही वेळ शांत राहून बेंटनने कोहेन यांना विचारले, ''तिथल्या अमेरिकन नागरिकांना कितपत धोका आहे असा कयास आहे तुमचा?''

''प्रेसिडेंट, माझ्या मते,'' कोहेन म्हणाले, ''जे ह्या सगळ्यांची सूत्रे हलवत आहेत त्यांच्यावर ते सर्वस्वी अवलंबून आहे. हे त्यांनीच चालू केलं आहे आणि तेच बंद करू शकतात. फक्त अपवाद असा होऊ शकतो की हातात धरून ठेवलेला वाघाच्या गळ्यातला पट्टा जर हातातून सुटला, तर मग मोकळा सुटलेला जनजागृतीचा वाघ अनर्थ करू शकतो. वीसशे तेरा आणि चौदा साली असं घडताना पाहिलं आहे आपण. त्यावेळी चेंगडूमध्ये भाडोत्री लोकांचा जमावच हाताबाहेर गेला होता आणि वीस अमेरिकन नागरिकांचे जीव गेले होते.''

''अशा बाबतीत परिस्थिती आटोक्याबाहेर जाण्याचा धोका कायमच असतो.'' राष्ट्रीय गुप्तहेर खात्याचे डायरेक्टर लाऊ बर्कोविट्झ म्हणाले.

परत काही वेळ ऐकलेले पचवत शांत राहिल्यावर बेंटनने पुढचा प्रश्न विचारला, ''लष्करी स्थिती काय आहे?''

''प्रेसिडेंट, फुजी बेटांच्या आसपास काही थोड्या प्रमाणात सैन्याची जमवाजमव दिसली आहे.'' ॲडमिरल पॉल एंडरलिच यांनी उत्तर दिले, ''हा भाग तैवानच्या समोर येतो. तिथे हल्ला होऊ शकतो.''

''ही हालचाल आपल्या लक्षात येईल हे त्यांना माहीत आहे ना?''

''अगदी. त्यांना आपल्याला माहीत व्हायला हवंच आहे.''

''आणखी काही?''

''झेजियांग, जियांग्सु, हैनान इथे आरमाराची हालचाल सुरू आहे. तांत्रिकदृष्ट्या

बोटींनी अजून मॅनिला कराराची मर्यादा ओलांडलेली नाही, पण त्याला जराही वेळ लागणार नाही. त्या भागात हवाई गस्त वाढलेली आहे, ती विमाने तैवानच्या हवाई हद्दीत घुसत आहेत, पण ती नेहमीची गोष्ट आहे.''

''म्हणजे ते कायदा मोडत आहेत.''

''म्हटलं तर, हो. पण मी सांगितलं तसं, त्यात नवीन काही नाही. ते हवाई हद्द कधीच पाळत नाहीत.''

''तैवान काय करतंय?''

''ते पूर्णपणे सतर्क आहेत. सर्वथा सिद्ध आहेत.''

''हवाई गस्तीचं काय करतात ते?''

''बस, फक्त लक्ष ठेवून असतात. आंतरराष्ट्रीय हवाई हद्दीच्या कायद्याच्या मर्यादेत राहून आपणही आपल्या बाजूनं हवाई गस्त वाढवलेली आहे. आपण बाकी कुठलीही कृती केलेली नाही.'' ते जरासे थांबून म्हणाले, ''पॅसिफिक फ्लीट तैवानपासून दोन दिवसांच्या अंतरावर आहे. तिसरी हवाई तुकडी केव्हाही गुआमला जाण्यासाठी सज्ज आहे.''

''तैवानच्या शासनाला काय हवं आहे हे आपल्याला माहीत आहे का?'' प्रेसिडेंटनी विचारलं.

''प्रेसिडेंट टॅन यांना आपल्याशी बोलायचं आहे.'' ओल्सेन म्हणाले, ''तैवान रिलेशन्स ॲक्टच्या पुढे जाऊन त्यांना आता आपल्याकडून जाहीर पाठिंब्याची घोषणा हवी आहे.''

''म्हणजे त्यांना आपण त्यांचं रक्षण करू, असं आश्वासन हवं आहे?'' अँजेला शावेझ नी विचारले.

''बहुतेक. त्यांना लष्करी मदतीची हमी हवी आहे.''

शावेझनी प्रेसिडेंटकडे पाहिले.

ओल्सेन म्हणाले, ''मला वाटतं, मी या आठवड्यात तिथं भेट देण्याचं जाहीर करावं.''

ज्यो बेंटननी चमकून त्यांना प्रश्न केला, ''कोणत्या उद्देशानं...?''

''उद्देश हा की चीनच्या शासनाला दाखवून द्यायचं की आम्ही बेकायदेशीर इशाऱ्यांना भीक घालत नाही.''

''दोन आठवड्यांनी आपल्या व्यापारी शिष्टमंडळाचा दौरा आहेच ना?''

''त्यापेक्षा लवकर आणि अधिक काहीतरी दाखवायला पाहिजे.''

''चीन त्याचीच वाट बघतं आहे.'' बॉल म्हणाला.

''बरोबर. ते आपल्याला आव्हान देतात, आपण उलट प्रत्युत्तर देऊन आपण त्यांच्यापेक्षा बलिष्ठ आहोत हे दाखवायचं.''

"म्हणजे तुम्हाला पाठवायचं. ठीक. मग ते काय करतील?" बेंटनने ओल्सेनना विचारले.

"मला माहीत नाही."

"हाच घोळ आहे असं नाही वाटत तुम्हाला?" बॉल म्हणाला.

"मलाच काय, पण मी पैज लावायला तयार आहे की त्यांनाही माहीत नाही ते काय करतील ते!"

"म्हणजे दोघांनीही 'ब्लाइंड' चाल खेळायची. छान!"

"ॲलन, यातलं तत्व वेगळं आहे. यात सार्वभौमत्वाचं तत्त्व आहे. चीन जर एका स्वयंशासित देशाला आव्हान देतो आहे तर..."

"चीन तैवानला कधीच स्वयंशासित समजत नाही हे आपल्या सगळ्यांनाच माहीत आहे. चीनला तैवान परत पाहिजे आहे. त्यांची स्वत:ची पुरेशी तयारी झाली की ते 'मॅनिला अंडरस्टँडिंग' खिडकीतून बाहेर फेकून देतील."

"आपण फेकू दिलं तर!"

"मग त्यांना कारण देऊ नका."

"त्यांना आपण कारण द्यायची गरज नाही. ते स्वत: समर्थ आहेत त्यासाठी! प्रेसिडेंट जपानला जातात. हे सुद्धा कारण होऊ शकतं त्यांच्यासाठी! प्रेसिडेंट, यावर एकच उपाय आहे, प्रत्येक वेळेला टोल्यास प्रतिटोल्यानंच उत्तर द्यायचं."

"लॅरी, मला वाटतं दोन आठवड्यांनंतरचा व्यापार दौरा आहे तो बास आहे. आणखी कुणी जाऊन प्रकरण वाढवायला नको." प्रेसिडेंट शांतपणे म्हणाले.

ओल्सेन नाराजीच्या स्वरात म्हणाले, "यानंतर तैवानची बंदरं पण ते अडवून ठेवतील!"

"हा विषय पुरे." प्रेसिडेंटनी बजावले, "गोष्टी हाताबाहेर जायच्या आत तुम्ही दोघं थांबा."

"मॅनिला करार न मोडता आपण आपली 'पॅसिफिक फ्लीट' पुढे सरकवून एक दिवसाच्या अंतरावर आणून ठेवू शकतो." एंडरलिच यांनी सुचवले.

बेंटनने एक क्षण त्यांच्याकडे बघितले आणि तो कॉल्व्हिनकडे वळला.

"त्यांनी जर त्याचा डॉलर्सचा राखीव साठा घाईघाईने विकायचा ठरवला तर गोंधळ माजेल." कॉल्व्हिन म्हणाला, "ज्यांच्याकडे डॉलर्स किंवा यु.एस.चे बाँड्स असतील ते ठार बुडतील."

"मघाशी तर तुम्ही म्हणत होतात की ते डॉलर्स कुणी विकत घेऊच शकणार नाही." बॉलने आठवण करून दिली.

"रेमिनबी देऊन घेऊ शकणार नाही असं म्हणालो मी. चिनी चलन कुणाकडेच नाही. पण त्यांना केवळ आपल्याला त्रासच द्यायचा असेल तर त्यांना आर्थिक

दृष्ट्या काहीही उपयोगाचं नसलं तरीही ते जे मिळेल ते चलन स्वीकारून डॉलर्स विकतील. त्यांनाही त्याचा त्रास होईलच, पण आपल्याला जास्त होईल या समाधानासाठी ते तो त्रासही कदाचित सहन करतील. त्यांनी भाव पाडून डॉलर्स विकले की आपले बाँड्स कुचकामाचे ठरतील. आपल्याला आपला तोटा भरून काढायला निदान दहा ते पंधरा टक्के जादा खर्च करावा लागेल, कदाचित थोडा जास्तच. बाँड्स विकणं तर अशक्यच होईल आपल्याला.''

''अजून त्यांनी सुरुवात केलेली नाही ना?'' प्रेसिडेंटनी विचारले.

कॉल्विन नकार देत म्हणाले, ''आमच्या माहितीनुसार तरी नाही.''

''ठीक आहे, ते जरा बाजूला ठेवू.'' बेंटनच्या लक्षात येत होतं की एका वेळी किती गोष्टी हाताळायच्या याला काही सीमा असते. चीनने निवेदन देताच बाजारात घबराट पसरली होती आणि ती गेले तीन दिवस तशीच होती. थोड्या वेळानंतर कॉल्विन आणि फेडरल रिझर्व्हचे डायरेक्टर हेन्री शुल्झ यांना त्यासाठीच भेटून तो पर्यायांचा विचार करणार होता.

''प्रेसिडेंट, मला वाटतं एव्हाना सर्वांना हे स्पष्ट झालंच असेल की तुम्ही माघार घ्यावी यासाठीच ते जंगजंग पछाडत आहेत. प्रश्न हा आहे की 'का?' त्यांना तुम्ही आता का माघार घ्यायला हवी आहे? आपल्याला याचं नेमकं उत्तर माहीत नसलं तरी त्यावरून निघणारा निष्कर्ष अगदी सरळ, उघड आहे. आपण माघार घ्यावी यासाठी ते एवढे उतावीळ झाले आहेत, याचा अर्थच असा होतो की आपण आपल्याच मार्गानं पुढेच जात राहिलं पाहिजे.''

''कुठवर?'' बॉल शांत बसला नाही.

''जिथवर ते माघार घेणार नाहीत तिथवर!''

''आणि त्यांनी नाहीच घेतली तर?''

''ते घेतीलच!''

''का?'' हा प्रश्न प्रेसिडेंटनी विचारला.

''कारण प्रत्येक जण कधीतरी, कुठेतरी घसरतोच! आपण घसरत नाही हे आपल्याला सिद्ध करायचं आहे. क्युबन मिसाईल्स क्रायसिसच्या वेळी कोण घसरलं? कुणी जहाजं फिरवली? क्रुश्चेव्हनी. दोन महाशक्ती त्या वेळी शेवटच्या एकमेकींसमोर उभ्या ठाकल्या होत्या!''

''प्रेसिडेंट, क्युबा आपल्या प्रभावाखाली होता, तैवान त्यांच्या आहे.'' बॉल म्हणाला, ''आणि माघार घेणं हीही एक चाल असते. पण त्याची एक योग्य वेळ असते आणि एक योग्य पद्धत. त्यांच्या मागण्या अवास्तव होऊ लागतील, ते मर्यादा ओलांडतील त्यावेळी बाकी सगळं जग तुमच्या बाजूला येईल आणि त्यावेळेला तुम्ही मागे जाल.''

"आणि ती माघार घ्यायची वेळ आत्ता आली आहे असं तुझं म्हणणं आहे?"

"अजिबात नाही." ओल्सेन म्हणाले, "प्रेसिडेंट, आपण नाही, ते माघार घेतील. त्यांचा 'प्राण' त्यांच्या अंतर्गत राजकारणात आहे. त्यांना आपल्यात मुळीच रस नाही. त्यांना त्यांच्या घरात जे साधायचं ते साध्य झालं की ते लगेच खाली येतील."

"म्हणजे त्यांची देशातल्या विरोधकांवरची कारवाई पूर्ण झाली की?"

ओल्सेन यांनी मान हलवून होकार दिला.

"प्रेसिडेंट, माझ्या मते लॅरी म्हणतायत त्यात अर्थ आहे." स्टुअर्ट कोहेन म्हणाले.

बेंटनचे डोके बधीर होऊ लागले होते. चीन त्यांच्या देशातल्या विरोधकांना नेस्तनाबूत करण्यासाठी जगभर संकटे वाढवत बसणार आणि त्यांच्या विरोधकांचा संपूर्ण नायनाट होईपर्यंत अमेरिकेच्या प्रेसिडेंटनी थांबून राहायचं, त्यांचं काम होईल अशी आशा करत बसायचं, ते पूर्ण होण्याची वाट बघायची. बेंटनला या सगळ्या प्रकाराचा उबग आला होता.

"त्यांना त्यांचं काम पूर्ण करू द्या, मग ते ठिकाणावर येतील." ओल्सेन म्हणाले.

"आणि 'कार्बन कपात योजनेवर' सही करतील?"

"तैवानच्या बाबतीत आपल्याला कडक राहायला हवं."

"लॅरी, प्रश्न तैवानचा नाही, कार्बन योजनेचा आहे." बेंटनने मोठ्या प्रयासाने आपला वैताग आवरला.

"ते दोन्ही एकमेकाशी जोडलेले आहेत."

"नाहीत."

"प्रेसिडेंट, त्यांना तैवानच्या बाबतीत त्यांची मर्यादा दाखवायलाच हवी. तोपर्यंत आपण आपल्या योजनेला अन्यत्र अधिकाधिक पाठिंबा मिळवू. दोन्ही गोष्टी एकाच वेळी होतील."

बेंटनच्या मते त्या तशा होणार नव्हत्या. त्याने काही वेळ डोळे मिटून घेतले. तो त्याचा राग, वैताग गिळून टाकायचा प्रयत्न करत होता. त्याने डोळे उघडले आणि ओल्सेन यांच्याकडे न बघता बोलायला सुरुवात केली, "मी आता चार गोष्टी करणार आहे, एक – चीनमधल्या अमेरिकन नागरिकांना चीन सोडण्याची सूचना देणं–"

"पण प्रेसिडेंट, ते हजारो लोक– "

"स्टुअर्ट, मला बाकी काही माहीत नाही. मला आपले लोक बाहेर पाहिजेत. त्यांच्या सुरक्षिततेचा मुद्दामला चीनच्या हातातलं शस्त्र बनू द्यायचा नाही. दोन –

प्रेसिडेंट टॅन यांच्याशी बोलणं. मी त्यांना 'तैवान रिलेशन्स अॅक्ट'च्या बाहेर काहीही कबूल करणार नाही. हे इथल्या सगळ्यांना नीट, स्पष्टपणे कळलंय? पण मी त्यांच्याशी बोलणार मात्र आहेच. तीन – कायद्याच्या चौकटीत राहून विरोध करणाऱ्यांना बेकायदेशीररित्या डांबून ठेवणे, त्यांना अटक करून तुरुंगात टाकणे याबद्दल चीनचा निषेध करणारं एक निवेदन जाहीर असणं आणि चार – या सगळ्याचा दुसऱ्या देशांवर काही परिणाम होतो का यावर लक्ष ठेवणं. लॅरी, तुम्ही म्हणत होता ना की वेन यांनी काहीतरी चूक केली, मूर्खपणा केला की आपल्याला पाठिंबा मिळायला लागेल, बघू या आता तुमचं म्हणणं बरोबर होतं का ते! बेन, सुरुवात म्हणून माझा गोरोडिन यांच्याशी संपर्क साधून दे. वीज बंद करून बीजिंगमध्ये काळोख करतात का विचारू.''

हॉफमनने मान हलवली.

''प्रेसिडेंट, हे पुरेसं कडक नाही झालं.'' ओल्सेन पुटपुटले.

''लॅरी, एवढंच कडक होऊ शकतं!''

# रविवार, २३ ऑक्टोबर
# सिच्युएशन रूम, द व्हाइटहाऊस

'मॅनिला अंडरस्टँडिंग'च्या अटींनुसार फुजियन बेटांच्या प्रदेशात एक लाखाहून अधिक लष्करी कुमक जमवायला परवानगी नव्हती, तसेच चीनच्या विमानवाहू नौकांना तैवान स्ट्रेट आणि तैवानच्या भोवतालच्या पन्नास किलोमीटरच्या भागात प्रवेश करायलाही बंदी होती. चीनने या दोन्ही अटींचा भंग केला होता. त्याबद्दल त्यांना लगेच निषेध पत्र जारी करण्यात आले होते. तैवानच्या शासनाने जाहीरपणे अमेरिकेचे सैन्य त्यांच्या हद्दीत तैनात करण्याची विनंती केली होती. तसे केल्यास ती युद्धाचीच सुरुवात समजली जाईल असा जाहीर इशारा चीनने लगेच दिला होता.

''दोन दिवसांच्या आत एटीसेकंड एअरबोर्नच्या तीन तुकड्या आपण तैवानमध्ये उतरवू शकतो.'' एंडरलिच सांगत होते, ''पॅसिफिक फ्लीट बेटाच्या आणखी जवळ सरकली आहे आणि तिसरी एअरविंग गुआमच्या दिशेने निघाली आहे.''

''पण यासाठी माझी कुणी परवानगी मागितल्याचं आठवत नाही मला.''

''प्रेसिडेंट, मी दिली परवानगी.'' जय मॅकमोहन म्हणाला, ''जर आपण चढाईचा विचार केला तर पुरेसं सैन्य योग्य जागी तयार असायला हवं.''

''प्रेसिडेंट, आम्ही तीन योजना तयार ठेवल्या आहेत. मी त्या तुम्हाला सांगतो.''

''योजना? कसल्या?''

''तैवानला संरक्षण देण्याच्या. पहिली योजना प्रत्यक्ष हल्ल्याच्या आधीच शत्रूची ताकद खच्ची करण्याची आहे.''

''जरा थांबा.'' बेंटन एंडरलिच यांच्याकडे जरबेच्या नजरेने पाहात म्हणाला, ''अमेरिकेच्या सरकारने तैवानला लष्करी संरक्षण देण्याचे आश्वासन दिलेले नाही हे लक्षात असू द्या. आणि मी ते आता परत एकदा तुमच्या लक्षात आणून देतो आहे. प्रेसिडेंट टॅन यांनाही ही गोष्ट माहिती आहे.''

''आपण योजना तयार ठेवल्या आहेत इतकंच.'' जय मॅकमोहन म्हणाला.

"हे प्रशासन तैवानवरून युद्धात पडणार नाही. पूर्णविराम!"

"मग तुमची काय सूचना आहे, प्रेसिडेंट?" ॲडमिरल एंडरलिच यांनी विचारलं, "मॅनिला अंडरस्टँडिंगच्या प्रत्येक कलमाचा भंग झाला आहे."

प्रेसिडेंटनी काही तरी बोलायला सुरुवात केली होती पण ते थांबले. नकारार्थी मान हलवत म्हणाले, "मी तैवानवरून युद्ध करणार नाही. पण जर केलं तर काय होईल? समजा आपण चीनला रोखलं. त्यांची पुढची कृती काय असेल?"

"काहीच नसेल." लॅरी ओल्सेन म्हणाले, "दोन महाशक्ती एकमेकांसमोर येऊन सरळ सरळ युद्ध कधीच करत नाहीत. ते दुसऱ्या कुणाला तरी पुढे करतात."

ॲलन बॉल असहमती दर्शवत म्हणाला, "चीन गेली कित्येक वर्षं त्यांची लष्करी ताकद दाखवायची संधी शोधतो आहे."

"आणि यावेळी चीननं तैवानला पुढे केलेलं आहे. आपण त्याच्या रक्षणाला सरसावलो की युद्ध थांबेल. बस, संपलं. ते बाकी काही करू शकत नाहीत. चीनला लगेच माघार घ्यावीच लागेल."

"आणि मग आपण तिथे वर्षानुवर्षं अडकून राहू." ॲलन म्हणाला, "प्रेसिडेंट, निकी यांनी प्रस्ताव पाठवला आहे की ते ताइपी (तैपेई) आणि बीजिंग यांच्यात बोलणी सुरू करण्यासाठी मध्यस्थ, दूत पाठवायला तयार आहेत."

"त्यामुळे सगळंच बिघडेल. बोलणी करायला तयार होणं म्हणजेच त्यात काहीतरी बोलण्यासारखं, चर्चा करण्यासारखं आहे असं मान्य करणं झालं! प्रेसिडेंट, तैवान हा अमेरिकेचा फार महत्त्वाचा मित्र आहे. चीननं जर तैवान गिळंकृत तर आपल्या इभ्रतीला फार मोठा धक्का पोचेल." ओल्सेन म्हणाले.

"कधी ना कधी तरी चीन तैवान परत मिळवणारच." बॉल म्हणाला, "हे तर प्रत्येकाला चांगलंच माहिती आहे. मॅनिला अंडरस्टँडिंगची कलमं ठरवताना ही जाणीव ठेवली गेली होती हेही निर्विवाद आहे. एखादं राष्ट्र जर खरंच स्वतंत्र राष्ट्र असेल तर त्याला आपल्या बचावासाठी असल्या 'अंडरस्टँडिंग'ची गरज भासतच नाही."

एंडरलिच म्हणाले, "सर, आपल्याला काहीतरी केलंच पाहिजे. आमचे जवान आज्ञेच्या प्रतीक्षेत आहेत. दिवसातून दहा वेळा तरी आपली विमानं चीनच्या विमानांच्या जवळून, त्यांच्या बरोबरीनं उडत आहेत. बस, एक पायलट जरा जरी जास्त जवळ सरकला तरी खोडी निघेल!"

"लाकडं चांगलीच वाळली आहेत, ठिणगी पडायचीच खोटी आहे." जय मॅकमोहन म्हणाला.

काही वेळ कुणीच काही बोलले नाही.

बेंटननी शांततेचा भंग केला, तो म्हणाला, "जय, तैवानला कळवा की आम्ही सैन्य पाठवीत नाही. ."

“सर, माफ करा, मला असं वाटत की हे प्रेसिडेंट टॅन यांना तुम्ही स्वत:च सांगावं.”

“ठीक आहे, मी करेन सकाळी त्यांना फोन.”

“ही चूक होते आहे.” ओल्सेन म्हणाले, “चीनला युद्ध करायचं नाही. त्यासाठीच त्यांना तुम्ही सैन्य तैवानमध्ये पाठवायला हवं आहे. जर तुम्ही सैन्य पाठवलं नाहीत तर मात्र ते युद्ध करतील. तैवान पादाक्रांत करून टाकतील.”

“तुम्ही निवाडाच करून टाकलात.” बॉल म्हणाला.

“अर्थात. असाच निवाडा होणार.”

“त्यांनी तैवान घेतलं तर मग ते कार्बन करार करायला आपल्याकडे येतील?” बेन हॉफमनने विचारले.

“म्हणजे, बेन, तुला म्हणायचं आहे, त्यांना कार्बन करारात ओढण्यासाठी तैवान द्यायचं. मला वाटतं आहे की त्यांना एकदा तैवान मिळालं की ते आणखीच अडेलतट्टूपणा करतील, हटवादी बनतील.”

“कदाचित मी म्हणतो तसं होईलही!” बेन म्हणाला.

“ही शक्यता तपासण्यासाठी जर तैवान देऊन बघायचं असेल तर मग आपण तसं ओसलोतल्या चर्चेच्या वेळीच का नाही केलं? पुढची सगळी यातायात तरी वाचली असती.” ओल्सेन म्हणाले.

“हा मुद्दा बरोबर आहे.” बॉल हळूच म्हणाला.

“आपण ओसलोत तसं का नाही केलं ते मीच सांगतो तुला. आपण एक बोट देऊ केलं असतं तर ते पूर्ण हातच मागत राहिले असते म्हणून. हे खरं आहे की आपण जेवढे कडक राहू तेवढे ते आपल्याला डिवचत राहतील आणि आपल्याला सारखं बोचत राहील. पण जर आपण जरा सहन केलं तर ते थांबतील. ते घसरतील, चूक करतील. त्यावेळी जर आपण तसेच ताठ असू, पाय घट्ट रोवून असू तर आपण जिंकू.”

“हे सर्वस्वी चुकीचं आहे!” बॉल म्हणाला, “चीनचा हेतू आता जगजाहीर आहे, त्यांची वृत्तपत्रं तेच ओरडत आहेत. त्यांच्या अंतर्गत लढ्यात विजय मिळवण्यावाचून आता त्यांना पर्याय नाही. पार्टी कुठल्याही किमतीवर पराजय स्वीकारणार नाही. त्यासाठी त्यांना काहीतरी द्यावंच लागेल.”

“म्हणून तैवान द्यायचं का?” ओल्सेन चिडून म्हणाले, “त्यांचं नाक वर राखायला आपण मान खाली घालायची? शत्रूचंही मन राखण्याचं हे उदाहरण केवळ अद्वितीय आहे!”

“हे वास्तव आहे.”

“खड्ड्यात घाला तुमचं वास्तव. हे महाभयंकर आहे. तैवान देण्याचं हे कारण होऊच शकत नाही.”

बेंटन मध्ये पडून म्हणाला, ''लॅरी, मी एकशेएकाव्या वेळी सांगतो आहे, प्रश्न तैवानचा नाही.''

''माफ करा, प्रेसिडेंट, पण तो तैवानचाच आहे.'' ओल्सेन प्रेसिडेंटकडे रोखून पाहत म्हणाले, ''मला माहिती आहे की तुम्हाला दोन्ही गोष्टी जोडलेल्या रुचत नाहीत पण ते तसंच आहे. आणि तो संबंध त्यांनी जोडलेला आहे. कार्बन योजनेची वाट तैवानवरून जाते. आज मी तुम्हाला तुमच्या तोंडावर हे स्पष्टच सांगतो की हे नाकारणारी या जगातली तुम्ही एकमेव व्यक्ती आहात.''

खोलीत स्मशानशांतता पसरली. बेंटनला ही जाणीव होती की सगळ्यांच्या नजरा त्याच्यावर खिळल्या होत्या. त्याने एक दीर्घ श्वास घेतला. लॅरी ओल्सेन यांचे म्हणणे बहुधा बरोबर असावे. तोही कदाचित आता त्याला विरोध करू शकणार नव्हता.

''मला हे समजावून सांगा की आपण काहीही केलं नाही तर ते काय करतील? ते बोलत वेळ काढत राहतील का तैवान घेऊन टाकतील?''

''घेऊन टाकतील.''

''घेऊन टाकतील.'' एंडरलिच यांनीही तेच सांगितले, जय मॅकमोहननेही मान हलवली.

प्रेसिडेंटनी ॲलन बॉलकडे बघितले.

अत्यंत नाखुषीने तो म्हणाला, ''होय, शक्य आहे.''

कोहेनने आपले मत दिले, ''ते तात्कालिक कारण म्हणून मुद्दाम काहीतरी घटना घडवून आणतील. तो सोपा मार्ग असतो. तो घडला की ते पुढे सरकतील.''

''मलाही तेच वाटतंय.'' एंडरलिच यांनीही दुजोरा दिला.

''ठीक आहे, त्यांनी तसं केलं. मग काय? त्यानंतर ते फिरून करार करायला येतील?''

''का यावं त्यांनी?'' ओल्सेन यांनी प्रतिप्रश्न केला, ''आपण तैवान त्यांच्या हातात ठेवल्यावर आपली काय प्रतिष्ठा राहील?''

''अमेरिकेच्या शासनानं असं स्पष्टपणे कधीही विधान केलेलं नाही की ते चीनला तैवान देणार नाहीत.''

''माफ करा, सर. पण हा तुम्ही शोधलेला बारकावा चीननं तैवान घेतल्यावर चीनमधली अगदी सामान्य जनताही विजयाच्या उन्मादाने, राष्ट्राभिमानाच्या अतिरेकानं जो अभूतपूर्व जल्लोष करेल त्यात सहजपणे वाहून जाईल, विसरला जाईल.''

''मग तर त्यांना कार्बन कराराकडे परतायला काहीच प्रत्यवाय नसावा.'' प्रेसिडेंट म्हणाले, ''हाच दोन्हीतला संबंध आहे. आणि चीननं तैवानवर आक्रमण केलेलं पाहून बाकीचे देश त्या आक्रमकांचा विरोध म्हणून आपसूकच आपल्या बाजूला येतील.''

"येतील?" मॅकमोहनने शंका काढली, "प्रेसिडेंट, मला तरी कुठलाच देश तैवानची बाजू घेताना दिसत नाही. खरं सांगायचं तर तैवानशी कुणालाही काहीही देणंघेणं असावं असं वाटत नाही."

"पण म्हणून काही ते अशा जबरदस्तीकडे दुर्लक्ष करून ती करणाऱ्याला माफ करणार नाही."

ओल्सेन या विधानाची गंमत वाटून म्हणाले, "त्यांनी माफ नाही केलं तरी ते त्यांचं काय वाकडं करू शकतात? युरोकोअरचं उदाहरण घ्या. तैवान तर गेलं, त्याचं तर आता कुणीच काही करू शकत नाही मग काय युरोकोअर चीनबरोबरच्या व्यापारावर बहिष्कार टाकतील? कुणाला वाटतंय ते असं करतील? प्रेसिडेंट, आपण चीनला तैवान घेण्याचा गुन्हा करू दिला तर तो चीन सहज पचवेलही, त्यातून सहीसलामत, बेदरकारपणे, उजळ माथ्यानं सुटूनही जाईल. मग तुमच्या कराराकडे ढुंकूनही बघायची त्यांना काय गरज पडणार?"

"ॲलन?" प्रेसिडेंटनी त्याचं मत विचारलं.

ॲलन काही वेळ कपाळावर आठी घालून, विचार करून म्हणाला, "करार करण्याची जर त्यांच्यात कुठंतरी खोलवर खरंच इच्छा असेल तरच ते होईल. त्यांना जर असा विश्वास वाटत असेल की ते आणखी काही काळ थांबून आपल्याकडूनच जास्त कपात करून घेऊ शकतील तर ते तसंही करतील. मग बाकी काहीही होवो."

"वा, बघा, ॲलनला सुद्धा मान्य आहे!" ओल्सेन जोरात म्हणाले,

"पण ही वस्तुस्थिती आजची नाही, या आधीही तशीच होती, कायमच तशी आहे." बॉलने प्रत्युत्तर दिले, "उत्सर्जन कमी करायला पाहिजे असं खरंच कधीतरी त्यांना वाटलंय का? तसं वाटत असलं तरच मग त्यांना कराराच्या जवळ आणण्याचा तैवान हा एक उपाय ठरू शकला असता. आपल्याला जो त्रास सहन करावा लागणार आहे, झीज सोसावी लागणार आहे, त्याच्या बदल्यात आपल्याला तैवान मिळालेला आहे असं ते त्यांच्या लोकांना दाखवू शकतील, करारासाठी त्यांचं मन वळवू शकतील, त्यांची मान्यता मिळवू शकतील. हे लक्षात घ्यायला हवं की यावर त्यांच्या राजवटीचं अस्तित्व अवलंबून आहे. त्यामुळे हे जर त्यांना मिळालं तर करार करण्याची शक्यता कमी न होता तसूभर वाढेलच."

"आणि जर त्यांना खरंच उत्सर्जन कमी करण्याची निकड जाणवतच नसेल तर?" प्रेसिडेंटनी विचारले.

"तर हे फुकटातच त्यांच्या पदरात पडेल." ओल्सेननी लगेच सांगितले.

"ॲलन?"

"बरोबर आहे."

ज्यो बेंटन निर्हेतुकपणे समोरच्या टेबलावरची नक्षी न्याहाळत होता. त्याच्या मनात घोळणारा विचार काही वेळाने बाहेर पडला, "ते काय विचार करत आहेत ते मला कळलं असतं तर–"

"प्रेसिडेंट," वेगळ्या आवाजासरशी बेंटनने त्या दिशेला बघितले. इतका वेळ शांतपणे ऐकत बसलेला ऑलिव्हर वू बोलत होता, "सर, मला वाटतं की हे इतकं सरळ नाही."

'सरळ'? हे विशेषण जरा वाकडं लागत आहे, असा विचार करीत बेंटनने त्याला पुढे बोलायची खूण केली.

"आपण समजतो आहे तसा एकमार्गी आणि तर्कसुसंगत विचार चीनचं नेतृत्त्व करत असेल अशी अपेक्षा करणं अनुचित ठरेल. त्यांच्याकरता तैवान हे फार सोपं लक्ष्य आहे. त्यांना मिळाला, ते घेऊन टाकतील. ज्यानं चीनच्या जनतेला तैवान तैवान परत मिळवून आणण्याचं वचन दिलं नाही असा एकही चिनी नेता नाही. पण तैवान परत मिळवण्यासाठी धोका किती पत्करायचा याविषयीची प्रत्येक नेत्यांची मतं वेगळी आहेत. जे मनात आणलं तर आज दुपारी चढाई करून तैवान सर करून टाकतील, असेही काही लष्करी अधिकारी आहेत, पण हू, झुआन यांच्यासारखे नेते आहेत ते तैवानसाठी चीनच्या आर्थिक स्थैर्याला काडीचाही धक्का लागू देणार नाहीत."

"म्हणजे आताच्या या त्यांच्या कृतींमागे नक्कीच कुणीतरी 'सूत्रधार' आहे?"

"जर हा तैवान परत मिळवण्याचा खरा आणि गंभीर प्रयत्न असेल तर, हो, कुणीतरी सूत्र हलवतंय. पण कदाचित काय घडू शकेल, गोष्टी कुठपर्यंत जातील याची ही नुसती चाचपणीही असू शकेल किंवा हे केवळ लोकांच्या डोळ्यात धूळ फेकणं असेल, त्यासाठी केलेली हवेतली तलवारबाजीही असेल. चीनचे सगळे नेते आपण एका टेबलाभोवती बसतो तसे, सगळेच्या सगळे नेते, एकत्र बसून प्रथम हे करू, मग तैवान घेऊ, नंतर ते करू, कार्बन योजनेचं असं करू अशी चर्चा करतील, पर्याय शोधतील, सहमती होईल असं कधीही घडणार नाही. तैवानबद्दल काय करायचं यावर त्यांचं एकमत झालं तर ती फार मोठी कामगिरी म्हणावी लागेल. पण सध्या मात्र त्यानी फक्त तैवानवरच लक्ष केंद्रित केलेलं दिसत आहे. तैवान मिळाल्या नंतरच्या कृतींची काही विचारपूर्वक आखलेली योजना वगैरे असेल अशी आशा कोणी बाळगू नये. काहीही होऊ शकेल."

"मग तैवान घेतील ते?" प्रेसिडेंटनी विचारले.

"हो, चिनी माणसाला आपला प्राचीन काळ, ऐतिहासिक वारसा याचा फार अभिमान आहे. हाँगकाँग मिळवण्यासाठी त्यांनी नव्वद वर्षं वाट बघितली, पण शेवटी मिळवलं. तैवान गमावल्याला तर पंच्याऐंशी वर्षंच झाली आहेत. त्यांच्या दृष्टीनं ते काल घडल्यासारखं आहे. डोळ्यांची उघडझाप केल्यासारखं!"

बेंटनने ओल्सेन यांच्याकडे पाहिले आणि तो म्हणाला, "डॉक्टर वू म्हणतायत की त्या दोन गोष्टींचा संबंध नाही–"

"मी तसं नाही म्हणालो." वू चटकन म्हणाला, "त्यातला संबंध असा आहे की कार्बन करार जेव्हा त्यांनी ओसलोमध्ये उधळला तेव्हा ते अशा परिस्थितीत होते की, एक – त्यांना ही तैवान मिळवण्याची उत्तम संधी आहे असं वाटलं, किंवा दोन – त्यावेळी त्या परिस्थितीतून सावरायला त्यांना कुठला तरी आधार हवा होता आणि त्यासाठी त्यांनी तैवानचा वापर केला. मी असं दाखवायचा प्रयत्न करतो आहे की ह्या योजनाबद्ध हालचाली नसून संधीसाधूपणा आहे. यापुढची कृती कोणती असं सांगणारी आखीव योजना त्यांच्याकडे मुळीच नाही. तैवानचं जे काही व्हायचं ते झाल्यावर पार्टीतल्या कुणाची सरशी होते आणि पार्टीत कोण उच्चपदी पोचतं यावर पुढं काय घडणार ते अवलंबून राहणार आहे."

"ऑलिव्हरचं म्हणणं जर बरोबर असेल," ओल्सेन म्हणाले, "आणि आपण जर असं मान्य केलं की जो सूत्रधार तैवानच्या बाबतीत एवढा कट्टर आहे, तो कार्बन करारांविषयी पण तेवढाच कट्टर असेल, तर आपल्याला त्याच्यासाठी तैवानवरचा ताबा अतिशय कठीण, अशक्यच बनवावा लागेल म्हणजे त्या व्यक्तीवरचा इतरांचा विश्वास उडेल आणि तो बाजूला पडेल."

"सेक्रेटरी, माफ करा," वू म्हणाला, "ज्याचा दृष्टिकोन एका बाबतीत इतका कट्टर असेल त्याचा दुसऱ्या कशाच्या बाबतीतही तसाच आणि तितकाच कट्टर असेल असं नाही. जर तैवान फार कठीण होऊ लागलं तर तो त्याची पत सांभाळण्यासाठी अंतर्गत विरोधकांवरच्या कारवाया जास्त कडक करेल आणि विरोधकांना दडपण्यात जर त्याला यश मिळालं, तर कार्बन करार करण्याविषयीचा त्याच्यावरचा विरोधकांचा दबाव कमी होईल किंवा नाहीसाच होईल आणि मग तो कराराकडे सोयीस्कररित्या दुर्लक्ष करू शकेल. आणखी एक शक्यता विचारात घेतली पाहिजे ती ही की अंतर्गत तणाव इतके विकोपाला जातील की त्यामुळे पार्टीत फूट पडू शकेल, तट पडू शकतील आणि त्यातून यादवी युद्धाला तोंड फुटू शकेल. मग तुम्हाला बोलायचं कुणाशी हाच प्रश्न पडेल आणि ती परिस्थिती किती काळ तशीच राहील हे सांगताच येणार नाही. चीनच्या बाबतीत अशा युद्धाची शक्यता फार आहे."

बेंटनच्या कपाळावर आठ्या पडल्या. या नानाविध वक्तव्यांनंतर त्याच्या डोक्यातल्या विचारांच्या चक्रव्यूहातून बाहेर पडायचा साधा सोपा मार्ग त्याला हवा होता. हे कार्बन कराराबद्दल आहे, तैवानबद्दल नाही. तैवान एक संधी म्हणून समोर आले आणि कराराला लटकले. चीनचा जो भाग चीन या ना त्या रीतीने, कधी ना कधी तरी परत मिळवणारच होता त्या भागासाठी, तैवानसाठी, जगाचे भवितव्य

ज्या कार्बन कपातीच्या योजनेवर अवलंबून होते त्या योजनेचा त्याग बेंटन कदापि करणार नव्हता. तरीसुद्धा जगाच्या कल्याणाचा विचार करता, तैवानला संरक्षण देणे निश्चितच श्रेयस्कर होते. वास्तविक ते त्याच्या हातातले हुकमी पान बनू शकणार होते. आत्ता मिळवायचे, योग्य वेळी वापरायचे. पण तैवानमधल्या सशस्त्र कारवाईवर अमेरिकन जनतेची आणि विशेषत: काँग्रेसजनांची प्रतिक्रिया काय होईल याची काळजी करणेही आवश्यक होते. त्याविषयी त्याला काहीच अंदाज बांधता येत नव्हता. प्रसारमाध्यमे नेहमीप्रमाणे विभागलेली होती. काही जोरदार कृतीची मागणी करीत होते. काही 'आणखी एकाच्या घरगुती प्रश्नात अमेरिकेला गुंतवू नका' असा सावधगिरीचा इशारा देत होते. या मतभेदाचा विचार करताना त्याला प्रिन्स्टन युनिव्हर्सिटीचा हॉल आणि बाहेर पडणारे विद्यार्थी आठवले. संघटित गणराज्यावर दुफळीचे पडणारे ते सावट डोळ्यांपुढे उभे राहिले. गेल्या काही काळात त्याने अमेरिकन जनतेकडून खूप काही मागितले होते. भविष्यातल्या हालअपेष्टा टाळण्यासाठी आज, संकटाच्या काळात त्यांची साथ, त्यांचे सहकार्य मागितले होते. त्यात आणखी भर घालण्याची कल्पनाही त्याला अस्वस्थ करीत होती.

वू जे सांगत होता, त्याप्रमाणे तैवान त्यांना मिळाले तरी त्याचा कार्बन करारावर होणारा परिणाम काय होईल हे सांगणे कर्मकठीण होते. पण त्याचा अमेरिकेच्या इभ्रतीवर जो परिणाम होईल ते सांगणे अगदीच सोपे होते, तैवान जर चीनने जबरदस्तीने घशात घातला, तर त्यामुळे अमेरिकेची प्रतिष्ठा पार धुळीला मिळाली असती.

तैवानवरील हल्ल्यामुळे चीन एक आक्रमक देश ठरला असता आणि बाकी देशांनी चीनला पाठिंबा देण्याची शक्यता खूपच कमी झाली असती.

अमेरिकेच्या शक्तीविषयी जगात शंका निर्माण झाली असती, अमेरिका दुबळीच ठरवली गेली असती. मग अशा दुबळ्या देशाशी मैत्री तरी कोणी केली असती?

खोलीतल्या सगळ्यांच्या नजरा आपल्यावर खिळल्या आहेत याची बेंटनला जाणीव होत होती.

तो एंडरलिच यांच्याकडे वळून म्हणाला, "ॲडमिरल, मला तुमच्या तैवान विषयीच्या लष्करी योजना दाखवा."

ॲडमिरल यांनी हलकेसे स्मित करीत जोरदार होकार दिला.

"ॲडमिरल, मी कोणतेही आश्वासन देत नाही, मी फक्त बघणार आहे."

# बुधवार, २६ ऑक्टोबर

## सिच्युएशन रूम, द व्हाइटहाऊस

आदल्या दिवशी रात्री चीनच्या दक्षिणेकडच्या समुद्रावर आकाशात एक चिनी आणि एक अमेरिकन विमान एकमेकांवर आपटता आपटता वाचले. अमेरिकेच्या विमानात काहीतरी बिघाड उत्पन्न झाला आणि वैमानिकाला बाहेर उडी घ्यावी लागली. चीनमधील वृत्तपत्रांनी 'हा आमचा विजय आहे' असा दिंडोरा पिटला. चीनच्या शासनाच्या अधिकृत प्रवक्त्याने असा इशारा दिला की 'जर चीन आणि अमेरिका यांच्यात युद्धाला तोड फुटले तर ते केवळ पूर्व आशियाच्या प्रदेशातच सीमित राहणार नाही.'

सिच्युएशन रूममध्ये प्रेसिडेंट ते विधान ऐकून कोड्यात पडले होते, "काय आहे या शब्दांचा नेमका अर्थ? ॲडमिरल, तुम्हाला काय वाटतं?"

"ते आपल्यावर गुआम इथे हल्ला चढवणार असतील." एंडरलिच म्हणाले, "ते सहजी त्यांच्या विमानांच्या पल्ल्यात येते." ते तुच्छतेने हसून म्हणाले, "या म्हणावं!"

"हवाई बेटांचं काय?"

"तिथेही तसंच. अलास्का त्यांना सोपं पडेल, पण तिथं हल्ला करून ते काय मिळवणार? बरेचसे हिमनग!"

"आणि कॉन्टिनेंटल अमेरिका?"

एंडरलिच मान हलवत म्हणाले, "आमच्या निरीक्षणाच्या पल्ल्यात तरी नौदलाची कुठलीही हालचाल नाही. चीननं त्यांची जहाजं जरा जरी आक्रमक स्थितीत आणली तर आपली प्रतिक्रिया अत्यंत जोरदार असते हे चीनला फार पूर्वीच माहीत झालेलं आहे. प्रेसिडेंट, आपल्यावर हल्ला करायचा एकच मार्ग आहे."

"आपले उपग्रह उडवले तर?"

"आपण त्यांचे उडवून देऊ. आपल्याकडे भरपूर आहेत. दोन हजार सात साली

त्यांनी एकदाच आपला एक उपग्रह नष्ट करण्याची चूक केली होती. तेव्हापासून आपण कायम ज्यादा साठा ठेवण्याची खबरदारी घेतलेली आहे. त्यांना पन्नास नष्ट करायला लागतील."

"त्यांनी तेवढे केले तर?"

"त्यांना 'शॉक्रॉसचा सिद्धांत' माहीत आहे. त्यांनी तो अविचार केला तर आम्ही अण्वस्त्र बाहेर काढू!"

प्रेसिडेंटनी परत एकदा चीनच्या निवेदनातले शब्द वाचले. "तुमच्या म्हणण्याप्रमाणे एकच मार्ग आहे तर."

"आणि तो त्यांनाच भोवणारा आहे." ओल्सेन म्हणाले, "ते वेडे आहेत, पण इतके असतील असं वाटत नाही." ओलीस

"त्यांना हे चांगलंच ठाऊक आहे की." एंडरलिच म्हणाले, "त्यांच्या एका क्षेपणास्त्राचं उत्तर आपण शंभरांनी देऊ."

"आणि त्यांची शंभर इथं आली तर?"

"त्यांच्याकडेही शंभर पोचतील."

"ते समजूतदार आहेत." ओल्सेन म्हणाले, "त्यांना माहिती आहे की ते आपल्यापेक्षा जास्त हाल सहन करू शकतात, ते खरंही आहे, पण हाल म्हणजे जर संपूर्ण विनाशच असेल तर मग काय फरक पडतो, नाही का?"

"परस्परांचा अगदी निश्चित विनाश!" एंडरलिच म्हणाले, "चीन आपल्यावर आता जेवढी क्षेपणास्त्रं डागू शकतं त्याच्या पाचपट अस्त्रं 'शीतयुद्धा'च्या वेळी रशियानं आमच्या दिशेला वळवून सज्ज ठेवली होती, त्यांच्यापासूनही सुरक्षित ठेवलंय आम्हाला आमच्या क्षेपणास्त्रांनी!"

"हे पहा, परत मागच्यासारखं अंतिम युद्ध खेळण्याची चूक करायला नको." ॲलन बॉलने बजावले.

"का? आत्ता काय फरक आहे?"

"ॲडमिरल, शत्रू वेगळा आहे. कोल्ड वॉरच्या वेळी सोव्हिएट युनियनची ताकद आपल्याला अचूक माहीत होती. चीनच्या शक्तीची तशी आपल्याला कल्पना नाही. त्यांच्या लष्करी महाशक्तीचं दर्शन घडवण्याचा ते गेली कित्येक वर्षं प्रयत्न करत आहेत. ते तशा संधीची वाटच बघत आहेत."

"आपल्यावर अण्वस्त्रांचा हल्ला करायची संधी हवी आहे त्यांना?" ओल्सेन डोळे फिरवीत म्हणाले, "ॲलन, त्यांचं काय झालं ते पहायला तरी कुणी जिवंत राहील का तिथं?"

"आपण प्रतिहल्ला करू असं वाटत नसेल त्यांना."

"ती त्यांची घोडचूक ठरेल."

"शक्य आहे. पोलंडवर हल्ला करताना हिटलरनंही अशीच चूक केली होती आणि त्याचा परिणाम काय झाला हे सगळ्यांनाच माहीत आहे."

एंडरलिच यांच्या ओठांवर अहंपणाचं हास्य उमटलं, ते म्हणाले, "ॲलन बॉल, तुम्ही तर म्हणत होतात की अंतिम युद्ध खेळायला नको म्हणून!"

"नाही, तसं नाही, मी म्हणत होतो–"

"प्रेसिडेंट, चीन समजूतदार आहे, नाही का?" ओल्सेन म्हणाले, "हा असा विचार करणं वेडेपणाचं आहे."

"त्यांनी खोडी काढली आहे, ही वस्तुस्थिती आहे." एंडरलिच म्हणाले, "आपल्याला माहीत आहे, त्यांनाही माहीत आहे. दक्षिण आशियाच्या बाहेर नेण्याच्या गोष्टी या नुसत्या गप्पा आहेत."

"सगळ्याच गप्पा आहेत." ओल्सेन म्हणाले, "हा हुकलेला अपघातच बघा ना! त्याचा एवढा गहजब करायचाच कशाला? प्रेसिडेंट, ते काहीही करणार नाहीत. एव्हाना त्यांनी तैवान का नाही घेतलं? कारण, प्रेसिडेंट, तुम्ही खंबीर आहात, म्हणून."

"पण त्यांनी आता हल्ला करायलाच हवा ना?" बेंटनने विचारले, "त्यांनी प्रत्यक्ष हालचाल केली नाही एवढंच, बाकी ते अगदी जय्यत तयार आहेत. त्यांनी सगळे कायदे, नियम धाब्यावर बसवलेलेच आहेत. आता ते काहीच न करता मागे गेले तर देशातल्या लोकांपुढे दाखवायला तोंड राहणार नाही त्यांना."

"म्हणूनच त्यांना चढाई करताच येऊ नये अशी एक योजना मी सुचवत होतो," एंडरलिच ती योजना समजावून सांगणार त्याआधीच बेंटन म्हणाला, "माझ्या डोक्यात वेगळंच आहे. त्यांना पळवाट हवीय ना? ती देऊ या आपण त्यांना. आपला मूळ उद्देश विसरत होतो आपण. तो उद्देश 'कार्बन करार' हा आहे, तैवान नाही. लक्षात आहे ना? सगळ्यांसारखं तेही विसरलेत तो. त्यांना आठवण करून द्यायची हीच वेळ आहे."

"म्हणजे? काय आहे तुमच्या मनात?" ॲलनने विचारले.

"आपण सांगायचं, तैवानविषयी बोलणी होऊ शकतील. लॅरी, मला माहिती आहे तुमचं म्हणणं, पण जरा माझं पूर्ण ऐकून घ्या. मी सांगायचं की 'तैवान बद्दल काहीतरी व्यवस्था होऊ शकेल. आम्ही चीनच्या शासनाशी चर्चा करू – पण फक्त त्यांनी कराराला सहमती दर्शवल्यानंतर!' त्या दोन्हीचा संबंध आहे, हे तुम्हालाही मान्य आहे. मी चाक उलटं फिरवणार आहे – तैवानमार्गे कार्बन करार नाही, कार्बन कराराच्या वाटेनं तैवान."

"तुम्हाला खात्री आहे असं होईल?" ओल्सेन यांच्या प्रश्नात थोडा उपहास होता.

"का नाही होणार? त्यांच्यात आपसात त्याबद्दल काय आणि कसं सांगायचं ते त्यांचं बघतील. त्यांनी यात कार्बन कराराची अट आहे हे त्यांच्या लोकांना, प्रेसला सांगितलंच नाही तरी चालण्यासारखं आहे. आपणच एक पायरी खाली उतरून चर्चेला तयार झालो आहे असं त्यांनी दाखवायचं. तशी समजूत झाली कुणाची तरी माझी त्यालाही हरकत नाही. आपण अगदी सहज जिंकलो असं समाधान जरी त्यांना मिळालं तरी चालेल मला."

जय मॅकमोहनने वेगळा मुद्दा काढला, "म्हणजे आपण तैवानला धोका देणार!"

"तू तसं म्हणू शकतोस, पण मी त्याला वेगळा अर्थ देईन. एकोणीसशे एकूणपन्नास सालापासून तैवान टांगलेल्या अवस्थेत आहे. विसंगती अशी आहे की आपण त्याचं स्वतंत्र अस्तित्व मान्य करतोही आणि नाहीही. अमेरिका कधीही त्यांच्याशी वचनानं बांधला गेलेला नाही. कधीतरी हे प्रकरण सोडवणं गरजेचं आहेच. आपण इतक्या वर्षांत त्यांना कधी वचन दिलं नाही, यातच एक सुप्त अपेक्षा अशी असेल की तो भाग परत चीनलाच जोडला जावा. जर तसंच होणार असेल तर त्याला अशा पद्धतीनं थोडी चालना का देऊ नये? मी परत प्रेसिडेंट टॅन यांच्याशी बोलतो. हे संक्रमण अगदी सुरळीत व्हावं यासाठी सर्वतोपरी आपण मदत करू. हाँगकाँगचं उदाहरण डोळ्यांपुढे ठेवू."

"होय. ते व्यवस्थित चाललं." ओल्सेन म्हणाले, "पण प्रेसिडेंट, हा धोरणातला फार मोठा बदल ठरेल."

"लॅरी, जग बदलतंय, बदललंय. अगदी मी या पदावर येण्याआधी मला जसं वाटत होतं त्यापेक्षाही हे जग फार निराळं आहे!"

काही काळ खोलीत शांतता होती.

"प्रेसिडेंट," ऑलिव्हर वू शांततेचा भंग करीत म्हणाला, "आपण जे सांगत आहात त्याचा अर्थ त्यांनी जर नीट समजून घेतला, दोन्हीतला संबंध व्यवस्थित लावला, पूर्ण चित्र समोर ठेवून बघितलं तरच हवं तसं घडू शकेल."

"मी तेच करतो आहे."

"बरोबर आहे, पण क़दाचित ते मान्य करणार नाहीत."

"तुम्हाला नेमकं काय म्हणायचं आहे ते कळलेलं नाही मला, पण समजा घटकाभर धरून चाललं की त्यांनी नाही मान्य केलं माझं म्हणणं, तर तोटा काय होणार आहे?"

"तोटा असा की परिस्थिती जरा खालावेलच. कारण तुम्ही त्यांचा तैवानवरचा हक्क अगदी प्रच्छन्नपणे मान्य करता आहात, पण तो त्यांना कधी मिळेल हे ठरवण्याचा हक्क मात्र तुमच्याकडे ठेवता आहात, त्यासाठी अटीच घालता

आहात. त्यांनी जर तुमचं म्हणणं या दृष्टिकोनातून घेतलं तर ते त्याला 'पाश्चिमात्त्य वसाहतवादाची सक्ती' असं नाव देतील आणि तो त्यांचा उपमर्द मानतील."

"ही खरं तर सुटकेची वाट आहे."

"पण त्यांच्या मते तो त्यांचा अपमान असेल."

प्रेसिडेंटनी बाकीच्याकडे अभिप्रायादाखल पाहिलं. काही जण गोंधळले होते, काही वैतागले होते. काही जण मान हलवीत होते.

"प्रेसिडेंट," ओल्सेन म्हणाले, "माझं एवढंच म्हणणं आहे की आपण जर तुम्ही म्हणता तसं केलं तर आपण घसरलो असं होईल. आपण माघार घेतली असं दिसेल आणि आपल्याला तसं करण्याची गरज नाही. आपण जे करतो आहोत ते बरोबर काम करतंय."

"जर आपल्याला युद्धच करावं लागलं तर?"

"आपण करू!" मॅकमोहन म्हणाला.

"मी एक निवेदन तयार केलं आहे." प्रेसिडेंटनी बेन हॉफमनकडे पाहिलं, त्याने सर्वांच्या हातात प्रती दिल्या.

"काय आहे हे?" ओल्सेन यांनी त्यांच्या हातातल्या कागदांकडे पाहत विचारले, "कुणाचा सल्ला घेतला आहे यासाठी?" ते वाचू लागले आणि काही ओळी वाचून होतात तोच त्यानी प्रश्न केला, "हे खरंच जाहीर करणार आहात तुम्ही?"

"त्यांना सोडवणूक हवी आहे आणि ह्यातून ती जराही रक्तपात न होता त्यांना मिळणार आहे." बेंटनने उत्तर दिले.

"तैवानच्या अडीच कोटी लोकांचा बोजा वाढल्यावर जो रक्तपात होईल तो सोडून!" जय मॅकमोहनने शेरा मारला.

"कोण म्हणतं त्यामुळे रक्तपात होईल असं?"

"बीजिंग आणि ताइपी (तैपेई) यांचं काही फार सख्य नाही."

"ठीक आहे. ते दुर्दैव त्यांचं! कार्बन करार न झाल्यानं कोट्यवधी अमेरिकन लोकांची आयुष्यं उद्ध्वस्त होऊ नयेत याकरता ती किंमत मोजायला लागेल मला."

"आणि जर का–"

"बस, हे असं होणार!" बेंटन टेबलावर हात आपटून म्हणाला, "जर तर कधी संपणारच नाहीत. मी काय करायचं त्याचा निर्णय झालेला आहे. मी प्रेसिडेंट टॅन यांना फोन करून सांगितलं की त्यानंतर लगेच ज्युडी हे निवेदन जारी करेल. आता तुम्ही सगळे एकदा ते निवेदन वाचा आणि जर काही सूचना, मतं, बदल असतील तर मला सांगा."

"मला वाटतं की ही आपण फार मोठी चूक करतो आहोत." लॅरी ओल्सेन

यांनी त्यांचे मत स्पष्टपणे नोंदवले.

"ठीक आहे." एवढीच प्रतिक्रिया व्यक्त करून ज्यो बेंटनने बाकी सगळ्यांकडे त्यांच्या सूचनांसाठी बघितले आणि तो म्हणाला, "मला खात्री आहे तुम्ही सगळे मला यात तुमचं मन:पूर्वक सहकार्य द्याल."

तीन तासांनंतर ते निवेदन प्रसारित करण्यात आले. त्याच रात्री दक्षिण चीनच्या समुद्रात अमेरिकेचे एक एफ बेचाळीस विमान पाडण्यात आले. चीनकडून असा दावा करण्यात आला की ते विमान चीनच्या हवाई हद्दीचा भंग करीत होते आणि वारंवार ताकीद देऊनही ते हद्दीबाहेर गेले नाही. त्यांनी त्या घटनेचं वर्णन 'आक्रमण' असे करून तिला युद्धाची सुरुवात असे जाहीर केले.

ही घटना अमेरिकेच्या प्रेसिडेंटच्या निवेदनाला उत्तर होते की एका अविचारी वैमानिकाने टाकलेला दुर्दैवी बॉम्ब होता हे कुणालाच समजले नाही.

# गुरुवार २७ ऑक्टोबर

## फॅमिली रेसिडन्स, द व्हाइटहाऊस

ज्यो बेंटन पलंगाच्या कडेवर बसला होता. तो मनस्वी थकला होता, अनेक चिंतांनी ग्रासला होता. कित्येक रात्री झोप न मिळाल्यासारखे त्याचे डोळे तारवटले होते. आपल्या पायातल्या निळ्या सपातांकडे दृष्टी लावून तो निश्चल बसला होता.

तो युद्धात कठोरपणे ढकलला जातो आहे, निर्दयपणे फरपटला जातो आहे असे त्याला वाटत होते. ते एक जीव गुदमरवून टाकणारे, दुःस्वप्न होते. सतत लष्करी हालचालींचे अहवाल, गुप्तहेरखात्याचे वृत्तान्त, पुढच्या खेळींचे अंदाज, भाकिते आणि पुढच्या योजना. चीनकडून घडणाऱ्या घटना दिवसेंदिवस अधिकाधिक गंभीर होत चालल्या होत्या. त्या संपवणे त्याला अशक्य झाले होते. काय हवे होते त्यांना? त्याच्या कुठल्याही उक्तींनी, कोणत्याही कृतींनी ते थांबत नव्हते. संयुक्त राष्ट्रसंघाचे जनरल निकी यांनी मध्यस्थीचा प्रस्ताव दिला होता पण 'तैवानच्या बाबतीत मध्ये पडण्याचा संयुक्त राष्ट्रसंघाला कोणताही अधिकार नाही' असा दावा करून चीनने त्यांचा प्रस्ताव अमान्य केला होता. शुक्रवारी बोलावलेल्या संयुक्त राष्ट्रसंघाच्या सुरक्षा समितीच्या मीटिंगवर आम्ही बहिष्कार घालू, असे चीनने जाहीर केले होते. देशातही – जिथे बघावे तिथे – लोकांच्यात, पक्षांच्यात, काँग्रेसच्या सदस्यांमध्ये, प्रसार माध्यमांमध्ये, इतकेच काय त्याच्या स्वतःच्या सल्लागारांमध्ये सुद्धा बेंटनला मतभेद, दोषारोप, वादविवाद, शिव्याशाप दिसत, ऐकू येत होते. संसदेत डेमोक्रॅटिक पक्षातर्फे 'प्रेसिडेंटच्या आक्रमक वृत्तीला लगाम घालावा' असा ठराव आणावा असा प्रयत्न चालू होता, तर रिपब्लिकन पक्षाच्या वतीने 'प्रेसिडेंटनी तैवानचा सर्व शक्तीनिशी बचाव करावा' अशी मागणी करण्यात येत होती. निम्मी प्रसारमाध्यमे तैवान जणू काही एक्कावन्नावे राज्य असल्यासारखे त्याच्या बचावासाठी चाललेल्या हालचालींच्या बातम्यांचा भडिमार करीत होती आणि निम्मी, 'युद्ध सोडाच पण परक्या देशात सैन्य पाठवलं' याबद्दलच प्रेसिडेंटवर टीकेचा भडिमार करीत होती.

त्याची कारकीर्द त्याला अशी असायला नको होती. इतकी वर्षे टेबलाच्या दुसऱ्या बाजूला बसून निरीक्षण केलेल्या कितीतरी गोष्टी – धोरणे, त्यांची आखणी, विधेयके, त्यासाठी सदस्यांची मनधरणी, योजना, त्यांची अंमलबजावणी, यांनी ती भरलेली हवी होती. जगातल्या देशांना सदिच्छा भेटी, त्यांच्या सुसंस्कृत नेत्यांशी चर्चा यांनी रंगलेली हवी होती, चीनबरोबरच्या युद्धाने माखलेली नको होती.

आजच्या स्थितीला तो का आणि कसा पोचला हे त्याचे त्यालाच कळत नव्हते. त्याचे पृथक्करण त्रयस्थपणे करणेही अतिशय अवघड होते. कुठे चुकले त्याचे? मुळात चुकलेय का? तो लॅरी ओल्सेन यांच्या फार आहारी गेला होता का? जॉन इल्झकडून त्याला कळले होते की ओल्सेन आणि बॉल मीटिंग्जच्या बाहेर एकमेकांशी बोलतही नाहीत, अर्थात मीटिंगमध्येही ते 'बोलत' नव्हतेच. एकदा त्याला वाटलं, ओल्सेनना मंत्रिमंडळात आणले नसते तर तो या बिकट जागी पोचला नसता. यावेळी तो अनेक देशांशी आणि चीनबरोबरही क्योटोच्या प्राथमिक चर्चा करत असता आणि सगळेजण टाळाटाळ करत असते. काय कारण घडले, कुठल्या क्षणी जाणीव झाली की त्याला काहीतरी मूलभूत बदल करायलाच पाहिजे? जुन्या पद्धतीची मुळेच हलवायला हवीत? आता मारामारीची जी वेळ आली आहे ती कधीतरी येणारच होती. खरंच येणार होती का? जास्त हुशार, अधिक कुशल अशा एखाद्या प्रेसिडेंटनी कदाचित अशी परिस्थिती याहून चांगल्या, वेगळ्याप्रकारे हाताळली असती. खोल विहिरीला, तिच्या गर्तेत पाय जाण्याआधीच काठ बांधून घेतला असता.

गेले दोन दिवस अनेक देशांचे नेते त्याला फोन करून पूर्व आशियाच्या प्रदेशातून अमेरिकन सैन्य काढून घेण्याची विनंती करत होते. 'आम्ही चीनच्या सरकारशी बोलून त्यांनाही त्यांचे सैन्य मागे घ्यायला सांगतो आहे' असे आश्वासनही देत होते. त्या सततच्या फोन्समुळेही त्याला वाटत होते की सैन्य पाठवणे ही त्याची चूक होती आणि सैन्य मागे घ्यायला सांगणारे ते बरोबर होते. मागचे काही आठवडे त्याची विचारशक्ती बहुधा कुंठली होती, भान हरपले होते. तो त्याचे कर्तव्य चोख बजावत होता का, हा प्रश्न तो स्वत:ला सारखा विचारीत होता. आपण राजीनामा द्यावा अशी कल्पनाही त्याच्या मनात बऱ्याच वेळा डोकावत होती. मग अँजेला शावेझवर जबाबदारी पडली असती. तिने कदाचित जास्त चांगले काम केले असते. मुख्यत: लॅटिनो समाजाची मते मिळवण्यासाठी तिला निवडणुकीचे तिकीट दिले ही गोष्ट खरी असली, तरी हेही तितकेच खरे होते की ती अत्यंत चतुर, हुशार आणि सक्षम होती. आणखी एक गोष्ट त्याच्या लक्षात आली की त्याला आता फोन करकरून सैन्य मागे घ्यायला सांगणारे हेच नेते तो कार्बन कपात योजनेला पाठिंबा मागण्यासाठी त्यांना फोन करत होता तेव्हा त्याचे फोन घ्यायलाही तयार

नव्हते, नकार देत होते. मान्यता देण्याऐवजी कारणे, सबबी सांगत होते, लटपटत होते, गडबडत होते. 'योजना चांगली आहे, पण तिची पद्धत बरोबर नाही' असे म्हणत होते. बाकी काहीही असो, ज्यो बेंटनला एक गोष्ट नक्की माहीत होती, नव्हे त्याविषयी त्याची खात्रीच होती, की त्याची 'जागतिक कार्बन कपात योजना' नि:संशय बरोबर होती, उत्तम होती, सुयोग्य होती. कितीही वादळे उठली तरी ती एक गोष्ट तो त्याच्या हृदयाजवळ घट्ट धरून राहणार होता. ज्यांनी त्याची विनंती कानाआड केली त्यांच्यासाठी त्याने का माघार घ्यावी? गोष्टी आणखी कोणच्या थराला गेल्या म्हणजे ह्यांचे डोळे आणि कानही, उघडणार होते?

पण आता काहीही झाले तरी चढाईला सुरुवात ही अटळ होती. तेच होणार ही त्याला मनोमन खात्री होती.

हीथर विचारात गढून गेलेल्या आपल्या पतीकडे पाहत उभी होती.

"ज्यो–" तिने हलकेच हाक मारली.

त्याने नजर उचलून तिच्याकडे पाहिले. त्या नजरेतल्या व्यथेने ती दुखावली. तिने हळूच विचारले, "बरे आहात ना तुम्ही?"

त्याने खांदे उचलले. त्यांच्यावरचे ओझे फार जड होते, असह्य झाले होते.

"काहीतरी वेगळ्या पद्धतीनं करायला हवं होतं असं वाटतंय का?" तिने त्याला बोलते करायचा प्रयत्न केला.

वेगळ्या पद्धतीने? खूपच गोष्टी.

"हीथर, हे किती विचित्र आहे पहा ना. आपल्याला असं सांगितलं गेलं होतं की युद्धं ही साधन आणि संपत्ती यावरून होतात. आठवतं? आपले लोक म्हणायचे तेल संपेल आणि मग त्यासाठी आपल्याला चीनशी युद्ध करावं लागेल. त्या वेळी आपल्याला असं स्वप्नात तरी वाटलं होतं का की युद्ध तेलावरून नाही, कार्बनवरून होईल?"

"आपण युद्ध करणार आहोत त्यांच्याशी?" हीथरने शांतपणे विचारले.

बेंटन काही बोलला नाही.

"तुम्ही काँग्रेसकडे संमती मागणार आहात?"

"एरिन म्हणतो त्याची गरज नाही, निदान इतक्यत तरी नाही. 'वॉर पॉवर्स ॲक्ट'मधे वापरलेल्या शब्दात काही संदिग्धता आहे आणि घटनेनं या बाबतीत काँग्रेसचे अधिकार मान्य केलेलेच नाहीत. इराक प्रकरणानंतर त्यासंबंधीचं स्पष्टीकरण दिलं जाणार होतं, आठवतंय ना तुला? पण ते कधी दिलं गेलंच नाही."

"शॉक्रॉस यांनी कोलंबियाच्या वेळी घेतली होती ना परवानगी?"

"म्हणून मला आता घ्यायला हवी असं नाही आणि मी जे करायचं योजतो आहे त्यासाठी तर नकोच आहे."

"मी विचारू शकते तुम्ही काय योजलं आहे ते?"

बेंटनने एक दीर्घ निश्वास सोडला. "काहीतरी अगदी मर्यादित. कमीत कमी. युद्ध नाही. एखाद्या लष्करी लक्ष्यावर मारा – विमानांची धावपट्टी, विमानं ठेवण्याची इमारत. कुणी जीव गमवायला नकोत. जय आणि एंडरलिच दोघांनाही रोखण्याचा खूप प्रयत्न केला मी, पण आता काहीतरी करणं भागच आहे. आंतरराष्ट्रीय हवाई हद्दीत आमच्या विमानांवर हल्ले होत आहेत. तासातासाला त्याच्या बातम्या येत आहेत. एकजण मेला आहे, तीन बेपत्ता आहेत. याला प्रत्युत्तर द्यायलाच हवं."

"संयुक्त राष्ट्रसंघाचं काय?"

"नाही, संयुक्त राष्ट्रसंघ नाही. या 'अरे'चं उत्तर 'कारे'नंच द्यायला पाहिजे. त्याबाबतीत एंडरलिच यांच्याशी मी अगदी सहमत आहे."

"बरोबर. म्हणजे आपण चढाई करणार. त्यानंतर?"

"फिट्टंफाट होईल. तेही थांबतील, आपणही." आवाजात खिन्नता होती, विषण्णता होती.

हीथरने गंभीरपणे प्रश्न केला, "आणि ते नाही थांबले तर?"

"जरा मारामारी होईल आणि मग थांबेल. ते त्यांच्या मातृभूमीच्या रक्षणासाठी लढाई केल्याचा आरडाओरडा करतील, आपण तैवानवरचं आक्रमण रोखल्याचा दावा करू. दोघंही 'विजय आमचा झाला' असं म्हणवून घेतील."

"ते तैवानवर हल्ला नाही करणार?"

"तसं वाटत तरी नाही." हे म्हणताना बेंटनच्या कपाळावर आठी पडली. "त्यांच्या डोक्यात काय चाललं असावं याचा काहीच अंदाज मला येत नाही. त्यांना भरपूर वेळ होता. ते कसली वाट बघतायत तेही माहीत नाही. आमचं सैन्य ताइपीच्या अगदी जवळ आहे, इतकं की फक्त शहरात प्रत्यक्ष शिरायचंच बाकी आहे. पण त्यांना आगेकूच करायची नसावी असं दिसतंय."

"पण तरी आपल्याबरोबर इकडे मारामाऱ्या करायच्या आहेत!"

'तेच काही कळत नाही' अशा अर्थानं बेंटनने हात हवेत फेकले, "वेडेपणा चाललाय."

"आपण व्हिएतनाम किंवा इराकसारखे तैवानमध्येही अडकणार नाही ना?"

"चीनसारख्यांबरोबर अडकून नाही पडता येत. जराशी चकमक, एवढंच. चीनशी युद्ध हा विचारही भीषण आहे." तो जरासा थांबून म्हणाला, "पुढच्या काही काळात आणखी जीव गमावले जातील. हीथर, आपल्याला त्याची मानसिक तयारी ठेवायला लागणार आहे. मला वाटतं, जर आपल्या जवानांवर असे हल्ले झाले तर आपली लोकं ते नुकसान स्वीकारतील आणि खरंच, हल्ले होतच आहेत."

हीथरने उद्वेगाने मान हलवली. "हे किती निरर्थक आहे!"

"खरंच. पण जर यातून काही चांगलं निर्माण झालं, आपल्या पदरात काही

पडलं, तर याला अर्थ प्राप्त होईल. त्यांनी करारावर सही केली तर मग हे सगळं निरर्थक नाही ठरणार. ही मारामारी थांबेल आणि करारावर सह्या करण्याच्या बदल्यात आपण त्यांना तैवान देण्याचं आश्वासन देऊ. हे कुठपर्यंत ताणलं गेलं होतं आणि तरीही आपण कार्बन कपात योजनेचाच खंबीरपणे पाठपुरावा कसा करत राहिलो, ते त्या वेळी जगाच्या लक्षात येईल. सगळ्या देशांच्या नेत्यांच्या डोक्यात शिरेल. त्यासाठी आपल्याला अगदी युद्धाच्या काठावर जाऊन यावं लागेल. आज रात्री मी परत गोरोडिन यांच्याशी बोलणार आहे. ते आपल्या बाजूला आले तर फार मोठा फरक पडेल. तिकडे वीज बंद होईल, इकडे डोळे उघडतील. गोरोडिन यांना याचं महत्त्व पटलं पाहिजे. हा कसा आपल्या सगळ्यांच्या जीवन-मरणाचा प्रश्न आहे ते त्यांना जाणवलं पाहिजे. आपली कृतीच त्यांना ते दाखवेल. पाहू या. ते तसं व्हायला हे असं घडावंच लागणार असेल!''

हीथर भुवया आकुंचित करून म्हणाली, ''मग, निर्णय झाला तुमचा?''

''वेन यांना आणखी एक निरोप पाठवण्याचा प्रयत्न करणार आहे.''

''ते फोन घेतील तुमचा?''

''नाही. वेगळा मार्ग वापरावा लागेल. क्युबाच्या मिसाईल क्रायसिसच्या वेळी केनेडी आणि क्रुश्चेव्ह यांच्यामध्ये 'दोघांच्यात संपर्क कसा साधायचा' हाच प्रश्न होता. त्याची आठवण झाली मला.''

तो संदर्भ ऐकून हीथरने चिंतेच्या स्वरात विचारले, ''म्हणजे? इथं अण्वस्त्रांचा धोका नाही ना?''

''हे बघ, आपलं प्रत्युत्तर किती भयानक असेल याची कल्पना आहे त्यांना. त्या अस्त्रांचं तत्त्वच ते आहे – संपूर्ण विनाश! अगदी बेचिराख!! त्यांनाही ते तत्त्व चांगलंच माहिती आहे.''

''असं खरंच होईल?''

बेंटन अगदी थकून गेल्यासारखी मान संथपणे हलवत म्हणाला, ''मी निर्णय घ्यायला असमर्थ ठरलो तरच. मला साठ मिनिटांच्या आत ठरवावं लागेल की प्रत्याघात किती कठोर करायचा आणि किती वेळानंतर कार्यान्वित करायचा. ते जर मी साठ मिनिटांच्या आत नाही ठरवलं तर त्यात स्वयंचलित यंत्रणा असते. ती सर्वच्या सर्व अण्वस्त्रांचा मारा करून टाकते. हे चीनला काही माहिती नाही. त्यांना हेच माहीत आहे की अण्वस्त्रं नियंत्रित असतात. एकाला एक, दहाला दहा, शंभराला शंभर. अतिभयंकर. महाविनाशी.''

''पण आपण नाही ना वापरणार? अगदी आवश्यक नाही ना ते?''

''आवश्यक नाही. पण ते आपणच फक्त नाही ठरवू शकत. त्यांच्याशी खेळ हा फार फार मोठा जुगार आहे, हीथर!!''

# शुक्रवार, २८ ऑक्टोबर
# ओव्हल ऑफिस, द व्हाइटहाऊस

एफ. विल्यम नाइट आजारी असावेत असे वाटत होते. ज्यो बेंटनने त्यांना मागच्या वेळी पाहिले होते त्यापेक्षा ते अधिकच कृश दिसत होते. त्यांचे खोल गेलेले डोळे भकास दिसत होते.

ते प्रेसिडेंटचे म्हणणे ऐकून घेत होते तेव्हा बेन हॉफमन आणि जॉन इल्झ दोघेही त्यांचे निरीक्षण करत होते. ही आजची बिकट संकटाची स्थिती या प्रेसिडेंटमुळेच आली अशीच त्यांची साहजिक समजूत झाली असावी आणि त्याचमुळे त्यांना प्रेसिडेंटविषयी इतकी चीड वाटत होती की प्रेसिडेंट बोलत असताना मधेच त्यांचे बोलणे ऐकायला ते नकार देतील, असे त्यांच्याकडे पाहताना वाटत होते.

पण तरीही वेन यांच्यापर्यंत पोचायला त्यांच्याइतका चांगला पर्याय दुसरा नव्हता.

"आपण जायला तयार आहात का?" प्रेसिडेंटनी विचारले.

"मी वेन यांना त्या दिवसानंतर–" नाइट यांनी नेहमीप्रमाणे घसा खाकरून बोलायला प्रारंभ केला.

प्रेसिडेंट मधेच म्हणाले, "ज्या दिवशी त्यांनी आपली भेट नाकारली होती, त्या दिवसानंतर–"

नाइट यांनी होकारार्थी मान हलवली.

"पण आपल्याला त्यांना भेटायचं आहे असं सांगून आपण अजूनही त्यांना भेटीची विनंती करू शकता, नाही का?"

"अं... हो."

"कसा संपर्क साधता अशा वेळी आपण त्यांच्याशी?"

"एक फोन नंबर आहे."

"त्या नंबरवर आपण फोन करता का?"

"होय. मी फोन करतो आणि फक्त त्यांच्यासाठी निरोप ठेवतो."

"काय सांगताय? खरंच?" बेन हॉफमनला खरे वाटत नव्हते.

नाइट यांनी उत्तर दिले नाही, फक्त घसा खाकरला.

"मी तो नंबर लावून बघतो." प्रेसिडेंट म्हणाले, "बेन–"

"त्यांनी नंबर बदलला असला तर?" बेनने शंका काढली.

"नाही," नाइट म्हणाले, "अगदी मोजक्या लोकांकडे आहे हा नंबर."

"मग मला पण कळायला नको!" प्रेसिडेंट हसत म्हणाले.

नाइट घसा खाकरून म्हणाले, "प्रेसिडेंट, मी प्रयत्न करतो पण ते हो म्हणतील की नाही हे मी आत्ता नाही सांगू शकत."

"मी आपल्यासाठी खास विमानाची सोय करतो–" बेन त्यांना सांगू लागला.

"माझ्याकडे माझं विमान आहे." नाइट म्हणाले.

"काय स्वरूपाचा निरोप आपल्याला त्यांना द्यायचा आहे त्याची थोडक्यात कल्पना देतो मी तुम्हाला." बेंटन म्हणाला.

पूर्णपणे भावरहित चेहऱ्याने नाइट प्रेसिडेंटकडे पाहत त्यांचे बोलणे एकत राहिले.

"मला वेन यांना असं सांगायचं आहे की त्यांच्यासाठी माझं दार कायम उघडं आहे. श्री. डिंग ओसलोमधे येण्याआधी जो करार आपल्या प्रतिनिधींनी एकत्रितपणे मान्य केला होता, तोच अजूनही आपली वाट पाहतो आहे. जर तुम्ही सैन्य मागे घेतलंत, मॅनिला अंडरस्टँडिंगचं संपूर्णतया पालन केलंत आणि त्या करारावर सह्या केल्यात, तर आम्हीही आमचं सैन्य मागे घेऊ आणि तात्काळ तैवानचा प्रश्न सोडवण्याच्या दृष्टीनं चर्चा सुरू करू."

"माफ करा, प्रेसिडेंट," नाइट म्हणाले, " 'प्रश्न सोडवण्याच्या दृष्टीनं' याचा अर्थ काय हे मला कृपया समजवाल का?"

प्रेसिडेंट दीर्घ श्वास घेऊन म्हणाले, "म्हणजे आम्ही तैवानवरील चीनचं सार्वभौमत्व मान्य करू."

"पीपल्स रिपब्लिक ऑफ चायनाचं सार्वभौमत्व." हॉफमनने तांत्रिक सुधारणा केली.

नाइट यांनी घसा खाकरला आणि विचारले, "जर ते नाही म्हणाले तर?"

"तो नकार आपण माझ्यापर्यंत पोचवा."

"नाही, मला असं विचारायचं होतं की तुमच्या निरोपात त्या 'जर'चं उत्तर दिलेलं असेल का? एक प्रकारचा 'निर्वाणीचा इशारा'च असेल का तो?"

प्रेसिडेंटनी जॉन इल्झकडे पाहिले.

"आम्ही पेच सोडवण्याकडे लक्ष केंद्रित करतो आहोत," जॉन म्हणाला, "तो

सुटला नाही तर – यावर नाही. रक्त न सांडता प्रश्न सुटावा या हेतूनं आम्ही त्यांना हा प्रस्ताव देत आहोत.''

''त्यांना तैवान हवा असेल तर हा मार्ग आहे.'' प्रेसिडेंट म्हणाले, ''शस्त्र हा नव्हे. त्यांनी विचारलंच की मी काय म्हणालो तर आपण असं सांगा त्यांना. विचारण्याची शक्यता आहे का?''

नाइट यांनी होकार दिला तसे प्रेसिडेंट म्हणाले, ''मग सांगा त्यांना, तैवान हवा असेल तर तो असा मिळू शकेल, तो तुम्ही गिळू शकणार नाही, अमेरिका तसं होऊ देणार नाही.''

नाइट घसा खाकरून म्हणाले, ''माफ करा, पण ही बळजबरी होते आहे.''

''कशी काय?''

''तुम्ही त्यांना सांगता आहात की, त्यांना जे करायचं नाही तेच त्यांनी केलंच पाहिजे आणि तरच त्यांना जे हवं आहे ते मिळेल!''

''श्री. नाइट, हे पहा, चीननं 'कार्बन कपात योजने'त भाग घेतलाच पाहिजे. जगातल्या कोणाचीही यातून सुटका नाही. तैवानचं काहीही झालं तरी वेन यांना या करारावर सही करावीच लागेल. मी असा विचार केला की या लोकांचा तैवानवर ऐतिहासिक आणि म्हणून रास्त हक्क आहे, उत्सर्जनातली कपात हीही ऐतिहासिक, म्हणून रास्त गोष्ट आहे, पण ती अतिशय क्लेशकारक आहे, ती करण्यावाचून गत्यंतरही नाही. तेव्हा दोन्ही गोष्टी साध्य करण्याच्या दृष्टीनं हा मार्ग आम्ही सुचवत आहोत. यामुळे त्यांना त्यांच्या लोकांना कार्बन कपातीच्या त्रासासाठी तयार होण्याबद्दल तैवानची भेट देऊ करता येईल. आम्ही त्या बाबतीत कुठलीही मदत करायला तयार आहोत. तेव्हा लक्षात हे ठेवायला हवं की अग्रमान कार्बन कपातीला आहे, तैवान दुय्यम आहे.''

''त्यांच्यासाठी नाही!''

''मान्य, आमच्यासाठी आहे. तैवान दुय्यम आहे म्हणूनच आम्ही त्याबाबतीत एवढे लवचीक राहू शकतो आहोत. पण कार्बन कपात योजनेत लवचीकतेला जराही जागा नाही. ती योजना सगळ्याच्या मुळाशी आहे.''

सगळे गप्प होते.

''ठीक आहे.'' नाइट काही वेळाने म्हणाले.

''पोचवता त्यांना आपण हा निरोप?''

''प्रयत्न करतो.''

ज्यो बेंटनने टेबलावरचा एक लखोटा उचलला. त्यात त्याच्या हस्ताक्षरात लिहिलेले पत्र होते.

एफ. विल्यम नाइट यांनी तो लखोटा स्वीकारला. त्यांना एका खास गाडीने

रेगन विमानतळावर उभ्या असलेल्या त्यांच्या खाजगी विमानाच्या दारात पोचवण्यात आलं. पुढचे तेरा तास ते विमान बीजिंगच्या दिशेने उडत होते.

पुढचे तेरा तास ज्यो बेंटन एका मागोमाग एक मीटिंग्ज घेत होता. लष्कराच्या प्रमुखांनी त्याला तैवानसाठीच्या लष्करी योजना सादर केल्या. ज्या ग्वांग्सी प्रांतातल्या विमानतळावरून उडालेल्या विमानाने अमेरिकन वैमानिकाचा बळी घेतला होता, त्या विमानतळाच्या त्या धावपट्टीवर बॉम्बफेक करण्याची पहिली योजना होती. जरूर पडल्यास बॉम्बफेकीसाठी आणखी काही लक्ष्येही निवडून ठेवलेली होती. तीही त्यांनी त्याला दाखवली. चढाईच्या तीव्रतेच्या तीन पातळ्या ठरवण्यात आल्या होत्या. सिच्युएशन रूममध्ये लावलेल्या नकाशांच्या मदतीने लष्कर प्रमुखांनी त्या बेंटनला समजावून सांगितल्या. जर प्रेसिडेंटनी ठरवले तर तैवानचे संरक्षण करण्याची योजनाही त्यांनी बेंटनला सादर केली. ते सर्व पाहत असताना बेंटनच्या मनात विचार आला की बीजिंगमध्येही या वेळी अशीच मीटिंग चालली असेल का?

त्या तेरा तासांत चीन आणि अमेरिकेची विमाने अठरा वेळा एकमेकांपासून शंभर मीटर्सपेक्षा कमी अंतरावरून उडाली. झेजियांग प्रांतात क्रायस्लर कंपनीची शोरूम जाळण्यात आली. बँक ऑफ अमेरिकेच्या इमारतीतल्या अनेक कार्यालयांच्या काचा फोडण्यात आल्या. तैवानच्या उत्तर किनाऱ्यावर बंदरात उभ्या असलेल्या तैवानच्या नौदलाच्या जहाजांवर चीनच्या विनाशिकेने तोफगोळे डागले, त्यात तैवानचे अकरा सैनिक कामी आले आणि चौतीस जखमी झाले.

# रविवार, ३० ऑक्टोबर
# ओव्हल ऑफिस, द व्हाइटहाऊस

एफ. विल्यम नाइट यांच्या आगमनाची ज्यो बेंटन आतुरतेने वाट पाहत होता. नाइट यांनी वेन यांची भेट घेतल्याचे त्याला कळले होते. वेन यांनी त्यांच्याकडे दिलेले पत्र ते घेऊन येत आहेत हेही त्याला माहीत होते. गेल्या चोवीस तासांत तैवान आणि चीनच्या दक्षिणेकडील सीमा प्रदेशातल्या प्रक्षोभक घटना आणि उगीचच चिथावणी देणारे प्रसंग यांची संख्या आणि त्यांची तीव्रता वाढली होती. सैन्याला आदेश देण्यासाठीचा त्याच्यावरचा दबाव वाढत होता, असह्य झाला होता. सुदैवाने आणखी अमेरिकन जवान मृत्युमुखी पडले नव्हते. मृत्यूच्या घटना घडल्या असत्या तर मात्र त्याला नाइट यायची वाटही कोणी बघू दिली नसती.

श्री. नाइट यांना ऑफिसमध्ये आणण्यात आले तेव्हा प्रेसिडेंटच्या समवेत हॉफमन, ओल्सेन, इल्झ, कोहेन आणि मॅकमोहन होते.

हॉफमनने श्री. नाइट यांची कोहेन आणि मॅकमोहन यांच्याशी ओळख करून दिली.

अभिष्टचिंतनाचा उपचार झाल्या बरोबर प्रेसिडेंटनी विचारले, "आपण वेन यांना भेटलात?"

"होय." श्री. नाइट यांनी खिशातून एक पाकीट बाहेर काढले आणि प्रेसिडेंटसमोर धरून ते म्हणाले, "मला त्यांनी तुम्हाला हे द्यायला सांगितलं आहे."

बेंटनने पाकीट घेतले. उघडण्यापूर्वी थबकून त्याने नाइट यांना विचारले, "कसे होते ते?"

"प्रेसिडेंट वेन फारच मोजकं बोलले माझ्याशी." घसा खाकरून नाइट म्हणाले, "त्यांनी तुमचं पत्र घेतलं, वाचलं. मला कधी यायचं ते सांगितलं आणि मी गेलो तेव्हा हे पत्र तयार ठेवलेलं होतं."

"बाकी काहीच म्हणाले नाहीत?"

"ते म्हणाले, त्यांनी जे पत्रात लिहिलं आहे ते अतिशय गांभीर्यानं घ्या."

ते सांगायची खरं म्हणजे गरज नव्हतीच. तो नक्कीच ते गंभीरपणे घेणार

होता. कपाळावर आठी घालत त्याने परत विचारले, "आणखी काही म्हणाले नाहीत?"

"नाही, सर."

प्रेसिडेंटनी 'अस्सं' अशा अर्थी मान हलवीत प्रश्न केला, "कसे वाटले ते या वेळी?"

नाइट यांनी लगेच उत्तर दिले नाही. खाजगीत, त्यांच्या विश्वासातल्या, खास लोकांबरोबर अगदी गंभीर प्रसंगात देखील वेन गोजी हे अतिशय मनमोकळेपणाने वागत, अगदी बडबडे म्हटले तरी चालले असते. नाइट यांना त्यांची अशी एकही भेट आठवत नव्हती, ज्यात वेन यांनी विनोदांची खैरात केली नव्हती. ही वेळ मात्र त्याला अपवाद होती. विनोद तर लांबच, त्यांच्या चेहऱ्यावर साधे स्मितही नव्हते. भेटीच्या अखेरीस त्यांचे हस्तांदोलनही औपचारिक, कोरडे होते. जणू या अपवादात्मक वागण्यातून ते नाइट यांच्या मनावर शब्दांनी न सांगता येणारे, महत्त्वाचे, अतिशय गंभीर असे काहीतरी ठसवायचा प्रयत्न करीत होते. विशेषत: त्यांच्या अगत्यहीन हस्तांदोलनाने नाइट हादरले होते. हस्तांदोलन कसले ते? त्यांच्या मनात कुठलीच आंदोलने उठली नाहीत! अशी हातांची नुसती पकड होती. वीसशे तेरा सालातल्या वेन यांच्या वाईट दिवसांतही नाइट त्यांच्या बरोबर होते, पण त्या भेटीच्या दिवशीचे त्यांचे दर्शन आणि वर्तन हा नाइट यांनी आजपर्यंत कधीही न घेतलेला अनुभव होता. वेन कसल्या तरी अनाकलनीय दबावाखाली दिसत होते. नाइट यांना तर अशीही शंका वाटली की वेन यांचे सत्तेवरचे नियंत्रण अबाधित राहिले नसावे.

"खूप शांत." नाइट म्हणाले.

"बस? फक्त शांत?"

"त्रस्त, चिंताक्रांत. मी ज्या वेन गोजींना ओळखतो ते नव्हते."

बेंटन काही वेळ विचार करीत त्यांच्याकडे पाहत राहिला. मग 'हं' असा हलकासा सुस्कारा सोडत तो पाकीट हातात घेऊन त्याच्या टेबलाजवळ गेला.

"मी जाऊ शकतो का?" नाइट यांनी विचारले.

"नाही, आपली हरकत नसेल तर मी हे वाचेपर्यंत थांबा." त्याने एका सोफ्याच्या दिशेने, बेन हॉफमन याच्या शेजारच्या रिकाम्या जागेकडे हात दाखवून नाइट यांना बसायची विनंती केली. बेनने सरकून त्यांना जागा करून दिली.

प्रेसिडेंटनी पाकीट फोडून आत असलेला एकच कागद बाहेर काढला. बेंटनसारखाच वेन यांनीही मजकूर स्वहस्ते लिहिला होता.

पत्र वाचून झाल्यावर त्याने नाइट यांच्याकडे बघितले आणि तो त्यांना शांत आवाजात म्हणाला, "श्री. नाइट, मी आपला अतिशय आभारी आहे. यानंतर आपल्या मदतीची जरूर पडेल असं वाटत नाही. आपण आता आलात तरी चालेल."

"आभार, प्रेसिडेंट." प्रेसिडेंटकडे एकटक बघत नाइट म्हणाले. त्यांचा

आवाज जरा घोगरा आला.

बेन हॉफमन उठला आणि नाइट यांना बाहेर सोडून आला.

प्रेसिडेंटनी पत्र वाचले.

प्रति,

टु हीज एक्सलन्सी जोसेफ इमर्सन बेंटन, प्रेसिडेंट ऑफ द युनायटेड स्टेट्स ऑफ अमेरिका,

पीपल्स रिपब्लिक ऑफ चायनाचे शासन युनायटेड स्टेट्स ऑफ अमेरिका अथवा इतर कुठल्याही परकीय सरकारांचा चीनच्या अंतर्गत मामल्यात कोणत्याही प्रकारचा हस्तक्षेप सहन करणार नाही. गेली शतकानुशतकं तैवान हा चीनचा अविभाज्य हिस्सा आहे. त्याच्या विसंगत स्थितीचा सोक्षमोक्ष लावायची वेळ आली आहे. तैवान या प्रांताच्या प्रशासनात सुसूत्रता आणणं हे दुसरी कुठली तरी समस्या सोडवण्यावर अवलंबून नाही. ती कुणा परक्या देशाच्या नेत्याकडून बक्षीस म्हणूनही आम्हाला घ्यायची गरज नाही आणि तो कुणा परक्याशी चर्चा करण्याचाही विषय नाही.

मी आपणास आग्रहाची विनंती करतो की आपण आपले सैन्य त्या भागातून ताबडतोब काढून घ्यावे आणि गेल्या काही वर्षांत आम्ही तैवानशी जोडलेले मैत्रीचे संबंध आम्हाला पुढे चालू ठेवू द्यावे. गतकाळात परकीयांचं शत्रुत्व चीननं खूप सहन केलं आहे आणि त्यामुळे अनेक वर्षं पारतंत्र्याचे आणि शरणागताचं जिणं सोसलं आहे. पीपल्स रिपब्लिकचं सरकार अशी वृत्ती कधीच बाळगणार नाही. अमेरिकेच्या फौजेच्या धमकावणीला पीपल्स रिपब्लिकचे सैन्य भीक घालेल अशा भ्रमात कृपा करून राहू नका. असंही समजू नका की तुमचा देश येथून खूप अंतरावर आहे म्हणूत तो सुरक्षित आहे. अमेरिकेच्या लष्कराकडून आमच्या पवित्र भूमीवर जर कुठलीही आगळीक घडली, तर आमच्याकडून तुमच्या देशात असा हाहाकार माजेल की तुमचा सगळा देश हादरून जाईल. या ताकिदीची गंभीर दखल घ्या, नाहीपेक्षा परिणामांची जबाबदारी सर्वस्वी तुमची राहील.

मी तुम्हाला परत विनंती करतो की सैन्य तातडीने काढून घ्या आणि तुमच्या देशापासून इतक्या दूरवर तुम्ही निर्माण केलेले संकट दूर करा.

वेन गोजी

प्रेसिडेंट ऑफ द पीपल्स रिपब्लिक ऑफ चायना.

बेंटनने पत्र वाचून झाल्यावर ते त्याच्या सर्वांत जवळ बसलेल्या कोहेनच्या हातात दिले. कोहेन ते वाचत असताना तो त्याच्याकडे पाहत होता. कोहेनने ते

वाचून पुढे दिले. बेंटन विचार करीत होता, चीनच्या प्रेसिडेंटच्या पत्रात सामोपचाराचा, समेटाचा अंधूकसाही स्वर नव्हता, कार्बन कपातीच्या करारावर सही करण्याबद्दलही काही उल्लेख नव्हता. 'आधी तैवान मग करारावर सह्या' असा जरी प्रस्ताव आला असता तरी आशेला जरा तरी जागा होती, बेंटनने क्रम उलटा करण्याबद्दलही विचार केला असता, पण एक कणही अपेक्षा ठेवावी असे त्यात काहीही नव्हते.

"प्रेसिडेंट, यापेक्षा काही वेगळं उत्तर येईल असं खरंच वाटत होतं तुम्हाला?" ओल्सेनने पत्र वाचल्याबरोबर विचारले.

बेंटनने उत्तर दिले नाही.

जय मॅकमोहन पत्र हातात धरूनच म्हणाला, "हा आढ्यताखोरीचा अतिरेक झाला. हे कोण गंभीरपणे घेणार नाही?"

"यातही ते मागच्या प्रत्येक वेळेसारखी तुम्हाला माघार घ्यायलाच सांगत आहेत." ओल्सेन म्हणाले, "त्यांना खरंच लढायचं असतं तर तैवानमध्ये घुसायला त्यांना पुरता आठवडा होता. त्यांनी काही केलं नाही. गेलं सबंध वर्ष ज्या दिशेनं गोष्टी घडत होत्या, घडवल्या जात होत्या, त्याचा शेवट आता आला आहे. आपल्या मनगटातली ताकद दाखवायची वेळ आता आली आहे. एक पत्राचा दणका आणि प्रेसिडेंट, बघा काय झालं ते! नुसत्या पोकळ धमक्या! कारण त्याखेरीज काही उरलेलचं नाही त्यांच्याकडे."

"आता पुढचं पाऊल उचलायलाच हवं." जय म्हणाला.

ओल्सेन यांनी परत पत्र हातात घेऊन त्यातले वाक्य वाचले, "असा हाहाकार माजेल की तुमचा सगळा देश हादरून जाईल." आणि मग तिरस्काराने म्हणाले, "काय अर्थ आहे याचा?"

जय खांदे उडवून म्हणाला, "काय माहीत! त्यांचं एकही विमान किंवा नौदलाचं एक जहाजही आपल्या भोवतीच्या हजार मैलांच्या परिसरात कुठेही नाही."

ॲलन बॉलचा चेहऱ्यावर काळजी स्पष्ट दिसत होती पण तो काही बोलला नाही.

"वेन बहुधा फक्त त्यांच्याकडलीच वर्तमानपत्रं वाचत असावेत." कोहेनने शेरा मारला.

जय मॅकमोहन त्यावर हसला.

प्रेसिडेंटनी पत्र घेऊन परत वाचलं. जय म्हणाला त्याप्रमाणे त्यात खरोखरच आढ्यता ओतप्रोत भरली होती. त्याने नाइट यांच्याबरोबर पाठवलेल्या अत्यंत गंभीर आणि विधायक दृष्टिकोनाच्या पत्राला दिलेले हे उत्तर अगदीच पोरकट होते.

"दुर्दैव! त्यांना कळलंच नाही!" बेंटन म्हणाला, "आता मी आणखी काय करायला हवं हेच समजत नाही. आता अजून किती सरळ, साध्या शब्दात सांगायला पाहिजे? त्यांना काही कळतच नाही!"

"कळेल, लवकरच कळेल!" ओल्सेन म्हणाले.

# सोमवार, ३१ ऑक्टोबर, २०३३

पहिल्या हल्ल्याची व्याप्ती थोडी वाढवण्यात आली होती. आत्तापर्यंत चीनकडून झालेले हल्ले चार हवाई ठाणी आणि एक नौदलाचा तळ येथून करण्यात आल्याचे लक्षात आले होते. या सर्व ठाण्यांवर अमेरिकन वेळेप्रमाणे रात्री दोन वाजता हल्ला चढवला जाणार होता. कारण त्या वेळी काही काळ त्या ठाण्यांवर कोणीही माणसे नसतात अशी खबर होती. चीनच्या किनाऱ्यापासून लांब, आंतरराष्ट्रीय सागरहद्दीत भ्रमण करीत असणाऱ्या पाणबुड्यांतून लान्स क्रुस या जातीची एकूण आठ दूरगामी क्षेपणास्त्रे सोडण्यात येणार होती.

आदल्या रात्री – म्हणजे चीनधल्या भल्या सकाळी – चीनच्या दक्षिणेकडच्या सागरात एक चकमक उडाली. अडतीस लढाऊ विमानांनी त्यात भाग घेतला. त्यावेळी एकही गोळी मात्र उडली नव्हती, तरीही चीनचे एक विमान अचानक खाली उतरले. त्याचे कारण कळले नव्हते; पण चीनमधे वृत्तपत्रांना अशी माहिती देण्यात आली की दोन अमेरिकन विमानांनी त्या विमानावर बॉम्बफेक केली होती. अमेरिकन हवाई दलाच्या प्रवक्त्याने अर्थातच त्या बातमीचा इन्कार केला. याला प्रत्युत्तर म्हणून तैवानच्या उत्तरकिनाऱ्यावरील तटसंरक्षक दलातल्या जहाजांवर चीनच्या नौदलाने प्रचंड मारा केला.

सोमवारी सकाळी लष्कराच्या जॉइंट चीफ्सनी प्रेसिडेंटना अंतिम अहवाल सादर केला. नौदल आणि हवाईदलाच्या गुप्तहेर खात्यांनी असा खात्रीलायक वृत्तान्त दिला होता की ज्या जास्तीत जास्त अंतरावरून चीनच्या युद्धनौकांवरील यिंग ही क्षेपणास्त्रे कॉन्टिनेंटल अमेरिकेच्या कुठल्याही किनाऱ्यांवर मारा करू शकतील त्या अंतराच्या आत एकही चिनी युद्धनौका शिरलेली नाही. आता अमेरिकन युद्धनौका आणि पाणबुड्या चढाईच्या नेमक्या जागांवर नेऊन सज्ज करण्यासाठी एंडरलिच यांना दुपारच्या आत प्रेसिडेंटची परवानगी हवी होती.

ज्यो बेंटन सेक्रेटरी जनरल निकी यांच्याशी बोलला. पण त्यांच्याजवळ

'शांतता प्रस्थापित करून बोलणी करा' एवढाच एक निराशाजनक उपाय होता. तो ह्यू ऑजिलव्ही यांच्याशीही बोलला. त्याने ब्रिटिश प्राईम मिनिस्टरांना जशी त्याने ठरवलेल्या लष्करी हालचालींची कल्पना दिली आणि त्यांच्या पाठिंब्याची विनंती केली, तशीच ती त्याने जपानच्या नाकामुरा यांनाही केली. शेवटच्या क्षणी रशियाकडून सहकार्याचा हात मिळाला तर अजूनही युद्ध टळेल या विचाराने तो गोरोडिन यांच्याशीही परत बोलला. मात्र लगेच होणाऱ्या लष्करी हालचालींबद्दलची माहीती त्यांना द्यावी असा विश्वास त्याला वाटला नाही आणि कदाचित तो भाग त्याने गाळल्यामुळे त्यांची प्रतिक्रिया संदिग्धच राहिली.

दुपार होण्याआधी, बरोब्बर पावणेबारा वाजता ॲडमिरल एंडरलिच ओव्हल ऑफिसमध्ये आले. प्रेसिडेंट बेंटन यांनी लष्करी चढाईच्या परवानगीवर सही केली.

आता फक्त प्रतीक्षा. क्षेपणास्त्रे सोडल्यानंतर तो देशाला उद्देशून अभिभाषण देणार होता. तंत्रज्ञ ओव्हल ऑफिसमध्ये भाषणाच्या प्रक्षेपणाची तयारी करायला जमा होऊ लागले तसा तो ऑफिसमधून बाहेर पडला. वेस्ट विंगच्या दिशेने जाताना त्याला इवन मॅकमास्टर भेटला. त्याला घेऊन तो कॅबिनेट रूममध्ये गेला. इवनवर 'नवा पाया'च्या चतु:सूत्रीपैकी एक – 'शिक्षण' – या विषयाची जबाबदारी होती. आपण कित्येक महिन्यांत, नव्हे कित्येक वर्षांत या आपल्या आवडत्या विषयासंबंधी बोललो नाही, त्यासाठी काही केले नाही असे बेंटनला वाटत होते. त्याला त्यात खरा रस होता. पण ते सगळे आता धूसर, स्वप्नवत झाले होते. वास्तव होते, चीनच्या दक्षिणेकडच्या सागरात चीनच्या दिशेने क्षेपणास्त्रांचा मारा करण्यासाठी सज्ज झालेल्या तीन पाणबुड्या. इवनला इतर बहुतेक अधिकाऱ्यांप्रमाणेच काहीतरी होणार आहे एवढेच माहीत होते, नेमके काय ते ठाऊक नव्हते, आज्ञा दिली गेली आहे ते तर नक्कीच नव्हते. ते दोघे बोलत होते, पण बेंटनच्या लक्षात आले की तो लक्ष केंद्रित करूच शकत नव्हता, कारण ते दुसरीकडे लागले होते. त्याने इवनला लवकरच निरोप दिला.

तो त्याच्या निवासी भागात गेला आणि त्याने हीथरबरोबर जेवण केले. सूप आणि सॅलड. खरं तर त्याला भूकच नव्हती. हीथरला त्याने परवानगीवर सही केल्याचे माहिती नव्हते. तिच्या चाणाक्ष नजरेला त्याच्या अस्वस्थतेने ते लगेच सांगितले. पण ते तिला कळले आहे हे तिने त्याला सांगितलं नाही. जेवणानंतर त्याने काहीतरी वाचण्याचा वृथा प्रयत्न केला पण; त्याचे लक्ष वारंवार घड्याळाकडे जात होते. काटे हलत होते. फिरत होते. अखेर ते तिथे पोचले. दोनचे ठोके पडले तसे त्याच्या हृदयाचे ठोके एकदम वाढले, स्नायू आखडून गेले.

त्याने हीथरकडे पाहिले आणि तो तिला म्हणाला, ''हीथर, अखेर धनुष्यातून बाण सुटला!''

तिने अत्यंत समजूतदारपणे हलकेच मान हलवली.

दोघेही बराच वेळ बोलले नाहीत. पंधरा मिनिटांनी त्या शांततेचा भंग झाला. एंडरलिच यांनी फोन करून काम फत्ते झाल्याचे सांगितले. आणखी तीन तासांनी चीनच्या समुद्रावर सूर्योदय झाल्यावर उपग्रहाने चित्रित झालेल्या प्रतिमांच्या परीक्षणानंतर मिळालेल्या यशाचे खरे प्रमाण कळणार होते.

प्रेसिडेंटनी फोन करून ज्युडी एम्सला ते ओव्हल ऑफिसमध्ये येत असल्याचे कळवले.

तो जाण्यासाठी उठला. हीथरही उठून उभी राहिली. तो तिच्याजवळ पोचला तसा तिने त्याचा हात धरून त्याला थांबवले. आपल्या स्निग्ध नजरेने त्याच्या डोळ्यांत पाहिले आणि त्याच्या गळ्यात हात घालून त्याचे ममतेने चुंबन घेतले. ते दोघे हातात हात घालून बरोबरच खाली उतरले.

ज्युडीने प्रेसिडेंटचा फोन ठेवल्याक्षणी सर्वांना सावधगिरीची सूचना दिली. दहा मिनिटांत जगभर प्रसारणासाठी यंत्रणा सज्ज झाली. बेंटन त्याच्या आसनावर बसला तेव्हा त्याला ही जाणीव प्रकर्षाने होत होती की अमेरिकेत आणि जगभरातही चालू असलेले सगळे कार्यक्रम थांबवून सगळेजण त्याच्या भाषणासाठी तयारीत बसले होते. एका मिनिटातच समोरचा कॅमेरा त्याचा चेहरा जगभरातल्या टी.व्ही., संगणक, आणि इतर अनेक प्रकारच्या पडद्यांवर दाखवू लागणार होता.

त्याने ज्युडीकडे पाहिले. तिने तयार असल्याचा इशारा केला. त्याने हीथरकडे नजर वळवली, तिने त्याला नजरेने धीर दिला.

''रेडी, सर.'' ज्युडी म्हणाली.

त्याने कॅमेऱ्यात पाहिले. सर्व काही 'ठीक' असल्याचा दिवा लागला. त्याने प्रारंभ केला.

''माझ्या अमेरिकन बांधवांनो, आज मी या देशाचा राष्ट्राध्यक्ष या नात्याने तुमच्याशी बोलत असलो तरी त्याच वेळी मी चीनच्या एका मित्रराष्ट्राचा नेता या नात्याने चीनच्या जनतेशीही संवाद साधणार आहे. त्यामागे केवळ दोन्ही राष्ट्रांतील लोकांमधील परस्परांविषयीची सद्भावना आणि दोन्ही देशांची समृद्धी वाढीस लागावी हीच सदिच्छा आहे. हीच संधी घेऊन मी जगातल्या सर्व देशांतल्या लोकांनाही अमेरिकन प्रेसिडेंट या नात्याने असे सांगू इच्छितो की मला तुमच्याबरोबर, तुमच्या नेत्यांबरोबर काम करून आपल्या सर्वांच्या या पृथ्वीमातेला निरोगी आणि सुरक्षित बनवायची आहे.

''मला तुम्हा सर्वांना एक अतिशय दुःखद बातमी सांगण्याचे कटू कर्तव्य पार पाडावे लागणार आहे. आत्ताच थोड्या वेळापूर्वी अमेरिकन सैन्याने पीपल्स रिपब्लिक ऑफ चायनाच्या फौजेच्या काही ठाण्यांवर लष्करी कारवाई केली आहे. गेला एक

आठवडा पीपल्स रिपब्लिक ऑफ चायनाच्या सैन्याने आंतरराष्ट्रीय हवाई हद्दीत अमेरिकेच्या वायुदलावर एकतर्फी हल्ले चढवले. तसेच तैवानमधील काही ठिकाणांनाही त्यांनी लक्ष्य केले. या हल्ल्यात अनेक लोकांना आपले प्राण गमवावे लागले. हे प्रकार थांबवण्याच्या चर्चेच्या, सामोपचाराच्या कुठल्याही प्रस्तावांना चीनने प्रतिसाद न दिल्याने ही कारवाई आमच्यावर लादली गेली आहे. मी हे अत्यंत स्पष्टपणे जाहीर करतो की अमेरिकेने पीपल्स रिपब्लिक ऑफ चायनाच्या विरुद्ध युद्ध पुकारलेले नाही किंवा आमच्या दोन देशांत युद्धस्थितीही नाही. आंतरराष्ट्रीय हद्दीतही अमेरिकन जवानांवर केल्या जाणाऱ्या एकतर्फी हल्ल्यांत त्यांना प्राण गमवावे लागू नयेत, एवढ्याच सीमित उद्देशाने आम्हाला काळजीपूर्वक निवडलेल्या या काही बचावात्मक कारवाया कराव्या लागलेल्या आहेत. यात चीनच्या सैनिकांच्या आणि चिनी नागरिकांच्या जिवाला कोणताही धोका पोचणार नाही याची सर्वतोपरी काळजी घेण्यात आलेली आहे आणि माझी खात्री आहे की आमचे जवान ते उद्दिष्ट निश्चित साध्य करतील. मी या वेळी चीनच्या शासनाला असे–''

कॅमेऱ्याकडे पाहत बोलत असतानाही ज्यो बेंटनला कॅमेऱ्याच्या जराशा बाजूला काहीतरी गडबड जाणवली. तो कॅमेऱ्यावरील नजर न हालवायचा प्रयत्न करत होता पण ती हालचाल इतकी वाढत होती की त्याला त्या दिशेला न पाहणे शक्य होईलसे वाटेना. एक लष्करी गणवेषातला अनोळखी जवान तिथे आला होता आणि तो ज्युडी एम्सला काहीतरी जोरजोरात सांगत होता.

''मी यावेळी चीनच्या शासनाला असे आवाहन करतो की त्यांनी तैवानच्या बाबतीत 'मॅनिला अंडरस्टँडिंग'चे पालन करावे–''

त्याचे लक्ष परत विचलित झाले. ज्युडी त्याला एका हाताने खुणा करून भाषण आवरते घ्यायला सांगत होती आणि दुसऱ्या हाताने त्या बलदंड जवानाला कशीबशी प्रेसिडेंटपर्यंत जाण्यापासून रोखत होती.

''तैवानमधून त्यांची सेना त्यांनी ताबडतोब मागे घ्यावी.'' त्याने मधला काही भाग गाळून टाकला, कॅमेऱ्याच्या मागे चाललेल्या प्रकाराचा आपल्या मुद्रेवर काहीही परिणाम होत नाही याची खबरदारी घेत त्याने शेवटचे वाक्य उच्चारले, ''आणि अमेरिकेने तयार केलेल्या 'जागतिक कार्बन कपात योजने'ला संमती देऊन करारावर सही करावी. आपल्या सगळ्यांना पुढे जाण्यासाठी हा शांती आणि सौख्याचा मार्ग आहे. देव अमेरिकेचे कल्याण करो, देव चीनचे कल्याण करो.''

त्याने भाषण थांबवले तेव्हा तो गणवेषातला जवान त्याच्यापर्यंत पोचलाही होता. ''कॅमेरा बंद, थांबवा कॅमेरा,'' असे ओरडत ज्युडी कॅमेऱ्याच्या बाजूला धावली.

त्या जवानाने त्याचा हात कोपराजवळ पकडला आणि तो त्याला म्हणाला, ''सर, कृपा करून आपण माझ्याबरोबर चला.''

“काय चाललंय हे?”

तो जवान त्याला टेबलाच्या बाजूने पुढे आणू लागला तेवढ्यात सात-आठ आणखी गणवेषधारी रोझ गार्डनच्या बाजूच्या दारातून आत आले. त्याला जवळजवळ ओढतच बाहेर नेले जात असताना त्याने काळजीने हीथरच्या दिशेने पाहिले, तिच्याभोवतीही त्या गणवेषधाऱ्यांनी गर्दी केली होती. त्याच्या मनात विचारांनी गर्दी केली होती. हे काय चालले आहे? हे लोक त्याला कुठे नेत आहेत?

बाहेर हेलिकॉप्टर उभे होते. त्याचे पंखे फिरतेच ठेवलेले होते. दोन-तीन सैनिक त्याला घाईघाईने हेलिकॉप्टरच्या दिशेने ढकलत होते, तरीही एका जागेवर घट्ट उभा राहात त्याने त्यांना विचारले, “हे काय चाललंय कळेल का मला? कोण लोक आहात तुम्ही?”

“लेफ्टनंट रिव्हर्स, सर.” त्याचे भाषण चालू असताना आत शिरलेला जवान त्याला म्हणाला, “ड्युटी ऑफिसर, अल्फा युनिट, सर.”

अल्फा युनिट. बेंटनला आठवले, अल्फा युनिट, केव्हाही हल्ला झाला तर प्रेसिडेंटच्या सुरक्षेची संपूर्ण जबाबदारी सोपवलेले अल्फा युनिट.

तो हीथरला शोधू लागला.

“सर, लवकर चला, सर, तुम्हाला लवकरात लवकर इथून घेऊन जाऊन हेलिकॉप्टर उडले पाहिजे, सर.”

सॅन फ्रॅन्सिस्कोच्या प्रदेशात प्रचंड स्फोट झाला होता. तो हवाई दल वनमध्ये बसल्यानंतरच त्याला ते कळले. सॅन फ्रॅन्सिस्को – त्याने त्याच्या शेजारी बसलेल्या हीथरकडे पाहिले – बे एरिया – स्टॅनफोर्ड – ॲमी!!

वडिलांच्या मनात मुलीचे विचार आले, पण अमेरिकेच्या प्रेसिडेंटना त्या विचारांसाठी जराही सवड नव्हती. विमानात ॲडमिरल एंडरलिच, ॲलन बॉल आणि सहा-सात कॅबिनेट सदस्य होते. सेक्रेटरी ऑफ स्टेट लॅरी ओल्सेनही अल्फा युनिटच्या व्यवस्थेप्रमाणे तिथे असायला हवे होते, पण ते नव्हते. त्यांची वाट बघत थांबता येणे शक्यच नव्हते, कारण प्रेसिडेंट विमानात चढल्याक्षणी विमान उडालेच पाहिजे असा कडक नियम होता. प्रेसिडेंट विमानाजवळ पोचले तेव्हा विमानाची इंजिने चालूच होती, विमान उड्डाणासाठी सिद्ध होते.

एंडरलिच यांनी प्रेसिडेंटचे सुरक्षा अधिकारी लेफ्टनंट रिव्हर्स यांच्या हातातून न्युक्लियर कोड्सची केस आपल्या ताब्यात घेतली. ते व त्यांचे काही वरिष्ठ अधिकारी यांनी प्रेसिडेंट आणि ॲलन बॉल यांना विमानातील एका खोलीत नेले. विमान आकाशात झेपावले. ॲडमिरलनी प्रेसिडेंटना त्यांच्याकडे उपलब्ध असलेली माहिती देण्यास आरंभ केला. ईस्टर्न वेळेनुसार दुपारी दोन वाजून अठ्ठावीस

मिनिटांनी बे एरियामध्ये एका महाशक्तिशाली वस्तूचा स्फोट झाला. स्फोटाचा केंद्रबिंदू पालो अल्टोच्या पश्चिमेला दोन मैलांवर असावा. स्फोटानंतर उसळलेल्या धुळीच्या प्रचंड लोटामुळे उपग्रहाला स्पष्ट चित्रेही घेता आली नव्हती. स्फोटाच्या तीव्रतेचे मापन अजून चालू होते. स्फोट कशाचा झाला आणि नुकसान किती झाले याची नीटशी कल्पना यायला अजून जरा वेळ लागणार होता.

"दोन वाजून अठ्ठावीस मिनिटं?" प्रेसिडेंटनी आश्चर्य वाटून विचारले, "आपल्या हल्ल्यानंतर वीस-पंचवीस मिनिटांच्या आत कसा–?"

"वन सी.बी.एम.च्या विमानाला चीनच्या पूर्वेकडून आपल्या पश्चिम किनाऱ्यापर्यंत पोचायला पंधरा ते वीस मिनिटं पुरतात." एंडरलिच यांनी माहीती दिली.

"म्हणजे स्फोट चीनने–"

"हे उघड गृहीत धरलं आम्ही!"

"नक्की माहीत आहे आपल्याला?"

"दुसऱ्या काय शक्यता–"

"नक्की माहीत आहे का?" प्रेसिडेंटनी जोरात विचारले.

"स्फोटाच्या आधी ते आमच्या कुठल्याच यंत्रणेने हेरलेले नाही. आम्ही परत तपासणी चालू केली आहे. आम्ही त्याचा माग लवकरच काढू. मग निश्चित सांगता येईल."

"चीनने जबाबदारी स्वीकारली असल्याचं काही प्रसारण किंवा–"

"अजून तरी नाही."

दरवाजावर टकटक झाली आणि एका आधिकाऱ्याने एंडरलिच यांच्या हातात एक कागद ठेवला. ॲडमिरलनी तो वाचला.

"चीनला लक्ष्य करण्याची आज्ञा द्या." ॲडमिरल त्या अधिकाऱ्याला म्हणाले. तो मान हलवून निघून गेला. "प्रेसिडेंट, चीनमधील हुनान या प्रांतातून पौर्वात्य वेळेनुसार दोन वाजून बारा मिनिटांनी एक अण्वस्त्र सोडलं गेलेलं आहे."

ते ऐकल्यावर बेंटन हताश होऊन आपल्या दोन हातात डोके घालून बसून राहिला. विमानाच्या इंजिनांचा गूं गूं असा एकसुरी आवाज कानातून डोक्यात जाऊन डोके सुन्न करीत होता. एफ. विल्यम नाइट यांनी वेन यांच्याबद्दल सांगितलेले त्याला आठवले – 'अतिशय गंभीरपणे घ्या', वेन म्हणाले होते. चीनच्या प्रेसिडेंटचे आढ्यताखोर शब्द. 'अतिशय गंभीरपणे घ्या.' त्याचा हा अर्थ असेल असं स्वप्नात तरी वाटले होते का?

"स्फोट झालेल्या भागात काय करतो आहोत आपण?" त्याने विचारले.

"अल्फा प्लॅन लागू करण्यात आला आहे, सर. व्हाइस प्रेसिडेंटना सुरक्षित खंदकात हालवण्यात आलं आहे. त्यांच्या बरोबर सी.आय.ए.चे डायरेक्टर, डिफेन्स सेक्रेटरी आणि काही कॅबिनेट सदस्य आहेत. हाऊसच्या सभापतींना एका वेगळ्या सुरक्षित ठिकाणी ठेवलेलं आहे."

“ॲडमिरल, मी तुम्हाला विचारतो आहे, कॅलिफोर्नियात काय परिस्थिती आहे.”

“अण्वस्त्र आणीबाणीची योजना, सर.”

“ही काय योजना आहे?” बेंटनने वैतागून त्यांच्याकडे पाहत प्रश्न केला, “आता तिथं काय होतं आहे?”

“आधी पूर्वग्रहांनी जमवलेल्या माहितीचं विश्लेषण. वातावरणातली धूळ जरा खाली बसली आणि दिसायला लागलं की वैमानिक विरहित विमानांच्या टेहेळणी पथकानं गोळा केलेली माहितीही येऊ लागेल. किरणोत्सर्जनाच्या पातळीचा अंदाज घेत घेत त्या भागाच्या सभोवताली आमचे अधिकारी आत शिरू लागतील. प्रेसिडेंट, मला माहीत आहे की तुमच्या मनात सर्वप्रथम स्फोटात बळी गेलेल्या आणि जखमी झालेल्यांची काळजी आहे. पण सर, मी तुम्हाला एक वेगळा विचार करायची विनंती करणार आहे. सर, आम्हाला आपल्याकडून असा निर्णय हवा आहे की आपण सर्वंकष प्रतिहल्ला करायचा की मर्यादित?”

प्रेसिडेंट त्यांच्याकडे पाहत राहिले.

“सर?”

ज्यो बेंटनच्या शरीराला अतिसूक्ष्म कंप सुटला आणि त्याच वेळी घामही फुटला. इंजिनांचा घुमणारा एकसुरी आवाज आता कान आणि डोक्यातच नाही तर नसानसांत भिनल्यासारखा भासत होता.

“सर, मारा करण्याची जी वेळ ठरवू, त्याआधी साठ मिनिटांच्या अवधीत तुम्हाला माऱ्याची तीव्रता ठरवावी लागते. आपल्या सर्व अण्वस्त्रतळांवर कोड पाठवण्यात आला आहे आणि चीनच्या दिशेने ती रोखण्यातही आलेली आहेत. त्यांना जर तुमच्याकडून काही आज्ञा गेली नाही – आता साठपैकी एकतीस मिनिटं राहिली आहेत – तर यंत्रणा असं समजेल की तुम्ही जिवंत नाही आणि ती यंत्रणा कार्यान्वित होऊन चीनला जगाच्या नकाशावरून नाहीसा करून टाकेल.”

एंडरलिच यांनी कोडची केस टेबलावर ठेवली आणि तिचे खटके दाबून ती उघडली.

बेंटनने ॲलन बॉलकडे पाहिले, तो दोन्ही डोळे झाकून घेऊन असहायपणे मान हलवत बसला होता.

“सर्वंकष प्रतिहल्ल्यात काय होतं?” प्रेसिडेंटनी विचारले. त्यांना यापूर्वी ते ऐकलेले होते पण त्यांची स्मरणशक्ती त्यावेळी काम करीत नव्हती.

“माहीत असलेले सर्व अण्वस्त्रांचे साठे, त्यांच्या उत्पादनाच्या जागा, आणि चलित अण्वस्त्रांची स्थानं यावर हल्ला.” ॲडमिरल सांगू लागले, “शिवाय अण्वस्त्रे नसलेल्या इतर लष्करी तळांवरही मारा होईल. या ना त्या पद्धतीनं भरपूर लोकसंख्येचे भाग यात बेचिराख होतील. आजपर्यंत आमच्या यंत्रणांना न सापडलेले

काही साठे किंवा काही समुद्रात दडवलेले अण्वस्त्रांचे साठे यातून सुटतील आणि कदाचित चीन त्यांच्या साह्यानं प्रतिहल्ला करेल. त्यांची संख्या आमच्या अंदाजाप्रमाणं निरनिराळ्या आकाराची मिळून वीस ते चाळीस असेल. त्यांच्या साहाय्यानं अमेरिकेवर हल्ला होऊ शकतो, मात्र त्यातली सगळी काही इथल्या त्यांच्या लक्ष्यांपर्यंत पोचणार नाहीत.''

''मला आणखी कोणते पर्याय आहेत?''

''तीन पर्याय, प्रेसिडेंट. सर्वंकष, मर्यादित आणि एकच हल्ला. चीनमध्ये तो एक हल्ला बीजिंग किंवा शांघाय या प्रमुख शहरांवर करता येतो अथवा एखाद्या दुय्यम दर्जाच्या शहराचीही निवड करता येते.''

बेंटनला अस्वस्थ वाटू लागले होते. खोलीत जीव गुदमरल्यासारखे होत होते. ''आणि हल्ला न करण्याचा पर्याय?''

''तत्त्वत: हो, तोही असतो. तुम्हाला सर्व रोखलेली अस्त्रे खाली वळवता येतात. पण मी तसं न करण्याचा सल्ला देईन. आपण जर त्यांचा वापर करायला तयार नसलो तर त्यांची भीती कुणाला राहणारच नाही.'' थोडा वेळ उत्तराची वाट पाहून त्यांनी परत आठवण केली, ''सर?''

''मी तुमचं म्हणणं ऐकलं आहे. तुम्ही परवा सांगितलं होतंत की ते असा प्रयत्न कधीच करणार नाहीत, तेही मी ऐकलं होतं.''

''सर, मी परत एकदा सांगतो की–''

''अजून काही ठिकाणी हल्ले करण्याची त्यांची योजना असल्याचे काही पुरावे?''

''नाहीत, सर.''

''ते आपल्याला तसं सांगून नाही हल्ला करणार.'' एंडरलिच यांच्याबरोबरचा एक अधिकारी म्हणाला.

बेंटनने डोके परत खाली घातले. तो सुसंगत विचार करण्याचा प्रयत्न करत होता. प्रतिहल्ला करावा का? त्यामुळे हे दुष्टचक्र थांबेल का? का आणखी जोर धरेल? त्याचे काय परिणाम होतील? त्यांची पुढची कारवाई काय असेल? हे कसं थोपवता येईल?

काळ थांबला नव्हता, पुढे सरकत होता, घड्याळ टकटकत होते.

विमानातल्या त्या छोट्याशा खोलीच्या बाहेरचे सगळे जग त्याच्यापासून खूप दूर गेले होते. त्याला जे सांगण्यात येत होते ते खरेच तसे घडले होते का? एंडरलिच जे सांगतात तेच त्याला माहीत होत होते. एकदम त्याच्या मनात विचित्र कुशंका आली, हा कट तर नसेल ना? लॅरी ओल्सेन इथे का नाहीत? त्यांनीच लष्कराच्या पाठबळावर हा कट रचला असेल?

''मला चित्रं दाखवा.'' तो एकदम एंडरलिचना म्हणाला.

“चित्रं?” एंडरलिचना समजलं नाही.

“हो, तुम्ही म्हणालात ना स्फोटाच्या प्रदेशाची उपग्रहांनी काढलेली चित्रं आहेत तुमच्याकडे.”

“हो, पण, प्रेसिडेंट, तेवढा वेळ नाही आपल्याकडे आत्ता.”

“ॲडमिरल, मला चित्रं दाखवा. आत्ताच्या आत्ता.”

एंडरलिच क्षण दोन क्षण प्रेसिडेंटकडे बघत राहिले. नंतर त्यांनी त्यांच्या बाजूला उभ्या असलेल्या अधिकाऱ्याकडे पाहून त्याला खूण केली. तो बाहेर गेला, दार बंद झाले. खोलीत भयाण शांतता पसरली होती. बेंटनचा चेहरा आवळला गेला होता. त्याने ॲलन बॉलकडे पाहिले. दार उघडत होते. अधिकारी काही कागदांची भेंडोळी घेऊन आत येतील आणि त्याला चित्रे बघून खात्री पटवून घेता येईल किंवा जर हा कट असेल तर सैनिकांची एक तुकडीच त्याला अटक करायला आत येईल अशी त्याची अपेक्षा होती.

दार उघडले. दोन अधिकारी आत आले. त्यातल्या एकाने ॲडमिरलच्या हातात हँडहेल्ड दिला.

एंडरलिच यांनी तो प्रेसिडेंटसमोर ठेवला. आणि ते त्यांना दाखवू लागले, “हा बे एरिया. हे दोन वाजून सत्तावीस मिनिटांचं चित्र आहे. सर्व आलबेल आहे.” त्यांनी हँडहेल्डची बटणं दाबली, चित्र बदललं. “आणि हे दोन वाजून एकोणतीस मिनिटांचं.”

चित्र बोलके होते. एक बशीच्या आकाराचा धूसर डाग समुद्रालगतच्या बोटाच्या आकाराच्या जमिनीच्या भागावर दिसत होता.

ॲडमिरलनी परत बटणे दाबली. “अडीच वाजता.”

ढगाचा आकार वाढला होता.

“दोन पस्तीस.”

ढग अंडाकृती होऊन जमिनीवर ओथंबला होता.

त्याच्या खांद्यावरून हँडहेल्डकडे पाहणाऱ्या ॲलन बॉलकडे बेंटनने वळून पाहिले. त्याचा चेहरा दु:ख आणि भीती यांनी झाकोळून गेला होता. पौराणिक कथेत शोभेल असा एक चमत्कार, एक अघटित घडताना ते पाहत होते. अमेरिकेतल्या एका शहरावर पसरलेला विनाशाचा, मृत्यूचा राक्षसी ढग.

“सर, निर्णय?” ॲडमिरलनी घड्याळाकडे बघत ‘तेवीस मिनिटं उरली’ असे सांगितले.

प्रेसिडेंटनी हँडहेल्डवरची नजर काढून एंडरलिच यांच्यावर रोखली आणि त्यांना विचारलं, “तुमची काय शिफारस आहे?”

त्यांच्या उत्तराचे बेंटनला आश्चर्य वाटलं. “मर्यादित मारा, सर.”

“म्हणजे नेमकं काय?”

“अण्वस्त्रांचे जे तळ कार्यान्वित असल्याचे निश्चित माहीत आहे तेवढ्याच तळांवर मारा करायचा. त्यामुळे आपल्याला असं सिद्ध करता येईल की त्यांनी आमच्यावर अण्वस्त्राचा मारा केला, त्यामुळे आम्ही केवळ आमच्या स्वसंरक्षणासाठी शत्रूची अणुशक्ती तेवढीच खच्ची केली आहे, त्यांची बाकीची लष्करी ताकद नष्ट करण्याचा अथवा त्यांच्या इतर मालमत्तेचा नाश करण्याचा आमचा जराही हेतू नाही.”

एका आधिकाऱ्याने पुढची माहिती पुरवली. तो म्हणाला, “चीनमध्ये अशा माऱ्याने अंदाजे दहा ते बारा कोटी लोकं लगेच मृत्युमुखी पडतील आणि नंतर मुख्यत्वे भाजल्याच्या आणि इतर जखमांनी काही काळाने जवळजवळ तेवढीच आणखी मरतील.”

“आणि याला मर्यादित मारा म्हणायचं!”

“याला कारण आहे, सर.” तोच अधिकारी सांगू लागला, “चीनचं असं जगावेगळं धोरण आहे की त्यांचे अण्वस्त्रांचे सगळे साठे मनुष्यवस्तीच्या अगदी जवळ ठेवलेले आहेत. त्यात किती भयानक धोका आहे हे त्यांना नीट माहीत आहे. असा मर्यादित हल्ला जर त्यांनी आपल्यावर केला तर स्फोटामुळे आणि नंतरच्या जखमांमुळे मिळून आपले दीड ते दोन कोटी लोक मरतील.”

प्रेसिडेंटनी ते ऐकून ॲलनकडे पाहिले. तो खुर्चीत जवळजवळ कोसळलाच होता. त्याच्या चेहऱ्यावरचा रंगच उतरला होता, त्यावर फक्त असहायता दिसत होती.

“वीस कोटी लोकांचा प्राण घेण्याचं पाप मी नाही माझ्या शिरावर घेऊ शकत.” बेंटन स्वत:शीच बोलल्यासारखा म्हणाला.

“प्रेसिडेंट, आम्हाला निर्णय हवा आहे.” एंडरलिचनी आठवण केली.

बेंटनला व्हाइटफिशची आठवण झाली. त्या पहिल्या दिवशीही त्याला हल्ला करायला परवानगी मागताना असेच केले होते. त्यावेळी त्याच्या मनाला डाचत असलेली शंका, आणि त्या निरपराध लोकांच्या प्राणाच्या जबाबदारीची जाणीव होऊन त्याने तो निर्णय त्यादिवशी टाळलाच होता.

“सर, आपण उलट हल्ला केला नाही तर आपल्यापाशी काहीही प्रतिकारक उरणार नाही. कोणतीही आण्विक शक्ती आपल्यावर सहज हल्ला करण्याचं धाडस करेल.”

अर्थात आजच्या प्रसंगाची तुलना व्हाइटफिशशी होऊच शकत नाही हे त्याला चांगलेच माहीत होते. तसा विचारही विसंगत होता. दोन्हीत काहीही साम्य नव्हते.

“सर, मी परत सांगतो, आपण गप्प बसलो तर आपल्याकडे कुणालाही परावृत्त करण्याचा उपाय उरणार नाही.”

ज्यो बेंटन ॲडमिरलकडे वळला.

“सर, निर्णय?”

बेंटनने शांतपणे त्याचा निर्णय ऐकवला, ''एकच हल्ला.''

''सर, एकच? नक्की?''

बेंटनने मानेनेच होकार दिला. त्याला ते शब्द परत त्याच्या तोंडातून यायला नको होते.

''यामुळे शत्रूची अण्वस्त्रांची शक्ती अबाधित राहते आहे.''

''ते कळतंय मला, ॲडमिरल.''

''सर, आपली खेळी दुबळी पडते आहे. त्यांनी एक हल्ला केलेला आहे. शास्त्र सांगतं, प्रतिहल्ला हा हल्ल्यापेक्षा जास्त जोराचा हवा.''

'शास्त्र सांगतं' – बेंटनला त्या शब्दांचे हसू आले.

''तुम्ही प्रतिहल्ला नेहमी जास्त जोरदार करता.''

''नेहमी?'' बेंटनच्या आवाजाला धार चढली, ''नेहमी असं काही नसतं, ॲडमिरल. असं यापूर्वी कधी घडलं होतं? शास्त्र हे शेवटी शास्त्र असतं.''

''प्रेसिडेंट, आपण कमांडर इन चीफही आहात. सर्व लष्कराचे प्रमुख. त्या नात्याने तुमची ही जबाबदारी आहे की–''

''मला माझ्या जबाबदारीबद्दल जेव्हा समजावून घ्यायचं असेल ना त्या वेळी मी आपल्याला जरूर बोलवीन. समजलं? एकच हल्ला! तयारीला लागा.''

एंडरलिच यांनी दातांवर दात रोवले, जणू मनाविरुद्धचा निर्णय त्यानी दातांमध्ये धरून चावला. बेंटनला ते जाणवले.

''कुठं?'' त्यांनी पुढचा निर्णय विचारला, ''शांघाय? वेन यांची दोन मुलं शांघायमध्ये राहतात. पण असं धरून चालायला हरकत नाही की त्यांना एव्हाना बंकरमध्ये हलवलं असेल.''

बेंटनला ॲडमिरलच्या त्या म्हणण्याचा अर्थ थोडा उशिरा लक्षात आला. पण जेव्हा आला तेव्हा तो एकदम शहारला.

''नाही, शांघाय नाही. एखादं छोटं शहर.''

''ठीक आहे. ती खूप आहेत.'' असे म्हणून ॲडमिरल एंडरलिच यांनी कोडच्या केसचे झाकण उघडून ती प्रेसिडेंटपुढे धरली.

दुसरा एक अधिकारी हँडहेल्डवर काम करू लागला.

''सर, उजवा अंगठा.'' केसकडे निर्देश करत एंडरलिच म्हणाले.

प्रेसिडेंटनी केसमधल्या एका पॅडवर उजवा अंगठा दाबला. 'बीप' असा आवाज झाला.

घड्याळजी काम करताना डोळ्यांवर लावतात तसा दिसणारा एक स्कॅनर केसमधून काढून त्याच्या हातात देत एंडरलिच म्हणाले, ''उजवा डोळा.''

बेंटनने तो स्कॅनर उजव्या डोळ्याला टेकवला. परत 'बीप' असा आवाज झाला.

त्यातल्या एका काचेवर तांबड्या रंगातले कोडचे बरेचसे आकडे चमकले.

"परत उजवा अंगठा."

या वेळी पॅडवर अंगठा सरकवायचा होता. काचेवर एक आकडा राहिला, बाकीचे लुप्त झाले.

"आणखी एकदा. शेवटचं."

अंगठा परत फिरवताच 'बीप' असा आवाज झाला आणि तो एक आकडाही नाहीसा झाला.

"काय झालं?" प्रेसिडेंटनी विचारलं.

"कोड तळावर पोचला, सर."

"एक हल्ला?"

"ती आज्ञा मी आता वेगळी पाठवणार."

बेंटन साशंक झाला.

"सर, सही."

हँडहेल्डवर काम करणाऱ्या अधिकाऱ्याने केसकडे बोट दाखवले. त्यातल्या प्रिंटरमधून एक कागद बाहेर येत होता.

"असा कागद फक्त याच एका प्रिंटरमधून बाहेर येतो. डॉलर छापायला वापरतात त्याहीपेक्षा खास गुणविशेषांचा हा कागद आहे. त्यामुळे त्याचा अस्सलपणा तपासता येतो." कागद बाहेर काढून प्रेसिडेंटसमोर धरता धरता ॲडमिरलनी माहीती पुरवली.

बेंटनने कागद वाचला. एका दुय्यम शहरावर ताबडतोब हल्ला करण्याची आज्ञा होती.

"इथे सही करा, सर."

बेंटनने सही केली.

एंडरलिच यांनी कागद उचलला. "प्रेसिडेंट, आभार." असे म्हणून ते बाहेर जायला वळले.

"ॲडमिरल," प्रेसिडेंटनी त्यांना थांबवून विचारले, "कुठल्या शहरावर मारा होईल हे कळेल?"

"आत्ता लगेच नाही. ती बदलती यादी असते, सर. मी माहिती पोचवतो तुम्हाला." ॲडमिरल दारातून म्हणाले.

बेंटनने मान हलवली. तो बधीर झाला होता. कुठलं शहर – काय फरक पडणार आहे?

प्रेसिडेंटना दक्षिण डाकोटामधील खंदकात नेण्यात आले. त्यांचा देशाला

उद्देशून एक संदेश ध्वनिमुद्रित करण्यात आला. त्यात त्यांनी म्हटले की अमेरिकेच्या भूमीवर चीनने लांच्छनास्पद हल्ला चढवला आहे, सर्व पीडितांना मदत पुरवण्याचे प्रयत्न जारी आहेत, अमेरिकेने तात्काळ, निर्णायक, प्रमाणशीर आणि ठाम प्रतिक्रिया नोंदवलेली असून त्यातून अमेरिकेचा खंबीरपणा आणि ताकद जगाला कळून येईल, परिस्थिती आणखी बिघडणार नाही आणि देशही पूर्णपणे सुरक्षित राहील अशी दक्षता घेण्यात आली आहे. चीन बरोबरच्या युद्धाची जाहीर घोषणा करण्याचे त्यांनी टाळले. परंतु त्यांनी चीनला परत असे हल्ले करण्याचे धाडस न करण्याचा सल्ला दिला आणि तो जर त्यांनी मानला नाही तर कठोर शिक्षेसाठी तयार राहण्याचा गंभीर इशाराही दिला. चीनने आता जास्त वेळ न घालवता 'जागतिक कार्बन कपात योजना' स्वीकारावी आणि करारावर ताबडतोब सह्या कराव्यात असेही चीनला बजावले. संदेशात त्यांनी कुठंही तैवानचा उल्लेख केला नाही. चीनला तैवान हवा असेल तर ते तो घेऊ शकतात. त्यावेळी लॅरी ओल्सेन असते तर या अनुल्लेखासाठी त्यांच्याशी भांडावे लागले असते. पण यानंतर एकही अमेरिकन सैनिकाचा किंवा नागरिकाचा जीव त्यांना तैवानच्या स्वातंत्र्यासाठी गमवायचा नव्हता. संदेशाच्या शेवटी त्यांनी जगातल्या सगळ्या देशांच्या नेत्यांना 'जागतिक कार्बन कपात योजने'ला मान्यता द्यावी आणि या संकटाच्या काळात अमेरिकेला साथ द्यावी असे आवाहन केले.

या संदेशाचे प्रसारण थेट न करता तो ध्वनिमुद्रित करावा ही ज्युडी एम्सची सूचना बेंटनने मान्य केली ते फार बरे झाले, कारण त्याला त्याच्या मनात 'भरलेला' पोकळपणा आणि मनाची जखमी अवस्था आपल्या आवाजात जाणवणार नाही, तो एका बलशाली नेत्याचा पोकळ नाही – भरीव आवाज वाटेल, त्यात आशावादी स्वर ऐकू येईल आणि मनाचा गोंधळ शब्दांत, वाक्यात दिसणार नाही यासाठी चार वेळा प्रयत्न करावे लागले होते, तेव्हा हवा तसा परिणाम साधला गेला होता.

बंकरमध्ये तयार करण्यात आलेल्या सिच्युएशन रूममध्ये ॲडमिरल एंडरलिच आणि त्यांचे अधिकारी सतत बाहेरच्या स्थितीविषयीचे वृत्तान्त मिळवत होते आणि पुढच्या कारवायांविषयी चर्चा करीत होते. परत जर चीनने हल्ला केला तर मात्र मोठा आणि कठोर प्रतिहल्ला करायला हवा असाच चर्चेचा निष्कर्ष होता.

ग्रेग न्यूयॉर्कमध्ये सुरक्षित असल्याचे आणि त्याला बंकरमध्ये हालवल्याचे वृत्त बेंटन आणि हीथरपर्यंत पोचले होते, परंतु ॲमीची काहीही खबर नव्हती. दोघांनाही, विशेषत: हीथरला, ॲमीची काळजी लागून राहिली होती. ती सुखरूप आहे हे कळेपर्यंत तिला चैन पडणे शक्यच नव्हते. ती सतत टी.व्ही. अथवा संगणकासमोर बसून तिची माहिती मिळवण्याचा प्रयत्न करीत होती.

# मंगळवार, बुधवार १ - २ नोव्हेंबर, साऊथ डकोटा

सिच्युएशन रूममध्ये सतत वर्दळ चालू होती, प्रत्येकजण काही तरी करत होता. त्या सगळ्या गर्दीत, गडबडीत त्याला करण्यासारखे काहीच नव्हते. आपण इथे अकारण आहोत, निरुपयोगी आहोत असे त्याला वाटत होतं. रात्रभर प्रत्येक तासाला अहवाल येत होता. तरीही स्फोटग्रस्त भागात काय घडते आहे याबद्दलच्या माहीतीत काही फार भर पडत नव्हती. तो कॅलिफोर्नियाच्या गव्हर्नर मेरी ओकोरो यांच्याशीही बोलला पण तिच्याकडेही फेडरल इमर्जन्सी रिस्पॉन्स ऑथॉरिटीकडून मिळणाऱ्या माहितीपेक्षा जास्त काहीच सांगण्यासारखे नव्हते. ती माहिती तर त्यालाही त्या विभागाचे डायरेक्टर लाउ काट्झ नियमितपणे देतच होते. तो इतर प्रांताच्या गव्हर्नर्सशीही बोलला. नॅशनल गार्ड देशाच्या सर्व भागात क्रियाशील करण्यात आले होते. पण शांतता आणि सुव्यवस्था याचा भंग करणाऱ्या घटना कुठेही घडत असल्याचे वृत्त नव्हते. त्याने अँजेला शावेझ आणि जय मॅकमोहन यांच्याशीही संपर्क साधला. लॅरी ओल्सेन डी.सी. वॉशिंग्टनजवळच्या बंकरमध्ये सुरक्षित असल्याचे कळले. परंतु त्या बंकरमधील दळणवळण काही कारणाने तुटले होते. अल्फा प्लॅन प्रत्यक्षात लागू करण्याची देशाच्या इतिहासातली ही पहिलीच वेळ असल्याने काही त्रुटी राहण्याची शक्यता होती, असे एंडरलिच यांचे म्हणणे होते. चीनच्या सरकारला जर अमेरिकेच्या परराष्ट्रमंत्र्यांशी, लॅरी ओल्सेन यांच्याशी, संपर्क साधायचा असेल तर ते तो कसा साधू शकतील हे कुणीच सांगू शकत नव्हते. बेंटनच्या मनात आले की त्यांच्यापैकी कोणीतरी या खंदकात त्यालाच गाठून एंडरलिच यांच्याकरवी ओल्सेनना शोधतील.

ज्या अण्वस्त्राने चीनने हल्ला केला, त्याचे वजन एक मेगाटन होते अशी माहिती देण्यात आली होती. हीथर अथकपणे टी.व्ही. वृत्तवाहिन्या आणि संगणकावरील साइट्स यावर बातम्या बघत होती. पण त्यातूनही रिस्पॉन्स ऑथॉरिटीकडच्या माहितीपेक्षा जास्त काहीच कळत नव्हते. वृत्तनिवेदकांचे निराधार अंदाज, विश्लेषकांच्या

केवळ तात्त्विक चर्चा, प्रेसिडेंटनी काय करावं आणि काय करू नये याबद्दलचे तज्ज्ञांचे उपदेश, फारशी माहिती नसतानाही मदतकार्यावरची टीका अशा कार्यक्रमांनी वाहिन्या वेळ भरून काढत होत्या. वृत्तवाहिन्यांना उपग्रहावरची जी चित्रे प्रसारित करण्यासाठी पुरवली गेली होती, त्यात उत्तर कॅलिफोर्नियाच्या भागात पसरलेला बशीच्या आकाराचा धुळीचा ढग आणि नंतर तो साक्रामेंटोच्या दिशेने सरकताना दाखवला होता. साक्रामेंटोच्या भागातून एव्हाना लोकवस्ती पूर्णपणे हलवली गेली होती. अल्फा प्लॅनप्रमाणे आपत्तीग्रस्त भागातील बचाव आणि मदत कार्याची सर्व जबाबदारी रिस्पॉन्स ऑथॉरिटी डायरेक्टर लाउ काट्झ यांच्यावर सोपवलेली होती. त्यामुळे त्यांच्या चेहऱ्यानेच सगळ्या वृत्तवाहिन्या व्यापल्या होत्या.

लाउ काट्झ लोकांना सतत एवढेच सांगत होते की, सर्व आवश्यक सुरक्षासाधनं सज्ज असलेल्या स्वयंसेवकांची पथके सर्वत्र रवाना होऊन कार्यरत आहेत. अधिकाधिक, तपशीलवार माहिती जाणून घेण्यासाठी आतुर असणाऱ्या आपल्या देशातीलच नव्हे, तर सगळ्या जगातल्या लोकांना नव्या माहितीऐवजी लाउ काट्झ यांचा काळजीयुक्त चेहरा पाहून आणि तीच तीच माहिती ऐकून किती वैताग येत असेल याची बेंटनला चांगलीच कल्पना येऊ शकत होती. लाउ काट्झ यांनी त्याला कळवले होते की सॅन फ्रान्सिस्को आणि सॅन जोझे येथील हॉस्पिटल्स भाजल्याच्या जखमा झालेल्या लोकांनी भरून गेली होती. ही माहिती त्यांनी वृत्तपत्रांना, वाहिन्यांना मात्र दिली नव्हती. स्फोट झालेल्या भागात हलकल्लोळ माजला होता. ज्यांना शक्य होते ते लोक दुसरीकडे गेले होते. ज्या हॉस्पिटल्समधे जखमींच्या रांगा लागल्या होत्या, त्याच हॉस्पिटल्समधील बरेचसे डॉक्टर्स आणि नर्सेस सुद्धा भीतीने पळून गेल्या होत्या. अण्वस्त्राच्या स्फोटामुळे त्या भागात निर्माण झालेल्या विद्युतचुंबकीय भारामुळे संगणक आणि इतर संपर्क साधने निकामी केली होती. त्यामुळे गोंधळात आणखीच भर पडली होती. पण त्याचा एक फायदा असा झाला होता की कोणतेही अनधिकृत वृत्तान्त तेथून बाहेर जात नव्हते. तेथून बाहेर पडलेल्या लोकांना गाठून त्यांच्या मुलाखतींच्या आधारे काही वाहिन्यांनी माहिती द्यायला सुरुवात केली होती. अर्थात अयोग्य, धोकादायक बातम्या देणाऱ्या वाहिन्या, साइट्स बंद करण्याचे अधिकार न्युक्लीअर इमर्जन्सी प्लॅनप्रमाणे लाउ काट्झ यांना होते. अजून तरी त्यांनी त्यांचा वापर केला नव्हता. तसे करण्याने वृत्त लपवले जात आहे असे वाटून लोक अधिकच धास्तावतील असे त्यांचे मत होते. पण त्यावरचा खरा उपाय– लवकरात लवकर खरी आणि योग्य माहिती लोकांपर्यंत पोचवणे हा होता.

बेंटनला दिल्या गेलेल्या माहितीनुसार, एक मेगाटन वजनाच्या अस्त्राने पाच मैलांच्या त्रिज्येतल्या प्रदेशात जमिनीवरचे जे जे काही उभे असेल ते ते सगळे नष्ट होते, काहीही राहत नाही, सर्व भुईसपाट होऊन जाते आणि त्याच्या बाहेरच्या पाच

मैलांच्या त्रिज्येतले सगळे जळून खाक होते, नुसता फुफाटा राहतो. लाउ काट्झ यांच्या मुख्य कार्यालयात येणारे वृत्तान्त सुद्धा पॉलो आल्टो पासून पंधरा मैलांच्या त्रिज्येच्या बाहेरच्या भागातूनच येऊ शकत होते.

"प्रेसिडेंट, खरं सांगायचं तर त्या भागात किती वेळानंतर जाणं सुरक्षित असतं हे कुणालाच नीट माहिती नाही." लाउ काट्झ बेंटनला सांगत होते. "आम्ही किरणोत्सर्गाचा परिणाम होणार नाही अशा प्रकारचे भरपूर वेष लोकांना तिथे जाताना वापरण्यासाठी मागवले आहेत. पण सर, हे महाभयंकर आहे!"

"आपण तयार नव्हतो का?" प्रेसिडेंटनी जरा जोरात विचारले.

"याच्यासाठी, सर?" काट्झनी उत्तरात विचारलेला प्रश्न सगळे सांगून गेला. कसे शक्य होते या सगळ्याची कल्पना करून तयार राहणे? कोण तयारी ठेवेल अशा अघटिताची?

"प्रेसिडेंट, जिवंत नरक झाला आहे तो प्रदेश. असं जखमी होऊन भयंकर अवस्थेत जगण्यापेक्षा मरण आलेलं बरं, सर."

बेंटनने डोळे मिटून घेतले. त्याच्याही मनात तोच विचार आला होता.

बेंटन परत आला त्यावेळी हीथर त्याच्या दुःख आणि काळजी यांनी विदीर्ण झालेल्या चेहऱ्याकडे पाहत राहिली. "फार फार वाईट आहे हे सगळं." तो म्हणाला.

तो सिच्युएशन रूममध्ये गेला, त्यावेळी उपग्रहावरील चीनमधली चित्रे आली होती. चीनच्या दक्षिण मध्यभागातल्या चांगशा या शहरावर हल्ला करण्यात आला होता. सॅन फ्रान्सिस्कोवर दिसला होता तसाच ढग तेथेही दिसत होता.

चीनकडून अजूनपर्यंत काहीही प्रतिक्रिया नव्हती. पण जगभरातल्या सरकारी प्रवक्त्यांनी दोन्ही हल्ल्यांचा तीव्र निषेध केला होता. ह्यू ऑजिलव्ही यांनी बेंटनशी संपर्क साधला. ते सारखे 'हे थांबवा, हे तुम्ही थांबवायला हवे' असे म्हणत राहिले. बेंटनने त्यांना विनंती केली की त्यांनी चीनच्या शासनाशी बोलावे, त्यांना संदेश पाठवावा, वेन यांना सांगावे की तो बंकरमधून जे बोलला, त्याचप्रमाणे वागला आहे, वागणार आहे, यातून बाहेर येण्याचा मार्ग आहे. ऑजिलव्ही यांनी त्याला अशी माहिती दिली की त्यांनी वेन यांच्याशी बोलायचा प्रयत्न केला पण ते त्यांच्याशी तर नाहीच, पण कुठल्याच वरिष्ठ नेत्याशी बोलू शकले नाहीत. बेंटनला वाटले, त्यांनाही बंकर्समध्ये हलवले गेले असेल. त्याच्या मनात आलेला आणखी एक विचार त्याने ऑजिलव्हींनाही सांगितला, सध्या चीनमध्ये सत्ताप्रमुख कोण आहे, कोण या कारवाया घडवून आणण्याच्या मागे आहे हे कळणे फार अवघड आहे. कदाचित डिंग? किंवा कुणीतरी पार्टीतला वेगळाच कट्टर नेता? का सत्ता लष्कराच्या ताब्यात गेली आहे?

ऑजिलव्ही म्हणाले की ते त्यांनाही माहिती नव्हते.

वेळ मिळाला की तो हीथरजवळ येऊन बसे. तिच्याबरोबर टी.व्ही. किंवा संगणकाच्या पडद्याकडे पाहत राही. तो दुहेरी भूमिका जगत होता. कधी बे एरियातल्या आपली मुलं गमावलेल्या हजारो पित्यांसारखा एक अभागी पिता होऊन स्टॅर्नफोर्डला असलेल्या आपल्या लाडक्या ॲमीची काळजी करू लागत होता, तर बराच वेळ प्रेसिडेंट होऊन स्वत:ची निर्भर्त्सना करत होता. या स्थितीपर्यंत कसे पोचलो आपण? काय चूक केली? चूक केली का? नक्कीच. नाहीतर आपल्याच देशबांधवांवर अण्वस्त्रांचा मारा करवून त्यांची आयुष्ये बेचिराख करणारा इतिहासातला पहिला प्रेसिटेंड तो का बनला असता? परिपूर्ण विचार करण्यातील असमर्थता, निर्णय घेण्यातली अपरिपक्वता? वेन यांना त्याने फार कोपऱ्यात पकडले का? त्यांना अंग काढून घ्यायला, कृती टाळायला त्याने पुरेशी फूस दिली नव्हती का? का त्यांनी दिलेली सूचना त्याला नीट समजून घेता आली नव्हती? वेन खरेच अशी काहीतरी अनपेक्षित, अवास्तव, विनाशी कृती करतील असे कुणाला वाटले होते? भारत आणि पाकिस्तान गेली तीस वर्षे एकमेकांवर अस्त्रे रोखून बसले आहेत, पण कुणीच बटण दाबलेले नाही. जे त्यांना जमते ते कुणालाही जमायला हवे.

झाले ते तर होऊन गेले. आता त्याला पुढे काय करायला पाहिजे होते? एवढे सल्लागार असून याआधी त्याने अयोग्य निर्णय घेतलेच होते. तर मग तो परतही तसंच करू शकला असता. चीनच्या प्रतिक्रियेची वाट बघावी का? जेव्हा गरज आहे तेव्हा हे लॅरी ओल्सेन कुठे जाऊन बसले आहेत? त्यांच्याशी अजूनही संपर्क होऊ शकत नव्हता. ॲलन बॉल तर खचूनच गेला होता. त्याच्या चहूबाजूंना फक्त लष्करी डोकी दिसत होती, सैनिकी सल्ले ऐकू येत होते. बीजिंगमध्ये यावेळी काय चालले असेल? कळायला काय मार्ग आहे? वेन यांच्याशी बोलावे का? पण त्यांनी त्याच्याशी कुठल्याच प्रकारे संपर्क साधलेला नव्हता. ऑजिलव्ही काहीतरी मध्यस्थी करू पाहत होते, पण त्यांनाही चीनमध्ये कोणीही नेता भेटत नव्हता. पण मग करायचे काय? असेच, काही न करता इथे एकांतवासात बसून राहायचे? अशा वेळी प्रेसिडेंटनी काय करावे असे शास्त्र सांगते?

त्याला ॲडमिरल एंडरलिच यांनी 'शास्त्र' सांगितले होते त्याची आठवण झाली. तो काय म्हणाला होता? 'शास्त्र शास्त्र असतं!' पण मग करायचे काय? आणखी एक संदेश प्रसारित करायचा? त्यात काय म्हणायचे? जाहीर करायचे की तो – – काय? माघार घेतो आहे? का एंडरलिच यांच्या सल्ल्याप्रमाणे जोराचा प्रतिहल्ला करून बेचिराख करून टाकायचा चीन? या विचारांच्या जंजाळात धडपड करत असताना त्याला हीथर दिसायची, तसा तो त्या प्रेसिडेंटला त्या जंजाळात सोडून देऊन परत चिंताग्रस्त पिता होऊन हीथरच्या हातात हात गुंतवून त्यांच्या

लाडक्या ॲमीसाठी तडफडू लागत होता.

हीथर काही बोलत नव्हती, काही खातपीत नव्हती. रात्रंदिवस बातम्या पाहत बसत होती. ॲमीची खबर, तिच्याशी संबंधित काहीही वृत्त. डोळ्यांत पाणी, कानात प्राण. दर वेळी तो एंडरलिच यांचा अहवाल ऐकून आला की त्याच्याकडे ती अपेक्षेने बघायची. त्याच्या नजरेत नकार दिसला की आणखी निराश होऊन जायची.

तो कधी तिला जवळ घेऊन तिच्या पाठीवरून, केसांवरून मायेने हात फिरवायचा, ती त्याच्या कुशीत शिरून अश्रूंना वाट करून द्यायची आणि डोळे पुसून परत ॲमीच्या बातमीसाठी टी.व्ही.कडे वळायची.

टी.व्ही.वर दोन शहाणे चर्चा करीत होते. पुढे काय होणार? एक म्हणाला अमेरिकेने याहून जोरदार प्रतिहल्ला करायला हवा होता. दुसऱ्याचं मत असं होतं की अमेरिकेने हल्ला करायलाच नको होता. पहिला म्हणाला की त्याला असं नक्की वाटतं आहे की आता चीन सर्वंकष हल्लाच करेल. कार्यक्रमाच्या सूत्रधाराने त्याला विचारले की मग आपण सगळे लवकरच मरून जाणार का? त्यावर, जणू त्याच्या पांडित्याने त्याला अमरत्वाचा वर दिला असावा अशा सहजपणे, तो उत्तरला, ‘‘होय, तसंच म्हटलं पाहिजे.’’

ज्यो बेंटनला जोरात ओरडावेसे वाटले. कोणी या महाभागांना इथून उचलून फेकून का देत नाही? ते घरी आपल्या कुटुंबांबरोबर का नाही जाऊन थांबत?

प्रतीक्षा! कशाची? काहीच घडत नव्हते. काहीच हलत नव्हते. फक्त सगळीकडे सैनिकांची हालचाल चालू होती. बंकरमध्ये वर, खाली, आत, बाहेर, गणवेष, बूट, बंदुका आणि वृत्तांत, आढावा, अहवाल. समुद्रात, आकाशात सैन्य सज्ज होते. शस्त्रे परजलेली, नेम धरलेले. चाप ओढायची काय ती खोटी. आणि तो चाप त्याच्या हातात होता. त्यालाच माहिती नव्हते की चाप ओढायला तो कशाने प्रवृत्त होणार होता!

तो खूप दमला होता. त्याच्या अंगातले त्राण नाहीसे होत चालले होते. या बंकरमध्ये येऊन त्याने निवेदन प्रसारित केले त्याला कितीतरी काळ लोटल्यासारखे वाटत होते. निवेदन. मग दुसरे निवेदन. काय अर्थ होता त्याला? तो नुसती निवेदनेच प्रसारित करत राहणार होता का? परवापर्यंत जिवंत असलेली, चालणारी, बोलणारी – थोडी थोडकी नाही – पन्नास लाख माणसं – कदाचित एक कोटी सुद्धा, आज नव्हती, भीषण मरणाला सामोरी गेली होती. हे सर्वसाधारण माणसाच्या आकलनशक्तीच्या बाहेरचे होते. तो आणखी एक निवेदन प्रसारित करेल, तोपर्यंत अजूनही कित्येक जण मृत्युमुखी पडले असतील.

सगळेजण त्याला विश्रांती घ्यायचा सल्ला देत होते. बंकरमध्ये त्याच्यासाठी

स्वतंत्र खोली, पलंग होते. त्याने थोडी झोप घ्यावी असे अनेकांनी सुचवून पाहिले होते. त्याला झोपेची नितांत आवश्यकता होती हे त्यालाही जाणवत होते. तो डोळे मिटून पलंगावर पडला. पण झोपेऐवजी विचारच येऊ लागले. ॲमीबद्दलचे विचार. मन कासावीस, अस्वस्थ, दिशाहीन बनले होते. जरा झोप लागली की वेडेवाकडे विचार येत होते, वाटले हे सगळे स्फोटात जखमी झालेले चटकन मरून जावेत. मग त्याला एकदम त्याच्यावर रागावून, त्याच्याकडे पाठ फिरवून निघून गेलेली ॲमी दिसली. आयुष्यात पहिल्यांदाच अशी रुसली होती ती त्याच्यावर. ॲमी – ती जिवंत असलीच पाहिजे. स्फोट वगैरे सगळे खोटे आहे, कुणीतरी बनवते आहे त्याला. ती उपग्रहावरची चित्रेसुद्धा खोटी तयार केली असतील, वेबसाइट्स सुद्धा बनावट, अगदी खऱ्या वाटाव्यात अशा. अँजेलाला माहीत असेल का? तिला तरी हे लोक सांगतात त्यापेक्षा जास्त काय ठाऊक असणार? लाउ काट्झ? तोच या कटात सामील असेल! कदाचित शावेझ सुद्धा! सगळेच त्याच्या विरुद्ध एकत्र झालेत, कट केला आहे.

तो खाडकन उठून बसला. सर्वांगाला घाम फुटला होता. त्याला वेड लागलं होतं का?

दुसऱ्या खोलीत हीथर तारवटलेल्या डोळ्यांनी टी.व्ही.कडे बघत बसली होती. किती वाजले होते? सकाळ होती की रात्र? या बंकरमध्ये दिवसरात्र सारखेच होते. न काळाचे भान, ना वेळेची जाणीव. तोही पडद्यावरची दृश्ये बघू लागला. रस्त्यावर जमून लोक जोरजोरात बोलताना दिसत होते. निरनिराळ्या शहरात कॅमेरे लोकांची मते टिपत होते. लोक त्यांचा राग, उद्वेग, चीड शिव्याशाप देऊन, ओरडून, रडून व्यक्त करीत होते. बोस्टन मध्ये दु:खाने, संतापाने धाय मोकलून रडणारी एक स्त्री कॅमेऱ्यासमोर येऊन म्हणाली, "कुठे आहे आमचा प्रेसिडेंट? कुठे तोंड लपवून बसला आहे? का तोही मेला आहे?"

तो चमकला, दचकला. त्याला त्या स्त्रीने जीव खाऊन थोबाडीत भडकावली होती. त्याच्या तोंडावर बादलीभर पाणी फेकून त्याला खडबडून जागे केले होते.

दारावर टकटक झाली. एंडरलिच आत आले. त्यांचा चेहरा गंभीर होता.

"काय झालंय?" त्याने विचारले.

त्यांनी हळूच हीथरकडे पाहिले.

बेंटनला त्याची पर्वा नव्हती. "ॲडमिरल, सांगा काय झालंय."

"प्रेसिडेंट," हीथरकडे पाहत, अडखळत ते म्हणाले, "प्रेसिडेंट, बहुधा चीनच्या लष्कराने प्रत्युत्तर दिले आहे."

अमेरिकेचे प्रेसिडेंट अमेरिकेच्या तीनही दलांच्या लष्करप्रमुखांकडे बघत होते, "कसे?"

"आणखी एक अण्वस्त्रहल्ला, सर."

हीथरने श्वास रोखला. प्रेसिडेंट अजूनही पापणी न हलवता ॲडमिरलकडे बघत होते.

"कॅन्सास. जंक्शन सिटी या गावावर."

जंक्शन सिटी? कॅन्सासमध्ये? बेंटनने हे नाव कधी ऐकलेलेही नव्हते.

"सर, आता फारच थोडी माहिती मिळाली आहे. अंदाज असा आहे की गावात सुमारे अडीच लाख लोक असावेत."

"त्या भागात आपल्या क्षेपणास्त्रांचे जमिनीखाली साठे आहेत का?"

"नाहीत, सर. आमचा अंदाज असा आहे की अस्त्र थोडं आधी खाली आलं असावं. त्यांचं मूळ लक्ष्य मियामीजवळ कुठेतरी असावं. दुसरी शक्यता अशी की त्यानं मार्ग सोडला असावा. पूर्वकिनाऱ्यावरच्या एखाद्या दाट लोकवस्तीच्या भागात ते उतरणार असावं. म्हणजे, प्रेसिडेंट, कदाचित वॉशिंग्टन. सर, इरादा फारच भयंकर होता. आता आपल्याला प्रत्युत्तर अतिगंभीर द्यावंच लागेल."

ज्यो बेंटनच्या मनात उठलेली शंका त्याने विचारली, "जर ते आधी खाली आलं नसतं तर कुठे पोचलं असतं?"

"जंक्शन सिटीच्या बाहेर आपलं एक लष्करी ठाणं आहे. पण ते अगदी छोटं आहे आणि त्याचा अण्वस्त्रांशी थोडासाही संबंध नाही. चीनला ते ठाणं माहीती असायचंही काही कारण नाही. चीनमध्येही अशी आपल्याला माहीत नसलेली क्षुल्लक ठाणी भरपूर असतील."

"मग त्याच्यावर हल्ला का केला असावा त्यांनी?"

"सर, मी तेच म्हणत होतो, ते लक्ष्य नव्हतंच त्यांचं."

"पण ॲडमिरल, त्यांनी हल्ला तिथंच केला आहे." बहुतेक त्याचीच विचारशक्ती नीट काम करत नसावी. शक्य आहे, ते लक्ष्य नसेल. पण तसे का समजायचे? चूक झाली असेल असे का मानायचे? तिथेच करायचा असेल त्यांना हल्ला. त्यात काही तरी अर्थ लपलेला असेल. "ॲडमिरल, तुम्ही मघाशी काय म्हणालात? लक्ष्य मियामी किंवा आसपास असावं?"

"प्रेसिडेंट, आपलं सुदैव, त्याचा मार्ग चुकला. ते जर आधी खाली आलं नसतं तर फार मोठा अनर्थ ओढवला असता. यापेक्षा कितीतरी पटीनं जास्त नुकसान सोसावं लागलं असतं आपल्याला. आता एक हल्ला वगैरे पुरेसा होणारच नाही."

ॲडमिरल तयारीनेच आले होते. त्यांनी बरोबर आणलेली कोडची केस बेंटनजवळ सोफ्यावरच ठेवली आणि उघडली.

हीथरने अतिशय उद्वेगाने त्या केसकडे पाहिले.

"सर, उजवा अंगठा."

बेंटन काहीही हालचाल न करता एंडरलिच यांच्याकडे बघत राहिला. हा कटच असला पाहिजे. त्याच्याकरवी प्रचंड मोठा हल्ला चढवून गंभीर स्थिती निर्माण करून लष्कर सत्तापालट घडवणार असावे. कोण आहे याच्या मागे? कोण आहे याचा सूत्रधार? जय मॅकमोहन? लॅरी ओल्सेन? गेल्या काही मीटिंग्जमध्ये ॲडमिरल आणि लॅरी यांची मते अगदी जुळती होती. ओल्सेनना मुद्दामच इथे आणले नव्हते. नक्की कुठे होते ते? कदाचित इथेच असतील. वर, कुठेतरी, आपल्या हातांनी सूत्रे हालवत!

"सर," एंडरलिच यांनी केसकडे निर्देश करत म्हटले, "त्यांचा जोर फारच वाढतो आहे. आपण याला सवाई उत्तर द्यायला हवं."

"केस बाजूला ठेवा."

"सर, प्रतिहल्ला–"

"त्यांनी जोर कमी केला आहे ॲडमिरल. त्यांनी पहिल्यांदा बे एरियावर हल्ला केला, किती लोक मारले? तीन कोटी. आपण उलट हल्ला केला, किती मारले? तेवढेच. थोडे जास्तच. आता त्यानी छोट्याशा जंक्शन सिटी या गावावर हल्ला केला. म्हणजे जोर कमी केला, नाही का? उघड आहे की नाही हे ॲडमिरल?"

"सर, ते चुकीनं झालं आहे. आपलं दैव चांगलं. आपल्याला ही संधी..."

"कशावरून ते बाहेर पडायची वाट शोधत नसतील?"

"कशावरून पुढलं अस्त्र वाटेवर नसेल?"

बेंटन ॲडमिरलकडे बघत होता. त्याला सगळे असह्य झाले. तो बंकर त्याला खायला उठला. तो बंकर त्याला सत्यापासून दूर ठेवत होता, वास्तवापासून दूर. सगळी माहिती गाळून येत होती, निवडून, या लोकांना हवी तशी, हवी तेवढी. हे लोक, ज्यांना तो पुरता ओळखत नाही, ज्यांच्यावर त्याचा विश्वास नाही, जे त्याला आणि तो ज्यांना समजवून घेऊ शकत नाहीत असे लोक.

दु:खाने, संतापाने धाय मोकलून रडणाऱ्या बोस्टनमधल्या त्या बाईचा चेहरा त्याला आठवला. काय म्हणत होती ती? 'कुठे आहे आमचा प्रेसिडेंट? कुठे तोंड लपवून बसला आहे? का मेला आहे?'

"मला इथून बाहेर घेऊन चला." त्याने एकदम ॲडमिरलना फर्मावले.

"काय?"

"मला वॉशिंग्टनला घेऊन चला."

"सर, अल्फा प्लॅन प्रमाणे तसं–"

"अल्फा प्लॅन गेला खड्ड्यात. मी तुम्हाला आज्ञा देतो आहे, मला वॉशिंग्टनला घेऊन चला."

प्रेसिडेंट, आम्ही अमेरिकेतली पूर्ण हवाई वाहतूक बंद केली आहे. अमेरिकेच्या हद्दीत आकाशात उडणारं विमान खाली पाडण्याचे आदेश दिले गेले आहेत.''

''ठीक आहे, ज्या कुणाला तुम्ही ती जबाबदारी दिली आहे त्याला कळवा की तसं करू नका.''

''नाही, सर.''

''होय, सर!!''

''नाही सर. मी तसं करू शकत नाही. ही माझी जबाबदारी आहे की प्रेसिडेंटच्या पदावरील व्यक्तीच्या जिवाला धोका असताना मी त्याचं सर्वतोपरी रक्षण करीन. मी माझी जबाबदारी पार पाडण्यात कोणतीही कसर सोडणार नाही. सर, तुम्ही किंवा तुमच्या आजूबाजूच्या कोणी–''

बेंटन उठून खोलीबाहेर गेला. खोलीबाहेर उभ्या असलेल्या एका जवानाला तो म्हणाला, ''तुझं पिस्तूल दे.''

तो जवान आपल्या प्रेसिडेंटकडे आ वासून बघत राहिला.

''जवान, तुझं पिस्तूल दे.'' बेंटनने पुढे होऊन त्याच्या कंबरेला अडकवलेल्या कातडी पिशवीतून त्याचे पिस्तूल काढून घेतले. तो मागे वळला. एंडरलिच त्याच्या मागेच दारात आले होते.

''प्रेसिडेंट–''

बेंटनने पुढे होऊन पिस्तुलाचे टोक ॲडमिरलच्या कानशिलावर टेकवले.

''ॲडमिरल, मी सांगतो तसे निमूटपणे करा नाहीतर मी चाप ओढीन. ॲडमिरल, या जवानाच्या देखत मी तुम्हाला आज्ञा देतो आहे की मला वॉशिंग्टनला न्या.''

एंडरलिच जागचे हालले नाहीत. पाच-सहा सैनिक तोवर तिथे जमले. त्यात प्रेसिडेंटच्या सुरक्षिततेची जबाबदारी असलेला लेफ्टनंट रिव्हर्सही होता. तोच द व्हाइटहाऊसमधल्या भाषणाच्या वेळी त्याला बाहेर घेऊन जायला आला होता. सगळे अवाक होऊन प्रेसिडेंट आणि ॲडमिरल यांच्याकडे पाहत होते.

''लेफ्टनंट,'' एंडरलिचने लेफ्टनंट रिव्हर्सला सांगितले, ''प्रेसिडेंटना नि:शस्त्र करा.''

बेंटनने एंडरलिच यांच्यावरची नजर न हटवता तिरक्या नजरेने फर्मावले, ''लेफ्टनंट, जागेवरून हालू नका.''

''लेफ्टनंट, काढून घ्या पिस्तूल.''

''लष्कराचा कमांडर इन चीफ म्हणून मी तुम्हाला आज्ञा देतो आहे, लेफ्टनंट, हलू नका.''

लेफ्टनंट हलत नाही असे पाहून बेंटन एंडरलिच यांना म्हणाला, ''ॲडमिरल,

इथं काय चाललं आहे मला कल्पना नाही. पण मला एक गोष्ट चांगली कळते, ती ही की अशा वेळी अमेरिकेच्या प्रेसिडेंटनी कुठल्या तरी बिळात लपून बसायला नको आहे. माझ्या देशावर शत्रूनं हल्ला केला आहे आणि मी त्याला तिथं बाहेर, उघड्यावर, ताठ मानेनं तोंड देणार आहे. तेव्हा जर तुम्ही कमांडर इन चीफची आज्ञा पाळली नाहीत तर मला तुम्हाला अटक करावी लागेल.''

''लेफ्टनंट,'' ॲडमिरल धीरगंभीर आवाजात म्हणाले, '' प्रेसिडेंटना नि:शस्त्र करा.''

''ठीक आहे,'' बेंटन म्हणाला, ''तुम्ही ऐकणार नाही. लेफ्टनंट, ॲडमिरल एंडरलिच यांना अटक करा.''

लेफ्टनंट रिव्हर्सने त्याचे पिस्तूल बाहेर काढले, एकदा प्रेसिडेंटकडे आणि एकदा ॲडमिरलकडे नजर टाकली आणि पिस्तूल सरसावून तो पुढे झाला.

''लेफ्टनंट,'' एंडरलिच गरजला, ''मी तुम्हाला आज्ञा देतो–''

''प्रेसिडेंट, आपण कृपया मागे सरका.'' ॲडमिरलवरची नजर न हालवता रिव्हर्सने बेंटनला विनंती केली आणि तो म्हणाला, ''आता मी करतो सगळं व्यवस्थित.''

''लेफ्टनंट–''

लेफ्टनंट रिव्हर्स म्हणाला, ''माफ करा, ॲडमिरल एंडरलिच, प्रेसिडेंटचं बरोबर आहे. अशा संकटाच्या वेळी आपले कमांडर इन चीफ, आपले राष्ट्राध्यक्ष बंकरमध्ये नाही, त्यांच्या जनतेबरोबर असायला हवेत.''

# बुधवार, २ नोव्हेंबर
# द व्हाइटहाऊस

द व्हाइटहाऊसमधे पोचल्यावर त्याने लगेच एक निवेदन प्रसारित केले. त्यासाठी तो द व्हाइटहाऊसच्या दक्षिणेकडील हिरवळीवर उभा राहिला आणि त्याने कॅमेरा असा ठेवला की तो बोलत असताना त्याच्यामागे द व्हाइटहाऊसची इमारत स्पष्ट दिसत होती. त्याच्या एका बाजूला हीथर आणि दुसऱ्या बाजूला अँजेला शावेझ उभ्या राहिल्या होत्या आणि त्याच्या मागे त्याचे सर्व कॅबिनेट सेक्रेटरीज दिसत होते. त्याने त्या सर्वांना बंकरमध्ये राहणे किंवा त्याच्यासमवेत परत येण्याचा पर्याय दिला होता. ते सगळे त्याच्या खांद्याला खांदा लावून उभे राहिले होते.

निवेदन अगदी छोटे होते. त्याने सुरुवातीला अमेरिकन लोकांना सांगितले की गेले काही दिवस त्यांना नरकप्राय दुःखाला सामोरे जावे लागले, पण आता तो त्यांच्या बरोबर आहे, त्याच्या स्थानावर घट्ट पाय रोवून उभा आहे आणि त्यांना परत अशा संकटाचा सामना करायला लागू नये यासाठी आवश्यक ते सगळे तो करत आहे. तेव्हा त्यांना असे वाईट दिवस भविष्यात कधीही बघायला लागणार नाहीत. नंतर तो म्हणाला, "यापुढील काही भाग पीपल्स रिपब्लिक ऑफ चायनाचे प्रेसिडेंट श्री. वेन यांच्यासाठी आहे. प्रेसिडेंट वेन, तुमच्यासाठी एक निरोप आहे. अमेरिकेचे शासन त्याच्या जागी सुरक्षित आहे. त्यांच्या पद्धतीनं व्यवस्थित काम करीत आहे आणि या शासनाच्या पद्धतीनुसार सर्व कृतींची अंतिम जबाबदारी प्रेसिडेंटची म्हणजे माझी असते. तेव्हा तुम्हाला अमेरिकेच्या शासनाची कुठलीही उक्ती अथवा कृती पसंत पडली नाही, तर त्यासाठी अमेरिकेच्या निरपराध लोकांना त्रास देऊ नका. बॉम्ब टाकायचा असला तर माझ्यावर टाका." त्याने दोन्ही हात हवेत उंचावून आव्हान दिले, "हा मी इथे उभा आहे, या, मी तुमची वाट बघतो आहे. तुम्ही जेव्हा आमची 'जागतिक कार्बन कपात योजना' स्वीकारायला, करारावर सह्या करायला तयार व्हाल, त्या वेळीही संपर्क साधण्यासाठी हाच पत्ता लक्षात ठेवा." असे म्हणताना त्याने मागच्या द व्हाइटहाऊसच्या इमारतीकडे हात केला. "मी इथंच

आहे, तुमच्या संदेशाची वाट पाहतो आहे – होकाराची अथवा नकाराची.'' तो दोन क्षण थांबला आणि नजर कॅमेऱ्याकडे रोखून म्हणाला, ''प्रेसिडेंट वेन, मी कुठेही जात नाही, इथंच आहे.''

निवेदनानंतर त्याने वॉशिंग्टन शहर आणि त्याचा परिसर, काही आवश्यक लष्करी कुमक सोडून, संपूर्ण रिकामे करण्याच्या आज्ञा दिल्या. त्यानंतर तो सिच्युएशन रूममध्ये आला. तेथे त्याने राष्ट्रीय सुरक्षा दलाची बैठक बोलावली होती. तिन्ही लष्करी दलाच्या प्रमुखांनाही त्या बैठकीसाठी आमंत्रित करण्यात आले होते. एंडरलिच जरी अटकेत होते तरी त्याने त्यांना त्याच्याबरोबरच एअर फोर्स वन या त्याच्या खास विमानातून वॉशिंग्टनमध्ये आणले होते. इतकेच नव्हे तर त्यांना या मीटिंगमध्येही समाविष्ट केले होते. लॅरी ओल्सेनही उपस्थित होते. ते व्हर्जिनियातल्या एका बंकरमध्ये होते आणि तिथली संपर्कयंत्रणा खरेच निकामी झाली होती.

''प्रेसिडेंट,'' जय मॅकमोहन म्हणाला, ''तुम्ही तुमचा मुद्दा जाहीर रीतीने आणि अतिशय उत्तम पद्धतीनं मांडला आहे. मला वाटतं आता तुम्हाला परत वॉशिंग्टनमधून सुरक्षित ठिकाणी हलवावं.''

बेंटने त्याच्याकडे रागाने, तिरस्काराने पाहिले. ''जय, मी नाटक करत नव्हतो. मी खरंच इथंच राहणार आहे. रोज सहा सहा तासांनी अमेरिकेतले लोक मला असाच इथे द व्हाइटहाऊससमोर पाहणार आहेत. मी कुठे आहे हे त्यांना कायम माहीती असणार आहे.''

मॅकमोहनने एंडरलिच यांच्याकडे बघितले, ''पण सर–''

''यावर मला चर्चा नको आहे. चला, सुरू करू या. लाउ काट्झ?''

लाउ काट्झ यांनी बे एरिया आणि कॅन्सास इथल्या परिस्थितीची आणि मदतकार्याची ताजी माहिती दिली. दोन्ही ठिकाणच्या स्फोटांच्या केंद्रस्थानाच्या उपग्रहाने घेतलेल्या चित्रांवरून तिथल्या भयानक हानीची सर्वांना कल्पना आली होती. किरणोत्सर्गाचा परिणाम न होणारे खास वेष घातलेल्या लोकांचे गट स्फोटाच्या केंद्राच्या सर्व बाजूंनी सुरक्षित भागांपासून सुरुवात करून स्फोटातून बचावलेल्यांना शोधून त्यांना वैद्यकीय मदत देण्याच्या उद्देशाने केंद्राच्या दिशेने घेऊन जात होते. त्यांना मैलोन्‌मैल एकही जिवंत व्यक्ती सापडेनाशी झाली की ते पुढे जाण्याचे थांबवत. तरीसुद्धा असे लक्षात आले होते की ते जिथे थांबत त्या जागेपासूनही केंद्र कित्येक मैल दूर असे. त्यावरूनही जीवितहानी खूप विस्तृत भागात, आणि मृतांची शरीरेही नष्ट होण्याइतकी भीषण झाली होती, हेही सर्वांना समजले होते.

ज्यो बेंटनने न राहवून लाउ काट्झना प्रश्न विचारला, ''स्टॅनफोर्ड?''

लाउ काट्झ यांनी अतिशय खालच्या स्वरात उत्तर दिले, ''काहीही उरलेले

नाही, सर. काही सेकंदातच नष्ट झाले असेल.''

खोलीतल्या काही लोकांनी प्रेसिडेंटकडे पाहिले, काहींनी मात्र नजर बाजूला वळवली.

बेंटनच्या कपाळावर आठी चढली. त्याने हलकेच मान हलवली.

दुसऱ्या क्षणी तो लष्करी गुप्तहेर प्रमुख जनरल स्टीफेल यांच्याकडे वळला आणि त्याने त्यांना विचारले, ''जनरल स्टीफेल, प्रत्यक्ष रंगमंचावर काय चालू आहे?''

त्यांनी सांगितले की चीनचे सैन्य तैवानमध्ये पुढे सरकले आहे. अमेरिकेची पॅसिफिक फ्लीट आणि ग्रँट आणि फ्रँकलिन कॅरीअर ग्रुप्स कालपासून कारवाईत सहभागी केले गेले आहेत, त्यांच्या मदतीने तैवानची फौज चीनचा कडवा प्रतिकार करीत आहे.''

''ही आज्ञा कुणी दिली?'' प्रेसिडेंटनी स्पष्टीकरण विचारले.

''मी दिली, सर.'' मॅकमोहन म्हणाला, ''मी तुम्हाला सांगितलं, तुमच्याशी संपर्क होऊ शकला नाही.''

बेंटनने त्याच्याकडे रोखून बघितले. परत जनरलना विचारले, ''मला जरा सविस्तर सांगा.''

''आज नऊ वाजेपर्यंत आपल्या हवाई दलाने चारशे सदतीस उड्डाणे केली असून शत्रूचे मोठे नुकसान केले आहे.''

''आपलं नुकसान?''

''बारा एफ बेचाळीस आणि पाच बी तीन बॉम्बर्स सर. डिस्ट्रॉयर यू.एस.एस.केबलला किरकोळ हानी पोचली आहे. यू.एस.एस.मॉर्ली केड बुडत असल्याचे वृत्त आहे, मदत रवाना झाली आहे.''

''बुडतेय?''

''होय. पण अजून जीवितहानीचे आकडे मिळालेले नाहीत.''

''त्यावर एकूण किती माणसं होती?''

''तीनशे तेवीस, अधिकारी धरून, प्रेसिडेंट.''

''चीनचे सैन्य तैवानच्या भूमीवर उतरले आहे का?''

''होय, सर. पी.आर.सी.च्या फौजा पश्चिम आणि नैर्ऋत्येकडून चार ठिकाणी घुसल्या आहेत आणि त्या ताइपी (तैपेई?) शहराच्या बाहेरील भागापर्यंत पोचल्याच्या बातम्या मिळाल्या आहेत.''

''मला वाटतं, तैवान गेलं.''

''सर, तसं नाही म्हणता येणार.'' असे म्हणून जनरल स्टीफेल यांनी चीनमध्ये काय घडत आहे ते सांगायला सुरुवात केली, ''शांघाय, ग्वांगझाऊ आणि

हाँगकाँगमध्ये फार मोठ्या प्रमाणावर बंडाळी माजली आहे आणि प्रमाण वाढतंच आहे. डालियन आणि लांझाऊ आणि चाँगक्विंग या प्रांताच्या राजधान्यांमध्ये सरकारी सैन्यच विरोध करीत आहे. नानजिंग इथून खबर आली आहे की सैन्याची एक संपूर्ण तुकडी विरोधकांना सामील झाली आहे आणि रस्त्या-रस्त्यावर चकमकी चालू आहेत.''

''प्रेसिडेंट,'' मॅकमोहन म्हणाला, ''आपण जर आणखी काही काळ असंच पाहत बसलो तर आपल्याला चीनची राजवट कोसळलेली दिसेल. आपण त्याला हातभार लावू शकू. आपले सैन्य जवळपास आहे, ते आपण चीनमध्ये पाठवू.''

''तुम्ही काय चीनवर आक्रमण करणार आहात का?'' ॲलन बॉलने विचारले. तो वॉशिंग्टनला पोचल्यापासून धक्क्यातून थोडा सावरला होता, तरी स्फोटाच्या धसक्याच्या खुणा अजून त्याच्या चेहऱ्यावर दिसत होत्या.

''नाही, नाही. मी आक्रमण म्हणत नाही. काही निवडक बंडखोरांना यशस्वी होण्यापुरती अप्रत्यक्ष मदत.''

''ही बंडाळी म्हणजे काय आहे?'' बेंटनने विचारले, ''जनरल स्टीफेल, तुम्ही जरा नेमकं सांगू शकाल का? ती नुसतीच निदर्शनं आहेत, हिंसक दंगे आहेत का शासनाविरुद्धचे गंभीर उठाव आहेत?''

''सर, त्यात प्रत्येक ठिकाणी फरक असेल. आमच्या बातम्या इतक्या पक्क्या नाहीत.''

''म्हणजे ती कदाचित नुसती निदर्शनंही असू शकतील.''

''आत्ता असतीलही निदर्शनं, पण शासन ज्या कठोरपणे ती चिरडायला बघते आहे, त्यावरून ती लवकरच चिघळतील.''

''किंवा पूर्णपणे शमतीलही.'' ॲलन म्हणाला.

''प्रेसिडेंट, मला वाटतं आहे की आपल्याला लवकरच राजवटीचा अंत झालेला दिसणार आहे.'' मॅकमोहन म्हणाला.

''ठीक आहे, तू म्हणतोस तशी राजवट संपली तर पुढे काय होईल?''

मॅकमोहन त्या प्रश्नाने जरा गोंधळला. म्हणाला, ''सगळं संपूनच जाईल.''

''जय, मला वाटतं प्रेसिडेंटना असं विचारायचं आहे की त्या परिस्थितीत आपल्याला चर्चा कुणाशी करावी लागेल?'' लॅरी ओल्सेन म्हणाले.

''आणि गेल्या बहात्तर तासांत अमेरिकेवर दोनदा मारा केलेल्या अण्वस्त्रांच्या साठ्याचं नियंत्रण कुणाच्या हातात आहे?'' बेंटनने धारदारपणे प्रश्न केला.

''आपण तिथं सैन्य पाठवणार असू तर आताच त्यांच्या अणुशक्तीच्या निर्मितीच्या क्षमतेवरही घाला घालू या,'' चीफ ऑफ आर्मी स्टाफ जनरल ॲंडरसन यांनी सुचवले, ''त्यांचा अण्वस्त्रविभाग आणि त्याचे नियंत्रण दोन्हीही मोडकळीस आणू या.''

''आणि किती – पन्नास कोटी माणसं मारून टाकू या?''

''सर, सुरुवात करायला आम्ही नव्हती सांगितली त्यांना!''

''जनरल, तुम्ही म्हणता तसा घाला जर आपण घातला तर त्यातली काही अस्त्रं आपोआप कार्यान्वित होतात. खरं ना?''

अँडरसन यांनी उत्तर दिले नाही, तेव्हा त्याने एंडरलिच यांच्याकडे बघितले.

''होय, सर.'' एंडरलिच म्हणाले, ''ते खरं आहे.''

ज्यो बेंटनने तीनही जॉइंट चीफ्सना सांगितले, ''सभ्य गृहस्थहो, एक गोष्ट नीट समजावून घ्या, पीपल्स रिपब्लिक ऑफ चायनातली राजवट बदलण्यासाठी हे युद्ध खेळले जात नाहीये.''

''पण सर, ही असाधारण अशी संधी आहे,'' जय मॅकमोहन म्हणाला, ''आपल्याला जर–''

''नाही, जय, तिथंच चुकतो आहेस तू. आपल्याला चीनमध्ये अतिशय शक्तिशाली, समर्थ शासन हवं आहे. हे युद्ध कार्बनचं युद्ध आहे. तैवानचं नाही, चीनच्या अणुशक्ती उत्पादनाच्या क्षमतेचा नाश करण्यासाठी नाही, तिथली राजवट उलथवण्यासाठीही नाही. फक्त कार्बन. हे युद्ध आपल्या लोकांच्या, अमेरिकन लोकांच्या, भविष्यासाठी, ते भविष्यात कशा प्रकारचं जीवन जगणार आहेत यासंबंधीचं आहे. आपल्याला बीजिंगमध्ये असं सरकार हवं आहे, जे आपल्याशी कार्बन कपातीबद्दल बोलेल. आपल्याला चीनमध्ये यादवी नको आहे. आपण जर आत्ता तिथल्या यादवीला, क्रांती म्हणा हवं तर, तिला जर उत्तेजन दिलं, चिथावणी दिली तर त्यातून बाहेर पडून परत साधारण स्थितीला यायला चीनला किती काळ लागेल? दोन वर्षं? पाच वर्षं?''

''एक पिढी!'' उत्तर लॅरी ओल्सेन यांनी दिले.

''एक पिढी! तसं झालं तर हे युद्ध आपण हरू. लक्षात घ्या, कितीही माणसं मेली, कितीही अण्वस्त्रं नष्ट झाली तरी आपण जिंकत नाही, आपण हरतो.''

''प्रेसिडेंट,'' जय मॅकमोहनने शांत स्वरात प्रश्न केला, ''तुम्हाला काय हवंय?''

''मला चीनचं सरकार सत्तेत राहायला हवं आहे. यातून बाहेर यायला हवं आहे आणि कार्बन कपातीतला त्यांचा वाटा उचलायला आपणहून तयार व्हायला हवं आहे, ती कपात करण्याची क्षमता त्यांच्यात उरायला हवी आहे. असं झालं नाही तर आपण आजवर जे सहन केलं, जे भोगलं ते सगळं वाया जाईल आणि कदाचित परतही भोगावं लागेल.''

वातावरण गंभीर झालं होतं. प्रेसिडेंटनी लॅरी ओल्सेन यांच्याकडे दृष्टी टाकली, 'या माणसावरही जे काही बरं वाईट, बरोबर चूक घडलं, त्याची माझ्याइतकीच

जबाबदारी आहे' असा रास्त विचार त्यांच्या मनात आला. लॅरी ओल्सेन यांनी त्यांच्या नजरेला नजर भिडवली आणि जणू त्यांच्या मनातला विचार त्यांच्या नजरेत वाचून 'होय, मी ही जबाबदार आहे' अशा अर्थाची मान हलवली.

"आता यापुढे आपण काय करणार आहोत ते ऐका." बेंटन म्हणाला, "ॲडमिरल एंडरलिच, तुम्ही तातडीनं तैवानमधून आपली सर्व सेना काढून घ्याल. चीनमधल्या कुठल्याही विरोधी गटाला जर कुठल्याही स्वरूपाची मदत दिली जात असेल तर तीही ताबडतोब थांबवा. देतो आहे का आपण अशी गुप्तपणे मदत?"

टेबलाभोवती बसलेल्यांच्यात नजरानजर झाली.

"ती सगळी मदत लगेच थांबेल. लॅरी, या गोष्टीची तुम्ही खात्री करून घ्याल, की आपण हे करतो आहे हे प्रेसिडेंट वेन किंवा जो कोणी सध्या सत्ताधारी असेल त्याच्या स्पष्टपणे लक्षात आलं पाहिजे. त्यांना हे कळलं पाहिजे की आपण तैवानमधून सगळं सैन्य काढून घेतो आहोत आणि चीनच्या अंतर्गत मामल्यात आपण कुठल्याही प्रकारची लुडबूड करायची नाही. त्यांना हेही कळवा की पुढच्या चोवीस तासांपर्यंत आम्ही त्यांच्या दुसऱ्या हल्ल्याला कुठलंही प्रत्युत्तर देणार नाही." आपल्या हातातल्या घड्याळाकडे पाहत तो म्हणाला, "आपल्या वेळेप्रमाणे उद्या मध्यरात्रीपर्यंत. त्याआधी त्यांनी आमच्या 'जागतिक कार्बन कपात योजने'ला त्यांचा पाठिंबा जाहीर केला तर आम्ही प्रतिहल्ला करणार नाही."

"आणि त्यांनी केला नाही तर?"

"तर आम्ही करू. हा 'निर्वाणीचा इशारा' आहे. ते त्यांचे कर्तव्य पार पाडतील, कार्बन योजना मान्य करतील किंवा आमच्या हल्ल्याला सामोरे जातील. मी एकदा हल्ला केला आहे, परतही करू शकतो. काय स्वीकारायचं ते त्यांनी ठरवायचं आहे."

ओल्सेन यांनी मान जोरात हलवून समाधान व्यक्त केले.

"तोपर्यंत आपण इथं बसून त्यांच्या पुढच्या अण्वस्त्राची वाट बघणार आहोत?" एंडरलिच यांनी विचारले.

"काळजी करू नका, ॲडमिरल. त्यांनी आपल्या सगळ्यांना नरकात पाठवलं तर आपल्या कृतीनं तेही आपल्या बरोबरच येतील. मग होईल ना तुमचं समाधान?"

ॲडमिरल त्याच्याकडे अशा नजरेने पाहत होते की त्यांच्या हातात परत बेड्या अडकवाव्यात असे त्याला वाटले.

"मी चीनमधल्या दडपल्या जाणाऱ्या, शासनाच्या क्रूर पावलांखाली चिरडल्या जाणाऱ्या लोकांचा आणि तैवानमधल्या मारल्या जाणाऱ्या निरपराध लोकांचा विचार करतो. त्यांचा विश्वासघात होईल. ही जुलमी राजवट उलथवू शकत असूनही आपण त्यांना दुःखात सोडून देतो आहोत."

जय मॅकमोहन प्रेसिडेंटकडे पाहत म्हणाला, “मी निराश झालो आहे.”

“श्री. मॅकमोहन, आपल्याला या क्षणापासून आपल्या मिनिस्टर पदाच्या जबाबदारीतून मुक्त करण्यात येत आहे.” बेंटन निश्चयी स्वरात म्हणाला. त्याने सर्वांकडे दृष्टी फिरवली आणि तो म्हणाला, “ती जबाबदारी मी स्वत:कडे घेत आहे.”

मॅकमोहन उठला आणि बाहेर निघून गेला.

“आणखी कोणी?” बेंटनने परत एकदा टेबलाभोवती नजर फिरवली आणि तो काही क्षण थांबला. म्हणाला, “ठीक आहे.” नंतर तो ॲडमिरल एंडरलिच यांना म्हणाला, “ॲडमिरल, तुमची अटक वाढवण्यात येत आहे. जनरल अँडरसन, तुमची चेअरमन ऑफ द जॉइंट चीफ्स ऑफ स्टाफ या पदावर नेमणूक करण्यात येत आहे. तुम्हाला तुमचे सर्व अधिकार या घटकेपासून दिले जात आहेत.”

“सर.”

“जा, त्यांचा योग्य वापर करा.”

# गुरुवार, ३ नोव्हेंबर

## द व्हाइटहाऊस

लष्कराची वाहने थेट द व्हाइटहाऊसच्या हिरवळीवर पोचली होती. द व्हाइटहाऊसचा सगळा परिसर सैनिकांनी गजबजून गेला होता. खिडक्या खिडक्यांवर स्फोटप्रतिबंधक जाळ्या बसवण्यात आल्या होत्या. चीनचा पुढला हल्ला अपेक्षित होता आणि त्याचे संभाव्य लक्ष्य वॉशिंग्टन असणार हेही माहिती होते. रिकाम्या केलेल्या शहरात लूटमार होऊ नये यासाठी सैनिकांची गस्त सुरू करण्यात आली होती. वातावरणात भीती भरून राहिली होती. हल्ल्याच्या अफवांचे पीक फुटले होते. जरा कुठे मोठा आवाज झाला तरी उरात धडकी भरत होती.

पहाटे दोन वाजता ताइपी (तैपेई) पडले. 'कित्येक वर्षे दूर राहिलेले लेकरू आईच्या कुशीत परतले' अशा भावपूर्ण शब्दांत वर्णन केलेल्या तैवानच्या एकीकरणाच्या वृत्तांनी चीनमधली वर्तमानपत्रे भरून गेली.

आदल्या दिवशी बेंटनने द व्हाइटहाऊसच्या हिरवळीवरून प्रसारित केलेल्या निवेदनानंतर काही तासांतच त्याला फोन येण्यास सुरुवात झाली होती. स्वत:चे जीवन पणास लावण्याच्या त्याच्या आव्हानाचा तो परिणाम होता. जे घडले होते आणि जे घडण्याची दाट शक्यता दिसत होती, त्याच्या भीषणतेच्या दाहक जाणिवेचा उद्रेक होता. आधी ऑजिलव्हीचा फोन आला, पाठोपाठ नाकामुरा यांचा आला. जर्मनीच्या इंगलबॉक यांनी फोन करून जेव्हा त्याला पाठिंबा दिला, तेव्हा पारडे नक्कीच योग्य बाजूला झुकते आहे याची त्याला खात्री वाटू लागली. चीनने ताइपी (तैपेई) पडल्याची बातमी दिल्यानंतर काही वेळातच भारताच्या कुमार यांचा फोन आला. अशा पहाटेच्या वेळी फोन केल्याबद्दल क्षमा मागून कुमार म्हणाले की प्रेसिडेंट या वेळी जागेच असतील असे त्यांना वाटतच होते. भारत योजनेच्या करारावर सही करेल असे आश्वासन त्यांनी दिले.

सकाळी सात वाजता आलेल्या फोनवरून रशियाच्या ॲलेक्सी गोरोडिन यांचा आवाज ऐकू आला. त्यांनीही योजनेला रशियाचा बिनशर्त पाठिंबा व्यक्त केला तेव्हा

बेंटन त्यांना हे सांगायला विसरला नाही की त्यांनी ही सुवार्ता प्रेसिडेंट वेन यांच्या कानावर जाईल याची खात्री करावी.

अजून चीनमधील सत्ताधाऱ्यांकडून काहीही प्रतिसाद आला नव्हता.

आठ वाजून काही मिनिटांनी लॅरी ओल्सेन यांनी प्रेसिडेंटना सिच्युएशन रूममध्ये येण्याची विनंती केली. लष्कर, नौदल, वायुदल प्रमुख त्यांच्या भेटीसाठी थांबले होते.

"मिनिस्टर डिंग यांच्याकडून मला एक तोंडी निरोप आला आहे." लॅरी ओल्सेन यांनी सांगितले.

प्रेसिडेंट उत्सुकतेने त्यांच्याकडे पाहत होते.

"ते म्हणाले की अमेरिकेला कॅन्सासवर झालेल्या अण्वस्त्रहल्ल्याची परतफेड करायची आहे हे पीपल्स रिपब्लिक ऑफ चायनाचे शासन समजू शकते आणि त्यांचे सरकार चीनच्या ठरावीक भागात तसा हल्ला स्वीकारायला तयार आहे. त्यांनी मला चार पर्यायही सुचवले आहेत."

"ते कार्बन कपात योजनेविषयी काय म्हणाले?"

"काही नाही. एवढाच निरोप होता. आपण त्यांनी सुचवलेल्या चार ठिकाणांपैकी एकावर हल्ला करावा, त्याचे उत्तर दिले जाणार नाही."

प्रेसिडेंट त्यांच्याकडे पाहतच राहिले.

"कधी हल्ला करावा असं त्यांचं म्हणणं आहे?" जनरल अँडरसन यांनी विचारलं.

"आज."

"त्या चार ठिकाणांची नावं आहेत का तुमच्याजवळ?"

ओल्सेन यांनी एक कागद जनरलना दिला. जनरलनी तो वाचला.

"बॉब, मला नाही हे बरोबर वाटत." जनरल स्टीफेल म्हणाले, "आपण हल्ला केला की ते परत 'आक्रमणाचे बळी' म्हणून कांगावा करणार."

"कसं काय? त्यांनी आपल्यावर हल्ला केलेला आहे. आपलं प्रत्युत्तर असणार आहे."

"पण मला वाटतं की आपण जर आत्ता हे उत्तर प्रत्युत्तराचं सत्र इथंच थांबवलं, हल्ला केला नाही, तर नैतिकदृष्ट्या ती फार उच्च दर्जाची कृती ठरेल. कुठल्यातरी, त्यांनी निवडलेल्या निरपराध बळीच्या बकऱ्याला कापण्यापेक्षा प्रतिहल्ला न करणं हे उमदेपणाचं, मोठ्या मनाचं लक्षण ठरेल."

"मी पण डॅनशी सहमत आहे." आणखी एक जनरल म्हणाले, "त्यांना असं म्हणायला वाव हवा आहे की अमेरिकेनं शेवटचा हल्ला केला, आम्ही मात्र संयम पाळला, शांत बसलो."

अँडरसन मान हलवीत म्हणाले, "तुम्हाला त्यांच्या विचार करण्याची पद्धत

कळली नाही. ते असा विचार करीत आहेत की त्यांनीच प्रतिहल्ल्याची मागणी केली की आपण त्याप्रमाणे करून टाकू. त्यांना असं वाटतं आहे की आत्ता जर प्रतिहल्ला केला नाही तर आपण नंतर कधीतरी तो करूच. त्यापेक्षा त्यांच्या अपेक्षेप्रमाणे आपण वागणं श्रेयस्कर ठरेल. एकदा हल्ला झाला की मग त्यांची पुढची सततची काळजी मिटून जाईल.''

''सर,'' स्टीफेलबरोबरचा आणखी एक जनरल म्हणाला, ''मलाही वाटतं की आपण हल्ला केला नाही तर आपण मागे हटलो असं होईल. तैवान घेण्यापासून त्यांना थांबवायला घाबरलो होतो असं होईल. यामुळे जगातल्या बऱ्याच जणांची गैरसमजूत होईल, आपल्यावर हल्ला करायला कोणी कचरणार नाही.''

''अगदी बरोबर.'' अँडरसन म्हणाले.

स्टीफेलचे समाधान झाले नव्हते. ''हे ठीक आहे, पण त्यांनी मागितले आणि आपण दिले हे काही बरोबर वाटत नाही. आणखी जरा विचार करायला हवा आपण.''

''तेच करतो आहे आपण.'' अँडरसन म्हणाले.

''नाही करत आहोत आपण.'' बेंटन गरजला, ''कोणीतरी सांगतं म्हणून मी आणखी दहा, वीस किंवा जेवढी काही लाख असतील तेवढी माणसं मारायला मुळीच तयार नाही.'' तो सगळ्या जनरल्सकडे पाहून तिरस्काराने म्हणाला, ''तुम्ही काय बोलताय कळतंय का तुम्हाला? जरा शहाण्यासारखा विचार करा!''

सगळे गप्प होते.

''लॅरी, डिंगना सांगा, त्यांच्या क्रूर औदार्याबद्दल आम्ही त्यांचे आभारी आहोत. पण आम्ही दिलेली मध्यरात्रीपर्यंतची अंतिम मुदत तशीच आहे. ती संपायच्या आत कार्बन कपात योजनेला संमती द्या, नाहीतर प्रतिहल्ल्याला तयार रहा. आणि त्यांना म्हणावं, कुठे हल्ला करायचा ते आम्ही ठरवू. करारावर सही करण्याची घोषणा प्रेसिडेंट वेन यांनीच केली पाहिजे आणि ती चिनी भाषेत, सगळ्या जगाला कळेल अशा पद्धतीनं म्हणजे जगजाहीरपणे केली पाहिजे. चीनपुरत्या मर्यादित असलेल्या कुठल्यातरी थातूरमातूर साइटवर चालणार नाही.''

ओल्सेन यांनी कळल्याची आणि समाधान वाटल्याची पावती मान हलवून दिली.

''शिवाय ज्या ज्या देशांनी आतापर्यंत संमती कळवली आहे, त्या सगळ्या देशांच्या फॉरिन मिनिस्टरांना फोन करा आणि त्यांना सांगा की त्यांना चीनमधला जो कोणी पदस्थ अधिकारी भेटेल त्याला फोन करून कळवा, की चीनने जर संमती दिली नाही तर चीनवर बंधने घालण्याच्या बाबतीत ते आपल्याला सर्वतोपरी सहकार्य करणार आहेत.''

''प्रेसिडेंट, त्यांनी नाही संमती दिली तर?'' ॲडरसन यांनी शंका काढली,

"तर आपण हल्ला करू असं तुम्ही त्यांना सांगितलं आहे. आपल्याला मग हल्ला करावा लागेल. तुमच्या मनात तरी काय आहे?"

बेंटन त्यांच्याकडे रोखून पाहत म्हणाला, "ते मी वेळ येईल तेव्हा सांगेन."

दुपारी त्याला हीथर भेटली. चेहऱ्यावर असीम दुःख आणि डोळ्यांत भकासपणा. आशेला तिळमात्र जागा राहिली नव्हती. अनिश्चिततेला जराही स्थान उरले नव्हते. आणि त्याच्या डोक्यात आणि मनात इतर विषयांच्या विचारांची इतकी दाटी झाली होती की त्यात या दुःखाला कोपराही सापडत नव्हता. तो अभागी होता की भाग्यवान?

तास पळत होते. मीटिंग्ज, मदतकार्याच्या प्रगतीचा पाठपुरावा यात वेळ भराभर जात होता. मध्यरात्रीची अंतिम मर्यादा जवळ जवळ येत होती. डिंग यांच्या निरोपात कार्बन कपातीविषयी काहीही उल्लेख नव्हता ही गोष्ट त्याला खटकली होती. वेन यांनी नाही संमती दिली तर? म्हणजेच ते जर बेडरपणे म्हणाले, 'या आणि मारा आम्हाला, करा हल्ला आमच्यावर' तर? सगळं जग जर बंधनं घालण्यात सहभागी झालं तर चीनला फार काळ एकट्यानं तग धरणं अशक्य होईल. वेन यांना असं तर वाटत नसेल की आत्ता म्हणत असले तरी प्रत्यक्षात काही अमेरिका बंधने लादणार नाही. तसाच विचार ते प्रतिहल्ल्याविषयीही करत असतील, करू म्हणत आहेत, पण प्रत्यक्ष करणारही नाहीत. असंही असेल की वेन यांना या सगळ्याची काही पर्वाच वाटत नसेल. चीन कशाही परिस्थितीत टिकून राहतोच. पार्टीची सत्ता अबाधित राखायला त्यांच्या दृष्टीने हे असे घडणे पूरकच ठरत असेल, का आजपर्यंत जसे त्यांनी प्रत्येक वेळेला केले, अमेरिका स्वतः आधिक सामर्थ्यवान असल्याचं दाखवून नुसत्या थापा मारते असेच ते समजले गेले, तसेच ते आताही करत असतील. या विचाराने तो फारच अस्वस्थ झाला. ही कल्पना अतिशय त्रासदायक होती.

नऊ वाजता तो ओव्हल ऑफिसमध्ये आला. बॉल, हॉफमन, इल्झ आणि आणखी पाच-सहा लोक जमले होते. ओल्सेनही येऊन पोचले. वेन यांनी संमती दिली नाही तर हल्ला करण्याची परवानगी देण्यसाठी दुपारभर लष्कराचे जॉइंट चीफ्स त्याच्या मागे लागले होते. त्यांच्या हल्ल्याच्या योजनाही पाहणे तो टाळत होता, जणू त्या नुसत्या पाहिल्या तरी सुद्धा लगेच हल्ला होणार होता.

पण आता त्या बघणे भाग होते.

दहा वाजता ज्युडीने येऊन बातमी दिली– आत्ताच असे जाहीर करण्यात आले होते की त्यांच्या सकाळी साडेदहा वाजता म्हणजे वॉशिंग्टनमधल्या रात्रीच्या साडेदहा वाजता प्रेसिडेंट वेन ताइपी (तैपेई) मध्ये भाषण करणार होते.

ओव्हल ऑफिसमध्ये साडेदहा वाजता चांगलीच गर्दी झाली. पडद्यावर नागरिकांच्या प्रचंड मेळाव्यापुढच्या व्यासपीठावर उभे असलेले प्रेसिडेंट वेन दिसू लागले. टाळ्यांचा कडकडाट चालू होता, वेन तो थांबायची वाट पाहत होते. या भाषणासाठी चीनमधून किती लोक आयात केले असतील असा प्रश्न बेंटनच्या मनात आला.

वेन यांनी बोलायला प्रारंभ केला.

वेन यांच्या मँडरिनमधल्या भाषणाबरोबरच त्याचे अधिकृत भाषांतरही प्रसारित होत होते, पण ओव्हल ऑफिसमध्ये ते काम ऑलिव्हर वू याच्यावर सोपवण्यात आले होते.

वेन यांनी प्रथम टाळ्यांच्या न थांबणाऱ्या कडकडाटात तैवानच्या एकीकरणाची अधिकृत घोषणा केली. हे यश मिळवणाऱ्या चीनच्या सेनेची प्रशंसा केली. प्रत्येक दोन-तीन वाक्यांगणिक टाळ्या पडत होत्या. त्यांनी तैवानच्या विभाजनापासून एकीकरणापर्यंतच्या इतिहासाची उजळणी केली. मातृभूमीपासून तिचा एक अवयव ओढून दूर टाकल्याने जिव्हारी झालेली जखम आज भरून आली आहे असं आजच्या प्रसंगाचे वर्णन केले.

वेन तोच विषय घोळत होते. वारंवार टाळ्या पडत होत्या, त्या थांबण्याची ते वाट पाहत होते परत बोलत होते. ओव्हल ऑफिसमध्ये त्यांचा विजयी स्वर आणि ऑलिव्हर वू यांचा आवाज फक्त ऐकू येत होता.

''पॅरिसच्या पाडावानंतर हिटलरने केलेल्या नाचासारखं चाललं आहे हे!'' ओल्सेन वैतागाने मान हलवत म्हणाले.

वेन यांनी त्यानंतर पार्टीचे गुणगान गायला सुरुवात केली. चीनपासून तुटलेल्या सगळ्या प्रांतांना परत मिळवण्याच्या पार्टीच्या निश्चयाबद्दल, त्यासाठी केलेल्या प्रयत्नांबद्दल पार्टीवर त्यांनी स्तुतीसुमनांचा वर्षाव केला. बोलणे संपतच नव्हते.

बेंटनने घड्याळ पाहिले. प्रेसिडेंट एक तासाहून अधिक वेळ बोलत होते.

बेंटनने चिनी भाषेत, लोकांसमोर, जाहीर घोषणेची मागणी केली होती. ती घोषणा होणार होती का?

वेन सांगत होते की चीनच्या जनतेच्या मनातल्या इच्छा पूर्ण करण्याचा मार्ग फक्त पार्टीच दाखवू शकते, तिने दाखवलेल्या मार्गावर चीन चालत राहिला म्हणूनच आजची ही उज्ज्वल, शुभ सकाळ चीनमध्ये उगवली आहे.

''आता पार्टी असं दाखवून देणार आहे की ती सगळ्या जगाला सुखाच्या, कल्याणाच्या मार्गावर नेऊ शकते. पर्यावरणाची समस्या सोडवण्यासाठी कार्बन वायूचं उत्सर्जन कमी करण्यासाठी काय करायला लागतं ते आता पार्टी दाखवणार आहे. आपल्याला माहीत आहे की अमेरिकेचे प्रेसिडेंट बेंटन यांनी यासाठी एक प्रस्ताव जगापुढे ठेवला आहे. हा प्रस्ताव खरे तर पीपल्स रिपब्लिक ऑफ

चायनाच्या शासनाने तयार केलेला आहे. मला वाटते प्रेसिडेंट बेंटन यांना एव्हाना चांगलंच कळून चुकलं आहे की चीननं काय करावं हे चीनला दुसऱ्या कुणी सांगायचं नसतं, काय करायचं ते चीन स्वत: ठरवतो. आम्ही असं ठरवलं आहे की त्यांनी सादर केलेल्या योजनेचा शुभारंभ आम्ही करणार आहोत आणि आम्ही त्यांना असं आवाहन करतो की त्यांनी आम्हाला साथ द्यावी आणि त्या योजनेनुसार सोपवलेली जबाबदारी अमेरिकेने व्यवस्थितरित्या पार पाडावी.''

वेन बोलायचे थांबले. लोकांनी बेभान होऊन टाळ्या, आरोळ्या, जयजयकार यांनी आसमंत दणाणून टाकला.

# सोमवार, ७ नोव्हेंबर

# कॅपिटॉल हिल, वॉशिंग्टन डी.सी.

ज्यो बेंटन सिनेटच्या हॉलमध्ये शिरला त्यावेळी त्याचा चेहरा अतिशय गंभीर होता. नेहमीची अभिवादनं, हस्तांदोलनं यांना फाटा देऊन धीम्या चालीने तो सरळ व्यासपीठाकडे गेला.

आज काँग्रेसपुढे आणि उद्या सगळ्या जगासमोर तो जे बोलणार होता त्यासंबंधी त्याने खूप विचार केला होता, नेमके भाव येण्यासाठी स्वत:शी भांडला होता. वापरलेले शब्द बरोबर होते की नाही, त्याला अजून माहीत नव्हते. या भाषणानंतर इतिहासच त्याचा निवाडा करणार होता.

सगळे काँग्रेस सदस्य प्रेसिडेंटच्या भाषणाची प्रतीक्षा करीत होते.

त्याने भाषणाला आरंभ केला.

"या देशाची जनता ज्या उच्चतम पदाने एखाद्याला सन्मानित करू शकते, ते पद एक वर्षापूर्वी जनतेने मला दिले. त्यांनी मला त्यांचा प्रेसिडेंट, या राष्ट्राचा प्रेसिडेंट होऊन येती चार वर्षं देशाचं नेतृत्व करायला सांगितलं. जे आपल्या सगळ्यांनाच माहीत आहे ते त्या वेळी मलाही माहीत होतं की हा मुकुट काटेरी आहे, अवघड निर्णय, कसोटीचा काळ. एका आठवड्यापूर्वी मला आणि आपल्यापैकी कुणालाच ज्याची कल्पनाही करणं अशक्य होतं, अशा कठीण कसोटीच्या काळाची सुरुवात झाली."

तो जरासा थांबला. बे एरियावर अण्वस्त्राचा मारा झाल्याचे त्याने ज्या क्षणी ऐकले होते, तो क्षण त्याच भावनांसह जसाच्या तसा त्याच्या मनात त्यावेळी जागा झाला. त्याची खात्री होती की तो क्षण त्याचे हे भाषण ऐकणाऱ्या प्रत्येक स्त्री-पुरुषाच्या मनात त्यांच्या त्यांच्या वैयक्तिक भावनांसह जागा झाला होता.

"आजपर्यंत कुठल्याही प्रेसिडेंटने वाहिलं नसेल असं दु:खाचं सर्वांत जड ओझं वाहणारा प्रेसिडेंट म्हणून मी तुमच्यासमोर उभा आहे. देशांवर दोन अण्वस्त्रांचे हल्ले झाले आणि लाखो लोकांचे मृत्यू झाले. मृतांची निश्चित संख्या अजून

कळलेली नाही. पण एक माणूस मेला काय आणि लाख मेले काय, मृताच्या प्रिय जनांना होणारं दु:ख सारखंच असतं. या हल्ल्यात प्राण गमावलेल्या प्रत्येक व्यक्तीच्या नातेवाइकांच्या, मित्रांच्या, परिचितांच्या दु:खात मी सहभागी आहे. प्रत्येक माता आणि पित्याच्या दु:खात माझाही वाटा आहे. मी माझी मुलगी गमावली आहे. तिचं नाव होतं ॲमी वॉलकॉट बेंटन आणि ती तेवीस वर्षांची होती.''

त्याच्या घशात हुंदका दाटून आला. आता थांबलं तर डोळ्यांतून अश्रू वाहू लागतील आणि मग पुढे बोलणंच अशक्य होईल हे त्याला जाणवत होतं पण पुढे बोलायचं कसं हेही त्याला कळत नव्हतं.

श्रोत्यांचे डोळेही ओलावले होते.

त्याने कपाळावर आठ्या घालून, दीर्घ श्वास घेऊन संयम गोळा केला आणि पुढे बोलायला सुरुवात केली, ''चीनमधील जे लोक – पुरुष, स्त्रिया, मुलं मृत्युमुखी पडले आहेत त्यांच्यासाठी माझ्या मनात अपार दु:ख साठून आहे. आपल्यावर हल्ला झाला आणि मी प्रत्युत्तर देण्याचा निर्णय घेतला. तो दुर्दैवी निर्णय माझ्या आयुष्याच्या अंतापर्यंत माझ्या मनाला सतत बोचत, डाचत राहील. भविष्यात इतिहासकार जेव्हा या घटनांकडे पाहतील, त्यावेळी तेच ठरवतील की मी बरोबर होतो का चूक! मी यापेक्षा वेगळं काहीतरी करायला हवं होतं का?

''असं एका क्षणी समोर असलेलं आयुष्य पुढच्या क्षणी संपून गेलेलं पाहतो, तेव्हा आपण साहजिकपणे त्यामागचं कारण शोधायचा प्रयत्न करतो. त्यांचं मरण वृथा नव्हतं असं समाधान आपल्याला हवं असतं. आपल्या लाडक्या अपत्याच्या वियोगानं व्यथित झालेल्या अनेक पित्यांप्रमाणे मीही तेच समाधान शोधतो आहे. मिळेल? इतिहास पुढे तेही कार्य करेल, पण आज आपण सगळे एक गोष्ट निश्चितपणं म्हणू शकतो की या विनाशातून उज्ज्वल भविष्याची वाट मोकळी झाली आहे. चीन आणि बाकीच्या देशांनीही आपल्या 'जागतिक कार्बन कपात योजने'त सहभागी व्हायचं मान्य केलं आहे. हा केवळ आशेचा किरण नाही, जगाला अंधारातून ओढून काढणारं तेज आहे. आपल्या मुलाबाळांना, त्यांच्या मुलाबाळांना आणि त्याच्याही पुढच्या कित्येक पिढ्यांना संकटमुक्त करणारी संजीवनी आहे. आज आपल्या जखमा ताज्या आहेत, दु:ख ओलं आहे, त्यावर या दिलाशाचं, या समाधानाचं मलम लावू या. दु:खाच्या मानानं ते अपुरंच आहे, पण जसजसा काळ जाईल तसतसं ते वेदना सुसह्य करेल. आपल्या प्रियजनांचं मरण वाया गेलेलं नाही. ते पुढल्या पिढ्यांच्या कल्याणाच्या कारणी लागलं आहे. मात्र आपण जर या योजनेतलं आपलं नियोजित कर्तव्य पार पाडण्यात कुचराई केली तर आपल्या हातानं आपणच ते व्यर्थ ठरल्याचं सिद्ध करू.

“प्रचंड काम आहे. अडचणी आहेत, आव्हानं आहेत. आज जरी ती मोठी दिसत असली, बिकट वाटत असली, तरी माझी खात्री आहे, आपण सगळे मिळून नक्की त्यांचा यशस्वीपणे सामना करू. हे वाळवंट एकदा पार केलं की त्यापलीकडे सुखद हिरवळ आहे. आपल्या येणाऱ्या अनेक पिढ्यांसाठी निरोगी आणि सुरक्षित जग आहे.

“या आपत्तीतून वाचलेल्यांना मदत करणं, मृतांच्या कुटुंबीयांची काळजी घेणं याला आज अग्रक्रम दिला पाहिजे. माझं शासन ते कार्य जास्तीत जास्त उत्तम रीतीनं करण्यासाठी वचनबद्ध आहे. या कार्यात अनेक व्यक्तींनी खाजगीरित्या अमोल योगदान दिलेलं आहे, मी त्यांच्याविषयी कृतज्ञता व्यक्त करतो. मला त्यांचा अभिमान वाटतो की त्यांनी या देशाच्या बंधुभावाच्या परंपरेचं भावुक दर्शन घडवलं आहे. या मदतकार्याबरोबरच कार्बन कपात योजनेची तयारी, त्यासाठीची विधेयकं, कायदे यांचेही काम सुरू होणार आहे. या स्फोटांमुळे कपात योजनेची कार्यवाहीही आधीपेक्षा जास्त अवघड होणार आहे. प्रयत्न तर अधिक जोरदार करावे लागतीलच, पण त्यागही जास्त मोठे करावे लागतील. आपण ते करू शकतो आणि आपण ते करणारच आहोत. या गोष्टीची खात्री बाळगा की माझ्या शासनाचा हरएक सदस्य यात प्रयत्नांची पराकाष्ठा करेल. पूर्ण ताकदीनिशी काम करेल. रात्रंदिवस काम करेल. शासन या कामात साधनसंपत्ती कमी पडू देणार नाही. असाध्य तेही साध्य करण्याची जिद्द बाळगेल. या घटकेला मी तुम्हाला तपशिलात नेऊ इच्छित नाही, ते मी यथावकाश तुमच्यासमोर ठेवीनच.

“आणखी एक काम मी काँग्रेसला करायला सांगणार आहे. देशावर कोसळलेल्या या आपत्तीचा सामना माझ्या शासनाने कसा केला याची काटेकोर, परखड तपासणी करायची आहे. ती शासनातील प्रत्येकाला, माझ्यासकट प्रत्येकाला लागू होईल. चुकीचे निर्णय, सदोष अंमलबजावणी, कर्तव्यात हयगय, दुर्लक्ष असे दोष समोर आणायचे आहेत. त्यावर योग्य ती कारवाई केली जाईल. त्याला मीही अपवाद नसेन. मागच्या आठवड्यात द व्हाइटहाऊसच्या हिरवळीवरून बोलताना मी म्हणालो होतो की या शासनाच्या कुठल्याही उक्तीची आणि कृतीची अंतिम जबाबदारी माझी आहे. ते या तपासणीच्या बाबतीतही खरं आहे.

“माझा असा दृढ विश्वास आहे की आपला देश आणि जगातील इतर देश यांच्यात, या अप्रिय परिस्थितीतून बाहेर पडून ‘जागतिक कार्बन कपात योजना’ यशस्वी करून, या जगाचा तोंडवळा बदलण्याची, त्याचं तेज वाढवण्याची क्षमता आहे. आपल्यात मतभेद असले, दुफळी असली की आपल्यात ‘आहे ते नष्ट करण्याची’ जेवढी ताकद असते, त्यापेक्षा कितीतरी जास्त शक्ती एकजुटीनं, एकदिलानं ‘जे आपल्याला हवं आहे ते निर्माण करण्याची’ शक्ती असते. या

आगीतून आशेचा, मैत्रीचा फिनिक्स पक्षी भरारी घेताना मला दिसतो आहे. सर्वांनी आपापला वाटा आनंदानं उचलून केलेल्या प्रयत्नांतून स्नेह, सौहार्द, सामंजस्य, माणुसकी यांनी परिपूर्ण जग बहरणार आहे. या भावनांचा सर्वाधिक प्रभाव अर्थातच अमेरिकेतच दृष्टोत्पत्तीस येईल, कारण शेकडो वर्षांपूर्वी याच सद्भावनांच्या पायावर आपल्या या गणराज्याची स्थापना करण्यात आली होती. आपण एकमेकांना साह्य करतो त्या वेळी स्वत:लाच मदत करत असतो. दुसऱ्याला एक संधी देतो तेव्हा आपल्यालाही एक प्राप्त होत असते. भविष्यात लाखो लोकांना स्थलांतर करावं लागणार आहे, त्यांना आपल्या गावात, शहरात, समाजात सामावून घेतलंत तर तुमचाच समाज त्यात राहणाऱ्या सर्वांसाठी अधिक सुदृढ, बलशाली होईल. हे असे मृदू पण भक्कम समाज ही या मृत व्यक्तींची खरी स्मारकं ठरतील. एक वर्षापूर्वी मी तुम्हाला माझ्याबरोबर 'नवा पाया' घालण्यासाठी हातभार लावण्याची विनंती केली होती. आज मी तिचा पुनरुच्चार करतो. मृतात्म्यांना शांती लाभेल अशा पद्धतीने तो पाया सगळे मिळून रचू या.

"देव अमेरिकेचं कल्याण करो. जगातल्या सर्वच देशांचं भले करो. आज ज्या महान योजनेच्या कामाला आपण प्रारंभ करतो आहोत त्याला त्याचे आशीर्वाद लाभोत."

भाषण संपवून द व्हाइटहाऊसमधे येताना गाडीत हीथर त्याच्या शेजारी बसली होती, पण ती हरवलेलीच होती. ती खिडकीच्या काचेतून बाहेर बघत होती; पण तिची नजर शून्यात होती. नोव्हेंबरमधल्या त्या रात्री पाऊस झिमझिमत होता. काचांवर पाण्याचे थेंब पडत होते, ओघळून जात होते.

"हीथर," त्याने तिला हलकेच हाक मारली.

तिने मान वळवलीही नाही.

"हीथर, मी जे आता बोललो ते अगदी मनापासून बोललो. खरंच मला विश्वास वाटतो आहे की, आशेचा स्फुल्लिंग पेटला आहे. त्याला व्यवस्थित वारा घालून पालवला, तर त्यातून या देशाला ज्या आपण आधीपासून करायच्या ठरवल्या होत्या त्या, कितीतरी महत्त्वाच्या गोष्टी करण्याची ऊर्जा मिळेल." तो थोडा घोटाळला पण म्हणाला, "मला माहिती आहे की या सगळ्याने तिला परत आणता येणार नाही. पण हीथर, निदान तिचं बलिदान व्यर्थ तरी जाणार नाही, नाही का?"

हीथरचे खांदे जरासे उचलले गेल्यासारखे वाटले, पण तिने बाहेर लावलेली नजर काही आत वळवली नाही.

"हे असं विपरित का घडावं समजत नाही, कदाचित–" ज्यो बेंटनच्या कपाळाला आठ्या पडल्या. तो परत परत, वारंवार त्याचा प्रत्येक निर्णय, त्याची

प्रत्येक कृती तपासून पाहत होता. हा त्याचा शोध अखंड, आजन्म चालूच राहणार होता. हे असं भयंकर काहीतरी घडणार अशी एक जाणीव त्याच्या मनात खोल खोल कुठेतरी पहिल्यापासून होतीच, असा त्याला आता संशय येऊ लागला होता. ही पर्यावरणारची जटिल समस्या कुठलीही किंमत न मोजता, इकडच्या तिकडच्या, लहान सहान गोष्टी करूनही सुटेल, आज नाही तर उद्या सुटेल या भ्रमातून या जगाला बाहेर खेचून काढायला असे एखादे हादरवून टाकणारे अरिष्टच कोसळायला पाहिजे होते. दहा, वीस, तीस वर्षांपूर्वी कमी प्रयत्नात, कमी त्रासात करता येणे शक्य होते; करायला हवे होते, ते करायची इच्छा निर्माण होण्यासाठी, ते करायला प्रवृत्त करण्यासाठी मनाला कायमची चटका लावून जाईल अशी घटना घडणेच गरजेचे होते. निसर्गाने आजपर्यंत अनेक आपत्तींतून हा धोका दाखवण्याचे बरेच प्रयत्न केले होते; पण जगाला जागे करायला माणसा-माणसांतला संघर्षच व्हायला हवा होता. अद्ययावत वैज्ञानिक साधने, पद्धती, अत्याधुनिक संगणक यांच्या साहाय्याने कुशाग्र बुद्धीच्या शास्त्रज्ञांनी केलेले विश्लेषण, जमवलेले पुरावे, वर्तवलेली भाकिते जगाला जागे करू शकली नव्हती, त्यासाठी लाखो, कोट्यवधी निरपराध जिवांचे जीव निष्कारण जावे लागले, असा पाशवी नरसंहार घडावा लागला ही वस्तुस्थिती आहे, हे सत्य पचवणे त्याला फार फार कठीण जात होते. त्याचा मानवतेवरचा विश्वासच उडाला होता. मानवाने भौतिक प्रगती कितीही केली असली तरी तो अजूनही वृत्तीने अश्मयुगातच वावरत होता, नरभक्षकच राहिला होता, असेच त्याला वाटत होते.

''कदाचित यातूनच आपण नवं, याहून चांगलं, सुंदर जग निर्माण करू शकणार असू. निर्माण करायलाच हवं. हीथर, ॲमीचीही तशीच इच्छा असेल.''

तो हीथरकडे पाहत होता. तिचे सांत्वन कसे करावे हे त्याला माहीत असते तर किती बरे झाले असते. ॲमीच्या जाण्याने त्यांच्या जीवनात निर्माण झालेली पोकळी कशी, कशाने भरून निघेल हेही त्याला ठाऊक असायला हवे होते.

त्याने मायेने हीथरच्या हातावर हात ठेवला.

तशी हीथर त्याच्याकडे वळली.

''ज्यो, तुमच्या लक्षात आलंय का?'' ती म्हणाली.

''काय?''

''तिचा मृतदेह सुद्धा सापडला नाही हो. तिचं काही उरलं नाही, काहीही नाही.''

◆◆◆